फिफ्टी शेड्स ऑफ ग्रे

ई. एल. जेम्स

अनुवाद
शोभना शिकनीस

मेहता पब्लिशिंग हाऊस

Mehta Publishing House, Pune.

✆ +91 020-24476924 / 24460313 / Mob. No. 9545000513

Email : production@mehtapublishinghouse.com

Website : www.mehtapublishinghouse.com

- *या पुस्तकातील लेखकाची मते, घटना, वर्णने ही त्या लेखकाची असून त्याच्याशी प्रकाशक सहमत असतीलच असे नाही.*

FIFTY SHADES OF GREY by E L JAMES

The Author Published an earlier serialised version of this story online with different characters as " Master of the Universe" under the Snowqueen's Icedragon

Translated into Marathi Language by Shobhana Shiknis

फिफ्टी शेड्स ऑफ ग्रे / अनुवादित कादंबरी

अनुवाद : शोभना शिकनीस

Email : author@mehtapublishinghouse.com

मराठी अनुवादाचे व प्रकाशनाचे हक्क : मेहता पब्लिशिंग हाऊस, पुणे.

प्रकाशक : सुनील अनिल मेहता, मेहता पब्लिशिंग हाऊस,
१९४१, सदाशिव पेठ, माडीवाले कॉलनी, पुणे ४११०३०.

मुद्रक : पार्कसन्स ग्राफिक्स

मुखपृष्ठ : मेहता पब्लिशिंग हाऊस

प्रथमावृत्ती : नोव्हेंबर, २०१८

किंमत : ₹ ७००

P Book ISBN 9789353171353

माझ्या जगाचा स्वामी असलेल्या ***निआलसाठी***

१

आरशातल्या माझ्या छबीकडे मी भुवया आक्रसून हताशपणे निरखून पाहिलं. डॅम माय हेअर–ते नीट बसतच नाहीत, आणि डॅम कॅथरीन कवाना – आजारी पडून मला या धर्मसंकटात टाकल्याबद्दल. खरंतर, माझ्या वार्षिक परीक्षेसाठी मी आत्ता अभ्यास करायला हवा. कारण त्या पुढच्याच आठवड्यात आहेत. पण मी काय करतेय... तर इथे ब्रशने केसांना वळण देण्याचा प्रयत्न करतेय; केस ओले असताना झोपायला नको, असा मंत्र जपत बसलेय. ब्रशने केसांना ताब्यात आणायचा पुन्हा एकदा प्रयत्न! पण व्यर्थ! मी थकून डोळे फिरवले. आरशात पाहिलं, तर – समोर फिकट तपकिरी केसांची, चेहऱ्याच्या तुलनेत फारच मोठे डोळे असलेली मीच; माझीच छबी! मी टक लावून पाहणाऱ्या त्या मुलीकडे बघितलं आणि माझा प्रयत्न सोडून दिला. माझ्यापुढे फक्त एकच पर्याय शिल्लक होता – माझे उनाड केस पोनीटेलमध्ये बंदिस्त करणं आणि मी थोडीफार आकर्षक दिसते, अशी आशा करणं.

केट म्हणजे माझी रूममेट. नेमका आजचाच दिवस निवडलाय तिने फ्लूने आजारी पडण्यासाठी! त्यामुळे तिला तिने ठरवलेल्या औद्योगिक क्षेत्रातील फार मोठ्या व्यवसाय सम्राटाबरोबरच्या मुलाखतीला उपस्थित राहता येणार नाहीये. या उद्योग-सम्राटाचं नाव मी कधीच ऐकलेलं नाही. पण तरी विद्यार्थ्यांच्या वर्तमानपत्रासाठी असलेल्या या मुलाखतीला आता मला स्वयंस्फूर्तपणे जावं लागणार आहे. खरंतर परीक्षेकरता मला घोकंपट्टी करायची आहे, आणि एक निबंधही लिहून पूर्ण करायचा आहे. आज दुपारी मी हे काम करत असणं अपेक्षित आहे. पण नाही, त्याऐवजी आज मला १६५ मैल गाडी चालवून सीॲटलमधल्या डाउनटाउनला पोचायचंय. कशासाठी? तर त्या 'ग्रे एंटरप्रायझेस होल्डिंग्ज इन्कॉर्पोरेटेड'च्या रहस्यमय सीईओला भेटायला. हा सीईओ म्हणजे एक विरळाच उद्योजक आहे आणि मुख्य म्हणजे तो आमच्या विद्यापीठाचा मुख्य आधारस्तंभ आहे. त्याचा वेळ माझ्या वेळेपेक्षा कितीतरी

जास्त मूल्यवान आहे. तरीही वेळात वेळ काढून त्याने केटला मुलाखत देण्याचं मान्य केलं. तिने मला सांगितलं, 'कसला चटपटीत विषय आहे हा!' हिचे अभ्यासाव्यतिरिक्तचे उद्योग आणि आमच्या डोक्याला ताप!

बैठकीच्या खोलीतल्या कोचावर केट अंगाचं मुटकुळं करून पडली आहे.

"ॲना, मला माफ कर. ही मुलाखतीची वेळ मिळवण्यासाठी मला नऊ महिने लागले आहेत. आत्ताची ही संधी हुकली, तर पुन्हा सगळं जुळवून आणण्यासाठी सहा महिने तरी नक्कीच लागतील. तोवर आपण पदवीधर झालेल्या असू. त्यामुळे एक संपादक म्हणून मला ही संधी वाया नाही घालवायची, प्लीज समजून घे!" घसा बसलेल्या, घोगरट आवाजात केट माझ्याकडे याचना करते. तिला हे सगळं कसं जमतं? आजारी असूनदेखील ती दिमाखदार दिसते, व्यवस्थित जागच्या जागी असलेले लालसर-पिंगट केस आणि आता डोळ्यांभोवती लालसर वर्तुळं आणि त्यातून वाहणारं पाणी. असं असलं तरी तिचे चमकदार हिरवे डोळे आणि त्यात असलेली अप्रिय सहानुभूतीची टोचणी यांच्याकडे मी दुर्लक्ष केलं.

"अर्थात, मी जाईन, केट. तू पुन्हा बिछान्यात पडून रहा. तुला काहीतरी औषध देऊ का?"

"हो प्लीज. हे घे प्रश्न आणि माझा डिजिटल रेकॉर्डर. फक्त रेकॉर्डचं बटण दाब आणि टिपणं घे. मी ते सगळं ऐकून लिहून काढेन."

"पण मला त्याच्याबद्दल काहीच माहीत नाहीये," मी पुटपुटले. माझा उसळणारा गोंधळ झाकण्याचा अयशस्वी प्रयत्न केला.

"तू जरा प्रश्न चाळ, त्यावरून तुला अंदाज येईल. जा, प्रवास लांबचा आहे. तुला उशीर नको व्हायला!"

"ओके. मी निघते. तू बिछान्यातच पडून आराम कर. तुझ्यासाठी थोडं सूप ठेवलंय. नंतर गरम करून घे, बरं वाटेल तुला." मी प्रेमाने तिच्याकडे बघते. *फक्त तुझ्यासाठी, केट, मी हे करेन.*

"घेईन मी. गुडलक. आणि थँक्स, ॲना. नेहमीप्रमाणेच तू संकटातून मला वाचवलंस, थँक्स."

माझी बॅकपॅक घेऊन मी तिच्याकडे पाहत एक कडवट स्मित केलं आणि नंतर दारातून बाहेर पडून माझ्या गाडीकडे गेले. तिच्या बोलण्याची मोहिनी घालून केटने मला हे करायला भाग पाडलं होतं. हे अविश्वसनीय होतं, पण केट तिच्या बोलण्याने कोणालाही, काहीही करायला भाग पाडू शकते. ती एक अत्युकृष्ट पत्रकार होऊ शकेल. ती नेमकं बोलते, ठामपणे समजावून सांगते. वाद घालते आणि हो; ती सुंदरही आहे. ती माझी प्रिय, प्रिय मैत्रीण आहे.

मी वॉशिंग्टनमधल्या व्हँकुव्हर इथून निघाले तेव्हा इंटरस्टेटकडे जाणारे रस्ते मोकळे होते. मी तशी लवकर निघाले होते. त्यामुळे मला फार घाई नव्हती. मला दोनपर्यंत सीअ‍ॅटलला पोचायचं होतं. सुदैवाने, मला केटने तिची स्पोर्टी मर्सिडिस सीएलके वापरायला दिली होती. माझ्या जुन्या वँडाने – व्हीडब्ल्यू बीटलने हा प्रवास पार पडला असता की नाही, याची मला खातरी नव्हती. आहा, मर्क चालवणं म्हणजे मज्जा, धमाल नुसती! अ‍ॅक्सिलेटरला पाय लावला की, काय पळते ही!

मला जायचंय ते ठिकाण आहे, मिस्टर ग्रे यांच्या ग्लोबल एंटरप्राइझचं प्रमुख कार्यालय. ती एक भलीमोठी वीस मजली ऑफिसची इमारत आहे. वळणदार – काच आणि स्टील यांनी घडवलेली, कुण्या वास्तुविशारदाच्या उपयुक्त फँटसीतून उतरलेली, काचेच्या पुढच्या दरवाजांवर 'ग्रे हाउस' ही अक्षरं खुबीने लिहिलेली. मी जेव्हा तिथे पोचले तेव्हा पावणेदोन वाजले होते. मी उशिरा पोचले नाही, म्हणून मला खूप सुटल्यासारखं वाटलं. मी त्या भल्यामोठ्या – भव्यदिव्य काच, स्टील आणि शुभ्र सँडस्टोनने बनवलेल्या लॉबीत प्रवेश केला. खरं सांगायचं तर, ती भव्यता अंगावर येत होती. इतकी की, त्याने न्यूनगंड निर्माण व्हावा.

सॉलिड सँडस्टोनच्या टेबलामागे, एक अतिशय आकर्षक, नीटनेटक्या पिंगट केसांच्या तरुण स्त्रीने माझ्याकडे बघून प्रसन्न स्मित केलं. तिने काळसर रंगाचं अंगालगत शिवलेलं सूट-जॅकेट आणि पांढरा शर्ट घातला होता. ती छान, नीटनेटकी दिसत होती.

''मी मिस्टर ग्रे यांना भेटायला आले आहे. कॅथरीन कवाना हिच्यातर्फे ॲनास्टॅशिया स्टील.''

''एक सेकंद, मिस स्टील.'' तिने तिच्या भुवयांची कमान केली. मी तिच्यापुढे स्वत:च्या अस्तित्वाची जाणीव होऊन उभी राहिले. माझं नेव्ही ब्ल्यू रंगाचं जॅकेट घालण्याऐवजी मी केटचा एखादा फॉर्मल ब्लेझर उसना घ्यायला पाहिजे होता, असं मला वाटायला लागलं होतं. मी माझी – माझ्या दिसण्याची कल्पना केली – माझा एकुलता एक स्कर्ट, गुडघ्यापर्यंत पोचणारे तपकिरी बूट आणि एक ब्लू स्वेटर. माझ्या परीने हा पोशाख स्मार्ट आहे. माझ्या केसांची एक निसटलेली बट मी कानाच्या मागे सरकवली आणि ती तरुण स्त्री मला क्षुद्र वाटायला लावत नाहीये, असा आव आणला.

''खरंतर मिस कवाना अपेक्षित होत्या. मिस स्टील, इथे सही करा. उजवीकडच्या शेवटच्या एलिव्हेटरने जा, विसाव्या मजल्याचं बटण दाबा,'' ती माझ्याकडे दयाळूपणे बघत हसली. नक्कीच तिला गंमत वाटली होती; मी सही केली.

दर्शनी भागावर 'व्हिजिटर' असा शिक्का ठसठशीतपणे मारलेला सिक्युरिटी

पास तिने माझ्या हातात दिला. माझं तिरकस हास्य मी रोखू शकले नाही. नक्कीच मी फक्त भेटायला आले आहे हे स्पष्टच आहे, मी इथे बिलकूल फिट होत नाही. काहीही *बदलत* नाही, मी आतल्या आत सुस्कारे सोडले. तिला धन्यवाद देत मी एलिव्हेटरकडे दोन सुरक्षारक्षकांच्या अंगावरून चालत गेले. त्यांनीही माझ्यापेक्षा चांगला पोशाख केला होता – सफाईदारपणे शिवलेला. ते तरतरीत दिसत होते.

एलिव्हेटरने मी अत्यंत जलद गतीने विसाव्या मजल्यावर पोचले. दरवाजे उघडले, तर समोर दुसरी मोठी लॉबी होती. पुन्हा एकदा सगळं काच, स्टील आणि पांढऱ्या सँडस्टोनचं; आणखी एक पिंगट केसांची तरुण स्त्री, काळ्या-पांढऱ्या नीटनेटक्या वेशातली. ती माझं स्वागत करण्यासाठी उठली.

"मिस स्टील, प्लीज तुम्ही जरा इथे थांबाल?" तिने बसण्याच्या जागेकडे बोट दाखवलं, जिथे पांढऱ्या चामड्याने मढवलेल्या खुर्च्या ठेवल्या होत्या.

खुर्च्यांमागे काचेच्या भिंती असणारी बैठकीची एक प्रशस्त खोली होती. तिच्यात एक तेवढंच मोठं काळ्या लाकडाचं टेबल आणि त्याच्याभोवती त्याच्याशी संगती साधणाऱ्या – निदान वीसएक खुर्च्या होत्या. त्याच्या पलीकडे जमिनीपासून छतापर्यंत एक खिडकी जिच्यातून क्षितिजरेषा आणि सीॲटलच्या शहराचं विहंगम दृश्यही दिसत होतं – एक थक्क करणारी झलक! त्या दृश्याने क्षणभर मी बधिर झाले. वॉव!

मी खाली बसले आणि माझ्या बॅकपॅकमधून प्रश्न शोधून चाळू लागले. मला थोडक्यामध्ये ग्रे यांची चरित्रात्मक माहिती न दिल्याबद्दल मी केटला दूषणं दिली. ज्या माणसाची मला मुलाखत घ्यायची आहे त्या माणसाबद्दल मला काहीही माहीत नाहीये. तो नव्वद वर्षांचा असेल की तीस वर्षांचा? ही अनिश्चितता चीड आणणारी होती. माझा अस्वस्थपणा उफाळला, मी चाळवाचाळव करत राहिले. मला एकाची मुलाखत घेण्यापेक्षा गटचर्चा अधिक सोयीची वाटते. कारण जिथे चर्चा सुरू असेल त्या खोलीमध्ये कोणाच्या लक्षात येणार नाही अशाप्रकारे मी मागच्या बाजूला बसू शकते. ही अनामिकता मला अधिक आवडते. खरंतर, मला माझं माझंच – एकटं राहायलाच जास्त आवडतं. एखादी अभिजात ब्रिटिश कादंबरी वाचत कॉलेजच्या वाचनालयात आरामात खुर्चीत बसून विसावायचं – कित्ती छान! पण काचेच्या आणि दगडाच्या या प्रचंड इमारतीत अंगाला मुंग्या येईपर्यंत बसणं म्हणजे माझ्यासाठी फारच झालं, अगदीच मला न रुचणारं.

मी डोळे फिरवले. *शांत हो, ताबा ठेव, स्टील.* आधुनिक आणि पॉश दवाखान्यासारख्या त्या इमारतीवरून मी असा अंदाज बांधला की, ग्रे चाळिशीचा असावा, तब्येतीने तंदुरुस्त, उन्हाने रापलेल्या वर्णाचा. त्याच्या इतर कर्मचाऱ्यांशी संगती साधणारा – नीटनेटका, धवल केसांचा.

आणखी एक डौलदार, नीटनेटका पोशाख केलेली पिंगट केसांची तरुणी उजवीकडच्या एका मोठ्या दरवाजातून बाहेर आली. एवढ्या सगळ्या परिपूर्ण पिंगट केसांच्या तरुणींचं काय बरं रहस्य असेल? एक खोल श्वास घेत मी उभी राहिले.

"मिस स्टील?" नुकत्याच आलेल्या त्या पिंगट केसांच्या तरुणीने विचारलं.

"येस," मी चिरकले आणि माझा घसा साफ केला. "येस." हं. अस्सं, हे अधिक आत्मविश्वासपूर्ण वाटतं.

"मि. ग्रे तुम्हाला काही क्षणांत भेटतील. मी तुमचं जॅकेट घेऊ का?"

"ओह, प्लीज." मी जॅकेटमधून धडपडत बाहेर निघाले.

"तुम्हाला काही खायला हवंय किंवा प्यायला?"

"अं... नाही." अरेरे, पिंगट केसांची मुलगी नंबर एक अडचणीत आली की काय? कारण या नंबर दोनने कपाळाला आठ्या घातल्या आणि डेस्कपाशी बसलेल्या तरुण स्त्रीकडे नजर टाकली.

"तुम्हाला चहा, कॉफी... काय घ्यायला आवडेल?" तिचं लक्ष पुन्हा माझ्याकडे वळवत तिने विचारलं.

"थँक यू, एक ग्लास पाणी," मी पुटपुटले.

"ऑलिव्हिया, मिस स्टीलसाठी पाणी घेऊन ये," तिचा आवाज करडा होता. ऑलिव्हिया चालत दुसऱ्या बाजूच्या दरवाजाकडे लगबगीने गेली.

"माफ करा, मिस स्टील, ऑलिव्हिया आमची नवीन इंटर्न आहे. तुम्ही बसा. मि. ग्रे पाचएक मिनिटांत येतीलच."

ऑलिव्हिया बर्फ घालून थंड केलेल्या पाण्याचा एक ग्लास घेऊन आली.

"हे घ्या, मिस स्टील."

"थँक यू."

पिंगट केसांची नंबर दोन मोठ्या टेबलाकडे गेली. तिच्या बुटांच्या टाचांच्या टपटप आवाजाचा प्रतिध्वनी सँडस्टोनच्या फरशीवर उमटला. ती खाली बसली आणि त्या दोघींनी त्यांचं काम पुढे चालू ठेवलं.

'कदाचित मि. ग्रे त्यांचा सगळा कर्मचारिवर्ग पिंगट केसांचाच असावा असा आग्रह धरत असावेत,' मी रिकामटेकडा विचार केला. 'हे कायदेशीर आहे काय?' त्याचवेळी ऑफिसचं दार उघडलं आणि एक उंच, रुबाबदार वेषभूषा केलेला, छोट्या कुरळ्या केसांचा, आकर्षक आफ्रिकन-अमेरिकन माणूस बाहेर पडला. मी नक्कीच चुकीचे कपडे घातले आहेत!

तो वळला आणि दरवाजातून म्हणाला, "या आठवड्यात गोल्फ, ग्रे?"

मला उत्तर ऐकू आलं नाही. तो वळला, त्याने मला बघितलं आणि हसला. त्याचे गडद गहिरे डोळे कडांना सुरकुतले. ऑलिव्हिया तिच्या आसनावरून उडी

मारूनच उभी राहिली आणि तिने एलिव्हेटर बोलावला. ती उडी मारण्यात कुशल दिसते. ती तर माझ्यापेक्षाही जास्त अस्वस्थ आहे!

"गुड आफ्टरनून लेडीज," सरकत्या दरवाजातून बाहेर जाताना तो म्हणाला.

"मि. ग्रे तुम्हाला आता भेटतील, मिस स्टील. आत जा." पिंगट केसांची नंबर दोन म्हणाली. माझा अस्वस्थपणा दाबण्याचा प्रयत्न करत मी बरीचशी थरथरतच उभी राहिले. माझी बॅकपॅक गोळा करत मी पाण्याचा ग्लास ठेवून दिला आणि थोड्याशा उघडलेल्या दरवाजातून मार्ग काढला.

"दरवाजावर टकटक करायची गरज नाही. फक्त आत जा." ती प्रेमळपणे हसली.

मी दरवाजा ढकलला आणि माझ्याच पायात पाय अडकून ऑफिसात साष्टांग नमस्कार घातला!

शिट्, डबल क्रॅप – मी आणि माझे दोन पाय! मी मि. ग्रे यांच्या ऑफिसात माझ्या हातांवर आणि गुडघ्यांवर दरवाजात पडले होते. आश्चर्य म्हणजे, दोन मृदू हात माझ्याभोवती लपेटून मला उभं राहायला मदत करत होते. शिट्, हे फारच लाजिरवाणं घडलं, डॅम – माझा अजागळपणा! नजर वर करून पाहण्यासाठी मला धैर्य गोळा करावं लागलं. ओह्, होली काउ – किती तरुण आहे तो!

"मिस कवाना," मी सावरल्यावर त्याने त्याचा लांबसडक बोटांचा हात माझ्या पुढे केला. "मी ख्रिश्चन ग्रे. तू ठीक आहेस ना? तुला बसायचंय का?"

इतका तरुण आणि आकर्षक... नुसता आकर्षक नाही, खूप आकर्षक. तो उंच होता, त्याने एक करड्या रंगाचा सुंदर सूट, सफेद शर्ट आणि काळा टाय घातला होता. त्याचे केस जागच्या जागी न बसलेले, गडद तांबड्या रंगाचे होते. डोळे उत्कट, चमकदार करडे जे माझं सुज्ञपणे निरीक्षण करत आहेत. माझा आवाज मला परत गवसायला एक क्षण लागला.

"अं... खरं म्हणजे..." मी पुटपुले. हा माणूस नक्कीच तिशीच्या आत असणार, त्यासाठी मी काहीही हरायला तयार आहे. भारावल्यासारखा मी माझा हात त्याच्या हातात देऊन आम्ही हस्तांदोलन केलं. आमच्या एकमेकांच्या बोटांचा परस्परांना स्पर्श झाला, तेव्हा मला एक वेगळीच आनंददायी लहर माझ्यातून दौडत गेल्यासारखी भासली. मी घाईघाईत माझा हात शरमून काढून घेतला. मला शांत राहायला पाहिजे. मी जलद गतीने डोळ्यांची उघडझाप केली. इतकी की, माझ्या हृदयाच्या गतीशी माझ्या पापण्यांची उघडझाप जुळत होती.

"मिस कवानाची प्रकृती बरी नाही, म्हणून तिने मला पाठवलं. मला वाटतं, आपली काही हरकत नसावी, मि. ग्रे."

"आणि तुम्ही?" त्याचा आवाज प्रेमळ आहे. त्याला कदाचित गंमत वाटत

असावी, पण त्याच्या निर्विकार आविर्भावावरून ते सांगणं कठीण होतं. त्याची अभिरुची चांगली असावी; पण मुख्य म्हणजे तो सभ्य आहे.

"मी ॲनास्टॅशिया स्टील. मी केटबरोबर अं... कॅथरीन... अं... मिस कवानाबरोबर इंग्रजी साहित्याचा अभ्यास करतेय."

"आय सी," तो एवढंच म्हणाला. खातरीने सांगता येणार नाही, पण कदाचित त्याच्या आविर्भावात पुसटसं हास्य असावं.

"तुला बसायचंय का?" एका एल ओकाराच्या सफेद चामड्याने मढवलेल्या कोचाकडे त्याने निर्देश केला.

एका माणसासाठी ते ऑफिस जरा फारच मोठं होतं. जमिनीपासून छतापर्यंत असलेल्या खिडक्यांसमोर, एक आधुनिक गडद रंगाच्या लाकडाचं डेस्क होतं. त्याच्याभोवती सहा लोक आरामात बसू शकले असते. कोचाजवळ असलेल्या कॉफी टेबलाशी त्याची संगती साधली जात होती. बाकीचं सगळं पांढरं – छत, जमीन आणि भिंती; फक्त दरवाजाजवळची भिंत सोडून, जिथे टांगलेल्या छत्तीस चौकोनात चित्रांनी एक मोझेइक बनवलेला होता. ती चित्रं फारच सुंदर होती. नेहमीच्या सर्वसाधारण विस्मरणात गेलेल्या वस्तू इतक्या नेमक्या तपशिलांसह रंगवल्या होत्या की, त्या छायाचित्रांसारख्या दिसत होत्या! एकत्रितरीत्या प्रदर्शित केल्याने त्या श्वास रोधून धरायला लावत होत्या.

"हे काम एका स्थानिक कलावंताचं आहे, ट्राउटन त्याचं नाव," माझी नजर कुठे आहे ते बघितल्यावर ग्रे म्हणाला.

"फारच सुंदर. साध्या गोष्टींना असामान्य, कलात्मक पातळीवर नेण्याचं उत्तम उदाहरण," चित्रामुळे आणि त्याच्यामुळे लक्ष विचलित झाल्याने मी पुटपुटले. त्याने डोकं झुकवून मला एकाग्रतेने न्याहाळलं.

"पूर्णपणे सहमत, मिस स्टील," तो उत्तरला. त्याचा आवाज हळुवार होता. मला जाणवलं की, मी लाजते आहे. पण का याचं कोणतंही स्पष्टीकरण मला देता येत नव्हतं.

चित्रांच्या व्यतिरिक्त बाकीचं ऑफिस थंड, स्वच्छ आणि दवाखान्यासारखं होतं. माझ्यासमोर एका पांढऱ्या चामड्याने मढवलेल्या खुर्चीत विसावणाऱ्या त्या 'अडोनीज'* व्यक्तिमत्त्वाचं प्रतिबिंब त्या सजावटीत परावर्तित झालं नाहीये ना, असा मी विचार करत होते. माझ्या विचारांच्या दिशेमुळे अस्वस्थ होऊन मी माझं डोकं हलवलं आणि माझ्या बॅकपॅकमधून केटचे प्रश्न बाहेर काढले. नंतर, मी डिजिटल रेकॉर्डर बाहेर काढून लावला. माझी बोटं आणि अंगठा थरथरत

---

* अडोनीज – ग्रीक पुराणातील सौंदर्याचा देव.

असल्याने माझ्या समोरच्या कॉफी टेबलावर तो दोनदा पडला. मि. ग्रे काही म्हणाले नाहीत, त्यांनी सहनशीलतेने प्रतीक्षा केली – मी फारच शरमिंदी झाले आणि गोंधळून गेले. मी जेव्हा त्याच्याकडे पाहण्याचं धैर्य गोळा केलं तेव्हा मला दिसलं की, तो मला निरखत होता; त्याचा एक हात त्याच्या मांडीवर विसावला होता, तर दुसऱ्या हाताने त्याने हनुवटी धरली होती. त्याची लांबसडक तर्जनी त्याच्या ओठांवरून फिरत होती. मला वाटलं, तो हसू दाबण्याचा प्रयत्न करतो आहे.

"स्स... सॉरी," मी ततपप करत होते. "मला याची सवय नाही."

"तुम्हाला लागेल तेवढा वेळ घ्या, मिस स्टील," तो म्हणाला.

"तुमची उत्तरं रेकॉर्ड केली तर चालेल ना?"

"रेकॉर्डर लावायला इतका त्रास घेतल्यावर, तू मला हे विचारतेस?"

मी लाल झाले. तो मला चिडवतोय? बहुतेक. मी त्याच्याकडे बघून डोळ्यांची उघडझाप केली. काय बोलावं हे मला समजत नव्हतं; त्याची मला खातरी वाटत नव्हती. मला वाटलं, त्याला माझी दया आली असावी. कारण त्याने शेवटी माघार घेतली. "नाही, माझी काही हरकत नाही."

"केटने – माझ्या म्हणण्याचा अर्थ आहे – मिस कवानाने मुलाखत कशाबद्दल आहे हे स्पष्ट केलं होतं का?"

"होय. विद्यार्थी वृत्तपत्राच्या ग्रॅज्युएशन इश्यूमध्ये ही मुलाखत येईल, कारण मी या वर्षीच्या ग्रॅज्युएशनच्या समारंभात पदवीदान करणार आहे."

ओह्! ही माझ्यासाठी एक खास बातमीच म्हणायची! मी तात्पुरती या विचारात गढून गेले की, माझ्यापेक्षा फार मोठा नसलेला – ओके, कदाचित सहा किंवा त्या आसपासच्या वर्षांनी मोठा असलेला, महान यशस्वी – तरीही तो मला माझी पदवी प्रदान करणार आहे. मी कपाळाला आठ्या घालून, हातातल्या कामगिरीकडे माझं भरकटणारं व्यवधान खेचून आणलं.

"व्वा, छान," मी अस्वस्थपणे आवंढा गिळला, "माझे काही प्रश्न आहेत, मि. ग्रे." केसांची एक चुकार बट मी माझ्या कानांमागे हाताने सारखी केली.

"मला वाटलंच होतं," तो निर्विकारपणे म्हणाला. तो मला हसतोय, या जाणिवेने माझे गाल तप्त झाले. मी नीट बसले. समोरच्याला मी उंच दिसावं, यासाठी खांदे ताठ केले. त्यामुळे अर्थातच समोरच्यावर मी प्रभाव पाडण्याची शक्यता होती. रेकॉर्डरवर स्टार्ट बटण दाबत मी 'प्रोफेशनल' दिसण्याचा प्रयत्न केला.

"एवढं उद्योग-साम्राज्य उभारण्यासाठी तुम्ही फारच तरुण आहात; तुमच्या यशाचं श्रेय तुम्ही कशाला द्याल?" मी त्याच्याकडे बघितलं. त्याचं हास्य आश्वासक होतं, पण तो किंचित निराश दिसत होता.

“व्यवसायात लोक फार महत्त्वाचे असतात, मिस स्टील. आणि मी लोकांची पारख करण्यात हुशार आहे. मी त्यांची नाडी बरोब्बर ओळखतो. ते कशामुळे विकसित होतात, कशामुळे होत नाहीत, हे मला माहीत आहे. त्यांना कशामुळे प्रेरणा मिळते, कशामुळे मिळत नाही आणि त्यांना प्रलोभन कसं दाखवायचं, हे मला माहीत आहे. त्यामुळे मी एक असामान्य चमू नोकरीवर ठेवतो आणि त्यांना चांगला मोबदला देतो,” तो थांबला आणि त्याच्या करड्या नजरेने मला खिळवून टाकलं. “माझा असा विश्वास आहे की, कोणत्याही योजनेत यश मिळवायचं असेल, तर आपण त्या योजनेवर प्रभुत्व मिळवलं पाहिजे, ती योजना पूर्णपणे जाणून घेतली पाहिजे. त्यातला प्रत्येक तपशील आपल्याला माहीत असला पाहिजे. मी खूप काम करतो, ते करण्यासाठी मी माझे निर्णय तर्कशास्त्र आणि सत्य यांच्या आधारावर घेतो. माझ्याकडे एक नैसर्गिक अंत:प्रेरणा आहे, ज्यामुळे मी एक चांगली, ठोस कल्पना आणि चांगले लोक शोधून काढून त्यांचा विकास करू शकतो. याचं सार म्हणजे चांगले लोक, नेहमीच.”

“कदाचित तुम्ही फक्त नशीबवान असाल,” हे केटच्या यादीत नाही – पण तो इतका उद्धट आहे. त्याचे डोळे क्षणमात्र आश्चर्याने मोठे होतात.

“मी नशीब किंवा योगायोग यांचा पुरस्कार करत नाही; मिस स्टील. उलट, मी जेवढे अधिक कष्ट करतो तेवढं जास्त नशीब माझ्या बाजूने झुकतं, असं माझ्या लक्षात आलंय. योग्य लोक तुमच्या टीममध्ये असणं आणि त्यांची ऊर्जा त्याप्रमाणे वळवणं, यासंबंधी हे सगळं आहे. मला वाटतं, बहुतेक हार्वे फायरस्टोन म्हणाले होते, ‘लोकांचा विकास ही नेतृत्वाची परमावधी आहे.’”

“तुम्ही नियंत्रण-वेडे दिसता,” मी स्वत:ला थांबवण्याआधी शब्द माझ्या तोंडून निघून गेले.

“ओह, मी सगळ्या गोष्टींत नियंत्रणाचा वापर करतो, मिस स्टील.” त्याच्या हास्यात विनोदाचा लवलेशही नव्हता. मी त्याच्याकडे बघितलं त्याने तटस्थपणे माझ्या नजरेला निर्विकार नजर दिली. माझ्या हृदयाचे ठोके वाढून माझा चेहरा पुन्हा लाल झाला.

त्याचा माझ्यावर एवढा अस्वस्थ करणारा परिणाम का होतोय? कदाचित, त्याचं भारावून टाकणारं सौंदर्य? त्याचे माझ्याकडे रोखून पाहणारे, चमकणारे डोळे? तो त्याची तर्जनी ज्याप्रकारे त्याच्या खालच्या ओठावर आपटतोय, त्यामुळे? मला वाटतंय की, त्याने हे सगळं थांबवावं.

“त्याव्यतिरिक्त विचार करताना तुम्ही तंद्रीत जर स्वत:लाच पुन:पुन्हा बजावलंत की, तुमचा जन्म नियंत्रण ठेवण्यासाठीच झालाय, तर तुम्ही प्रचंड शक्ती मिळवू शकता.”

"म्हणजे तुमच्याकडे प्रचंड शक्ती आहे. असं तुम्हाला वाटतं का?" *नियंत्रण-वेडा.*

"मी चाळीस हजारांहून अधिक लोकांना नोकरीवर ठेवतो, मिस स्टील. त्यामुळे मला विशिष्ट जबाबदारीची जाणीव होते – शक्ती, तुम्हाला म्हणायचं असेल तर. जर माझा दूरसंचार व्यवसायातला रस संपला आणि तो विकण्याचा निर्णय मी घेतला तर पुढील महिन्यात वीस हजार लोक गहाणवटीची बिलं भागवू शकणार नाहीत, अशी परिस्थिती निर्माण होईल!"

माझं तोंड उघडं पडलं. त्याच्यातल्या नम्रतेच्या अभावामुळे मी आश्चर्यचकित झाले होते.

"तुम्हाला उत्तर द्यावं लागण्यासाठी एखादं बोर्ड नाही का?" मी वैतागून विचारलं.

"कंपनी माझ्या मालकीची आहे. मला बोर्डाला उत्तर द्यावं लागत नाही." त्याने माझ्याकडे बघून भुवई उंचावली. मी जर थोडी माहिती काढली असती, तर मला हे ठाऊक असतं. होली क्रॅप, तो भलताच उद्धट आहे. मी ट्रॅक बदलला.

"तुमच्या कामाच्या व्यतिरिक्त तुमची काही आवड?"

"मला वेगवेगळे इंटरेस्ट आहेत, मिस स्टील." त्याच्या ओठांवर अस्पष्ट स्मित उमटलं. "विविध." कोणत्यातरी कारणाने, मी त्याच्या स्थिर नजरेने गोंधळून चमकले.

"पण तुम्ही जर एवढे कठोर परिश्रम करता, तर मनोरंजनासाठी तुम्ही काय करता?"

"मनोरंजनासाठी?" त्याची परिपूर्ण शुभ्र दंतपंक्ती दाखवत तो हसला. मी माझे श्वास रोखले. तो खरंच सुंदर आहे. कोणीही इतकं सुंदर असू नये.

"वेल्, तुम्ही म्हणता तसं 'मनोरंजनासाठी' – मी बोटीने प्रवास करतो, विमान उडवतो, वेगवेगळ्या शारीरिक उपक्रमांत भाग घेतो," त्याने खुर्चीत हालचाल केली. "मिस स्टील, मला महागडे आणि गुंतवून ठेवणारे छंद आहेत."

मी या विषयावरून पुढे सरकण्यासाठी केटच्या प्रश्नांवर पटकन नजर टाकली.

"तुम्ही विशेषकरून उत्पादनात गुंतवणूक करता, असं का?" मी विचारलं. तो मला एवढं अस्वस्थ का करतो आहे?

"मला गोष्टी उभारायला, निर्माण करायला आवडतात. गोष्टी कशाप्रकारे कार्यान्वित होतात, हे जाणून घ्यायला मला आवडतं. कामं कशामुळे यशस्वी होतात, गोष्टी कशा उभ्या करायच्या आणि तोडायच्या हे पाहायला मला आवडतात. मला बोटी आवडतात. याला काय म्हणू मी?"

"तर्कशास्त्र आणि सत्यापेक्षा तुमचं हृदय अधिक बोलतंय असं भासतं."

त्याचं तोंड विचित्र झालं आणि तो माझ्याकडे परीक्षणात्मकपणे टक लावून बघू लागला.

"शक्य आहे. पण असेही लोक आहेत, जे मला हृदय नाही असं म्हणतील."

"का बरं?"

"कारण ते मला चांगलं ओळखतात," त्याचे ओठ तिरकस हास्यात वाकडे झाले.

"तुम्ही जाणून घ्यायला सोपे आहात असं तुमचे मित्र म्हणतील का?" आणि तो प्रश्न विचारताक्षणीच मला पश्चात्ताप झाला. तो केटच्या यादीत नव्हता.

"मी फार खासगी माणूस आहे, मिस स्टील. माझा खासगीपणा जपण्यासाठी मी प्रयत्नशील असतो. त्यामुळे मी नेहमी मुलाखतीदेखील देत नाही..."

"ही मुलाखत द्यायला तुम्ही का तयार झालात?"

"कारण मी विद्यापीठाचा आश्रयदाता आहे. सगळी कारणं आणि इच्छा लक्षात घेता मी मिस कवानापासून माझा पिच्छा सोडवू शकलो नाही. माझ्या जनसंपर्क अधिकाऱ्यांना तिने सळो की पळो केलं आणि अशा प्रकारच्या चिकाटीचा मी प्रशंसक आहे."

केट किती चिकाटीची असू शकते ते मला माहीत आहे. म्हणूनच आत्ता मी इथे आहे. खरंतर, आत्ता मी माझ्या परीक्षेसाठी अभ्यास करत बसायला हवं, पण तुमच्या खोलवर ठाव घेणाऱ्या नजरेने अस्वस्थ होत, मी इथे तुमच्या समोर बसले आहे.

"तुम्ही शेतीविषयक तंत्रज्ञानात पण पैसे गुंतवता. त्या क्षेत्रात तुम्हाला रुची आहे का?"

"आपण पैसे खाऊ शकत नाही, मिस स्टील. आणि या पृथ्वीतलावर असे खूप लोक आहेत, ज्यांना खायला पुरेसं अन्न नाही."

"हे फार दयाळूपणाचं वाटतं. हे असं काहीतरी आहे, ज्याबद्दल तुम्हाला तीव्रतेने काहीतरी वाटतं? जगातल्या गरिबांना खाऊ घालणं?"

त्याने खांदे उडवले.

"हा एक चाणाक्षपणे करण्याचा व्यवसाय आहे," तो पुटपुटला. आणि मी विचार करत होते की हा अविचारीपणा करतोय का? हे शहाणपणाचं वाटत नाही – जगातल्या गरिबांना खाऊ घालायचं? मला त्या आदर्शाचा फक्त गुण दिसतो, पण आर्थिक फायदा दिसत नाही. त्याच्या दृष्टिकोनामुळे गोंधळून मी पुढच्या प्रश्नाकडे नजर टाकते.

"तुमचं काही तत्त्वज्ञान आहे का? असेल तर, ते काय आहे?"

"माझं खास असं काही तत्त्वज्ञान वगैरे नाही. कदाचित एखादं मार्गदर्शक

तत्त्व – कार्नेजीचं. 'स्वत:च्या मनाचा पूर्ण ताबा घेण्याची क्षमता असलेली एखादी व्यक्ती न्याय्यपणे योग्य असणाऱ्या इतर कोणत्याही गोष्टीवर ताबा मिळवू शकते.' मी खूप एकमार्गी प्रेरित आहे. मला नियंत्रण आवडतं – स्वत:चं आणि माझ्या भोवतालच्या इतरांचं."

"म्हणजे तुम्हाला गोष्टी ताब्यात ठेवायला आवडतात? तुम्ही एक *नियंत्रण-वेडे आहात.*"

"मला गोष्टी स्वत:कडे असण्यासाठी लायक असायला आवडतं. पण हो, बॉटम लाइन – मला आवडतं."

"तुम्ही एक आदर्श ग्राहक वाटता."

"मी आहेच," तो हसला, पण ते हसू त्याच्या डोळ्यांपर्यंत पोचलं नाही. जगात बरेचजण भुकेले आहेत, असा विचार करणाऱ्या त्याच्या बाबतीत हे विरोधी वाटतं. म्हणून माझ्या मनात असा विचार आल्याशिवाय राहत नाही की, आम्ही दुसऱ्या कशाबद्दलतरी बोलतोय, पण ते काय आहे हे माझ्यासाठी रहस्यमय आहे. मी आवंढा गिळते. खोलीतलं तापमान वाढतंय किंवा मग फक्त मलाच तसं वाटतंय? एकदाची ही मुलाखत संपावी असं मला वाटतं. निश्चितच केटकडे आता पुरेशी माहिती असेल. मी पुढच्या प्रश्नाकडे नजर टाकते.

"तुम्हाला दत्तक घेतलं गेलं होतं. तुमच्या जडणघडणीत त्याचा किती भाग आहे असं तुम्हाला वाटतं?"

ओह, हे खासगी आहे. त्याला या प्रश्नामुळे दुखावल्यासारखं वाटलं नसेल या आशेने मी त्याच्याकडे एकटक बघितलं. त्याच्या कपाळाला आठ्या पडल्या.

"ते जाणून घ्यायचा माझ्याकडे काही मार्ग नाही."

माझी रुची चाळवली गेलेय. "तुम्हाला दत्तक घेतलं गेलं तेव्हा तुम्ही किती वर्षांचे होतात?"

"तो विषय सार्वजनिक नोंदीचा आहे, मिस स्टील?" त्याचा स्वर कडक आहे. क्रॅप. यस्, ऑफ कोर्स – मी ही मुलाखत घेणार हे माहीत असतं, तर काही संशोधन केलं असतं. गडबडून मी पटकन पुढे गेले.

"तुम्हाला कामासाठी तुमच्या कौटुंबिक आयुष्याचा त्याग करावा लागला."

"हा एक प्रश्न नाही," तो थोडक्या शब्दांत कठोरपणे बोलला.

"सॉरी." मी चुळबुळले. त्याने मला एखाद्या चुकलेल्या मुलासारखं वाटायला लावलं. मी पुन्हा प्रयत्न केला. "कामासाठी तुम्हाला कौटुंबिक आयुष्याचा त्याग करावा लागला का?"

"मला कुटुंब आहे. मला एक भाऊ आहे, एक बहीण आहे. माझं कुटुंब त्यापलीकडे वाढवण्यात मला रस नाही."

"तुम्ही 'गे' आहात का, मि. ग्रे?" मी समलिंगी संबंधांबद्दल विचारलं.

त्याने तीव्र श्वास घेतला आणि मी ओशाळवाणी होऊन थांबले. क्रॅप! हे सरळसरळ वाचण्यापूर्वी मी त्याला चाळणी का नाही लावली? मी प्रश्न फक्त वाचते आहे, हे मी त्याला कसं सांगू? डॅम केट! आणि तिचं औत्सुक्य!

"नाही, ॲनास्टॅशिया, मी 'गे' नाही." त्याने त्याच्या भुवया उंचावल्या, त्याच्या डोळ्यांत एक शांत चमक होती. त्याला हे फारसं आवडलेलं दिसत नाही.

"माफी असावी. ते, अं... इथे लिहिलेलं आहे." माझं नाव त्याने उच्चारायची ही पहिलीच वेळ आहे. माझ्या हृदयाचे ठोके वाढले आणि माझे गाल पुन्हा गरम झाले. अस्वस्थपणे मी माझे सैल झालेले केस कानामागे खोचले.

त्याने त्याचं डोकं एका बाजूला झुकवलं.

"हे प्रश्न तुझे – स्वतःचे नाहीत?"

"अं... नाही. केट – मिस कवाना – तिने हे प्रश्न संकलित केले आहेत."

"तुम्ही विद्यार्थी वृत्तपत्राच्या सहकारी आहात का?" *ओ नो.*

विद्यार्थी वृत्तपत्राशी माझं काही देणंघेणं नाही. तो तिच्या बाह्य शैक्षणिक उपक्रमांपैकी आहे, माझ्या नव्हे. माझा चेहरा तप्त होतो.

"नाही, ती माझी रूममेट आहे."

शांतपणे विचार करत त्याने त्याची हनुवटी चोळली, त्याचे करडे डोळे मला जोखत होते.

"ही मुलाखत घ्यायला तू स्वतःहून पुढे आलीस का?" अतिशय शांत आवाजात त्याने विचारलं.

एक मिनिट थांबा, कोण कोणाची मुलाखत घेतोय? त्याचेच डोळे तप्त होऊन माझ्या डोळ्यांत बघत होते आणि मी सत्य सांगायला बांधील होते.

"मला पाठवण्यात आलं, कारण तिला बरं नाहीये." माझा आवाज कमकुवत आणि क्षमायाचना करणारा होता.

"त्यामुळे बरंच स्पष्टीकरण मिळतं."

दारावर टकटक झाली आणि ब्लाँड नंबर दोन आत आली.

"मि. ग्रे, खंड पाडल्याबद्दल क्षमस्व, पण तुमची पुढची बैठक दोन मिनिटांत आहे."

"आमचं इथलं अजून संपलं नाहीये, ॲंड्रिआ. कृपा करून माझी पुढची बैठक रद्द करा."

ॲंड्रिआ त्याच्याकडे तोंड उघडं टाकून बघत घोटाळली.

ती हरवल्यासारखी भासली. तिच्याकडे पाहण्यासाठी त्याने त्याचं डोकं सावकाशपणे फिरवलं. त्याच्या भुवया उंचावल्या. ती गर्द गुलाबी झाली. *ओह्, गुड. म्हणजे मी फक्त एकटीच नाहीये तर.*

"व्हेरी वेल, मि. ग्रे," ती पुटपुटली आणि मग गेली. त्याने कपाळाला आठ्या घातल्या आणि पुन्हा माझ्याकडे वळला.

"तर आपण कुठे होतो, मिस स्टील?"

ओह्, आम्ही आता मिस स्टीलवर परतलोय.

"प्लीज, तुम्ही माझ्यामुळे तुमची कामं थांबवू नका."

"मला तुमच्याबद्दल जाणून घ्यायचंय आणि मला वाटतं ते योग्यच आहे." त्याचे डोळे कुतूहलाने चमकतायत. डबल क्रॅप. *तो या बोलण्यातून कुठे चाललाय?* त्यानं त्याचं कोपर खुर्चीच्या हातांवर टेकलं आणि त्याची बोटं त्याच्या तोंडापुढे टेकवली. त्याचं तोंड इतकं... लक्ष विचलित करणारं आहे. मी आवंढा गिळला.

"जाणून घेण्यासारखं फारसं काही नाही."

"पदवीधर झाल्यावर तुम्ही काय योजना आखल्या आहेत?"

मी खांदे उडवले. त्याने दाखवलेल्या आस्थेमुळे मी डगमगले. *सीॲटलला केट बरोबर जायचं, नोकरी शोधायची.* मी खरं म्हणजे माझ्या वार्षिक परीक्षेच्या पलीकडे काही विचारच केलेला नाही.

"मी काहीच ठरवलेलं नाहीये, मि. ग्रे. मला आत्ता फक्त वार्षिक परीक्षेतून सुटका हवीये," आणि त्यासाठी मी या तुमच्या राजवाड्यासारख्या भव्य ऑफिसात बसण्याऐवजी, तुमच्या खोलवर वेध घेणाऱ्या नजरेने अस्वस्थ होण्याऐवजी अभ्यास करायला हवा!

"आम्ही इथे एक उत्कृष्ट इंटर्नशिप कार्यक्रम चालवतो," तो शांतपणे म्हणाला. मी माझ्या भुवया आश्चर्याने उंचावल्या. तो मला नोकरीचा प्रस्ताव देतोय?

"ओह्, मी ते लक्षात ठेवेन," मी भांबावून पुटपुटले. "पण मी इथे सामावून जाऊ शकेन की नाही, याची मला खातरी वाटत नाही." ओ नो. मी पुन्हा मोठ्याने विचार करते आहे.

"तू असं का म्हणतेस?" कोड्यात पडून त्याने त्याचं डोकं एका बाजूला झुकवलं. त्याच्या ओठांवर किंचित स्मित होतं.

"ते उघडच आहे, नाही का?" *मी समन्वय नसलेली, अव्यवस्थित आहे आणि मी पिंगट सोनेरी केसांचीही नाही.*

"माझ्यासाठीही नाही," त्याची नजर उत्कट आहे. सगळा विनोद विरून गेलाय आणि माझ्या पोटात खोलवर विचित्र स्नायू एकाएकी पिळवटू लागले आहेत. त्याच्या टीकात्मक निरीक्षणापासून मी माझे डोळे बाजूला करते आणि माझ्या एकात

एक गुंतलेल्या बोटांकडे रिकाम्या नजरेने पाहते. *काय चाललंय?* मला गेलं पाहिजे आता. मी रेकॉर्डर परत घेण्यासाठी पुढे वाकले.

"मी तुम्हाला ऑफिस दाखवलेलं आवडेल का?"

"तुम्ही खूप व्यग्र असाल, मि. ग्रे आणि मलाही लांबवर गाडी चालवत जायचंय."

"तू व्हँकुव्हरला गाडी चालवत परत जाणार?" तो आश्चर्यचकित झाल्यासारखा भासला आणि अधीरदेखील. त्याने खिडकीतून बाहेर पाहिलं पावसाला सुरुवात झाली होती. "वेल्, काळजीपूर्वक गाडी चालव." त्याचा स्वर करडा, अधिकारवाणीयुक्त होता. त्याने का काळजी करावी?

"पाहिजे ती सगळी माहिती मिळाली का?" त्याने पुस्ती जोडली.

"यस, सर." मी रेकॉर्डर माझ्या बॅकपॅकमध्ये टाकत उत्तर दिलं. त्याचे डोळे विचारात असल्यासारखे बारीक झाले.

"मुलाखतीबद्दल धन्यवाद, मि. ग्रे."

"मलाही छान वाटलं मुलाखत देताना," तो म्हणाला. नेहमीप्रमाणेच सभ्य.

मी जेव्हा उठले, तेव्हा तो उभा राहिला आणि त्याचा हात पुढे केला.

"पुन्हा भेटेपर्यंत, मिस स्टील." ते एखाद्या आव्हानासारखं किंवा धमकीसारखं वाटलं. ते काय होतं याची मला खातरी नाही. मी कपाळाला आठ्या घातल्या. आम्ही परत कधी भेटणार? मी त्याचा हात पुन्हा एकदा हलवला. आमच्या दोघांतली ती वेगळी लहर अजून तशीच आहे, यामुळे मी आश्चर्यचकित झाले. मला वाटलं, माझी अस्वस्थता त्याला कारणीभूत असावी.

"मि. ग्रे..." मी त्याच्याकडे बघून मान हलवली. दाराकडे एखाद्या चपळ व्यायामपटूप्रमाणे डौलदारपणे जात त्याने दरवाजा पूर्ण उघडला.

"तुम्ही दारातून व्यवस्थित जाल याची फक्त खातरी करण्यासाठी, मिस स्टील," माझ्याकडे बघून त्याने एक छोटंसं स्मित केलं. तो उघडपणेच मी ऑफिसात शिरताना घडलेल्या प्रसंगाचा संदर्भ देऊन बोलत होता. मी लाजले.

"ते फार विचारपूर्वक केलेलं आहे, मि. ग्रे," मी तटकन उत्तर दिलं आणि त्याचं हसू वाढलं. *मी तुम्हाला करमणूक करणारी वाटले याचा मला आनंद आहे.* फॉयरमध्ये चालताना मी आतल्या आत जळफळले. तो माझ्या मागोमाग येतोय याचं मला आश्चर्य वाटलं. अँड्रिआ आणि ऑलिव्हिया दोघीही तेवढ्याच आश्चर्याने वर बघत होत्या.

"तुम्ही कोट घातला होता का?" ग्रेने विचारलं.

"एक जॅकेट."

ऑलिव्हियाने उडी मारून माझं जॅकेट आणलं. तिने ते मला देण्याआधीच ग्रेने

तिच्याकडून घेतलं. त्याने ते उघडून धरलं आणि हास्यास्पदपणे स्वत:बद्दलची जाणीव होत, मी ते अंगावर चढवलं. ग्रेने एक क्षणभर त्याचे हात माझ्या खांद्यावर ठेवले. त्या स्पर्शाने माझा श्वास रोखला गेला. माझी प्रतिक्रिया त्याच्या लक्षात आली असेलही, पण त्याने तसं दाखवलं तरी नाही. त्याच्या लांबसडक तर्जनीने त्याने एलिव्हेटरचं बटण दाबलं आणि आम्ही वाट बघत थांबलो – मी अवघडून आणि तो शांतपणे, स्वत:वर नियंत्रण असलेला. दरवाजे उघडले आणि मी घाईघाईत, पळ काढण्यासाठी आतुर होत, आत गेले. *मला खरंच इथून निघून जाण्याची आवश्यकता आहे.* त्याच्याकडे पाहण्यासाठी मी वळले. तो एलिव्हेटरच्या शेजारच्या दरवाजाला रेलून एक हात भिंतीवर टेकवून माझ्याकडे बघत उभा होता. तो खरंच खूप, खूपच सुंदर आहे. ते धीर खचवणारं आहे.

निरोप घ्यायचा म्हणून तो म्हणाला, ''ॲनास्टॅशिया.''

''ख्रिश्चन,'' मी उत्तर दिलं आणि देवाच्या कृपेने दरवाजे बंद झाले.

२

माझं हृदय जोरजोरात धडधडत होतं. एलिव्हेटर पहिल्या मजल्यावर पोचली आणि दरवाजे उघडताच मी बाहेर पडले. एकदा अडखळले, पण सुदैवाने त्या सुरेख सँडस्टोन फरशीवर पडले नाही. काचेच्या प्रशस्त दरवाजांकडे मी धावत सुटले आणि एकाएकी मी सीॲटलच्या उत्तेजक, स्वच्छ, दमट हवेत मोकळा श्वास घेतला. माझा चेहरा वर करून मी त्या तजेला आणणाऱ्या गार पावसाचं स्वागत केलं. मी डोळे मिटून निर्मळ करणारा एक खोल श्वास घेतला. माझा उरलासुरला समतोल पुन्हा मिळवण्याचा प्रयत्न केला.

ख्रिश्चन ग्रेने ज्या प्रकारे मला प्रभावित केलं, तसा आत्तापर्यंत कोणत्याही पुरुषाने माझ्यावर कधीही परिणाम केला नव्हता. असं का याचा मला थांग लागत नव्हता. त्याचं दिसणं? त्याचे शिष्टाचार? संपत्ती? अधिकार? माझी अतार्किक प्रतिक्रिया माझ्या ध्यानात येत नव्हती. मी सुटकेचा मोठा श्वास घेतला. देवा रे, काय होतं ते सगळं? इमारतीच्या एका स्टीलच्या खांबाला रेलत, मी शांत होण्याचा धीराने प्रयत्न केला आणि माझे विचार गोळा केले. माझं डोकं हललं. ते काय होतं? माझं हृदय त्याच्या नेहमीच्या लयीत स्थिरावलं. जेव्हा मी पुन्हा एकदा सर्वसाधारणपणे श्वासोच्छ्वास करू लागले, तेव्हा गाडीकडे गेले.

शहराची हद्द मागे टाकल्यावर मी घेतलेली मुलाखत मनात घोळवताना मला मूर्खासारखं आणि शरमिंदं झाल्यासारखं वाटायला लागलं. नक्कीच मी जे काहीतरी काल्पनिक आहे, त्याच्यावर टोकाची प्रतिक्रिया देत होते. ओके, तर तो अतिशय आकर्षक, आत्मविश्वासपूर्ण, अधिकारवाणीचा, स्वत:बद्दल सहजता असलेला असा होता. पण उणी बाजू बघितली तर तो उद्धट होता. त्याचे सगळे चोख शिष्टाचार जरी लक्षात घेतले, तरी तो एककल्ली आणि थंड होता. निदान बाह्यरंगी तरी.

माझ्या पाठीच्या कण्यातून आपोआप एक थंड लहर शिरशिरली. तो उद्धट होता खरा, पण तसं असायचा त्याला हक्क होता – तरुणपणातच त्याने इतकं काही मिळवलं होतं. मूर्खांचा त्रास तो आनंदाने सहन करत नाही, आणि त्याने तो का करावा? केटने मला एक अल्प चरित्र न दिल्याबद्दल मी त्रासले.

गाडी चालवताना माझं मन भरकटू लागलं. यशस्वी होण्यासाठी एखाद्याला एवढं काय प्रवृत्त करतं, याबद्दल मी खरंच बुचकळ्यात पडले होते. त्याची काही उत्तरं इतकी कोड्यात टाकणारी होती, जणूकाही त्याचा काहीतरी छुपा कार्यक्रम असावा. आणि केटचे प्रश्न – उफ्! दत्तक जाण्याबद्दल आणि तो समलिंगी का हे त्याला विचारण्याबद्दल! माझा थरकाप उडाला. मी ते बोलले यावर माझा विश्वास बसत नव्हता. *हे धरणीमाते, मला आत्ता तुझ्या उदरात घे!* भविष्यकाळात प्रत्येक वेळी जेव्हा मी त्या प्रश्नाचा विचार करेन, तेव्हा शरमेने मी लीन होईन. डॅम कॅथरिन कवाना!

मी स्पीडोमीटर पाहिला. नेहमीपेक्षा मी अधिक सावधगिरीने गाडी चालवत होते. मला माहीत होतं माझ्याकडे टक लावून वेध घेणारे ते करडे डोळे आणि मला काळजीपूर्वक गाडी चालवायला सांगणारा कठोर आवाज, यांची आठवण आल्यामुळे मी तसं करते आहे. माझं डोकं हलवताना माझ्या लक्षात आलं की, ग्रे हा त्याच्या वयाच्या दुप्पट वय असणाऱ्या माणसासारखा आहे.

विसर ते, ॲना. मी स्वत:ला दटावलं. मी ठरवलं की, शेवटी गोळाबेरीज म्हणून तो एक फार मनोवेधक अनुभव होता. पण मी त्याच्यावरच रेंगाळत राहून उपयोग नाही. *तो मागे सारला पाहिजे.* मला पुन्हा कधीच त्याला भेटायचं नाही. त्या विचाराने मी लगेच प्रफुल्लित झाले. मी स्टिरिओ सुरू केला आणि आवाज मोठा केला. मागे रेलले आणि ॲक्सिलेटर दाबताना दमदार इंडिरॉक संगीत ऐकू लागले. मी जेव्हा इंटरस्टेट-५ला लागले, तेव्हा मला जाणीव झाली की, मला पाहिजे तेवढ्या वेगाने मी गाडी चालवू शकत होते.

'डब्ल्यूएसयू' जवळच्या व्हॅंकुव्हर कॅंपसपासून जवळ असलेल्या डुप्लेक्स अपार्टमेंटच्या एका छोट्या वस्तीत आम्ही राहतो. मी नशीबवान आहे – केटच्या पालकांनी ही जागा तिच्यासाठी विकत घेतली आणि भाडं म्हणून मी अगदी किरकोळ रक्कम तिला देते. मी चार वर्षांपासून इथे राहतेय. मी गाडी घराबाहेर थांबवली. आता मला ठाऊक होतं की, केट माझ्याकडून बारीकसारीक तपशिलांसह अहवाल घेणार आहे. ती चिवट आहे – वेल्, निदान तिच्याकडे डिजिटल रेकॉर्डर आहे. मुलाखतीमध्ये काय सांगण्यात आलं, याच्या पलीकडे मला अधिक विस्ताराने काही सांगावं लागणार नाही, असं मला वाटलं.

"ॲना! तू परतलीस." केट आमच्या बैठकीच्या खोलीत बसली होती. तिच्या भोवताली पुस्तकं होती. ती उघडच वार्षिक परीक्षेसाठी अभ्यास करत असणार – ती अजूनही तिच्या मनमोहक, छोट्या सशांची नक्षी असलेल्या गुलाबी फ्लॅनेलच्या पायजम्यात होती. बॉयफ्रेंड्सशी ब्रेकअप झाल्यावर हाहाकार उडाल्यावर किंवा आजारी अथवा निराश मूड घालवण्यासाठी ती हे पायजमे राखून ठेवते. तिने माझ्याजवळ येऊन मला घट्ट आलिंगन दिलं.

"मला काळजी वाटू लागली होती. तू यापेक्षा लवकर येशील अशी माझी अपेक्षा होती."

"ओह, मला वाटलं मी मुलाखत संपवून अगदी वेळेत परत आले." मी तिच्या रोखाने डिजिटल रेकॉर्डर हलवला.

"ॲना, खूप खूप धन्यवाद. मी तुझं देणं लागते. कशी झाली मुलाखत? तो कसा होता?" ओ नो – झाली सुरुवात, कॅथरिन कवानाच्या प्रश्नांच्या फैरींची!

तिच्या प्रश्नाचं उत्तर द्यायला मी धडपडले. मी काय सांगू?

"ती मुलाखत एकदाची संपली, याचा मला आनंद आहे. मला आता त्याला पुन्हा भेटायचं नाहीये. तुला माहित्येय, तो समोरच्याला जरा 'कॉम्प्लेक्स' देणाराच आहे." मी खांदे उडवले.

"तो खूप केंद्रित आहे, उत्कटदेखील – आणि तरुण, चांगलाच तरुण."

केट माझ्याकडे निष्पापपणे एकटक बघत होती. मी कपाळाला आठ्या घातल्या.

"एवढी निष्पाप दिसू नकोस. तू मला त्याची थोडक्यात माहिती का दिली नाहीस? बेसिक गोष्टींचं संकलन न केल्याने, त्याने मला मी एक मूर्ख असल्यासारखं वाटायला लावलं."

केटनं तिच्या तोंडावर हात दाबून धरला. "ॲना, आय ॲम सॉरी – मी विचारच केला नाही."

मी सुस्कारा सोडला.

"सर्वसाधारणपणे तो सौजन्यशील, औपचारिक आणि थोडासा शिष्ट होता – अकाली प्रौढ झाल्यासारखा, विशीतल्या पुरुषासारखा तो बोलत नव्हता. एनी वे, त्याचं वय काय आहे?"

"सत्तावीस, जीझ, ॲना, मला खेद होतोय. मी तुला माहिती द्यायला पाहिजे होती, पण मी इतकी गोंधळले होते. मला रेकॉर्डर दे. मी मुलाखतीचं पुनर्लेखन करायला सुरुवात करते."

"तू बरी दिसतेस आता. तू सूप प्यायलीस का?" विषय बदलण्याच्या निकडीने मी विचारलं.

"होय. ते नेहमीप्रमाणेच चविष्ट होतं. मला आता खूप बरं वाटतंय." कृतज्ञतेने

ती माझ्याकडे बघून हसली. मी माझ्या घड्याळात वेळ बघितली.

"मला पळालं पाहिजे. क्लेटन्सच्या कामासाठी मी अजूनही वेळेत पोचू शकते."

"ॲना, तू थकून जाशील."

"आय विल बी फाइन. मी नंतर भेटते तुला."

डब्ल्यूएसयूमध्ये राहायला सुरुवात केल्यापासून मी 'क्लेटन्स'मध्ये काम करत आहे. पोर्टलँड विभागातलं ते सर्वांत मोठं हार्डवेअर स्टोअर आहे. गेली चार वर्षं मी इथे काम करते आहे. या कालावधीत आम्ही विकत असलेल्या सगळ्या गोष्टींबाबत मला जुजबी माहिती मिळाली आहे, पण विरोधाभास असा की कोणत्याही, 'तुमचं तुम्ही करा' विभागात मी निरुपयोगी आहे. ते सगळं मी माझ्या वडिलांवर सोपवलं आहे.

ज्यात ख्रिश्चन ग्रे नाही, अशा कोणत्यातरी विषयावर लक्ष केंद्रित करायला मिळाल्याने मी माझं काम करू शकल्याबद्दल खूश आहे. आम्ही कामात आहोत – उन्हाळी मोसमाची सुरुवात झालीये आणि लोक त्यांच्या घराची पुन्हा एकदा सजावट करू लागले आहेत. मिसेस क्लेटनना मला बघून सुटल्यासारखं वाटलं.

"ॲना! मला वाटलं तुला आज यायला जमणार नाही."

"मला वाटलं होतं तेवढी माझी मुलाखत लांबली नाही. मी काही तास काम करू शकते."

"तुला बघून मला खरंच आनंद झालाय."

फळ्यांवर पुन्हा सामान मांडून ठेवायला सुरुवात करण्यासाठी तिने मला स्टोअररूमकडे पाठवलं आणि लवकरच मी माझ्या कामात गुंतून गेले.

नंतर जेव्हा मी कामावरून घरी परतले, तेव्हा कॅथरिनने हेडफोन्स लावले होते. ती लॅपटॉपवर काम करत होती. तिचं नाक अजूनही गुलाबी होतं, पण तिने तिचं काम मनावर घेतलं होतं. त्यामुळे ती लक्ष एकाग्र करून वेगाने टायपिंग करत होती. दूरवरच्या प्रवासाने, दमछाक करणाऱ्या मुलाखतीने आणि क्लेटन्समधल्या कामामुळे मी खूप थकले होते. मला पूर्ण करायच्या निबंधाबद्दल विचार करून, आणि मी करू न शकलेल्या अभ्यासाच्या विचाराने मी कोचावर कोसळले. याचं कारण मी होते – *त्याच्याबरोबर*.

"तू चांगली माहिती मिळवली आहेस, ॲना. फार उत्तम. त्याने तुला दिलेली ऑफिस फिरून दाखवायची ऑफर तू स्वीकारली नाहीस, याच्यावर माझा विश्वास

बसू शकत नाही. निश्चितच त्याला तुझ्याबरोबर अधिक वेळ घालवायचा होता.'' तिने माझ्याकडे एक निसटता, प्रश्नार्थक दृष्टिक्षेप टाकला.

मी लाल झाले आणि कोणत्याही संगीताशिवाय माझ्या हृदयाच्या धडधडण्याचा वेग वाढला. नक्कीच. ते कारण नव्हतं. त्याला त्याचं साम्राज्य दाखवायचं होतं, त्याचं राजेपण दाखवण्यासाठीच त्याला फिरायचं होतं. माझ्या लक्षात आलं की, मी माझा ओठ चावत आहे. आणि केटच्या ते लक्षात येणार नाही अशी मला आशा वाटली. पण ती तिच्या पुनर्लेखनाच्या कामात गढून गेली होती.

''तू काही टिपणं घेतलीस का?'' तिने विचारलं.

''अंऽऽ... नाही. मी नाही घेतली.''

''दॅट्स फाइन. याच्यातून तरीही मी एक छान लेख लिहू शकेन. आपल्याकडे काही मूळ फोटो नाहीत, ही लाजिरवाणी गोष्ट आहे. सन ऑफ अ बिच, दिसायला देखणा आहे, नाही का?''

''असं दिसतंय खरं,'' मला इंटरेस्ट नाही असं दाखवण्याचा मी कसोशीने प्रयत्न केला; आणि मला वाटतं मी त्याच्यात यशस्वी झालेय.

''ओह्, कम ऑन, ॲना – त्याच्या दिसण्याबद्दल तू एवढीही निर्लेप असू शकत नाहीस,'' तिने माझ्याकडे बघत भुवई उंचावली.

क्रॅप! माझे गाल तप्त होत होते. म्हणून मग मी तिचं लक्ष दुसरीकडे वळवण्यासाठी तिची स्तुती केली. हा नेहमीच एक चांगला उपाय असतो.

''कदाचित तू त्याच्याकडून आणखीही बरीच माहिती काढू शकली असतीस.''

''मला त्याबद्दल शंका आहे, ॲना. कम ऑन – त्याने तुला जवळजवळ नोकरीचा प्रस्ताव दिला. मी शेवटच्या मिनिटाला हे काम तुझ्यावर ढकललं हे लक्षात घेता, तू फार छान कामगिरी केलीस.'' तिने माझ्याकडे विचारपूर्वक दृष्टिक्षेप टाकला. मी घाईघाईत स्वयंपाकघरात जाण्यासाठी माघार घेतली.

''मग तू खरोखर त्याच्याबद्दल काय विचार केलास?'' डॅम! ती चौकस आहे. ती हे सरळ सोडून का देत नाही? *काहीतरी विचार कर – लवकर.*

''तो खूप झपाटलेला आहे, सर्वांवर नियंत्रण ठेवणारा, उद्धट – घाबरवून टाकणारा; पण खूपच मनमोहक. मी ते आकर्षण समजू शकते,'' हे सांगितल्यावर ती एकदाची गप्प बसेल या आशेने मी खरेपणाने पुस्ती जोडली.

''तू पुरुषामुळे आकर्षित झालीस? हे मी प्रथमच ऐकतेय,'' ती फिस्कारली.

सँडविच बनवण्यासाठी लागणारे पदार्थ मी एकत्रित करायला लागले, म्हणजे मग तिला माझा चेहरा दिसला नसता.

''तो समलिंगी आहे का ही माहिती तुला कशासाठी पाहिजे होती? तो सर्वांत शरमिंदं करणारा प्रश्न होता. मला खूप भीती वाटली आणि त्यालाही तो प्रश्न

विचारल्याबद्दल चीड आली.'' मी त्या आठवणीने खवळले.

''तो जेव्हा केव्हा सोसायटी मासिकांच्या पानांवर असतो, तेव्हा त्याच्याबरोबर कोणीही मैत्रीण नसते म्हणून विचारला होता तो प्रश्न.''

''पण ते सगळंच शरमिंदं करणारं होतं. त्याच्याशी पुन्हा नजरभेट होणार नाही याचा मला आनंद आहे.''

''ओह, ॲना, इतकंही काही वाईट नसणार. मला वाटतं, तो तुझ्यावर चांगलाच भाळल्यासारखा दिसतोय.''

माझ्यावर भाळलाय? आता केट हास्यास्पद होते आहे.

''तुला सँडविच खायचंय?''

''चालेल.''

त्या संध्याकाळी आम्ही ख्रिश्चन ग्रेबद्दल पुन्हा बोललो नाही. त्यामुळे मला सुटल्यासारखं वाटलं. आम्ही खाऊन घेतल्यावर मी केटबरोबर जेवणाच्या टेबलापाशी बसले. ती तिच्या लेखावर काम करत होती, तर मी माझ्या *टेस ऑफ द डि उरबेरव्हिले* वरच्या निबंधावर. डॅम, ती स्त्री चुकीच्या ठिकाणी, चुकीच्या वेळी आणि चुकीच्या शतकात होती. मी माझं काम संपवलं, तेव्हा मध्यरात्र झाली होती आणि केट केव्हाच झोपी गेली होती. मी थकून, पण सोमवारी इतकं काम केलं म्हणून आनंदाने माझ्या खोलीकडे वळले.

माझ्या नवीन पांढऱ्या लोखंडी पलंगावर मी अंगाचं मुटकुळं करून पडले आणि माझ्या आईची रजई अंगाभोवती गुंडाळून घेतली. डोळे मिटले आणि क्षणार्धात मी झोपी गेले – अंधाऱ्या जागा, थंड, पांढऱ्या जमिनी आणि करड्या डोळ्यांची स्वप्नं पाहत.

माझा अभ्यास आणि माझी क्लेटन्सची नोकरी यांच्यात मी माझा उरलेला आठवडा झोकून दिला. केट पण कामात होती. वार्षिक परीक्षेसाठी पाठांतर करणं आणि नवीन संपादकाकडे विद्यार्थ्यांच्या वर्तमानपत्राची शेवटची आवृत्ती सोपवण्यापूर्वी तिची प्रकृती बरीच सुधारली होती. त्यामुळे तिच्या त्या गुलाबी फ्लॅनेल – खूपशा सश्यांबरोबरच्या पायजम्यातलं रुपडं मला आता सहन करावं लागणार नव्हतं. मी माझ्या जॉर्जिया इथे राहणाऱ्या आईला हालहवाल विचारण्यासाठी फोन केला. त्यात तिने माझ्या परीक्षेसाठी मला शुभेच्छा द्याव्यात, हादेखील उद्देश होता. तिच्या मेणबत्त्या बनवण्याच्या अलीकडच्या उद्योगाबद्दल तिने मला सांगितलं. माझ्या आईला नवीन उद्योगात पडायची हौसच होती. मुळात ती वैतागलेली असल्याने वेळेची गुंतवणूक करण्यासाठी तिला काहीतरी पाहिजे असतं. पण तिचा चित्त एकाग्र करण्याचा आवाका मात्र एखाद्या गोल्ड फिशसारखा आहे. पुढच्या आठवड्यात

काहीतरी नवीनच असेल. मला तिची काळजी वाटते. या अगदी अलीकडच्या काळात अर्थपुरवठा करण्यासाठी तिने घर गहाण टाकलेलं नसलं म्हणजे मिळवली. आणि मला आशा आहे की, बॉब – तिचा तुलनेने नवीन; पण बराच वयस्कर नवरा – तिच्यावर लक्ष ठेवून असेल, कारण आता मी तिथे नाही. नवरा क्रमांक तीनपेक्षा त्याचे पाय जमिनीवर अधिक घट्ट रोवलेले वाटतात.

"कसं काय चाललंय तुझं, ॲना?" एक क्षणभर मी घुटमळले आणि आईचं पूर्ण लक्ष माझ्यावर केंद्रित झालं.

"मी छान आहे."

"ॲना, तुला कोणी भेटलाय का?"

वॉव... तिला हे कसं काय जमतं? तिच्या आवाजातील उत्तेजन जाणवणारं होतं.

"नाही, मॉम, तसं काहीच नाही. कोणी मला भेटलाच तर ते तुला प्रथम कळेल."

"ॲना, हनी, तू जरा आणखी थोडं मोकळ्यावर फिरायला हवंस. मला तुझी काळजी वाटते."

"मॉम, आय ॲम फाइन. बॉब कसे आहेत?"

लक्ष विचलित करणं हे नेहमीप्रमाणेच एक सर्वोत्तम धोरण आहे.

त्या दिवशी उशिरा, मी माझ्या सावत्र वडिलांना फोन केला. मॉमचा नवरा क्रमांक दोन, ज्या पुरुषाला मी माझे वडील मानते आणि ज्याचं मी नाव लावते. एक छोटंसं संभाषण होतं. वस्तुत: त्याला संभाषण म्हणता येणार नाही, तर माझ्या मृदू विनवणीला प्रतिसाद म्हणून दुसऱ्या बाजूने काढलेल्या गुरकावल्यासारख्या ध्वनींची ती एक मालिका होती. रे फारसा बोलका नाही; पण तो अजूनही जिवंत आहे, अजूनही तो टीव्हीवर सॉकर बघतो. आणि बोलिंगला, नाहीतर फ्लाय फिशिंगला जात असतो. आणि तिथे जात नसतो तेव्हा फर्निचर बनवत असतो. रे हा कुशल सुतार आहे. मला पाचर आणि करवत यांतला फरक कळतो, तो त्याच्यामुळे. त्याचं सगळं छान चाललं आहे असं दिसतं.

शुक्रवारी रात्री संध्याकाळचा कार्यक्रम काय ठरवायचा, यावर केटचा आणि माझा वादविवाद चालला होता. आमच्या अभ्यासातून, आमच्या कामातून आणि विद्यार्थ्यांच्या वार्तापत्रातून आम्हाला थोडाफार मोकळा वेळ पाहिजे होता. तेवढ्यात बेल वाजली. दरवाजात माझा जानी दोस्त जोस, हातात एक शॅंपेनची बाटली घट्ट पकडून उभा होता.

"जोस! तुला बघून बरं वाटलं!" मी त्याला पटकन एक आलिंगन दिलं.

“आत ये.”

मी डब्ल्यूएसयूमध्ये आले, तेव्हा मला भेटलेली पहिली व्यक्ती म्हणजे जोस होता; माझ्यासारखा तोही एकटा आणि हरवलेला होता. त्यामुळे आम्हाला एकमेकांमध्ये त्या दिवशी एक मित्रत्वाची भावना जाणवली आणि तेव्हापासून आम्ही मित्र झालो. आम्हा दोघांचीही विनोदबुद्धी चांगली आहे. मग आमच्या हेही लक्षात आलं की, रे आणि त्याचे वडील लष्करात एकाच युनिटमध्ये होते. परिणामी आमचे वडीलही एकमेकांचे चांगले मित्र झाले.

जोस इंजिनिअरिंगचा अभ्यास करत होता. त्याच्या कुटुंबात कॉलेजात गेलेला तो पहिलाच होता. तो चांगलाच हुशार होता. पण त्याचं खरं प्रेम होतं ते फोटोग्राफी. एका चांगल्या फोटोसाठी लागणारी उत्तम नजर त्याच्याकडे होती.

“माझ्याकडे बातमी आहे,” तो हसला. त्याचे काळे डोळे चमकले.

“आणखी एक आठवडा बाहेर फेकलं जाणार नाही, हे जमवून आणण्यात तू यशस्वी ठरलायस, असं मला सांगू नकोस,” मी त्याला चिडवलं. आणि तो खेळकरपणे माझ्यावर फिस्कारला.

“पोर्टलँड प्लेस गॅलरी माझ्या फोटोंचं प्रदर्शन पुढल्या महिन्यात भरवणार आहे.”

“फारच छान – अभिनंदन!” त्याच्याबद्दल वाटणाऱ्या आनंदाने मी त्याला पुन्हा आलिंगन दिलं. केटपण त्याच्याकडे बघून आनंदाने हसली.

“वे टू गो, जोस! ही बातमी मला पेपरात द्यायला पाहिजे. शुक्रवारी संध्याकाळी केलेल्या शेवटच्या मिनिटाच्या संपादकीयातील बदल वेगळेच असतात,” तिनं खोटंनाटं त्रासल्याचा आव आणला.

“आपण सेलिब्रेट करू या, तुम्ही उद्‌घाटनाला यावं असं मला मनापासून वाटतं,” जोसने माझ्याकडे आत्मीयतेने बघितलं आणि मी लाजेने चूर झाले. “तुम्ही दोघी, अर्थात,” केटकडे अस्वस्थपणे बघत त्याने पुस्ती जोडली.

मी आणि जोस चांगले मित्र आहोत. पण कुठेतरी खोलवर, आत मला ठाऊक झालंय की, त्याला मी अधिक कोणीतरी असायला आवडेल. तो मोहक आणि मजेशीर आहे, पण तो माझ्यासाठी नाही. तो मला माझ्या नसणाऱ्या भावासारखा अधिक वाटतो. कॅथरिन मला नेहमी चिडवते की, मला बॉयफ्रेंडची गरज आहे आणि हे गुणसूत्रच माझ्यात नाही. पण सत्य हे आहे की, मला असा कोणी भेटलेलाच नाही जो... जाऊ दे, ज्याच्याकडे मी आकर्षित होईन... आणि तरीही माझ्या एका भागाला त्या थरथर कापणाऱ्या गुडघ्यांची, पोटात फुलपाखरं उडणाऱ्या क्षणांची आस आहे.

कधीकधी मी विचार करते की, माझ्यात तर काही कमी नाही ना? कदाचित

मी माझ्या साहित्यातल्या रोमँटिक नायकांबरोबर दीर्घकाळ घालवला असेल आणि त्यामुळे माझे आदर्श आणि अपेक्षा खूपच उच्च असाव्यात. पण वास्तवात, कोणीही मला तसं वाटायला लावू शकला नव्हता.

अगदी अलीकडे, माझ्या अर्धसुप्त मनाचा नकोसा वाटणारा अजून बारीक आवाज कुजबुजला. *नाही!* मी त्वरित तो विचार हद्दपार केला. त्या यातनामय मुलाखतीनंतर, मी परत तिथे जाणार नाही. *तुम्ही समलिंगी आकर्षण असलेले आहात का, मि. ग्रे?*

त्या आठवणीने माझा चेहरा वाकडातिकडा झाला. त्यानंतरच्या कित्येक रात्री मी त्याची स्वप्नं पाहिली आहेत, हे मला माहीत आहे. पण तो वाईट अनुभव माझ्या डोक्यातून धुऊन काढण्यासाठी निश्चितच मी ती स्वप्नं पाहिली असावीत.

जोसला शँपेनची बाटली उघडताना मी न्याहाळलं. तो उंच होता आणि त्याने जीन्स, टी शर्ट घातला होता. त्याचे खांदे चांगले रुंद आहेत, स्नायू पिळदार आणि त्वचा रापलेली, गडद रंगाचे केस आणि तप्त काळे डोळे. होय, जोस चांगलाच 'हॉट' आहे, पण मला वाटतं त्याला शेवटी माझा संदेश पोचला असावा.

आम्ही फक्त मित्र आहोत. बुचाचा 'पॉप' असा मोठा आवाज आला, जोसने वर पाहिलं आणि तो हसला.

स्टोअरमध्ये 'शनिवार' म्हणजे एक दुःस्वप्न असतं. घर नव्याने नीटनेटकं करण्यासाठी 'स्वतःचं स्वतःच करा' मताच्या लोकांनी आम्हाला घेरून टाकलंय. श्रीयुत आणि श्रीमती क्लेटन, जॉन आणि पॅट्रिक – दुसरे दोन अंशकालीन कर्मचारी आणि मी – आम्हाला ग्राहक कोंडीत पकडतायत. पण जेवणाच्या सुटीच्या वेळेला थोडं शांत झालं. श्रीमती क्लेटन काउंटरच्या मागे बसून लक्षात येणार नाही अशा पद्धतीने मी बेगल खात असताना, मला काही मागण्या तपासायला सांगतात. मी कामात गढून जाते, कॅटलॉगमधले क्रमांक आणि आम्हाला लागणाऱ्या वस्तूंची आम्ही नोंदवलेली मागणी यांच्या नोंदी मी ताडून पाहते. माझे डोळे ऑर्डर बुक आणि कॉम्प्यूटरचा स्क्रीन आणि पुन्हा परत बुककडे, असे नोंदी ताडण्यासाठी वळत असतात. आणि मग, काही कारणाने, मी वर बघते... आणि ख्रिश्चन ग्रेच्या धाडसी करड्या नजरेत मी गुंतून गेल्याचं माझ्या लक्षात येतं! तो माझ्याकडे टक लावून बघत काउंटरजवळ उभा होता.

हृदयक्रिया बंद.

"मिस स्टील! काय सुखद आश्चर्य!" त्याची नजर – अविचल आणि उत्कट.

होली क्रॅप! देवा रे, तो इथे काय करतोय, त्याच्या विसकटलेल्या केसांमुळे आणि दुधाळ रंगाच्या गुठळ्यांनी विणलेल्या स्वेटरमध्ये, जीन्समध्ये आणि चालण्याच्या बुटात

तो बाहेर भटकायला निघाल्यासारखा दिसतोय! माझं तोंड बहुतेक उघडं पडलं असावं आणि माझ्या मेंदूचा किंवा माझ्या आवाजाचा मला पत्ता लागत नव्हता.

"मि. ग्रे," मी कुजबुजले. कारण फक्त तेवढंच मला जमू शकलं. त्याच्या ओठांवर अस्पष्ट स्मित उमटलं आणि त्याच्या डोळ्यांत तो जणूकाही एखाद्या खासगी विनोदाचा आनंद लुटत असावा, तसा विनोदी भाव होता.

"मी या भागात आलो होतो," स्पष्टीकरण देण्यासाठी तो म्हणाला, "मला काही वस्तूंचा साठा करायचाय. तुला पुन्हा भेटून आनंद झाला, मिस स्टील." त्याचा आवाज प्रेमळ आणि घोगरा होता. गडद वितळलेल्या चॉकलेट फज कॅरामलसारखा... किंवा तसाच काहीतरी.

माझं प्रसंगावधान गोळा करण्यासाठी मी माझं डोकं हलवलं. माझं हृदय अतिशय वेगात धडधडत होतं आणि कोणत्यातरी कारणाने मी सातत्याने केलेल्या त्याच्या निरीक्षणामुळे लाजून चूर झाले. माझ्यासमोर तो उभा राहिल्याने माझे हात-पायच गळाले. त्याच्याबद्दलच्या माझ्या आठवणींनी त्याला न्याय दिला नव्हता. तो फक्त नुसताच देखणा नव्हता, तर पुरुषी सौंदर्याचा मूर्तिमंत नमुना होता. श्वास रोखायला लावणारा... आणि तो इथे होता – इथे क्लेटन हार्डवेअर स्टोअरमध्ये. शेवटी माझी विचार करण्याची क्षमता पुन्हा कार्यान्वित झाली आणि माझ्या शरीराच्या इतर भागांशी त्याची सुसंगती जुळली.

"ॲना, माझं नाव ॲना आहे," मी पुटपुटले. "मी तुमची काय मदत करू, मि. ग्रे?"

तो हसला आणि एखादं मोठं गुपित त्याच्याकडे असावं तसं ते वाटलं. ते इतकं शरमिंदं वाटायला लावणार आहे. एक दीर्घ श्वास घेऊन मी *दुकानात कित्येक वर्षं काम केलं आहे* असा व्यावसायिक आविर्भाव आणला. *मी ते करू शकते.*

"मला काही गोष्टींची गरज आहे. सुरुवातच करायची तर, मला काही केबल टाइज लागतील," तो पुटपुटला. त्याचे भाव शांत आणि गमतीदार होते.

केबल टाइज!

"आमच्याकडे वेगवेगळ्या लांबीचे केबल टाइज आहेत. मी दाखवू का तुम्हाला?" मी पुटपुटले. माझा आवाज हळुवार आणि थरथरता होता. *परिस्थितीवर काबू मिळव, स्टील.*

ग्रेच्या सुंदर भुवयांवर थोड्याशा आठ्यांमुळे बाधा आली. "प्लीज, मिस स्टील," तो म्हणाला. मी माझ्यावर काहीच परिणाम झालेला नाही, असं दाखवण्याचा प्रयत्न केला आणि काउंटरच्या मागून बाहेर आले, पण खरं म्हणजे मी माझ्याच पायात पाय अडकून पडणार नाही, यावर लक्ष केंद्रित करण्याचा कसोशीने प्रयत्न करत होते. माझे पाय एकाएकी 'जेल-ओ'सारखे झाले. आज

सकाळी मी माझी सर्वांत चांगली जीन्स घालायचा निर्णय घेतला याचा मला आनंद झाला.

"एल आठमध्ये त्या इलेक्ट्रिक वस्तूंच्या तिथे आहेत," माझा आवाज जरा अधिकच उत्तेजित होता. मी त्याच्याकडे बघितलं आणि त्याचक्षणी मला पश्चात्ताप झाला. डॅम! तो देखणा आहे.

"तुझ्यामागे," तो पुटपुटला. त्याच्या काळजी घेतलेल्या नखांच्या लांबसडक सुंदर बोटांनी खूण करत तो पुटपुटला, "तुझ्यामागे."

माझं हृदय जोराने धडधडत असल्याने माझा श्वास जलद झाला होता. इतका की, मला गुदमरल्यासारखं वाटत होतं. मी इलेक्ट्रिक विभागाच्या एका एलकडे मोर्चा वळवला. *तो पोर्टलँडमध्ये का आहे? तो इथे क्लेटन्समध्ये का आहे?* आणि माझ्या मेंदूच्या एका अगदी इवल्याशा, कमी वापरात असणाऱ्या भागातून – बहुतेक मेड्यूला ऑब्लाँगेटाच्या तळाशी जिथे माझं अर्धजागृत मन आहे – तिथे विचार आला : *तो इथे तुला भेटायला आलाय.* शक्य नाही! मी तो विचार ताबडतोब बाद केला. हा सुंदर, शहरी, शक्तिशाली माणूस मला का भेटू इच्छित असेल? ही कल्पनाच मूर्खपणाची आहे आणि मी ती माझ्या डोक्यातून काढून टाकली.

"मी डब्ल्यूएसच्या शेतीविषयक विभागाला भेट देत होतो. तो व्हॅंकुव्हरला आहे. पिकांचं साखळी पद्धतीने उत्पादन आणि मातीचं शास्त्र यांवरच्या संशोधनासाठी मी सध्या त्यांना वित्तपुरवठा करतोय." त्याने सरळ सरळ सांगितलं. बघितलं? तुला इथे भेटण्यासाठी मुळीच नव्हे, माझ्या अर्धजागृत मनाने माझ्याकडे बघून मोठं, गर्विष्ठ आणि ओठांचा चंबू केलेलं हास्य केलं. माझ्या मूर्ख, भरकटलेल्या विचारांमुळे मी लाल झाले.

"तुमच्या 'जगाला खाऊ घाला' योजनेचा हा सगळा भाग?" मी चिडवलं.

"तसंच काहीतरी," त्याने दखल घेतली आणि त्याच्या ओठांवर अर्धवट स्मित उमटलं.

क्लेटन्समध्ये असलेल्या निवडक केबल टाइजकडे तो निरखून बघत होता. त्यांचा तो काय उपयोग करणार आहे, कुणास ठाऊक? स्वत:ची कामं स्वत: करणाऱ्याच्या भूमिकेत मी त्याला अजिबात पाहू शकत नव्हते. मांडून ठेवलेल्या वेगवेगळ्या पॅकेजेसवरून त्याची बोटं फिरत होती आणि स्पष्टीकरण देता न येणाऱ्या काहीशा कारणामुळे मी दुसरीकडे बघत होते. तो वाकला आणि एका पाकिटाची त्याने निवड केली.

ओह्! त्याचं हे गुपित हास्य! त्या हास्यासह तो म्हणाला, "हे चालेल."

"आणखी काही हवंय?"

"मला मुखवटे लावायला लागणारी टेप पाहिजे."

मुखवट्यांची टेप?

"तुम्ही घर नव्याने सजवताय का?" शब्द थांबवण्याच्या आधीच ते बाहेर निसटले. नक्कीच त्याने घर सजवायला मदतीसाठी कामगार किंवा कर्मचारी पगारावर नेमले असतील?

"नाही, पुन्हा नव्याने सजावट नाही," तो पटकन उत्तरला. मग खोडसाळपणे हसला. मला थोडं विचित्र वाटलं की, तो मला हसतो आहे.

मी एवढी विनोदी आहे का? विनोदी दिसणारी?

"या दिशेने," मी शरमिंदी होऊन पुटपुटले, "मुखवट्यांना लावायची टेप शोभेच्या वस्तूंच्या एलमध्ये आहे."

"तू इथे बरेच दिवस काम केलंयस का?" त्याचा आवाज खालच्या पट्टीत होता. तो माझ्याकडे एकाग्र चित्ताने, टक लावून बघत होता. मी उघडच लाजले. त्याचा परिणाम माझ्यावर का होतो? मी चौदा वर्षांची असल्यासारखं मला वाटत होतं – अवघडलेली आणि स्थलबाह्य. नजर पुढे, स्टील.

"चार वर्षं," आम्ही आमच्या इच्छित ठिकाणी पोचल्यावर मी पुटपुटले. माझं लक्ष दुसरीकडे वळवण्यासाठी, मी खाली वाकले आणि आम्ही साठा करून ठेवत असलेल्या मुखवट्यांना लावायच्या टेपमधून दोन वेटोळी निवडून काढली.

"मला ती हवीये," ग्रेने त्यातल्या रुंद टेपकडे निर्देश करून हलकेच सांगितलं. मी ती त्याच्याकडे दिली. आमच्या बोटांचा एकमेकांना अगदी निसटता स्पर्श झाला आणि तो विजेचा झटका पुन्हा एकदा बसला, एखाद्या विद्युत् तारेला जणूकाही मी स्पर्श केला आहे त्याप्रमाणे माझ्या शरीरातून लहर दौडत गेली. मी नकळत दीर्घ श्वास घेतला, कारण ती विद्युत्लहर मला माझ्या कुठल्यातरी अंधाऱ्या आणि शोधून न काढलेल्या, माझ्या ओटीपोटाच्या खोलवर खाली जाणवली. माझा समतोल राखण्यासाठी मी निकराची धडपड केली.

"आणखी काही?" माझा आवाज घोगरा झाला. माझा श्वासोच्छ्वास ऐकू येत होता. त्याचे डोळे थोडेसे मोठे झाले.

"थोडी अजून दोरी," त्याचा आवाजही माझ्यासारखाच घोगरा झाला होता.

"या दिशेने," माझं पुन्हा पुन्हा लाजणं लपवण्यासाठी मी माझं डोकं खाली झुकवलं आणि एलच्या दिशेने सरकले.

"तुम्हाला कोणत्या प्रकारची दोरी पाहिजे? आमच्याकडे कृत्रिम आणि नैसर्गिक तंतूंपासून बनवलेली दोरी आहे... ट्वाइन केबल कॉर्ड..." त्याच्या चेहऱ्यावरचे भाव बघून मी थांबले. त्याचे डोळे गढुळले. *होली काउ.*

"मी नैसर्गिक तंतूंपासून बनवलेली पाच यार्ड दोरी घेईन, प्लीज!"

पटकन, थरथरणाऱ्या बोटांनी, मी मोजमापाच्या पट्टीने पाच यार्ड दोरी मोजली. त्याची हॉट करडी नजर माझ्यावर रोखलेली आहे, याची जाणीव मला होत होती. मला त्याच्याकडे बघायचं धैर्य नव्हतं. देवा, यापेक्षा स्वतःबद्दलची जाणीव असणं शक्य आहे का? माझ्या जीन्सच्या मागच्या खिशातून माझा स्टॅन्ली चाकू बाहेर काढून मी दोरी कापली. मग त्याचं व्यवस्थित वेटोळं करून त्याला एक गाठ बांधली.

"तू एक गर्ल स्काउट होतीस का?" त्याने विचारलं. त्याचे रेखीव, मादक ओठ मजेशीर वळले. *त्याच्या तोंडाकडे बघू नकोस!*

"संघटित गटांचे कार्यक्रम हे खरं म्हणजे माझं क्षेत्र नव्हे, मि. ग्रे."

त्याने भुवई उंचवली.

"तुझ्या आवडीनिवडी काय आहेत, ॲनास्टॅशिया?" त्याने विचारलं. त्याचा आवाज मृदू होता आणि त्याचं हे रहस्यमय हसू परत आलं होतं. मी त्याच्याकडे टक लावून पाहिलं. स्वतःला व्यक्त करायला मी असमर्थ होते. मी हलणाऱ्या पृथ्वीच्या पृष्ठभागावर असणाऱ्या हलणाऱ्या टेक्टॉनिक प्लेट्सवर होते. *शांत राहायचा प्रयत्न कर, ॲना,* माझ्या त्रासलेल्या अर्धजागृत मनाने गुडघे टेकून याचना केली.

"पुस्तकं," मी कुजबुजले, पण आतमध्ये, खोलवर माझं अर्धजागृत मन किंचाळत होतं – *तू! तू आहेस माझी आवड!* मी त्याला त्वरित थप्पड लगावली. मला खूप भीती वाटत होती की, माझ्या मनात मर्यादेबाहेरच्या कल्पना आहेत.

"कुठल्या प्रकारची पुस्तकं?" त्याने त्याचं डोकं एका बाजूला झुकवलं. *त्याला एवढा का रस आहे?*

"ओह्, यू नो, नेहमीचंच. अभिजात. मुख्यतः ब्रिटिश साहित्य."

त्याने त्याच्या लांबसडक तर्जनीने आणि अंगठ्याने त्याची हनुवटी चोळली. माझ्या उत्तरावर त्या वेळी तो विचार करत असेल किंवा मग कदाचित तो खूप वैतागला असेल आणि ते लपवण्याचा प्रयत्न करत असेल.

"तुम्हाला अजून काही हवं आहे काय?" मला त्या विषयावरून पुढे जायचंय – त्याच्या चेहऱ्यावरची ती बोटं आकर्षक होती.

"मला माहीत नाही. तुम्ही आणखी काय सुचवाल?"

मी काय सुचवणार? तुम्ही काय करताय तेदेखील मला ठाऊक नाही.

"स्वतःचं काम स्वतःच करणाऱ्या व्यक्तीसाठी?"

त्याने मान हलवली. त्याचे डोळे खोडसाळ विनोदाने चमकून उठले होते. मी लाल झाले आणि माझी दृष्टी त्याच्या अंगालगत बसलेल्या जीन्सकडे वळली.

"कव्हर ऑल्स," मी उत्तर दिलं आणि माझ्या ध्यानात आलं की, माझ्या

तोंडातून कोणते शब्द बाहेर पडत होते, याची छाननी करणं मी थांबवलं होतं.

गंमत वाटून पुन्हा एकदा त्याने भुवई उंचावली.

''तुम्हाला तुमचे कपडे खराब व्हावेत असं वाटत नसेल तर,'' मी अस्पष्टपणे त्याच्या जीन्सच्या दिशेने खूण केली.

''मी त्या केव्हाही काढून टाकू शकतो!'' तो शिष्टपणे हसला.

''अं...'' माझे गाल पुन्हा लाल होत आहेत असं मला जाणवलं.

माझा रंग *कम्युनिस्ट मॅनिफेस्टोसारखा* झाला असावा. *बोलायचं थांबव. बोलायचं थांबव. आत्ता.*

''मी काही कव्हर ऑल्स घेईन. देव करो आणि माझे कोणतेही कपडे खराब न होवोत,'' तो शुष्कपणे म्हणाला.

त्याची जीन्सशिवायची प्रतिमा बाद करण्याचा मी प्रयत्न केला.

''तुम्हाला आणखी काही हवंय का?'' त्याच्या हातात निळे कव्हर ऑल्स देताना मी चिरकले.

त्याने माझ्या चौकशीकडे दुर्लक्ष केलं.

''लेख कसा काय होतोय?''

त्याने शेवटी मला एक सोपा प्रश्न विचारला, सगळ्यापासून आणि गोंधळात टाकणाऱ्या द्व्यर्थी बोलण्यापासून दूर... या प्रश्नाचं उत्तर मी देऊ शकले. तो एक जीव वाचवण्याचा तराफा असावा, तसं मी त्याला दोन्ही हातांनी घट्ट पकडलं आणि प्रामाणिकपणाचा मार्ग स्वीकारला.

''तो लेख मी नाही, कॅथरिन लिहितेय. मिस कवाना. माझी रूममेट. ती लेखिका आहे. ती त्या लेखावर खूश आहे. ती वृत्तपत्राची संपादिक आहे आणि व्यक्तिश: ती मुलाखत तिला घेता आली नाही, म्हणून ती फार खचून गेली होती.'' मोकळ्या हवेसाठी बाहेर आल्यासारखं मला वाटलं. संभाषणासाठी एक सर्वसाधारण विषय. ''तिला फक्त एकच काळजी आहे की, तुमची कोणतीही छायाचित्रं तिच्याकडे नाहीत.''

''कोणत्या प्रकारची छायाचित्रं तिला पाहिजेत?''

ओके. हा प्रतिसाद मी विचारात घेतला नव्हता. मी डोकं हलवलं, कारण मला ठाऊकच नव्हतं.

''वेल, मी जवळच आहे. कदाचित उद्या...''

''तुम्ही फोटो शूटसाठी तयार आहात?'' माझा आवाज पुन्हा चिरकला. मी हे जमवून आणलं, तर थेट सातव्या स्वर्गात पोचेन. *आणि तुलाही कदाचित त्याला उद्या भेटता येईल,* माझ्या मेंदूच्या तळाशी असलेली ती अंधारी जागा माझ्याकडे मादक आवाजात कुजबुजली. मी तो विचार झटकला – सगळ्या

मूर्ख, हास्यास्पद...

"केटला आनंद होईल... आम्ही जर एखादा फोटोग्राफर शोधू शकलो तर," मला खूप आनंद झाला होता. मी त्याच्याकडे बघून एक रुंद हास्य केलं. त्याचे ओठ विलग झाले. जणूकाही तो एक खोलवर श्वास घेत होता आणि त्याने डोळे मिचकावले. क्षणमात्र, तो हरवल्यासारखा वाटला आणि पृथ्वीचा तोल ढळल्यासारखा वाटला, हलणाऱ्या टेक्टॉनिक प्लेट्स् पुन्हा एका नवीन स्थितीत घरंगळल्या.

ओ माय. ख्रिश्चन ग्रेची हरवलेली छबी!

"मला उद्याबद्दल कळवाल," त्याच्या मागच्या खिशातून त्यानं त्याचं वॉलेट बाहेर काढलं. "हे माझं कार्ड. माझा सेल नंबर त्याच्यावर आहे. तुम्हाला सकाळी दहापूर्वी फोन करावा लागेल."

"ओके," मी त्याच्याकडे बघून हसले. केटला खूप आनंद होईल.

"ॲना!"

एलच्या दुसऱ्या टोकाला पॉल उगवला. तो मि. क्लेटनचा सर्वांत धाकटा भाऊ आहे. तो प्रिन्स्टनहून घरी परत आला आहे असं मी ऐकलं होतं, पण आज त्याला भेटण्याची मी अपेक्षा केली नव्हती.

"अर्रर, एक मिनिट. एक्स्यूज मी मि. ग्रे." ग्रेने कपाळाला आठ्या घातल्या. मी त्याच्यापासून दूर गेले.

पॉल माझा एक मित्र होता. एका श्रीमंत, शक्तिशाली आणि अतिशय आकर्षक, इतरांवर नियंत्रण ठेवण्याचं वेड असलेल्या ग्रे बरोबर एका विचित्र क्षणी मी असताना एखाद्या सर्वसाधारण माणसाबरोबर बोलणं उत्तम होतं. पॉलने मला घट्ट आलिंगन दिलं. मला त्याचं आश्चर्य वाटलं.

"हाय ॲना. तुला बघून खूप आनंद झाला!" त्याने भरभरून आनंद व्यक्त केला.

"हॅलो, पॉल! कसा आहेस? तू भावाच्या वाढदिवसासाठी घरी आलायस?"

"होय. तू छान दिसतेयस ॲना, खरंच छान." एका हाताच्या अंतरावरून माझं निरीक्षण करत तो हसला. मग त्याने मला मोकळं केलं, पण माझ्या खांद्यावर त्याचा स्वामित्व निर्देशक हात टाकून ठेवला. मी या पायावरून त्या पायावर शरमिंदी होऊन भार टाकत उभी होते. पॉलला भेटून आनंद झाला, पण तो नेहमीपेक्षा जरा जास्तच जवळीक दाखवत होता.

मी ग्रेकडे नजर टाकली. तो ससाण्यासारखा आमच्याकडे पाहतोय, त्याचे डोळे विचारमग्न आणि जडावलेले आहेत, त्याच्या तोंडाची एक कठोर, निर्विकार रेघ झाली आहे, हे मला जाणवलं. लक्षपूर्वक खरेदी करणाऱ्या ग्राहकातून त्याचं रूपांतर एखाद्या थंड, दूरस्थ व्यक्तीत झाल्याचं मला वाटलं.

"पॉल, मी एका ग्राहकाबरोबर आहे. अशा एका ग्राहकाबरोबर ज्याला तू भेटावंस," ग्रेच्या आविर्भावात मला दिसणाऱ्या गोंधळाची हवा काढून टाकण्याचा प्रयत्न करण्यासाठी मी म्हणाले. मी पॉलला त्याला भेटण्यासाठी ओढून आणलं आणि त्यांनी एकमेकांचा अंदाज घेतला. वातावरण अगदी थंडगार झालं.

"अ... पॉल, हे ख्रिश्चन ग्रे. मि. ग्रे, हे पॉल क्लेटन. ही जागा यांच्या भावाच्या मालकीची आहे." आणि कोणत्यातरी अतार्किक कारणामुळे, मला वाटतं, मी जरा अधिकच स्पष्टीकरण दिलं.

"मी इथे काम करत असल्यापासून पॉलला ओळखते. तरीही आम्ही एकमेकांना तेवढे वरचेवर भेटत नाही. तो प्रिन्स्टनहून परत आला आहे. तिथे तो व्यवसाय व्यवस्थापनाचा अभ्यास करतोय," मी बडबड करत होते.

थांब आता!

"मि. क्लेटन," ग्रेने त्याचा हात पुढे केला. त्याच्या चेहऱ्यावरचे भाव वाचता येत नव्हते.

"मि. ग्रे." पॉलने त्याच्या हस्तांदोलनाला प्रतिसाद दिला.

"एक मिनिट... ते ख्रिश्चन ग्रे तर नव्हेत? ग्रे एंटरप्रायझेस होल्डिंगचे?" पॉल एका छोट्या सेकंदात भारावला. ग्रेने एक सभ्य हास्य केलं जे त्याच्या डोळ्यांपर्यंत पोचलं नाही.

"वॉव – मी आपल्यासाठी काही आणू का?"

"ॲनास्टॅशियाने ते सगळं केलंय, मि. क्लेटन. तिचं बारीक लक्ष होतं." त्याचा आविर्भाव थंड होता. पण त्याचे शब्द... जणूकाही तो पूर्णपणे दुसरंच काहीतरी बोलतोय असे होते. ते गोंधळवून टाकणारं होतं.

"छान," पॉलने प्रतिसाद दिला. "नंतर भेटू, ॲना."

"नक्कीच, पॉल." त्याला स्टॉकरूमच्या दिशेने नाहीसा होताना मी बघितलं.

"आणखी काही, मि. ग्रे?"

"फक्त याच वस्तू." त्याचा आवाज तुटक आणि थंड होता. डॅम... मी त्याला दुखावलं तर नाही? एक खोल श्वास घेऊन मी वळले आणि रजिस्टरकडे गेले. *त्याची अडचण काय आहे?*

दोरी, कव्हर ऑल्स, मास्किंग टेप आणि केबल टाइजचा मी हिशेब केला.

"याचे त्रेचाळीस डॉलर्स द्या," मी ग्रेकडे वर पाहिलं आणि बघितलं नसतं तर बरं झालं असतं असं मला वाटलं. तो माझ्याकडे अगदी जवळून निरखून, आत्मीयतेने बघत होता. त्याने माझा धीर गळाला.

"तुम्हाला पिशवी देऊ काय?" त्याचं क्रेडिट कार्ड घेताना मी विचारलं.

"प्लीज, ॲनास्टॅशिया," त्याच्या जिभेने माझ्या नावाला कुरवाळलं आणि

माझं हृदय पुन्हा एकदा वेगाने धडधडलं. मला श्वास घ्यायलादेखील कष्ट होऊ लागले. घाईघाईत मी सगळ्या वस्तू एका प्लॅस्टिकच्या पिशवीत भरल्या.

"तुम्हाला जर फोटो शूट करायचं असेल तर तुम्ही मला फोन कराल?" तो पुन्हा संपूर्ण व्यावसायिक झाला. मी मान हलवली. पुन्हा एकदा माझी वाचा बसली होती. त्याचं क्रेडिट कार्ड मी त्याला परत दिलं.

"गुड. कदाचित मग उद्या..." तो जाण्यासाठी वळला. मग थबकला. "ओह् – आणि ॲनास्टॅशिया, मिस कवाना मुलाखत घेऊ शकली नाही याचा मला आनंद आहे." तो हसला. आणि मग एका नवीनच उद्देशाने ढांगा टाकत स्टोअरच्या बाहेर पडला – ती प्लॅस्टिकची बॅग त्याच्या खांद्यावर लटकवून आणि उफाळणाऱ्या स्त्री-हार्मोन्सच्या थरथरणाऱ्या गोळ्यासारखं मला सोडून. पुन्हा भानावर येण्याआधी ज्या दरवाजातून तो नुकताच बाहेर गेला, त्या बंद दरवाजाकडे टक लावून बघण्यात मी कित्येक मिनिटं घालवली.

ओके – मला तो आवडला. मी ते स्वत:कडे कबूल केलं. माझ्या भावनांशी मी आता अधिक लपंडाव खेळू शकत नव्हते. मला पूर्वी असं कधीच वाटलं नव्हतं. मला तो आकर्षक वाटला, खूप आकर्षक. पण ते कारण आता बाद झालं. मला ठाऊक आहे आणि मी कडूगोड पश्चात्तापाने सुस्कारा टाकत होते. त्याचं इथं येणं हा एक निव्व्वळ योगायोग होता, पण मी निश्चितच दुरूनदेखील त्याची प्रशंसा करू शकेन. त्यामुळे काही बिघडणार नाही. आणि जर मला एक फोटोग्राफर मिळाला, तर उद्या मी गांभीर्याने काही प्रशंसा करू शकेन. अपेक्षेने मी माझा ओठ चावला. मी एखाद्या शाळकरी मुलीसारखी हसतेय असं माझ्या लक्षात आलं. केटला फोन करून तिला फोटो शूट ठरवायला सांगितलं पाहिजे.

३

केटचा आनंद गगनात मावत नव्हता.

"पण तो क्लेटन्समध्ये काय करत होता?" फोनवरूनही तिची उत्सुकता उतू जात होती. मी माझा आवाज सहज ठेवण्याचा प्रयत्न करत स्टॉकरूमच्या अंतर्गत भागातून बोलत होते.

"तो या भागात आहे."

"मला वाटतं, हा एक फार मोठा योगायोग आहे, ॲना. तुला नाही वाटत तो तुला भेटण्यासाठी तिकडे आला होता?" त्या संभाव्य शक्यतेमुळे माझं हृदय डुचमळलं. पण तो आनंद क्षणिक होता. एक नीरस, निराश करणारी वस्तुस्थिती म्हणजे तो त्याच्या कामासाठी इथे आला होता.

"तो डब्ल्यूएसयूच्या फार्मिंग डिव्हिजनला भेट देण्यासाठी आला आहे. कोणत्यातरी संशोधनाला तो पैसे पुरवतोय," मी पुटपुटले.

"ओ यस... त्याने त्या खात्याला २.५ मिलिअन डॉलर्सची मदत केलीय."

वॉव्.

"तुला कसं काय माहीत?"

"ॲना, मी एक पत्रकार आहे आणि त्याच्यावर मी एक व्यक्तिरेखाटन लिहिलंय. अशा बातम्या माहीत असणं हे माझं काम आहे."

"ओके. कार्ला बर्नस्टीन, तुझं डोकं शाबूत ठेव. मग तुला हे फोटो पाहिजेत काय?"

"अर्थातच, मला ते पाहिजेत. प्रश्न असा आहे की, ते फोटो कोण काढणार आणि कुठे?"

"कुठे काढायचे ते आपण त्याला विचारू. तो म्हणाला की, तो या भागात राहतोय."

"तू त्याच्याशी संपर्क करू शकशील?"

"माझ्याकडे त्याचा सेल फोन नंबर आहे."

केटचा श्वास अडकला.

"सर्वाधिक श्रीमंत, सापडायला अवघड, रहस्यमय अशा वॉशिंग्टन स्टेटच्या अविवाहित तरुणाने तुला नुकताच त्याचा सेल फोन नंबर दिला?"

"एर्... यस."

"ॲना! त्याला तू आवडतेस; निःसंशय!" तिचा स्वर ठाशीव होता.

"केट, तो फक्त चांगलं वागायचा प्रयत्न करतोय," पण हे शब्द उच्चारताना मला माहीत होतं की ते खरं नाही – ख्रिश्चन ग्रे चांगलं काही करत नाही. तो कदाचित सभ्यपणे वागतो. आणि एक छोटा बारीक आवाज कुजबुजला. कदाचित केटचं बरोबर असेल. माझ्या डोक्यावरचे केस या विचाराने ताठरले की, कदाचित, अगदी कदाचित, त्याला मी आवडत असेन. शेवटी तो म्हणाला होता की, केटने मुलाखत घेतली नाही, याबद्दल त्याला आनंदच झाला होता. मी शांतपणे, आनंदाने या बाजूहून त्या बाजूला झुलत, त्याला मी आवडत असेन ही शक्यता मनाशी घोळवत होते. केटने मला भानावर आणलं.

"आपण फोटो शूट कोणाला करायला लावू ते मला माहीत नाही. लिव्हाय, आपला नेहमीचा फोटोग्राफर ते करू शकणार नाही. तो साप्ताहिक सुट्टीसाठी इदाहो फॉल्सला त्याच्या घरी गेलाय. अमेरिकेच्या एका आघाडीच्या उद्योजकाचे फोटो काढायची संधी गेल्याबद्दल तो नाराज होईल."

"हं... जोसचं काय?"

"ग्रेट आयडिया! तू त्याला विचार – तो तुझ्यासाठी काहीही करेल. आणि नंतर मग ग्रेला फोन कर आणि आपण त्याला कुठे भेटावं अशी त्याची इच्छा आहे ते शोधून काढ." जोसबद्दल केट चीड आणण्याइतकी भीडमुर्वत न बाळगणारी होती.

"मला वाटतं तू त्याला फोन करावास."

"कोणाला, जोसला?" केटने थट्टा केली.

"नाही. ग्रे."

"ॲना, त्याच्याबरोबर तुझा संबंध आहे."

"संबंध?" मी तिच्याशी माझा आवाज कितीतरी वरच्या पट्टीत वाढवून चिरकून बोलले. "मी तर त्याला ओळखतदेखील नाही."

"तू निदान त्याला भेटली तरी आहेस," ती कडवटपणे म्हणाली, "आणि तुला अधिक समजून घ्यायची त्याची इच्छा आहे असं दिसतंय. ॲना, त्याला फोन कर," ती ताडकन् म्हणाली आणि फोन ठेवून दिला. काही काही वेळा ती इतकी अधिकार गाजवणारी असते! मी माझ्या सेल फोनकडे बघून कपाळाला आठ्या

घातल्या आणि माझी जीभ बाहेर काढून त्याला वेडावलं.

मी जोससाठी एक संदेश ठेवत असताना, सँडपेपर शोधण्यासाठी पॉलने स्टॉकरूममध्ये प्रवेश केला.

"तिथे आम्ही जरा कामात गुंतले आहोत, ॲना," कडक भाषा न वापरता तो म्हणाला.

"होय... ॲम् सॉरी," जाण्यासाठी निघताना मी पुटपुटले.

"मग तू ख्रिश्चन ग्रेला कसं काय ओळखतेस?" त्याच्या आवाजातून अविश्वास व्यक्त होणार नाही याची त्याने पुरेपूर काळजी घेतली.

"विद्यार्थ्यांच्या वार्तापत्रासाठी मला त्याची मुलाखत घ्यावी लागली. केटची तब्येत ठीक नव्हती." मी खांदे उडवले. मी सर्वसाधारण असल्याचं भासवण्याचा प्रयत्न करत होते, पण तो प्रयत्न फार काही चांगला ठरला नाही.

"ख्रिश्चन ग्रे क्लेटन्समध्ये. जरा संगती लाव," पॉल त्याचा राग व्यक्त करण्यासाठी नाकातून पुटपुटला. त्याला आश्चर्य वाटलं होतं. ते झटकून टाकण्यासाठी त्याने त्याचं डोकं हलवलं. "एनी वे, आज संध्याकाळी एखादं ड्रिंक वगैरे घ्यायला जायचं काय?"

तो घरी आल्यावर नेहमी डेटिंगसाठी विचारतो आणि मी नेहमी नकार देते. हे आता नेहमीचंच झालंय. बॉसच्या भावाबरोबर डेटिंगला जावं ही एक चांगली कल्पना आहे, असा मी कधीच विचार करत नाही. आणि दुसरं म्हणजे, पॉल हा एक 'तुमच्या शेजारीच राहणारा छानसा अमेरिकन मुलगा' अशा प्रकारचा चित्ताकर्षक मुलगा आहे. पण तो काही साहित्यातला नायक नाही – कल्पनाशक्तीला कितीही ताण दिला तरी नाही. *ग्रे आहे?* माझ्या अर्धजागृत मनाने मला विचारलं. तिच्या भुवया अलंकारिकपणे उंचावल्या. मी तिला थप्पड मारून खाली बसवलं.

"तुझ्या भावासाठी तुमचं एखादं कौटुंबिक जेवण वगैरे आहे काय?"

"ते उद्या आहे."

"मग पुन्हा कधीतरी, पॉल. मला आज रात्री अभ्यास केला पाहिजे. पुढच्या आठवड्यात माझी वार्षिक परीक्षा आहे."

"ॲना, एखाद्या दिवशी तरी तू 'होय' म्हणशील," तो हसला आणि मी तिथून पळ काढला.

"पण मी साइटचे फोटो काढतो ॲना, लोकांचे नाही," जोस कुरकुरला.

"जोस, प्लीज?" मी विनवलं. माझा सेल फोन हातात घट्ट पकडून मी आमच्या अपार्टमेंटच्या बैठकीच्या खोलीत येरझाऱ्या घालत होते आणि उतरत जाणाऱ्या संधिप्रकाशाकडे खिडकीतून टक लावून बघत होते.

"मला तो फोन दे," केटने माझ्या हातातून फोनचा हँडसेट काढून घेतला. तिचे लालसर पिंगट रेशमी केस तिच्या खांद्यावर झटकले.

"एक मिनिट ऐक, जोस रॉड्रीग्झ, तुझ्या कार्यक्रमाच्या उद्घाटनाची बातमी आमच्या विद्यार्थी वृत्तपत्रात यावी अशी जर तुझी इच्छा असेल, तर हे उद्याचं शूट तू आमच्यासाठी करशील, ठीक आहे?" केट अतिशय खंबीर होऊ शकते. "गुड. शूट कुठे करायचं आणि किती वाजता त्याबद्दल ॲना तुला पुन्हा फोन करेल. आपण उद्या भेटू." तिने माझा सेल फोन बंद केला.

"सुटला प्रश्न. आता कुठे आणि केव्हा एवढा फक्त निर्णय आपल्याला घ्यायचाय," ती फोन माझ्यापुढे करत म्हणाली. माझ्या पोटात पीळ पडला. "ग्रेला फोन कर, आत्ता!"

मी तिच्याकडे खवळून बघितलं आणि माझ्या पँटच्या पाठीमागच्या खिशातून त्याचं बिझिनेस कार्ड काढलं. एक खोल श्वास घेतला आणि थरथरत्या बोटांनी नंबर फिरवला.

दुसऱ्या रिंगला त्याने उत्तर दिलं. त्याचा स्वर तुटक, शांत आणि थंड होता. "ग्रे."

"एर्... मि. ग्रे? मी ॲनास्टॅशिया स्टील बोलतेय." माझा स्वत:चाच आवाज मला ओळखू येत नव्हता. मी खूपच अस्वस्थ झाले होते. एक छोटासा पॉझ. मी आतल्या आत हादरले होते.

"मिस स्टील, तुमच्याकडून फोन आला म्हणून छान वाटलं." त्याचा आवाज बदलला होता. मला वाटलं, त्याला आश्चर्य वाटलं आहे आणि तो किती... प्रेमळ मोहवून टाकणारादेखील वाटतो आहे. माझा श्वासोच्छ्वास वाढला. मी लाल झाले. कॅथरिन कवाना माझ्याकडे टक लावून बघत आहे, याची मला एकाएकी जाणीव झाली. तिचं तोंड उघडं पडलं होतं आणि तिची नको असलेली छाननी टाळण्यासाठी मी स्वयंपाकघराकडे धाव घेतली.

"अं... आम्हाला लेखासाठी फोटो शूट करायला आवडेल," *श्वास घे, ॲना, श्वास घे.* माझी फुप्फुसं जलद श्वास ओढून घेत होती. "तुम्हाला सोयीस्कर असल्यास उद्या चालेल, सर. आणि ते कुठे सोयीचं असेल हेही सांगा."

त्याचं एखाद्या स्फिंक्ससारखं हास्य मला फोनमधून जवळपास ऐकू येत होतं. "मी पोर्टलँडमध्ये हिथमॅनमध्ये राहतो. उद्या सकाळी साडेनऊला भेटू या का?"

"ओके. आम्ही तुम्हाला तिथे भेटू." माझा श्वासोच्छ्वास जोरजोरात होत होता. मला अगदी भरून आलं होतं. एखाद्या लहान मुलासारखं. जी मतदान करू शकते आणि वॉशिंग्टन स्टेटमध्ये कायदेशीरपणे दारू पिऊ शकते, अशा

एका प्रगल्भ स्त्रीसारखं नव्हे.

"मी वाट पाहतो, मिस स्टील," त्याच्या डोळ्यांतील खोडसाळ चमक मी नजरेपुढे आणली.

सहा लहान शब्दांमध्ये तो एखाद्याला एवढ्या चिडवणाऱ्या अपेक्षेने उत्तेजित कसा करू शकतो?

मी फोन ठेवला. केट स्वयंपाकघरात होती आणि तिच्या चेहऱ्यावर ओतप्रोत भीतियुक्त आश्चर्याचा भाव होता. ती माझ्याकडे रोखून बघत होती.

"ॲनास्टॅशिया रोझ स्टील, तुला तो आवडतो! एखाद्यामुळे तुला एवढं प्रभावित झालेलं मी पूर्वी कधी पाहिलं किंवा ऐकलं नाही. तू खरंच लाजते आहेस."

"ओह, केट, तुला माहीत आहे मी नेहमीच लाजत असते. माझ्या व्यवसायातला तो एक अडसर आहे. उगाच मूर्खासारखं बोलू नकोस," मी पटकन म्हणाले. तिने आश्चर्याने माझ्याकडे बघून डोळ्यांची उघडझाप केली. अशा प्रकारचे फुस्कारण्याचे झटके मला क्वचितच येतात. मी थोडी माघार घेतली. "मला तो... कमी वाटायला लावणारा वाटतो. एवढंच."

"हिथमॅन," केट पुटपुटली. "मी मॅनेजरला फोन करून शूटसाठी जागा देण्यासाठी त्याच्याशी बोलणी करेन."

"मी संध्याकाळचं जेवण बनवेन. नंतर मला अभ्यास करायचा आहे." जेवण बनवण्यासाठी स्वयंपाकघरातल्या कपाटांपैकी एक कपाट उघडत असताना मी माझी तिच्याबद्दलची चीड लपवू शकले नाही.

त्या रात्री मी अस्वस्थ होते. या कुशीवरून त्या कुशीवर वळत, धूसर करड्या डोळ्यांनी कव्हर ऑल्सची लांब पायांची, लांब बोटांची आणि गडद अंधाऱ्या, अजून ज्यांचा ठाव लागलेला नाही अशा ठिकाणांची स्वप्नं बघत होते. *त्या रात्री मी दोनदा उठले. माझं हृदय धडधडत होतं. ओह, एवढ्या कमी झोपेमुळे उद्या माझा काय पण अवतार दिसणार आहे.*

मी स्वत:वरच रागावले. माझ्या उशीवर मी एक बुक्का मारला आणि शांत होण्याचा प्रयत्न केला.

हिथमॅन हॉटेल पोर्टलँड डाउनटाउनच्या अंतर्भागात विसावलं आहे. त्याचं प्रभावी तपकिरी रंगाच्या दगडातलं बांधकाम १९२०च्या अखेरच्या काळात अगदी वेळेत पूर्ण करण्यात आलं होतं. जोस, ट्रॅव्हिस आणि मी, माझ्या बीटलमधून प्रवास करत होतो. केट तिच्या सीएलकेमध्ये होती, कारण आम्ही सगळे माझ्या एका गाडीत मावू शकत नव्हतो. ट्रॅव्हिस हा जोसचा मित्र होता. लाइटिंगसाठी मदत करायला

तो आला होता. लेखामध्ये श्रेयनिर्देश करण्याच्या बदल्यात केटने हिथमॅन येथील एका खोलीचा वापर सकाळी करण्याची परवानगी मिळवणं साध्य केलं होतं. आम्ही ख्रिश्चन ग्रेचे फोटो घेण्यासाठी आलेलो आहोत, असं जेव्हा तिने स्वागतकक्षात सांगितलं, तेव्हा आम्हाला लगेचच एक प्रशस्त खोली देण्यात आली. एक सर्वसाधारण आकाराचा स्वीट. कारण ख्रिश्चन ग्रेने त्या इमारतीतला सर्वांत मोठा स्वीट आधीच घेऊन ठेवला आहे. एका जरा अधिकच चौकस मार्केटिंग एक्झिक्युटिव्हने आम्हाला आमच्या स्वीटपर्यंतचा मार्ग दाखवला. तो खूप तरुण होता आणि कोणत्यातरी कारणाने फार अस्वस्थ वाटत होता. मला संशय आहे की, केटचं सौंदर्य आणि वरचश्मा गाजवण्याची पद्धत यांमुळे त्याची शस्त्रं गळून पडली आहेत. कारण तो तिच्या हातातली बाहुलीच झालाय जणू. स्वीटच्या खोल्या सुरेख, माफक सजावटीच्या आणि महागड्या फर्निचर असलेल्या आहेत.

नऊ वाजले. तयारी करायला आम्हाला अजून अर्धा तास होता. केट अगदी जोशात होती.

"जोस, मला वाटतं, आपण त्या भिंतीला टेकून शूट करावं. तुला पटतंय का?" त्याच्या उत्तरासाठी ती थांबली नाही. "ट्रॅव्हिस, खुर्च्या काढून टाक. ॲना, तू हाउसकीपिंगला काही खाद्यपदार्थ आणून द्यायला सांगशील का? आणि ग्रेला आपण कुठे आहोत ते कळू दे."

होय, बाईसाहेब! ती एवढी अधिकार गाजवणारी आहे.

मी माझे डोळे फिरवले, पण तिने जसं सांगितलं होतं तसं केलं.

अर्ध्या तासानंतर ख्रिश्चन ग्रेने आमच्या स्वीटमध्ये प्रवेश केला.

होली क्रॅप! त्याने एक सफेद शर्ट घातला होता – कॉलरपाशी उघडा असलेला. नितंबांवरून ओघळणाऱ्या करड्या रंगाच्या फ्लॅनेल पँट्स. नुकतीच अंघोळ केल्याने त्याचे नीट न बसणारे केस अजून ओलसर होते. त्याच्याकडे बघून माझ्या तोंडाला कोरड पडली... तो इतका वेड लावणारा *हॉट* आहे. तिशीच्या आसपासच्या, बझ कट आणि हनुवटीवर थोडीशी दाढी वाढलेल्या, रेखीव गडद रंगाचा सूट आणि टाय घातलेल्या एका पुरुषाने ग्रेच्या मागोमाग स्वीटमध्ये प्रवेश केला आणि एका कोपऱ्यात तो शांतपणे उभा राहिला. त्याचे डोळे तटस्थतेने आम्हाला न्याहाळत होते.

"मिस स्टील, आपण पुन्हा भेटतोय," ग्रेने त्याचा हात पुढे केला आणि मी त्याच्याशी हस्तांदोलन केलं, जलदपणे डोळ्यांची उघडझाप केली. ओ माय... तो खरोखरच किती... मी जेव्हा त्याच्या हाताला स्पर्श केला, तेव्हा मला माझ्या शरीरातून सळसळणारी ती सुखद विद्युत्‌लहर जाणवली. मला खुलवत, मला लाजवत ती सरसरून गेली. मला खातरी आहे, माझा अनियमित श्वासोच्छ्वास

नक्कीच ऐकू येत असणार!

"मि. ग्रे, ही कॅथरिन कवाना," मी पुटपुटले. केटच्या दिशेने हात हलवला; त्याच्या नजरेला सरळ नजर देत ती पुढे आली.

"चिकाटीची मिस कवाना, हाउ डु यू डु?" तिच्याकडे बघून त्याने एक छोटंसं स्मित केलं. त्याला गंमत वाटत असल्याचं दिसत होतं. "तुम्हाला आता बरं वाटतंय असं दिसतंय. ॲनास्टॅशियाने मला सांगितलं की, तुम्हाला गेल्या आठवड्यात बरं नव्हतं."

"मी आता छान आहे, थँक यू, मि. ग्रे," ती डोळ्यांची पापणीदेखील न हलवता त्याचा हात नीट पकडून हलवत होती. मी स्वत:ला आठवण करून दिली की, केट वॉशिंग्टनच्या सर्वाधिक चांगल्या खासगी शाळेत शिकली आहे. तिच्या कुटुंबाकडे पैसे आहेत. ती कोण आहे, तिचं जगात काय स्थान आहे याबद्दल तिला पुरेपूर कल्पना आहे आणि त्या विश्वासानेच तिची जडणघडण झाली आहे. तिला थातूरमातूर काही चालत नाही. तिच्यामुळे मी भारावून गेले.

"शूट करण्यासाठी वेळ काढल्याबद्दल धन्यवाद!" तिने त्याच्याकडे बघून एक सभ्य, व्यावसायिक हास्य केलं.

"मला त्याबद्दल आनंद वाटतो," त्याने उत्तर दिलं. त्याने त्याची नजर माझ्याकडे वळवली आणि मी पुन्हा लाल झाले. डॅम इट.

"हे जोस रॉड्रिग्झ, फोटोग्राफर," जोसकडे बघून हसत मी म्हणाले. तोदेखील माझ्याकडे बघून आपुलकीचं हसला. माझ्याकडून ग्रेकडे नजर वळवताना त्याचे डोळे शांत होते.

"मि. ग्रे," त्याने मान लववली.

"मि. रॉड्रिग्झ," जोसचं निरीक्षण करताना ग्रेचाही आविर्भाव बदलला.

"मी कुठं असावं असं तुम्हाला वाटतं?" ग्रेने त्याला विचारलं. त्याचा स्वर अस्पष्टपणे धमकीवजा भासत होता. पण कॅथरिन जोसला कार्यक्रमाचं सूत्रसंचालन करू द्यायला तयार नव्हती.

"मि. ग्रे – प्लीज, तुम्ही इथे बसाल का? लाइटिंग केबल्सपासून सावध रहा. आपण थोडे फोटो उभे राहूनदेखील काढू," तिने भिंतीला टेकून असलेल्या खुर्चीकडे निर्देश केला.

ट्रॅव्हिसने दिवे लावले. ग्रेला क्षणभर दिसेनासं झालं. तो क्षमादर्शक शब्द पुटपुटला. मग ट्रॅव्हिस आणि मी मागे उभे राहिलो. जोस फोटो काढायला पुढे सरसावला. हातात कॅमेरा घेऊन त्याने बरेच फोटो काढले. तो ग्रेला या बाजूला वळा आणि मग त्या बाजूला, दंड हलवा, मग पुन्हा खाली ठेवा, अशा सूचना देत होता. नंतर ट्रायपॉडकडे वळून जोसने आणखी बरेच फोटो काढले. ग्रेने

त्याला बसून पोझ देत सहनशीलतेने आणि नैसर्गिकपणे, जवळजवळ वीसएक मिनिटं दिली. माझी इच्छा पूर्ण झाली. मी ख्रिश्चन ग्रेला फार दुरून नव्हे, तर असं उभं राहून त्याची प्रशंसा करू शकले. दोन वेळा आमच्या नजरा एकमेकांत गुंतल्या आणि मला त्याच्या गढुळलेल्या नजरेतून मला स्वत:ला ओढून बाहेर काढावं लागलं.

"बसून पुष्कळ झाले," कॅथरिनने पुन्हा एकदा दखल घेतली. "मि. ग्रे, उभं राहून?" तिने विचारलं.

तो उभा राहिला आणि ट्रॅव्हिसने खुर्ची बाजूला करण्यासाठी लगबग केली. जोसच्या निकॉन कॅमेऱ्याचं शटर पुन्हा क्लिक व्हायला लागलं.

"मला वाटतं, आपल्याकडे पुरेसे फोटो झाले आहेत," जोसने पाच मिनिटानंतर जाहीर केलं.

"ग्रेट," केट म्हणाली. "थँक यू, अगेन, मि. ग्रे!" तिने त्याच्याशी हस्तांदोलन केलं. जोसनेदेखील तसं केलं.

"हा लेख वाचण्यासाठी मी उत्सुक आहे, मिस कवाना," ग्रे पुटपुटला आणि माझ्याकडे वळला. मी दारात उभी होते. "तुम्ही माझ्याबरोबर चालाल का, मिस स्टील," त्याने विचारलं.

"नक्कीच," मी म्हणाले. पूर्णपणे डगमगून जात मी केटकडे अधीरतेने नजर टाकली. तिने माझ्याकडे बघून खांदे उडवले. तिच्यामागे जोस खाऊ का गिळू भावाने पाहत उभा होता.

"तुमचा सर्वांचा दिवस चांगला जावो," दार उघडताना ग्रे म्हणाला आणि आधी मी बाहेर जावं यासाठी बाजूला उभा राहिला.

होली हेल... हे कशाबद्दल आहे? त्याला काय पाहिजे?

मी हॉटेलच्या कॉरिडॉरमध्ये अस्वस्थपणे चळवळ करत होते, तेव्हा ग्रे खोलीतून बाहेर पडला; त्याच्या मागे रेखीवपणे शिवलेल्या सुटात मि. बझकट होता.

"मी तुला बोलवेन, टेलर," तो बझकटसाठी पुटपुटला. टेलर कॉरिडॉरमध्ये मागे फिरत परतला आणि ग्रेने त्याची दाहक करडी नजर माझ्यावर रोखली. *क्रॅप... मी काहीतरी चुकीचं केलंय काय?*

"आज सकाळी तुम्ही माझ्याबरोबर कॉफी घ्यायला यावं, असा मी विचार करत होतो."

माझं हृदय जोरात धडकलं. डेट? *ख्रिश्चन ग्रे मला डेटला बोलावतोय.* मला कॉफी प्यायचीये का हे तो विचारतोय. *कदाचित त्याला असं वाटत असावं की, तू अजून जागीच झालेली नाहीस,* माझं अर्धजागृत मन विव्हळलं; आणि त्याचा मूड पुन्हा एकदा कुचेष्टेने हसण्याचा होता. मी माझ्या डोक्यावर काबू ठेवण्याचा प्रयत्न

करत माझा घसा साफ केला.

"मला गाडीने प्रत्येकाला घरी सोडायचंय," माझे हात आणि बोटं मुरडत मी क्षमायाचनेच्या स्वरात कुजबुजले.

"टेलर," त्याने हाक मारली. मी दचकले. कॉरिडॉरमध्ये परत गेलेला टेलर वळला आणि पुन्हा परत आमच्याकडे यायला लागला.

"ते युनिव्हर्सिटीत राहतात का?" ग्रेने विचारलं. त्याचा आवाज मृदू आणि चौकशी करणारा होता. भांबावल्यामुळे काही बोलणं शक्य नसल्याने मी मान डोलावली.

"टेलर त्यांना घेऊन जाऊ शकेल. तो माझा ड्रायव्हर आहे. माझ्याकडे इथे एक मोठी गाडी आहे, त्यामुळे तो सामानदेखील नेऊ शकेल."

"मि. ग्रे?" आमच्यापर्यंत येऊन पोचल्यावर टेलरने काहीही न दर्शवता विचारलं.

"प्लीज, तू फोटोग्राफर, त्याचा मदतनीस आणि मिस कवाना यांना घरी परत नेशील का?"

"नक्कीच सर," टेलर उत्तरला.

"छान. आता तू कॉफी प्यायला माझ्याबरोबर येशील?" एक सौदा पटल्याप्रमाणे ग्रे हसला.

मी कपाळाला आठ्या घातल्या.

"अं... मि. ग्रे... एर्... खरं म्हणजे हे... असं बघा, टेलरने त्यांना घरी सोडायची गरज नाही," मी टेलरकडे एक पुसटती नजर टाकली. तो न हलता निर्विकार होता.

"मी केटबरोबर गाड्यांची अदलाबदल करते, तुम्ही मला एक मिनिट द्या."

ग्रेने एक चमकदार, मोकळं, नैसर्गिक आणि सगळे दात दाखवत सुंदर हास्य केलं. ओ माय... त्याने स्वीटचा दरवाजा मला आत जाता यावं यासाठी उघडला. मी खोलीत आत जाण्यासाठी त्याच्या बाजूने गेले; कॅथरिन जोसबरोबर काहीतरी चर्चा करत होती.

"ॲना, मला वाटतं तू निश्चितच त्याला आवडतेस," कोणत्याही प्रस्तावनेशिवाय ती म्हणाली. जोसने माझ्याकडे नाराजीने गुरकावून बघितलं. "पण माझा त्याच्यावर विश्वास नाही." तिने पुस्ती जोडली. तिने बोलणं थांबवावं या आशेने मी माझा हात वर उंचावला. कोणत्यातरी चमत्कारामुळे ती तसं करत होती.

"केट, तू जर वॅन्डा घेतलीस, तर मी तुझी गाडी घेऊ शकते का?"

"का?"

"ख्रिश्चन ग्रेने मला त्याच्याबरोबर कॉफी प्यायला बोलावलंय." तिचं तोंड

उघडं पडलं. वाचा बसलेली केट! मी त्या क्षणाची मजा लुटली. तिने माझा दंड पकडून मला स्वीटच्या बैठकीच्या खोलीपासून दूर असलेल्या झोपायच्या खोलीत नेलं.

"ॲना, त्याच्या बाबतीत काहीतरी आहे," तिच्या स्वरात पूर्णपणे सावधगिरीचा इशारा भरला होता. "तो देखणा आहे, मला मान्य आहे, पण मला वाटतं तो धोकादायक आहे. विशेषत: तुझ्यासारख्या मुलीसाठीतरी."

"'माझ्यासारख्या मुलीसाठीतरी', याचा काय अर्थ?" मी तिला चिडवणारा खुलासा विचारला.

"तुझ्यासारख्या निरागस मुलीसाठी, ॲना. तुला ठाऊक आहे माझ्या बोलण्याचा काय अर्थ आहे," ती थोडीशी चिडून म्हणाली. मी लाल झाले.

"केट, फक्त कॉफी प्यायला जायचंय. माझी परीक्षा या आठवड्यात सुरू होतेय. त्यामुळे मला अभ्यास केला पाहिजे, म्हणून मी जास्त वेळ जाणार नाही."

माझ्या विनंतीचा विचार करत असल्यासारखा तिने ओठांचा चंबू केला. शेवटी, तिने तिच्या खिशातून गाडीच्या चाव्या हुडकून काढून माझ्याकडे दिल्या. मी तिला माझ्या चाव्या दिल्या.

"मी तुला नंतर भेटेन. उशीर करू नकोस, नाहीतर मला *शोधा आणि सोडवा* असा संदेश द्यावा लागेल."

"थँक्स!" मी तिला आलिंगन दिलं.

मी जेव्हा स्वीटमधून बाहेर आले तेव्हा भिंतीला रेलून एखाद्या गुळगुळीत, भारी मासिकाच्या पोझमध्ये एखादा पुरुष मॉडेल असावा, तसा ख्रिश्चन ग्रे माझी वाट बघत होता.

"ओके, चला कॉफी घेऊ या," मी बीट कंदासारखी लाल होत पुटपुटले.

तो हसला.

"तुमच्या मागोमाग, मिस स्टील," तो सरळ उभा राहिला. मी प्रथम जावं म्हणून त्याने त्याचा हात माझ्यापुढे केला. मी कॉरिडॉरमधून माझा मार्ग काढला. माझे गुडघे कमजोर झाले होते, माझं पोट फुलपाखरांनी भरलं होतं आणि माझं हृदय नाट्यपूर्ण रीतीने, कमीअधिक तालात धडधडत होतं. मी ख्रिश्चन ग्रेबरोबर कॉफी घ्यायला जाणार आहे... आणि मला कॉफी आवडत नाही!

हॉटेलच्या प्रशस्त कॉरिडॉरमधून एलिव्हेटर्सच्या दिशेने आम्ही एकत्र चालत होतो. मी त्याला काय म्हणू? माझं मन चिंतेने एकाएकी गलितगात्र झालं. आम्ही कशाबद्दल बोलणार आहोत? त्याच्याबरोबर साधर्म्य असलेलं असं माझ्याकडे खरंच काय आहे? माझ्या गाढ विचारातून त्याचा मृदू, प्रेमळ आवाज मला दचकवत होता.

"तू कॅथरिन कवानाला केव्हापासून ओळखतेस?"

ओह, सुरुवात करण्यासाठी एक सोपा प्रश्न.

"याच – नव्या शैक्षणिक वर्षापासून."

"हं..." त्याने स्वत:ला कशातही बांधून न घेता उत्तर दिलं. तो कसला विचार करतो आहे?

एलिव्हेटर्सपाशी आल्यावर त्याने कॉल बटण दाबलं आणि जवळजवळ लगेच घंटी वाजली. दरवाजे उघडले, आतमध्ये एक तरुण जोडी उत्कट आलिंगनात मग्न होती. आश्चर्याने आणि लाजल्यासारखं होऊन ते पटकन वेगळे झाले. अपराधीपणाच्या भावनेने ते आमची दिशा सोडून बाकीच्या सगळ्या दिशांकडे बघू लागले. आम्ही एलिव्हेटरमध्ये पाऊल टाकलं.

मी सरळ चेहरा ठेवण्यासाठी धडपडत करत होते, म्हणून मी जमिनीकडे नजर लावली. माझे गाल गुलाबी होत असल्याचं मला जाणवत होतं. मी जेव्हा ग्रेकडे चुटपुटती नजर टाकली, तेव्हा त्याच्या ओठांवर हास्याची छटा होती; पण ते सांगणं कठीण होतं. ती तरुण जोडी काहीच म्हणत नव्हती. एका अवघडलेल्या शांततेत आम्ही पहिल्या मजल्यावर आलो. आमचं लक्ष विचलित करण्यासाठी एलिव्हेटरमध्ये नीरस पाइप्ड संगीतदेखील नव्हतं.

दरवाजे उघडले आणि त्याच्या लांबसडक, सुंदर बोटांनी ग्रेने माझा हात पकडला, याचं मला आश्चर्य वाटलं. विजेचा झटका अंगातून गेल्यासारखी मला जाणीव झाली, आणि माझे आधीच जलद गतीने पडणारे हृदयाचे ठोके अधिक जलद झाले. त्याने जेव्हा मला एलिव्हेटरमधून बाहेर पडण्याचा मार्ग दाखवला, तेव्हा आम्हाला त्या जोडीने आत्तापर्यंत दाबून ठेवलेल्या खुदखुदण्याचा स्फोट झालेला आवाज ऐकू आला. ग्रे हसला.

"एलिव्हेटर्सचं विशेष काय एवढं?" तो पुटपुटला. तो हॉटेलची विस्तृत, गर्दीची लॉबी ओलांडून प्रवेशद्वारापाशी आला, पण ग्रेने फिरता दरवाजा टाळला. माझा हात सोडावा लागेल म्हणून त्याने तसं केलं नसावं, असा माझ्या मनात विचार आला.

आज मे महिन्यातला एक रविवारचा दिवस होता. हवामान सौम्य होतं. सूर्य तळपत होता आणि रस्त्यांवर तुरळक वाहतूक होती.

ग्रे डावीकडे वळला आणि कोपऱ्यापर्यंत चालत गेला; तिथे आम्ही रस्ता ओलांडण्याचा सिग्नल बदलण्याची वाट बघत थांबलो. त्याने अजूनही माझा हात धरला होता. मी रस्त्यावर होते आणि ख्रिश्चन ग्रेने माझा हात धरला होता. आजवर कोणीही माझा हात कधीही धरलेला नव्हता. मला गरगरल्यासारखं वाटलं आणि अंगभर झिणझिण्या उठल्या. माझ्या चेहऱ्याचे दोन भाग होतील अशी धमकी देणारं

मूर्खासारखं हास्य दडपून टाकण्याचा मी प्रयत्न करत होते. *शांत राहण्याचा प्रयत्न कर, ॲना.* माझं अर्धजागृत मन माझी कळवळून याचना करत होतं. सिग्नल हिरवा झाला आणि आम्ही पुन्हा निघालो.

पोर्टलँड कॉफी हाउसमध्ये पोचायच्या आधी आम्ही चार ब्लॉक्स चाललो; मी आत जाताना दरवाजा उघडून धरण्यासाठी ग्रेने हात सोडला.

"मी ड्रिंक्स आणेपर्यंत तू टेबल निवडशील? तुला काय आवडतं?" नेहमीच्याच सभ्यपणे त्याने विचारलं.

"मी... अं... इंग्लिश ब्रेकफास्ट टी, बॅग आउट."

त्याने भुवया उंचावल्या.

"कॉफी नाही?"

"मला कॉफी आवडत नाही."

"ओके. बॅग आउट टी. शुगर?"

एक क्षणभर, या विचाराने मी चक्रावले की, त्याने प्रेमाचं संबोधन वापरलं आहे, पण सुदैवाने माझ्या अर्धजागृत मनाने ओठांचा चंबू करून मला ढुसकलं. *नाही – मूर्ख बये – तू साखर घेतेस का?*

"नो थँक्स," मी माझ्या एकमेकांत गुंतलेल्या बोटांकडे पाहून खाली पाहिलं.

"काही खायला हवंय?"

"नको, धन्यवाद," मी माझं डोकं हलवलं. तो काउंटरकडे गेला.

मी त्याच्याकडे माझ्या पापण्यांच्या आडून चोरटेपणाने बघितलं. तो पदार्थ वाढले जाण्याच्या रांगेत वाट बघत उभा राहिला होता. मी त्याला दिवसभर न्याहाळत राहू शकेन... तो उंच आहे, रुंद खांद्याचा आणि सडपातळ. आणि ज्या पद्धतीने त्या पँट्स नितंबावर लटकतात... ओ माय. एकदा-दोनदा त्याने त्याची लांबसडक, डौलदार बोटं, त्याच्या आता कोरड्या झालेल्या; पण अजूनही नीट न बसलेल्या केसांतून फिरवली. *हं... मला ते करायला आवडेल* हा विचार माझ्या मनात *अनाहूतपणे* आला आणि माझा चेहरा तप्त झाला. मी माझा ओठ चावला आणि पुन्हा माझ्या हातांकडे एकटक खाली बघितलं. माझे भरकटणारे विचार ज्या दिशेने चालले होते, ते मला आवडत नव्हतं.

"तुझे विचार ओळखले तर?" परत आलेल्या ग्रेने मला दचकवलं.

मी लाजून लाल झाले. *तुझ्या केसांतून बोटं फिरवत होते आणि केसांचा स्पर्श मऊ असेल का, याचा विचार करत होते.*

मी माझं डोकं हलवलं. त्याच्या हातात एक ट्रे होता. ग्रेने तो ट्रे छोट्या गोल बर्च-वेनिअर टेबलावर मांडला. मला त्याने माझा कप आणि बशी दिली. एका ट्रेमध्ये एक लहान चहाची किटली आणि एका साइड प्लेटमध्ये ट्रायनिंग्ज इंग्लिश

ब्रेकफास्ट टी लेबल असलेली माझी आवडती एक टी-बॅग होती. त्याच्यासाठी कॉफी होती आणि त्यातल्या दाट दुधाने त्यावर एक सुंदर पानांची नक्षी काढली होती. हे ते कसं करतात? मी एक रिकामटेकडा विचार करत होते.

त्याने त्याच्यासाठी एक ब्ल्यूबेरी मफिनपण आणलं होतं.

ट्रे बाजूला ठेवून तो माझ्यासमोर बसला. त्याने त्याच्या लांबलचक पायांचा क्रॉस केला. तो नेहमीइतका सहज, आरामशीर दिसत होता की, मला त्याचा हेवा वाटत होता. आणि मी ही अशी – बावळट आणि समन्वय नसलेली...

"तुझे विचार?" त्याने मला भानावर आणलं.

"हा माझा आवडता चहा आहे," माझा आवाज शांत होता. माझा श्वासोच्छ्वास ऐकू येत होता. पोर्टलँडमधल्या एका कॉफी शॉपमध्ये मी ख्रिश्चन ग्रेच्या समोर बसले आहे, यावर माझा बिलकूल विश्वास बसत नव्हता. त्याने कपाळाला आठ्या घातल्या. मी काहीतरी लपवते आहे हे त्याला कळलं असावं. मी चहाच्या किटलीत टी-बॅग बुडवली. वापरलेली टी-बॅग मी जेव्हा साइड प्लेटमध्ये परत ठेवली, तेव्हा तो त्याचं डोकं कलतं करून माझ्याकडे प्रश्नार्थक नजरेने बघत राहिला.

"मला माझा चहा काळा आणि जास्त न मुरलेला आवडतो," स्पष्टीकरण म्हणून मी पुटपुटले.

"आय सी. तो तुझा बॉयफ्रेंड आहे का?"

व्होआ... काय?

"कोण?"

"तो फोटोग्राफर, जोस रॉड्रिग्झ."

मी हसले – अस्वस्थपणे; पण चौकसपणे. त्याला असं का वाटलं असेल?

"नाही. जोस हा माझा एक चांगला मित्र आहे, एवढंच. तो माझा बॉयफ्रेंड असावा असा विचार तुम्ही का केलात?"

"ज्या पद्धतीने तू त्याच्याकडे बघून हसलीस आणि तो तुझ्याकडे; त्यावरून." त्याच्या नजरेने माझ्या नजरेला खिळवून ठेवलं. तो एवढा धीर खचवणारा आहे. मला दुसऱ्या दिशेला बघायचं होतं, पण मी पकडीत सापडले होते. माझी वाचा बसली.

"त्यापेक्षा तो एखाद्या कुटुंबीयासारखा अधिक आहे," मी कुजबुजले.

ग्रेने मान हलवली. माझ्या प्रतिसादाने त्याचं समाधान झाल्यासारखं वाटलं. त्याने त्याच्या ब्लू बेरी मफिनकडे नजर टाकली. त्याच्या लांब बोटांनी त्याने कौशल्याने कागद काढून टाकला आणि मी मुग्ध होऊन बघत राहिले.

"तुला पाहिजे का थोडं?" त्याने विचारलं आणि त्याचं ते गंमत वाटत असल्यासारखं, गुप्त हसू परत आलं.

"नको, धन्यवाद," मी कपाळाला आठ्या घातल्या आणि माझ्या हातांकडे पुन्हा टक लावून बघू लागले.

"आणि ज्याला मी काल स्टोअरमध्ये भेटलो? तो तुझा बॉयफ्रेंड नाही ना?"

"नाही. पॉल हा फक्त मित्र आहे. मी कालच सांगितलं," ओह, हे मूर्खासारखं होत चाललं आहे. "का?"

"तुला पुरुष आजूबाजूला असताना अस्वस्थ वाटत असल्यासारखं दिसतंय."

होली क्रॅप, हे व्यक्तिगत आहे. *मी फक्त तू जवळ असताना अस्वस्थ होते, ग्रे.*

"तुम्ही मला धाक घालणारे वाटता." मी लाजून लालेलाल झाले, पण कल्पनेत माझ्या मनमोकळेपणाबद्दल माझी पाठ थोपटली आणि पुन्हा माझ्या हातांकडे नजर लावली. त्याने जोरदार श्वास घेतलेला मला ऐकू आला.

"तुला मी धाकात ठेवणारा वाटत असणारच," त्याने मान हलवली, "तू खूप प्रामाणिक आहेस. कृपा करून खाली बघू नकोस. मला तुझा चेहरा पाहायला आवडतं."

ओह्. मी त्याच्याकडे नजर टाकली आणि त्याने माझ्याकडे बघून एक उत्साहवृद्धी करणारं, पण उपरोधिक स्मित केलं.

"तू काय विचार करत असशील, त्याचा मला थोडासा सुगावा लागतो आहे," त्याने श्वास घेतला, "तू रहस्यमय आहेस, मिस स्टील."

"रहस्यमय? मी? माझ्याबद्दल काहीच गूढ नाही."

"मला वाटतं, तू खूप परिपूर्ण आहेस," तो पुटपुटला.

"मी तशी आहे? वॉव्..." *मी ते कसं काय साध्य करते?* हे गोंधळवून टाकणारं आहे. मी *परिपूर्ण? शक्यच नाही.*

"अर्थात, जेव्हा तू लाजतेस आणि ते वरचेवर असतं – तू का लाजतेस हे मला कळलं, तर बरं झालं असतं," त्याचे डोळे माझ्यावरून न काढता मफिनचा एक छोटा तुकडा त्याने तोंडात टाकला. मग तो सावकाशपणे चघळायला सुरुवात केली. जणूकाही ठरल्याप्रमाणे मी लाजले. क्रॅप!

"तू नेहमीच अशा प्रकारची वैयक्तिक निरीक्षणं करतोस का?"

"ओह्, सॉरी. हे माझ्या लक्षात आलं नव्हतं. मी तुला दुखावलं का?" त्याला आश्चर्य वाटल्यासारखं दिसलं.

"नाही," मी खरं उत्तर दिलं.

"गुड."

"पण तू खूप धारेवर धरतोस."

त्याने त्याच्या भुवया उंचावल्या आणि माझा गैरसमज होत नसेल, तर थोडासा

लालदेखील झाला.

"मला माझ्या पद्धतीने काम करायची सवय आहे, ॲनास्टॅशिया," तो पुटपुटला, "सगळ्याच गोष्टीत."

"त्याबद्दल मला संशय नाही. तू मला तुला एकेरी नावाने हाक मारायला का सांगितलं नाहीस?" माझ्या औद्धत्याबद्दल मला नवल वाटलं. हे संभाषण एवढं गंभीर का झालं आहे? ते ज्याप्रकारे होईल असं मला वाटलं होतं, त्या दिशेने ते चाललं नव्हतं. त्यामुळे मला एवढा द्वेष वाटतो आहे, यावर माझा विश्वास बसत नाही. तो जणूकाही मला धोक्याची सूचना देतो आहे.

"मला माझ्या नावाने हाक मारणारे फारच थोडे म्हणजे माझे कुटुंबीय आणि जवळचे मित्र एवढेच आहेत. मला ते तसंच आवडतं."

ओह्. त्याने अजूनही 'मला ख्रिश्चन म्हणून हाक मार' असं सांगितलेलं नाही. त्याला लोकांना मुठीत ठेवायचं वेड आहे, दुसरं काही स्पष्टीकरण नाही आणि माझा एक भाग असा विचार करतो आहे की, केटने जर त्याची मुलाखत घेतली असती तर बरं झालं असतं. जग मुठीत ठेवू पाहणारे दोन जण एकत्र आले असते. शिवाय, अर्थातच, ती जवळजवळ पिंगट पिवळसर केसांची तरुणी आहे – वेल, स्ट्रॉबेरी पिंगट केसांची – त्याच्या ऑफिसातल्या सगळ्या स्त्रियांसारखी. ती सुंदर आहे. माझं अर्धजागृत मन मला आठवण करून देतं. ख्रिश्चन आणि केट ही कल्पना मला आवडत नाही. मी माझ्या चहाचा एक घुटका घेतला आणि ग्रेने मफिनचा आणखी एक छोटा तुकडा खाल्ला.

"तू एकुलती एक आहेस का?" त्याने विचारलं.

व्होआ... तो दिशा बदलत होता.

"होय."

"तुझे आईवडील काय करतात?"

त्याला हे कशासाठी जाणून घ्यायचं आहे? ते इतकं *कंटाळवाणं* आहे.

"माझी आई जॉर्जियामध्ये तिच्या नवीन नवऱ्याबरोबर, बॉबबरोबर राहते. माझे सावत्र वडील मॉंटेसानोला राहतात."

"तुझे वडील?"

"मी लहान असतान माझे वडील वारले."

"आय ॲम सॉरी," तो पुटपुटला आणि त्याच्या चेहऱ्यावर एक निसटती विषादाची भावना उमटली.

"मला ते आठवत नाहीत."

"आणि तुझ्या आईने पुनर्विवाह केला?"

मी नाकातून आवाज काढला, "तसं म्हणू शकतोस."

त्याने माझ्याकडे भुवयांना आठ्या घालून बघितलं.

"तू फारसं काही उघड करत नाहीस, नाही का?" शुष्कपणे गाढ विचारात असल्यासारखा त्याची हनुवटी चोळत तो म्हणाला.

"तू पण."

"तू माझी एवढी मुलाखत घेतलेली आहेसच आणि त्या वेळेला विचारले गेलेले काही चांगलेच शोधक प्रश्न मला आठवताहेत," तो खवचटपणे हसत म्हणाला.

होली शिट्. त्याला तो समलिंगी 'गे' प्रश्न आठवतोय!

पुन्हा एकदा मला भयानक भीती वाटली. येणाऱ्या वर्षांत मला त्या क्षणाची प्रत्येक वेळी जेव्हा आठवण येईल, तेव्हा शरमिंदे वाटू नये म्हणून मला दीर्घ उपचारांची गरज भासेल. मी माझ्या आईबद्दल बडबड करायला सुरुवात केली – ती स्मृती थोपवण्यासाठी काहीही!

"माझी आई फार छान आहे. ती एक सुधारता न येणारी रोमँटिक स्त्री आहे. ती सध्या तिच्या चौथ्या नवऱ्याबरोबर आहे."

ख्रिश्चनने त्याच्या भुवया आश्चर्याने उंचावल्या.

"मला तिची उणीव भासते," मी माझं बोलणं पुढे चालू ठेवलं, "तिच्याकडे सध्या बॉब आहे. मला आशा आहे की, तिच्या सशाच्या मेंदूएवढ्या डोक्यातून निघालेल्या योजना जेव्हा ठरल्याप्रमाणे पार पडणार नाहीत, तेव्हा तो तिच्यावर लक्ष ठेवून असेल आणि विखुरलेल्या योजना मार्गावर आणायला मदत करेल." मी प्रेमळपणे हसले. माझ्या आईला मी बरेच दिवस भेटले नव्हते. ख्रिश्चन मधूनमधून कॉफीचे घुटके घेत मला आत्मीयतेने न्याहाळत होता. मी त्याच्या तोंडाकडे बघणं बरोबर नव्हतं. कारण ते तोल ढळवणारं होतं.

"तुझं तुझ्या सावत्र वडिलांबरोबर पटतं का?"

"अर्थात. मी त्यांच्याजवळच वाढले. वडील म्हणून ते एकटेच मला ठाऊक आहेत."

"आणि ते कसे आहेत?"

"रे? ते... मितभाषी आहेत."

"एवढंच?" ग्रेने आश्चर्याने विचारलं.

मी खांदे उडवले. या माणसाची काय अपेक्षा आहे? माझी जीवनकहाणी?

"त्यांच्या सावत्र मुलीसारखे?" ग्रेने चिडवलं.

त्याच्याकडे बघून डोळे फिरवण्यापासून मी स्वतःला आवरलं.

"त्याला सॉकर आवडतो – विशेषतः युरोपियन सॉकर – आणि बोलिंग. आणि फ्लाय फिशिंग, फर्निचर बनवणंदेखील. तो सुतार आहेत. पूर्वी सैन्यात होता," मी निःश्वास टाकला.

"तू त्यांच्याबरोबर राहिलीस?"

"होय. मी जेव्हा पंधरा वर्षांची होते तेव्हा माझ्या आईला नवरा क्रमांक तीन भेटला. मी रे बरोबर राहिले."

त्याला समजत नसल्यासारखं त्याने कपाळाला आठ्या घातल्या. "तुला तुझ्या आईबरोबर राहायचं नव्हतं?" त्याने विचारलं.

"नवरा क्रमांक तीन टेक्सासला राहत होता. माझं घर माँटेसानोत होतं. आणि... तुला माहीत आहे, माझ्या आईचं नवीनच लग्न झालं होतं." मी थांबले. माझी आई नवरा क्रमांक तीनबद्दल कधीच बोलत नाही. ग्रे कुठे चाललाय? याच्याशी त्याचा काहीच संबंध नाही. *दोन लोक हा खेळ खेळू शकतात.*

"तुझ्या आईवडिलांबद्दल सांग," मी विचारलं.

त्याने खांदे उडवले.

"माझे वडील वकील आहेत आणि आई बालरोगतज्ज्ञ. ते सीॲटलला राहतात."

ओह... त्याचं संगोपन श्रीमंत घरात झालं आहे. तीन मुलं दत्तक घेणाऱ्या एका यशस्वी जोडप्याबद्दल मी विचार केला. त्यातलं एक मूल, एका सुंदर तरुणात रूपांतरित होतं. जो व्यवसायाची धुरा सांभाळतो आणि एकहाती त्याच्यावर विजय मिळवतो. त्याला तसं होण्यासाठी कोणती प्रेरणा मिळाली असेल? त्याच्या घरच्या लोकांना त्याचा अभिमान वाटत असेल.

"तुझे बहीण-भाऊ काय करतात?"

"इलिअट बांधकाम व्यवसायात आहे आणि माझी छोटी बहीण पॅरिसला कोणत्यातरी प्रसिद्ध फ्रेंच शेफच्या हाताखाली कुकरीचा अभ्यास करते आहे." त्याचे डोळे त्रासल्यामुळे गढूळल्यासारखे झाले. स्वत:बद्दल किंवा त्याच्या कुटुंबाबद्दल त्याला बोलायचं नव्हतं.

"मी असं ऐकलंय की, पॅरिस फार सुंदर आहे," मी पुटपुटले. त्याच्या कुटुंबाबद्दल त्याला का बोलायचं नसावं? तो दत्तक मुलगा आहे म्हणून तर नसेल?

"ते फार सुंदर आहे. तू गेली आहेस तिथे?" त्याचं त्रासलेपण विसरून त्याने विचारलं.

"मी अमेरिकेची मुख्य भूमी सोडून कधीच बाहेर गेले नाहीये." म्हणजे आता आम्ही पुन्हा सामान्य गोष्टींवर परतलो. तो काय लपवतो आहे?

"तुला जायला आवडेल?"

"पॅरिसला?" मी चिरकले. त्यामुळे हेलपाटले. पॅरिसला जायची कोणाची इच्छा नसेल? "अर्थात!" मी अनुकूलता दर्शवली, "पण मला इंग्लंडला भेट द्यायला अधिक आवडेल."

त्याने त्याचं डोकं एका बाजूला झुकवलं, त्याची तर्जनी त्याने स्वत:च्या

खालच्या ओठांवरून फिरवली. ओह् माय!

"कारण?"

मी जलदगतीने डोळ्यांची उघडझाप केली. *चित्त एकाग्र कर, स्टील* –

"ते शेक्सपिअरचं, ऑस्टेन, ब्राँटे भगिनी, थॉमस हार्डी यांचं घर आहे. इतकी सुंदर पुस्तकं लिहायला या लोकांना ज्यामुळे प्रेरणा मिळाली, ती ठिकाणं पाहायला मला आवडेल."

या सगळ्या साहित्यसम्राटांमुळे मला आठवण झाली की, मी अभ्यास केला पाहिजे. मी घड्याळाकडे नजर टाकली. "मला निघालं पाहिजे. मला अभ्यास करायचाय."

"तुझ्या परीक्षेसाठी?"

"होय. परीक्षा मंगळवारी सुरू होणार आहे."

"मिस कवानाची गाडी कुठे आहे?"

"हॉटेलच्या पार्किंग लॉटमध्ये."

"मी तुला परत सोडायला येतो."

"चहाबद्दल धन्यवाद, मि. ग्रे."

माझ्याकडे एक भलंमोठं गुपित आहे, हे सांगणारं विचित्र हास्य त्याच्या चेहऱ्यावर होतं.

"यू आर वेलकम, ॲनास्टॅशिया. मला आनंदच आहे यात. चल," त्याने फर्मावलं आणि त्याचा हात माझ्यासाठी पुढे केला. मी गोंधळल्यासारखा तो हातात घेतला आणि त्याच्या मागोमाग कॉफी शॉपमधून बाहेर गेले.

आम्ही हॉटेलकडे परत आलो. आमच्यात एक मित्रत्वाची शांतता होती. तो निदान त्याच्या नेहमीच्या शांत, संयत व्यक्तिमत्त्वासारखा दिसत तरी होता. माझ्याबद्दल बोलायचं झालं, तर मी कसोशीने आमची छोटीशी कॉफी घेतानाची सकाळ कशी गेली असावी याचा अंदाज घेण्याचा प्रयत्न केला.

मला असं वाटू लागलं की, जणूकाही माझी एका नोकरीसाठी मुलाखत झाली असावी, पण कशासाठी याची मला खातरी नव्हती.

"तू नेहमीच जीन्स घालतेस का?" त्याने अचानक विचारलं.

"बहुतेक."

त्याने मान डोलावली. हॉटेलपासूनच्या रस्त्याच्या दोन फाटे फुटणाऱ्या ठिकाणी आम्ही परत आलो. माझ्या मनाची उलघाल होत होती. *काय पण चमत्कारिक प्रश्न...* आणि मला जाणीव झाली की, आमचा एकत्र वेळ मर्यादित आहे. हेच ते. ते हेच होतं आणि मी त्याचा पूर्णपणे चुथडा केला होता. मला माहीत आहे, कदाचित त्याची कोणी मैत्रीण असेल.

“तुला गर्लफ्रेंड आहे का?” मी बरळले. होली क्रॅप... मी ते आताच मोठ्याने विचारलं.

अर्धवट स्मिताने त्याचे ओठ तिरकस झाले आणि त्याने माझ्याकडे निरखून बघितलं.

“नाही, ॲनास्टॅशिया, मी गर्लफ्रेंडच्या भानगडीत पडत नाही,” तो हळुवारपणे म्हणाला.

ओह्... याचा अर्थ काय? तो ‘गे’ आहे? ओह्, कदाचित असेलदेखील! त्याच्या मुलाखतीत तो माझ्याशी खोटं बोलला असेल. एक क्षणभर माझ्या मनात विचार आला की, तो काहीतरी स्पष्टीकरण देईल, त्याच्या या गूढार्थ असलेल्या भाष्याचा काहीतरी धागादोरा मिळेल, पण त्याने तो दिला नाही. मला जावं लागलं. माझे विचार मला पुन्हा एकसंध करण्याचा प्रयत्न करावा लागेल. त्यासाठी मला त्याच्यापासून दूर जावं लागेल. मी पुढे चालत असताना माझा पाय पायात अडखळला आणि मी रस्त्यावर साष्टांग नमस्कार घालणार तोच...

“शिट्, ॲना!” मि. ग्रे ओरडला. त्याने हातात धरलेला माझा हात ओढला आणि मी त्याच्या अंगावर पडले. तेवढ्यात एक सायकलस्वार जोरात अंगावरून गेला. मी थोडक्यात वाचले. त्या एकेरी वाहतुकीच्या रस्त्यावर मी चुकीच्या दिशेने जात होते.

सगळं कसं जलद घडलं – एका मिनिटात मी पडले होते; दुसऱ्याच क्षणी मी त्याच्या बाहुपाशात होते आणि त्याने मला त्याच्या छातीशी घट्ट धरलं होतं. त्याचा स्वच्छ, आरोग्यवर्धक सुगंध मी हुंगला. नुकत्याच धुऊन आलेल्या लिननचा आणि कोणत्यातरी महागड्या बॉडी वॉशचा त्याच्या अंगाला वास येत होता. तो झिंग आणणारा आहे. मी भरभरून श्वास घेत होते.

“आर यू ओके?” तो कुजबुजला. मला त्याच्याजवळ घट्ट धरून ठेवत त्याचा एक बाहू माझ्याभोवती होता आणि त्याच्या दुसऱ्या हाताची बोटं हळुवारपणे माझ्या चेहऱ्यावर ठाव घेत होती. माझी पाहणी करत होती. त्याचा अंगठा माझ्या खालच्या ओठांवरून फिरला आणि त्याचा श्वासोच्छ्वास जलद झाला. तो माझ्या डोळ्यांत रोखून बघत होता. आणि मी त्याची अधीर, तप्त नजर एक क्षणभर माझ्या नजरेत पकडून ठेवली, किंवा मग चिरकालासाठी... पण शेवटी, माझं लक्ष त्याच्या सुंदर तोंडाकडे वेधलं गेलं आणि एकवीस वर्षांत प्रथमच, माझं चुंबन घेतलं जावं असं मला वाटलं. त्याच्या तोंडाची अनुभूती माझ्या तोंडाला व्हावी असं मला वाटलं.

४

माझं चुंबन घे, डॅम इट! मी त्याची याचना केली, पण मी हलू शकले नाही.

त्याच्यामुळे पूर्णपणे मोहित होऊन मी एका विचित्र, अनोळखी गरजेमुळे विकलांग झाले होते. मी ख्रिश्चन ग्रेच्या तोंडाकडे मंत्रमुग्ध होऊन एकटक पाहत होते. तो खाली माझ्याकडे बघत होता, त्याची नजर झाकोळली होती, त्याचे डोळे गडद होत होते. नेहमीपेक्षा तो अधिक जोराने श्वासोच्छ्वास करत होता आणि मी तर श्वास घ्यायचं बंदच केलं होतं. *मी तुझ्या बाहुपाशात आहे. किस मी. प्लीज.* त्याने त्याचे डोळे मिटले. एक खोल श्वास घेतला, आणि जणूकाही माझ्या मूक प्रश्नाचं उत्तर देत असल्यासारखे त्याचे डोळे थोडेसे हलले. त्याने जेव्हा त्याचे डोळे पुन्हा उघडले तेव्हा ते कोणत्यातरी नव्या उद्देशाने, एका कठोर निश्चयाने उघडले होते.

''ॲनास्टॅशिया, तू माझ्यापासून दूर राहायला हवं. तुझ्यासाठी मी योग्य पुरुष नव्हे!'' तो कुजबुजला. काय? हे कुठून येत होतं? नक्कीच याचा निवाडा करणारी व्यक्ती मी असायला पाहिजे. मी कपाळाला आठ्या घातल्या, आणि नाकारलं जाण्यामुळे माझं डोकं गरगरलं.

''श्वास घे, ॲनास्टॅशिया, श्वास घे. मी उभं करून तुला जाऊ देणार आहे,'' तो शांतपणे म्हणाला आणि त्याने हलकेच मला दूर लोटलं.

माझ्या शरीरात ॲड्रिनॅलिन वेगाने संचारू लागलं. त्या सायकलस्वाराशी थोडक्यात धडक चुकल्यामुळे किंवा ख्रिश्चन बरोबरच्या झिंग आणणाऱ्या जवळिकीमुळे, मी गठाळून गेले होते. *नो!* तो जेव्हा मला एकाकी करून बाजूला झाला, तेव्हा माझं मन किंचाळलं. त्याचे हात माझ्या खांद्यांवर होते, मला त्याने हातभर अंतरावर दूर ठेवलं आणि माझ्या प्रतिक्रिया तो काळजीपूर्वक निरखत होता. मी फक्त एकाच गोष्टीचा विचार करू शकत होते की, माझं चुंबन घेतलं जावं अशी माझी इच्छा होती. मी ते चांगलंच ओळखू येण्याइतकं उघड केलं होतं आणि त्याने तसं केलं नाही. त्याला मी नको आहे. त्याला खरंच मी नको होते. मी

कॉफी घेण्याच्या सकाळच्या गोष्टीची पुरती वाट लावून टाकली होती.

"मला हे कळलंय," माझा आवाज परत सापडून मी श्वास घेतला. "धन्यवाद." मी लज्जेने अर्धमेली होऊन पुटपुटले. आम्हा दोघांतील प्रसंगाचा मी इतका चुकीचा अर्थ कसा काय लावला? मला त्याच्यापासून दूर जायला हवं.

"कशासाठी?" त्याने कपाळाला आठ्या घातल्या. त्याने त्याचे हात माझ्यापासून दूर केले नव्हते.

"मला वाचवल्याबद्दल," मी कुजबुजले.

"तो मूर्ख चुकीच्या दिशेने सायकल चालवत होता. मी इथेच होतो हे बरं झालं. तुला काय झालं असतं याचा विचार केला, तर अंगावर काटा येतो. तुला हॉटेलमध्ये येऊन थोडा वेळ बसायचंय का?" त्याने मला सोडलं. त्याच्यासमोर उभं राहताना मला एखाद्या मूर्खासारखं वाटत होतं.

मी माझं डोकं एकदा हलवून भानावर आले. आता मला फक्त जायचं होतं. माझ्या सगळ्या अस्पष्ट, निश्चित रूप नसलेल्या आशांना ठोकर बसली होती. त्याला मी नको आहे. मी काय विचार करत होते? मी स्वत:ला दूषण दिलं. ख्रिश्चन ग्रेला तुझ्याबरोबर काय काम असणार आहे? माझं अर्धजागृत मन माझी थट्टा करत होतं. मी माझे दंड स्वत:भोवती गुंडाळले आणि रस्त्याकडे नजर टाकण्यासाठी वळले. सिग्नलवर हिरवा माणूस आला आहे हे बघून मला सुटल्यासारखं वाटलं. मी पटकन रस्ता ओलांडू लागले, ग्रे माझ्यामागे आहे याची मला जाणीव होती. हॉटेलच्या बाहेर, त्याला सामोरी जाण्यासाठी मी थोडीशी वळले, पण त्याच्या डोळ्यांत बघू शकले नाही.

"चहाबद्दल आणि फोटो शूट केल्याबद्दल धन्यवाद," मी पुटपुटले.

"ॲनास्टॅशिया... मी..." तो थांबला आणि त्याच्या आवाजातल्या व्यथेने माझे लक्ष वेधून घेतलं, म्हणून मी नाखुशीने त्याच्याकडे निरखून पाहिलं. तो केसांतून हात फिरवत होता. त्याचे करडे डोळे उदासवाणे होते. तो वैफल्यग्रस्त, तुटून गेलेला वाटत होता आणि त्याचे भाव भकास होते. त्याचा सगळा सावध ताबा विरून गेला होता.

"काय, ख्रिश्चन?" मी चिडखोरपणे आणि तुटकपणे म्हणाले... तो काहीही न बोलल्यावर मला फक्त जायचं होतं. माझा दुखावलेला, हाताळायला नाजूक झालेला अभिमान मला बाजूला काढला पाहिजे आणि तो पुन्हा आरोग्यपूर्ण होण्यासाठी त्याची शुश्रूषा केली पाहिजे.

"परीक्षांसाठी गुड लक!" तो पुटपुटला.

हं? तो म्हणून एवढा एकटा दिसतोय? हा एक मोठा निरोप समारंभ आहे? फक्त माझ्या परीक्षेसाठी शुभेच्छा देण्यासाठी?

"धन्यवाद," माझ्या आवाजातला उपरोध मी लपवू शकले नाही. "गुडबाय, मि. ग्रे," मी माझ्या चवड्यांवर वळले. मी अडखळत नव्हते, याबद्दल कुठेतरी आश्चर्य व्यक्त करत, त्याच्याकडे पुन्हा दृष्टिक्षेप न टाकता मी खालच्या भागात असलेल्या गॅरेजकडे साइडवॉकने चालत अदृश्य झाले.

गॅरेजच्या अंधाऱ्या, थंड काँक्रीटवर आणि तिथल्या नीरस फ्लुरोसंटच्या प्रकाशात मी भिंतीला टेकले आणि डोकं माझ्या हातात घेतलं. मी काय विचार करत होते? आगंतुक आणि नकोसे असणारे अश्रू माझ्या डोळ्यांत दाटले. मी का रडते आहे? माझ्या या मूर्खपणाच्या प्रतिक्रियेवर, स्वत:वर चिडून मी जमिनीवर खचून बसले. गुडघे जवळ ओढून मी अंगाचं मुटकुळं केलं. मला स्वत:ला जितकं लहान बनवता येईल तितकं लहान बनवायचं होतं. माझं डोकं माझ्या गुडघ्यांवर टेकवत मी माझ्या असंगत अश्रूंना मुक्तपणे वाहू दिलं. मी माझ्याकडे जे कधी नव्हतंच त्याचा शोक करत होते. माझ्या धुळीला मिळालेल्या आशा, माझी दुभंगलेली स्वप्नं आणि माझ्या दुखावलेल्या अपेक्षा.

मी कधीच नाकारली गेले नव्हते. ओके... तशी मी नेहमीच बास्केट बॉलसाठी शेवटी निवडली जात असे किंवा मग व्हॉली बॉलसाठी; पण ते मी समजून घेतलं – पळायचं आणि त्याच वेळेला दुसरंही काही करायचं, जसे चेंडूचे टप्पे टाकायचे किंवा तो फेकायचा, हे मला जमणारं काम नव्हतं. कोणत्याही खेळाच्या मैदानात मी एक गंभीर जोखीमच होते.

भावुकतेने मात्र, मी स्वत:ची तिथे कधीच कल्पना केली नाही. आयुष्यभराची असुरक्षितता – मी फार फिक्कट आहे, फार हडकुळी आहे, अव्यवस्थित आहे, माझ्यात समन्वयाचा अभाव आहे... माझ्या दोषांची लांब यादी पुढे जात राहिली. म्हणून मग एखादे असू शकणारे प्रशंसक मी नेहमीच झिडकारून लावते. माझ्या केमिस्ट्रीच्या वर्गात एक मुलगा होता ज्याला मी आवडत होते, पण आत्तापर्यंत कोणीही कधीही माझ्यात रुची दाखवली नव्हती, फक्त ख्रिश्चन डॅम ग्रेखेरीज! कदाचित मी पॉल क्लेटन आणि जोस रॉड्रिग्झ यांसारख्या लोकांशी अधिक सहानुभूतीने वागलं पाहिजे आणि तरीही मला खातरी आहे की, त्यापैकी कोणीही अंधाऱ्या जगात एकटेच हुंदके देत असलेले आढळून आले नसतील. कदाचित मला फक्त नीट रडायची गरज आहे.

थांब! थांब आता! माझं अर्धजागृत मन लाक्षणिक अर्थाने माझ्यावर किंचाळत होतं. हातांची घडी घालून एका पायावर भार देऊन आणि वैतागून पायांचा टपटप आवाज केला. *गाडीत बस, घरी जा. तुझा अभ्यास कर, त्याला विसर आत्ता!* आणि हे सगळं – स्वत:ची करुणा करणं, विव्हळणं थांबव. क्रॅप.

मी एक खोलवर तोल सांभाळणारा श्वास घेऊन उभी राहिले. *स्वत:ला सावर,*

स्टील. मी केटच्या कारकडे निघाले. जात असताना माझ्या चेहऱ्यावरचे अश्रू पुसले.

मी पुन्हा त्याचा विचार करणार नाही. या प्रसंगाची मी फक्त माझ्या अनुभवात भर घालेन, आणि माझ्या परीक्षेवर लक्ष केंद्रित करेन.

मी पोचले तेव्हा केट तिचा लॅपटॉप घेऊन जेवणाच्या टेबलाजवळ बसली होती. मला बघितल्यावर स्वागताचं तिचं हसू मावळलं.

''ॲना, काय झालं?''

ओ नो... पुन्हा कॅथरिन कवानाच्या प्रश्नांची क्लेशकारक सरबत्ती. मी माझं डोकं हलवलं, जणू मी सांगत होते – 'कवाना-आता-माघार-घे'. पण ते व्यर्थ होतं. मी एखाद्या अंध आणि मूक-बधिराला तोंड देत असल्यासारखंच ते झालं असतं.

''तू रडत होतीस,'' उघड असलेल्या गोष्टीवर भाष्य करण्याची तिला एक दुर्मीळ देणगी आहे. ''त्या हलकटाने काय केलं तुला?'' ती गुरकावली आणि तिचा चेहरा – जीझ, ती भीतिदायक दिसते.

'काही नाही, केट. खरं म्हणजे तीच अडचण आहे.' या विचाराने माझ्या चेहऱ्यावर तिरकस हसू आलं.

''तू रडत का होतीस? तू कधी रडत नाहीस,'' ती म्हणाली. तिचा आवाज मृदू झाला. ती उभी राहिली, तिचे हिरवे डोळे काळजीने भरून आले होते. तिने तिचे हात माझ्याभोवती टाकले आणि मला आलिंगन दिलं. तिने पाठपुरावा सोडावा म्हणून मी काहीतरी बोलण्याची गरज होती.

''मला एका सायकलस्वाराने जवळ जवळ उडवलंच होतं.'' मी सर्वांत चांगला प्रयत्न करू शकले तो हाच, पण त्यामुळे तिचं लक्ष त्याच्यापासून क्षणमात्र विचलित झालं...

''जीझ, ॲना; आर यू ओके? तुला लागलं तर नाही ना?'' तिने मला हातभर अंतरावर दूर उभं करून पटकन एक नजर टाकून न्याहाळलं.

''नाही, ख्रिश्चनने मला वाचवलं,'' मी कुजबुजले. ''पण मी फारच हादरून गेले.''

''यात आश्चर्य वाटण्यासारखं काहीच नाही. कॉफी कशी होती? मला माहीत आहे तुला कॉफी आवडत नाही.''

''मी चहा घेतला. तो छान होता. विशेष सांगण्यासारखं काही नाही. मला त्याने का बोलावलं, काही कळत नाही.''

''त्याला तू आवडतेस, ॲना,'' तिने तिचे हात खाली केले.

''नाही. आता मी त्याला पुन्हा भेटणार नाही,'' यस, अगदी खरंखरं सांगत

असल्याचा परिणाम साधण्यात मी यशस्वी झाले.

"ओह्?"

डॅम इट. ती कोड्यात पडली. मी किचनच्या दिशेने गेले म्हणजे ती माझा चेहरा बघू शकणार नव्हती.

"होय... कारण तो माझ्या कक्षेच्या जरा बाहेर आहे, केट," मला जेवढं जमेल तेवढं शुष्कपणे मी म्हणाले.

"वॉट डु यू मीन?"

"ओह्, केट ते इतकं उघड आहे." मी गिरकी घेऊन स्वयंपाकघराच्या दरवाजात उभ्या असलेल्या केटला सामोरी गेले.

"माझ्यासाठी नाही," ती म्हणाली. "ओके, तुझ्यापेक्षा त्याच्याकडे जास्त पैसा आहे, पण मग त्याच्याकडे अमेरिकेतल्या बऱ्याच लोकांपेक्षा अधिक पैसा आहे."

"केट तो..." मी खांदे उडवले.

"ॲना! फॉर हेवन्स सेक. मी तुला किती वेळा सांगू? तू एक पूर्णपणे छोटी मुलगी आहेस." मी बोलत असताना तिने खंड पाडला. ओ नो, तिला पुन्हा आपलीच टकळी सुरू ठेवायची आहे.

"केट, प्लीज, मला अभ्यास करायचाय," मी तिचं बोलणं थांबवलं. तिने कपाळाला आठ्या घातल्या.

"तुला लेख बघायचाय का? तो पूर्ण झालाय. जोसने सुंदर फोटो काढले आहेत."

मला त्याचा फोटो दाखवून 'डोळ्यांसमोर नको' असलेल्या ख्रिश्चन ग्रेची खरंच आठवण करून द्यायची काही आवश्यकता आहे का?

"निश्चित," मी माझ्या चेहऱ्यावर जादूने एक हास्य आणलं आणि लॅपटॉपकडे चालत गेले. आणि त्याच्यावर तो होता – कृष्णधवल रंगात माझ्याकडे रोखून बघत. आणि मला माझ्यात काहीतरी कमी आहे हे कळून चुकलं.

सगळा वेळ त्याच्या स्थिर नजरेशी नजर मिळवत, 'तो माझ्यासाठी का नाही' याचा काहीतरी धागादोरा शोधत, फोटोचा वेध घेत मी लेख वाचल्याचा आव आणला. त्याने माझ्यासाठी काढलेले शब्द. आणि एकाएकी ते डोळे दिपवून टाकतील एवढे उघड होते. तो फारच देदीप्यमान आणि सुंदर आहे. आम्ही दोन टोकांवर – पूर्णपणे भिन्न जगातले आहोत. माझे स्वत:बद्दलचे चित्र म्हणजे सूर्याच्या फारच जवळ उडणारा इकॅरस – परिणामस्वरूप जळून जाणारा, खाली पडणारा. त्याचे शब्द अर्थपूर्ण आहेत. तो माझ्यासाठी नाही. त्याच्या म्हणण्याचा अर्थ हाच होता. त्यामुळे त्याच्याकडून नाकारलं जाणं स्वीकारायला सोपं होतं. जवळ जवळ. मी या गोष्टीबरोबर जगू शकेन. मला समजत होतं.

"फार छान. केट," मी जमवलं. "मी अभ्यास करायला चाललेय." सध्यातरी मी त्याच्याबद्दल विचार करणार नाही, अशी मी मनाशी खूणगाठ बांधली आणि माझ्या पाठ्यक्रमाची टिपणं उघडून वाचायला सुरुवात केली.

झोप येण्याचा प्रयत्न करत बिछान्यात पडल्यावरच मी चमत्कारिक सकाळबद्दल माझे विचार भरकटू दिले. मी पुन्हा पुन्हा, *मी गर्लफ्रेंडच्या भानगडीत पडत नाही* या संदर्भापर्यंत येत राहिले आणि या माहितीवर मी पूर्वीच उडी घेतली नाही म्हणून रागावले; त्याच्या बाहूत बद्ध होऊन माझ्या शरीराच्या अणुरेणूतून मानसिकरीत्या 'त्याने माझं चुंबन घ्यावं' म्हणून त्याची याचना करण्याच्या आधी मी ते का केलं नाही? त्याने ते तिथल्या तिथेच त्या वेळीच म्हटलं होतं. त्याला मी गर्लफ्रेंड म्हणून नको होते. मी माझ्या कुशीवर वळले. आळसावून मी विचारात पडले की, कदाचित तो *ब्रह्मचारी* असावा. मी माझे डोळे मिटले आणि माझे विचार भरकटायला सुरुवात झाली. कदाचित तो स्वत:ला वाचवत असेल. वेल, *तुझ्यासाठी नाही.* माझ्या झोपाळलेल्या अर्धजागृत मनाने माझ्या स्वप्नात प्रकट होण्यापूर्वी मला एक शेवटचा तडाखा दिला. त्या रात्री, मी स्वप्नात करडे डोळे आणि दुधाने काढलेल्या पानांच्या आकृत्या बघितल्या आणि मी अंधारात प्रकाशाच्या गूढ भीतिदायक तिरीप असलेल्या ठिकाणांतून पळत होते आणि मी कशाच्यातरी दिशेने धावतेय की त्याच्यापासून दूर... हे मला माहीत नाही... स्वप्न कधीच स्पष्ट नसतात.

***

मी माझं पेन खाली ठेवलं. संपलं. माझी वार्षिक परीक्षा संपली. माझ्या चेहऱ्यावर एक 'चेशायर कॅट'*सारखं रुंद हास्य पसरलं. कदाचित या सगळ्या आठवड्यात बहुतेक मी प्रथमच हसले असेन. आज शुक्रवार आहे आणि आम्ही आज रात्री आनंद साजरा करू, चांगलाच साजरा करू. मी कदाचित दारू पिऊन झिंगेनदेखील. मला यापूर्वी कधीच दारू चढली नव्हती. हॉलमध्ये मी केटकडे नजर टाकली आणि ती अजूनही तावातावाने, वेळ संपायला पाच मिनिटं उरलेली असताना काहीतरी खरडत होती. माझ्या शैक्षणिक करिअरचा हाच तो शेवट होता. अस्वस्थ वेगळ्या काढलेल्या विद्यार्थ्यांच्या रांगेत आता मला पुन्हा कधी बसावं लागणार नव्हतं. माझ्या आत, मी डौलदार, चक्राकार उड्या मारत होते. मला ठाऊक होतं की, हीच ती जागा आहे, जिथे मी मुक्त मोकळी असू शकते. केटने

* लुईस कॅरल लिखित 'ॲलिस इन वंडरलँड' या पुस्तकात 'चेशायर कॅट' ही काल्पनिक मांजर आहे. ती नेहमी मोठ्ठं हसू हसते, असं त्यात तिचं वर्णन आहे.

लिहिणं बंद करून तिचं पेन खाली ठेवलं. तिने माझ्याकडे नजर टाकली आणि मला तिचंही 'चेशायर कॅट' हास्य दिसलं.

आम्ही तिच्या मर्सिडीजमधून अपार्टमेंटकडे जायला निघालो. आमच्या शेवटच्या पेपरवर चर्चा करणं आम्ही नाकारलं. बारमध्ये जाताना संध्याकाळी ती कोणते कपडे घालणार आहे, याची केटला अधिक काळजी होती. मी माझ्या पर्समध्ये माझ्या किल्ल्या शोधण्यात व्यग्र होते.

"ॲना, तुझ्यासाठी एक पाकीट आलंय," केट पुढल्या दरवाजाच्या पायऱ्यांवर हातात एक खाकी रंगाचं कागदाचं पार्सल घेऊन उभी होती. विचित्रच! मी तर ॲमॅझॉनवरून अलीकडे काहीच मागवलेलं नव्हतं. केटने मला पार्सल दिलं आणि पुढचं दार उघडण्यासाठी माझ्या किल्ल्या घेतल्या.

त्या पार्सलवर 'मिस ॲनास्टॅशिया स्टील यांना' असं लिहिलेलं होतं. पाठवणाऱ्याचा पत्ता किंवा नाव नव्हतं. कदाचित ते माझी आई किंवा रे यांच्याकडून असेल.

"ते कदाचित माझ्या कुटुबीयांकडून असेल."

"उघड ते," केट उत्तेजित झाली होती. आमची परीक्षा संपली होती. हुर्रे – ती शॅंपेन आणायला स्वयंपाकघराकडे वळली.

मी पार्सल उघडलं. मला आतमध्ये एका हाफ लेदर बॉक्समध्ये तीन एकसारखी दिसणारी जुन्या कापडाचं वेष्टन असलेली, चांगल्या अवस्थेतली पुस्तकं आणि एक साधं सफेद कार्ड आढळलं. काळ्या शाईत नेटक्या तिरप्या हस्ताक्षरात कार्डाच्या एका बाजूला लिहिलं होतं.

धोका आहे असं तू मला का सांगितलं नाहीस?
मला सावध का केलं नाहीस?
कशापासून सुरक्षितता बाळगायची ते स्त्रियांना माहीत असतं,
कारण क्लृप्त्या सांगणाऱ्या कादंबऱ्या त्या वाचतात...

'टेस' पुस्तकातलं ते अवतरण मी ओळखलं. माझ्या वार्षिक परीक्षेत मी नुकतेच थॉमस हार्डीच्या कादंबऱ्यांवर लिहिण्यात तीन तास घालवले होते, या योगायोगाने मी थक्क झाले. कदाचित असा काही योगायोग नसेल... कदाचित ते हेतुपुरस्सर असेल. मी पुस्तकं बारकाईने पारखली, 'टेस ऑफ द उबरव्हिले'चे तीन खंड होते. एका पुस्तकाचं मी वरचं कव्हर उघडलं. पहिल्या पानावर जुन्या टंकलेखनपद्धतीने गोलाकार अक्षरांमध्ये लिहिलेलं होतं.

लंडन : जॅक आर, ओलगुड, मॅकडलोएन अँड कंपनी, १८९१.

होली शिट्. त्या पहिल्या आवृत्त्या आहेत. त्या दुर्मीळ असल्याने बाजारात

त्यांची किंमत अवाढव्य असणार... आणि त्या कोणी पाठवल्या असतील हे मला लगेचच कळलं. केट माझ्या खांद्यांवरून वाकून पुस्तकांकडे टक लावून बघत होती. तिने कार्ड उचललं.

"प्रथम आवृत्त्या!" मी कुजबुजले.

"नो!" केटचे डोळे अविश्वासाने विस्फारले होते. "ग्रे?"

मी मान हलवली. "दुसऱ्या कोणाचा विचारच मी करू शकत नाही."

"या कार्डाचा अर्थ काय?"

"मला काहीच कल्पना नाही. मला वाटतं, तो एक सावधगिरीचा इशारा आहे. प्रामाणिकपणे सांगायचं तर – तो मला इशारे देत आहे. मला तो ते का करतोय, याची कल्पना नाहीये. मी काही त्याच्या दरवाजावर धक्के मारतेय अशातला भाग नाही." मी कपाळाला आठ्या घातल्या.

"मला माहीत आहे तुला त्याच्याबद्दल बोलायचं नाही, ॲना; पण तो गांभीर्याने तुझ्यात गुंतलाय. इशारे असोत वा नसोत."

गेला आठवडाभर मी स्वत:ला ख्रिश्चन ग्रेबद्दल विचार करायला उसंत दिली नव्हती. ओके – त्याचे करडे डोळे अजूनही माझ्या स्वप्नात रेंगाळत होते तर! त्याच्या बाहूंचा स्पर्श पुसून टाकायला आणि त्याचा सुंदर सुगंध माझ्या मेंदूतून जायला अनंत काळ लोटावा लागेल. त्याने मला हे का पाठवलं आहे? त्याने मला मी त्याच्यासाठी नाही, असं सांगितलं होतं.

"मला न्यू यॉर्कला चौदा हजार डॉलर्स किंमत असलेली *टेस* या पुस्तकाची पहिली आवृत्ती विक्रीसाठी उपलब्ध असलेली आढळली होती, पण तुझी आवृत्ती फार चांगल्या स्थितीत दिसते. त्यांना नक्कीच जास्त किंमत पडली असणार," केटने तिच्या चांगल्या मित्राचा – 'गुगल'चा सल्ला घेतला.

"हे अवतरण म्हणजे – अलेक उबरव्हिलेने तिच्याबरोबर आपला दुष्ट कार्यभाग साधल्यानंतर टेस तिच्या आईला म्हणते, ते आहे."

"मला माहीत आहे," केट विचारात गढून स्वत:शीच बोलत होती, "तो काय सांगायचा प्रयत्न करतोय?"

"मला माहीत नाही आणि मला पर्वा नाही. ही पुस्तकं मी त्याच्याकडून स्वीकारू शकत नाही. पुस्तकातल्या दुर्बोध, कोपऱ्यातलं एखादं एवढंच गोंधळवून टाकणारं अवतरण उद्धृत करून मी ती परत पाठवून देईन."

"एंजल क्लेअर जेव्हा 'फक् ऑफ' म्हणतो तो भाग?" केटने तिचा चेहरा पूर्णपणे निर्विकार ठेवून विचारलं.

"यस. तोच भाग," मी खुदखुदले. मला केट आवडते. ती एकनिष्ठ आणि पाठिंबा देणारी आहे. मी पुस्तकं पुन्हा बांधून जेवणाच्या टेबलावर ठेवली. केटने

मला शँपेनचा एक ग्लास दिला.

"आपली परीक्षा संपल्याबद्दल आणि सीॲटलमधल्या आपल्या नवीन आयुष्याला –" ती हसली.

"परीक्षांच्या शेवटाला आणि आपल्या सीॲटलमधल्या नवीन आयुष्याला आणि उत्कृष्ट रिझल्ट्सना..."

आम्ही ग्लासेस किणकिणवले आणि शँपेन पिऊ लागलो.

बारमध्ये लोक मोठमोठ्याने बोलत होते आणि धावपळ चालू होती. लवकरच ग्रॅज्यूएट होऊन बाहेर पडायला तयार असलेल्या लोकांनी बार पूर्ण भरला होता. जोस आमच्यात सामील झाला. तो आणखी एक वर्ष ग्रॅज्यूएट होणार नव्हता, पण त्याचा पार्टी करण्याचा मूड होता. आम्हा सर्वांसाठी मार्गारिटाचा एक पिचर विकत घेऊन तो आमच्या नव्याने मिळालेल्या स्वातंत्र्याच्या स्पिरिटमध्ये सामील झाला होता. मी माझा पाचवा ग्लास संपवला. शँपेनवर मार्गारिटा पिणं ही काही फार चांगली कल्पना नाही, हे मला कळलं.

"मग आता काय, ॲना?" गोंधळाच्या वर आवाज चढवून ओरडून जोसने मला विचारलं.

"केट आणि मी सीॲटलला राहायला जातोय. केटच्या पालकांनी तिच्यासाठी तिथे एक जागा विकत घेतली आहे."

"अरे वा! पण तू माझ्या कार्यक्रमासाठी परत येशील?"

"अर्थात, जोस. जगाची उलथापालथ झाली तरी मी तो चुकवणार नाही," मी हसले. त्याने त्याचा हात माझ्या कमरेभोवती घालून मला जवळ ओढलं.

"तू तिथे असण्याचा माझ्यासाठी खूप मोठा अर्थ आहे, ॲना." तो माझ्या कानात कुजबुजला, "आणखी एक मार्गारिटा?"

"जोस लुई रॉड्रिग्झ – तू मला झिंगवण्याचा प्रयत्न करतो आहेस का? कारण त्याचा उपयोग होतोय..." मी खुदखुदले.

"मला वाटतं मी एखादी बिअर घ्यावी. मी आपल्यासाठी एक पिचर घेऊन येते."

"आणखी दारू, ॲना!" केटने गर्जना केली.

केटची प्रकृती एखाद्या बैलासारखी आहे. तिचा एक हात लिव्हायच्या – आमच्या बरोबरचा इंग्रजीचा विद्यार्थी-वृत्तपत्रासाठीचा तिचा नेहमीचा छायाचित्रकार – याच्या खांद्यावर विसावला होता. आजूबाजूच्या प्यायलेल्या लोकांचे फोटो घेणं त्याने सोडून दिलं होतं. त्याचे डोळे फक्त केटवर खिळले होते. तिने एक छोटासा कॅमिसोल, घट्ट जीन्स आणि हाय हिल्स घातले होते. केस एकत्र गुंडाळून उंचावर

बांधून केसांच्या बटा हलकेच चेहऱ्याभोवती सोडल्या होत्या. ती नेहमीप्रमाणे डोळे दिपवणारी, आकर्षक आहे. मी टी शर्ट घालून गप्पा मारणारी मुलगी आहे, पण आज मी माझी सर्वांत उठून दिसणारी जीन्स घातली होती. मी जोसच्या पकडीतून बाजूला झाले आणि आमच्या टेबलावरून उठले.

व्होआ. डोकं गरगरतंय.

मला खुर्चीची मागची बाजू पकडावी लागली. टकिला घालून केलेली कॉकटेल्स म्हणजे काही चांगली कल्पना नाही.

मी बारपर्यंत मार्ग काढला, आणि जोपर्यंत मी माझ्या पायांवर उभी राहू शकतेय तोपर्यंत बाथरूमला जाऊन यावं असं ठरवलं. *चांगला विचार, ॲना.* मी गर्दीतून भेलकांडत गेले. अर्थातच तिथे रांग लागली होती, पण कॉरिडॉरमध्ये निदान थंड आणि शांत तरी होतं. वाट बघण्याच्या कंटाळवाणेपणापासून सुटका करून घेण्यासाठी मी माझा सेल फोन काढला. हं...

मी शेवटी कोणाला फोन केला होता? तो जोस होता? त्याच्या आधीचा नंबर मला ओळखू येत नव्हता. ओ यस. ग्रे. मला वाटतं हा त्याचा नंबर आहे. मी लहान मुलीसारखी हसले. किती वाजले असतील याची मला कल्पना नव्हती. कदाचित मी त्याला झोपेतून उठवेन, कदाचित तो मला सांगेल की, त्याने मला ती पुस्तकं आणि तो रहस्यमय संदेश का पाठवला. मी दूर राहावं असं जर त्याला वाटत असेल, तर त्याने माझ्या वाटेला जाऊ नये. दारू चढल्याने उमटणारं एक हसू मी दाबलं आणि 'कॉल'चं बटण दाबलं. दुसऱ्या रिंगला त्याने उत्तर दिलं.

"ॲनास्टॅशिया?" माझ्या फोनमुळे त्याला आश्चर्य वाटलं असावं. वेल, मोकळेपणाने सांगायचं तर, मी त्याला फोन करते आहे म्हणून मलाच आश्चर्य वाटलं होतं. मग माझ्या झिंगून गोंधळलेल्या मेंदूने नोंद केली... फोन करणारी ती मी आहे हे त्याला कसं माहीत?

"तू मला पुस्तकं का पाठवलीस?" मी तोंडातल्या तोंडात अस्पष्टपणे त्याला विचारलं.

"ॲनास्टॅशिया, आर यू ओके? तू विचित्र वाटतेयस," त्याच्या आवाजात काळजी ओतप्रोत भरली होती.

"विचित्र मी नाही, तू आहेस!" दारूचं इंधन मिळालेल्या धाडसाने मी त्याला सांगितलं.

"ॲनास्टॅशिया, तू दारू पीत आहेस काय?"

"तुला काय करायचंय त्याच्याशी?"

"आय ॲम... क्यूरिअस. तू कुठे आहेस?"

"एका बारमध्ये."

"कोणता बार?" तो फारच वैतागलेला वाटला.

"पोर्टलँडमधला एक बार."

"तू घरी कशी जाणार आहेस?"

"मी माझा मार्ग शोधेन," मी जशी अपेक्षा केली होती तसं हे संभाषण चाललं नव्हतं.

"तू कोणत्या बारमध्ये आहेस?"

"तू मला पुस्तकं का पाठवलीस, ख्रिश्चन?"

"अ‍ॅनास्टॅशिया, तू कुठे आहेस? मला आत्ता सांग," त्याचा स्वर... एवढा अधिकार गाजवणारा होता, नेहमीचाच नियंत्रण ठेवण्याचं वेड असलेला. मी कल्पना करते, तो एक जुन्या काळातला चित्रपट दिग्दर्शक आहे – जुन्या पद्धतीचा मेगाफोन आणि एक घोडेस्वारीचा चाबूक हातात धरलेला. त्या कल्पनाचित्रामुळे मला मोठ्याने हसू येतं.

"तू एवढा... वर्चस्व गाजवणारा आहेस," मी खुदखुदले.

"अ‍ॅना, मग मला मदत कर. व्हेअर द फक् आर यू?"

ख्रिश्चन ग्रे मला शिव्या घालतोय. मी पुन्हा खुदुखुदु हसले.

"मी पोर्टलँडमध्ये आहे... ते सीअ‍ॅटलपासून खूप दूर आहे."

"पोर्टलँडमध्ये कुठे?"

"गुड नाइट, ख्रिश्चन."

"अ‍ॅना!"

मी फोन बंद केला. हा! त्याने मला पुस्तकांबद्दल सांगितलं नाही. मी कपाळाला आठ्या घातल्या. मोहीम यशस्वी झाली नाही. मला दारू चांगलीच चढली होती. रांगेत पुढे सरकताना माझं डोकं त्रासदायकरीत्या भिरभिरत होतं. मी यशस्वी झाले आहे. ते असं आहे – *कदाचित पुनरावृत्ती करण्यासारखा हा अनुभव नाही.* रांग सरकली होती आणि आता माझी वेळ आली. टॉयलेटच्या दरवाजाच्या मागे लावलेल्या सेफ सेक्सची महती सांगणाऱ्या चित्राकडे मी निर्विकारपणे रोखून बघितलं. होली क्रॅप. मी आत्ताच ख्रिश्चन ग्रेला फोन केला? शिट्. माझा फोन वाजत होता आणि त्यामुळे मला दचकायला होत होतं. मी आश्चर्याने केकाटले.

"हाय," मी भिऊन क्षीण आवाजात म्हणाले. मी हे लक्षातच घेतलं नव्हतं.

"मी तुला घ्यायला येतोय," असं म्हणत त्याने फोन बंद केला. फक्त ख्रिश्चन ग्रे एकाच वेळेला एवढा शांत आणि एवढा धमकावणारा भासू शकतो.

होली क्रॅप. मी माझ्या जीन्स वर केल्या. माझं हृदय धडधडत होतं. मला घ्यायला येतोय? ओ नो. मला बरं वाटत नाहीये... नाही... मी ठीक आहे. थांबा, तो माझ्या डोक्यात उलथापालथ करत आहे. मी कुठे आहे, ते मी त्याला सांगितलेलं

नाही. तो मला इथे शोधू शकणार नाही. शिवाय, सीॲटलहून इथे पोचायला त्याला कित्येक तास लागतील आणि तोपर्यंत आम्ही निघून गेलेले असू. मी हात धुतले आणि आरशात माझ्या चेहऱ्याचं निरीक्षण केलं. मी लाल झालेली आणि थोडीशी तोल ढळलेली दिसत होते. हं... टकिला.

बिअरच्या पिचरसाठी मी जणूकाही अनंतकाळपर्यंत थांबले होते आणि शेवटी टेबलाकडे परत आले.

"तू किती वेळ गेली होतीस," केटने मला दटावलं. "कुठे होतीस तू?"

"मी प्रसाधनगृहात जाण्यासाठी रांगेत उभी होते."

जोस आणि लिव्हाय यांच्यात स्थानिक बेसबॉल टीमबद्दल तावातावाने वादविवाद चालू होता. त्या लांबलचक बोलण्यात मध्ये थोडं थांबून त्याने आम्हा सर्वांसाठी बिअर ओतली. मी एक मोठा घुटका घेतला.

"केट, मला वाटतं मी बाहेर पडून थोडं मोकळ्या हवेत गेलेलं चांगलं."

"ॲना, तू इतकी नाजूक आहेस?"

"मी फक्त पाचच मिनिटं जाऊन येते."

मी पुन्हा गर्दीतून माझा मार्ग काढला. मला मळमळायला लागलं होतं. माझं डोकं त्रासदायकरीत्या भिरभिरत होतं आणि चालताना माझा थोडा तोल जात होता. नेहमीपेक्षा अधिक असमतोल.

पार्किंग लॉटमध्ये संध्याकाळची थंड हवा श्वासात भरून घेताना दारू किती चढली होती ते मला कळून आलं. माझ्या नजरेवर परिणाम झाला होता आणि 'टॉम अँड जेरी'च्या कार्टून्सच्या जुन्या रि-रनप्रमाणे खरंच सगळं काही दोन-दोन दिसत होतं. मला वाटू लागलं की, मी आजारी पडणार आहे. मी स्वत:ला या सगळ्या गोंधळात कसं काय अडकवलं?

"ॲना," जोस माझ्याबरोबर आला होता. "यू ओके?"

"मला वाटतं मी जरा अधिकच प्यायलेय," मी अशक्तपणे त्याच्याकडे बघून हसले.

"मीपण," तो पुटपुटला. त्याचे गडद डोळे माझं उत्कटतेने निरीक्षण करत होते. "तुला मदत करू का?" त्याने विचारलं आणि त्याने जवळ येऊन त्याचा हात माझ्याभोवती टाकला.

"जोस, आय ॲम ओके. मला जमतंय," मी त्याला अगदी कमकुवतपणे दूर लोटलं.

"ॲना, प्लीज," तो कुजबुजला आणि आता त्याने मला त्याच्या बाहुपाशात ओढून घट्ट धरलं.

"जोस, तू काय करतोयस?"

"तुला माहीत आहे, मला तू आवडतेस ॲना, प्लीज," त्याचा एक हात माझ्या पाठीच्या छोट्या भागावर विसावला होता. मला त्याच्या निकट धरून ठेवत दुसऱ्या हाताने तो माझी हनुवटी धरून माझं डोकं मागे करत होता. तो माझं चुंबन घेणार होता.

"नो, जोस, थांब – नाही." मी त्याला दूर लोटलं, पण तो म्हणजे बळकट स्नायूंची एक भिंत होता. मी त्याला दूर लोटू शकत नव्हते. त्याचा हात माझ्या केसांत घरंगळला आणि त्याने माझं डोकं जागच्या जागी धरलं.

"प्लीज, ॲना करिनो," तो माझ्या ओठांजवळ कुजबुजला. त्याचा श्वास मृदू होता आणि त्याला फारच गोड वास येत होता – मार्गारिटा आणि बिअर यांचा. तो हळुवारपणे माझ्या जबड्यावरून ते माझ्या तोंडाच्या कडेपर्यंत चुंबनं देत गेला. मला घाबरगुंडी उडाल्यासारखं, दारू चढल्यासारखं आणि नियंत्रणाच्या बाहेर गेल्यासारखं वाटलं. ती भावना गुदमरून टाकणारी होती.

"जोस, नो," मी याचना केली. "प्लीज, मला हे नकोय. तू माझा मित्र आहेस, आणि मला मळमळतं आहे. मला उलटी होणार आहे."

"मला वाटतं, बाईसाहेब 'नाही' म्हणाल्या," अंधारातून एक आवाज शांतपणे आला. *होली शिट्! ख्रिश्चन ग्रे, तो इथे आहे. कसा?* जोसने मला सोडून दिलं.

"ग्रे," तो थोडक्या शब्दांत कठोरपणे म्हणाला. मी अस्वस्थपणे ख्रिश्चनकडे बघितलं. तो जोसकडे डोळे मोठे करून बघत होता आणि भयानक रागावला होता. क्रॅप. माझ्या पोटात ढवळून आलं आणि माझ्या शरीराला अल्कोहोल अधिक काळ सहन करणं शक्य न झाल्याने मी वाकले आणि जमिनीवर ओकले.

"अगं – डिओ मिओ, ॲना!" जोसने वैतागून मागे उडी मारली. ग्रेने माझे केस पकडले आणि कक्षेच्या बाहेर खेचून मला हळुवारपणे एका पार्किंग लॉटच्या कडेच्या उंचवट्याच्या फुलांच्या वाफ्याकडे नेलं. मी अत्यंत कृतज्ञतेने दखल घेतली की, तो भाग तुलनेने अंधारात होता.

"तू जर पुन्हा वांती करणार असशील, तर इथे कर. मी तुला धरतो," त्याचा एक हात माझ्या खांद्यांभोवती होता. दुसऱ्या हाताने त्याने माझे केस माझ्या पाठीवर तात्पुरते पोनीटेलसारखे माझ्या चेहऱ्यापासून दूर धरले होते. मी अवघडलेपणाने त्याला दूर लोटायचा प्रयत्न केला, पण पुन्हा ओकले... पुन्हा पुन्हा ओकले.

ओह् शिट्... हे किती वेळ चालणार आहे? माझं पोट रिकामं झाल्यावर, त्यात वर येण्यासारखं काहीही उरलं नाही. मग भयानक कोरड्या उचक्यांनी माझं शरीर हादरू लागलं. मी मूकपणे शपथ घेतली की, मी आता पुन्हा कधीच पिणार नाही. शब्दांतून व्यक्त करायला हे फारच धक्कादायक होतं. शेवटी, ते एकदाचं थांबलं.

फुलांच्या वाफ्यातून विटांच्या भिंतीवर माझे हात विसावले होते, मला जेमतेम

आधार देत होते. जोरदार उलट्या होणं थकवा आणणारं असतं. ग्रेने त्याचे हात माझ्यापासून दूर करून मला एक रुमाल दिला. फक्त त्याच्याकडेच आद्याक्षरं विणलेला नुकताच धुऊन आलेला लिननचा रुमाल असू शकतो. CTG. तोंड पुसत असताना मी अस्पष्टपणे T कशासाठी असावा, याबद्दल विचार करत होते. मी त्याच्याकडे पाहू शकत नव्हते. मी लाजेने अर्धमेली झाले होते. मला स्वत:बद्दल घृणा वाटत होती. मला वाटत होतं की, त्या फुलांच्या वाफ्यातील अझॅलिआजनी मला गिळून टाकावं आणि मी इथे नसून दुसरीकडे कुठेही असावं.

बारच्या प्रवेशद्वारापाशी जोस अजूनही आमच्याकडे बघत घिरट्या घालत होता. मी कण्हत होते आणि माझं डोकं माझ्या हातात धरलं होतं. माझ्या आयुष्यातला हा एक अतिशय वाईट क्षण असावा. यापेक्षा वाईट क्षण आठवण्याचा मी प्रयत्न करत असताना माझं डोकं अजूनही भिरभिरत होतं. मला ख्रिश्चनच्या नकाराचा क्षण आठवत होता, आणि ते मानहानी होण्याच्या अर्थाने कितीतरी अधिक छटांनी गडद असल्याचं वाटलं. मी त्याच्याकडे चोरटी नजर टाकण्याचा धोका पत्करला. तो माझ्याकडे एकटक पाहत होता. त्याचा चेहरा संयत होता, आणि त्यावरून काहीच अंदाज बांधता येत नव्हता. मी वळून जोसकडे नजर टाकली, जो माझ्यासारखाच ग्रेने कमीपणा वाटायला लावल्यामुळे स्वत: खूपच लज्जित दिसला. माझ्याकडे माझ्या त्या तथाकथित मित्रासाठी काही शेलके शब्द आहेत, ज्यापैकी एकही मी ख्रिश्चन ग्रे सीईओ समोर उच्चारू शकत नाही. *ॲना, तू कोणाची गंमत करते आहेस? त्याने आत्ताच तुला जमिनीवर आणि फुलांत ओकताना पाहिलं आहे. तुला एका चांगल्या स्त्रीसारखं वर्तन करता येत नाही, हे आता लपून राहिलेलं नाहीये.*

"मी, अंऽऽ... तुला आत भेटतो," जोस पुटपुटला; पण आम्ही दोघांनीही त्यांच्याकडे दुर्लक्ष केलं आणि तो इमारतीत परत गेला. मी आता ग्रेबरोबर एकटीच राहिले. डबल क्रॅप. मी त्याला काय म्हणू? फोन कॉलबद्दल क्षमा मागू?

"आय ॲम सॉरी," मी पुटपुटले. हातरुमालाकडे टक लावून बघत माझ्या बोटांनी मी तो जोरजोरात चुरडत होते. तो इतका मृदू होता.

"तुला कशाबद्दल खेद होतोय, ॲनास्टॅशिया?"

डॅम इट. त्याला त्याचा सूड उगवायचा आहे.

"मुख्य म्हणजे फोन कॉल. त्यानंतर घडलेल्या गोष्टींबद्दल. ओह, ही यादी न संपणारी आहे," मी पुटपुटले. माझ्या त्वचेचा रंग बदलताना मला जाणवला. *प्लीज, प्लीज, मला आता मरून जावंसं वाटतंय. असं होईल?*

"आश्चर्यकारकरीत्या आपण सगळे इथे आहोत तर. अर्थात तुझ्याएवढे नाट्यमय रीतीने नसलो तरी," तो कोरडेपणाने म्हणाला. "स्वत:च्या मर्यादा जाणून घ्यायला पाहिजेत, ॲनास्टॅशिया. म्हणजे आपल्या मर्यादांची व्याप्ती

वाढवायला हवीच, पण हे म्हणजे सर्वसाधारण कक्षेच्या बाहेरचं झालं. तू असं वर्तन नेहमी करतेस का?''

माझं डोकं प्रमाणाबाहेर घेतलेले अल्कोहोल आणि चीड यांमुळे भणभणत होतं. त्याच्याशी या गोष्टीचा काय संबंध? मी त्याला इथे येण्याचं आमंत्रण दिलं नव्हतं. एखाद्या चुकणाऱ्या मुलाला दटावणाऱ्या मध्यमवयीन माणसासारखा तो भासत होता. माझा एक भाग असं म्हणू इच्छितो की, प्रत्येक रात्री जर मला अशाप्रकारे दारू पिऊन झिंगायचं असेल, तर तो माझा निर्णय आहे आणि त्याच्याशी याचं काहीच देणंघेणं नाही – पण मी एवढी शूर नाही. आता त्याच्यासमोर ओकल्यानंतर तरी नाही. तो अजून तिथे का उभा आहे?

''नो,'' मी पश्चात्तापाने म्हणाले, ''मी यापूर्वी कधी दारू पिऊन झिंगले नव्हते आणि आत्ता तरी पुन्हा तसं झिंगायची माझी इच्छा नाही.''

तो इथे का आहे, ते मला कळतच नव्हतं. मला चक्कर आल्यासारखं होत होतं. मला चक्कर येतेय, हे त्याच्या ध्यानात येताच मी पडण्याआधीच त्याने मला पकडलं आणि त्याच्या बाहुपाशात एखाद्या लहान मुलीसारखं छातीजवळ धरत वर उचलून घेतलं.

''चल, मी तुला घरी नेतो,'' तो पुटपुटला.

''मला केटला सांगावं लागेल,'' *मी पुन्हा त्याच्या बाहुपाशात आहे.*

''माझा भाऊ तिला सांगू शकेल.''

''काय?''

''माझा भाऊ इलिअट मिस कवानाशी बोलतोय.''

''ओह्?'' मला आकलन होत नव्हतं.

''तू फोन केलास तेव्हा तो माझ्याबरोबर होता.''

''सीॲटलमध्ये?'' माझा गोंधळ उडाला.

''नाही, मी हिथमॅनमध्ये राहतोय.''

अजूनही? का?

''तू मला कसं शोधून काढलंस?''

''मी तुझ्या सेल फोनचा सुगावा काढला, ॲनास्टॅशिया.''

ओह्, अर्थातच त्याने तसं केलं होतं. ते कसं शक्य आहे? ते कायदेशीर आहे का? *पाठलाग करणारा,* असं माझं अर्धजागृत मन अजूनही माझ्या डोक्यात तरंगणाऱ्या टकिलाच्या ढगातून माझ्या दिशेने कुजबुजलं, पण कसं कोण जाणे, *पाठलाग करणारा* तो असल्याने मी ते मनावर घेतलं नाही.

''तुझ्याकडे एखादे जॅकेट किंवा पर्स आहे का?''

''एऱ्... यस. ख्रिश्चन, प्लीज, मला केटला सांगितलं पाहिजे, ती काळजी

करेल,'' त्याचं तोंड एका कठोर रेषेत दाबलं गेलं आणि त्याने जड निःश्वास टाकला.

''जर तुला सांगावंच लागणार असेल तर...'' त्याने मला उभं केलं आणि माझा हात हातात घेऊन मला पुन्हा बारमध्ये सोडलं. मला अशक्त, अजूनही झिंगल्यासारखं, ओशाळलेलं, थकलेलं, भयानक घाबरलेलं आणि कोणत्यातरी एका विचित्र पातळीवर पूर्णपणे रोमहर्षक वाटत होतं. त्याने माझा हात घट्ट पकडला होता. इतक्या गोंधळ उडवणाऱ्या वेगवेगळ्या भावना. त्या सगळ्या भावनांचं विश्लेषण करायला मला निदान आठवडा तरी लागेल.

बारमध्ये गर्दी होती, कलकलाट होता आणि संगीत सुरू झाल्याने डान्स फ्लोअरवर मोठा जमाव होता. केट आमच्या टेबलापाशी नव्हती आणि जोस गायब झाला होता. लिव्हाय एकटाच असल्याने हरवलेला आणि दुःखी वाटत होता.

''केट कुठे आहे?'' गोंधळाच्या वर आवाज चढवून मी लिव्हायला ओरडून विचारलं. संगीताच्या ठणठणाटामुळे माझं डोकं त्याच्या बेस लाइनप्रमाणे ठणकायला लागलं होतं.

''नृत्य करते आहे,'' लिव्हाय ओरडला आणि तो चिडला असल्याचं मला कळलं. तो ख्रिश्चनकडे संशयाने बघत होता. मी माझं ब्लॅक जॅकेट कष्टानेच अंगावर चढवलं आणि माझी लहान शोल्डर बॅग माझ्या डोक्यावरून टाकली; म्हणजे ती माझ्या ढुंगणावर बसली. एकदा केटला बघितलं की, मी जायला तयार होते.

मी ख्रिश्चनच्या दंडाला स्पर्श केला आणि पुढे झुकून त्याच्या कानात ओरडले, ''ती डान्स फ्लोअरवर आहे.'' माझं नाक त्याच्या केसांना घासलं. त्याचा स्वच्छ, ताजा सुगंध मी हुंगला. त्या सगळ्या अप्राप्य, अपरिचित भावना ज्यांना मी पृष्ठभागावर यायला मनाई करण्याचा प्रयत्न केला होता, त्या माझ्या रस शोषून घेतलेल्या शरीरातून सुसाट धावत होत्या. मी लाजले आणि कुठेतरी खोल, अगदी खोलवर माझे स्नायू आकुंचन पावले.

माझ्याकडे बघून त्याने डोळे फिरवले आणि पुन्हा माझा हात हातात घेऊन मला बारकडे नेलं. त्याची मागणी लगेच पूर्ण करण्यात आली. मि. कंट्रोल फ्रिक ग्रेसाठी प्रतीक्षा नाही! प्रत्येक गोष्ट त्याच्याकडे एवढी सहज येत असेल. त्याने काय ऑर्डर दिलीये, ते मला ऐकू आलं नाही. त्याने मला बर्फाच्या पाण्याने भरलेला एक मोठा ग्लास दिला.

''पी,'' त्याने ओरडून फर्मावलं. हलणारे लाइट्स संगीताप्रमाणे झुलत आणि वळत होते. सगळ्या बारमध्ये आणि लोकांवर विचित्र रंगीत प्रकाश आणि सावल्या पडत होत्या. तो आलटून-पालटून हिरवा, निळा, सफेद आणि राक्षसासारखा लाल दिसत होता. तो मला उत्कटतेने न्याहाळत होता. मी एक छोटासा घुटका घेतला.

"सगळं पी," तो ओरडला.

तो एवढा आगाऊ होता. त्याच्या न वळणाऱ्या केसांतून तो हात फिरवत होता. तो वैफल्यग्रस्त आणि चिडलेला दिसत होता. त्याचा प्रॉब्लेम काय आहे? एक मूर्ख, प्यायलेली मुलगी त्याला मध्यरात्री फोन करते आणि त्याला वाटतं की, तिला सुटकेची गरज आहे. तेव्हा असं उघड होतं की, तिच्या प्रेमात जरा अधिकच आक्रमक झालेल्या मित्रामुळे ती तसं करते आहे. आणि मग तिला तो त्याच्या पायांशी अतिशय आजारी झालेलं बघतो. ओह, ॲना... तू हे कधीतरी मागे टाकणार आहेस का? अर्धचंद्राकृती चश्म्याआडून माझ्याकडे टवकारून बघत आणि अलंकारिकरीत्या माझ्याकडे बघून चुकचुकत माझं अर्धजागृत मन मला विचारत होतं. मी थोडी डुलले आणि त्याने मला सावरण्यासाठी माझ्या खांद्यावर हात टाकला. मला जसं सांगितलं होतं तसं मी केलं आणि पूर्ण ग्लास पाणी पिऊन टाकलं. त्यामुळे मला मळमळल्यासारखं झालं. त्याने माझ्या हातून तो ग्लास घेतला आणि बारवर ठेवला. अस्पष्टपणे मला दिसलं की, त्याने एक सैलसर व्हाइट लिननचा शर्ट, अंगालगत बसणारे काळे कॉन्व्हर्स स्नीकर्स आणि एक गडद, रेघारेघांचं जॅकेट घातलं होतं. वरच्या बाजूची शर्टाची बटणं लावली नव्हती आणि त्या फटीतून मला थोडे केस दिसले. माझ्या क्षीण झालेल्या मनाला तो 'यम्मी' दिसत होता!

त्याने पुन्हा एकदा माझा हात धरला. होली काउ – तो मला डान्स फ्लोअरवर घेऊन चालला होता. शिट्. मी नृत्य करत नाही. माझी नाखुशी त्याला जाणवली आणि रंगीत प्रकाशात मला त्याचं गंमत वाटत असलेलं, थट्टेखोर हसू दिसलं. त्याने माझ्या हाताला एक तीव्र ओढ दिली आणि मी पुन्हा त्याच्या बाहुपाशात होते. आणि मला त्याच्याबरोबर घेत त्याने हलायला सुरुवात केली. बॉय, तो नृत्य करू शकतो आणि मी त्याच्यामागे पदन्यासाप्रमाणे पदन्यास करत जात होते, याच्यावर माझा विश्वास बसत नव्हता. कदाचित मी प्यायले असल्याने मी तसं करू शकत असेन. त्याने मला त्याच्याजवळ घट्ट धरलं होतं, माझ्या शरीराजवळ त्याचं शरीर... त्याने जर मला एवढं घट्ट धरून ठेवलं नसतं, तर मी त्याच्या पायांशी पडेन याची मला खातरी होती. माझ्या मनात कुठेतरी, माझ्या आईची नेहमी ऐकवली जाणारी सावधगिरीची सूचना मला आठवली : *ज्याला नृत्य करता येतं, अशा पुरुषावर कधी विश्वास ठेवू नका.*

नृत्य करणाऱ्या लोकांच्या गर्दीतून मार्ग काढत डान्स फ्लोअरच्या दुसऱ्या बाजूला तो पोचला. आम्ही केट आणि ख्रिश्चनचा भाऊ इलिअट यांच्या शेजारी होतो. संगीताचा मोठ्याने ठणठणाट चालू होता. बाहेर आणि माझ्या डोक्यात. ओह् नो. केट तिच्या चाली खेळत होती. ती समरसून नृत्य करत होती आणि तिला जर कोणी

आवडलं, तरच ती तसं करते. खरंच कोणीतरी आवडला तर. याचा अर्थ उद्या सकाळच्या न्याहारीच्यावेळी आम्ही तिघं असू. केट!

ख्रिश्चन पुढे वाकून इलिअटच्या कानात ओरडला. तो काय बोलतो ते मला ऐकू आलं नाही. इलिअट उंच होता, त्याचे खांदे रुंद होते, त्याचे केस पिंगट पिवळसर होते आणि डोळे फिक्या रंगाचे, खट्याळपणे चमकणारे होते. धडधडणाऱ्या चमकत्या लाइट्सच्या उष्णतेत मी त्यांचा रंग सांगू शकले नाही. इलिअट हसला आणि केटला त्याने त्याच्या बाहुपाशात ओढलं. त्याच्या मिठीत विसावायला ती खूपच खूश दिसतेय... केट! माझ्या दारू चढलेल्या स्थितीतदेखील मला धक्का बसला. मी त्याला नुकतीच भेटले होते. ख्रिश्चनने आम्हाला घाईघाईने डान्स फ्लोअरवरून निघायला भाग पाडलं.

मला तिच्याशी बोलण्याची संधी मिळाली नाही. ती ठीक आहे ना? त्याच्यासाठी आणि तिच्यासाठी पुढे काय वाढून ठेवलं आहे, हे मला दिसत होतं. सुरक्षित संभोगावर भाषण देण्याची मला गरज होती. माझ्या मनात विचार डोकावला की, बाथरूमच्या दरवाजाच्या आतल्या बाजूला लावलेल्या त्या विषयावरचं एखादं पोस्टर तिने वाचावं. माझे विचार माझ्या मेंदूतल्या झिंगल्याच्या अस्पष्ट भावनांशी झगडत, धडकत होते. इथे एवढं गरम होतं आहे. इतका मोठा आवाज, एवढं रंगीबेरंगी – खूप भडक. माझं डोकं भिरभिरायला लागलं. ओह् नो... आणि जमीन माझ्या चेहऱ्याला भेटायला येत असल्यासारखी वाटली किंवा असंच काहीतरी वाटलं. ख्रिश्चन ग्रेच्या बाहुपाशात बेशुद्ध होण्यापूर्वी मी ऐकलेले शेवटचे शब्द होते – त्याचे कठोर अपशब्द –

"फक्!"

५

सगळं शांत होतं. प्रकाश फिकट होता. मी आरामशीर आणि उबदार बिछान्यामध्ये पडले होते. हं... मी माझे डोळे उघडले आणि क्षणमात्र मी शांत आणि प्रसन्न होते. माझ्या भोवतालच्या चमत्कारिक, अनोळखी वातावरणाचा मी आनंद लुटत होते. मी कुठे आहे, याची मला काहीच कल्पना करता येत नव्हती. माझ्या मागचा हेडबोर्ड एका मोठ्या सूर्याच्या आकारात होता. तो मला विचित्रपणे ओळखीचा वाटला. खोली मोठी आहे आणि हवेशीर; कलात्मकतेने तपकिरी, बेज आणि सोनेरी रंगात सजवलेली. मी ती पूर्वी पाहिलीये. झिंगल्याने गोंधळलेला मेंदू ते आठवण्याची धडपड करत होता. होली क्रॅप. मी हिथमॅन हॉटेलमध्ये होते. एका स्वीटमध्ये. या खोलीशी साधर्म्य असलेल्या एका खोलीत मी केटबरोबर राहिले होते. ही मोठी दिसते. ओह्, शिट्. मी ख्रिश्चन ग्रेच्या स्वीटमध्ये आहे. मी इथे कशी काय आले?

आदल्या रात्रीच्या तुरळक स्मृती माझा पिच्छा पुरवायला सावकाश परत येत होत्या. ते पिणं – *ओ नो... ते पिणं,* तो फोन कॉल... *ओ नो...* तो फोन कॉल... ते उलट्या होणं,... *ओ नो,* ते उलट्या होणं. जोस आणि मग ख्रिश्चन... *ओ नो!* मी आतल्या आत भीतीने आक्रसून गेले. इथे आल्याचं मला आठवत नव्हतं. मी टी शर्ट, ब्रा आणि पँटीज यांवर होते. पायमोजे नाहीत, जीन्स नाहीत. *होली शिट्.*

मी बिछान्याशेजारच्या टेबलाकडे नजर टाकली. त्याच्यावर संत्र्याच्या रसाचा एक ग्लास आणि दोन गोळ्या ठेवल्या होत्या. तो एक *नियंत्रण-वेडा* असल्याने सगळ्या गोष्टींचा विचार करतो. मी उठून बसले आणि गोळ्या घेतल्या. खरं म्हणजे, मला तेवढं काही वाईट वाटत नव्हतं, कदाचित माझ्या योग्यतेपेक्षा बरंच अधिक चांगलं वाटत होतं. संत्र्याचा रस फारच सुंदर लागला. तो तहान भागवणारा आणि ताजंतवानं करणारा होता.

दरवाजावर टकटक झाली. माझं हृदय जोराने धडधडू लागलं आणि माझा आवाज मला सापडत नव्हता. त्याने तरीही दरवाजा उघडला आणि आत चालत आला.

होली हेल्, तो व्यायाम करत होता. त्याच्या अंगावर ग्रे स्वेटपँट्स होत्या. त्याच्या नितंबांवरून त्या विशिष्ट पद्धतीने लटकत होत्या. त्याने ग्रे रंगाचा बिन बाह्यांचा टी शर्ट घातला होता, जो त्याच्या घामाने केसांप्रमाणे गडद झाला होता. ख्रिश्चन ग्रेचा घाम; हा विचार माझ्यासाठी विचित्र गोष्टी घडवत होता. मी एक खोल श्वास घेतला आणि माझे डोळे मिटले. मला एखाद्या दोन वर्षांच्या मुलीसारखं वाटलं; मी जर माझे डोळे मिटले, तर खरं म्हणजे मी इथे नाही.

"गुड मॉर्निंग, ॲनास्टॅशिया. कसं काय वाटतंय तुला?"

"माझ्या लायकीपेक्षा अधिक चांगलं," मी पुटपुटले.

मी त्याच्याकडे एक चोरटी नजर टाकली. एक मोठी खरेदी करण्याची पिशवी त्याने खुर्चीवर ठेवली आणि आपल्या मानेभोवती असलेल्या टॉवेलचं टोक पकडलं. तो माझ्याकडे टक लावून बघत होता. त्याचे करडे डोळे गडद झाले होते आणि नेहमीप्रमाणेच, तो काय विचार करतोय याची मला कल्पना नव्हती. तो त्याचे विचार आणि भावना केवढ्या छान दडवू शकतो.

"मी इथे कशी आले?" माझा आवाज बारीक आणि पश्चात्तापदग्ध होता.

तो बिछान्याच्या कडेवर बसला. त्याला मी स्पर्श करू शकेन, एवढा तो माझ्या जवळ होता. त्याचा सुगंधदेखील हुंगता येत होता. ओ माय... घाम आणि बॉडीवॉश आणि ख्रिश्चन. ते एक डोक्यात भिनणारं कॉकटेल होतं – मार्गारिटापेक्षा कितीतरी अधिक चांगलं आणि आता मी अनुभवाने हे बोलू शकते.

"तू बेशुद्ध झाल्यावर, समजा तुला तुझ्या अपार्टमेंटपर्यंत सोडेस्तोवर, पुन्हा उलट्या झाल्या असत्या तर माझी गाडी खराब झाली असती, आणि मला तो धोका पत्करायचा नव्हता, म्हणून मी तुला इथं आणलं," तो थंडपणे म्हणाला.

"तू मला बिछान्यात झोपवलंस?"

"यस." त्याचा चेहरा निर्विकार होता.

"मी पुन्हा उलटी केली का?" माझा आवाज शांत होता.

"नाही."

"तू माझे कपडे काढलेस का?" मी कुजबुजले.

"होय," तो माझ्याकडे बघत भुवई विनोदी पद्धतीने हलवत म्हणाला आणि मी अतिशय लाजले.

"आपण काही...?" मी कुजबुजले. माझं तोंड भीतीने कोरडं पडलं होतं आणि मी प्रश्न पूर्ण करू शकले नाही. मी माझ्या हातांकडे टक लावून पाहिलं.

"ॲनास्टॅशिया, तू कोमात गेली होतीस. प्रेतांबद्दल शृंगारिक आकर्षण वाटणाऱ्यांपैकी मी नव्हे. मला आपली ज्ञानेंद्रियं वापरणाऱ्या आणि प्रतिसाद देणाऱ्या स्त्रिया आवडतात," तो शुष्कपणे म्हणाला.

"मला खूप खेद होतोय."

त्याचं तोंड एका उपरोधिक हास्यात थोडंसं उचललं गेलं.

"कालची संध्याकाळ लक्ष दुसरीकडे वळवणारी होती. काही काळ तरी मी ती विसरू शकणार नाही."

"मी पण नाही..." ओह, तो माझ्याकडे बघून हसत होता. बास्टर्ड!

मी काही त्याला सांगितलं नव्हतं की, येऊन मला घे म्हणून. कसं का कोण जाणे, या घटनेतील खलनायिका मी असल्यासारखं मला वाटायला लावण्यात आलं होतं.

"खरंतर तुम्ही विकसित करत असलेल्या जेम्स बाँडच्या साधनांच्या साहय्याने माझा शोध घेण्याची काहीच गरज नव्हती," मी तट्कन बोलले. तो माझ्याकडे एकटक बघत होता. त्याला आश्चर्य वाटलं आणि माझी चूक होत नसेल, तर तो थोडासा दुखावला होता.

"प्रथम म्हणजे सेल फोनचा माग काढण्याचं तंत्रज्ञान इंटरनेटवर उपलब्ध आहे. दुसरं, माझी कंपनी टेहळणी करणाऱ्या कोणत्याही प्रकारच्या साधनांचं उत्पादनही करत नाही किंवा त्याच्यात पैसे गुंतवत नाही. आणि तिसरं, मी जर तुला घ्यायला आलो नसतो, तर कदाचित तू त्या फोटोग्राफरच्या बिछान्यातून जागी झाली असतीस आणि माझ्या जे काही लक्षात आहे त्याप्रमाणे, त्याचा दावा लावून धरण्याइतकी तू फारशी उत्साही नव्हतीस," तो जळजळीतपणे म्हणाला.

त्याचा दावा लावून धरण्याइतकी! मी ख्रिश्चनकडे बघितलं. तो माझ्याकडे रागाने बघत होता, त्याचे डोळे आग ओकत होते आणि तो व्यथित झाला होता. मी माझा ओठ चावायचा प्रयत्न केला, पण मी माझं हसू दाबू शकत नव्हते.

"तू मध्ययुगीन काळातून पलायन केलंयस? तू एखाद्या सरदारासारखा वाटतोस."

त्याचा मूड लक्षात येण्यासारखा बदलला. त्याचे डोळे मवाळ झाले आणि त्याच्या चेहऱ्यावरचा भाव प्रेमळ झाला. त्याच्या ओठांवर हास्याची लकेर उमटली.

"ॲनास्टॅशिया, मला नाही तसं वाटत. कदाचित डार्क नाइट." त्याचं हास्य उपरोधिक होतं आणि त्याने डोकं हलवलं. "तू काल रात्री काही खाल्लंस का?" त्याचा स्वर ठपका ठेवणारा होता. मी माझं डोकं नकारार्थी हलवलं. आता मी कोणतं मोठ्ठं उल्लंघन केलंय? त्याचा जबडा आक्रसला, पण त्याचा चेहरा निर्विकार होता.

"तुला काहीतरी खायला हवं. म्हणूनच तू एवढी आजारी पडली आहेस. खरं म्हणजे, दारू पितानाचा तो नियम क्रमांक एक आहे." त्याने त्याचा हात त्याच्या केसांतून फिरवला. तो वैतागलेला आहे म्हणून तसे करतो आहे, हे मला कळत होतं.

"तू माझ्यावर रागावत राहणं चालू ठेवणार आहेस का?"

"मी तसं करतोय?"

"मला असं वाटतंय."

"तू नशीबवान आहेस की, मी तुला फक्त रागावतोय."

"म्हणजे?"

"वेल, तू जर माझी असतीस, तर काल तू जो प्रकार केलास त्यानंतर तू एक आठवडा बसूही शकली नसतीस. तू काही खाल्लं नाहीस, तुला दारू चढली होती, तू स्वत:ला धोक्यात घातलंस." त्याने डोळे फिरवले, त्याच्या चेहऱ्यावर भीती उमटली होती आणि तो थरथरला. जेव्हा त्याचे डोळे उघडले, तेव्हा त्याने माझ्याकडे रागाने बघितलं. "तुझं काय झालं असतं, याचा मला विचारदेखील करवत नाही."

मी त्याच्याकडे आठ्या घालून बघितलं. त्याचा प्रॉब्लेम तरी काय आहे? त्याला त्याचं काय? जर मी त्याची असले असते... वेल, मी नाहीये. कदाचित माझ्यातल्या एका भागाला त्याची असायला आवडेल. त्याच्या चढेलपणाच्या बोलण्याने मला आलेल्या चिडीचा भंग करून हा विचार पुढे आला. माझ्या अर्धजागृत मनाच्या वाटेल तशा भरकटण्याने मी लाजले. त्याच्या असण्याच्या कल्पनेने ती तिचं आनंदी नृत्य एक उजळ, लाल हुला स्कर्ट घालून करत होती.

"मी व्यवस्थित होते. मी केटबरोबर होते."

"आणि फोटोग्राफर?" त्याने मला चटकन विचारलं.

हं... *तरुण जोस.* केव्हातरी मला त्याला तोंड द्यावं लागेल.

"जोस फक्त वाहवत गेला," मी खांदे उडवले.

"वेल, पुढल्या वेळेला जेव्हा तो वाहवत जाईल, तेव्हा कदाचित कोणीतरी त्याला काही शिष्टाचार शिकवावेत."

"तू अगदी शिस्त लावणारा आहेस," मी फुस्कारले.

"ओह, ॲनास्टॅशिया, तुला कल्पना नाही," त्याचे डोळे बारीक झाले आणि मग तो दुष्टपणे हसला. ते हसणं हतबल करणारं होतं. एका मिनिटाला मी गोंधळलेली, रागावलेली होते, दुसऱ्या मिनिटाला मी त्याचं सुंदर हसू न्याहाळू लागले. वॉव... मी मंत्रमुग्ध झाले होते. त्याला कारण म्हणजे त्याचं ते इतकं दुर्मीळ हास्य होतं. तो कशाबद्दल बोलतो आहे, हे मी बिलकूलच विसरून गेले.

"मी शॉवर घेणार आहे. पण तुला आधी शॉवर घ्यायचा असेल तर..." त्याने त्याचं डोकं एका बाजूला झुकवलं, अजूनही तो हसत होता. माझ्या हृदयाचे ठोके वाढले होते आणि माझ्या मेड्यूला ऑब्लाँगेटाने मला श्वास घेण्यासाठी सूचना देण्याकडे दुर्लक्ष केलं. त्याचं हास्य विरलं. त्याने त्याचा अंगठा माझ्या गालावरून आणि माझ्या खालच्या ओठांवरून फिरवला.

"श्वास घे, ॲनास्टॅशिया," तो कुजबुजला आणि मग उभा राहिला. "पंधरा मिनिटांत इथे न्याहारी येईल. तू भुकेली असशील." तो बाथरूममध्ये गेला आणि त्याने दरवाजा बंद केला.

मी रोखून ठेवलेला श्वास सोडला. तो इतका पराकोटीचा आकर्षक का आहे? आत्ता मला जायचं आहे आणि त्याच्याबरोबर शॉवर घ्यायचा आहे. कोणाबद्दलही मला असं कधीच वाटलं नव्हतं. माझे हार्मोन्स जलद गतीने उसळताहेत. त्याचा अंगठा माझ्या गालांवरून आणि खालच्या ओठांवरून जिथून फिरला होता, तिथली त्वचा चुणचुणतेय. मी एका गरजेच्या, दुखणाऱ्या अवस्थेमुळे चुळबुळत होते. ही प्रतिक्रिया मी समजू शकत नाही. *हं... इच्छा.* ही इच्छा आहे. ती अशी जाणवते.

नरम, पिसं भरलेल्या उशांवर मी रेलून बसले. *तू जर माझी असतीस तर...* ओ माय... त्याची असण्यासाठी मी काय करावं? तो फक्त एकटाच माणूस आहे ज्याने माझ्या अंगातून रक्त सळसळायला लावलं आहे. तरीही तो एवढा राग यायला लावणारादेखील आहे. तो समजायला कठीण, गोंधळवून टाकणारा आणि गुंतागुंतीचा आहे. एका मिनिटाला तो माझी कानउघाडणी करतो, दुसऱ्या मिनिटाला तो मला १४ हजार डॉलर्सची पुस्तकं पाठवतो, आणि मग पाठलाग केल्यासारखा तो माझा माग काढतो. आणि या सगळ्यासाठी मी त्याच्या हॉटेलच्या स्वीटमध्ये एक रात्र घालवली आहे आणि मला सुरक्षित वाटतं आहे. काळजी घेतल्यासारखं. एका धोक्यातून माझी सुटका करण्यासाठी येण्याइतकी त्याला माझी काळजी वाटते. तो डार्क नाइट नाही, पण चमकणाऱ्या, डोळे दिपवणाऱ्या चिलखतातला व्हाइट नाइट आहे – एक अभिजात प्रणयवीर – इंग्रजी साहित्यातला.

माझ्या जीन्सचा कसून शोध घेत मी बिछान्यातून धडपडत उठले. शॉवर घेतल्यामुळे ओलसर आणि चमकणारा असा तो बाथरूममधून बाहेर आला, अजूनही त्याने दाढी केली नव्हती आणि त्याच्या कमरेभोवती फक्त एक टॉवेल होता आणि मी अशी – उघडे-वाघडे पाय आणि अवघडलेला गबाळग्रंथीपणा. मी बिछान्यातून उठलेली बघून त्याला आश्चर्य वाटलं.

"तू जर तुझ्या जीन्स शोधत असशील, तर मी त्या लाँड्रीत पाठवल्या आहेत." त्याची नजर गडद आहे. "कारण त्यांच्यावर तुझी उलटी उडाली होती."

"ओह!" मी लालेलाल झाले. का बरं तो मला असा नेहमी तोल ढळलेल्या स्थितीत पकडतो?

"मी टेलरला जीन्सचा दुसरा एक जोड आणि बूट आणायला पाठवलं होतं. त्या वस्तू खुर्चीवरच्या बॅगेत आहेत."

स्वच्छ कपडे. केवढा हा अनपेक्षित बोनस.

"अं... मी अंघोळ करेन," मी पुटपुटले, "धन्यवाद."

मी आणखी काय करणार? मी बॅग पकडली आणि नग्न ख्रिश्चनच्या अस्वस्थ करणाऱ्या सहवासापासून दूर जाण्यासाठी बाथरूममध्ये सूर मारला. मायकेलँजेलोच्या डेव्हिडच्या अंगावरही काही नाहीये.

सगळं बाथरूम गरम आणि वाफेने भरलेलं होतं. मी माझे कपडे उतरवले आणि पटकन शॉवरमध्ये घुसले. धुऊन काढणाऱ्या पाण्याच्या धारेखाली जायची मला नेहमी ओढ असते. ते माझ्यावरून छोट्या प्रपातांसारखे वाहतं. मी माझा चेहरा त्या स्वागतार्ह धारेखाली धरला. मला ख्रिश्चन ग्रे पाहिजे. मला तो अगदी हवा आहे. हे एक साधं सत्य. माझ्या आयुष्यात पहिल्यांदाच मला एका पुरुषाबरोबर झोपायचं आहे. मला त्याच्या हातांचा स्पर्श अनुभवायचा आहे. आणि त्याचं तोंड माझ्यावर असण्याचा अनुभव घ्यायचा आहे.

तो म्हणाला की, त्याला काही गोष्टींची अनुभूती घ्यायला सक्षम असलेल्या स्त्रिया आवडतात. *मग तो कदाचित ब्रह्मचारी नसावा.* पण त्याने माझी छेड काढलेली नाही, पॉल किंवा जोससारखी. मला कळत नाही. त्याला मी पाहिजे? गेल्या आठवड्यात त्याने माझं चुंबनदेखील घेतलं नाही. मी त्याला दूर घालवून देणारी वाटते का? तरीही मी इथे आहे आणि त्याने मला इथे आणलं आहे. त्याची खेळी काय आहे हे मला माहीतच नाही. तो काय विचार करतो आहे? *तू त्याच्या बिछान्यात रात्रभर झोपलीस आणि त्याने तुला स्पर्श केलेला नाही, ॲना.* तूच गणित घाल. माझ्या अर्धजागृत मनाने तिचं कुरूप, उद्धट डोकं वर काढलं. मी त्याकडे दुर्लक्ष केलं.

पाणी गरम आणि सुखावणारं आहे. हं... मी या शॉवरखाली, त्याच्या या बाथरूममध्ये, अनंतकाळासाठी राहू शकेन. मी बॉडी वॉश घेण्यासाठी हात लांब केला. त्याला त्याचा वास येत आहे. तो वास फार छान आहे. मी तो माझ्या सगळ्या अंगावर चोळला. तो वास म्हणजे तो आहे, अशा आभासमय विश्वात रमत मी माझ्या अंगीला स्वर्गीय सुगंधाचा साबण चोळते आहे, माझ्या वक्षस्थळांवरून, माझ्या पोटावरून माझ्या दोन मांड्यांच्यामध्ये – त्याच्या लांबसडक बोटांनी... ओ माय. माझ्या हृदयाचे ठोके पुन्हा वाढतात. हे इतकं... इतकं छान वाटतं आहे.

"न्याहारी तयार आहे," मला दचकवत दरवाजावर त्याने टकटक केलं.

"ओ... ओके," माझ्या शृंगारिक दिवास्वप्नातून मला दुष्टपणे बाहेर ओढून काढण्यात आल्यावर माझं ततपप झालं.

मी शॉवरमधून बाहेर आले आणि दोन टॉवेल्स घेतले. एका टॉवेलमध्ये मी माझे केस बांधले आणि तो कारमेन मिरांडा स्टाइलने माझ्या डोक्याभोवती गुंडाळला. घाईघाईत मी स्वत:ला कोरडं केलं, माझ्या अतिसंवेदनाक्षम त्वचेवर घासल्या जाणाऱ्या टॉवेलच्या सुखद स्पर्शाकडे मी दुर्लक्ष केलं.

मी जीन्सची बॅग तपासली. टेलरने माझ्यासाठी जीन्स आणि नवीन कॉन्व्हर्सच नव्हे, तर एक फिक्कट निळ्या रंगाचा शर्ट, मोजे आणि अंतर्वस्त्रंदेखील आणली आहेत. ओ माय! एक स्वच्छ ब्रा आणि पँटी – खरं म्हणजे त्याचं एवढ्या चाकोरीतल्या उपयुक्त शब्दांत वर्णन करणं त्याच्यावर न्याय केल्यासारखं वाटत नाही. ती अंतर्वस्त्रं अतिशय सुंदर पद्धतीने डिझाइन केलेली, फॅन्सी युरोपियन रात्री घालायची वस्त्रं आहेत. फिक्कट निळी लेस आणि वैशिष्ट्यपूर्ण. वॉव्. त्या अंतर्वस्त्रांनी मी स्तिमित तर झालेच; पण थोडीशी दडपूनदेखील गेले. अधिक म्हणजे, ती अंगाला व्यवस्थित बसली, पण अर्थातच ती व्यवस्थित होतात. बझ कट. माझ्यासाठी तो एखाद्या लाँजरी स्टोअरमध्ये या वस्तू घेत असल्याच्या विचाराने मी लाल झाले. त्याच्या कामाच्या वर्णनात आणखी काय असेल याचा मी विचार केला.

मी पटकन कपडे घातले, बाकीचे राहिलेले कपडे अगदी व्यवस्थित होते. मी चटकन माझे केस टॉवेलने वाळवले आणि त्यांना नियंत्रणात आणण्याचा निकराचा प्रयत्न केला. पण नेहमीप्रमाणेच त्यांनी सहकार्य करायला नकार दिला. माझ्यापुढे फक्त एकच पर्याय होता तो त्यांना हेअर टायने रोखण्याचा, पण तो माझ्याकडे नव्हता. माझ्या पर्समध्ये, जिथे कुठे असायचा तिथे तो कदाचित असेल. मी एक खोल श्वास घेतला – मि. कन्फ्यूझिंगला तोंड देण्यासाठी.

शयनगृह रिकामं असल्याचं बघून मला धन्य वाटत होतं. मी पटकन माझ्या पर्सचा शोध घेतला, पण ती तिथे नव्हती. दुसरा खोल श्वास घेत मी स्वीटच्या बैठकीच्या भागात प्रवेश केला. तो खूप मोठा आहे. तिथे एक वैभवशाली, दिमाखदार बैठकीचा भाग आहे. गुबगुबीत कोच आणि मऊ छोट्या उशा, एक मोठं कॉफी टेबल, त्यावर मोठ्या गुळगुळीत पुस्तकांचा ढीग, एक स्टडी विभाग, त्याच्यात अगदी अलीकडचा आयमॅक आणि भिंतीवर एक प्रचंड प्लाझ्मा स्क्रीन टीव्ही. खोलीच्या दुसऱ्या बाजूला ख्रिश्चन जेवणाच्या टेबलाजवळ एक वर्तमानपत्र वाचत बसला होता. मी जरी टेनिस खेळत नसले, तरी ती खोली एखाद्या टेनिस कोर्टाच्या आकाराची दिसत होती. तसंही मी केटला खूप वेळा टेनिस खेळताना पाहिलं आहे. केट!

"क्रॅप, केट," मी करवादले. ख्रिश्चनने माझ्याकडे चोरटा कटाक्ष टाकला.

"तिला माहीत आहे तू इथे आहेस आणि अजून जिवंत आहेस! मी इलिअटला संदेश पाठवलाय," तो विनोदाच्या किंचित छटेसह म्हणाला.

ओ नो. मला तिचं आदल्या रात्रीचं भावनावेगानं नाचणं आठवलं. ख्रिश्चनच्या भावाला मोहात पाडण्यासाठी तिने सर्वाधिक परिणामकारक वापरलेल्या तिच्या सगळ्या हमखास चाली. मी इथे आहे म्हणून ती माझ्याबद्दल काय विचार करेल?

मी यापूर्वी कधी बाहेर राहिले नव्हते. ती अजूनही इलिअटबरोबर होती. तिने आत्तापर्यंत असं फक्त दोनदा केलं होतं. आणि दोन्ही वेळेला तिचं प्रकरण फिसकटल्यावर मला तिचे ते घाणेरडे गुलाबी पायजमे एक आठवडाभर सहन करावे लागले होते. मी पण अशीच एका रात्रीसाठी बाहेर राहिले असा ती विचार करेल?

ख्रिश्चनने माझ्याकडे शिष्टपणाने बघितलं. त्याने एक सफेद लिनन शर्ट घातला होता, कॉलर आणि हाताचे कफ्स उघडे होते.

"बस," त्याने फर्मावलं आणि टेबलाजवळच्या एका जागेकडे निर्देश केला. मी खोलीच्या दुसऱ्या भागाकडून चालत आले आणि मला निर्देश केल्याप्रमाणे त्याच्या समोर बसले. टेबलावर खाद्यपदार्थ मांडले होते.

"तुला काय आवडतं ते मला माहीत नव्हतं, म्हणून मी न्याहारीच्या मेन्यूतून काही पदार्थ निवडून ते मागवले." त्याने एक तिरकस, क्षमा मागणारं हास्य केलं.

पदार्थांच्या निवडीने गोंधळून जाऊन, मला जरी भूक लागली होती, तरी मी पुटपुटले, "हे जरा अतिच खर्चिक झालं."

"होय, खरंच, तसं आहे?" तो अपराधी वाटला.

मी पॅनकेक्स, मेपल सिरप, अंड्याची भुर्जी आणि बेकन निवडलं. ख्रिश्चनने अंड्याच्या सफेद भागापासून केलेल्या ऑम्लेटकडे वळताना त्याचं हसू लपवण्याचा प्रयत्न केला. पदार्थ चवदार होते.

"चहा?" त्याने विचारलं.

"यस, प्लीज."

त्याने माझ्याकडे एक गरम पाणी असलेली लहान किटली सरकवली. बशीमध्ये डायनिंग्ज इंग्लिश ब्रेकफास्ट टी बॅग्ज होत्या. जीझ. मला माझा चहा आवडतो, ते त्याच्या लक्षात आहे.

"तुझे केस खूप ओले आहेत," त्याने दटावलं.

"मला हेअर ड्रायर मिळाला नाही," शरमिंदी होऊन मी लहान आवाजात बोलले. खरंतर मी तो शोधलाच नव्हता.

ख्रिश्चनचे तोंड एका कठीण रेषेसारखं दाबलेलं झालं; पण तो काहीच म्हणत नव्हता.

"कपड्यांबद्दल धन्यवाद."

"मला आनंद आहे, ॲनास्टॅशिया. तो रंग तुला शोभून दिसतोय."

मी लाजले आणि माझ्या बोटांकडे एकटक पाहत बसले.

"तू खरंतर स्तुतीचा स्वीकार कसा करायचा, हे शिकायला पाहिजेस." त्याचा स्वर ताडन करणारा होता.

"या कपड्यांचे किती पैसे झाले? मला तुला द्यायला हवेत."

मी त्याला कोणत्यातरी पातळीवर दुखावल्यासारखा तो माझ्याकडे डोळे वटारून बघू लागला.

"तू आधीच मला पुस्तकं तर दिलेलीच आहेस, जी अर्थातच मी स्वीकारू शकत नाही. पण हे कपडे... प्लीज, मला पैसे परत करू दे," मी त्याच्याकडे बघून कसंनुसं हसले.

"ॲनास्टॅशिया, माझ्यावर विश्वास ठेव, मला ते परवडतं."

"मुद्दा तो नाही. तू माझ्यासाठी ती का विकत घ्यावीस?"

"कारण मी घेऊ शकतो," त्याचे डोळे एका खट्याळ चमकेने फुलले.

"एखाद्याला परवडतं म्हणून त्याने ती घ्यावीतच असं नव्हे," मी त्याला शांतपणे उत्तर दिलं. त्याने त्याची भुवई माझ्याकडे बघून उंचावली. त्याचे डोळे चमकत होते, आणि एकाएकी माझ्या लक्षात आलं की, आम्ही कोणत्यातरी वेगळ्याच विषयावर बोलत होतो, पण ते काय आहे हे मला ठाऊक नव्हतं.

"तू मला पुस्तकं का पाठवलीस, ख्रिश्चन?" माझा स्वर मृदू होता. त्याने त्याचे काटे-चमचे खाली ठेवून माझ्याकडे उत्कटपणे बघितलं. कळू न शकणाऱ्या अशा कोणत्यातरी भावनेने त्याचे डोळे आग ओकत होते. होली क्रॅप – माझ्या तोंडाला कोरड पडली.

"वेल, तू ज्या सायकलस्वारामुळे जवळजवळ धराशायी झाली होतीस – आणि मी तुला धरलं होतं आणि तू माझ्याकडे वर बघत होतीस – 'किस मी, किस मी ख्रिश्चन...'" तो थांबला आणि त्याने खांदे उडवले – "मला वाटलं, मी तुझी क्षमा मागायला पाहिजे आणि एक सावधगिरीचा इशारादेखील दिला पाहिजे." तो त्याचा हात त्याच्या केसातून फिरवत होता. "ॲनास्टॅशिया, मी हृदय आणि फुलं यांमुळे हळवा होणाऱ्या प्रकारचा पुरुष नाही... मी प्रणय करत नाही. माझ्या रुची फार वेगळ्या आहेत. तू माझ्यापासून दूर राहायला हवंस."

त्याने त्याचे डोळे हरवल्यासारखे मिटले. "पण तुझ्यात काहीतरी आहे. त्यामुळे दूर राहणं मला अशक्य वाटतं, पण त्याची कल्पना तू आधीच केली असशील."

माझी भूक गायब झाली. *तो दूर राहू शकत नाही!*

"मग राहू नकोस," मी कुजबुजले.

त्याने श्वास रोखला. त्याचे डोळे मोठे झाले. "तू काय म्हणते आहेस हे तुला कळत नाहीये."

"मग मला सांग," आम्ही एकमेकांकडे बघत बसलो. आमच्यापैकी कोणीही अन्नाला हात लावला नाही.

"तू ब्रह्मचारी नाहीस तर?" मी श्वास घेतला.

त्याच्या डोळ्यांत गंमत वाटल्याचे भाव उमटले.

"नाही, ॲनास्टॅशिया, मी ब्रह्मचारी नाही," या माहितीचं आकलन व्हावं म्हणून त्याने मला थांबवलं. मी लाल झाले होते. मी ते मोठ्याने म्हटल्यावरही त्यावर माझा विश्वास बसत नव्हता.

"येत्या काळात तू काय करणारेस, तुझ्या काही योजना किंवा प्लॅन ठरले आहेत का?" त्याने विचारलं. त्याचा आवाज खालच्या पट्टीत होता.

"हो. आज मला कामाला जायचंय दुपारी. किती वाजले आत्ता?" मी एकाएकी धास्तावले.

"आता फक्त दहा वाजून गेलेत, त्यामुळे तुझ्याकडे भरपूर वेळ आहे. उद्याचं काय?" त्याची कोपरं टेबलावर टेकवून त्याची हनुवटी त्याच्या लांबसडक, टोकदार बोटांवर विसावली होती.

"केट आणि मी सामानाची बांधाबांध करायला सुरुवात करणार आहोत. पुढल्या साप्ताहिक सुटीत आम्ही सीॲटलला राहायला जातोय आणि हा सगळा आठवडा मी क्लेटन्समध्ये काम करेन."

"तुम्ही सीॲटलमध्ये आधीच जागा घेतलीय?"

"होय."

"कुठे?"

"पत्ता माझ्या लक्षात नाही. ते ठिकाण पाइक मार्केट डिस्ट्रिक्टमध्ये आहे."

"म्हणजे माझ्या ठिकाणापासून फार दूर नाही," तो हसला. "तू सीॲटलमध्ये काय करणार आहेस?"

या सगळ्या प्रश्नांतून त्याचा रोख कशावर आहे? ख्रिश्चन ग्रेची चौकशीही कॅथरिन कवानाच्या चौकशीइतकीच चीड आणणारी आहे.

"मी इंटर्नशिप्ससाठी काही ठिकाणी अर्ज केले आहेत," मी उत्तरासाठी थांबले.

"मी सुचवल्याप्रमाणे तू माझ्या कंपनीत अर्ज केलास का?"

मी लाल झाले... *अर्थातच नाही.* "अं... नाही."

"का? माझ्या कंपनीत काही चुकीचं आहे का?"

"तुझी कंपनी की तुझी *कंपनी?*" मी खिजवल्यासारखं हसले.

"तू मला हसते आहेस, मिस स्टील?" त्याने त्याचं डोकं एका बाजूला झुकवलं. आणि मला वाटलं, तो गंमत वाटल्यासारखा दिसतोय, पण ते सांगणं कठीण होतं. मी लाल झाले आणि माझ्या न संपलेल्या न्याहारीकडे खाली नजर टाकली. तो जेव्हा तशा प्रकारच्या आवाजात बोलतो, तेव्हा मी त्याच्या डोळ्यांत बघू शकत नाही.

"मला तो ओठ चावायला आवडेल," तो रहस्यमयरीत्या कुजबुजला.

माझा श्वास रोखला गेला, मी माझा खालचा ओठ चावतेय यासंबंधी मी पूर्णपणे अनभिज्ञ होते. माझं तोंड सताड उघडं पडलं. कोणीतरी आत्तापर्यंत मला म्हटलेली सर्वांत अधिक सेक्सी गोष्ट होती ती. माझ्या हृदयाचे ठोके वाढले, आणि मला वाटलं मी धापा टाकत आहे. जीझ, मी थरथरत होते. माझा गडबडगुंडा उडाला होता आणि त्याने तर मला साधा स्पर्शदेखील केला नव्हता. मी बसल्याजागी चुळबुळले आणि त्याच्या नजरेचा सामना केला.

"मग तू का करत नाहीस?" मी शांतपणे आव्हान दिलं.

"मी तुला स्पर्श करणार नाही, ॲनास्टॅशिया, जोपर्यंत तसं करायची लेखी परवानगी माझ्याकडे नसेल," त्याच्या ओठांवर स्मित दिसलं.

काय?

"याचा अर्थ काय?"

"तंतोतंत मी जे म्हटलं तोच." त्याने निःश्वास टाकला आणि माझ्याकडे बघून त्याचं डोकं हलवलं. "मला तुला दाखवावंच लागेल, ॲनास्टॅशिया. आज संध्याकाळी तुझं काम किती वाजता संपतं?"

"साधारण आठ वाजता."

"वेल, आपण सीॲटलला आज संध्याकाळी किंवा पुढल्या शनिवारी माझ्या घरी जेवणासाठी जाऊ शकतो आणि मी तुला सत्य परिस्थितीशी ओळख करून देईन. त्यानंतर निवड तुझी आहे."

"तू मला आता का सांगू शकत नाहीस?"

"कारण मी माझ्या न्याहारीचा आनंद लुटतो आहे आणि तुझ्या सहवासाचाही. एकदा का तुझ्या ज्ञानात भर पडली, तर तू कदाचित मला पुन्हा भेटूही इच्छिणार नाहीस."

याचा अर्थ काय? तो लहान मुलांना पृथ्वीच्या कोणत्यातरी दुर्गम भागात गोरे गुलाम म्हणून तर ठेवत नाही? तो एखाद्या अंडरवर्ल्ड गुन्हेगारांच्या टोळीचा एक भाग तर नाही? तो एवढा श्रीमंत कसा त्याचं उत्तर त्यामुळे मिळेल. तो फार धार्मिक तर नाही? तो नपुंसक तर नसेल? नक्कीच नाही – तो मला ते आत्ताच पटवून दाखवू शकेल. शक्यतांचा विचार करून मी लालेलाल होते. यामुळे मी कुठेच जात नाही. नंतरपेक्षा, ख्रिश्चन ग्रे, हे कोडं सोडवायला मला आत्ताच आवडेल. त्याचा जर अर्थ असा असेल की, त्याचं जे काही गुपित आहे ते एवढं कुरूप आहे की, मला त्याची ओळखदेखील इथून पुढे नको असेल आणि मग ती, स्पष्टच सांगायचं तर सुटका असेल.

स्वतःशी खोटं बोलू नकोस – माझं अर्धजागृत मन माझ्यावर किंचाळलं. तू पळत सुटावं, एवढं ते वाईट असावं लागेल.

त्याने भुवई उंचावली.

"इव्हप्रमाणे तू लवकर ज्ञानवृक्षाचं फळ खाणार आहेस," तो कुचेष्टेने हसला.

"मला हसतोयस का, मि. ग्रे?" मी गोडपणे विचारलं. *घमेंडखोर गाढव.*

त्याने डोळे बारीक करून माझ्याकडे बघितलं आणि त्याचा ब्लॅकबेरी उचलला. त्याने एक नंबर दाबला.

"टेलर, मला चार्ली टँगो हवंय."

चार्ली टँगो? हा कोण आहे?

"पोर्टलँडपासून, वीस तीसला... नाही, स्टँडबाय एस्कालाला, सगळी रात्र."

सगळी रात्र!

"होय. उद्या सकाळी बोलावतो. मी पोर्टलँडपासून सीॲटलपर्यंत पायलट घेईन."

पायलट?

"पर्यायी पायलट वीस दोन तीसपासून." त्याने फोन खाली ठेवला. 'कृपा करून' किंवा 'धन्यवाद' काहीच बोलला नाही.

"तू जे लोकांना सांगतोस, ते नेहमीच ते काम करतात का?"

"सर्वसाधारणपणे, जर त्यांना त्यांची नोकरी टिकवायची असेल तर!" तो मख्ख चेहऱ्याने म्हणाला.

"आणि ते जर काम करत नसतील तर?"

"ओह्. मी फार छान पटवून देऊ शकतो, ॲनास्टॅशिया. तू तुझी न्याहारी संपवायला हवीस. मग मी तुला तुझ्या घरी सोडतो. मी तुला तुझं काम संपल्यावर क्लेटन्समधून आठ वाजता पिकअप करेन. मग आपण सीॲटलला विमानाने जाऊ."

मी त्याच्याकडे जलद गतीने पापण्यांची उघडझाप करत बघितलं.

"विमानाने?"

"होय. माझ्याकडे हेलिकॉप्टर आहे."

मी त्याच्याकडे आ वासून बघत होते. माझं दुसरं डेटिंग. ख्रिश्चन – ओह् – रहस्यमय ग्रे बरोबर आहे. कॉफीपासून हेलिकॉप्टर भ्रमणापर्यंत. वॉव.

"आपण हेलिकॉप्टरने सीॲटलला जाणार?"

"होय."

"का?"

तो खट्याळपणे हसला. "कारण मी जाऊ शकतो म्हणून. तुझी न्याहारी संपव."

मी आता कसं खाणार? मी सीॲटलला ख्रिश्चन ग्रेबरोबर हेलिकॉप्टरने चालले आहे, आणि त्याला माझा ओठ चावायचाय... त्या विचाराने मी जागच्या जागी चुळबुळले.

"खा," तो अधिक तीव्रतेने म्हणाला. "ॲनास्टॅशिया, मला अन्न वाया घालवलेलं आवडत नाही... खा."

"मी हे सगळं खाऊ शकत नाही," टेबलावर जे उरलंय त्याकडे मी आ वासून बघितलं.

"तुझ्या प्लेटमध्ये जे आहे ते खा. तू जर काल व्यवस्थित खाल्लं असतंस, तर तू आज इथे नसतीस आणि मी माझी घोषणा एवढ्या लवकर जाहीर केली नसती," त्याचं तोंड एका गंभीर रेषेत स्थिर होतं. तो रागावलेला दिसत होता.

मी कपाळाला आठ्या घातल्या आणि थंड अन्नाकडे वळले. *ख्रिश्चन, मी फार उत्तेजित झाले आहे. तुला कळत नाही का?* माझं अर्धजागृत मन स्पष्टीकरण देतं. पण हे विचार मोठ्याने बोलून दाखवण्यासाठी मी फारच भित्री आहे, विशेषतः तो एवढा दुर्मुखलेला दिसत असताना. अं... एखाद्या लहान मुलासारखा. मला तो विचार गमतीशीर वाटतो. मी हसले.

"एवढं काय गमतीदार आहे?" त्याने विचारलं. मी माझे डोकं हलवलं. त्याला सांगण्याचा मला धीर होत नव्हता आणि मी माझ्या खाद्यपदार्थांना हात लावला. पॅनकेकचा शेवटचा तुकडा गिळत मी त्याच्याकडे चोरटी नजर टाकली. तो मला विचारपूर्वक न्याहाळत होता.

"गुड गर्ल," तो म्हणाला. "तुझे केस वाळवल्यावर मी तुला घरी नेईन. तू आजारी पडावं असं मला वाटत नाही." त्याच्या शब्दांत काहीतरी व्यक्त न होणारं वचन आहे. *त्याच्या बोलण्याचा अर्थ काय आहे?* मी टेबलावरून उठले, एक क्षणभर मी परवानगी मागावी का असा विचार केला, पण मग ती कल्पना सोडून दिली. कारण मग एका धोकादायक प्रथेला सुरुवात केल्यासारखं होईल. मी त्याच्या शयनगृहाकडे गेले. एका विचाराने मला थांबवलं.

"तू काल रात्री कुठे झोपलास?" अजूनही डायनिंग टेबलाजवळच्या खुर्चीवर बसलेल्या त्याच्याकडे नजर टाकण्यासाठी मी वळले. मला इथे कोणतंही ब्लँकेट किंवा चादर दिसली नव्हती. कदाचित त्याने ते सर्व आवरून ठेवलं असावं.

"माझ्या बिछान्यात," तो सरळ म्हणाला. त्याची नजर पुन्हा निर्विकार होती.

"ओह्."

"यस, माझ्यासाठीही ते नवीनच होतं."

तो हसला.

"सेक्स... न करता." पहा, मी तो शब्द उच्चारला. मी लाजले – अर्थात.

"कोणासोबत झोपायचं? नाही," त्यानं डोकं हलवलं त्याच्या कपाळाला आठ्या पडल्या; जणूकाही त्या आठवण करून देत होत्या की, हे काही फार ठीक किंवा आरामदायी नव्हतं. त्याने वर्तमानपत्र उचलून वाचायला सुरुवात केली.

देवा, त्याच्या या बोलण्याचा अर्थ तरी काय? तो कधीही कोणाबरोबर झोपलेला नाही? त्याचे अजूनही कोणाबरोबर लैंगिक संबंध आले नाहीयेत? कसं का कोण जाणे, मला त्याबद्दल संशय वाटतो. अविश्वासाने मी त्याच्याकडे टक लावून बघत उभी राहिले. मला आत्तापर्यंत भेटलेल्या व्यक्तींत तो एक सर्वाधिक गूढ व्यक्ती आहे. आणि मग माझ्या ध्यानात आलं की, मी ख्रिश्चन ग्रेबरोबर झोपले होते. मी स्वत:ला लाथ मारली – त्याला झोपताना पाहण्यासाठी शुद्धीत असायला मी केलं असतं? त्यासाठी काय केलं असतं, त्याला हळवं पाहण्यासाठी? कसं ठाऊक नाही, पण ही कल्पना करणं कठीण जातं. असंही आज रात्री सगळं उघडं होईलच.

त्याच्या शयनगृहातल्या एका खण असलेल्या टेबलात शोध घेतल्यावर मला हेअर ड्रायर सापडला. माझ्या बोटांचा उपयोग करून मी जेवढे चांगले वाळवता येतील तेवढे माझे केस वाळवले. माझं आटपल्यावर मी बाथरूममध्ये गेले. मला माझे दात घासायचे होते. माझी नजर ख्रिश्चनच्या टूथब्रशवर पडली. हे म्हणजे, त्याला मी माझ्या तोंडात घेण्यासारखंच ते असेल. हं... माझ्या खांद्यांवरून अपराधीपणाने दरवाजाकडे पाहत, मी टूथब्रशच्या केसांना स्पर्श केला, ते दमट होते. त्याने तो आधीच वापरला असावा. तो पटकन पकडून मी त्यावर टूथपेस्ट पसरवली आणि दुप्पट वेळ माझे दात घासले. मला इतकं खोडकर वाटलं. ते इतकं रोमांचक होतं. माझा आदल्या दिवशीचा टी शर्ट, ब्रा आणि पँटीज घेऊन मी टेलरने आणलेल्या शॉपिंग बॅगमध्ये टाकलं. माझी बॅग आणि जॅकेट शोधण्यासाठी पुन्हा बैठकीच्या भागाकडे परत वळले. खूपच आनंदाची गोष्ट – माझ्या बॅगेत एक हेअर टाय होता. मी माझे केस मागे बांधले तेव्हा ख्रिश्चनचं माझ्याकडे लक्ष गेलं, त्याच्या चेहऱ्यावरचे भाव अगम्य होते. मी खाली बसले आणि त्याचं आवरून होण्याची वाट बघत होते, तेव्हा त्याचे डोळे माझा माग घेत असल्याचं मला जाणवलं. तो त्याच्या ब्लॅकबेरीवरून कोणाशीतरी बोलत होता.

"त्यांना दोन पाहिजेत?... त्याला किती खर्च येईल? ओके. आणि आपल्याकडे सुरक्षिततेचे कोणते उपाय उपलब्ध आहेत?... ते सुएझमधून जातील... बेन सुदान किती सुरक्षित आहे?... आणि ते डारफरमध्ये केव्हा पोचतील?... ओके, आपण ते करू. मला सगळ्या घडामोडींची वेळच्या वेळी माहिती देत चला." त्याने फोन बंद केला.

"रेडी टू गो?"

मी मान हलवली. त्याचं ते संभाषण कशाबद्दल असावं याचा मी विचार करत होते. त्याने एक रेघारेघांचं नेव्ही जॅकेट अंगावर चढवलं. किल्ल्या उचलून तो दरवाजाकडे निघाला.

"प्रथम तू, मिस स्टील," तो पुटपुटला आणि त्याने माझ्यासाठी दरवाजा उघडला. तो हलक्याफुलक्या तऱ्हेनेदेखील डौलदार दिसत होता.

मी थांबले, थोडंसं अधिकच, त्याचं रूप मनात साठवत. आदल्या रात्री मी त्याच्याबरोबर झोपले होते. सगळं – टकिला पिणं आणि उलट्या करणं – हा विचार करता तो अजूनही इथे होता. अधिक म्हणजे, तो मला सीॲटलला नेऊ इच्छित होता. मला का? ते मला समजलं नाही. त्याचे शब्द आठवले – 'तुझ्यामध्ये काहीतरी आहे'. म्हणजे मि. ग्रे आणि मला – आम्हा दोघांनाही एकमेकांबद्दल सारखंच वाटत होतं. पण ग्रेचं गुपित काय असेल, याचा शोध घ्यायचा असा विचार करत मी दरवाजापाशी गेले.

आम्ही शांतपणे एलिव्हेटरकडे कॉरिडॉरमधून चालत गेलो. आम्ही वाट बघत थांबलेले असताना मी त्याच्याकडे चोरून नजर टाकली. आणि तोही त्याच्या डोळ्यांच्या कोपऱ्यातून माझ्याकडे बघत होता. मी हसले आणि त्याच्या ओठांना मुरड पडली.

एलिव्हेटर आली आणि आम्ही आत पाऊल टाकलं. आत आम्ही दोघंच होतो. एकाएकी, एवढ्या बंदिस्त जागेतल्या आमच्या निकट साहचर्यामुळे बहुतेक असावं, कोणत्यातरी स्पष्टीकरण न देता येण्यासारख्या कारणामुळे, आम्हा दोघांमधलं वातावरण बदललं, विद्युत्भारित आनंदाच्या अपेक्षेने भरून गेलं. माझा श्वासोच्छ्वास वाढला. माझं हृदय पळत सुटलं, त्याचं डोकं क्षणमात्र माझ्याकडे वळलं, त्याचे डोळे गडद काळसर झाले होते. मी माझा ओठ चावला.

"ओह्, द पेपरवर्क," तो गुरगुरला. मला एलिव्हेटरच्या भिंतीकडे ढकलत त्याने माझ्याकडे झेप घेतली. मला कळायच्या आधी, माझ्या डोक्याच्या वर त्याने माझे दोन्ही हात त्याच्या एखाद्या चिमट्यासारख्या पकडीत घट्ट धरले होते आणि त्याच्या पार्श्वभागाचा उपयोग करून त्याने मला भिंतीजवळ खिळवून ठेवलं. होली शिट्! त्याच्या दुसऱ्या हाताने त्याने माझे केस पकडले आणि ते खाली खेचत माझा चेहरा वर आणला. त्याचे ओठ माझ्या ओठांवर आले. ते फक्त दुखवणारं नसतं. मी त्याच्या जिभेला मार्ग मोकळा करून दिला आणि त्याच्या तोंडात कण्हले. माझ्या तोंडाचा त्याच्या जिभेने सफाईदारपणे शोध घेत त्याने त्याचा पूर्ण फायदा घेतला. माझं अशा प्रकारचं चुंबन कधीच घेतलं गेलं नव्हतं. माझी जीभ सहजपणे त्याच्या जिभेला थोपटत होती आणि एका संथ, शृंगारिक नृत्यात सामील झाली. जे असतं

सगळं स्पर्श आणि संवेदनेबद्दल, सगळं आदळणं आणि घुसळणं. त्याने माझी हनुवटी पकडण्यासाठी त्याचा हात वर आणला आणि मला जागच्या जागी पकडून ठेवलं. मी हतबल होते, माझे हात खिळलेले, माझा चेहरा उचललेला आणि त्याचे नितंबं मला हालचाल करायला प्रतिबंध करत असलेले. त्याचं उत्थापन माझ्या पोटाच्या निकट. ओ माय... मी त्याला हवी आहे. ख्रिश्चन ग्रेला, 'ग्रीक गॉड'ला माझी आस आहे, इथे, आत्ता, एलिव्हेटरमध्ये.

"तू. इतकी. गोड. आहेस," तो पुटपुटला. प्रत्येक शब्द वेगवेगळा.

एलिव्हेटर थांबला, दरवाजे उघडले आणि पापणी लवायच्या आत त्याने मला दूर ढकललं. मी अधांतरी राहिले. बिझिनेस सूट घातलेले तीन पुरुष आम्हा दोघांकडे बघून शिष्टासारखे हसले आणि एलिव्हेटरमध्ये चढले. माझ्या हृदयाची गती मी जणूकाही एखाद्या टेकडी धावत चढण्याच्या स्पर्धेत भाग घेतल्यासारखी छतापर्यंत पोचली होती. मला खाली वाकून माझे गुडघे पकडायचे होते, पण ते फारच स्पष्ट होईल.

मी त्याच्याकडे बघितलं. तो वर्तमानपत्रातलं कोडं सोडवत असल्यासारखा शांत आणि संयत दिसत होता. किती अन्याय्य. माझ्या उपस्थितीमुळे तो पूर्णपणे अविचलित आहे? त्याच्या डोळ्यांच्या कोपऱ्यातून तो माझ्याकडे बघत होता आणि त्याने हळुवारपणे एक खोल श्वास सोडला. ओह, त्याच्यावर नक्कीच परिणाम झाला आहे आणि माझी फार छोटी अंतर्देवता विजयाच्या हळुवार संबा नृत्यात डुलायला लागते. ते व्यावसायिक दुसऱ्या मजल्यावर बाहेर पडले. आम्हाला आणखी एक मजला जायचं होतं.

"तू तुझे दात ब्रश केले आहेस," माझ्याकडे टक लावून तो म्हणाला.

"मी तुझा टुथब्रश वापरला."

त्याचे ओठ अर्धवट स्मित करत तिरपे झाले. "ओह, ॲनास्टॅशिया स्टील, मी तुझं काय करू?"

पहिल्या मजल्यावर दरवाजे उघडले आणि त्याने माझा हात पकडून मला बाहेर ओढलं.

"एलिव्हेटर्समधलं हे सगळं काय आहे?" लॉबीतून ढांगा टाकत जाताना, तो माझ्यापेक्षा स्वत:शीच अधिक पुटपुटला.

माझ्या सगळ्या बुद्धीची खोलवर आणि समारंभपूर्वक झालेली शकलं जमिनीवर आणि हिथमॅन हॉटेलच्या तीन नंबरच्या एलिव्हेटरच्या भिंतीवर पसरल्याने मी त्याच्याबरोबर चालण्याची धडपड करत होते.

६

काळ्या ऑडी एसयूव्हीचा प्रवाशांना बसण्याच्या बाजूचा दरवाजा ख्रिश्चनने उघडला आणि मी धडपडत आत गेले. ती गाडी एखाद्या श्वापदासारखी होती. एलिव्हेटरमध्ये उडालेल्या वासनेच्या स्फोटाच्या भडक्याचा त्याने उल्लेख केला नाही. मग मी करावा का? आम्ही त्याबद्दल बोलावं किंवा मग ते घडलंच नाही म्हणून नाटक करावं? ते बिलकूल खरं वाटत नाही. माझं पहिलं खरंखुरं हातचं काही राखून न ठेवता घेतलेलं चुंबन. वेळ जसा पुढे सरकला तसे मी त्या चुंबनाला पुराणातील आर्थरिअन दंतकथा, 'लॉस्ट सिटी ऑफ अॅटलांटिस'ची योग्यता बहाल केली. ते कधी घडलं नाही, ते कधीच अस्तित्वात नव्हतं. *कदाचित मी त्या सगळ्याची कल्पना केली असावी.* नाही. मी माझ्या त्याच्या चुंबनामुळे सुजलेल्या ओठांना स्पर्श केला. ते नक्कीच घडलं होतं. आता मी एक बदललेली स्त्री आहे. मला हा पुरुष कसंही करून हवा होता आणि त्याला मी हवी होते.

मी त्याच्याकडे नजर टाकली. नेहमीसारखा तो सभ्य, काहीसा अलिप्त आहे.

हे किती गोंधळवून टाकणारं आहे.

त्याने इंजीन सुरू केलं आणि पार्किंग लॉटमध्ये त्याच्या जागेतून गाडी मागे घेतली. त्याने साउंड सिस्टिम सुरू केली. दोन स्त्रिया गात होत्या. अतिशय गोड, सर्वाधिक जादूई संगीताने गाडीची आतली जागा भरून गेली. ओह् वॉव्... माझ्या सगळ्या संवेदना सैरभैर झाल्या होत्या, त्यामुळे त्याचा दुप्पट परिणाम झाला. माझ्या पाठीच्या कण्यातून ते संगीत सुखद लहरी खेळवू लागलं. ख्रिश्चनने साउथ वेस्ट पार्क अॅव्हेन्यूला गाडी वळवली आणि तो सहज, आळसावलेल्या आत्मविश्वासाने ती चालवत होता.

"आपण काय ऐकतोय?"

"हे डेलिब्जचं लॅक्मे ऑपेराचं 'द फ्लॉवर ड्युएट' आहे. तुला आवडलं?"

"ख्रिश्चन, फार सुंदर."

"ते तसं आहे, हो ना?" तो माझ्याकडे बघत हसला आणि एका पुसटश्या क्षणी तो त्याच्या वयाप्रमाणे दिसला. तरुण, स्वच्छंद आणि हृदय बंद पडेल एवढा सुंदर. ही त्याच्या आत जाण्याच्या मार्गाची किल्ली आहे का? संगीत? मला चिडवणाऱ्या आणि मोहात पाडणाऱ्या देवदूतांसारख्या आवाजाचे मी नीट श्रवण करत होते.

"मी हे पुन्हा ऐकू शकते का?"

"अर्थात्," ख्रिश्चनने एक बटण दाबलं आणि ते संगीत पुन्हा एकदा मला कुरवाळायला लागलं. ते मृदू आहे, संथ, गोड आणि माझ्या कानाच्या संवेदनेवर निश्चित आघात करणारं आहे.

"तुला शास्त्रीय संगीत आवडतं?" त्याच्या वैयक्तिक प्राधान्यक्रमांमध्ये दुर्मीळ अशी माहिती मिळवण्याच्या आशेने मी विचारलं.

"माझी आवड संमिश्र आहे ॲनास्टॅशिया, थॉमस टॅलिसपासून किंग्ज ऑफ लिऑनपर्यंत सगळं काही. ते माझ्या मूडवर अवलंबून असतं. तुझी?"

"माझी पण; तरीही थॉमस टॅलिस कोण आहे, हे मला माहीत नाही."

तो वळला आणि माझ्याकडे चटकन नजर टाकून त्याने पुन्हा रस्त्यावर नजर वळवली.

"कधीतरी तुला ऐकवेन ते. तो सोळाव्या शतकातला एक ब्रिटिश संगीतकार आहे. ट्यूडॉर चर्च कोरल म्यूझिक," ख्रिश्चन माझ्याकडे बघून हसला. "ते बहुसंख्य लोकांना डोक्यावरून जाणारं वाटतं, मला माहीत आहे; पण तरीदेखील जादूई आहे."

त्याने एक बटण दाबलं आणि किंग्ज ऑफ लिऑन गाऊ लागले. हं... हे मला माहीत आहे. 'सेक्स ऑन फायर'. किती समर्पक. साउंड सिस्टिमच्या स्पीकर्सपेक्षा जास्त आवाज येईल अशी एका सेल फोनची रिंग वाजायला लागल्याने संगीतात व्यत्यय आला. ख्रिश्चनने स्टिअरिंग व्हिलवरचं एक बटण दाबलं.

"ग्रे," तो तिरमिरीत बोलू लागला. तो तुटक होता.

"मि. ग्रे, मी वेल्थ बोलतोय. तुम्हाला पाहिजे असलेली माहिती माझ्याकडे आहे," एक घोगरा, शरीरविहीन आवाज स्पीकर्समधून येत होता.

"गुड. मला ती ईमेलने पाठवा. आणखी काही सांगायचंय?"

"नो, सर."

त्याने बटण दाबलं, तो कॉल संपला आणि संगीत परत सुरू झालं. काही गुडबाय नाही की थँक्स नाही. त्याच्या कंपनीत काम करण्याचा विचार मी कधी गांभीर्याने घेतला नाही, याबद्दल मी इतकी आनंदी झाले. त्या नुसत्या कल्पनेनेच माझा थरकाप उडाला. तो त्याच्या कर्मचाऱ्यांवर फारच नियंत्रण ठेवतो. त्यांच्याबाबतीत तो फारच थंडही असतो. फोनसाठी संगीत पुन्हा बंद झालं.

"ग्रे."

"तुम्हाला एनडीए ईमेलने पाठवण्यात आलंय, मि. ग्रे." एका बाईचा आवाज.

"गुड. तेवढंच आणि काही, अँन्ड्रिआ."

"नाही, गुड डे, सर."

स्टीअरिंग व्हिलवरचं एक बटण दाबून ख्रिश्चनने फोन बंद केला. पुन्हा संगीत फार थोड्या वेळासाठी वाजलं, कारण फोनची रिंग पुन्हा वाजली. होली हेल्, हे त्याचं आयुष्य आहे – सतत पिच्छा पुरवणारे फोन कॉल्स?

"ग्रे," तो पटकन बोलत होता.

"हाय, ख्रिश्चन, तू झोपलास का?"

"हॅलो, इलिअट – मी स्पीकर फोनवर आहे, आणि गाडीत मी एकटा नाहीये." ख्रिश्चनने निःश्वास टाकला.

"कोण आहे तुझ्याबरोबर?"

ख्रिश्चनने त्याचे डोळे फिरवले, "अँनास्टॅशिया स्टील."

"हाय, अँना!"

अँना!

"हॅलो, इलिअट."

"तुझ्याबद्दल बरंच ऐकलं," इलिअट घोगऱ्या आवाजात पुटपुटला.

ख्रिश्चनने कपाळाला आठ्या घातल्या.

"केट जे म्हणते त्यातल्या एकाही शब्दावर विश्वास ठेवू नकोस."

इलिअट हसला.

"आता मी अँनास्टॅशियाला सोडतोय," ख्रिश्चनने माझ्या पूर्ण नावावर भर दिला. "मी तुला पिकअप करू का?"

"शुअर."

"भेटू लवकरच," ख्रिश्चनने फोन ठेवला आणि संगीत परत सुरू झालं.

"मला 'अँनास्टॅशिया' म्हणण्याचा आग्रह का धरतोस तू?"

"कारण ते तुझं नाव आहे."

"मला अँना अधिक आवडतं."

आम्ही माझ्या अपार्टमेंटजवळ पोचलो होतो. एवढा वेळ लागला नव्हता.

"अँनास्टॅशिया," त्याने चिडवलं. मी त्याच्याकडे खवळून बघितलं; पण माझ्या आविर्भावाकडे त्याने दुर्लक्ष केलं.

"एलिव्हेटरमध्ये जे घडलं – ते पुन्हा घडणार नाही, वेल, आधी विचारपूर्वक ठरवलं असल्याशिवाय नाही."

माझ्या ड्युप्लेक्सच्या बाहेर त्याने गाडी उभी केली. मी कुठे राहते हे त्याने

विचारलं नाही, हे माझ्या नंतर ध्यानात आलं. तरीही त्याला ठाऊक होतं. कोणता समर्थ, सेल फोनचा माग काढणारा, स्वत:चं हेलिकॉप्टर असणारा, पिच्छा पुरवणारा गृहस्थ ते करू शकणार नाही?

तो परत माझं चुंबन का घेणार नाही? मी त्या विचाराने ओठांचा चंबू केला. मला समजत नव्हतं. प्रामाणिकपणे सांगायचं, त्याचं नाव 'क्रिप्टिक' असायला पाहिजे होतं, ग्रे नाही. त्याच्या सहज, लांब पायांच्या डौलदार चालीने तो माझ्या बाजूला दरवाजा उघडण्यासाठी आला. नेहमीच एक सभ्य गृहस्थ – कदाचित एलिव्हेटरमधील दुर्मीळ, मौल्यवान क्षणांव्यतिरिक्त! एलिव्हेटरमधल्या आठवणीने मी लाल झाले आणि त्याला स्पर्श करायला मी असमर्थ होते, हा विचार माझ्या मनात आला. त्याच्या विसकटलेल्या, नीतिमत्ता ढळवणाऱ्या केसांतून मला माझी बोटं फिरवायची होती, पण माझे हात मी हलवू शकत नव्हते. होऊन गेलेल्या गोष्टीच्या विचाराने मला विफल वाटलं.

''एलिव्हेटरमध्ये जे घडलं ते मला आवडलं,'' मी पुटपुटले. मला माझंच पुटपुटणं ऐकू आलं का नाही, माहीत नाही; पण मी त्याच्याकडे दुर्लक्ष करण्याचं ठरवलं आणि माझ्यापुढल्या दरवाजाच्या पायऱ्यांकडे वळले.

केट आणि इलिअट आमच्या जेवणाच्या टेबलाजवळ बसले होते. चौदा हजार डॉलर्सची पुस्तकं अदृश्य झाली होती. नशीब. माझ्या त्यांच्यासंबंधी काही योजना होत्या. तिच्या चेहऱ्यावर केटसारखे बिलकूल नसणारे हास्यास्पद हास्य विलसत होतं आणि ती एका सेक्सी पद्धतीने चुरगळलेली दिसत होती. ख्रिश्चन माझ्या मागे बैठकीच्या खोलीत आला आणि तिच्या चेहऱ्यावरच्या 'मी सगळी रात्र मजा करत होते' अशा हास्याव्यतिरिक्त केट त्याच्याकडे संशयाने बघत होती.

''हाय, ॲना,'' मला आलिंगन द्यायला ती उडी मारूनच उठली आणि मला बारकाईने निरखणं सोपं जावं म्हणून मला हातभर अंतरावर उभं केलं. तिने कपाळाला आठ्या घालून ती ख्रिश्चनकडे वळली.

''गुड मॉर्निंग, ख्रिश्चन,'' ती म्हणाली आणि तिच्या आवाजाची पट्टी थोडीशी शत्रुत्वाची होती.

''मिस कवाना,'' तो ताठर आणि औपचारिकपणे म्हणाला.

''ख्रिश्चन, तिचं नाव केट आहे,'' इलिअट कुरकुरला.

''केट,'' ख्रिश्चनने सभ्यपणे तिच्यासाठी मान लववली आणि इलिअटकडे डोळे वटारून बघितलं. तो हसला आणि मला एक आलिंगन देण्यासाठी उठला.

''हाय, ॲना,'' तो हसला, त्याचे निळे डोळे चमकत होते. मला तो लगेचच आवडला. अर्थातच तो ख्रिश्चनसारखा बिलकूल नाही. पण असेही ते सख्खे भाऊ नाहीत.

"हाय, इलिअट," मी त्याच्याकडे बघून हसले आणि मी माझा ओठ चावला असल्याची जाणीव मला झाली.

"इलिअट, आपण गेलेलं बरं," ख्रिश्चन सौम्यपणे म्हणाला.

"नक्कीच," तो केटकडे वळला. बाहुपाशात ओढून त्याने तिला एक दीर्घ, रेंगाळणारं चुंबन दिलं.

जीझ... खोलीत तरी जा. मी शरमिंदी होऊन माझ्या पायांकडे नजर लावली. मी ख्रिश्चनकडे बघितलं. तोदेखील माझ्याकडे एकाग्रतेने बघत होता. मी त्याच्याकडे बघून माझे डोळे बारीक केले. तू माझं चुंबन का घेऊ शकत नाहीस? इलिअटचं आणि केटचं चुंबन घेणं चालू होतं. तिचे पाय वर उचलले जातील अशा पद्धतीने तिला वर धरून नाट्यमय आलिंगनात त्याने तिला खाली पाडलं, ज्यायोगे तो तिचं जोरकस चुंबन घेत असताना तिचे केस जमिनीला टेकले.

"नंतर बेबी," तो हसला.

केट अक्षरश: विरघळली. तिला विरघळलेलं मी पूर्वी कधी पाहिलं नव्हतं. माझ्या मनात 'आकर्षक' आणि 'आज्ञापालन करणारे' हे शब्द आले. आज्ञापालन करणारी केट. बॉय. इलिअट चांगलाच असला पाहिजे. ख्रिश्चनने त्याचे डोळे फिरवले आणि माझ्याकडे एकटक पाहिलं, त्याचे भाव वाचता न येण्यासारखे होते. माझ्या पोनीटेलमधून सुटलेली केसांची एक चुकार बट त्याने माझ्या कानांमागे खोचली. त्या स्पर्शाने माझा श्वासोच्छ्वास वाढला आणि त्याच्या बोटांमध्ये मी माझं डोकं टेकवलं. त्याचे डोळे मृदू झाले आणि त्याने त्याचा अंगठा माझ्या खालच्या ओठांवरून फिरवला. धमन्यांतून रक्त उसळलं आणि पटकन त्याचा स्पर्श गेला होता.

"नंतर, बेबी," तो पुटपुटला आणि ते त्याच्यासारखं नसल्याने मला हसू आलं. पण तो उद्धटपणे वागतोय हे माहीत असूनदेखील त्याचं ते प्रेमाने बोलणं माझ्या आत, खोलवर कशालातरी खेचत होतं.

"मी तुला आठ वाजता पिक-अप करेन," तो जाण्यासाठी पुढचं दार उघडून पोर्चमध्ये जात वळला. इलिअट त्याच्या मागोमाग कारपर्यंत गेला, पण वळून केटकडे त्याने आणखी एक चुंबन फेकलं आणि मला नको असलेली मत्सराची सणक जाणवली.

"मग, केलंस तू?" आम्ही त्या दोघांना गाडीत चढून, ती चालू करून गेलेले बघत असताना केटने विचारलं. तिच्या आवाजातली ज्वलंत उत्कंठा जाणवण्यासारखी होती.

"नाही," तिचे प्रश्न विचारणं बंद होईल या आशेने मी त्रासून पटकन उत्तर दिलं. आम्ही अपार्टमेंटकडे परत गेलो.

"पण तू नक्कीच केलंस," मी माझा मत्सर लपवू शकत नाही.

केटला पुरुषांना पकडणं नेहमीच जमतं. ती सुंदर, सेक्सी, गमतीदार, पुढारलेली आणि टाळता न येण्यासारखी आहे... या सगळ्या गोष्टी माझ्यात नाहीत, पण तिचं उत्तरादाखलचं हसू दुसऱ्याला लागण होणारं आहे.

"आणि मी त्याला आज संध्याकाळी पुन्हा भेटणार आहे."

तिने टाळ्या वाजवल्या आणि एखाद्या लहान मुलासारख्या खाली-वर उड्या मारल्या. तिची उत्तेजना आणि आनंद ती लपवू शकत नव्हती आणि तिच्याबद्दल होणारा आनंद मी थोपवू शकले नाही. आनंदी केट... हे मनोरंजक आहे.

"आज संध्याकाळी ख्रिश्चन मला सीॲटलला घेऊन जातोय."

"सीॲटल?"

"होय."

"मग तेव्हा तू करशील?"

"ओह, मला तशी आशा आहे."

"तुला तो आवडतो मग?"

"होय."

"तेवढा पुरेसा आवडतो?"

"होय."

तिने तिच्या भुवया उंचावल्या.

"वॉव! ॲना स्टील, शेवटी एका पुरुषाच्या प्रेमात आणि तेही ख्रिश्चन ग्रेच्या – हॉट, सेक्सी, बिलिअनेअर."

"ओह् ये, ते सगळं पैशाबद्दल झालं," मी शिष्टपणाने हसले. आम्ही दोघीही खुदखुदण्याच्या लहरीत बुडालो.

"हा ब्लाउज नवीन आहे का?" तिने विचारलं आणि मी तिला माझ्या रात्रीबद्दलचे सगळे उत्सुकता न वाढवणारे तपशील पुरवले.

"त्याने तुझं आतापर्यंत चुंबन घेतलं का?" तिने मला कॉफी करत असताना विचारलं.

मी लाजले.

"एकदा."

"एकदा!" तिने गुरकावत सांगितलं.

मी बरीचशी शरमिंदा चेहरा करून मान हलवते, "तो खूप संकोची आहे."

तिने कपाळाला आठ्या घातल्या, "हे विचित्रच आहे."

"*विचित्र* शब्दातून खरं म्हणजे हवा तो अर्थ व्यक्त होत नाही."

"आजच्या संध्याकाळी तू निव्वळ न टाळता येण्यासारखी असशील याची

खातरी पटवण्याची आपल्याला गरज आहे,'' ती निश्चयाने म्हणाली.

ओ नो... हे वेळ खाणारं, अपमानास्पद आणि दुःखदायक वाटतं.

''मला एका तासात कामाला जावं लागेल.''

''मी त्या वेळेच्या चौकटीत काम करू शकेन. कम ऑन.'' केटने माझा हात पकडला आणि मला ती तिच्या शयनगृहात घेऊन गेली.

आम्ही कामात व्यग्र असलो, तरीही क्लेटन्समधला दिवस सावकाश पुढे सरकत होता. आता उन्हाळा असल्याने दुकान बंद झाल्यावरही आम्हाला दुकानातल्या फळ्यांवर पुन्हा एकदा माल नीट ठेवावा लागायचा. त्यासाठी दोन तास लागायचे. या कामासाठी डोक्याचा फारसा वापर न करावा लागल्यामुळे मला विचार करायला बराच वेळ मिळाला. खरंतर, मला दिवसभरात तशी संधीच मिळाली नव्हती.

केटच्या न दमणाऱ्या आणि स्पष्ट सांगायचं म्हणजे नाक खुपसणाऱ्या सूचनांखाली, माझे पाय आणि काखा यांमधील केस व्यवस्थित काढून टाकले जात होते. माझ्या भुवयांचे केस उपटले गेले आणि माझी तज्ज्ञांकडून पाहणी होत होती. तो एक फारच दुःखद अनुभव होता, पण ती मला खातरीपूर्वक सांगत होती की, हल्ली पुरुषांची हीच अपेक्षा असते. त्याची आणखी काय अपेक्षा असेल? मला हे असं करायचं आहे, याबद्दल मला केटची समजूत पटवावी लागेल. कोणत्यातरी विचित्र कारणामुळे, तिचा त्याच्यावर विश्वास नाही, बहुतेक तो एवढा ताठर आणि औपचारिक असल्यामुळे असेल. ती म्हणते की, तिला ती गोष्ट नेमकी सांगता येणार नाही. मी तिला सीॲटलला पोचल्यावर संदेश पाठवायचं वचन दिलं होतं. मी तिला हेलिकॉप्टरबद्दल सांगितलेलं नव्हतं. कारण ती घाबरून गेली असती.

माझ्यापुढे जोसचा पण प्रश्न आहे. त्याने माझ्या सेल फोनवर तीन संदेश पाठवले आहेत. आणि त्याचे फोनवर सात मिस्ड् कॉल्स आहेत. त्याने घरी पण दोनदा फोन केला होता. मी कुठे आहे याबद्दल केटने फारच अस्पष्ट सांगितलं. ती माझ्यासाठी सारवासारव करत आहे, हे त्याला कळलेच. केट कधी संदिग्ध नसते, पण मी त्याला तसंच अंधारात ठेवायचं ठरवलं होतं. मी अजूनही त्याच्यावर खूप रागावले होते.

ख्रिश्चनने कोणत्यातरी लिखाणाचा उल्लेख केला होता. तो विनोद आहे किंवा खरंच मला कशावरतरी सही करावी लागणार आहे, हे मला माहीत नाही. त्याचा तर्क करत बसणं विफल होतं. आणि मी या सगळ्या नैराश्याच्या भावनांना आवर घालू शकणार नव्हते. आजची रात्र ही महत्त्वाची रात्र आहे! या सगळ्या कालावधीनंतर, मी यासाठी तयार आहे का? छोटी पावलं अधीरतेने नाचवत माझी अंतर्देवता माझ्याकडे डोळे मोठे करून बघत होती. कित्येक वर्षांपासून ती याच्यासाठी तयार

आहे आणि ती ख्रिश्चन ग्रेबरोबर काहीही करायला तयार आहे, पण तो माझ्यात काय बघतो, हे मला अजूनही समजलेलं नाही... उंदरासारखी ॲना स्टील – याची काही संगती लागत नव्हती.

अर्थातच तो वक्तशीर असल्याने मी क्लेटन्समधून निघाले, तेव्हा तो माझी वाट बघत थांबला होता. ऑडीच्या मागच्या बाजूने दार उघडण्यासाठी तो उतरला. त्याने माझ्याकडे प्रेमळ बघत स्मित केलं.

"गुड ईव्हिनिंग, मिस स्टील," तो म्हणाला.

"मि. ग्रे," गाडीच्या मागच्या सीटवर बसण्यासाठी चढताना मी सभ्यपणे मान हलवली. ड्रायव्हरच्या सीटवर टेलर बसला होता.

"हॅलो, टेलर," मी म्हणाले.

"गुड ईव्हिनिंग, मिस स्टील," त्याचा आवाज सभ्य आणि व्यावसायिक होता. ख्रिश्चन दुसऱ्या बाजूने चढला आणि त्याने माझा हात घट्ट पकडला. तो त्याने मृदूपणे दाबल्याने माझ्या शरीरात त्याचे पडसाद उमटले.

"काम कसं काय होतं?" त्याने विचारलं.

"खूप लांबलं," मी उत्तर दिलं. माझा आवाज घोगरा, खूप हलका आणि गरजेने भरून गेला होता.

"यस, माझ्यासाठी पण दिवस लांबलचक होता."

"तू काय केलंस?"मी विचारलं.

"मी इलिअटबरोबर हायकिंगला गेलो." माझ्या बोटांच्या पेरांवर तो त्याच्या अंगठ्याने मागे-पुढे थोपटत होता. माझा श्वासोच्छ्वास वाढल्याने माझ्या हृदयाचे ठोके चुकले. तो मला हे असे करत होता? माझ्या शरीराच्या एका अगदी छोट्याशा भागाला तो फक्त स्पर्श करत होता आणि हार्मोन्स उसळायला लागले होते.

हेलिपोर्टपर्यंतचा ड्राइव्ह छोटा होता आणि मला कळायच्या आत आम्ही पोचलो. ऐकीव गोष्टीतलं हेलिकॉप्टर कसं असेल, याचा मी विचार करत होते. आम्ही शहराच्या एका इमारती बांधकाम झालेल्या विभागात होतो. मलादेखील माहीत होतं की, टेक-ऑफ करायला आणि उतरायला हेलिकॉप्टर्सना जागा लागते. टेलरने गाडी लावली. तो उतरला आणि त्याने माझ्यासाठी दरवाजा उघडला. ख्रिश्चन एका सेकंदात माझ्या शेजारी आला आणि त्याने पुन्हा माझा हात हातात घेतला.

"रेडी?" त्याने विचारलं. मी मान डोलावली. मला म्हणायचं होतं, *कशासाठीही.* पण मी फारच अस्वस्थ, खूप उत्तेजित असल्याने शब्दांना मूर्त स्वरूप देऊ शकले नाही.

"टेलर," त्याने तुसडेपणाने त्याच्या ड्रायव्हरकडे पाहून मान हलवली. आम्ही इमारतीत शिरलो, मग सरळ एलिव्हेटर्सच्या बेचक्यात! एलिव्हेटर! आज सकाळच्या

चुंबनाची आठवण माझ्या मनात रेंगाळत राहण्यासाठी परत आली. क्लेटन्सच्या रजिस्टरवर दिवास्वप्नं बघत दिवसभर मी आणखी कशाचाच विचार केला नव्हता. मला भूतलावर परत आणण्यासाठी मि. क्लेटनना दोनदा माझ्या नावाचा पुकारा करावा लागला होता. माझं लक्ष विचलित झालं होतं असं म्हणणं म्हणजे या वर्षीचं सर्वांत मिळमिळीत विधान ठरेल! ख्रिश्चनने माझ्याकडे नजर टाकली, त्याच्या ओठांवर किंचित स्मित होतं. हा! तोपण त्याबद्दल विचार करत होता.

"फक्त तीन मजले!" तो शुष्कपणे म्हणाला. त्याचे डोळे गंमत वाटून नाचत होते. त्याला नक्कीच मनातले विचार कळतात. ते घाबरवणारं होतं.

आम्ही एलिव्हेटरमध्ये शिरलो तेव्हा मी माझा चेहरा निर्विकार ठेवण्याचा प्रयत्न करत होते. दरवाजे बंद झाले आणि आमच्यामध्ये कडकडणारं, मला गुलाम करणारं ते विचित्र, विद्युत्‌भारित आकर्षण निर्माण झालं. त्याच्याकडे दुर्लक्ष करण्याचा निष्फळ प्रयत्न करत मी माझे डोळे मिटले. त्याने माझ्या हातावरची पकड घट्ट केली आणि पाच सेकंदांनंतर दरवाजे इमारतीच्या छतावर उघडले. 'ग्रे एंटरप्रायझेस होल्डिंग्ज आयएनसी.' निळ्या अक्षरात कंपनीच्या बाजूला लिहिलेल्या बोधचिन्हासह एक सफेद हेलिकॉप्टर. नक्कीच हा कंपनीच्या मालमत्तेचा दुरुपयोग होतो आहे.

तो मला एका लहान कार्यालयात घेऊन गेला. तिथे एक जुन्या पिढीतला माणूस टेबलाच्या मागे बसला होता.

"तुमचा फ्लाइट प्लॅन असा आहे, मि. ग्रे. सगळ्या तपासण्या केल्या आहेत. हेलिकॉप्टर तयार आहे, सर. तुम्ही जायला मोकळे आहात."

"थँक यू, जो," ख्रिश्चन त्याच्याकडे प्रेमळपणे बघून हसला. ओह्. ख्रिश्चनकडून कोणीतरी सभ्य वागणुकीसाठी पात्र. कदाचित तो कर्मचारी नसेल. मी त्या वयस्कर माणसाकडे आदराने टक लावून बघत होते.

"लेट्स गो," ख्रिश्चन म्हणाला आणि आम्ही हेलिकॉप्टरकडे गेलो. आम्ही जेव्हा त्याच्या अगदी जवळ पोचलो, तेव्हा ते मला वाटलं होतं त्यापेक्षा बरंच मोठं दिसत होतं. ते रस्त्यावर फिरणाऱ्या दोघांसाठी असलेल्या एखाद्या वाहनाची आवृत्ती असेल अशी माझी अपेक्षा होती, पण त्याच्यात किमान सात आसनं होती. ख्रिश्चनने दरवाजा उघडला आणि अगदी पुढच्या एका आसनावर बसण्यासाठी निर्देश केला.

"बस – कशालाही हात लावू नकोस," चढत माझ्याकडे येत त्याने मला फर्मावलं.

त्याने फटकन दरवाजा बंद केला. त्या भागात प्रकाशझोत चांगला आहे. याचा मला आनंद झाला. नाहीतर त्या लहान कॉकपिटमध्ये काही दिसणं मला कठीण झालं असतं. मला नेमून दिलेल्या आसनावर मी स्थानापन्न झाले आणि मला पट्ट्यांनी

बांधण्यासाठी तो माझ्याशेजारी अंग आखडून बसला. एका मध्यभागी असलेल्या बकलाला पट्टे बांधता येतील, अशी ती चार टोकांची स्वार-सामग्री होती. त्याने वरचे दोन्ही पट्टे घट्ट केले. त्यामुळे मी हालचाल करू शकत नव्हते. तो निकट होता आणि जे करत होता ते मनापासून करत होता. मी जर फक्त थोडी पुढे झुकले, तर माझं नाक त्याच्या केसात जाईल अशी स्थिती होती. त्याचा सुगंध स्वच्छ, ताजा आणि स्वर्गीय होता, पण मला माझ्या आसनात सुरक्षिपणे घट्ट बसवण्यात आलं आणि परिणामकारकपणे अचल केलं गेलं. त्याने नजर टाकली आणि हसला, जणूकाही तो त्याच्या नेहमीच्या खासगी विनोदाचा आनंद लुटत होता. त्याचे डोळे तप्त होते. तो इतका निकट होता की, मी चाळवली जात होते. त्याने वरच्या पट्ट्यांपैकी एक पट्टा खेचला, तेव्हा मी माझा श्वास रोखून धरला.

"तू सुरक्षित आहेस, आता निसटणार नाहीस," तो कुजबुजला, "श्वास घे, ॲनास्टॅशिया," त्याने हलकेच पुस्ती जोडली. पुढे होऊन, त्याने माझा गाल कुरवाळला. त्याची लांबसडक बोटं माझ्या हनुवटीवरून फिरवली. त्याचा अंगठा आणि तर्जनी यांमध्ये त्याने माझी हनुवटी धरली. त्याने पुढे वाकून मला एक पुसटतं, निर्मळ चुंबन दिलं. मला तळमळवत, त्याच्या ओठांच्या अनपेक्षित स्पर्शाने त्याने माझ्या आत रोमांचक पीळ पाडला होता.

"मला ही बसायची व्यवस्था आवडते," तो कुजबुला.

काय?

तो माझ्याशेजारी बसला. त्याने आसनाशी स्वत:ला बांधून घेतलं. नंतर माझ्या पुढे असलेल्या थक्क करणाऱ्या डायल्स, लाइट्स, स्विचेसच्या जंजाळातून, गेजेस तपासणं, बटणं चालू करणं या प्रक्रिया चालू केल्या. वेगवेगळ्या डायल्सवरचे छोटे दिवे लुकलुकू लागले, प्रकाशित होऊ लागले. सगळं इन्स्ट्रूमेंट पॅनलपण प्रकाशमान झालं.

माझ्या समोरच्या हेडफोन्सच्या एका सेटकडे निर्देश करत तो म्हणाला, "तुझे कॅन्स घाल." मी ते चढवले आणि रोटोर ब्लेड्स सुरू झाल्या. त्याचा आवाज कानठळ्या बसवणारा असतो. त्याने त्याचे हेडफोन्स लावले आणि तो वेगवेगळे स्विचेस चालू करत राहिला.

"मी उड्डाण करण्यापूर्वीच्या सगळ्या तपासण्या फक्त पार पाडतो आहे," ख्रिश्चनचा शरीरविहीन आवाज हेडफोन्समधून माझ्या कानात ऐकू आला. मी वळले आणि त्याच्याकडे बघून हसले.

"तू काय करतो आहेस हे तुला माहीत आहे ना?" मी विचारलं. तो वळला आणि माझ्याकडे बघून हसला.

"चार वर्षं मी पायलट होतो, ॲनास्टॅशिया. तू माझ्यासोबत सुरक्षित आहेस,"

तो लबाडपणे हसला, "वेल, आपण उड्डाण करत असताना!" त्याने पुस्ती जोडली आणि माझ्याकडे बघून डोळा मारला.

डोळा मारतोय... ख्रिश्चन!

"तू तयार आहेस?"

डोळे मोठे करून मी मान डोलावली.

"ओके. टॉवर. पीडीएक्स. धिस इज चार्ली टँगो गोल्फ – गोल्फ एको हॉटेल, उड्डाणासाठी तयार. प्लीज कन्फर्म, ओव्हर."

"चार्ली टँगो – यू आर क्लिअर. पीडीएक्स टू कॉल, प्रोसीड टू फोर थाउजंड, हेडिंग झिरो वन झिरो, ओव्हर."

"रॉजर, टॉवर, चार्ली टँगो सेट, ओव्हर अँड आउट. आपण चाललो." तो शेवटचे दोन शब्द माझ्याकरता म्हणाला. हेलिकॉप्टर संथपणे आणि सफाईदारपणे हवेत उंच उडालं.

आम्ही यू.एस. एअरस्पेसकडे निघालो तसं माझ्यासमोर पोर्टलँड अदृश्य होत होतं, पण माझं पोट ओरगॉनमध्ये राहतं. व्होआ! सगळे प्रकाशित दिवे आमच्या खाली छानपणे लुकलुकेपर्यंत लहान झाले. फिश बाउलच्या आतून बाहेर बघण्यासारखं ते होतं. एकदा आम्ही उंचावर गेल्यावर, खरं म्हणजे काही बघण्यासारखं नव्हतं. सगळं काळंकुट्ट होतं, आमच्या प्रवासावर उजेड पडायला चंद्रदेखील नव्हता. आम्ही कुठे चाललो आहोत हे तो कसं बघू शकत होता?

"भीतिदायक, नाही का?" ख्रिश्चनचा आवाज माझ्या कानांवर पडला.

"तू योग्य मार्गाने चालला आहेस हे तुला कसं कळतं?"

"हे पहा –" तो त्याच्या लांबसडक तर्जनीने गेजेसपैकी एकावर दर्शवलं. "हा एक इसीआय १३५ युरोकॉप्टर आहे. सर्वाधिक सुरक्षित. हा रात्रीच्या उड्डाणासाठी सज्ज केला आहे," त्याने माझ्याकडे बघितलं आणि हसला.

"मी राहतो त्या इमारतीवर एक हेलिपॅड आहे. आपण तिथेच चाललो आहोत."

अर्थातच तो राहतो तिथे एक हेलिपॅड आहे. इन्स्ट्रूमेंट पॅनलचे लाइट्स त्याच्या चेहऱ्यावर पडल्याने तो थोडासा उजळला होता. तो सातत्याने त्याच्या समोरच्या वेगवेगळ्या डायल्सकडे नजर टाकत आपलं चित्त अतिशय एकाग्र करत होता. माझ्या पापण्यांआडून मी त्याच्या चेहऱ्याचं आसुसून निरीक्षण केलं. त्याचा बाजूने दिसणारा चेहरा अतिशय सुंदर होता. सरळ नाक, रुंद जबडा – त्याच्या जबड्यावरून जीभ फिरवायला मला आवडेल आणि ही शक्यता दुपटीने वाढत आहे – त्याने न केलेली; पण थोडीशीच वाढलेली दाढी. ती दुपटीने मला मोहात पाडते. हं... ती किती खरखरीत आहे याचा अनुभव माझ्या जिभेला, माझ्या बोटांभोवती आणि

माझ्या चेहऱ्याला घ्यायला मला आवडेल.

"तुम्ही रात्री आंधळेपणानेच प्रवास करता असता. त्यामुळे तुम्हाला साधनांवर विश्वास ठेवावा लागतो," माझ्या वासनामय कल्पनाविलासात व्यत्यय आणत तो म्हणाला.

"फ्लाइट किती वेळाची असेल?" मी श्वास न घेताच विचारलं. मी सेक्सबद्दल बिलकूल विचार करत नव्हते. नो, नो वे.

"एका तासापेक्षा कमी – वारा आपल्या बाजूचा आहे."

हं... सीॲटलला एका तासापेक्षा कमी वेळात... काही वाईट नाही.

आम्ही उड्डाण करत होतो यात काही आश्चर्य नव्हतं.

माझ्यासमोर काहीतरी मोठं उघड होण्यासाठी अजून माझ्याकडे एका तासापेक्षा कमी वेळ आहे. माझ्या पोटातले सगळे स्नायू खोलवर पिळवटू लागले. फुलपाखरांचं एक गंभीर प्रकरण माझ्याकडे आहे. ती माझ्या पोटात निर्माण होतात. होली शिट्. तो माझ्यापुढे काय वाढून ठेवतोय?

"तू ओके आहेस ना, ॲनास्टॅशिया?"

"होय," माझं उत्तर संक्षिप्त, त्रोटक आणि माझ्या नसांतून पिळवटून काढलेलं होतं.

मला वाटलं तो हसला, पण अंधारामुळे ते सांगणं कठीण होतं. ख्रिश्चनने आणखी एक स्विच दाबला.

"पीडीएक्स, हे चार्ली टँगो आहे, आता वन फॉर थाउजंडवर, ओव्हर." त्याने एअर ट्रॅफिक कंट्रोलरशी माहितीची देवाणघेवाण केली. ते सगळं मला अगदी व्यावसायिक वाटलं. मला वाटलं, आम्ही पोर्टलँड एअरस्पेसहून सीॲटल इंटरनॅशनल एअरपोर्टच्या एअरस्पेसकडे जात होतो.

"अंडरस्टूड, सी-टॅक, स्टॅंडिंग बाय, ओव्हर अँड आउट."

"ते बघ, तिकडे," दूरवर त्याने एक टाचणीच्या अग्राएवढा उजेड दाखवला. "ते सीॲटल आहे."

"तू स्त्रियांवर नेहमी असाच प्रभाव पाडतोस का? या आणि माझ्या हेलिकॉप्टरमधून उडा?" मी खरोखरच रुची घेऊन विचारलं.

"मी कधीही एकाही मुलीला इथे; वर आणलेलं नाही, ॲनास्टॅशिया. हे पहिल्यांदाच." त्याचा आवाज शांत, गंभीर होता.

ओह, हे उत्तर अपेक्षित होतं. पहिल्यांदाच? ओह, कदाचित झोपणं?

"मी कौतुकाने भारावून गेले आहे, ख्रिश्चन."

तो हसला.

"भारावून?" आणि क्षणमात्र, तो पुन्हा त्याच्या वयाइतका झाला.

मी मान हलवली, "तू इतका... सक्षम आहेस."

"व्हाय, थँक्यू, मिस स्टील," तो सभ्यपणे म्हणाला. तो खूश झालाय, असं मला वाटलं, पण मला खातरी नव्हती.

अंधाऱ्या रात्रीच्या शांततेत आम्ही काही वेळ प्रवास केला. सीॲटलचा तो तेजस्वी बिंदू हळूहळू मोठा होत होता.

"सी-टॅक टॉवर टु चार्ली टँगो. फ्लाइट प्लॅन टू एस्कॅला इन प्लेस. प्लीज प्रोसीड. अँड स्टँड बाय. ओव्हर."

"धिस इज चार्ली टँगो, अंडरस्टूड. सी-टॅक. स्टँडिंग बाय, ओव्हर अँड आउट."

"तुला नक्कीच याच्यात गंमत वाटते आहे," मी पुटपुटले.

"काय?" त्याने माझ्याकडे नजर टाकली. वस्तूंच्या अर्धवट उजेडात तो प्रश्नार्थक दिसत होता.

"उडायला," मी उत्तर देते.

"त्याला नियंत्रण आणि एकाग्रता लागते... मग मला ते का आवडणार नाही? तरीही मला आवडतं म्हणजे उंच विहरणं."

"उंच विहरणं?"

"यस. ग्लायडिंग. ग्लायडर्स आणि हेलिकॉप्टर्स – मी दोन्ही उडवतो."

"ओह्." *खर्चिक* छंद. मुलाखतीच्या वेळेस त्याने मला सांगितलेलं आठवलं. मला वाचायला आणि चित्रपटांना जायला आवडतं. माझ्या बुद्धीच्या हे पलीकडचं होतं.

"चार्ली टँगो, कम इन, प्लीज, ओव्हर." एअर ट्रॅफिक कंट्रोलरचा शरीरविहीन आवाज माझं स्वत:शीच विचारात गढणं थांबवतो. ख्रिश्चनने उत्तर दिलं. तो आत्मविश्वासपूर्ण आणि नियंत्रण असलेला भासला.

सीॲटल जवळ येत होतं. आम्ही आता बाहेरच्या परिसरात आहोत. वॉव! ते अगदी लक्षवेधक दिसतं. रात्रीचं सीॲटल, आकाशातून...

"छान दिसतंय, नाही का?" ख्रिश्चन पुटपुटला.

मी उत्साहाने मान डोलावली. कोणत्यातरी वेगळ्याच जगातलं – दुसरंच – खरं नसलेलं दिसतं. मला वाटलं की, मी एका मोठ्या फिल्म सेटवर आहे. कदाचित जोसची आवडती फिल्म, 'ब्लेड रनर'. जोसने प्रयत्न केलेल्या चुंबनाची स्मृती माझा पिच्छा पुरवते. त्याला परत फोन न केल्यामुळे मी थोडीशी दुष्टपणाने वागते आहे असं मला वाटायला लागलं. *तो उद्यापर्यंत थांबू शकेल...* नक्कीच.

"आपण तिथे काही मिनिटांतच पोचू," ख्रिश्चन पुटपुटला आणि एकाएकी माझं रक्त माझ्या कानात थडथडायला लागलं. माझ्या हृदयाचे ठोके जलद पडायला लागले. माझ्या शरीरात अॅड्रेनॅलिन जोरात वाहायला लागलं. तो एअर ट्रॅफिक कंट्रोलरशी पुन्हा बोलायला लागला, पण मी आता ऐकत नव्हते. मला वाटलं, मी चक्कर येऊन पडेन. माझं भवितव्य त्याच्या हातात होतं.

आम्ही आता इमारतींमधून उडत होतो आणि वरच्या बाजूला पुढे मला हेलिपॅड असलेली उंच गगनचुंबी इमारत दिसली. त्या इमारतीच्या वरच्या भागावर 'एस्कॅला' ही अक्षरं पांढऱ्या रंगात रंगवली होती. ती जवळजवळ येताच, अधिकाधिक मोठी होत होती... अगदी माझ्या अस्वस्थतेसारखीच... मला आशा आहे की, मी त्याला खाली बघायला लावणार नाही. मी कशाततरी कमी पडते आहे, असं त्याला आढळेल? मी केटचं ऐकून तिचा एखादा ड्रेस उसना घेतला असता, तर बरं झालं असतं, पण मला माझ्या काळ्या जीन्स आवडतात आणि मी एक मुलायम, मिंट रंगाचा हिरवा शर्ट आणि केटचं काळं जॅकेट घातलं होतं. मी पाहिजे तेवढी चलाख दिसते. मी माझ्या आसनाचे टोक अधिकाधिक घट्ट पकडलं. गगनचुंबी इमारत जेव्हा आमच्या खाली दिसली तेव्हा मी हा मंत्र म्हटला – *मी ते करू शकेन.*

हेलिकॉप्टर संथ होतं आणि गोलगोल उडवून ख्रिश्चनने त्या इमारतीच्या वरच्या भागात असलेल्या हेलिपॅडवर ते उतरवलं. माझं हृदय जोरात धडधडत होतं. अस्वस्थ अपेक्षेमुळे, आम्ही जिवंत आलो आहोत या सुटकेच्या भावनेने किंवा मी कशाततरी चुकेन या भीतीने. तसं कशामुळे झालं त्याचा मला निर्णय घेता येत नव्हता. त्याने इग्निशन बंद केलं आणि रोटर ब्लेड्स सावकाश शांत झाल्या. मला माझ्यात अनियमित श्वासोच्छ्वासाचा आवाज ऐकू येऊ लागला. ख्रिश्चनने त्याचे हेडफोन काढून टाकले आणि पुढे होऊन माझे पण हेडफोन्स ओढून काढले.

"आपण आलो आहोत," तो हळूच म्हणाला.

त्याचा आविर्भाव उत्कट आहे. तो अर्धा सावलीत आणि अर्धा लँडिंग लाइटच्या शुभ्र प्रकाशात आहे. डार्क नाइट अँड व्हाइट नाइट. ख्रिश्चनसाठी ही उपमा योग्य आहे. तो तणावाखाली वाटला. त्याचा जबडा आवळलेला होता आणि डोळे ताठरलेले. त्याने त्याचा सीटबेल्ट सोडला आणि माझ्या पट्ट्याचं बक्कल काढण्यासाठी पुढे आला. त्याचा चेहरा माझ्या चेहऱ्यापासून काही इंचांवरच होता.

"जे तुला करायचं असेल तेच तू कर, जे नको ते नको. तुला ते माहीत आहे, हो ना?" त्याचा स्वर इतका कळकळीचा, तातडीचादेखील म्हणता येईल असा होता. त्याचे डोळे भावोत्कट होते. मला त्याचं आश्चर्य वाटलं.

"मला जे करायचं नाहीये ते मी कधीही करणार नाही, ख्रिश्चन!" आणि हे शब्द

मी जेव्हा म्हणाले, तेव्हा मला त्यात तेवढा ठामपणा जाणवला नाही, कारण आता याक्षणी माझ्या शेजारी बसलेल्या या पुरुषासाठी मी कदाचित काहीही करेन, पण त्यामुळे काम झालं. तो शांत झाला.

त्याचे डोळे क्षणभर माझ्याकडे विचारपूर्वक बघू लागले. कसं कोण जाणे, तो एवढा उंच असला तरी, हेलिकॉप्टरच्या दरवाजाकडे डौलदारपणे मार्ग काढत जाऊन त्याने तो उघडला. त्याने बाहेर उडी मारली. मी मागे येण्याची वाट बघत थांबला आणि मी हेलिपॅडवर कशीबशी उतरल्यावर माझा हात हातात घेतला. इमारतीवर जोरात वारा होता आणि मी एका बंद नसलेल्या जागेत किमान तीस मजले उंचीवर उभी होते, या सत्यामुळे मी अस्वस्थ झाले. ख्रिश्चनने त्याचा बाहू माझ्या कमरेभोवती लपेटला आणि मला त्याच्याजवळ घट्ट ओढून घेतलं.

"चल," वाऱ्याच्या आवाजावर तो ओरडला. त्याने मला एका एलिव्हेटरकडे ओढून नेलं आणि एका कीपॅडमध्ये एक नंबर टॅप केल्यावर दरवाजे उघडले. आतमध्ये उबदार होतं. सगळीकडे आरसे असलेल्या काचा होत्या. सगळीकडे, मी पाहते तिथे मला ख्रिश्चन अनंतकाळपर्यंत दिसत होता. सुंदर गोष्ट म्हणजे, त्याने मलाही अनंतकाळपर्यंत धरून ठेवलं होतं. ख्रिश्चनने कीपॅडमध्ये एक सांकेतिक नंबर टॅप केला, त्याबरोबर दरवाजे बंद झाले आणि एलिव्हेटर खाली गेली.

काही क्षणानंतर आम्ही एका पूर्णपणे शुभ्र फॉयरमध्ये होतो. मध्यभागी एक गोल, गडद रंगाच्या लाकडाचं टेबल होतं आणि त्याच्यावर अविश्वसनीय एवढा मोठा पांढऱ्या फुलांचा गुच्छ होता. भिंतींवर सगळीकडे चित्रं लावली होती. त्याने एक डबल दरवाजांचा सेट उघडला आणि एका प्रशस्त कॉरिडॉरमध्ये तो चालू लागला. त्याच कॉरिडॉरच्या समोर एका राजेशाही खोलीचं प्रवेशद्वार होतं. तो बैठकीचा मुख्य भाग होता, त्याची उंची दुप्पट होती. त्याच्यासाठी 'मोठा' शब्द फार छोटा आहे. दूर असलेली एक भिंत काचेची होती आणि सीॲटलचं दर्शन घडवणाऱ्या एका बाल्कनीकडे ती जात होती.

उजवीकडे एक इंग्रजी अक्षर 'यू' आकाराचा दहा प्रौढ व्यक्ती आरामात बसू शकतील असा भव्य सोफा होता. त्याच्यासमोर एक आधुनिक फायरप्लेस होती, जी स्टेट ऑफ द आर्ट, स्टेनलेसस्टील किंवा कदाचित प्लॅटिनमनेदेखील बनवलेली असावी. आग पेटवलेली होती आणि हलकेच ज्वाळा निघत होत्या. आमच्या जवळ डाव्या बाजूला, प्रवेशमार्गाला लागून, स्वयंपाकघराचा भाग होता. सगळे गडद लाकडाचे वर्कटॉप्स आणि सहा लोक बसू शकतील असा ब्रेकफास्ट बार होता.

स्वयंपाकघराजवळ, काचेच्या भिंतीच्या समोर, भोवताली सोळा खुर्च्या असलेलं एक जेवणाचं टेबल होते, आणि एका कोपऱ्यात एक पूर्ण आकाराचा,

चकचकीत काळा भव्य पियानो होता. ओ यस... तो बहुतेक पियानोपण वाजवतो. सगळ्या भिंतींवर सर्व प्रकारच्या आकाराची कला होती. वस्तुत: हे अपार्टमेंट राहण्याच्या ठिकाणापेक्षा एखाद्या गॅलरीसारखं अधिक वाटत होतं.

"मी तुझं जॅकेट घेऊ का?" ख्रिश्चनने विचारलं. मी माझं डोकं हलवलं. हेलिपॅडवरच्या वाऱ्याने मी अजूनही गारठले होते.

"ड्रिंक घेणार का?" त्याने विचारलं. मी त्याच्याकडे बघून डोळ्यांची उघडझाप केली. कालच्या रात्रीनंतर! तो विनोदी व्हायचा प्रयत्न करतोय का? क्षणमात्र, एक मार्गारिटा मागण्याचा विचार माझ्या मनात आला – पण माझं धाडस होत नव्हतं.

"मी व्हाइट वाइनचा एक ग्लास घेणार आहे. माझ्याबरोबर सामील होणं तुलाही आवडेल?"

"यस, प्लीज," मी पुटपुटले.

या एवढ्या मोठ्या खोलीत, चुकीच्या ठिकाणी आल्यासारख्या भावनेने मी उभी होते. मी काचेच्या भिंतीकडे चालत गेले आणि माझ्या लक्षात आलं की, भिंतीचा खालचा अर्धा भाग कन्सर्टिना पद्धतीने बाल्कनीत उघडतो. पार्श्वभूमीवर प्रकाशमान आणि जिवंत होऊन उठलेलं सीॲटल आहे. मी स्वयंपाकघराच्या भागात परत चालत गेले. त्याला काही सेकंद लागले. काचेच्या भिंतीपासून ते तेवढंच लांब आहे. वाइनची एक बाटली ख्रिश्चन उघडत होता. त्याने त्याचं जॅकेट काढलं.

"पाऊलि फ्यूम चालेल ना तुला?"

"मला वाइनबद्दल काहीच माहिती नाही, ख्रिश्चन. पण मला खातरी आहे, ती छान असेल," माझा आवाज हलका आणि चाचरणारा होता. माझं हृदय धडधडत होतं. मला पळून जायचं होतं. हे सगळं फारच गंभीरपणे श्रीमंत आहे. खरंच बिल गेट्स स्टाइलमध्ये अत्यंत श्रीमंत. मी इथे काय करतेय? *तू इथे काय करतेयस हे तुला चांगलं माहीत आहे,* माझं अर्धजागृत मन मला टोमणा मारत होतं. मला ख्रिश्चन ग्रेच्या बिछान्यात झोपायचंय.

"हे घे," त्याने मला एक ग्लास वाइन दिली. ग्लासेस पण श्रीमंती दर्शवणारे आहेत... जड. ती वाइन हलकी, चुरचुरीत आणि चवदार होती.

"तू खूप शांत आहेस आणि तू लाजतदेखील नाहीस. खरं म्हणजे मला वाटतं मी आत्तापर्यंत तुला पाहिलंय त्यात तू सर्वाधिक फिकट दिसतेस, ॲनास्टॅशिया," तो पुटपुटला, "तुला भूक लागलीये का?"

मी डोकं हलवलं. पण जेवायची नाही! "तुझी ही जागा खूप मोठी आहे."

"मोठी?"

"मोठी!"

"ती मोठी आहे," तो सहमत झाला आणि त्याचे डोळे गंमत वाटून प्रकाशले.

मी वाइनचा दुसरा एक घुटका घेतला.

"तू वाजवतोस का?" मी माझी हनुवटी पियानोकडे केली.

"यस."

"चांगला?"

"होय."

"अर्थातच तू चांगलं वाजवत असशील. तू चांगलं करत नाहीस अशी एखादी गोष्ट आहे का?"

"होय... काही गोष्टी." त्याने त्याच्या वाइनचा एक घोट घेतला. त्याने त्याची नजर माझ्यावरून हटवली नाही. मी वळून त्या प्रशस्त खोलीकडे नजर टाकली, तेव्हा त्याचे डोळे माझा पाठलाग करत असल्याचं मला जाणवलं. 'खोली' हा शब्द चुकीचा आहे. ती खोली नाही – ते एक मिशन स्टेटमेंट आहे.

"तुला बसायचंय का?"

मी मान हलवली. तो माझा हात हातात घेऊन मला एका मोठ्या ऑफ व्हाइट रंगाच्या कोचाकडे घेऊन गेला. कुप्रसिद्ध ॲलेक दी उरबेरव्हिलच्या नवीन घराकडे बघताना टेस डर्बेफिल्डला वाटत असेल तसंच मला वाटत होतं. या सत्याची जाणीव मला त्या कोचावर बसताना झाली. त्या विचाराने मला हसू आलं.

"एवढं गमतीदार काय आहे?" तो माझ्याशेजारी बसला. माझ्याकडे बघण्यासाठी तो वळला. त्याच्या उजव्या हातावर त्याने त्याचं डोकं विसावलं आणि त्याचं कोपर कोचाच्या पाठीवर टेकलेलं होतं.

"तू मला टेस ऑफ दी उरबेरव्हिलच का दिलंस?" मी विचारलं. ख्रिश्चनने माझ्याकडे एक क्षण रोखून बघितलं. मला वाटलं, माझ्या प्रश्नाने त्याला आश्चर्य वाटलं असावं.

"वेल, तू म्हणालीस तुला थॉमस हार्डी आवडतो."

"फक्त तेच कारण आहे का?" माझ्या आवाजातली निराशा मलादेखील ऐकू आली. त्याचं तोंड एका घट्ट रेषेत दाबलं गेलं.

"मला ते योग्य वाटलं. मी तुला एंजल क्लेअरसारख्या अशक्य कोटीतल्या उच्च आदर्शाच्या जागी ठेवू शकतो किंवा पूर्णपणे ॲलेक दी उरबेरव्हिलसारखं कमी प्रतीचं ठरवू शकतो," तो पुटपुटला आणि त्याचे डोळे गडद आणि भयावह चमकले.

"निवडीचे पर्याय जर फक्त दोनच असतील, तर मी कमी प्रतीचं असण्याची निवड करेन," मी कुजबुजले. त्याच्याकडे बघत राहिले. माझं अर्धजागृत मन आश्चर्याने त्याच्याकडे टक लावून बघत होतं. त्याने श्वास रोखला.

"ॲनास्टेशिया, कृपा करून तुझा ओठ चावणं बंद कर. ते फार लक्ष विचलित

करणारं आहे. तू काय म्हणते आहेस ते तुला कळत नाहीये.''

''म्हणूनच मी इथे आहे.''

त्याने कपाळाला आठ्या घातल्या.

''यस, मला एक मिनिट माफ करशील का?'' तो खोलीच्या लांबवरच्या बाजूच्या एका मोठ्या डोअरवेमधून दिसेनासा झाला. तो काही मिनिटांसाठी गेला आणि एक दस्तऐवज घेऊन परतला.

''हा एक काहीही उघड न करण्यासंबंधीचा करार आहे,'' त्याने खांदे उडवले आणि थोडंसं शरमिंदं दिसण्याइतका मोठेपणा त्याच्याकडे होता. ''माझा वकील याबद्दल आग्रह धरतो.'' त्याने ते माझ्या हातात दिलं. मी पूर्णपणे गोंधळून गेले. ''तू जर पर्याय क्रमांक दोन – कमीपणा स्वीकारणार असशील, तर तुला याच्यावर सही करावी लागेल.''

''आणि मला जर कशावर सही करायची नसेल तर?''

''तर मग ते एंजल क्लेअरचे उच्च आदर्श असतील, वेल, पुस्तकाच्या बऱ्याचशा भागासाठी, तसंही.''

''या कराराचा अर्थ काय?''

''त्याचा अर्थ आहे तू आपल्याबद्दल काहीही उघड करू शकत नाहीस. काहीही, कोणालाही.''

मी अविश्वासाने त्याच्याकडे टक लावून बघितलं. होली शिट्. ते वाईट आहे, खरंच वाईट आहे. आता मी ते जाणून घ्यायला फार उत्सुक होते.

''ओके, मी सही करेन.''

त्याने मला पेन दिलं.

''तू ते वाचणारदेखील नाहीस का?''

''नाही.''

त्याने कपाळाला आठ्या घातल्या.

''ॲनास्टॅशिया, सही करण्यापूर्वी, जे काही असेल ते तुम्ही नेहमी वाचलं पाहिजे,'' त्याने मला दटावलं.

''ख्रिश्चन, तुला हे कळत नाही की, आपल्याबद्दल मी तसंही कोणाशी बोलणार नाही. केटशीदेखील. म्हणून मी करारावर सही केली किंवा नाही; हे गौण आहे. तुला जर त्याचं एवढं महत्त्व वाटत असेल, किंवा तुझ्या वकिलाला... ज्याच्याशी तू उघडच बोलतोस, मग ठीक आहे.मी सही करते.''

त्याने माझ्याकडे बघितलं आणि गंभीरपणे मान हलवली, ''एक चांगला मुद्दा छान मांडलास, मिस स्टील.''

दोन्ही प्रतींवर टिंबांच्या रेघांवर मी जोरदार सह्या ठोकल्या आणि एक प्रत

त्याला दिली. दुसऱ्या प्रतीची घडी करून मी ती माझ्या पर्समध्ये ठेवली आणि वाइनचा एक मोठा घुटका घेतला. मला नेहमी वाटत असतं त्यापेक्षा मी कितीतरी अधिक शूर वाटले.

"आज रात्री तू माझ्याबरोबर झोपणार आहेस असा याचा अर्थ आहे का, ख्रिश्चन?" होली शिट्. हे मी आत्ताच म्हटलं. त्याचं तोंड थोडंसं उघडं पडलं, पण तो पटकन सावरला.

"नाही, ॲनास्टॅशिया, तसा त्याचा अर्थ नाही. पहिली गोष्ट, मी झोपत नाही. मी संभोग करतो... जोमदार. दुसरं, अजून बरंच पेपरवर्क करायचं आहे. आणि तिसरं, तुझ्यापुढे काय वाढून ठेवलं आहे याची तुला अजून कल्पना नाही. तू अजूनही टेकड्यांच्या दिशेने पळत सुटू शकतेस. चल, मला तुला माझी प्लेरूम दाखवायचीये."

माझं तोंड उघडं पडलं. जोमदार कामक्रीडा. होली शिट्, ते इतकं... हॉट वाटतं. पण आम्ही प्लेरूम का बघणार आहोत? मी बुचकळ्यात पडले.

"तुला तुझ्या एक्स बॉक्सवर खेळायचंय?" मी विचारलं. तो मोठ्याने हसला.

"नाही, ॲनास्टॅशिया एक्स बॉक्सवर नाही, प्लेस्टेशन नाही. चल." तो त्याचा हात पुढे करून उभा राहिला. मी त्याला मला कॉरिडॉरकडे पुन्हा नेऊ दिलं. डबल डोअर्सच्या उजवीकडे, जिथून आम्ही आत आलो, दुसरा एक दरवाजा एका जिन्याकडे जात होता. आम्ही दुसऱ्या मजल्यावर गेलो, आणि उजवीकडे वळलो. खिशातून एक किल्ली काढून त्याने आणखी एक दरवाजा उघडला आणि एक खोल श्वास घेतला.

"तू केव्हाही जाऊ शकतेस. हेलिकॉप्टर तुला केव्हाही जाता यावं यासाठी ठेवलं आहे; तू आजची रात्र राहू शकतेस आणि सकाळी घरी जाऊ शकतेस. तू जे काही ठरवशील ते ठीक असेल."

"तो दरवाजा एकदाचा उघड, ख्रिश्चन."

त्याने दरवाजा उघडला आणि मला आत जाऊ देण्यासाठी मागे उभा राहिला. मी पुन्हा एकदा त्याच्याकडे बघितलं. आत काय आहे ते बघायची मला उत्सुकता होती. एक खोलवर श्वास घेऊन मी गेले.

आणि ते असं भासलं की, मी वेळेच्या मागे उलटा प्रवास करून सोळाव्या शतकात आणि स्पॅनिश इन्क्विझिशनच्या कालखंडात पोचले होते.

होली फक्.

७

पहिली कोणती गोष्ट माझ्या लक्षात आली असेल, तर तेथील वास. चामडं, लाकूड, हलक्या आंबटसर सुगंधाचे पॉलिश. ते खूप सुखवणारं होतं आणि प्रकाशयोजनासुद्धा खुलवणारी होती. वस्तुत: मी त्या प्रकाशाचा उगम बघू शकत नव्हते, पण तो खिडक्यांच्या वरच्या शोभिवंत पट्टीत होता. त्यातून खोलीला सुंदर बनवणारा प्रकाश झिरपत होता. भिंतीचा आणि छताचा रंग गडद, जांभळट लाल होता. त्यामुळे त्या प्रशस्त खोलीला गर्भाशयासारखा परिणाम मिळाला होता; आणि खालची जमीन खूप जुन्या, वॉर्निश लावलेल्या लाकडाची होती. दारापुढे असलेल्या भिंतीवर एक्सच्या आकाराचा एक मोठा लाकडी क्रॉस होता. तो चांगलं पॉलिश केलेल्या महोगनी लाकडापासून बनवलेला होता आणि त्याच्या प्रत्येक कोपऱ्याला बंदिस्त करणाऱ्या पट्ट्या अडकवलेल्या होत्या. त्यावर एक मोठी लोखंडी जाळी छतापासून खाली सोडली होती. ती निदान आठ स्क्वेअर फूट असावी आणि तिच्यावर सगळ्या प्रकारच्या दोऱ्या, साखळ्या आणि चमकणाऱ्या साखळ्या लटकवलेल्या होत्या. दरवाजाजवळ, दोन लांब, पॉलिश केलेले, कलाकुसरीचं कोरीव काम केलेले पोल्स होते, ते बॅनिस्टरच्या सूत कातण्याच्या टकळ्यांसारखे वाटत होते, पण त्यापेक्षा लांब होते आणि पडदे लावण्याच्या रॉड्ससारखे भिंतीवर लावले होते. त्यांच्यावर एक चक्रावून टाकणारी, पॅडल्स, चाबूक, घोडेस्वारीचे क्रॉप्स आणि गमतीशीर दिसणारी पिसांची साधनं संमिश्रपणे लटकत होती.

दरवाजाच्या बाजूला एक चांगलंच मोठं महोगनी चेस्ट ऑफ ड्रॉवर होतं. प्रत्येक ड्रॉवरचं डिझाइन एखाद्या जुन्यापुराण्या म्युझियममधल्या वस्तू ठेवण्यासाठी बनवलं असल्यासारखं दिसत होतं. त्या ड्रॉवर्समध्ये काय असेल, याचा मी थोडक्यात विचार करत होते. *मला जाणून घ्यायचंय!* दूरवरच्या एका कोपऱ्यात एक ऑक्सब्लडचं चामड्यानं मढवलेलं बाक होतं आणि त्याच्या शेजारच्या

भिंतीवर एक लाकडी, पॉलिश केलेले रॅक होते, जे पूल किंवा बिलिअर्डच्या क्यू होल्डरसारखे दिसत होते, पण जवळून निरीक्षण केल्यावर त्याच्यामध्ये वेगवेगळ्या लांबीच्या आणि रुंदीच्या छड्या ठेवलेल्या दिसल्या. विरुद्ध दिशेच्या कोपऱ्यात एक मजबूत सहा फूट लांबीचं टेबल होतं – पॉलिश केलेल्या लाकडाचं आणि बारकाईने कोरीव काम केलेल्या पायांचं. त्याच्याखाली दोन एकमेकांशी संगती साधणारी स्टुलं होती.

पण त्या खोलीत प्रभाव टाकणारं काय असेल तर तो एक पलंग. तो किंग साइझपेक्षा मोठा होता आणि त्याला कलाकुसरीचं महागडं कोरीव काम केलेले, वरून सपाट असलेले चार खांब होते. तो एकोणिसाव्या शतकाच्या उत्तरार्धातला दिसत होता. मेघडंबरीच्या खाली मला काही अधिक चमकणाऱ्या साखळ्या आणि मनगटपट्ट्या दिसल्या. पलंगावर बिछाना नव्हता. फक्त एक लाल चामड्याने मढवलेली गादी होती, आणि लाल सॅटिन कुशन्सचा ढीग एका कोपऱ्यात ठेवला होता.

पलंगाच्या पायथ्याशी, काही फूट अंतरावर, एक मोठा ऑक्सब्लड चेस्टरफिल्ड कोच होता. तो खोलीच्या मध्यभागी पलंगाच्या दिशेने तोंड करून ठेवण्यात आला होता. काहीतरी विचित्र रचना... पलंगासमोर तोंड करून, कोच ठेवणं. मी स्वत:शीच हसले. खरं म्हणजे खोलीतला तो एक नेहमीचा फर्निचरचा भाग होता आणि मला तोच विचित्र वाटला. मी वर बघून छताकडे टक लावली. वेगवेगळ्या अंतरावर छताला पट्ट्यांच्या क्लिप्स होत्या. मी अस्पष्टपणे त्या कशासाठी आहेत, याचा विचार करत होते. चमत्कारिकपणे, सगळं लाकूड, गडद भिंती, मूडी प्रकाशयोजना आणि ऑक्सब्लड लेदर, खोलीला एक प्रकारचं हळुवार आणि रोमँटिक बनवत होतं... मला माहीत आहे, ते रोमँटिक सोडून बाकी सगळं काही होतं; हळुवार आणि रोमँटिकची ही ख्रिश्चनची व्याख्या आहे.

मी वळले. तो माझं एकाग्रतेने निरीक्षण करत होता. आणि तो तसं करत असणार हे मला माहीतच होतं. त्याच्या चेहऱ्यावरचे भाव पूर्णपणे अनाकलनीय होते. मी खोलीत पुढे चालत गेले आणि तो माझ्यामागे आला. त्या पिसं लावलेल्या वस्तूमुळे मी बुचकळ्यात पडले होते. बिचकतच मी त्याला स्पर्श केला. ते एका लहानशा कॅट-ओ-नाइन टेल्ससारखे स्वेड; पण जास्त केसाळ होते. त्याच्या टोकाला अगदी छोटे प्लास्टिकचे मणी होते.

''याला 'फ्लॉगर' म्हणतात,'' ख्रिश्चनचा आवाज शांत आणि हळुवार होता.

फ्लॉगर... हं... मला वाटतं मला तीव्र धक्का बसला होता. माझ्या अर्धजागृत मनाने स्थलांतर केलं होतं किंवा ते मूक झालं होतं किंवा सरळ उलटंपालटं होऊन बाद झालं होतं. मी बधिर झाले होते. मी निरीक्षण करू शकत होते आणि

ग्रहण करू शकत होते. पण या सगळ्याबद्दल माझ्या भावना नेमकेपणाने व्यक्त करू शकत नव्हते, कारण मला धक्का बसला होता. तुमचा होऊ घातलेला प्रियकर एक पूर्णपणे चमत्कारिक, दुसऱ्याला पीडा देऊन किंवा स्वत:ला दु:ख देऊन आनंद मिळवणारा आहे, हे कळल्यानंतर योग्य ती प्रतिक्रिया कोणती असणार?

भीती... होय... ती भावना बलवत्तर झालेली दिसली. मी आता ती ओळखली; पण चमत्कारिकपणे. त्याची भीती नव्हे – मला नाही वाटत तो मला इजा करेल. वेल, माझ्या परवानगीशिवाय नाही. कितीतरी प्रश्नांचे ढग माझ्या मनात दाटून आले. का? कसं? केव्हा? किती वेळा? कोण? मी पलंगाकडे चालत गेले आणि माझे हात बारकाईने कलाकुसर केलेल्या एका खांबावरून फिरवले. तो खांब खूप मजबूत होता आणि त्याच्यावर केलेली कलाकुसर अत्युत्कृष्ट होती.

"काहीतरी बोल," ख्रिश्चनने आज्ञा केली. त्याचा आवाज फसवा आणि हळुवार होता.

"तू हे लोकांना करतोस की ते हे तुला करतात?"

त्याचं तोंड एकाएकी वाकडं झालं; एकतर गंमत वाटून किंवा सुटकेच्या भावनेने.

"लोक?" आपल्या उत्तरावर विचार करताना दोन-तीन वेळा त्याने डोळ्यांची उघडझाप केली. "ज्या स्त्रियांना मी हे करावं अशी इच्छा असते त्यांना मी हे करतो."

मला समजत नाही.

"तुझ्याकडे जर स्वयंस्फूर्त इच्छुक लोक असतील, तर मी इथे का आहे?"

"कारण मला हे तुझ्याबरोबर करायचं आहे, खूप."

"ओह," मी श्वास रोखला. का?

मी खोलीच्या दुसऱ्या टोकाजवळ फिरत गेले. कमरेइतक्या उंचीच्या गादी घातलेल्या बाकाला थोपटलं आणि माझी बोटं चामड्यावरून फिरवली. *त्याला स्त्रियांना दुखवायला आवडतं.* या विचाराने मी निराश झाले.

"तू इतरांना इजा करून शरीरसुख मिळवणारा आहेस?"

"मी वर्चस्व गाजवणारा आहे," त्याचे डोळे तप्त, करडे, उत्कट झाले.

"त्याचा अर्थ काय?" मी कुजबुजले.

"तू मला स्वत:हून सगळ्यासाठी स्वाधीन करावं, अशी माझी इच्छा आहे."

ती कल्पना पचनी पडत असण्याचा प्रयत्न करत असताना मी त्याच्याकडे कपाळाला आठ्या घालून बघितलं.

"मी तसं का करेन?"

"मला खूश करण्यासाठी," त्याचं डोकं एका बाजूला झुकवून तो कुजबुजला आणि मला त्याच्या चेहऱ्यावर हास्याची किंचित छटा दिसली.

त्याला खूश करायचं! मी त्याला खूश करावं अशी त्याची इच्छा आहे! मला वाटतं माझं तोंड उघडं पडलं आहे. *ख्रिश्चन ग्रेला खूश करायचं.* आणि त्याक्षणी मला कळून आलं की, होय, मला नक्की तेच करायची इच्छा आहे. त्याने माझ्याबरोबर अतिशय आनंदित व्हावं अशी माझी इच्छा आहे. ती एक उघड गोष्ट आहे.

''सोप्या शब्दांत सांगायचं तर, मला खूश करावं असं तुला वाटावं अशी माझी इच्छा आहे,'' तो हलकेच म्हणाला. त्याचा आवाज संमोहित करणारा होता.

''ते मी करू शकेन?'' माझं तोंड सुकलं. मी अजून थोडी वाइन घेतली असती, तर बरं झालं असतं असं मला वाटू लागलं. ओके, खूश करण्याबद्दलचा भाग मला समजला, पण मृदू शयनगृह – एलिझाबेथन आणि छळवाद सेटअपमुळे मी बुचकळ्यात पडले होते. मला उत्तर जाणून घ्यायचं होतं.

''माझे नियम आहेत आणि ते तू पाळावेस अशी माझी इच्छा आहे. ते तुझ्या फायद्यासाठी आणि माझ्या सुखासाठी आहेत. माझं समाधान होईपर्यंत जर तू हे नियम पाळलेस, तर मी तुला बक्षीस देईन. जर तू त्या नियमांचं पालन केलं नाहीस, तर मी तुला शिक्षा करेन आणि मग त्यातून तू शिकशील,'' तो कुजबुजला. तो हे बोलत असताना मी छड्यांच्या रॅककडे बघत होते.

''आणि हे सगळं काय आहे? कशासाठी?'' मी खोलीकडे सर्वसाधारणपणे निर्देश केला.

''ते सगळं बक्षीस देण्याच्या पॅकेजचा भाग आहे. बक्षीस आणि शिक्षा दोन्ही.''

''म्हणजे तुझी इच्छा माझ्यावर चालवून तुला तुझी रोमांचकता अनुभवता येईल.''

''तुझा विश्वास आणि आदर मिळवण्यासाठी हे आहे. म्हणजे तू मला तुझ्याशी माझ्या इच्छेप्रमाणे वागू देशील. मला खूप सुख मिळेल आणि आनंददेखील, तुझ्या स्वाधीन होण्यामुळे. तू जेवढी अधिकाधिक स्वाधीन होशील, तेवढा आनंद अधिक असेल. हे एक अगदी साधं गणित आहे.''

''ओके. आणि मला काय मिळेल?''

त्याने खांदे उडवले आणि जवळजवळ तो क्षमायाचना करणारा दिसत होता.

''मी,'' तो फक्त एवढंच म्हणाला.

ओ माय; माझ्याकडे बघत असताना ख्रिश्चनने त्याच्या केसांतून हात फिरवला.

''तू काही देऊन टाकणार नाहीस, ॲनस्टॅशिया,'' तो वैतागून पुटपुटला. ''आपण परत खाली जाऊ या. तिथे माझं लक्ष चांगलं केंद्रित होईल. तुझं इथे असणं फारच लक्ष विचलित करणारं आहे.'' त्याने त्याचा हात पुढे केला आणि आता मी तो घ्यायला मागे-पुढे करत होते.

केटने म्हटलं होतं तो धोकादायक आहे. तिचं इतकं बरोबर होतं. तिला कसं कळलं? माझ्या आरोग्यासाठी तो धोकादायक आहे, कारण मला माहीत आहे की, मी हो म्हणणार आहे. आणि माझ्यातल्या एका भागाला 'होय' म्हणायचं नाहीये. माझ्यातल्या एका भागाला या खोलीतून, आणि ती ज्याचं प्रतिनिधित्व करते त्याच्यापासून किंचाळत पळत सुटायचं आहे. मला माझाच तळ गाठता येत नाहीये.

"मी तुला दुखावणार नाही, ॲनास्टॅशिया."

तो खरं बोलत होता हे मला माहीत होतं. मी त्याचा हात हातात घेतला आणि त्याने मला दरवाजातून बाहेर नेलं.

"तू जर हे केलंस, मी तुला दाखवतो," परत खाली जायच्याऐवजी तो प्लेरूममधून उजवीकडे वळून कॉरिडॉरमध्ये गेला. आम्ही बऱ्याच दरवाजांवरून गेलो आणि शेवटी एका दरवाजापाशी पोचलो. त्याच्या पलीकडे एक मोठा डबल बेड असलेले शयनगृह होते. सगळे पांढऱ्या रंगात... सगळं काही – फर्निचर, भिंती, बिछाने. निर्जंतुक आणि थंड, पण त्या खोलीच्या काचेच्या भिंतीतून सीॲटलचा एक अतिशय रमणीय देखावा दिसत होता.

"ही तुझी खोली असेल. तुला जशी आवडेल तशी ती सजव. तुला जे पाहिजे ते इथे ठेव."

"माझी खोली? मी इथे येऊन राहावं अशी तुझी अपेक्षा आहे?" मी माझ्या आवाजातलं भय लपवू शकले नाही.

"पूर्ण वेळ नव्हे. फक्त, असं म्हणू या, शुक्रवार संध्याकाळपासून रविवारपर्यंत. आपल्याला त्यासंबंधी बोलावं लागेल, वाटाघाटी कराव्या लागतील. तुला जर हे करायचं असेल तरच," तो पुढे म्हणाला. त्याचा आवाज शांत आणि दोलायमान होता.

"मी इथे झोपायचं."

"होय."

"तुझ्याबरोबर नाही."

"नाही, मी तुला सांगितलं आहे, 'मी कोणाबरोबर झोपत नाही,' फक्त तुझ्याबरोबर, जेव्हा तू दारूमुळे स्पष्ट विचार करायला असमर्थ होतीस." त्याचा आवाज खरडपट्टी काढणारा होता.

माझं तोंड एका कठीण रेषेत दाबलं गेलं. या गोष्टीशी मी जमवून घेऊ शकले नाही. दयाळू, काळजी घेणारा ख्रिश्चन. ज्याने मला दारू चढलेल्या अवस्थेतून सोडवलं आणि मी फुलांच्या वाफ्यात उलटी करत असताना मला हळुवारपणे धरलं. आणि आत्ताही तोच – विशेष खोलीत चाबूक आणि साखळ्या बाळगणारा राक्षस.

"तू कुठे झोपतोस?"

“माझी खोली खाली आहे. चल, तुला भूक लागली असेल.”

“चमत्कारिक म्हणजे, माझी भूक हरवल्यासारखं मला वाटतंय,” मी एखाद्या रागावलेल्या लहान मुलासारखं पुटपुटले.

“तू खाल्लं पाहिजेस, ॲनास्टॅशिया,” त्याने दटावलं आणि माझा हात हातात घेऊन मला खाली घेऊन गेला.

त्या भलत्याच मोठ्या खोलीत मी थरथरत होते.

एका कड्याच्या टोकावर उभी राहून उडी मारायची की नाही, याचा मला निर्णय घ्यायचा होता.

“मला याची पूर्णपणे जाणीव आहे, ॲनास्टॅशिया की, मी तुला ज्या मार्गाने नेतोय तो अंधारा मार्ग आहे. त्यामुळे त्याबद्दल तू नीट, पूर्णपणे विचार करावास. अर्थातच तुझे काही प्रश्न असतील,” तो स्वयंपाकघराच्या भागात फिरत असताना म्हणाला.

माझे प्रश्न आहेत. पण सुरुवात कुठून करायची?

“तू एनडीएवर सही केली आहेस; तुला विचारायचं आहे ते विचार. मी उत्तर देईन.”

तो रेफ्रिजरेटर उघडून वेगवेगळ्या प्रकारच्या चीजनी, दोन हिरव्या आणि लाल रंगाच्या द्राक्षांनी भरलेली एक प्लेट बाहेर काढत असताना मी ब्रेकफास्ट बारजवळ त्याला बघत उभी होते. त्याने वर्कटॉपवर प्लेट ठेवली आणि एक फ्रेंच ब्रेड कापायला लागला.

“बस,” त्याने ब्रेकफास्ट बारजवळच्या स्टुलांपैकी एकाकडे निर्देश केला आणि मी त्याच्या आज्ञेचं पालन केलं. मी जर हे करणार असेन, तर त्याची मला सवय लावून घ्यावी लागेल. मी त्याला भेटल्यापासूनच तो किती बॉसी आहे, हे माझ्या ध्यानात आलं.

“तू पेपरवर्कचा उल्लेख केलास.”

“होय.”

“कसलं पेपरवर्क?”

“वेल, एनडीएच्या व्यतिरिक्त एक करार ज्यामध्ये आपण काय करणार आणि काय करणार नाही, ते म्हटलं असेल. मला तुझ्या मर्यादा जाणून घ्याव्या लागतील आणि तुला माझ्या. हे परस्परसंमतीचं आहे, ॲनास्टॅशिया.”

“आणि जर मला हे करायचं नसेल तर?”

“मग ठीक आहे,” तो काळजीपूर्वक म्हणाला.

“पण आपलं काही नातं नसेल?” मी विचारलं.

“नाही.”

"का?"

"कारण मला फक्त अशा प्रकारच्या नातेसंबंधांमध्येच रस आहे."

"का?"

त्याने खांदे उडवले. "कारण मी असाच आहे."

"एखादा माणूस जसा असतो तसा असतो. मग तो तसा का असतो, याचं उत्तर देणं कठीण आहे. आता काहींना चीझ आवडतं आणि काही जणांना नाही आवडत, का? तुला चीज आवडतं? माझ्या हाउसकीपरने रात्रीच्या जेवणासाठी ठेवलंय ते." त्याने एका कपाटातून मोठ्या सफेद प्लेट्स काढल्या आणि माझ्यासमोर ठेवल्या.

आम्ही चीजबद्दल बोलतोय... होली क्रॅप.

"मला पाळावे लागतील असे तुझे कोणते नियम आहेत?"

"मी ते लिहून ठेवले आहेत. आपण एकदा खाऊन घेतलं की ते वाचू."

अन्न. मी आता कसं खाऊ शकेन?

"मला खरं म्हणजे भूक नाही," मी कुजबुजले.

"तू खाणार आहेस," तो सरळ म्हणाला. *अधिकार गाजवणारा ख्रिश्चन.* "तुला आणखी एक ग्लास वाइन पाहिजे का?"

"हो, चालेल."

त्यानं माझ्या ग्लासमध्ये वाइन ओतली आणि माझ्याशेजारी बसायला आला. मी घाईघाईत एक घुटका घेतला.

"जेवण वाढून घे, ॲनास्टॅशिया."

मी द्राक्षांचा एक छोटा घड घेतला. हे मी खाऊ शकेन. त्याने त्याचे डोळे बारीक केले.

"तू बराच काळ अशा प्रकारचा आहेस का?" मी विचारलं.

"हो."

"ज्यांना हे करायची इच्छा आहे अशा स्त्रिया शोधणं सोपं आहे का?"

त्याने माझ्याकडे बघून भुवई उंचावली.

"तुला आश्चर्य वाटेल!" तो शुष्कपणे म्हणाला.

"मग मी का? मला खरंच कळत नाही."

"ॲनास्टॅशिया, मी तुला सांगितलंय, तुझ्यात काहीतरी विशेष आहे. मी तुला जाऊ देऊ शकत नाही!" तो उपहासाने हसला.

"मी एका ज्योतीवर झेप घेणाऱ्या पतंगासारखा आहे," त्याचा आवाज गडद झाला. "मला तू खूप खूप हवी आहेस, विशेषतः आता, जेव्हा तू तुझा ओठ पुन्हा चावते आहेस." त्याने एक खोल श्वास घेतला आणि आवंढा गिळला.

माझ्या पोटात ढवळून आलं. मी त्याला हवी आहे... एका चमत्कारिक प्रकारे, खरं आहे, पण या सुंदर, वेगळ्या प्रकारच्या कामक्रीडेचं वर्तन असणाऱ्या माणसाला मी हवी आहे.

"मला वाटतं तू चुकीची उपमा वापरतो आहेस," मी कुरकुरले. "मी पतंग आहे आणि तू ज्योत आहेस. मला भाजणार आहे, हे मला माहीत आहे."

"खा आता."

"नाही, मी अजूनही कशावर सही केलेली नाही, म्हणून मी माझ्या इच्छेप्रमाणे अधिक काळ मुक्तपणे वागेन, जर ते तुला चालत असेल तर."

"जशी तुझी इच्छा, मिस स्टील."

"किती स्त्रिया?"

मी बरळल्यासारखा प्रश्न विचारला, पण मला खूपच उत्सुकता होती.

"पंधरा."

"ओह्... मी जेवढी अपेक्षा केली होती तेवढ्या नाहीत."

"बऱ्याच कालावधीपर्यंत?"

"होय, त्यांपैकी काही."

"तू कधी कोणाला इजा पोचवलीस?"

"यस."

होली शिट्.

"वाईट प्रकारे?"

"नाही."

"तू मला इजा करशील का?"

"तुझ्या बोलण्याचा अर्थ काय?"

"शारीरिकदृष्ट्या तू मला इजा करशील का?"

"जेव्हा गरज असेल तेव्हा मी तुला शिक्षा करेन आणि ते दुःखद असेल."

मला थोडी चक्कर आल्यासारखं वाटलं. मी वाइनचा आणखी एक घोट घेतला. मी अल्कोहोलमुळे जरा नीट राहीन.

"तुला कधी मार खावा लागलाय?" मी विचारलं.

"होय."

"ओह्..." मला त्याचं आश्चर्य वाटतं. या माहितीबद्दल मी त्याला पुढे प्रश्न विचारायच्या आधी त्याने माझ्या विचारशृंखलेत व्यत्यय आणला.

"आपण या विषयावर माझ्या स्टडीमध्ये चर्चा करू. मला तुला काहीतरी दाखवायचं आहे."

याचा अन्वयार्थ लावणं कठीण होतं. मी इथे मूर्खासारखा विचार करत होते

की, या पुरुषाच्या बिछान्यात मी अतुलनीय अशी वैषयिक सुखाची एक रात्र घालवेन आणि आम्ही इथे एका चमत्कारिक व्यवस्थेवर वाटाघाटी करत होतो.

मी त्याच्या मागोमाग स्टडीमध्ये गेले. खोली प्रशस्त होती. खोलीतली खिडकी जमिनीपासून छतापर्यंत मोठी होती आणि ती बाल्कनीत उघडत होती. तो डेस्कपाशी बसला. त्याच्या समोरच्या एका चामड्याने मढवलेल्या खुर्चीत बसण्याचा त्याने मला निर्देश केला आणि माझ्या हातात एक कागदाचा तुकडा दिला.

"हे नियम आहेत. ते बदलू शकतात. ते कराराचा भाग आहेत, जे तुलाही मिळू शकतील. हे नियम वाच आणि मग आपण चर्चा करू या."

नियम

आज्ञाधारकता.

'डॉमिनंट'ने म्हणजे अधिकार गाजवणाऱ्याने दिलेल्या कोणत्याही सूचनांचं, मागे-पुढे न करता किंवा हातचं राखून न ठेवता 'सबमिसिव्ह' म्हणजे ज्याच्यावर अधिकार गाजवला जातो आहे तो सफाईदारपणे त्वरित पालन करेल. डॉमिनंटला योग्य वाटणारा आणि सुखदायक असणाऱ्या कोणत्याही लैंगिक उपक्रमासाठी सबमिसिव्ह मान्यता देईल, कठोर मर्यादा (परिशिष्ट २) मध्ये अधोरेखित केलेल्या उपक्रमांव्यतिरिक्त हे उपक्रम असतील. सबमिसिव्ह व्यक्ती हे काम अधीरतेने आणि न संकोचता करेल.

निद्रा

डॉमिनंटबरोबर नसताना एका रात्रीत ती किमान सात तासांची निद्रा घेईल, याची सबमिसिव्ह खातरी करून घेईल.

अन्न

तिचं आरोग्य आणि सुस्थिती कायम राखण्यासाठी नेमून दिलेल्या अन्नपदार्थांच्या यादीतून (परिशिष्ट ४) सबमिसिव्ह नियमितपणे अन्नग्रहण करेल. फळांव्यतिरिक्त, सबमिसिव्ह दोन जेवणांमध्ये हलकेफुलके अन्नपदार्थ खाणार नाही.

वस्त्रं

या कालावधीत, सबमिसिव्ह फक्त डॉमिनंटने मान्यता दिलेलेच कपडे परिधान करेल. डॉमिनंट सबमिसिव्हसाठी कपड्यांचं एक अंदाजपत्रक सुपूर्द करेल, ज्याचा सबमिसिव्ह उपयोग करेल. सबमिसिव्हबरोबर कपड्यांची खरेदी करण्यासाठी डॉमिनंट 'जसं जमेल तसं' तत्त्वावर सोबत करेल. डॉमिनंटची गरज असेल, तर सबमिसिव्ह या कालावधीत, डॉमिनंटच्या

उपस्थितीत आणि इतर वेळेसदेखील डॉमिनंटला योग्य वाटणाऱ्या अलंकार इत्यादी रूप खुलवणाऱ्या वस्तू परिधान करेल.

व्यायाम

वैयक्तिक प्रशिक्षक आणि सबमिसिव्ह यांच्या परस्परसंमतीनुसार प्रत्येकी एक तासाचा असे आठवड्यातून चार वेळा व्यायामाचे सेशन्स घेतले जातील आणि हा प्रशिक्षक सबमिसिव्हसाठी डॉमिनंट उपलब्ध करून देईल. सबमिसिव्हच्या प्रगतीबद्दल वैयक्तिक प्रशिक्षक डॉमिनंटला अहवाल देईल.

वैयक्तिक स्वच्छता/सौंदर्य

सर्व वेळेस सबमिसिव्ह स्वतःला स्वच्छ ठेवेल, आणि तिचे केस कापलेले किंवा वॅक्स केलेले असतील. डॉमिनंटने ठरवल्याप्रमाणे आणि निवड केल्याप्रमाणे सबमिसिव्ह ब्यूटी सॅलॉंला भेट देईल आणि डॉमिनंटला योग्य वाटणारे उपचार करून घेईल.

वैयक्तिक सुरक्षितता

सबमिसिव्ह अधिक मात्रेत दारूचं सेवन करणार नाही, अधिक धूम्रपान करणार नाही, अमली पदार्थांचं सेवन करणार नाही किंवा स्वतःला अनावश्यक संकटात टाकणार नाही.

वैयक्तिक गुणविशेष

डॉमिनंटखेरीज दुसऱ्या कोणाबरोबरही सबमिसिव्ह लैंगिक संबंध ठेवणार नाही. सर्व वेळी, सबमिसिव्ह एका आदरणीय आणि नम्र पद्धतीने वागेल. तिने हे लक्षात घ्यायला पाहिजे की, तिच्या वर्तनाचा डॉमिनंटवर प्रत्यक्ष प्रभाव होतो. कोणत्याही चुकीच्या कृती, चुकीचं वागणं आणि गैरवर्तन, जरी ते डॉमिनंटच्या उपस्थितीत केलेलं नसलं, तरी तिला त्याबद्दल जबाबदार धरलं जाईल.

वरीलपैकी कोणत्याही गोष्टींबरहुकूम वागण्यात झालेल्या कुचराईबद्दल त्वरित शिक्षा करण्यात येईल, ज्याचं स्वरूप डॉमिनंटकडून ठरवलं जाईल.

"कठोर मर्यादा! त्या कोणत्या?" मी विचारलं.

"यस. तू काय करणार नाहीस, मी काय करणार नाही, हे आपल्याला करारात नमूद करावं लागेल."

"कपड्यांसाठी पैसे स्वीकारण्याबद्दल मला खातरी नाही. ते चुकीचं वाटतं," मी अस्वस्थपणे हालचाल केली. माझ्या डोक्यात 'हो' शब्द खुळखुळ्यासारखा वाजत होता.

"मला तुझ्यावर खूप पैसा ओतायचा आहे. मला तुझ्यासाठी खूप कपडे घ्यायचे आहेत. तुला माझ्यासोबत काही कार्यक्रमांना यावं लागेल आणि तेव्हा तू उत्तम वेशभूषा करावीस, अशी माझी इच्छा आहे. अर्थातच मला पक्कं ठाऊक आहे की, तुला जेव्हा नोकरी मिळेल, तेव्हा तुला त्यातून मिळणाऱ्या पैशांतून मला हवे असलेले कपडे घेता येणं जमणार नाही."

"मी जेव्हा तुझ्याबरोबर नसेन, तेव्हा ते कपडे मी घालण्याची आवश्यकता नाही?"

"नाही."

"ओके." *त्यांचा विचार गणवेषासारखा कर.*

"मला आठवड्यातून चार वेळा व्यायाम करायचा नाही."

"ॲनास्टॅशिया, तू लवचीक, मजबूत आणि बलवान पाहिजे आहेस. माझ्यावर विश्वास ठेव, व्यायाम आवश्यकच आहे."

"पण आठवड्यातून चार वेळा नक्कीच नाही, तीन वेळा?"

"तू चार वेळा करावास असं मला वाटतं." त्याने माझ्याकडे बघून ओठांचा चंबू केला. "ओके. मिस स्टील, आणखी एक चांगला मुद्दा मांडलास. असं केलं तर तीन दिवस प्रत्येकी तीन तास."

"मी इथे असताना तू मला व्यायाम करत ठेवणार आहेस, असं माझं मत व्हायला लागलंय."

तो खट्याळपणे हसला आणि सुटका झाल्यासारखे त्याचे डोळे चमकले. "होय, मी तसं करणार आहे. ओके, चालेल. माझ्या कंपनीत प्रशिक्षणार्थी म्हणून तुला नक्की काम करायचं नाही का? तू वाटाघाटी चांगल्या करतेस."

"नाही. मला नाही वाटत ती एक चांगली कल्पना असेल." मी त्याच्या नियमांकडे पाहिलं. *वॅक्सिंग! वॅक्सिंग काय? सगळं काही? उफ्.*

"म्हणजे, मर्यादा. या माझ्या आहेत." त्याने मला दुसरा एक कागदाचा तुकडा दिला.

कठोर मर्यादा

खालील कृती निषिद्ध असतील :

आगीशी खेळण्याच्या कोणत्याही कृती.

सुया, सुरे, आरपार भोक पाडणं किंवा रक्त यांच्याशी संबंधित कृती.

स्त्रीरोगांशी संबंधित वैयक्तिक साधनांचा उपयोग करणाऱ्या कोणत्याही कृती.

मुलं किंवा प्राणी यांचा सहभाग असलेल्या कृती.

त्वचेवर कायमच्या खुणा राहतील अशा कृती.

श्वासोच्छ्वासावर नियंत्रण ठेवणाऱ्या कोणत्याही कृती.

विद्युत्प्रवाहाशी प्रत्यक्ष संबंध येणारी, तसंच आग, ज्वाळा यांचा शरीराशी प्रत्यक्ष संबंध येणारी कोणतीही कृती.

त्याला हे सगळं लिहावं लागलं! अर्थात ते सगळं सुज्ञपणाचं आणि उघडच बोलायचं तर आवश्यकदेखील दिसतं आहे... कोणत्याही शहाण्या माणसाला नक्कीच अशा प्रकारच्या गोष्टींत गुंतण्याची इच्छा नसेल. तरीही मला आता थोडंसं *मळमळल्यासारखं* वाटतंय.

"यात समाविष्ट करावं असं काही तुला वाटतं आहे का?" त्याने दयाळूपणे विचारलं.

क्रॅप. मला काहीच कल्पना नाही. मी पुरती नेस्तनाबूत झाले होते. तो माझ्याकडे बघत होता आणि त्याच्या भुवया आक्रसत होत्या.

"तुला करायला आवडणार नाही असं काही आहे का?"

"मला माहीत नाही."

"मला माहीत नाही, याचा काय अर्थ?"

मी अस्वस्थपणे चाळवाचाळव करून माझा ओठ चावला.

"मी असं काही कधीच केलेलं नाही."

"वेल, जेव्हा तू सेक्सचा अनुभव घेतलास, तेव्हा असं काही होतं का, जे तुला करायला आवडलं नाही?"

पहिल्यांदाच दीर्घ कालावधीनंतर मी लाजले.

"तू मला सांगू शकतेस, ॲनास्टॅशिया. आपण एकमेकांशी प्रामाणिक असलं पाहिजे, नाहीतर हे यशस्वी होणार नाही."

मी पुन्हा अस्वस्थपणे अंगाची चाळवाचाळव केली आणि माझ्या एकमेकांत गुंतवलेल्या बोटांकडे एकटक बघत बसले.

"सांग मला." त्याची आज्ञा.

"वेल... मी यापूर्वी सेक्सचा अनुभव घेतला नसल्याने मला माहीत नाही," माझा आवाज लहान झाला होता. मी त्याच्याकडे चोरटी नजर टाकली आणि तो थिजून आणि फिक्कट – अगदी फिक्कट होऊन माझ्याकडे तोंड उघडं टाकून बघत होता.

"कधीही नाही?" तो कुजबुजला. मी माझं डोकं हलवलं.

"तू व्हर्जिन आहेस?" त्याने श्वास घेतला. मी पुन्हा लाल होत मान डोलावली. त्याने त्याचे डोळे मिटले. तो दहा अंक मोजत असल्यासारखा दिसत होता. त्याचे डोळे पुन्हा उघडले, तेव्हा तो रागावलेला होता. माझ्याकडे डोळे वटारून बघत तो गुरगुरला, "फक्, तू मला हे आधीच का नाही सांगितलंस?"

८

ख्रिश्चन त्याच्या केसांतून हात फिरवत होता आणि त्याच्या स्टडीमध्ये येरझाऱ्या घालत होता. दोन हात – म्हणजे दुप्पट चीड. त्याचं नेहमीचं ठोस नियंत्रण एक पायरी चुकलेलं दिसत होतं.

"तू मला का सांगितलं नाहीस, हे मला समजत नाहीये," त्याने मला चांगलंच फैलावर घेतलं.

"हा विषय कधीच निघाला नव्हता. भेटणाऱ्या प्रत्येकाला माझी लैंगिक स्थिती उघड करण्याची मला सवय नाही. माझ्या म्हणण्याचा अर्थ आहे, आपण एकमेकांना फार थोडं ओळखतो." मी माझ्या हातांकडे एकटक पाहत होते. मला अपराधी का वाटतंय? तो एवढा का चिडलाय? मी त्याच्याकडे चोरून बघितलं.

"वेल, आता तुला माझ्याबद्दल बरीच माहिती झाली आहे," तो तटकन बोलला. त्याचं तोंड एका कठीण रेषेत दाबलं गेलं.

"तू अननुभवी आहेस हे मला माहीत होतं, पण एक कुमारिका...?" एखाद्या घाणेरड्या शब्दाप्रमाणे तो म्हणाला.

"हेल, ॲना, मी तुला आत्ताच दाखवलं..." तो कण्हला. "देव मला क्षमा करो. तुझं माझ्याव्यतिरिक्त आत्तापर्यंत कधी कोणी चुंबन घेतलंय का?"

"अर्थातच माझं चुंबन घेतलं गेलंय," मी दुखावली गेली आहे, हे दाखवण्याचा माझ्या परीने चांगला प्रयत्न केला. *ओके... कदाचित दोनदा.*

"आणि मग एखाद्या छानशा तरुणाने तुझा तोल ढळवला नाही? मला खरंच समजत नाही. तू एकवीस वर्षांची आहेस, जवळजवळ बावीस. आणि तू सुंदरही आहेस," त्याने त्याचा हात केसांतून पुन्हा फिरवला.

सुंदर. मी सुखावून लाल झाले. ख्रिश्चन ग्रे असा विचार करतो की, मी सुंदर आहे. मी माझी बोटं एकमेकांत गुंतवली. त्याच्याकडे एकटक बघत माझं बावळट हसू दडवण्याचा प्रयत्न करत होते. कदाचित त्याला दूरदृष्टी असावी. माझ्या

अर्धजागृत मनाने झोपेत चालत असल्यासारखं डोकं वर काढलं होतं. मला त्याची गरज होती तेव्हा ते कुठे होतं?

"आणि तुला कसलाही अनुभव नसताना, तेव्हा मी काय करायचं, काय करायचं नाही यावर गांभीर्याने चर्चा करते आहेस?" त्याच्या भुवया एकत्र गुंतल्या. "तू अजूनपर्यंत सेक्स कसा कसा काय केला नाहीस? तू तो कसा टाळलास? प्लीज, मला सांग."

मी खांदे उडवले.

"तुला कसं सांगू की, कोणीच तसा प्रयत्न केला नाही..." आणि सुरुवातीपासून विचार केल्यास, तूच पहिल्यांदा तसा केलास. त्यात तू निघालास एखाद्या राक्षसासारखा. "तू एवढा का रागावला आहेस माझ्यावर," मी कुजबुजले.

"मी तुझ्यावर रागावलेलो नाही. मी स्वतःवरच रागावलोय. मी सरळ गृहीत धरलं..." त्याने निःश्वास टाकला. त्याने माझ्याकडे सुज्ञपणे बघितलं आणि मग त्याचं डोकं हलवलं. "तुला जायचंय का?" त्याने विचारलं. त्याचा आवाज मृदू होता.

"नाही, पण तुला जर वाटत असेल मी जावं असं..." मी पुटपुटले. *ओ नो... मला जायचं नाही.*

"अर्थातच नाही. तू इथे असलेलं मला आवडतं," हे म्हणत असताना त्याने कपाळाला आठ्या घातल्या आणि मग घड्याळाकडे बघितलं. "उशीर झालाय." मग तो माझ्याकडे बघण्यासाठी वळला. "तू तुझा ओठ चावते आहेस," त्याचा आवाज घोगरा होता, आणि तो विचारपूर्वक माझ्याकडे बघत होता.

"सॉरी."

"क्षमा मागू नकोस. पण एवढंच की, मलादेखील तो चावायचा आहे, खूप जोरात."

मी श्वास रोखला... तो मला अशा प्रकारच्या गोष्टी कशा सांगू शकतो आणि त्याचा माझ्यावर परिणाम होणार नाही अशी अपेक्षा करू शकतो.

"चल," तो पुटपुटला.

"काय?"

"आपण ही परिस्थिती आत्ता लगेच सुधारणार आहोत."

"म्हणजे? कोणती परिस्थिती?"

"तुझी परिस्थिती, ॲना. मी तुझ्याबरोबर सेक्स करणार आहे, आत्ता."

"ओह्!" मी आता हरले आहे. मी एक परिस्थिती आहे. मी माझा श्वास रोखून धरला.

"जर तुला पाहिजे असेल तरच! म्हणजे स्वतःहून माझं नशीब मला पुढे

रेटायचं नाही.''

''मला तर वाटलं होतं की, तू झोपत नाहीस; तर तू जोमदार संभोग करतोस,'' मी आवंढा गिळला. माझं तोंड एकाएकी कोरडं पडलं.

तो माझ्याकडे बघून खवचट हसला. त्याचे परिणाम खोलपर्यंत भिनले – 'तिथपर्यंत'.

''मी कधीतरी असं करू शकतो किंवा दोन्हींचा मेळ घालू शकतो. आपण बघू या. मला खरंच तुझ्याबरोबर सेक्स करायचा आहे. प्लीज, माझ्याबरोबर चल. आपण केलेली व्यवस्था व्यवस्थित कार्यान्वित व्हावी अशी माझी इच्छा आहे, पण त्याआधी तू स्वत:ला कशामध्ये गुंतवून घेणार आहेस, याची तुला थोडीतरी कल्पना असली पाहिजे. आज रात्री आपण तुझं प्रशिक्षण सुरू करू शकतो. सुरुवातीच्या काही आवश्यक गोष्टींपासून. याचा अर्थ असा नाही की, मी प्रेमात पागल होऊन तुझ्याकडे आलोय. पण एक ध्येय पूर्ण करण्याचं ते एक साधन आहे, जे मला पाहिजे आहे आणि अशी आशा करू या की, तुलाही ते हवं असेल.'' त्याची नजर उत्कट होती.

मी लाजले... ओ माय... इच्छा पूर्ण होतात तर.

''पण तुझ्या नियमांच्या यादीप्रमाणे मी सगळ्या गोष्टी केलेल्या नाहीत.'' माझा आवाज जड आणि का-कूं करणारा होता.

''नियमांबद्दल विसर. आज रात्रीसाठी ते सगळे तपशील विसर. मला तू पाहिजे आहेस. तू माझ्या ऑफिसमध्ये जेव्हा पहिल्यांदा आली होतीस आणि पडली होतीस, तेव्हापासून तू मला हवी आहेस. आणि मलाही माहीत आहे की, तुला मी हवा आहे. तुला जर मी नको असतो, तर तू इथे शांतपणे बसून शिक्षा आणि टोकाच्या मर्यादांवर चर्चा करत बसली नसतीस. प्लीज, अॅना माझ्याबरोबर रात्र घालव.''

त्याने त्याचा हात माझ्यापुढे केला. त्याचे उत्कट ओढीने भरलेले डोळे चमकत होते... उत्तेजित. मी माझा हात त्याच्या हातात ठेवला. त्याने मला ओढून त्याच्या बाहुपाशात घेतलं. त्याच्या शरीराची लांबी मला माझ्या शरीराच्या निकट जाणवली. त्याच्या या जलद कृतीने मी आश्चर्यचकित झाले होते. तो त्याची बोटं माझ्या मानेच्या खालच्या बाजूला फिरवत होता. त्याच्या मनगटाभोवती त्याने माझी पोनीटेल गुंडाळून घेतली, आणि ती हलकेच ओढली, म्हणजे मला त्याच्याकडे वर बघणं भाग पडलं. त्याने माझ्याकडे – खाली नजर लावली.

''तू एक शूर तरुण स्त्री आहेस,'' तो कुजबुजला. ''मी तुझ्यामुळे भारावून गेलोय.''

त्याचे शब्द कोणत्यातरी प्रकारच्या विवाद्य करामतीसारखे होते. माझं रक्त तापलं. खाली वाकून त्याने माझ्या ओठांचं हळुवारपणे चुंबन घेतलं आणि माझा खालचा ओठ चोखला.

"मला हा ओठ चावायचा आहे," माझ्या तोंडावर त्याचं तोंड असताना तो पुटपुटला आणि काळजीपूर्वक त्याने त्याच्या दातांनी माझा ओठ ओढला. मी कण्हले आणि तो हसला.

"प्लीज, ॲना, लेट मी मेक लव्ह टु यू."

"होय," मी कुजबुजले, "म्हणूनच तर मी इथे आहे."

मला सोडून त्याने माझा हात हातात घेतला आणि मला अपार्टमेंटमध्ये जायचा मार्ग दाखवला. त्या वेळी तो विजयी हसला.

त्याचं शयनगृह मोठं होतं. तिथल्या छतापर्यंत असलेल्या खिडकीतून सीॲटलमधल्या गगनचुंबी उजळलेल्या इमारतींचं दर्शन घडलं. भिंती सफेद होत्या आणि पडदे फिकट निळ्या रंगाचे होते. भलामोठा पलंग अत्याधुनिक होता, चार खांब; पण मेघडंबरी नसलेला आणि ड्रिफ्टवुडसारखा खडबडीत, करड्या लाकडापासून बनवलेला. वरच्या भिंतीवर एक डोळ्यांत भरणारं समुद्राचं चित्र होतं.

मी एखाद्या पानासारखी थरथरत होते. हेच ते; शेवटी, एवढा सगळा काळ लोटल्यावर, मी ते करणार होते, दुसऱ्या कोणाबरोबर नाही, तर ख्रिश्चन ग्रे बरोबर. माझा श्वासोच्छ्‌वास उथळ झाला. माझी नजर त्याच्यावरून हटत नव्हती. पलंगाशी संगती साधणाऱ्या एका चेस्ट ऑफ ड्रॉवर्सवर त्याने त्याचं घड्याळ ठेवलं आणि एका खुर्चीत त्याचं जॅकेट काढून ठेवलं. त्याने पांढरा लिनन शर्ट आणि जीन्स घातली होती. एखादीची हृदयक्रिया बंद पाडण्याइतका तो सुंदर आहे. त्याचे गडद तांबड्या रंगाचे केस गुंतले होते. त्याचे करडे डोळे धीट आणि चमचमते होते. त्याने त्याचे कॉन्व्हर्स बूट काढले आणि खाली वाकून एकेक मोजा काढला. ख्रिश्चन ग्रेचे पाय... वॉव... या नग्न पायांचं काय वैशिष्ट्य आहे? माझ्याकडे वळून बघत असताना त्याचा आविर्भाव मृदू होता.

"तू गोळ्या घेत नाहीस, असं मी गृहीत धरतो."

काय? शिट्.

"मी तसा विचार केला नाही," चेस्ट ऑफ ड्रॉवरचा वरचा खण उघडून त्याने त्याच्यातून कंडोम्सचं एक पाकीट काढलं. तो माझ्याकडे उत्कटपणे बघत होता. "तयारीत रहा," तो पुटपुटला, "तुला ब्लाइंड्स खाली ओढलेल्या पाहिजेत का?"

"चालेल," मी कुजबुजले. "मला वाटलं, तू कोणालाही तुझ्या बिछान्यात झोपू देत नाहीस?"

"कोण म्हणतं, आपण झोपणार आहोत?" तो पुटपुटला.

"ओह." होली हेल्.

तो सावकाशपणे माझ्याकडे चालत येत होता. आत्मविश्वासपूर्ण, सेक्सी, डोळे

तप्त झालेले. माझं हृदय जोरात धडधडायला लागलं. माझं रक्त माझ्या शरीरातून वेगाने धावत होतं. दाट अशी कामवासना माझ्या पोटात उफाळून आली. तो माझ्यासमोर *माझ्या डोळ्यांत एकटक बघत* उभा राहिला. तो वेड लागण्यासारखा *हॉट* आहे.

"आपण हे जॅकेट काढून टाकू या. चालेल का?" तो हलकेच म्हणाला. त्याने कोटाची पुढची बाजू धरून हळुवारपणे माझ्या खांद्यावरून माझं जॅकेट सरकवून काढलं. त्याने ते खुर्चीवर ठेवलं.

"तू मला हवी आहेस याची तुला थोडीतरी कल्पना आहे का, ॲना स्टील?" हळू आवाजात त्याने विचारलं.

माझ्या श्वासोच्छ्वासाचा वेग वाढला. त्याच्या डोळ्यांतून मी माझी नजर काढून घेऊ शकत नव्हते. तो माझ्याजवळ आला आणि त्याने हळुवारपणे आपली बोटं माझ्या गालांवरून हनुवटीपर्यंत फिरवली.

"आपण काय करणार आहोत, याची तुला थोडीशीतरी कल्पना आहे का?" माझी हनुवटी कुरवाळत त्याने प्रश्न केला.

माझ्या आतले खोलवरच्या भागातले स्नायू अत्यंत मोहक पद्धतीने पिळवटायला लागले. ते दु:ख एवढं गोड आणि तीव्र होतं की, मला माझे डोळे मिटून घ्यावेसे वाटत होते, पण माझ्या डोळ्यांत भावनावेगाने टक लावून पाहणाऱ्या त्याच्या डोळ्यांनी मी संमोहित झाले होते. खाली वाकून त्याने माझं चुंबन घेतलं. त्याचे ओठ घट्ट होते. तो माझा जबडा, हनुवटी आणि ओठांच्या कडांवर पिसांसारखी चुंबनं देत असताना त्याने माझ्या शर्टाची बटणं काढायला सुरुवात केली. त्याने माझा शर्ट काढून टाकला, आणि तो जमिनीवर पडू दिला. तो माझ्या मागे उभा राहिला आणि माझ्याकडे टक लावून पाहू लागला. माझ्या अंगात फिक्कट निळ्या रंगाची लेसची, अंगाला नीट बसणारी ब्रा होती. थँक्स हेवन्स.

"ओह, ॲना," त्याने श्वास ओढला. "तुझी त्वचा फार सुंदर आहे, फिकट आणि निर्दोष. मला तिच्या इंचन्इंचाची चुंबनं घ्यायची आहेत."

मी लाल झाले. ओह माय... तो प्रेम करू शकत नाही, असं तो का म्हणाला? मी त्याला जे हवंय ते काहीही करेन. त्याने माझा हेअर टाय पकडला आणि ओढून मोकळा केला. माझे केस माझ्या खांद्यावरून झेपावले तेव्हा मी श्वास रोखला.

"मला काळ्या केसांच्या तरुणी आवडतात," तो पुटपुटला.

माझ्या डोक्याची एकेक बाजू पकडून ठेवत त्याचे दोन्ही हात माझ्या केसांत होते. त्याचं चुंबन आग्रही होतं. त्याची जीभ आणि ओठ माझ्या जिभेला आणि ओठांना कुरवाळत होते. मी कण्हत होते. माझ्या जिभेने हलकेच त्याच्या जिभेला स्पर्श केला. त्याने त्याचे बाहू माझ्याभोवती लपेटले. मला त्याच्या शरीराच्या

निकट, घट्ट दाबून धरत उचलून घेतलं. त्याचा एक हात माझ्या केसात राहिला, दुसरा हात माझ्या पाठीच्या कण्यावरून माझ्या कमरेकडे प्रवास करत खाली माझ्या नितंबापर्यंत पोचला. त्याचा हात माझ्या पार्श्वभागावर ताणला गेला आणि हलकेच दाबला गेला. त्याने त्याच्या नितंबांच्या निकट मला धरलं आणि मला जाणवलेलं त्याचं उत्थापन त्याने सावकाशपणे माझ्यावर दाबलं.

मी पुन्हा एकदा त्याच्या तोंडात कण्हत होते. त्या उसळणाऱ्या भावना आहेत की ते हॉर्मोन्स आहेत, हे मी लपवू शकले नाही. माझ्या शरीरात त्या तुफान माजवत होत्या. मला तो खूप हवा आहे. त्याचे बाहू पकडून, मी त्याच्या दंडांचा स्पर्श अनुभवला. तो आश्चर्यकारकरीत्या सशक्त आहे... मांसल. सहजच, मी माझे हात त्याच्या चेहऱ्यापर्यंत आणि त्याच्या केसात फिरवले. ते मऊ आणि जागच्याजागी न बसणारे आहेत. मी ते हलकेच ओढले आणि तो कण्हायला लागला. त्याने मला बिछान्याकडे हलकेच ढकललं. मला वाटलं की, तो मला खाली दाबणार, पण त्याने तसं केलं नाही. मला सोडून देऊन त्याने अचानक गुडघे टेकले. त्याने माझे नितंब त्याच्या दोन्ही हातांनी पकडले आणि आपली जीभ माझ्या बेंबीच्या भोवताली फिरवली. नंतर हळुवारपणे त्याने माझ्या खुब्याच्या हाडापर्यंत चावे घेतले आणि मग माझ्या पोटावरून पुन्हा.

"आह्!" मी कण्हले.

माझ्यासमोर त्याला गुडघे टेकलेले पाहणं, त्याचं तोंड माझ्या तोंडावर... हे सगळं अनपेक्षित आणि हॉट होतं. माझे हात त्याच्या केसांत होते. माझा फार मोठ्याने होणारा श्वासोच्छ्वास संथ करण्याचा प्रयत्न करताना मी त्याचे केस ओढले. त्याच्या अशक्य कोटीतल्या वाटणाऱ्या लांब पापण्यांमधून तो माझ्याकडे बघत होता; त्याचे डोळे धुरकट करडे होते. हात वर करून त्याने माझ्या जीन्सचं बटण काढलं आणि आरामात झिपर खाली ओढला. माझ्या डोळ्यांवरची नजर न हटवताच, त्याचे हात कमरपट्ट्याच्या खाली सरकले आणि मला किंचित स्पर्श करून पुढे जाताना माझ्या पार्श्वभागावर फिरले. माझ्या नितंबावर सावकाशपणे सरकत त्याचे हात माझ्या मांड्यांपर्यंत पोचले. माझ्या जीन्स निघत असताना मी दुसरीकडे बघू शकत नव्हते. तो थांबला आणि त्याने त्याचे ओठ चाटले. माझ्या नजरेला नजर खिळवण्यात तो अजिबात खंड पाडत नव्हता. तो पुढे वाकला, माझ्या मांड्यांच्या वरच्या बाजूला त्याने त्याचं नाक घासलं. मला त्याची अनुभूती झाली, *तिथे* –

"तुला इतका छान वास येतो," तो पुटपुटला आणि त्याने डोळे मिटले. त्याच्या चेहऱ्यावर निखळ सुखाची भावना होती, आणि मला जवळपास झटकेच आले. त्याने हात वर केले आणि बिछान्यावरची चादर ओढून काढली. मग मला हळुवारपणे ढकललं. मी गादीवर पडले.

गुडघ्यांवर बसून त्याने माझे पाय पकडले. माझे कॉन्व्हर्स बूट आणि मोजेही काढले. माझ्या कोपरांवर टेकून मी अंग वर करून तो काय करतो आहे हे पाहत होते. मी धापा टाकत होते... मला ते पाहिजे आहे. माझी टाच धरून त्याने माझा पाय उचलला. त्याने त्याच्या अंगठ्याचं नख माझ्या पावलाच्या वरच्या भागापर्यंत फिरवलं. ते दुखावणारंच होतं; पण मला त्या कृतीचे पडसाद माझ्या जांघेत उमटल्याचं जाणवलं. मी श्वास रोखला. माझ्यावरून त्याची नजर न हटवता, त्याने पुन्हा त्याची जीभ माझ्या पावलाच्या पुढच्या भागावरून फिरवली आणि मग त्याचे हात. शिट्. मी कण्हले... हे मला *तिथे* कसं जाणवतं? मी मागे बिछान्यावर कण्हत पडले. मला त्याचं मृदू हास्य ऐकू आलं.

''ओह, ॲना, मी तुला काय करू,'' तो कुजबुजला. त्याने माझा दुसरा बूट आणि मोजा काढला. नंतर तो उभा राहिला आणि माझी जीन्स त्याने पूर्णपणे काढून टाकली. मी फक्त ब्रा आणि पॅन्टी घालून त्याच्या बिछान्यावर पहुडले होते आणि तो माझ्याकडे खाली टक लावून बघत होता.

''तू फार सुंदर आहेस, ॲनास्टॅशिया स्टील. तुझ्या आत प्रवेश करण्यासाठी मला धीर धरवत नाही.''

होली शिट्. त्याचे शब्द. तो अतिशय मोहात पाडणारा. त्याने माझा श्वास हिरावून घेतला.

''तू स्वतःला आनंद कसा मिळवून देतेस, ते मला दाखव.''

काय? मी कपाळाला आठ्या घातल्या.

''लाजू नकोस, ॲना, दाखव मला,'' तो हळू आवाजात बोलत होता.

मी माझं डोकं हलवलं. ''तू काय बोलतो आहेस, मला कळत नाही,'' माझा आवाज घोगरा होता. वासनेची झालर असलेला माझा आवाज मलाच ओळखू येत नव्हता.

''तू सुखाचा अत्युच्च क्षण कसा गाठतेस? मला बघायचं आहे.'' मी माझं डोकं हलवलं.

''मी काही करत नाही,'' मी पुटपुटले. त्याने त्याच्या भुवया उंचावल्या, मग एक क्षणभरच आश्चर्यचकित होऊन त्याने त्याचं डोकं अविश्वासाने हलवलं.

''वेल, मग त्याबद्दल आपण काय करायचं, ते आपल्याला पाहावं लागेल.'' त्याचा आवाज हळुवार, आव्हानात्मक होता. त्यात एक मोहक, वैषयिक धमकी होती. त्याने त्याच्या जीन्सची बटणं काढली आणि सावकाश त्याची जीन्स खाली ओढून काढली. त्याचे डोळे सगळा वेळ माझ्या डोळ्यांत गुंतलेले होते. तो माझ्यावर झुकला. माझे दोन्ही घोटे पकडून त्याने त्वरेने माझ्या पायांना झटकन विलग केलं आणि माझ्या पायांत बिछान्यावर रांगत आला. तो माझ्याकडे बारीक

नजरेने बघत आहे. मी आसुसून चुळबुळत होते.

"स्तब्ध रहा," तो पुटपुटला आणि मग खाली वाकून माझ्या मांड्यांच्या आतल्या बाजूचं चुंबन घेऊ लागला. वरपर्यंत चुंबन घेत शेवटी माझ्या पॅन्टीजच्या पातळ लेसच्या कापडावर त्याने चुंबन घेतलं.

"ओह्... मला हालचाल न करता राहणं शक्य नाही, पण मी हालचाल का नाही करायची?" मी त्याच्याखाली चुळबुळले.

"तुला हालचाल न करता ठेवण्यासाठी काम करावं लागेल, बेबी," तो माझ्या पोटावर ओळीने चुंबनं देत होता आणि त्याची जीभ माझ्या बेंबीत बुडाली. तरीही तो वरच्या बाजूला चालला होता. माझ्या सगळ्या शरीरावर चुंबनं घेत होता. माझी त्वचा तापली होती. मी लालही झाले होते. खूप तप्त, खूप थंड. मी अंगाखालच्या चादरीत माझी नखं घुसवत होते. तो माझ्या शेजारी झोपला आणि त्याच्या हाताने माझ्या नितंबावरून माझ्या कमरेकडे आणि माझ्या वक्षस्थळांपर्यंत मार्ग काढला. त्याने माझ्याकडे खाली बघितलं, त्याचा भाव अनाकलनीय होता आणि त्याने हळुवारपणे माझा एक स्तन ओंजळीत घेतला.

"माझ्या हातात तू नीट मावतेस, ॲनास्टॅशिया," तो पुटपुटला. त्याची तर्जनी त्याने माझ्या ब्राच्या कपात घुसवून माझ्या स्तनाला मुक्त करत ती हळुवारपणे खाली ओढली, पण अंडरवायर आणि कपाचं कापड यांमुळे ती पुन्हा वर उचलली गेली. त्याचं बोट माझ्या दुसऱ्या स्तनाकडे गेलं आणि पुन्हा त्याने तसंच केलं. त्याच्या स्थिर नजरेने माझे स्तन फुलले, माझी स्तनाग्रं ताठरली. मला माझ्याच ब्राने बांधलं गेलं.

"फारच छान," तो कौतुकाने कुजबुजला आणि माझी स्तनाग्रं अधिकच ताठरली.

त्याने अतिशय हळुवारपणे एक स्तन चोखला आणि त्यावेळेस त्याचा हात माझ्या दुसऱ्या स्तनाकडे गेला. आपल्या अंगठ्याने त्याने सावकाशपणे माझ्या स्तनाग्राचे टोक वर ओढून दुमडलं. ती गोड संवेदना माझ्या मांड्याच्या थेट आतल्या बाजूला जाणवत मी कण्हू लागले. मी इतकी ओली झाले होते. *ओह्, प्लीज.* माझी बोटं चादर घट्ट पकडत असताना मी आतल्या आत याचना केली. त्याचे ओठ माझ्या दुसऱ्या स्तनाग्राभोवती मिटले त्याने ते ओढल्यावर मी जवळजवळ अंगाला झटकेच दिले.

"तुला अशाप्रकारे उत्कटबिंदू गाठता येतो का आपण बघू या," तो आपलं संथ, वैषयिक आक्रमण चालू ठेवत कुजबुजला. त्याच्या कुशल बोटांची आणि ओठांची हवीहवीशी चढाई माझी स्तनाग्रं सहन करत होती. माझ्या शरीरातल्या प्रत्येक नसेच्या अग्रांना प्रज्वलित करत होती, त्यामुळे माझं सगळं शरीर एका गोड यातनेने गायला लागलं. तो थांबतच नव्हता.

"ओह्. प्लीज," मी विनवणी केली आणि माझं डोकं मागं काढलं. माझं तोंड

कण्हताना उघडलं, माझे पाय ताठर झाले. *होली हेलू.* काय होतंय मला?

"सोडून दे, बेबी," तो पुटपुटला. त्याचे दात माझ्या स्तनाग्राभोवती बंद झाले. त्याचा अंगठा आणि बोट यांनी ते जोरात ओढताच मी त्याच्या हातात जणू विखुरले. माझ्या शरीराने आचके दिले आणि ते हजारो तुकड्यात हादरलं. त्याने माझं खोलवर चुंबन घेतलं. माझं ओरडणं माझ्या तोंडातील त्याच्या जिभेने शोषून घेतलं.

ओह् माय. ते अद्वितीय होतं. आता मला या सगळ्याचा एवढा बाऊ का केला जातो ते कळलं. चेहऱ्यावर एक समाधानाचं हास्य विलसताना तो माझ्याकडे बघत होता. माझ्या चेहऱ्यावर भारावल्याच्या आणि कृतज्ञतेच्या भावनेशिवाय आणखी काही नसणार, याची मला खातरी होती.

"तू छान प्रतिसाद देतेस," त्याने श्वास घेतला, "फक्त त्याच्यावर नियंत्रण कसं ठेवायचं, हे तुला शिकावं लागेल. आणि ते तुला शिकवताना खूप मजा येईल," त्याने पुन्हा माझं चुंबन घेतलं.

उत्कटबिंदू गाठल्यानंतरही माझा श्वासोच्छ्वास अनियमित होता. त्याचे हात माझ्या कमरेवर खाली, माझ्या नितंबांवर फिरत होते. मग मला अगदी निकटतेने त्याने जवळ घेतलं... जीझ... त्याचं बोट पातळ लेसच्या आतून आत सरकलं आणि सावकाशपणे माझ्याभोवती – *तिथे* वर्तुळं काढू लागलं. थोडावेळ त्याने डोळे मिटले आणि त्याचा श्वासोच्छ्वास वाढला.

"तू इतकी मोहकपणे ओली झाली आहेस. गॉड. आय वॉंट यू," त्याने त्याचं बोट माझ्या आत घुसवलं आणि त्याने ते पुन्हा पुन्हा केलं त्यासरशी मी ओरडले. त्याने माझ्या *आत – तिथे* तळहात ठेवले आणि मी आणखी एकदा ओरडले. त्याने स्वत:ला माझ्या आत अधिकाधिक जोरात ढकललं आणि मी कण्हले.

एकाएकी, तो बसला आणि त्याने माझ्या पॅन्टीज ओढून काढून त्या जमिनीवर फेकून दिल्या. त्याची बॉक्सर चड्डी त्याने काढून टाकल्यावर त्याचं उत्थापन उसळून मोकळं झालं. होली काउ.... त्याने पलंगाशेजारच्या टेबलावरचं एक फॉइल पॅकेट काढलं आणि मग तो माझ्या पायांमध्ये त्यांना अधिक विलग करून सरकला. तो गुडघे टेकून बसला आणि त्याने एक कंडोम ओढून लावला.

ओ नो... ते करेल? कसं?

"काळजी करू नकोस," त्याचे डोळे माझ्या डोळ्यांत घालून त्याने श्वास घेतला. "तूदेखील विस्तारतेस." तो खाली वाकला. त्याचे हात माझ्या डोक्याच्या बाजूला होते. म्हणजेच तो माझ्यावर झुकला होता – माझ्या डोळ्यांत एकटक बघत, त्याचा जबडा आवळलेला आणि डोळे तप्त. माझ्या हे आत्ताच लक्षात आलं की, त्याने त्याचा शर्ट अजूनही घातला आहे.

"तुला हे खरंच करायचं आहे?" त्याने हलकेच विचारलं.

"प्लीज," मी याचना केली.

"तुझे गुडघे वर उचल," त्याने हलकेच फर्मावलं. मी लगेच तसं केलं.

"आता मी तुझ्याशी सेक्स करणार आहे, मिस स्टील," त्याच्या उत्थापनाच्या टोकाचं माझ्या प्रवेशापाशी स्थान निश्चित केल्यावर तो पुटपुटला, "जोमदार," आणि तो माझ्या आत घुसला.

"आहा!" एक विचित्र चिमटा घेतल्यासारखी अनुभूती. माझं कौमार्य भंग झालं तेव्हा मी ओरडले. तो स्तब्ध झाला. त्याने माझ्याकडे खाली बघितलं. त्याचे डोळे विजयाच्या उत्कट आनंदाने उजळले होते.

त्याचं तोंड थोडंसं उघडलं होतं आणि त्याचा श्वासोच्छ्वास कठोर होता. तो कण्हत होता.

"आतमध्ये तू घट्ट आहेस. तू ठीक आहेस ना?"

मी मान हलवली, माझे डोळे मोठे झाले होते, माझे हात त्याच्या दंडांच्या पुढील बाजूवर होते. मला अतिशय भरल्यासारखं वाटत होतं. तो स्तब्ध होता, मी माझ्या आत असण्याच्या, जवळिकीच्या, भारावून टाकणाऱ्या आणि आत घुसणाऱ्या भावनेशी जुळवून घेईपर्यंत त्याने मला उसंत दिली.

"आता मी हालचाल करणार आहे, बेबी," एका क्षणानंतर त्याने श्वास घेतला. त्याचा आवाज ताणला होता.

ओह्.

अत्यंत उत्कृष्ट अशा संथपणाने तो मागे झाला, आणि डोळे मिटून तो कण्हायला लागला आणि पुन्हा एकदा त्याने माझ्या आत धक्का दिला. मी दुसऱ्यांदा ओरडले आणि तो थांबला.

"आणखी?" तो कुजबुजला. त्याचा आवाज रांगडा होता.

"यस," मी उसासा टाकला. त्याने पुन्हा एकदा तसं केलं आणि शांत झाला.

मी कण्हत होते. माझ्या शरीराने त्याला स्वीकारलं... "ओह्, मला हे हवंय."

"पुन्हा?" त्याने श्वास घेतला.

आणि तो हालचाल करू लागला, पण या वेळेला तो थांबला नाही. तो त्याच्या कोपरांवर सरकला. त्यामुळे त्याचं वजन मला माझ्यावर जाणवलं. मला खाली धरत सुरुवातीला त्याने सावकाश माझ्या आत आणि बाहेर करत हालचाल केली. ती वेगळी भावना सहन करण्याचा मला सराव व्हायला लागल्यावर, माझे नितंब त्याच्या पार्श्वभागाच्या निकट आपोआप हलू लागले. त्याने गती वाढवली. मी कण्हले आणि तो धक्के देत होता – वेग वाढवत, एका दया नसलेल्या, न थांबणाऱ्या तालात. मी पण त्याच्या ठेक्यांना त्याच्या बरोबरीने प्रतिसाद देत होते. त्याने माझं डोकं त्याच्या हातात पकडलं आणि माझं एक जोरदार चुंबन

घेतलं. त्याचे दात पुन्हा माझ्या खालच्या ओठाला ओढत होते. तो थोडासा सरकला आणि मला माझ्या खोलवर आत काहीतरी दाटून येत असल्याचं जाणवलं, पूर्वीसारखंच. मी ताठर व्हायला लागले आणि तो धक्क्यावर धक्के देत होता. माझं शरीर थरथरत होतं, कंपित होत होतं. ते धनुष्यासारखं होतं, घामाचा एक थर माझ्यावर गोळा झाला. ओह् माय... हे असं जाणवेल याची मला कल्पना नव्हती... इतकं छान वाटेल, हे मला माहीत नव्हतं. माझे विचार विखरत होते... फक्त एकच जाणीव... फक्त तो... फक्त मी... ओ, प्लीज... मी ताठर झाले.

"माझ्यासाठी तुझा उत्कटबिंदू गाठ, ॲना," तो श्वास टाकत कुजबुजला आणि मला त्याच्या शब्दांसरशी उलगडा झाला. माझा उत्कटबिंदू त्याच्याभोवती स्फोट पावत होता. तो गाठत त्याच्याखाली करोडो तुकड्यांमध्ये चूर होत होता. जेव्हा त्याचा उत्कटबिंदू आला, तेव्हा तो माझ्या नावाने ओरडला, जोरात धक्के देत, माझ्या आत रिकामा झाला आणि मग शांत झाला.

मी अजूनही धापा टाकत होते. माझा श्वासोच्छ्वास आणि माझं थडथडणारं हृदय संथ करण्याचा प्रयत्न करत होते. माझे विचार बंड करून विसकळीत झाले होते. *वॉव... ते अत्यंत आश्चर्यकारक होतं.* मी माझे डोळे उघडले आणि त्याचं कपाळ माझ्या कपाळावर टेकल्याचं पाहिलं. त्याचे डोळे मिटलेले होते, त्याचा श्वासोच्छ्वास अनियमित होता. ख्रिश्चनने डोळे उघडले आणि माझ्याकडे बघितलं. त्याचे डोळे गडद; पण मृदू होते. तो अजूनही माझ्या आत होता. खाली वाकून त्याने हळुवारपणे माझ्या कपाळावर एक चुंबन दिलं आणि मग सावकाशपणे माझ्यातून स्वत:ला दूर ओढलं.

"उह्ह्..." मी त्या अनोळखी भावनेने अंग आक्रसलं.

"मी तुला दुखावलं का?" माझ्या शेजारी पडताना ख्रिश्चनने एका कोपरावर भार देऊन मला विचारलं. माझ्या केसांची एक चुकार बट त्याने खेचली, आणि मी मोठ्याने हसले.

"तू मला दुखावलंस का, असं तू मला विचारतो आहेस?"

"यातला व्यंगार्थ मला कळला नाही असं नव्हे," तो उपहासाने हसला. "गंभीरपणे विचारतोय, आर यू ओके?" त्याचे डोळे उत्कट, ठाव घेणारे, आग्रहीदेखील होते.

मी त्याच्याशेजारी सैलावले. हात-पाय गळल्यासारखं वाटत होतं, माझी हाडं जेलीसारखी वाटत होती, पण मी सैलावले होते. खोलवर आराम वाटत होता. मी त्याच्याकडे बसून हसले. मी हसायचं थांबवू शकले नाही. आता मला कळलं की, एवढा बाऊ का केला जातो ते... दोन वेळा उत्कटबिंदू गाठणं... कडांना उसवून

जाणं. वॉशिंग मशीनच्या स्पिन सायकलसारखं, वॉव. माझं शरीर 'काम' करायला समर्थ आहे याची मला कल्पना नव्हती, इतकं घट्टपणे ते वळेल आणि इतक्या आवेगाने मोकळं होईल, एवढं तृप्त होईल. ते सुख अवर्णनीय होतं.

"तू तुझा ओठ चावते आहेस, पण तू मला उत्तर दिलेलं नाहीस," त्याने कपाळाला आठ्या घातल्या. मी खोडसाळपणे त्याच्याकडे बघून हसले. त्याच्या विसकटलेल्या केसांत, धगधगणाऱ्या बारीक केलेल्या करड्या डोळ्यांत आणि गंभीर, गडद आविर्भावात तो सुंदर दिसत होता.

"मला ते पुन्हा करायला आवडेल," मी कुजबुजले. एक क्षणभर, त्याच्या चेहऱ्यावर सुटकेची एक निसटती छटा बघितल्यासारखं मला वाटलं, त्याच्या पापण्या खाली लवल्या आणि त्याने अर्धोन्मिलित डोळ्यांनी माझ्याकडे बघितलं. "तू आता ते करशील का, मिस स्टील?" त्याने शुष्कपणे विचारलं. त्याने खाली वाकून माझ्या तोंडाच्या कडेला अतिशय हळुवारपणे चुंबन घेतलं. "तू एक छोटीशी आग्रही बाई आहेस, नाही का? तुझ्या समोरच्या बाजूला वळ."

मी क्षणमात्र त्याच्याकडे बघून डोळे मिचकावले आणि मग वळले. त्याने माझ्या ब्राचं हूक काढलं आणि त्याचे हात माझ्या पाठीवरून, माझ्या नितंबांवरून खालपर्यंत फिरवले.

"तुझी त्वचा खरोखरच अतिशय सुंदर आहे," तो पुटपुटला. तो सरकला म्हणजे त्याचा एक पाय माझ्या पायात दाबला गेला आणि तो माझ्या पाठीवरून अर्धवट झोपला. माझ्या चेहऱ्यावरचे केस बाजूला करून त्याने माझ्या उघड्या खांद्याचं जेव्हा चुंबन घेतलं, तेव्हा त्याच्या शर्टाची बटणं माझ्या अंगावर रुतल्याचं मला जाणवलं.

"तू शर्ट का घातला आहेस?" मी विचारलं. तो स्तब्ध झाला. एका क्षणानंतर त्याने त्याचा शर्ट काढून टाकला आणि माझ्या अंगावर पालथा पडला. त्याची उबदार त्वचा मला माझ्या त्वचेच्या निकट जाणवली. हं... ते स्वर्गीय भासलं. त्याच्या छातीवर हलकेसे विरळ केस आहेत, ज्यामुळे माझ्या पाठीला गुदगुल्या होत होत्या.

"मग मी तुझ्याशी पुन्हा संग करावा असं तुला वाटतं?" तो माझ्या कानात कुजबुजला आणि माझ्या कानांच्या भोवताली आणि मानेवर खोलपर्यंत पिसांसारखी हलकी चुंबनं घ्यायला सुरुवात केली.

त्याचा हात खाली सरकला – माझ्या कमरेवरून, नितंबांवरून, खाली माझ्या मांड्यांपर्यंत... त्याने तो गुडघ्याच्या आतल्या बाजूला फिरवला. त्याने माझा गुडघा वर उंचावला आणि माझा श्वासोच्छ्वास वाढला... *तो आता काय करतोय?* तो सरकला आणि माझ्या पायांमध्ये आला. त्याने माझ्या पाठीला दाबलं. त्याचा हात

माझ्या मांडीवरून प्रवास करत माझ्या नितंबांपर्यंत पोचला. त्याने सावकाशपणे माझी हनुवटी कुरवाळली आणि माझ्या पायांमध्ये त्याची बोटं आणली.

"आता मी तुझ्याशी मागून सेक्स करणार आहे, ॲनास्टॅशिया," तो पुटपुटला आणि त्याच्या दुसऱ्या हाताने, माझ्या मानेवरचे केस त्याने त्याच्या मुठीत पकडले. मला जागच्याजागी दाबून ठेवत हलकेच ओढलं. मी माझं डोकं हलवू शकत नव्हते. मी त्याच्याखाली अगतिकपणे दाबली गेले होते.

"तू माझी आहेस," तो म्हणाला, "फक्त माझी. हे विसरू नकोस." त्याचा आवाज नशिला आणि त्याचे शब्द चाळवणारे, डोक्यात जाणारे होते. त्याचं वाढत जाणारं उत्थापन मला माझ्या मांडीच्या निकट जाणवलं.

हळुवारपणे रगडायला त्याची लांबसडक बोटं त्याच्याभोवती सावकाश वर्तुळं काढत होती. माझ्या चेहऱ्याभोवती त्याचा श्वासोच्छ्वास मला मृदूपणे जाणवत होता आणि त्याचवेळी त्याने सावकाशपणे माझ्या जबड्याभोवती हलकेच चावे घेतले.

"तुझा सुगंध स्वर्गीय आहे," माझ्या कानाच्या मागे त्याने हळुवारपणे गोंजारलं. तो त्याचा हात माझ्या भोवती चोळत होता. प्रतिसाद म्हणून, माझे नितंब त्याच्या हातासारखेच गोलाकार फिरत होते आणि तीव्र सुख माझ्या रक्तातून ॲड्रेनॅलिनसारखं पाझरत होतं.

"शांत रहा," त्याने फर्मावलं. त्याचा आवाज हळुवार; पण तातडीचा होता. सावकाश त्याने त्याचा अंगठा माझ्या आत घातला आणि तो गोल गोल फिरवत राहिला. तो माझ्या पुढच्या बाजूला थोपटत होता. त्याचा परिणाम चक्रावून टाकणारा होता. माझ्या शरीराच्या या एका छोट्याशा जागेवर माझी सगळी ऊर्जा केंद्रित होत होती. मी कण्हत होते.

"तुला हे आवडतं?" त्याचे दात माझ्या कानाच्या बाहेरच्या बाजूवरून फिरत असताना त्याने मला हलकेच विचारलं आणि सावकाश त्याने त्याचा अंगठा ताणायला सुरुवात केली. आत, बाहेर, आत, बाहेर... त्याची बोटं अजून वर्तुळाकार फिरत होती.

मी डोळे मिटले, माझा श्वासोच्छ्वास ताब्यात ठेवण्याचा प्रयत्न केला. आणि त्याची बोटं माझ्यापुढे ज्या विसकळीत गोंधळ माजवणाऱ्या संवेदना उघड करत होती, त्यांना समजावून घेण्याचा प्रयत्न करत होते. माझ्या अंगातून आग उसळत होती, मी पुन्हा कण्हत होते.

"तू इतकी ओली झाली आहेस, तेही इतक्या लवकर. एवढी प्रतिसाद देणारी. ओह, ॲनास्टॅशिया, मला ते आवडतं, मला ते खूप खूप आवडतं," तो कुजबुजला.

मला माझे पाय ताठ करायचे होते, पण मी हलू शकत नव्हते.

त्याने मला खाली दाबून धरलं होतं. एक सावकाश, सातत्याने होणारा,

दु:खदायक ताल त्याने ठेवला. ते अतिशय अद्वितीय होतं. मी पुन्हा कण्हले आणि तो एकाएकी हलला.

"तुझं तोंड उघड," त्याने आज्ञा केली आणि त्याचा अंगठा माझ्या तोंडात घुसवला. माझे डोळे वेगाने उघडझाप करत मोठे झाले.

"तुझी चव कशी आहे ते बघ," माझ्या कानाजवळ त्याने श्वास सोडला. "मला चोख, बेबी," त्याचा अंगठा माझ्या जिभेवर दाबला गेला आणि माझं तोंड त्याच्याभोवती आवेगाने चोखत बंद झालं. त्याच्या अंगठ्यावरचा खारटपणा आणि रक्ताची हलकीशी धातूसारखी चव मी चाखली. हे चुकीचं असलं, तरीपण होली हेल्, ते एवढं वासना उद्दीपित करणारं आहे.

"मला तुझ्या तोंडाशी मैथुन करायचंय ॲनास्टॅशिया आणि मी ते लवकरच करेन," त्याचा आवाज घोगरा, रांगडा होता आणि त्याचा श्वासोच्छ्वास अधिक तुटक होता.

"फक् माय माउथ!" मी कण्हले आणि त्याला चावा घेतला. त्याने धापा टाकल्या आणि माझे केस दुखतील एवढे घट्ट पकडले, म्हणून मी त्याला सोडलं.

"नॉटी, स्वीट गर्ल," तो कुजबुजला आणि मग पलंगाजवळच्या टेबलाकडे हात नेऊन एक फॉइल पॅकेट घेतलं. "स्तब्ध रहा, हलू नकोस." माझे केस सोडून तो म्हणाला.

माझा जोरजोरात श्वासोच्छ्वास होत असताना त्याने फॉइल फाडून ती उघडली. माझं रक्त माझ्या धमन्यांत गात होतं. ती अपेक्षा उत्तेजित करणारी आहे. माझं डोकं स्थिर करून ठेवत त्याने माझे केस पकडले. मी हलू शकत नव्हते. मी मोहिनी घातल्याप्रमाणे जणूकाही सापळ्यात अडकले होते आणि तो मला घ्यायला पुन्हा एकदा सज्ज झाला होता.

"पण या वेळी आपण अगदी सावकाश करणार आहोत, ॲनास्टॅशिया," त्याने श्वास टाकला.

सावकाशपणे तो माझ्यात विसावला, हळूहळू माझ्यात पूर्ण सामावून जाईपर्यंत – जाणत, भरत, अव्याहत.

मी मोठ्याने कण्हायला लागले. या वेळेला ते अधिक खोलवर वाटलं. मी पुन्हा कण्हले आणि त्याने जाणीवपूर्वक त्याचे नितंब वर्तुळाकार करून मागे ओढले. एक क्षण थांबला आणि पुन्हा आत मार्ग काढला. त्याने ही कृती पुन्हा पुन्हा केली. त्यामुळे मला खूळ लागत होतं – त्याचं चिडवणं, जाणीवपूर्वक सावकाश धडका आणि मधूनमधून येणारी पूर्णत्वाची भावना भारावून टाकणारी होती.

"तू इतकी छान वाटतेस," तो कण्हत होता; आणि माझं आतलं अंग थरथरायला लागलं. त्याने मागे ओढून घेतलं आणि थांबला. "ओ नो बेबी, एवढ्यात

नाही,'' तो पुटपुटला आणि तेव्हा माझं थरथरणं थांबलं. ती सगळी हवीहवीशी प्रक्रिया त्याने पुन्हा सुरू केली.

''ओह, प्लीज,'' मी याचना केली. मी हे आणखी पेलू शकेन याची मला खातरी नव्हती. माझं शरीर खूप वळलं होतं, सुटकेसाठी आस लागलेलं.

''मला तू दुखरी झालेली पाहिजे आहेस, बेबी,'' तो पुटपुटला, आणि त्याचा गोड, आरामात चाललेला छळ मागे, पुढे करत राहिला.

''तू सकाळी जेव्हा प्रत्येक वेळी हालचाल करशील, तेव्हा मी तिथे – आत होतो याची तुला आठवण व्हावी अशी माझी इच्छा आहे. फक्त मी. तू माझी आहेस.''

मी कण्हत होते.

''प्लीज, ख्रिश्चन,'' मी पुटपुटले.

''तुला काय पाहिजे, ॲनास्टॅशिया? सांग मला.''

मी पुन्हा कण्हले. त्याने ओढून घेतलं आणि पुन्हा सावकाश माझ्या आत गेला, त्याचे नितंब पुन्हा एकदा गोलाकार फिरवले.

''सांग मला,'' तो पुटपुटला.

''तू, प्लीज.''

त्याने त्याची लय मोजता येणार नाही एवढ्या सूक्ष्मपणे वाढवली आणि त्याचा श्वासोच्छ्वास अधिक अनियमित झाला. माझी आतली बाजू जलद झाली आणि ख्रिश्चनने लय पकडली.

''यू आर सो स्वीट,'' तो प्रत्येक धक्क्याच्या मध्ये पुटपुटत होता. ''आय वॉंट यू सो मच.''

मी कण्हत होते.

''तू माझी आहेस. माझ्यासाठी तुझा उत्कटबिंदू गाठ, बेबी,'' तो गुरगुरला.

त्याच्या शब्दाने माझी सुटका केली. कड्याच्या टोकापर्यंत येत माझं शरीर त्याच्याभोवती आचके देऊ लागलं आणि मी माझा उत्कटबिंदू गाठला. त्याच्या नावाचं, समजायला अवघड असं उच्चारण मी मोठ्याने केलं. ख्रिश्चनने पाठोपाठ दोन-तीन तीव्र धक्के दिले आणि मग थबकला, त्याची सुटका त्याला मिळाल्यावर माझ्यामध्ये त्याने स्वतःला ओतलं. त्याचा चेहरा माझ्या केसांत ठेवत तो माझ्या अंगावर कोसळला.

त्याने श्वास घेतला. त्याने लगेच माझ्यामधून स्वतःला काढून घेतलं आणि बिछान्याच्या त्याच्या बाजूला वळला. मी माझे गुडघे माझ्या छातीपर्यंत ओढले, पूर्णपणे गलितगात्र आणि लगेचच थकव्यामुळे आलेल्या झोपेत हरवले.

मी जेव्हा जागी झाले, तेव्हा अंधार होता. मी किती वेळ झोपले होते याची मला कल्पना नव्हती. चादरींच्या खाली मी अंग ताणलं आणि मला दुखल्याचं जाणवलं. गोड दुःख! ख्रिश्चन कुठेच दिसत नव्हता. मी उठून बसले, माझ्या समोरच्या शहराच्या दृश्याकडे टक लावलं. गगनचुंबी इमारतींत काही दिवे होते आणि पूर्वेकडे पहाटेची चाहूल लागली होती. मला संगीत ऐकू येत होतं. पियानोचे उडते स्वर, एक दुःखी, गोड विव्हळणं. बाख, मला वाटलं; पण मला खातरी नाही.

मी स्वतःभोवती चादर गुंडाळली आणि शांतपणे मोठ्या खोलीकडे जाण्यासाठी कॉरिडॉर पार केला. ख्रिश्चन पियानो वाजवत होता. तो वाजवत असलेल्या मेलडीमध्ये तो पूर्णपणे हरवला होता. त्याच्या चेहऱ्यावरचे भाव दुःखी आणि एकटेपणाचे होते, संगीताप्रमाणे. तो प्रभावीपणे वाजवत होता. प्रवेशद्वाराजवळच्या भिंतीला रेलून अत्यंत सुखावून मी ऐकत होते. तो एक चांगला नाणावलेला संगीतकार होता. तो नग्न बसला होता. पियानोशेजारच्या एकुलत्या एक मोकळ्या दिव्याचा उबदार उजेड त्याचं अंग निथळून काढत होता. मोठ्या खोलीच्या बाकीच्या भागात अंधार होता, तो जणूकाही त्याच्या स्वतःच्या एका बाजूला असलेल्या उजेडाच्या छोट्याशा पूलमध्ये होता – स्पर्श करता येणार नाही असा – एकटा, एका बुडबुड्यात.

मी शांतपणे त्या दिव्य, करुण संगीताने मोहित होऊन त्याच्याकडे गेले. मी संमोहित झाले होते. त्याची लांब, कुशल बोटे पियानोच्या कीज् शोधून त्या हलकेच दाबताना मी विचार करत होते की, याच बोटांनी माझं शरीर किती अनुभवी माणसासारखं हाताळलं आणि कुरवाळलं होतं. मी लाल झाले आणि त्या आठवणीने जोरात श्वास घेऊन माझ्या मांड्या एकत्र दाबल्या. त्याने वर बघितलं, त्याचे असीम करडे डोळे चमकत होते. त्याच्या चेहऱ्यावरचे भाव ओळखू येत नव्हते.

"सॉरी," मी कुजबुजले, "मला व्यत्यय आणायचा नव्हता."

त्याच्या चेहऱ्यावर आठ्या पडल्या.

"खरंतर मीच तुला म्हणायला हवं," तो पुटपुटला. त्याने वाजवणं थांबवलं आणि त्याच्या पायांवर हात ठेवले.

माझ्या आता लक्षात येतंय की, त्याने पीजे पँट्स घातल्या आहेत. त्याने त्याच्या केसांतून बोटं फिरवली आणि उभा राहिला. त्याच्या पँट्स त्याच्या पार्श्वभागावरून ज्या पद्धतीने लटकतात... ओ माय. पियानोभोवती सहजतेने फिरून तो जेव्हा माझ्याकडे आला, तेव्हा माझ्या तोंडाला कोरड पडली. त्याचे खांदे रुंद आहेत, पार्श्वभाग अरुंद आहे, आणि तो चालताना त्याच्या पोटाच्या स्नायूंवर लाटा उमटतात. तो खरोखरच भान हरपायला लावणारा आहे.

"तू आत्ता बिछान्यात असायला हवीस," त्याने दटावलं.

"तो एक सुंदर पीस होता. बाख?"

"बाखने पुनर्मुद्रित केलेला, पण मूळचा ओबो कन्सर्टो आहे. अलेक्झान्ड्रो मार्सेलोचा."

"तो खरंच फार सुंदर होता, पण फार दुःखी, करुण मेलडी."

त्याचे ओठ अर्धवट स्मितात तिरपे झाले.

"बेड," त्याने आज्ञा केली, "नाहीतर सकाळी तू थकून जाशील."

"मी जागी झाले आणि तू तिथे नव्हतास."

"मला झोपणं कठीण वाटतं. कोणाबरोबरही झोपण्याची मला सवय नाही," तो पुटपुटला. मी त्याचा मूड ओळखू शकले नाही. तो जरासा खिन्न वाटला, पण अंधारात ते सांगणं कठीण होतं. कदाचित तो वाजवत असलेल्या संगीताच्या तुकड्याच्या सुरावटीमुळे असावं. त्याने त्याचा हात माझ्याभोवती टाकला आणि हळुवारपणे मला पुन्हा बेडरूममकडे घेऊन गेला.

"तू केव्हापासून वाजवतो आहेस? तू खूप सुंदर वाजवतोस."

"मी सहा वर्षांचा असल्यापासून."

"ओह." ख्रिश्चन एक सहा वर्षांचा मुलगा... माझ्या मनाने एका सुंदर, तांब्याच्या रंगाच्या केसांच्या छोट्याशा करड्या डोळ्यांच्या मुलाची छबी डोळ्यांपुढे आणली. माझं हृदय विरघळलं – बाहुल्यासारखे केस असलेला एक छोटा मुलगा, ज्याला अशक्यप्राय दुःखी संगीत आवडतं.

"तुला कसं वाटतंय?" आम्ही जेव्हा खोलीत परत आलो तेव्हा त्याने मला विचारलं. त्याने एका बाजूचा दिवा लावला.

"छान."

आम्ही दोघांनी एकाच वेळी बघितलं. चादरींवर रक्त होतं – माझ्या हरवलेल्या कौमार्याचा पुरावा! मी लाल झाले, शरमिंदी होऊन, चादर माझ्याभोवती अधिक घट्ट ओढली.

"वेल, मिसेस जोन्सला विचार करायला त्यामुळे काहीतरी विषय मिळेल," माझ्या समोर उभा राहून ख्रिश्चन पुटपुटला. त्याने त्याचे हात माझ्या हनुवटीखाली धरले आणि माझ्याकडे टक लावून बघत माझं डोकं मागं केलं. त्याचे डोळे उत्कट होते. त्याने माझ्या चेहऱ्याचं निरीक्षण केलं. मी त्याची उघडी छाती यापूर्वी बघितली नव्हती, हे माझ्या लक्षात आलं. स्वयंप्रेरणेने, मी त्याच्या छातीवरच्या काळ्या केसांतून कसं वाटतं हे बघण्यासाठी बोटं फिरवायला हात पुढे केले. ताबडतोब तो माझे हात त्याच्यापर्यंत पोचणार नाहीत, अशा प्रकारे मागे सरकला.

"बिछान्यात जा," तो तीव्रपणे म्हणाला. त्याचा स्वर मृदू झाला. "मी येतो तुझ्याबरोबर झोपायला." मी माझा हात खाली नेला आणि कपाळाला आठ्या

घातल्या. त्याच्या शरीराला मी कधीही हात लावल्याचं मला आठवत नव्हतं. त्याने टेबलाचे खण उघडून एक टी शर्ट ओढून काढला आणि तो पटकन अंगात घातला.

"बेड," त्याने पुन्हा फर्मावलं. रक्ताचा विचार न करण्याचा प्रयत्न करत मी बिछान्यात गेले. बिछान्यात माझ्या शेजारी येऊन आलिंगन घेण्याकरता त्याने मला जवळ ओढलं. त्याने त्याचे बाहू माझ्याभोवती अशा प्रकारे गुंडाळले की ज्यामुळे माझा चेहरा त्याच्यापासून दूर राहिला. त्याने माझ्या केसांचं हळुवार चुंबन घेतलं आणि खोलवर हुंगलं.

"झोप, स्वीट ॲनास्टॅशिया," तो पुटपुटला आणि मी माझे डोळे मिटले, पण एक तर संगीताची किंवा त्याच्या वागण्याच्या पद्धतीची – मागे राहिलेली सल मला जाणवल्याशिवाय राहत नव्हती. ख्रिश्चन ग्रेला एक दु:खी बाजू आहे.

१

गाढ झोपेतून मला जागृतावस्थेत येण्यासाठी विनवणारा उजेड खोलीत पसरला.

मी अंग सैलावलं आणि माझे डोळे उघडले. ती मे महिन्यातली एक सुंदर सकाळ होती. माझ्या पायांपाशी सीॲटल आहे. *वॉव्, काय सुंदर दृश्य.* ख्रिश्चन ग्रे माझ्याशेजारी गाढ झोपलाय. *वॉव्, काय छान दृश्य.* तो अजूनही झोपलाय, याचं मला आश्चर्य वाटलं. त्याचा चेहरा माझ्याकडे वळलेला आहे, आणि मला त्याचं निरीक्षण करण्याची निर्वेध संधी आहे. त्याचा सुंदर चेहरा अधिक तरुण दिसतो, झोपेत विसावलेला. त्याचे कोरीव, चंबू केलेले ओठ, थोडेसे विलग झाले आहेत आणि त्याचे चमकदार, स्वच्छ केस सुंदररीत्या विसकटलेले आहेत. एखादा माणूस एवढा छान दिसू शकतो आणि तरीही एवढा साधा कसा असू शकतो? मला त्याची वरची खोली आठवली... मी माझं डोकं हलवलं. हात पुढे करून त्याला स्पर्श करण्याचा मोह झाला, पण एखाद्या लहान मुलासारखा, तो झोपलेला असताना सुंदर दिसतोय. मी काय म्हणतेय, तो काय म्हणतोय, त्याच्या योजना काय आहेत, विशेषत: माझ्याबद्दलच्या त्याच्या योजना काय आहेत, याची मला काळजी करावी लागणार नाही.

त्याच्याकडे मी दिवसभर टक लावून पाहत बसू शकले असते, पण मला तसं करून चालणार नव्हतं. मला माझी कामं होती, जी अत्यावश्यक होती. स्नानगृहात जाण्यासाठी मी बिछान्यातून बाहेर पडले आणि जमिनीवर पडलेला त्याचा पांढरा शर्ट शोधून अंगावर चढवला. स्नानगृह असेल, म्हणून मी एका दरवाजातून आत गेले; पण माझ्या शयनगृहाइतकं मोठं असं ते एक विस्तृत वॉक-इन कपड्यांचं कपाट होतं. महागड्या सूट्सच्या रांगाच रांगा, शर्ट्स, शूज आणि टाय. एखाद्याला एवढ्या कपड्यांची गरज कशी काय असते? मी नाराजीने चुकचुकले. केटच्या वॉर्डरोबची कदाचित याच्याशी स्पर्धा होऊ शकेल.

केट! ओ नो, काल संपूर्ण संध्याकाळ मी तिचा विचारच केला नाही. मी तिला संदेश पाठवणं अपेक्षित होतं – क्रॅप. मी अडचणीत येणार आहे. इलिअटबरोबर तिचं कसं काय जमतंय, असा तुरळक विचार माझ्या डोक्यात आला.

शयनगृहाकडे मी परतले तेव्हा ख्रिश्चन झोपलेलाच होता. मी दुसरा दरवाजा उघडला, तर ते स्नानगृह होतं – माझ्या शयनगृहापेक्षा मोठं. एका माणसाला एवढी जागा का लागते? दोन-दोन तोंड धुण्याची सिंक्स, मी व्यंगात्मक दृष्टिकोनातून निरीक्षण केलं. तो कोणाबरोबरही झोपत नाही हे लक्षात घेतल्यास त्यातल्या एकाचा वापर झालेला नसेल.

तोंड धुण्याच्या सिंकच्या वर असलेल्या प्रचंड आरशात मी स्वतःकडे टक लावून बघितलं. मी वेगळी दिसते का? मला वेगळं वाटतंय. माझं अंग आंबल्यासारखं वाटतंय, मी जर प्रामाणिक असेन, तर माझे स्नायू – जीझ् – जसाकाही मी आयुष्यात कधी व्यायामच केलेला नसावा. *तुम्ही तुमच्या आयुष्यात काही व्यायाम करत नाही.* माझं सुप्तमन जागृत झालंय. ओठांचा चंबू करून, पायाने ठेका धरत ते माझ्याकडे रोखून बघतं. *म्हणजे तू त्याच्याबरोबर आत्ताच झोपलीस, त्याला तुझं कौमार्य देऊन टाकलंस, अशा पुरुषाला जो तुझ्यावर प्रेम करत नाही.* वस्तुतः तुझ्याबद्दलचे त्याचे फार वेगळे विचार आहेत. तो तुला त्याच्या चमत्कारिक सेक्सचा गुलाम बनवू इच्छितो.

तू वेडी आहेस का? ती माझ्यावर ओरडतेय?

मी आरशात बघितल्यावर अंग आक्रसून घेतलं. या सगळ्याची मला नीट छाननी केली पाहिजे. मी प्रामाणिकपणे अशा पुरुषावर जीव ओवाळून टाकण्याची कल्पना करून पाहते, जो अतिसुंदर आहे, श्रीमंत आहे आणि ज्याच्याकडे माझी वाट पाहत असलेली यातनांची लाल खोली आहे. मी थरथरले. मी भांबावून, गोंधळून गेले. नेहमीप्रमाणेच माझे केस अस्ताव्यस्त होते. आत्ताच रतिक्रीडा केलेले केस मला शोभत नाहीत. बोटांनी मी गोंधळ व्यवस्थित करण्याचा प्रयत्न केला, पण मी वाईटपणे अयशस्वी झाल्याने प्रयत्न सोडून दिले – कदाचित माझ्या पर्समध्ये मला केसांना बांधण्याचे टाइज सापडतील.

मला खूप भूक लागली होती. मी पुन्हा शयनगृहाकडे मोर्चा वळवला. 'स्लीपिंग ब्यूटी' अजूनही झोपलीये, म्हणून मी एकटीच स्वयंपाकघराकडे गेले.

ओ नो... केट. मी माझी पर्स ख्रिश्चनच्या स्टडीत ठेवली होती. ती आणून मी त्यातून माझा सेल फोन काढला. तीन संदेश.

आर यू ओके ॲना?

व्हेअर आर यू ॲना?

डॅम इट ॲना!

मी केटला फोन केला. तिने उत्तर न दिल्याने मी तिला एक तिखट निरोप पाठवला की, मी जिवंत आहे आणि ब्ल्यू बर्डला बळी पडले नाही, वेल्, तिने काळजी करावी या अर्थाने नव्हे – किंवा मग कदाचित मी बळी पडले आहे. ओह्, ते सगळं इतकं गोंधळात टाकणारं आहे, मला याचे विभाग पाडण्याचा प्रयत्न केला पाहिजे आणि ख्रिश्चन ग्रे संबंधीच्या माझ्या भावनांचं परीक्षण केलं पाहिजे. ते एक अशक्य कोटीतलं काम होतं. पराभवाने मी माझं डोकं हलवलं. मला एकटीला वेळ पाहिजे, विचार करण्यासाठी, इथून दूर.

माझ्या बॅगेत मला एकाच वेळी दोन वेलकम टाइज मिळाले. मी पटकन माझे केस पिगटेल्समध्ये बांधले. मी जेवढी अधिक पोरीसारखी दिसेन तेवढी कदाचित ब्ल्यू बर्डपासून अधिक सुरक्षित असेन.

मी बॅगेतून माझा आयपॉड बाहेर काढला आणि हेडफोन्स लावले. संगीत ऐकत ऐकत स्वयंपाक करण्यासारखं दुसरं सुख नाही. मी घातलेल्या ख्रिश्चनच्या शर्टाच्या छातीवरच्या खिशात मी आयपॉड सरकवला, आवाज मोठा करून नृत्य करायला सुरुवात केली.

होली हेल्, मला भूक लागली होती.

त्याच्या स्वयंपाकघरामुळे मी भारावून गेले होते. ते देखणं आणि आधुनिक होतं. कोणत्याही कपाटाला मुठी नव्हत्या. कपाटाची दारं ढकलून ती उघडता येतील असा विचार करण्यासाठी मला काही सेकंद लागले. कदाचित मी ख्रिश्चनसाठी ब्रेकफास्ट बनवावा. त्या दिवशी तो ऑम्लेट खात होता. अं... हिथमॅनमध्ये, कालच. जीझ्, त्यानंतर कितीतरी काय काय घडून गेलं. मी फ्रिजमध्ये शोधलं; त्यात बरीचशी अंडी होती. मग मी ठरवलं की, मी पॅनकेक्स आणि बेकन बनवेन. स्वयंपाकघरात नाचत नाचत मी मिश्रण बनवायला सुरुवात केलं.

कामात मग्न असणं चांगलं असतं. त्यामुळे फार खोलवर नाही, पण थोडा विचार करायला वेळ मिळतो. माझ्या कानात घुमणाऱ्या संगीतामुळे मी विचारात खोल गढून जाण्यापासून परावृत्त होते. तो जरी कोणालाही त्याच्या बिछान्यात झोपू देत नसला, तरी मी ख्रिश्चन ग्रेच्या बिछान्यात रात्र घालवायला आले आणि ते जमवलंदेखील! मी हसले. मिशन पार पडलं. बिग टाइम. मी हसले. बिग, बिग टाइम, रात्रीच्या आठवणींनी माझं लक्ष विचलित झालं. त्याचे शब्द, त्याचं शरीर, त्याचं प्रेम करणं... त्या आठवणींनी माझं शरीर झंकारायला लागलं आणि माझ्या पोटात खोलवर माझे स्नायू सुखदपणे आकुंचन पावत असताना मी माझे डोळे मिटून घेतले. माझं अर्धसुप्त मन माझ्यावर खवळलं... *रतिक्रीडा – प्रेम करणं नव्हे.* एखाद्या वाद्याच्या कर्कश सुरात ते माझ्यावर किंचाळलं. मी त्याच्याकडे दुर्लक्ष केलं.

कुठेतरी आत त्याचा मुद्दा बरोबर असल्याचं मी जाणून होते. हातातल्या कामावर लक्ष केंद्रित करण्यासाठी मी माझं डोकं हलवलं.

स्वयंपाकघरात एक अत्याधुनिक कुकिंग रेंज होती. मला वाटतं, मला ती वापरणं जमत होतं. पॅनकेक्स कुठेतरी गरम राहण्यासाठी ठेवावेत, म्हणजे मग मी बेकन बनवायला घेईन. एमी स्टुड्ट माझ्या कानात 'मिसफिट्स'चं गाणं म्हणत होती. या गाण्याचं माझ्यासाठी खूप महत्त्व होतं; कारण मीच एक 'मिसफिट' होते. मी कुठेही कधीही फिट झाले नव्हते आणि आता... स्वत: 'किंग मिसफिट'कडूनच माझ्यासाठी एक अश्लाघ्य प्रस्ताव होता. तो असा का आहे? निसर्ग की संगोपन? मला माहीत असलेल्या सगळ्या गोष्टींपासून ते किती परकं आहे.

मी ग्रिलवर बेकन ठेवलं आणि ते शिजत असताना काही अंडी फेटली. मी वळले आणि ख्रिश्चन ब्रेकफास्टच्या बारजवळ, एका बारस्टूलवर झुकून, त्याच्या हातांवर चेहऱ्याला आधार देऊन बसला होता. जो टी शर्ट घालून तो झोपला होता, तोच त्याच्या अंगावर होता. नुकतीच रतिक्रीडा करून थोडेसे विसकटलेले केस आणि थोडीशी वाढलेली दाढी त्याला खूपच शोभून दिसत होती. तो भांबावलेला आणि खूश असा दोन्हीही दिसत होता. मी गोठले, लाल झाले आणि मग स्वत:ला सावरून माझ्या कानातून हेडफोन्स काढून टाकले. त्याला बघून माझ्या गुडघ्यातली ताकदच गेल्यासारखं मला वाटलं.

"गुड मॉर्निंग, स्टील. सकाळी सकाळी तुझ्यात खूप जोम दिसतोय," तो शुष्कपणे म्हणाला.

"मी... मी छान झोपले," मी चाचरत खुलासा केला. त्याने त्याच्या ओठांआड स्मित दडवण्याचा प्रयत्न केला.

"मला कळत नाही का," थोडं थांबून त्याने कपाळाला आठ्या घातल्या, "मीपण बिछान्यात पडल्यावर छान झोपलो."

"तुला भूक लागलीये?"

"खूप," त्याच्या चेहऱ्यावर मनस्वी भाव. नक्कीच तो खाण्याबद्दल बोलत नव्हता.

"पॅनकेक्स, बेकन आणि अंडी?"

"उत्तम दिसतंय."

"टेबलावर जेवण ठेवण्यासाठी लागणाऱ्या मॅट्स तुम्ही कुठे ठेवता, मला माहीत नाही." शरमिंद झालेलं न दिसण्याचा आटोकाट प्रयत्न करत मी खांदे उडवले.

"ते मी करतो. तू शिजव. तू तुझं, अर्... नृत्य पुढे चालू ठेवावं म्हणून मी काही संगीत लावू का?"

मी लालेलाल होत आहे, याची जाणीव होऊन मी माझ्या बोटांकडे टक लावून बघितलं.

"प्लीज, माझ्यामुळे तुझं नृत्य थांबवू नकोस. त्याने खूप करमणूक होतेय," त्याचा स्वर टोमणेवजा गमतीचा होता.

मी माझ्या ओठांचा चंबू केला. करमणूक, हं?

माझं अर्धसुप्त मन माझ्याकडे बघून हसताना दुपटीने वाढलं होतं. मी वळले आणि बहुतेक आवश्यकतेपेक्षा जरा अधिकच जोरात अंडी फेटण्याचं काम चालू केलं. एका क्षणातच, तो माझ्या शेजारी होता. माझी पिगटेल त्याने मृदूपणे ओढली.

"मला या आवडतात," तो कुजबुजला, "त्या तुझं रक्षण करू शकणार नाहीत." हं... ब्ल्यू बर्ड...

"तुला अंडी कशी बनवलेली पाहिजेत?" मी चटकन विचारलं. तो हसला.

"चांगली घुसळून फेटलेली," तो खोडसाळ हसला.

माझं हास्य लपवायचा प्रयत्न करत मी कामाकडे वळले. त्याच्यावर रागावलेलं राहणं कठीण आहे; विशेषत: तो जेव्हा त्याच्या स्वभावाच्या विरोधी खेळकर असतो. ब्रेकफास्टच्या टेबलावर ठेवण्यासाठी एक ड्रॉवर उघडून त्याने दोन करड्या काळ्या रंगाच्या प्लेसमॅट्स् बाहेर काढल्या. मी पॅनमध्ये अंड्यांचं मिश्रण ओतलं. बेकन बाहेर काढून ते परतलं आणि पुन्हा ग्रिलमध्ये ठेवलं.

मी वळले. टेबलावर संत्र्यांचा रस होता आणि तो कॉफी बनवत होता.

"तुला चहा पाहिजे?"

"यस, अर्थातच. थोडा, असेल तर."

मी दोन प्लेट्स् शोधून काढल्या आणि कुकिंग रेंजच्या गरम करण्याच्या ट्रेमध्ये ठेवल्या. ख्रिश्चनने कपाटातून ट्वायनिंग इंग्लिश ब्रेकफास्ट टी काढला. मी माझ्या ओठांचा चंबू केला.

"माझ्या बाबतीत थोडासा घाईघाईतच निर्णय घेतला गेला, नाही का?"

"खरंच? आपण आत्तापर्यंत कोणत्याही निर्णयापर्यंत पोचलोय, याची मला खातरी वाटत नाही, मिस स्टील," तो हलकेच पुटपुटला.

त्याच्या या बोलण्याचा अर्थ काय? आमच्या वाटाघाटी?

आमचा... अं... संबंध? जो काही असेल तो? तो अजूनही किती अगम्य होता. मी गरम केलेल्या प्लेट्सवर ब्रेकफास्ट वाढला आणि प्लेट्स् प्लेसमॅट्सवर ठेवल्या. रेफ्रिजिरेटरमध्ये हुडकल्यावर मला थोडं मेपल सिरप सापडलं.

मी ख्रिश्चनकडे नजर टाकली आणि तो मी बसण्याची वाट बघत होता.

"मिस स्टील," त्याने त्यातल्या एका बारस्टूलकडे हात केला.

"मिस्टर ग्रे," त्याची दखल घेण्यासाठी मी मान डोलावली. मी स्टुलावर चढले आणि खाली बसताना थोडंसं अंग आक्रसलं.

"कितीशी दुखावली आहेस तू?" खाली बसत त्याने विचारलं. मी लाल झाले. *तो एवढे खाजगी प्रश्न का विचारतो?*

"वेल्, खरं सांगायचं, तर या गोष्टीची मी कशाशीही तुलना करू शकत नाही," मी त्याला ताडकन उत्तर दिलं.

"तू काही सल्ला देणार होतास का?" मी अगदी गोडपणे विचारलं. मला खातरीपूर्वक सांगता येणार नाही, पण तो त्याचं हसू दाबण्याचा प्रयत्न करीत असावा.

"नाही, मी आपलं प्राथमिक प्रशिक्षण पुढे चालू ठेवावं किंवा कसं, याचा विचार करत होतो."

"ओह," श्वास घेण्याचं थांबवून मी स्तिमित होऊन त्याच्याकडे टक लावून बघत राहिले, माझ्या आतलं सगळं घट्ट पिळवटून निघत होतं. उह्... ते किती छान होतं. मी माझं कण्हणं दाबून टाकलं.

"ॲनास्टॅशिया, खा." माझी भूक पुन्हा अनिश्चित झालीये... आणखीन... आणखीन सेक्स. यस, प्लीज.

"ओघात सांगायचं तर, हे चविष्ट आहे," तो माझ्याकडे बघून हसला.

मी काट्याने ऑम्लेट घेऊन खाण्याचा प्रयत्न केला, पण मला त्याची चवच लागत नव्हती. प्राथमिक प्रशिक्षण!

मला तुझ्या तोंडाशी कामक्रीडा करायचीये. प्राथमिक प्रशिक्षणाचा हा एक भाग आहे का?

"तुझा ओठ चावणं बंद कर. ते लक्ष विचलित करणारं आहे आणि शर्टाच्या आत तू काही घातलेलं नाहीस, त्यामुळे माझं लक्ष अधिकच विचलित होतंय."

ख्रिश्चनने दिलेल्या लहान टीपॉटमध्ये मी टी बॅग बुडवली. माझं मन उधाणत होतं.

"कोणत्या प्रकारचं प्राथमिक प्रशिक्षण तुझ्या मनात होतं?" मी विचारलं. माझा आवाज जरासा चढला. मी शांत, रस नसलेली आहे, असं दाखवण्याच्या माझ्या प्रयत्नाला माझ्या अंगात धुमाकूळ घालणारे हार्मोन्स दगा देत होते.

"वेल्, तुझं अंग आंबलेलं असल्याने मी विचार केला की, आपण मौखिक कौशल्यांवर भर देऊ."

माझ्या घशात चहा अडकला. मी डोळे मोठे करून आणि तोंड उघडं टाकून त्याच्याकडे टक लावून बघितलं. त्यानं माझ्या पाठीवर हलकेच थोपटलं आणि थोडा संत्र्याचा रस माझ्याकडे सरकवला. तो काय विचार करतोय हे मी सांगू शकत नव्हते.

"म्हणजे तुला जर थांबायचं असेल तर," त्याने पुस्ती जोडली. मी वर बघितलं. माझा तोल सांभाळण्याचा प्रयत्न केला. त्याच्या चेहऱ्यावरचे भाव वाचता येत नव्हते. ते इतकं विफल वाटायला लावणारं होतं.

"मी आज राहू शकेन, तसं ठीक असेल तर. उद्या मला कामावर जायचंय."

"उद्या तुला किती वाजता कामावर जायचंय?"

"नऊ."

"ठीके. मी तुला कामावर सोडेन."

मी कपाळाला आठ्या घातल्या. मी आणखी एक रात्र राहावं, अशी त्याची इच्छा होती?

"मला आज रात्री घरी जायला लागेल. मला स्वच्छ कपडे लागतील."

"आपण तुला कपडे इथेच घेऊ."

माझ्याकडे कपड्यांवर खर्च करायला वेगळे पैसे नव्हते. त्याने माझी हनुवटी पकडून ओढली. माझा ओठ दातांच्या पकडीतून सुटला. मी माझा ओठ चावत असल्याची मला जाणीवदेखील नव्हती.

"काय झालं?" त्याने विचारलं.

"संध्याकाळी मला घरी जायला हवं."

त्याचं तोंड म्हणजे एक कठीण रेष झाली.

"ओके, आज संध्याकाळी," तो मान्य करतो. "आता तू ब्रेकफास्ट कर."

माझे विचार आणि माझं पोट एकदम ढवळून निघालं. माझी भूक पळून गेली. माझ्या अर्धवट खाल्लेल्या ब्रेकफास्टकडे मी बघितलं, मला भूकच नव्हती.

"खा, ॲनास्टॅशिया. तू रात्री काहीच खाल्लं नाहीस."

"मला खरंच भूक नाहीये," मी कुरकुरले.

त्याचे डोळे बारीक होतात. "तू तुझा ब्रेकफास्ट संपवलास तर मला खरंच आवडेल."

"तू आणि खाणं यांचा काय संबंध आहे?" मी बरळले. त्याच्या भुवयांना आठ्या पडल्या.

"मी तुला सांगितलंय, अन्न फुकट घालवलेलं मला चालत नाही, खा." तो पटकन बोलला. त्याचे डोळे गडद होते आणि दुखावलेले.

होली क्रॅप. हे सगळं कशासंबंधी आहे?

मी माझा काटा उचलला आणि चघळण्याचा प्रयत्न करत सावकाशपणे खाऊ लागले. तो अन्नासंबंधी जर चमत्कारिकपणे वागणार असेल, तर माझ्या पानात एवढं अन्न वाढून न घेण्याचं मी लक्षात ठेवलं पाहिजे. त्याचे भाव सौम्य झाले. मी काळजीपूर्वक माझा ब्रेकफास्ट संपवला. त्याने त्याची प्लेट स्वच्छ केली, हे माझ्या

ध्यानात आलं. माझं संपेपर्यंत तो थांबला आणि मग त्याने माझी प्लेट उचलून ठेवली.

"तू ब्रेकफास्ट केलास, आता मी आवराआवर करतो."

"हे अगदी लोकशाहीवादी झालं."

"येस," त्याने कपाळाला आठ्या घातल्या. "ही माझी नेहमीची पद्धत नाही, माझं आटपल्यावर आपण स्नान करू."

"ओह. ओके." *ओह माय... मला त्यापेक्षा शॉवर घ्यायला आवडेल.* माझ्या सेल फोनची रिंग वाजली आणि माझ्या विचारांत खंड पडला – केट.

"हाय," मी त्याच्यापासून दूर बाल्कनीच्या काचेच्या दरवाजाकडे चालत गेले.

"ॲना, तू मला काल रात्री टेक्स्ट का केला नाहीस?" ती रागावली होती.

"आय ॲम सॉरी, मी सगळ्या घटनांमुळे व्यापून गेले होते."

"तू ठीक आहेस ना?"

"येस, मी ठीक आहे."

"डिड यू?" तिने माहिती काढण्याचा प्रयत्न केला. तिच्या आवाजातल्या अपेक्षेमुळे मी डोळे फिरवले.

"केट, मला फोनवर बोलायचं नाही," ख्रिश्चनने माझ्याकडे दृष्टिक्षेप टाकला.

"यू डिड... आय कॅन टेल."

ती कसं सांगू शकते? ती थापा मारत होती, आणि मी त्याबद्दल बोलू शकत नव्हते. मी एका करारावर सही केली होती.

"केट, प्लीज."

"कसं होतं ते? तू ठीक आहेस ना?"

"मी तुला सांगितलं ना, मी ठीक आहे."

"तो हळुवार होता का?"

"केट, प्लीज!" माझा वैताग मी लपवू शकत नव्हते.

"ॲना, माझ्यावर चिडू नकोस, या दिवसाची मी जवळजवळ चार वर्षं वाट बघतेय."

"मी तुला आज संध्याकाळी भेटेन." मी फोन बंद केला.

ती खूप चिवट आहे आणि तिला जाणून घ्यायचंय – तपशिलांसह आणि मी ते सांगू शकत नव्हते, कारण मी सही केली होती – काय होतं ते? एनडीए. ती घाबरून केली असेल आणि ते योग्यच होतं. स्वयंपाकघरात लीलया वावरणाऱ्या ख्रिश्चन ग्रेकडे बघायला मी परत फिरले.

"ते एनडीए, त्याच्यात सगळ्याचा समावेश होतो का?" मी सहज विचारलं.

"का?" तो वळला आणि त्याने माझ्याकडे रोखून बघितलं, त्यावेळेला तो

ट्रायनिंग्ज बाजूला ठेवत होता. मी लाल होते.

"वेल, माझे काही प्रश्न आहेत, यू नो, सेक्सबद्दल," मी माझ्या बोटांकडे, खाली नजर लावली, "आणि मला ते केटला विचारायला आवडतील."

"तू मला विचारू शकतेस."

"ख्रिश्चन, तुझा मान ठेवून बोलायचं तर..." माझा आवाज विरून गेला. *मी तुला नाही विचारू शकत.* तुझ्याकडून मला सेक्सबद्दल पूर्वग्रहदूषित, अगदी विचित्र, विकृत दृष्टिकोन मिळेल. "मला निरपेक्ष मत पाहिजे. फक्त मेकॅनिक्सबद्दल. रेड रूम ऑफ पेनचा मी उल्लेख मी करणार नाही."

त्याने भुवया उंचावल्या.

"रेड रूम ऑफ पेन? ते बहुतेक सुखाबद्दल आहे, ॲनास्टॅशिया, माझ्यावर विश्वास ठेव," तो म्हणाला. "शिवाय," त्याच्या आवाजाची पट्टी अधिक कर्कश झाली, "तुझी रूममेट माझ्या भावाबरोबर झोपतेय. तेव्हा तू तिला सांगितलं नाहीस, तर बरं होईल."

"तुझ्या कुटुंबाला तुझ्या... अं... या प्रवृत्तीबद्दल माहीत आहे?"

"नाही, त्यांचा याच्याशी काही संबंध नाही." तो माझ्याकडे चालत आला आणि माझ्यासमोर येऊन उभा ठाकला.

"तुला काय माहीत करून घ्यायचंय?" त्याने विचारलं. मग त्याचा हात उंचावून माझ्या गालांपासून हनुवटीपर्यंत त्याची बोटं फिरवली. माझा चेहरा मागे झुकवला, म्हणजे त्याला सरळ माझ्या डोळ्यांत बघता आलं. मी आतल्या आत पिळवटून निघाले. या माणसाशी मी खोटं नाही बोलू शकत.

"या क्षणी तरी काही विशेष नाही," मी कुजबुजले.

"वेल, आपण कालची रात्र तुझ्यासाठी कशी होती, इथून सुरुवात करू," त्याचे डोळे उत्सुकतेने दाटून धगधगले. *तो जाणून घ्यायला अधीर आहे.* वॉव्.

"छान," मी पुटपुटले.

त्याचे ओठ थोडेसे वर उचलले गेले.

"माझ्यासाठी पण," तो हलकेच बोलला. "यापूर्वी मी कधीही 'व्हॅनिला सेक्स'चा अनुभव घेतला नव्हता. त्याबद्दल बरंच काही बोलता येईल. पण मग, कदाचित ते तुझ्याबरोबर होतं म्हणून असेल," त्याने माझ्या खालच्या ओठांवरून अंगठा फिरवला.

मी दीर्घ श्वास घेतला. व्हॅनिला सेक्स?

"चल, आपण अंघोळ करू या," खाली वाकून त्याने माझं चुंबन घेतलं. माझं हृदय उसळी मारू लागलं आणि माझ्या कामेच्छा खोलवर खाली... खाली *तिथे* उसळून आली.

स्नानगृहातला टब सफेद दगडातून बनवलेला, खोल आणि अंड्याच्या आकाराचा, खास डिझाइन करून घेतलेला होता. ख्रिश्चन खाली वाकला आणि त्याने टाइल्स लावलेल्या भिंतीतून फवारा उडण्यासाठी लावलेल्या नळांतून पाणी सोडून टब भरला. एक महागडं दिसणारं अंघोळीसाठी वापरण्याचं तेल त्याने पाण्यात ओतलं. बाथटबमध्ये फेस झाला. तो भरल्यावर त्याला जास्मिनचा गोड, मादक सुवास येऊ लागला. तो उभा राहिला आणि माझ्याकडे टक लावत पाहू लागला. त्याचे डोळे गडद झालेले होते. मग त्याने त्याचा टी शर्ट ओढून काढला आणि जमिनीवर फेकला.

"मिस स्टील," त्याने हात पुढे केला.

मी दारात उभी होते. माझे डोळे मोठे झाले होते आणि मी थकून गेले होते. माझे बाहू माझ्याभोवती लपेटले होते. पुढे पाऊल टाकत असतानाच मी त्याचं शरीर चोरटेपणाने आणि कौतुकाने न्याहाळलं. मी त्याचा हात धरला आणि त्याने मला त्याचा शर्ट घातलेला असतानाच बाथटबमध्ये पाऊल टाकायला मदत केली. मला सांगितलं गेलं तसं मी केलं. त्याचा दिङ्मूढ करणारा प्रस्ताव जर मी स्वीकारणार असेन, तर मला हे अंगवळणी पाडून घ्यावं लागेल... पाणी मोहात टाकण्याइतकं गरम होतं.

"वळ, माझ्याकडे तोंड कर," त्याने मृदू आवाजात आज्ञा केली. मला सांगितलं गेलं तसं मी केलं. तो मला तल्लीन होऊन बघत होता.

"मला माहीत आहे तो ओठ चवदार आहे, मी त्याची ग्वाही देऊ शकेन, पण तो चावायचं बंद करशील का?" घट्ट दाबलेल्या दातांतून तो म्हणाला, "तुझ्या त्या ओठ चावण्याने मला तुझ्याशी संग करावासा वाटतोय, पण तुझं अंग दुखतंय, ओके?"

माझा श्वास रोखला गेला, आपोआपच माझे ओठ विलग झाले – धक्का बसल्याने.

त्याने आव्हान दिलं, "समजलं का?" त्याने माझ्याकडे रोखून बघितलं. मी जोरजोरात मान हलवली. त्याच्यावर या गोष्टीचा एवढा परिणाम होईल, याची मला कल्पनाच नव्हती.

"गुड," तो पुढे झाला आणि त्याने माझ्या छातीवरच्या खिशातून आयपॉड काढून सिंकच्या शेजारी ठेवला.

"पाणी आणि आयपॉड यांचं एकत्रीकरण काही हुशारीचं नाही," तो पुटपुटला. त्याने हात खाली केला. माझ्या सफेद शर्टाचा काठ पकडून, तो माझ्या डोक्याच्या वर उचलला आणि जमिनीवर फेकून दिला.

माझ्याकडे बघण्यासाठी तो मागे उभा राहिला. *अरे देवा! मी तर नग्न आहे.* मी

लाजून लालेलाल झाले आणि माझ्या हातांकडे टक लावून बसले. माझ्या पोटाच्या खालच्या भागाच्या पातळीवर माझे हात पोचू लागतात. मला तीव्रतेने त्या गरम पाण्यात अदृश्य व्हावंसं वाटतं, पण मला ठाऊक आहे त्याला ते नको असेल.

"हे," त्याने माझं लक्ष वेधलं. मी त्याच्याकडे नजर टाकली, त्याचं डोकं बाजूला झुकलं होतं. "ॲनास्टॅशिया, तू एक फार सुंदर स्त्री आहेस, संपूर्णपणे. लाज वाटत असल्यासारखी तुझी मान खाली घालू नकोस. तुझ्याकडे लाज वाटण्यासारखं काही नाही आणि इथे असं उभं राहणं आणि तुझ्याकडे टक लावून बघणं, हा खरंच एक आनंद आहे." त्याने त्याच्या हातात माझी हनुवटी धरली. त्याच्या डोळ्यांत मला बघता यावं म्हणून माझं डोकं वर झुकवलं. त्याचे डोळे हळुवार आणि प्रेमळ होते, तप्तदेखील. तो किती निकट आहे. मी फक्त थोडीशी पुढे झुकून त्याला स्पर्श करू शकते.

"तू आता बसू शकतेस," माझ्या भरकटणाऱ्या विचारांना त्याने खीळ घातली. त्या खुणावणाऱ्या, उबदार पाण्यात मी खाली बसले. ओह... पाण्याचा चटका. त्यामुळे मी आश्चर्यचकित झाले, पण त्या पाण्याचा सुगंध स्वर्गीयदेखील होता. सुरुवातीचं चुरचुरणारं दुःख लवकरच लोप पावलं. मी मागे रेलले आणि थोडा वेळ डोळे मिटले; त्या आरामदायी उबदारपणात. मी जेव्हा डोळे उघडले, तेव्हा तो माझ्याकडे टक लावून बघत होता.

"तू पण का नाही येत माझ्याबरोबर?" मी विचारलं. मला वाटतं, धीटपणे – माझा आवाज घोगरा होता.

"हो, येतो. पुढे सरक," त्याची आज्ञा.

पीजे पँट्स त्याने काढून टाकल्या आणि माझ्या मागच्या बाजूला टबात चढला. तो जेव्हा बसला आणि मला त्याच्या छातीजवळ ओढलं, तेव्हा पाणी उसळलं. गुडघे वाकवून, त्याचे घोटे माझ्या घोट्यांच्या पातळीत ठेवून त्याने त्याचे लांब पाय माझ्या पायांवर ठेवले; मग त्याची पावलं लांब करून माझे पाय विलग केले. आश्चर्याने माझा श्वास अवरोधला. त्याचं नाक माझ्या केसात होतं आणि त्याने खोलवर हुंगलं.

"तुझा वास किती छान आहे, ॲनास्टॅशिया."

माझ्या सगळ्या शरीरातून एक लहर दौडत गेली. *मी बाथटबमध्ये ख्रिश्चन ग्रेबरोबर नग्न.* तो नग्न होता. काल त्याच्या हॉटेलच्या स्वीटमध्ये जागी झाल्यावर मी असं काहीतरी करणार आहे, हे जर कोणी मला सांगितलं असतं तर मी त्याच्यावर विश्वास ठेवला नसता.

बाथटबच्या शेजारी भिंतीतच असलेल्या फळीवरून त्याने बॉडी वॉशची बाटली काढली आणि त्यातला थोडा त्याच्या हातांवर काढून घेतला. त्याने हात एकत्र

चोळले, एक मृदू मुलायम फेस तयार केला. मग त्याने त्याचे हात माझ्या मानेभोवती ठेवून माझी मान आणि खांद्यांना त्याच्या लांब, मजबूत बोटांनी मर्दन करायला सुरुवात केली. मी कण्हले. त्याचे माझ्यावरचे हात छान वाटत होते.

"तुला हे आवडतंय?" तो जवळपास हसतच होता.

"हं..."

तो माझ्या दंडावरून खाली सरकला, नंतर माझ्या काखांत, मृदूपणे. मी काखेतले केस शेव्ह करावे, म्हणून केटने आग्रह धरल्याबद्दल मला खरंच आनंद झाला. त्याचे हात माझ्या स्तनांवरून सरकले आणि त्याची बोटं जेव्हा त्यांच्याभोवती गोल करून त्यांचं मृदूपणे मर्दन करायला लागली – कोणतीही आडकाठी न ठेवता – तेव्हा मी दीर्घ श्वास घेतला. माझं शरीर वाकलं, माझे स्तन त्याच्या हातात ढकलले गेले. माझी स्तनाग्रं नरम झाली, खूपच नरम, कालच्या रात्री त्यांना दिलेल्या नाजूकपणापेक्षा कमी वागणुकीमुळे. तो जास्त रेंगाळला नाही. मग त्याने हात खाली माझ्या पोटावर, खाली फिरवला. माझा श्वासोच्छ्वास वाढला आणि माझं हृदय जोरात धडधडू लागलं. त्याचं वाढणारं उत्थापन माझ्या पार्श्वभागावर दाबलं गेलं. *माझ्यामुळे हे असं होतंय, ही भावना किती उद्दीपित करणारी असते. हा...* मन नाही; फक्त सुप्त मन कुत्सितपणे हसतं. तो नकोसा वाटणारा विचार मी झटकून टाकला.

तो थांबला आणि मी अपेक्षेने त्याच्या निकट धापा टाकत असताना त्याने अंग पुसायचा कपडा घेतला. माझे हात त्याच्या घट्ट, मांसल मांड्यांवर विसावले. त्या कापडावर आणखी थोडा साबण घेऊन तो खाली वाकला आणि माझ्या दोन्ही पायांमध्ये धुतला. मी माझा श्वास रोखला. त्या कापडातून त्याची बोटं कौशल्याने मला उत्तेजित करत स्वर्गीय... माझे नितंबं त्यांचा स्वतःचा ताल पकडून हलायला लागले, त्याच्या हातांवर ढकलले गेले. त्या संवेदनेने वर्चस्व मिळवल्यावर मी माझं डोकं मागे झुकवलं, माझे डोळे माझ्या डोक्याच्या मागे फिरले, माझं तोंड सैल पडलं. मी कण्हले. सावकाशपणे ताण वाढत होता, दूर सारता न येण्यासारखा माझ्या आत... ओह माय.

"फिल इट, बेबी," ख्रिश्चन माझ्या कानात कुजबुजला आणि अतिशय मृदूपणे त्याच्या दातांनी माझ्या कानांची पाळी चावली. "फिल इट फॉर मी," माझे पाय बाथटबच्या कडेला त्याच्या पावलांनी दाबले गेले... मला बंदिवान करत, माझ्या अतिशय खाजगी भागापर्यंत त्याला सहज पोचण्याची संधी देत...

"ओह... प्लीज," मी कुजबुजले. माझं शरीर ताठरलं, तशी मी माझे पाय ताठ केले. मी त्या माणसाच्या वैषयिक कृतीच्या अमलाखाली गेले आणि तो मला हलू देत नव्हता.

"मला वाटतं तू आत्तासाठी पुरेशी स्वच्छ झाली आहेस," तो पुटपुटला आणि थांबला. *काय! नो! नो! नो! माझा श्वासोच्छ्वास अनियमित.*

"तू का थांबतोयस?" मी दम टाकला.

"कारण तुझ्यासाठी माझ्या मनात आणखीही योजना आहेत, ॲनास्टॅशिया."

काय... ओ माय... पण हे न्याय्य नाही.

"वळ, मलापण हे हवंय," तो पुटपुटला.

ओह! त्याला सामोरं जाण्यासाठी वळल्यावर मी पाहिलं की, त्याचं उत्थापन त्याच्या हातात त्याने घट्ट पकडल होतं. माझं तोंड उघडं पडलं.

"माझ्या शरीराच्या आवडत्या आणि सर्वाधिक काळजीपूर्वक जपलेल्या भागाशी तुझी चांगली ओळख व्हावी आणि तू त्याला एकेरीत बोलवावं, असं मला वाटतं. माझी या भागाशी फार जवळीक आहे."

ते मोठं होतं; वाढत होतं. पाण्याच्या पातळीच्यावर त्याचं उत्थापन आलं होतं. त्याच्या पार्श्वभागावर पाणी हिंदळत होतं. मी त्याच्याकडे वर बघितलं आणि त्याच्या खोडसाळ हास्याला सामोरी गेले. माझा थक्क झालेला भाव तो एन्जॉय करत होता. मी टक लावून बघितल्याचं माझ्या लक्षात आलं. मी आवंढा गिळला. *हे काल माझ्या आत होतं! अशक्यच वाटतंय. मी त्याला स्पर्श करावा असं त्याला वाटतं. हं... ओके! आण पुढे.*

मी त्याच्याकडे बघून स्मित केलं आणि बॉडीवॉश घेण्यासाठी हात लांबवला; हातावर थोडा साबण घेतला. त्याने केलं होतं तसंच मी केलं. हातात फेस गोळा होईपर्यंत हात चोळले. त्याच्या नजरेतून मी नजर काढली नाही. माझा श्वासोच्छ्वास सामावून घ्यायला माझे ओठ विलग झाले होते... अगदी मुद्दामहून मी हळुवारपणे माझा खालचा ओठ चावला, आणि मागे जिथे माझे दात उठलेले होते, ते शोधत माझी जीभ त्याच्यावरून फिरवली. त्याचे डोळे गंभीर आणि गडद होते. आणि माझी जीभ जेव्हा माझ्या खालच्या ओठावरून फिरली तेव्हा ते मोठे झाले. मी पुढे झाले आणि माझा एक हात त्याने जसं 'स्वत:ला' पकडलंय, तसाच त्याच्याभोवती ठेवला. क्षणमात्र त्याचे डोळे मिटले, वॉव... मी अपेक्षा केली होती त्यापेक्षा हे अधिक घट्ट भासत होतं. मी दाबलं आणि त्याने त्याचा हात माझ्या हातावर ठेवला.

"अस्सं..." तो कुजबुजला आणि माझ्या बोटांवर घट्ट पकड ठेवून त्याचा हात खाली-वर करू लागला; माझी बोटं त्याच्याभोवती घट्ट झाली. पुन्हा त्याने डोळे मिटले, आणि त्याच्या घशात त्याचा श्वास जलद झाला. जेव्हा त्याने डोळे उघडले, तेव्हा त्याची रोखलेली हॉट नजर वितळलेली करड्या रंगाची होती. "दॅट्स राइट, बेबी."

मी एकटीने पुढे चालू ठेवण्यासाठी त्याने माझा हात सोडून दिला. मी हलवताना त्याने डोळे मिटून घेतले. त्याचे नितंब माझ्या हातात थोडेसे विस्तारले आणि स्वयंप्रेरणेने मी त्याला अधिक घट्ट पकडलं. त्याच्या घशातून खोलवर एक कण्हणं निसटलं. त्याने माझ्या तोंडात त्याचा अंगठा घुसवल्याचं मला आठवलं आणि मला तो चोखायला सांगितल्याचंही, जोरात. त्याचा श्वासोच्छ्वास वाढला, तसं त्याचं तोंड उघडं पडलं. मी पुढे झुकले, त्याचे डोळे मिटले होते आणि मग 'त्याच्या' भोवती माझे ओठ ठेवून मी त्यावरून जीभ फिरवली.

"व्होआ... ॲना," त्याचे डोळे पटकन उघडले आणि मी अधिक जोरात चोखू लागले.

हं... तो एकाच वेळी कठीण आणि मृदू दोन्हीही आहे. वेलवेटमध्ये स्टील आच्छादित असावं तसा आणि आश्चर्यकारकरीत्या चवदार – खारट आणि गुळगुळीत.

"ख्राइस्ट," तो कण्हला आणि त्याने डोळे पुन्हा मिटून घेतले. खाली सरकून, मी 'त्याचं' माझ्या तोंडात ढकललं. तो पुन्हा कण्हला. हा! माझी इनर गॉडेस रोमांचित झाली आहे. मी हे करू शकेन. मी माझ्या तोंडाने त्याच्याशी संग करू शकेन... मी पुन्हा टोकाशी माझी जीभ फिरवली आणि तो सैलावला आणि त्याने नितंब वर उचलले. त्याचे डोळे तप्त, धगधगते... उघडे... त्याचे दात घट्ट आवळलेले, तो पुन्हा सैलावला आणि मी पुन्हा माझ्या तोंडात त्याला खोल ढकलला, त्याच्या मांड्यांचा आधार घेतला. माझ्या हातांखाली त्याचे पाय ताठरल्याचं मला जाणवलं. हात वर करून त्याने माझे पिगटेल्स पकडले आणि पुन्हा चांगलीच हालचाल करायला लागला.

"ओह, बेबी... हे छान वाटतंय," तो पुटपुटला. मी अधिक जोरात चोखलं, त्याचा श्वास त्याच्या दातांतून फुस्कारला; तो कण्हला.

"जीझस, तू आणखी कुठवर जाशील?" तो कुजबुजला.

हं... मी त्याला माझ्या तोंडात खोल खेचलं. हं... एखाद्याला सुख देणं हे इतकं उद्दीपित करणारं असू शकतं, याची मला कल्पना नव्हती. त्याला मी वैषयिक सुखाच्या ओढीने तडफडताना बघितलं. माझी इनर गॉडेस साल्सा पदन्यासांवर मध्यभागी नृत्य करत होती.

"ॲनास्टॉशिया, मी तुझ्या तोंडात माझ्या सुखाचा उत्कट क्षण गाठणार आहे," त्याच्या श्वासोच्छ्वासाने जडावलेल्या आवाजाने मला सावध केलं. "तुला जर मी तसं करायला नको असेल, तर आत्ताच थांबव." त्याने त्याचे नितंब पुन्हा ढकलले, त्याचे डोळे विस्फारलेले, श्रांत आणि माझ्या विषयीच्या वैषयिक ओढीने, माझ्या गरजेने भारलेले. *माझ्या तोंडाची गरज.... ओह माय.*

त्याच्या हातात माझे केस पकडलेले. मी हे करू शकले. मी अधिकच जोरात ढकललं आणि असामान्य विश्वासाने मी माझे दात खुले केले. ते त्याला कडेला लागले – तो ओरडला आणि स्तब्ध झाला आणि माझ्या घशात त्याचं स्खलन होतं. मी मागे बसले आणि त्याला निरखलं. माझ्या ओठांच्या कोपऱ्यात एक विजयाचं, मिजासखोर स्मित. त्याचा श्वासोच्छ्वास अनियमित होता. त्याचे डोळे उघडून तो माझ्याकडे रोखून बघत होता.

आश्चर्यचकित होऊन त्याने विचारलं, "तुझा श्वास कोंडत नाही का? ख्राइस्ट, ॲना... दॅट वॉज गुड, रिअली गुड. तरीही अनपेक्षित." त्याने कपाळाला आठ्या घातल्या. "तुला ठाऊक आहे, मला थक्क करणं तू कधीही थांबवत नाहीस."

मी हसले आणि जाणीवपूर्वक माझा ओठ चावला. त्याने मला विचारपूर्वक न्याहाळलं.

"तू हे पूर्वी केलंयस का?"

"नाही," आणि माझ्या नकारात असलेली अभिमानाची लहानशी छटा मी लपवू शकत नव्हते.

"छान," तो समाधानाने म्हणाला. मला वाटलं, त्याला सुटल्यासारखंदेखील वाटलं. "मिस स्टील," त्याने माझ्याकडे परीक्षणात्मकतेने पाहिले, "वेल, मौखिक कौशल्यात तुला 'ए' मिळालाय. चल, आता बिछान्यात जाऊ या. मी तुला सुखाचा एक उत्कट क्षण देणं लागतो."

उत्कट क्षण! आणखी एक!

तो बाथटबमधून पटकन बाहेर उतरला – त्या अडोनीजची पहिली पूर्ण झलक मला दाखवत – स्वर्गीय घडलेला – ख्रिश्चन ग्रे. माझ्या इनर गॉडेसने नाचणं थांबवलं आणि ती पण तोंड उघडं टाकून, थोडीशी लाळ गाळत, टक लावून बघत होती. त्याचं उत्थापन थोडंसं मवाळ झालं, पण तरीही चांगलंच उठावदार... वॉव्. त्याच्या कमरेभोवती फक्त आवश्यक तोच भाग झाकण्यापुरता त्याने एक छोटासा टॉवेल गुंडाळला, आणि त्याने माझ्यासाठी एक मोठा मऊ, लुसलुशीत पांढरा टॉवेल पुढे केला. बाथमधून बाहेर येत मी त्याचा पुढे केलेला हात धरला. त्याने मला टॉवेलात गुंडाळलं, त्याच्या बाहूत ओढून घेतलं आणि माझं दीर्घ चुंबन घेतलं, त्याची जीभ माझ्या तोंडात ढकललली. *त्याच्याजवळ जाऊन त्याला आलिंगन देण्याची माझी तीव्र इच्छा आहे... त्याला स्पर्श करण्याची...* पण त्याने माझे दंड टॉवेलात बंदिस्त केले. मी लवकरच त्याच्या चुंबनात हरवले. त्याने माझं डोकं ओंजळीत घेतलं, त्याची जीभ माझ्या तोंडात शोध घेत होती आणि तो त्याची कृतज्ञता व्यक्त करतोय – बहुतेक – माझ्या पहिल्या 'ब्लो जॉब'बद्दल, असं मला वाटलं. व्होआ!

तो बाजूला झाला, त्याचे हात माझ्या चेहऱ्याच्या दोन्ही बाजूला होते आणि माझ्या डोळ्यांत तो आसुसून बघत होता, तो हरवलेला होता.

"हो म्हण," तो उत्कटतेने कुजबुजला. काही न समजून मी आठ्या घातल्या.

"कशासाठी?"

"आपल्या योजलेल्या कामासाठी. माझी होण्यासाठी. प्लीज, ॲना," तो विनवणी करत हलकेच कुजबुजला, माझ्या नावावर आणि शेवटच्या शब्दावर जोर देत. त्याने पुन्हा माझं चुंबन घेतलं, गोड, आसुसून... पुन्हा मागे उभं राहून माझ्याकडे टक लावून बघण्यासाठी डोळ्यांची जराशी उघडझाप केली. त्याने माझे हात धरले आणि मला त्याच्या शयनगृहाकडे परत नेलं. मग मी गुपचूप त्याच्या मागे गेले. हतबुद्ध होऊन. *त्याला हे खरोखरच पाहिजे आहे.*

त्याच्या बेडरूममध्ये त्याच्या बिछान्याजवळ उभं राहिल्यावर त्याने माझ्याकडे रोखून पाहिलं.

"माझ्यावर विश्वास आहे?" त्याने एकाएकी विचारलं. माझे डोळे त्याच्यावर माझा विश्वास आहे या एकाएकी झालेल्या जाणिवेने मोठे होत होते; मी मान हलवली. *तो आता मला काय करणार आहे?* माझ्या अंगातून एक विद्युत्लहर दौडत गेली.

"गुड गर्ल," त्याने श्वास घेतला, त्याचा अंगठा माझ्या खालच्या ओठांवरून हलकेच फिरवला. त्याने त्याच्या कपडे ठेवायच्या जागेत पाऊल टाकलं आणि एका चंदेरी, राखाडी रंगाच्या विणलेल्या रेशमी टायसह परत आला.

"तुझे हात तुझ्यासमोर एकत्र धर," माझ्या अंगावरचा टॉवेल ओढून काढत, जमिनीवर फेकत त्याने फर्मावलं.

त्याने जसं सांगितलं तसं मी केलं आणि त्याच्या टायने त्याने माझी मनगटं एकत्र बांधली, त्यांची घट्ट गाठ मारून उत्तेजनेने त्याचे डोळे तजेलदार झाले होते. गाठ नीट बसली आहे ना, हे त्याने ओढून पाहिलं. ही गाठ मारणं शिकायला तो एखादा बॉय स्काउटच असावा. आता काय? माझ्या नाडीचे ठोके छताबाहेर पोचले आहेत, माझं हृदय जोरजोरात धडधडत होतं. त्याने त्याची बोटं माझ्या पिगटेल्सवरून फिरवली.

"यांच्यामुळे तू किती लहान दिसतेस," तो पुटपुटला. माझ्या गुडघ्यांच्या मागच्या बाजूला बिछाना जाणवेपर्यंत स्वयंप्रेरणेनेच मी मागे मागे जात गेले. त्याने त्याचा टॉवेल खाली टाकला, पण मी त्याच्या चेहऱ्यावरून माझी नजर हटवू शकले नाही. त्याच्या चेहऱ्यावरचे भाव उत्कट कामेच्छेने भरलेले होते.

"ओह, ॲनास्टॅशिया, ती तुला काय करू?" बिछान्यावर मला खाली वाकवताना तो कुजबुजला. माझ्याशेजारी पहुडला, आणि माझे हात माझ्या डोक्याच्या वर उचलले.

"तुझे हात इथेच वर ठेव, ते हलवू नकोस, कळलं?" माझ्या डोळ्यांना डोळा देत त्याचे डोळे धगधगले आणि त्यांच्या उत्कटतेमुळे माझा श्वास कोंडला. ज्याला मी विरोध करेन... कधीही... असा हा पुरुष नाही.

"मला उत्तर दे," त्याची मागणी. त्याचा आवाज हळुवार.

"मी माझे हात हलवणार नाही," माझा श्वास रोधलेला.

"गुड गर्ल," तो पुटपुटला आणि जाणीवपूर्वक, सावकाश त्याचे ओठ चाटले त्याच्या वरच्या ओठावरून सावकाश फिरणाऱ्या जिभेने मी मंत्रमुग्ध झाले. त्याने माझ्या डोळ्यांत रोखून बघितलं, मला निरखलं, माझा अंदाज घेतला. तो खाली वाकला आणि माझ्या ओठांचं एक निर्मळ चुंबन घेतलं.

"मी तुझं अंगांग चुंबणार आहे, मिस स्टील," तो हलकेच म्हणाला, आणि त्याने माझी हनुवटी हातांच्या ओंजळीत धरली. ती वर करून माझ्या गळ्यावरून त्याचे ओठ हळुवारपणे फिरवले, चुंबनं घेत, चोखत आणि चावे घेत... माझ्या मानेच्या तळाच्या छोट्या खड्ड्यापर्यंत... माझं शरीर उफाळून उठलं... सगळीकडे. आत्ताच्या बाथमधल्या अनुभवाने माझी त्वचा अधिकच संवेदनाक्षम झाली होती. माझं तापलेलं रक्त माझ्या पोटाच्या खालच्या बाजूला उसळलं, माझ्या पायांमध्ये. अगदी *तिथपर्यंत.* मी कण्हले.

मला त्याला स्पर्श करायचाय. मी माझे हात हलवले आणि माझ्यावर बंधनं असल्यामुळे बरंचसं अवघडून, त्याच्या केसांना स्पर्श केला. त्याने माझी चुंबनं घ्यायचं थांबवलं आणि माझ्याकडे डोळे वटारून बघितलं, त्याची मान इकडून तिकडे हलवली, 'टट्-टट्' केलं. त्याने माझे हात धरले आणि ते पुन्हा माझ्या डोक्याच्या वर ठेवले.

"तुझे हात हलवू नकोस, नाहीतर आपल्याला पुन्हा पहिल्यापासून सुरुवात करावी लागेल," त्याने मला सौम्यपणे दटावलं. ओह, तो किती चिडवणारा आहे.

"मला तुला स्पर्श करायचाय," माझा आवाज श्वासोच्छ्वासाने भारलेला आणि नियंत्रणाच्या बाहेर.

"मला माहीत आहे," तो पुटपुटला, "तुझे हात तुझ्या डोक्याच्या वरच ठेव," त्याने फर्मावलं, त्याचा आवाज जोमदार.

त्याने पुन्हा माझी हनुवटी ओंजळीत घेतली आणि माझ्या गळ्याची पूर्वीसारखी चुंबनं घ्यायला लागला. ओह... तो किती निराश करणारा आहे. त्याचे हात माझ्या शरीरावरून खाली फिरले आणि माझ्या स्तनांवरून... ज्या वेळेला त्याचे ओठ माझ्या मानेच्या खालच्या बाजूला असलेल्या छोट्याशा खड्ड्यापाशी पोचले, त्याने त्याच्या नाकाचं टोक त्याच्याभोवती फिरवलं, आणि मग सावकाशपणे खालच्या बाजूला त्याच्या तोंडाचा प्रवास सुरू केला. त्याचे हात त्याला दिशा दाखवत होते,

माझ्या छातीच्या मधल्या भागापासून ते माझ्या स्तनांपर्यंत – प्रत्येकाचं तो चुंबन घेत होता आणि हलकेच चावाही. माझी स्तनाग्रं नाजूकपणे चोखली गेली.

होली क्रॅप. माझा पार्श्वभाग डुलायला आणि त्याच्या स्वत:च्या गतीनं हलायला लागला. माझ्या अंगावरच्या त्याच्या तोंडाच्या तालावर ते घुसळायला लागले आणि माझे हात डोक्याच्या वर ठेवण्याचा मी कसोशीने प्रयत्न करत होते.

"स्तब्ध रहा," त्याचा उष्ण श्वास माझ्या त्वचेवर मला जाणवत असताना त्याने मला सावध केलं. माझ्या बेंबीपर्यंत पोचत, त्याने जीभ आत बुडवली आणि मग मृदूपणे माझ्या पोटावर त्याच्या दातांनी हलकेच चावे घेतले. माझ्या शरीराने पलंगापासून धनुष्यासारखा आकार घेतला.

"हं... यू आर सो स्वीट, मिस स्टील," त्याचं नाक माझं पोट आणि माझ्या गुप्तांगावर मधल्या रेषेवरून सरकलं, मला मृदूपणे चावे घेत, त्याच्या जिभेने मला चिडवत. एकाएकी उठून बसत, तो माझ्या पायांजवळ गुडघे टेकून बसला, माझे दोन्ही घोटे पकडून माझे पाय फाकवले.

होली शिट्. त्याने माझा डावा पाय पकडला, माझा गुडघा वाकवला आणि माझं पाऊल त्याच्या तोंडापर्यंत आणलं. माझी प्रत्येक प्रतिक्रिया निरखत, पारखत, त्याने माझ्या पायांच्या मधल्या बोटांचं चुंबन घेतलं, मग त्यांच्या अग्रांना हलकेच चावा घेतला. तो जेव्हा माझ्या करंगळीकडे पोचला, तेव्हा जरा जोरातच चावला आणि माझं अंग आकुंचन-प्रसरण पावलं, कण्हत! माझ्या पावलाच्या वरच्या भागावर त्याची जीभ पोचली – आणि मी त्याला बघू शकत नव्हते. *ते फारच वासना उद्दीपित करणारं आहे. माझा विस्फोट होणार आहे.* मी माझे डोळे घट्ट मिटून घेतले आणि तो निर्माण करत असलेल्या सगळ्या चेतनांना सामावून घेऊन त्यांना हाताळण्याचा प्रयत्न केला. त्याने माझ्या घोट्याचं चुंबन घेतलं आणि माझ्या पोटरीपासून ते गुडघ्यापर्यंत नेमकं वरपर्यंत थांबत चुंबन घेत गेला. मग माझ्या उजव्या पावलापासून सुरुवात केली. त्याने त्या सगळ्या उद्दीपित, थक्क करणाऱ्या प्रक्रियेची पुनरावृत्ती केली.

"ओह्, प्लीज," माझी करंगळी चावल्यावर मी कण्हले. त्याच्या कृतीचे पडसाद माझ्या पोटात खोलवर झंकारले.

"ऑल गुड थिंग्ज, मिस स्टील," त्याने श्वास घेतला.

या वेळेला तो माझ्या गुडघ्याजवळ थांबला नाही, तो माझ्या मांडीच्या आतल्या बाजूला वर पोचला. तसं करताना माझ्या मांड्या फाकवत – आणि मला कळलं तो आता काय करणार आहे ते, आणि माझ्या एका मनाला त्याला दूर ढकलून द्यावंसं वाटलं, कारण मी कमालीची घाबरले होते, शरमिंदी झाले होते. तो माझं *तिथे* चुंबन घेणार होता. मला माहीत आहे. आणि माझं दुसरं मन त्या अपेक्षेने सुखावत

होतं. तो माझ्या दुसऱ्या गुडघ्याकडे वळला, आणि माझ्या मांडीपर्यंत चुंबनं घेत गेला, चाटत, चोखत... आणि मग तो माझ्या दोन पायांच्या, त्याचं नाक माझ्या *तिथे* खाली-वर, अतिशय हलकेच, हळुवार फिरत होतं. मी तळमळले... ओह् माय!

तो थांबला, त्याने मी शांत होण्याची वाट पाहिली. मी शांत झाले आणि त्याच्याकडे बघण्यासाठी माझं डोकं उंचावलं, माझं जोरजोरात धडधडणारं हृदय शांत होण्याची धडपड करत असताना माझं तोंड उघडं पडलं.

"तुझा वास डोक्यात खूप भिनणारा आहे, तुला माहीत आहे का, मिस स्टील," तो पुटपुटला आणि माझ्या डोळ्यांत डोळे घालून त्याने त्याचं नाक माझ्या खासगी भागावर ढकललं आणि दीर्घ श्वास घेतला.

मी लालबुंद झाले, मला चक्करल्यासारखं झालं आणि त्याक्षणी मी माझे डोळे मिटून घेतले. तो ते करत असताना मी बघू शकत नव्हते!

तो माझ्या 'त्या' भागावर हळुवार फुंकर घालत होता. ओह्. फक्...

"आय लाइक धिस."

"ओह... प्लीज," मी याचना केली.

"हं... तू जेव्हा याचना करतेस तेव्हा मला आवडतेस, ॲनास्टॅशिया."

मी कण्हले.

"जशास तसं ही माझी नेहमीची पद्धत नाही, मिस स्टील," तो माझ्यावर हळुवार, वर-खाली फुंकर घालत कुजबुजला, "पण तू मला आज रिझवलंयस आणि तुला त्याचं बक्षीस मिळालं पाहिजे." त्याच्या आवाजात मला खट्याळ हसू ऐकू आलं आणि त्याच्या शब्दांवर जेव्हा माझं शरीर गात होतं, तेव्हा त्याची जीभ माझ्या क्लायटोरिसभोवती सावकाश गोलाकार फिरू लागली; माझ्या मांड्यांना त्याने हाताने खाली धरलं होतं.

"आह!" त्याच्या जिभेच्या स्पर्शाने माझं शरीर धनुष्यासारखं थडथडलं.

तो त्याची जीभ पुन्हा पुन्हा तिथेच भोवती-भोवती, माझा त्रास कायम ठेवत जलद गतीने फिरवत होता. मी सगळं भान विसरत होते, माझ्या शरीराचा प्रत्येक अणुरेणू, माझ्या मांड्यांच्या शिखरावरच्या त्या छोट्याशा, शक्तिमान, पॉवरहाउसवर लक्ष एकाग्र करत होता. माझे पाय आखडले आणि त्याने त्याचं बोट माझ्यात घुसवलं, त्याचं गुरगुरणं, कण्हणं मी ऐकलं.

"ओह, बेबी, तू माझ्यासाठी एवढी ओली झाली आहेस, ते मला आवडतं."

त्याने त्याचं बोट एका मोठ्या वर्तुळाकारात, ताणून फिरवलं. मला ओढत, त्याची जीभ तशीच कृती करत, भोवताली पुन्हा पुन्हा... मी कण्हले. हे फारच आहे... मुक्तीसाठी माझं शरीर याचना करतं आणि मी ते फार काळ नाकारू शकत नव्हते. मी सोडून दिलं, सगळा विश्वसनीय विचार सोडून... आणि माझ्या सुखाच्या

परमोच्च क्षणाने माझ्यावर पकड मिळवली, माझ्या आतल्या बाजूंना पुन्हा पुन्हा पिळून काढला गेला. *होली फक्...* मी ओरडले आणि माझ्या उत्कट सुखाच्या परमावधीपुढे सगळं जग बुडून गेलं, अदृश्य झालं.

मी धापा टाकल्या आणि मला अस्पष्टपणे वेष्टन फाडल्याचा आवाज आला. अगदी सावकाश तो माझ्यामध्ये सहज शिरला आणि हालचाल करू लागला. ओह्... माय. ती भावना एकाच वेळी यातनादायक आणि मधुर, निलाजरी आणि हळुवार.

"हाउ इज धिस?" त्याने श्वास घेतला.

"फाइन... गुड," मी श्वास घेत म्हणाले. तो वेगाने, जोरात आणि मला पुन्हा पुन्हा मोठा धक्का देत, ढकलत, हालचाल करू लागला... शांत व्हायला कठीण असा... मला माझ्या काठावर आणेपर्यंत... मी कण्हले.

"माझ्यासाठी उत्कट क्षण गाठ, बेबी," त्याचा आवाज खरखरीत, जोरदार, रांगडा... माझ्या कानांवर... आणि त्याच्या भोवताली माझा स्फोट... तो माझ्या आत वेगाने धक्के देत...

"थँक फक्," तो कुजबुजला आणि पुन्हा एकदा जोरात धक्का देऊन कण्हला... जेव्हा त्याने उत्कटबिंदू गाठला, तेव्हा माझ्या आत स्वत:ला दाबलं. मग तो शांत झाला, त्याचं शरीर ताठ होतं.

माझ्यावर कोसळला, त्याचं पूर्ण वजन मला गादीत आत जायला भाग पाडत असल्याचं मला जाणवलं... मी माझे बांधलेले हात त्याच्या मानेच्या वर करून मला जेवढं चांगलं त्याला धरून ठेवता येईल, तेवढं धरलं. त्या क्षणी मला माहीत असतं की, या पुरुषासाठी मी काहीही करेन. मी त्याची आहे. त्याने मला ज्याची ओळख करून दिली, ते आश्चर्य मी कल्पना करू शकले असते त्याच्या पलीकडचं आहे. आणि त्याला ते आणखी पुढे न्यायचंय, जे माझ्या निरागसतेमुळे मी कल्पनाही करू शकणार नाही, असं ठिकाण असेल. ओह्... वॉट टू डू?

तो त्याच्या कोपरांवर झुकून बसला आणि त्याच्या उत्कट करड्या डोळ्यांनी माझ्याकडे रोखून बघू लागला.

"बघितलंस आपण एकत्र किती छान आहोत?" तो गुणगुणला. "तू जर तुला माझ्या हवाली केलंस, तर ते अधिक चांगलं असेल. माझ्यावर विश्वास ठेव, ॲनास्टॅशिया, तुला ठाऊक नसलेल्या ठिकाणी मी तुला घेऊन जाऊ शकतो." त्याच्या शब्दांतून माझे विचार प्रतिध्वनित होत होते.

त्याने माझ्या नाकावर त्याचं नाक घासलं. त्याच्याबद्दलच्या माझ्या असाधारण शारीरिक प्रतिक्रियेने माझी अजून तगमग होत होती आणि मी शून्यपणे त्याच्याकडे बघितलं, सुसंबद्ध विचार करण्याचा प्रयत्न केला.

एकाएकी त्याच्या शयनगृहाच्या दरवाजाबाहेरच्या हॉलमधून ऐकू येणाऱ्या आवाजाची आम्हाला जाणीव झाली. मी काय ऐकतेय, त्याचं विश्लेषण व्हायला मला एक क्षण लागला.

''पण तो जर अजूनही बिछान्यात असेल, तर तो नक्कीच आजारी असणार. यावेळेला तो कधीही बिछान्यात नसतो. ख्रिश्चन ग्रे कधीही आत झोपत नाही.''

''मिसेस ग्रे, प्लीज.''

''टेलर, तू मला माझ्या मुलापासून दूर ठेवू शकत नाहीस.''

''मिसेस ग्रे, ते एकटे नाहीत.''

''वॉट डू यू मीन, तो एकटा नाही?''

''त्यांच्याबरोबर कोणीतरी आहे.''

''ओह्...'' तिच्या आवाजातला अविश्वास मलाही ऐकू आला.

ख्रिश्चनने त्याच्या डोळ्यांची जलद उघडझाप केली आणि माझ्याकडे रोखून बघितलं. त्याचे डोळे विनोदी, भीतीने विस्फारलेले...

''शिट्! माझी आई!''

१०

तो माझ्यामधून अचानक बाहेर निघाला. मी अंग आक्रसलं. पलंगावर उठून बसत त्याने वापरलेला कंडोम कचऱ्याच्या पेटीत फेकला.

"कम ऑन, आपल्याला कपडे घातले पाहिजेत – म्हणजे तुला माझ्या आईला भेटायचं असेल तर –" तो हसत पलंगावरून उडी मारून उठला आणि त्याची जीन्स घातली – अंतर्वस्त्र नाही! मी अजूनही सावरलेली नसल्याने आणि बांधलेली असल्याने उठून बसण्याची धडपड केली.

"ख्रिश्चन – मी हलू शकत नाही."

त्याचं हास्य रुंदावलं आणि खाली वाकून तो टाय सोडवला. टायच्या विणलेल्या डिझाइनने माझ्या मनगटांभोवती वळ उठले होते. *हे.... सेक्सी आहे.* त्याने माझ्याकडे बघितलं. त्याला गंमत वाटत होती. त्याचे डोळे गमतीने नाचत होते. त्याने पटकन माझ्या कपाळाचं चुंबन घेतलं आणि माझ्याकडे बघून हसला.

"आणखी एक," त्याने दखल घेतली, पण तो कशाबद्दल बोलतोय याची मला कल्पना नव्हती.

"इथे माझ्याकडे स्वच्छ कपडे नाहीत," माझा एकाएकी गडबडगुंडा उडाला. आणि आत्ताच मी जो अनुभव घेतला आहे, त्याचा विचार करता मला तो गोंधळ भारावून टाकणार वाटला. त्याची आई! *होली क्रॅप.* माझ्याकडे स्वच्छ कपडे नाहीत आणि ती जवळजवळ आम्हाला भेटायला 'फ्लॅग्रांटे डिलिक्टो' होऊन आली आहे. "बहुतेक मी इथेच थांबलेलं बरं."

"ओ नो, नको," ख्रिश्चनने धमकावलं, "तू माझे काही कपडे घालू शकशील," त्याने एक सफेद टी शर्ट घातला होता आणि त्याने त्याच्या केसांतून हात फिरवला. अस्वस्थता न येऊनही, माझ्या विचारांची साखळी तुटली. त्याचं सौंदर्य तोल ढळवणारं असतं.

"ॲनास्टॅशिया, तू अंगावर एक पोतं जरी चढवलंस तरी सुंदर दिसशील!

प्लीज डोन्ट वरी. तू माझ्या आईला भेटावंस असं मला वाटतं. कपडे घाल. मी पहिल्यांदा जाऊन शांत करतो.'' त्याचं तोंड एका कठीण रेषेत दाबलं गेलं. ''तू त्या खोलीत पाच मिनिटांत यावंस, अशी माझी अपेक्षा आहे, नाहीतर मग मीच येईन आणि तू जे काही घातलं असशील, तसंच – त्याच कपड्यात तुला स्वत: इथून ओढून नेईन. माझे टी शर्ट्स या ड्रॉवरमध्ये आहेत. माझे शर्ट कपाटात आहेत. जे पाहिजे ते घे.'' त्याने माझ्याकडे क्षणभर विचारमग्न होऊन पाहिलं आणि मग खोलीच्या बाहेर गेला.

होली शिट्. ख्रिश्चनची आई. हे तर मी केलेल्या वाटाघाटींपेक्षा जरा जास्त होतं. कदाचित तिला भेटल्याने जिगसॉ पझलचा छोटासा भाग जागच्या जागी बसवायला मदत झाली असती. ख्रिश्चन असा का आहे, हे समजायला मला मदत झाली असती... त्यामुळे एकाएकी मला तिला भेटावंसं वाटू लागलं. मी जमिनीवरून माझा शर्ट उचलला. रात्रभर तो चुण्या न पडता चांगला राहिला आहे, हे कळून मी खूश झाले. बिछान्याच्या खाली मला माझी निळी ब्रा सापडली. मी पटकन कपडे घातले, पण कोणत्या एका गोष्टीचा मी तिरस्कार करत असेन, तर ती म्हणजे अंगावर स्वच्छ अंतर्वस्त्रं नसणं. ख्रिश्चनच्या ड्रॉवरमध्ये शोध घेतल्यावर मला त्याच्या बॉक्सर ब्रीफ्स मिळाल्या. मी घट्ट, करड्या रंगाच्या काल्व्हिन क्लाइन्स चढवल्या, आणि मग माझ्या जीन्स आणि कॉन्व्हर्स शूज घातले.

माझं जॅकेट पकडून मी बाथरूममध्ये सूर मारला आणि माझ्या अधिकच चमकत्या डोळ्यांकडे, माझ्या लाल झालेल्या चेहऱ्याकडे आणि माझ्या केसांकडे टक लावून पाहिलं. होली क्रॅप... पिगटेल्सही मला शोभून दिसत नाहीत. मी पर्समध्ये ब्रश शोधला आणि मला कंगवा मिळाला. आता त्यानेच भागवावं लागेल. मी माझे केस पटकन मागे बांधले आणि माझ्या कपड्यांकडे बघून नाराज झाले. ख्रिश्चनने दिलेला कपड्यांबद्दलचा प्रस्ताव मी स्वीकारावा का, असा विचार केला. माझं अर्धजागृत मन ओठांचा चंबू करतं आणि तोंडातून 'हो' शब्द काढतं. मी दुर्लक्ष करते. माझं जॅकेट अंगावर चढवताना माझ्या मनगटांवर त्याच्या टायमुळे उमटलेल्या, राहून गेलेल्या खुणा जॅकेटच्या कफ्समुळे झाकल्या जात आहेत, हे बघून मी खूश होते. मी आरशात स्वत:ला एकदा शेवटी अस्वस्थपणे बघून घेतलं. हे चालायलाच पाहिजे. मी मुख्य बैठकीच्या खोलीत मार्ग काढला.

''आली ती,'' ख्रिश्चन कोचावरून उठून उभा राहिला.

त्याचे भाव प्रेमळ आणि कौतुकाचे होते. त्याच्या शेजारी बसलेली वाळूच्या रंगाच्या केसांची स्त्री वळली. तिने माझ्याकडे बघून एक चमकदार हास्य केलं. ती पण उभी राहिली. तिने एक बारीक विणलेला कॅमल कलरचा अतिशय उच्च अभिरुची दर्शवणारा सुंदर ड्रेस घातला होता आणि त्याच्याशी संगती साधणारे बूट

चढवले होते. ती स्वत:च्या वेशभूषेविषयी जागरूक होती. त्यामुळे ती डौलदार आणि सुंदर दिसत होती. मी मात्र आतल्या आत थोडीशी मृत झाले, माझा अवतार कसा दिसत असेल याचा विचार करून.

"आई, ही ॲनास्टॅशिया स्टील. ॲनास्टॅशिया, ही ग्रेस ट्रेव्हेल्लान ग्रे."

डॉ. ट्रेव्हेल्लान ग्रेने माझ्यासाठी हात पुढे केला. टी... फॉर ट्रेव्हेल्लान? *त्याची आद्याक्षरं.*

"तुला भेटून खरंच खूप आनंद झाला," ती पुटपुटली. माझी जर चूक होत नसेल, तर तिच्या आवाजात आश्चर्य आणि कदाचित भांबावून जाऊन वाटलेली सुटकेची भावना होती. तिच्या पिंगट तपकिरी डोळ्यांत एक प्रेमळ तेज होतं. मी तिचा हात पकडला आणि तिच्या स्पर्शातल्या उबदारपणाला प्रतिसाद देताना मला स्मित केल्याशिवाय राहवलं नाही.

"डॉ. ट्रेव्हेल्लान ग्रे," मी पुटपुटले

"मला ग्रेस म्हण," ती हसली आणि ख्रिश्चनच्या कपाळाला आठ्या पडल्या. "मी सहसा डॉ. ट्रेव्हेल्लान म्हणून ओळखली जाते, आणि मिसेस ग्रे ही माझी मदर-इन-लॉ आहे." तिने डोळा मारला. "मग तुम्हा दोघांची भेट कशी झाली?" तिने प्रश्नार्थक नजरेने ख्रिश्चनकडे बघितलं, तिची उत्सुकता ती लपवू शकली नाही.

"ॲनास्टॅशियाने डब्ल्यूएसयूच्या विद्यार्थी वृत्तपत्रासाठी माझी मुलाखत घेतली होती, कारण मी या आठवड्यात तिथे पदव्या प्रदान करायला जाणार आहे."

डब*ल क्रॅप.* मी ते विसरलेच होते.

"म्हणजे तू या आठवड्यात ग्रॅज्युएट होणार तर?" ग्रेसने विचारलं.

"होय."

माझा सेल फोन वाजायला लागतो. *केट, मी पैजेवर सांगते.*

"एक्सक्यूज मी," फोन किचनमध्ये असल्याने मी चालत जाऊन ब्रेकफास्ट बारला रेलून उभी राहिले, नंबर पाहिलाही नाही.

"केट."

"दिओ मिओ! ॲना!" *होली क्रॅप, हा जोस आहे.*

तो घायकुतीला आल्यासारखा वाटतो, "कुठे आहेस तू? मी तुझ्याशी संपर्क साधण्याचा प्रयत्न करत होतो. मला तुला भेटायचंय, शुक्रवारच्या माझ्या वागणुकीसाठी क्षमा मागायची आहे. तू माझ्या कॉल्सना उत्तर का दिलं नाहीस?"

"हे बघ, जोस, आत्ता बोलण्यासाठी ही योग्य वेळ नाहीये," मी अस्वस्थपणे ख्रिश्चनकडे नजर टाकली, जो मला उत्कटतेने न्याहाळत होता. आईबरोबर काहीतरी पुटपुटत असताना त्याचा चेहरा निर्विकार होता. मी त्याच्याकडे पाठ फिरवली.

"तू कुठे आहेस? केट सगळी उडवाउडवीच करते आहे," तो विव्हळला.

"मी सीॲटलमध्ये आहे."

"तू सीॲटलमध्ये काय करते आहेस? तू त्याच्याबरोबर आहेस?"

"जोस, मी तुला नंतर फोन करते. मी तुझ्याशी आत्ता बोलू शकत नाही." मी फोन ठेवला.

मी अलिप्तपणे ख्रिश्चन आणि त्याच्या आईकडे पुन्हा चालत गेले. ग्रेस अगदी जोरात होती.

"...आणि इलिअटने तू इथे आहेस असं मला फोन करून सांगितलं – मी तुला दोन आठवडे पाहिलंच नाहीये, डार्लिंग,"

"त्याने असं केलं का?" माझ्याकडे पाहत ख्रिश्चन पुटपुटला. त्याच्या चेहऱ्यावरचा भाव अनाकलनीय, अवाचनीय होता.

"मी विचार केला आपण दुपारचं जेवण एकत्र घेऊ, पण मला असं दिसतंय की, तुझे काही दुसरे बेत आहेत. त्यामुळे मला तुझ्या दिनचर्येत व्यत्यय आणायचा नाहीये," ती तिचा लांब क्रीम कोट घेऊन तिचा गाल त्याच्यापुढे करत त्याच्या दिशेला वळली. त्याने तिचं पुसटतं, गोड चुंबन घेतलं. तिने त्याला स्पर्श केला नाही.

"मला ॲनास्टॅशियाला पोर्टलँडला गाडीने परत सोडायचं आहे."

"अर्थात्, डार्लिंग. ॲनास्टॅशिया, तुला भेटून आनंद झाला. मला आशा आहे आपण पुन्हा भेटू." तिने तिचा हात पुढे केला, तिचे डोळे चमकत होते. आम्ही हस्तांदोलन केलं.

कुठूनतरी टेलर आला... *कुठून?*

"मिसेस ग्रे?" त्याने विचारलं.

"थँक यू, टेलर," त्याने तिला खोलीतून जाताना सोबत केली आणि दुहेरी दरवाजातून फॉयरपर्यंत गेला. टेलर सगळा वेळ इकडेच होता? तो किती वेळ इकडे होता? तो कुठे गेला होता?

ख्रिश्चनने माझ्याकडे डोळे मोठे करून पाहिलं.

"म्हणजे फोटोग्राफरने फोन केला होता तर?"

क्रॅप.

"होय."

"त्याला काय पाहिजे होतं?"

"फक्त क्षमा मागायची होती, तुला माहीत आहे – शुक्रवारबद्दल."

ख्रिश्चनने त्याचे डोळे बारीक केले. "आय सी," तो एवढंच म्हणाला.

टेलर पुन्हा आला.

"मि. ग्रे, डारफर शिपमेंटचा काहीतरी प्रश्न आहे."

ख्रिश्चनने त्याच्याकडे बघून तुटकपणे मान हलवला.

"चार्ली टँगो बोइंग फिल्डला परत गेलं आहे?"

"यस, सर."

टेलरने माझ्याकडे बघून मान हलवली.

"मिस स्टील."

मी त्याच्याकडे बघून तोंडदेखलं हसले; तो वळला आणि गेला.

"तो इथे राहतो का? टेलर?"

"होय," त्याचा स्वर तुटक होता. *त्याला काय प्रॉब्लेम आहे?*

स्वयंपाकघराकडे जाऊन त्याने त्याचा ब्लॅकबेरी उचलला. काही ईमेल्स पाहिले, बहुतेक. त्याचं तोंड एका कठीण रेषेत दाबलं गेलं आणि त्याने एक फोन केला.

"रॉस, काय अडचण आहे?" त्याने ताडकन विचारलं. मग ऐकलं. माझ्याकडे बघत, डोळे विचारमग्न; मी त्या भल्यामोठ्या खोलीच्या मध्यभागी उभी राहून काय करावं, याचा विचार करत होते. मला स्वत:ची प्रकर्षाने जाणीव झाली आणि त्या ठिकाणी मला अवघडल्यासारखं वाटलं.

"मी कोणत्याही क्रूला धोका पत्करायला लावणार नाही. नाही, रद्द करा... आपण त्याऐवजी हवेतून टाकू... गुड." त्याने फोन ठेवला. त्याच्या डोळ्यांतला प्रेमळपणा अदृश्य झाला होता. तो धोकादायक दिसत होता आणि माझ्याकडे पटकन एक नजर टाकून तो स्टडीत गेला; एका क्षणात परत आला.

"हा तो करार आहे. वाच. आपण पुढच्या साप्ताहिक सुट्टीच्या वेळी यावर चर्चा करू. मला असं वाटतंय की, तू आत्ता थोडासा अभ्यास करावास म्हणजे तुला त्यात काय आहे, काय नाही हे समजून घेता येईल," तो थांबला.

"म्हणजे जर तुझी संमती असेल तर, आणि मला खरोखरच आशा आहे, तुझी संमती असेल," त्याने पुस्ती जोडली, त्याचा स्वर अधिक मवाळ, अधीर होता.

"अभ्यास?"

"इंटरनेटवर तुला जी काही माहिती मिळेल त्याने तू थक्क होशील," तो पुटपुटला.

इंटरनेट? आपल्याकडे कॉम्प्यूटर नाही, मी फक्त केटचा लॅपटॉप वापरू शकते आणि क्लेटन्समध्ये असलेला कॉम्प्यूटर मी वापरू शकणार नाही, या प्रकारच्या 'संशोधना'साठी तर नक्कीच नाही!

"काय झालं?" त्याचं डोकं एका बाजूला झुकवून त्याने विचारलं.

"माझ्याकडे कॉम्प्यूटर नाही. मी सहसा स्कूलमध्ये कॉम्प्यूटर वापरते. मला केटचा लॅपटॉप वापरता येईल का ते मी बघते," तो मला एक मॅनिला पाकीट देतो.

"मी तुला एखादा उसना देऊ शकतो. तुझ्या वस्तू घे, आपण पोर्टलँडला परत

गाडीने जाऊ आणि वाटेत लंच करू. मला कपडे करावे लागतील.''

''मी जरा एक फोन करते,'' मी पुटपुटले. मला फक्त केटचा आवाज ऐकायचा होता. त्याने कपाळाला आठ्या घातल्या.

''फोटोग्राफर?'' त्याचा जबडा आवळला गेला आणि डोळे तप्त झाले. मी त्याच्याकडे बघून डोळ्यांची उघडझाप केली. ''मला गोष्टी शेअर करायला आवडत नाही, मिस स्टील, हे लक्षात ठेव.'' त्याचा शांत, गोठवणारा स्वर म्हणजे एक इशारा होता आणि माझ्याकडे एक दीर्घ, थंड नजर टाकून, तो शयनगृहाकडे वळला.

होली क्रॅप. *मला फक्त केटला फोन करायचा होता,* पण त्याच्या एकाएकी अलिप्तपणाच्या वागण्याने मी गलितगात्र झाले आहे. केवळ अर्ध्या तासापूर्वीच, माझ्याबरोबर झोपणाऱ्या उदार, सैलावलेल्या, हसणाऱ्या माणसाला काय झालं?

''तयार?'' आम्ही फॉयरकडे जाण्याच्या दुहेरी दरवाजाजवळ थांबलो, तेव्हा ख्रिश्चनने विचारलं.

मी अनिश्चिततेने मान हलवली. त्याने पुन्हा त्याचा दूरस्थ, सभ्य, शिष्ट व्यक्तिमत्त्वाचा बाज ग्रहण केला होता, त्याचा मुखवटा ढळला होता. त्याच्या हातात एक चामड्याची मेसेनर बॅग होती. त्याची काय गरज आहे? कदाचित तो पोर्टलँडमध्ये राहणार असेल. मग मला पदवीदान समारंभाची आठवण आली. ओ यस... तो गुरुवारी तिथे असेल. त्याने एक काळ्या चामड्याचं जॅकेट घातलं होतं. या कपड्यात तो अब्जोपती, करोडपती, जो कोणता पती असेल, तसा एक वाईट वागणारा रॉकस्टार किंवा कॅटवॉक मॉडेलसारखा दिसतो. मी आतल्या आत उसासा टाकला. मला असं वाटतं की, त्याच्या डौलदारपणापैकीचा एक दशमांशावा भाग माझ्यात असेल. तो शांत, स्वत:वर नियंत्रण असलेला होता. मी कपाळाला आठ्या घातल्या, जोसबद्दल त्याचा उडालेला भडका आठवला... वेल, तो तसा दिसतो.

टेलर पार्श्वभूमीवर घिरट्या घालत होता.

''उद्या, मग,'' तो टेलरला म्हणाला आणि टेलरने डोकं हलवलं.

''यस, सर. आपण कोणती कार नेताय, सर?''

त्याने माझ्याकडे थोडा वेळ पाहिलं.

''आर.एट.''

''तुमचा प्रवास सुरक्षित होवो, मि. ग्रे आणि मिस स्टील,'' टेलरने माझ्याकडे दयाळूपणे बघितलं, कदाचित त्याच्या डोळ्यांत खोलवर कुठेतरी करुणेची छटा असावी.

मी मि. ग्रेंच्या वास्तवात कठीण लैंगिक सवयींना शरण गेले, असा विचार तो

नि:संशय करत असणार. अद्याप नाही, कदाचित त्याच्या विशेष लैंगिक सवयी, किंवा मग प्रत्येकासाठी सेक्स तसंच असावं. मी त्या विचारामुळे कपाळाला आठ्या घातल्या. तुलना करण्यासाठी कोणी नव्हतं आणि मी केटला विचारू शकत नव्हते. कितीतरी अशा गोष्टी होत्या, ज्या मला ख्रिश्चनला विचाराव्या लागणार होत्या. मी कोणाशीतरी बोलावं हे पूर्णपणे नैसर्गिक आहे – आणि तो जर एका मिनिटाला मोकळा आणि दुसऱ्या मिनिटाला शिष्टासारखा वागत असेल – तर मी त्याच्याशी बोलू शकत नाही.

टेलरने आमच्यासाठी दरवाजा उघडून धरला आणि आम्हाला मार्ग दाखवला. ख्रिश्चनने एलिव्हेटर बोलावली.

"काय आहे, ॲनास्टॅशिया?" त्याने विचारलं. माझ्या मनात कोणत्यातरी विषयाचं चर्वितचर्वण चालू असल्याचं त्याला कसं काय कळलं? तो पुढे झाला आणि माझी हनुवटी पकडली.

"तुझा ओठ चावू नकोस, नाहीतर इथे मी स्वत:च्या इच्छांवर ताबा ठेवू शकणार नाही, आणि मग एलिव्हेटरमध्ये कोण येईल याची मला जराही पर्वा नाही."

मी लाजले, पण त्याच्या ओठांवर हास्याची किंचित छटा होती. शेवटी त्याचा मूड बदलतोय, असं दिसलं.

"ख्रिश्चन, माझा एक प्रश्न आहे."

"ओह?" माझ्याकडे त्याचं पूर्ण लक्ष आहे.

एलिव्हेटर आली. आम्ही आत गेलो आणि ख्रिश्चनने 'जी' खूण असलेलं बटण दाबलं.

"वेल," मी लाल होते. *हे कसं म्हणायचं?* "मला केटशी बोलायला हवं. मला सेक्सबद्दल बरेचसे प्रश्न आहेत आणि तू त्याच्यात पूर्णपणे गुंतलेला आहेस. मी जर या सगळ्या गोष्टी कराव्या, असं तुला वाटत असेल, तर मला कसं कळणार?" योग्य शब्द शोधण्याची धडपड करत मी थांबले. "माझ्याकडे संदर्भासाठी काहीच पर्याय नाहीत."

त्याने माझ्याकडे बघून डोळे फिरवले.

"तुला आवश्यकता वाटतच असेल तर बोल तिच्याशी," तो वैतागल्यासारखा वाटला. "ती इलिअटकडे कसलाही उल्लेख करत नाही, याची खातरी करून घे."

त्याच्या बोलण्यातील गर्भितार्थाने मी दुखावले. *केट तशी नाही.*

"ती तसं करणार नाही, आणि इलिअटबद्दल तिने मला सांगितलेलं काहीही मी तुला सांगणार नाही," मी पटकन पुढे सांगितलं.

"वेल, फरक असा आहे की, त्याच्या सेक्स लाइफबद्दल जाणून घ्यायची मला इच्छा नाही," ख्रिश्चन शुष्कपणे पुटपुटला.

"इलिअट दुसऱ्याच्या भानगडीत नाक खुपसणारा बास्टर्ड आहे. तू तिला आत्तापर्यंत काय केलं तेवढंच सांगू शकतेस," त्याने सावध केलं, "पण मी काय करू इच्छितो हे तिला माहीत असणं माझ्यासाठी ठीक नाही," तो इतक्या हळू आवाजात पुस्ती जोडतो की, मी ते ऐकायचं होतं की नाही, याबद्दल मला खातरी वाटली नाही.

"ओके." मी त्याच्याकडे बघत सुटका झाल्यासारखी लगेच सहमत झाले.

त्याचे ओठ माझ्याकडे बघून तिरपे झाले आणि त्याने डोकं हलवलं.

"जितक्या लवकर तू तुझी संमती देशील तेवढं अधिक चांगलं आणि मग आपण हे सगळं थांबवू शकतो," तो पुटपुटला.

"सगळं काय थांबवायचं?"

"तुझं मला आव्हान देणं," तो खाली वाकला आणि माझी हनुवटी त्याच्या हाताच्या ओंजळीत धरून माझ्या ओठांवर त्याने पटकन एक गोड चुंबन दिलं. एलिव्हेटरचे दरवाजे उघडले. त्याने माझा हात पकडला आणि मला अंडरग्राउंड गॅरेजमध्ये घेऊन गेला.

मी, त्याला आव्हान देणारी... कशी?

एलिव्हेटरच्या शेजारी, मला एक ऑडी दिसली, पण त्याने की फॉब तिच्या दिशेने रोखली आणि लिप्स उघडून प्रकाशमान झाल्यावर ती सुरेख काळी स्पोर्टी गाडी दिसली. अशा गाड्यांमध्ये एखादी लांब पायांची बॉंड गर्ल बसायला हवी; तिने अंगावर फक्त हुडवर पसरलेला एक पट्टा गुंडाळलेला असायला हवा.

"गाडी छान आहे," मी शुष्कपणे पुटपुटले.

तो वर पाहून हसला.

"आय नो," तो म्हणाला आणि एका पुसटत्या क्षणी गोड, तरुण, स्वच्छंदी ख्रिश्चन परत आला. त्याने माझं हृदय भरून आलं. तो इतका उत्तेजित झाला आहे. *मुलं आणि त्यांची खेळणी.* मी त्याच्याकडे बघून डोळे फिरवले, पण माझं हास्य दाबून ठेवू शकले नाही. त्याने माझ्यासाठी दरवाजा उघडला आणि मी आत चढले. व्होआ... ती बसकी आहे. तो सहज डौलदारपणाने गाडीभोवती फिरला आणि त्याचं उंच शरीर सहजसुलभ सुंदरतेने वाकवून माझ्याशेजारी बसला. *त्याला हे कसं जमतं?*

"मग कोणत्या प्रकारची गाडी आहे ही?"

"ही ऑडी आर-एट स्पायडर आहे. दिवस सुंदर आहे; आपण छत खाली घेऊ शकतो. तिथे एक बेसबॉल कॅप आहे. खरंतर तिथे दोन असायला हव्यात," त्याने

हातमोज्यांच्या बॉक्सकडे निर्देश केला. "आणि तुला पाहिजे असतील तर सनगॉगल्सही."

इग्निशन चालू करताच इंजीन मोठ्याने आवाज करू लागलं. त्याने आमच्या आसनांच्या मधल्या जागेत त्याची बॅग ठेवली, एक बटण दाबलं आणि सावकाशपणे छत मागे गेलं. एक स्विच दाबल्यावर ब्रूस स्प्रिंगस्टिनच्या संगीताने आम्हाला वेढून टाकलं.

"ब्रूसवर प्रेम केलंच पाहिजे," तो माझ्याकडे बघून हसला आणि त्याने गाडी वाहनतळाच्या जागेतून बाहेर काढून उंच रॅम्पवर नेली; आम्ही गेट वर उचललं जाण्यासाठी थांबलो.

मग आम्ही सीॲटलच्या प्रकाशमान मे महिन्यातल्या त्या सकाळी बाहेर पडलो. मी हातमोज्यांच्या बॉक्सकडे हात नेऊन बेसबॉल कॅप्स काढल्या. त्याला बेसबॉल आवडतो? मी त्याला एक कॅप दिली आणि त्याने ती डोक्यावर चढवली. मी माझे केस कॅपच्या मागच्या बाजूने बाहेर काढले आणि वरची बाजू खाली ओढली.

आम्ही रस्त्यावरून जात असताना लोक आमच्याकडे टक लावून बघत होते. एक क्षणभर मला वाटतं की, ते त्याच्याकडे बघतायत... आणि मग माझ्या मनाच्या एका संशयी भागाने विचार केला की, गेले बारा तास मी काय करत होते, हे लोकांना माहीत असल्याने प्रत्येक जण माझ्याकडे बघतो आहे; पण शेवटी माझ्या लक्षात आलं की, खरंतर त्यांचं पाहण्यामागचं कारण गाडी आहे. ख्रिश्चन विचारमग्न होता, या सगळ्यापासून अनभिज्ञ.

वाहतूक तुरळक होती आणि आम्ही लवकरच दक्षिणेकडे जाणाऱ्या इंटरस्टेट पाच हायवेवर पोहोचलो, वारा आमच्या डोक्यावरून वाहत होता. ब्रूस त्याच्या इच्छांबद्दल आर्त गात होता. किती योग्य. मी जेव्हा गाण्याचे शब्द ऐकले तेव्हा लाल झाले. ख्रिश्चनने माझ्याकडे नजर टाकली. त्याने त्याचे रे-बॅन गॉगल्स घातले होते, त्यामुळे त्याला काय वाटतंय, ते मी बघू शकले नाही. त्याचं तोंड थोडंसं मुरडलं आणि त्याने त्याचा हात माझ्या गुडघ्यावर ठेवला आणि हलकेच दाबला. माझा श्वासोच्छ्वास वाढला.

"भूक लागलीय?" त्याने विचारलं.

नॉट फॉर फूड.

"विशेष नाही."

त्याचं तोंड त्या विशिष्ट कठीण रेषेत आवळलं.

"तू खाल्लं पाहिजेस, ॲनास्टॅशिया," त्याने दटावलं. "ऑलिम्पियाजवळ मला एक छान ठिकाण माहीत आहे. आपण तिथे थांबू." त्याने माझा गुडघा पुन्हा दाबला आणि मग त्याचा हात पुन्हा स्टिअरिंग व्हीलवर परत नेला, त्याचं पाऊल

त्याने खाली ॲक्सिलरेटरवर ठेवलं. मी माझ्या आसनाच्या पाठीमागच्या बाजूला दाबली गेले. बॉय, धिस कार कॅन मूव्ह.

रेस्टारंट लहान आणि खासगी होतं. जंगलाच्या मध्यभागी एक लाकडी वाडा होता. सजावट ग्रामीण बाजाची होती. कशाही टाकलेल्या खुर्च्या आणि टेबल्स, त्याच्यावर जिंगहॅम टेबलक्लॉथ, लहान फुलदाण्यांत जंगली फुलं, दरवाजाच्या वर 'कुझिन सॉवेज' अशी पाटी.

"मी इथे बरेच दिवस आलो नव्हतो. आपल्याला निवड करायला मिळत नाही – त्यांनी जे पकडलं असेल किंवा गोळा केलं असेल तेच ते शिजवतात." खोट्या खोट्या भीतीने त्याने त्याच्या भुवया उंचावल्या आणि मला हसू आलं. वेट्रेसने आमची ड्रिंक्सची मागणी नोंदवली. ख्रिश्चनला पाहताच ती लाल झाली, तिने त्याच्या नजरेला नजर देणं टाळलं. तिच्या लांब, पिंगट सोनेरी केसांच्या बटांआड तिने तिचे डोळे लपवले. तिला तो आवडला! *मी फक्त एकटीच नाही!*

"पिनो ग्रिगिओचे दोन ग्लास," ख्रिश्चन अधिकारवाणीने म्हणाला. मी वैतागून ओठांचा चंबू केला.

"काय?" त्याने मला विचारलं.

"मला डाएट कोक पाहिजे होता," मी पुटपुटले.

त्याचे करडे डोळे बारीक झाले आणि त्याने त्याचं डोकं हलवलं.

"पिनो ग्रिगिओ ही इकडची चांगल्यापैकी वाइन आहे. आपल्याला जे मिळेल त्या जेवणाबरोबर चांगली लागेल," तो सहनशीलतेने म्हणाला.

"आपल्याला जे काही मिळेल ते?"

"होय," तो त्याचं डोकं एका बाजूला झुकवून चमकदार हसला. माझ्या पोटात खड्डाच पडला. त्या सुंदर हास्याला प्रतिसाद दिल्याशिवाय मला राहवलं नाही.

"माझ्या आईला तू आवडलीस," तो शुष्कपणे म्हणाला.

"खरंच?" त्याच्या शब्दांनी सुखावून मी लाल झाले.

"ओ यस. तिला नेहमीच असं वाटत होतं की, मी गे आहे."

माझं तोंड उघडं पडलं. आणि मला तो प्रश्न आठवला... त्या मुलाखतीतला. ओ नो!

"तू गे आहेस असं तिला का वाटलं होतं?" मी कुजबुजले.

"कारण तिने मला कोण्या मुलीबरोबर कधीही पाहिलं नाही."

"ओह... पंधरा जणींपैकी एकीलादेखील नाही."

तो हसला.

"तुझ्या लक्षात आहे तर. नाही, पंधरा जणींपैकी कोणीही नाही."

"ओह."

"तुला माहीत आहे, ॲनास्टॅशिया, माझ्यासाठीदेखील ही साप्ताहिक सुट्टी म्हणजे सगळं पहिल्यांदाच आहे," तो शांतपणे हसला.

"खरंच?"

"मी कोणाबरोबरही झोपलो नव्हतो, माझ्या बिछान्यात कधी सेक्स केला नव्हता, एखाद्या मुलीला चार्ली टँगोमधून नेलं नव्हतं, माझ्या आईशी कोणत्याही मुलीची ओळख करून दिली नव्हती." *तू काय करतो आहेस?* त्याचे डोळे तप्त झाले, त्याच्या उत्कटतेमुळे माझा श्वास रोखला गेला.

आमचे वाइनचे ग्लासेस घेऊन वेट्रेस आली आणि मी ताबडतोब एक घुटका घेतला. तो मोकळा होतोय की फक्त एक सर्वसाधारण निरीक्षण करतो आहे?

"मला खरंच मजा आली," मी पुटपुटले. त्याने पुन्हा माझ्याकडे बघत डोळे बारीक केले.

"तो ओठ चावणं बंद कर," तो गुरगुरला. "मला पण मजा आली," त्याने पुस्ती जोडली.

"व्हॅनिला सेक्स म्हणजे काय?" त्याच्या उत्कट, तप्त सेक्सी लुकपासून माझं लक्ष विचलित करण्यासाठी मी विचारलं. तो हसला.

"सरळ, साधा सेक्स, ॲनास्टॅशिया. कोणती खेळणी नाहीत, कोणतेही ॲड-ऑन्स नाहीत," त्याने खांदे उडवले, "तुला माहीत आहे... वेल, खरं म्हणजे तुला माहीत नाही, पण त्याचा तोच अर्थ आहे."

"ओह," मला वाटलं तो चॉकलेट फज ब्राउनी सेक्स होता, चेरी ऑन द टॉपचा, जो आम्ही केला. पण हे मला काय माहीत आहे?

वेट्रेसने आमचं सूप आणलं. आम्ही त्याकडे संभ्रमित होऊन पाहिलं.

"नेटल सूप," किचनमध्ये जायच्या आधी वेट्रेसने आम्हाला सांगितलं. ख्रिश्चनने दुर्लक्ष केलेलं तिला आवडलं नाही असं मला वाटलं. मी सूपची एक तात्पुरती चव घेतली. ते फार छान आहे. सुटल्याच्या भावनेने मी आणि ख्रिश्चनने एकाच वेळी एकमेकांकडे पाहिलं. मी खुदुखुदु हसले आणि त्याने त्याचं डोकं एका बाजूला झुकवलं.

"तो आवाज छान आहे," तो पुटपुटला.

"तू पूर्वी कधीही व्हॅनिला सेक्स का केलं नव्हतंस? तू नेहमीच... एर्, जे केलं आहेस तेच केलंस का?" मी बुचकळ्यात पडून विचारलं

त्याने सावकाश डोकं हलवलं

"काहीसं तसंच." त्याचा आवाज कंटाळलेला होता. एक क्षणभर त्याने कपाळाला आठ्या घातल्या. मला त्याच्या मनात खळबळ माजल्यासारखं वाटलं.

मग त्याने निर्णय घेऊन वर बघितलं. ''माझ्या आईच्या मैत्रिणीपैकी एकीने मी पंधरा वर्षांचा असताना मला मोहात पाडलं.''

''ओह्.'' होली शिट्. ते फारच लहान वय आहे!

''तिच्या काही विशिष्ट आवडी होत्या. सहा वर्षं मी तिचा सबमिसिव्ह होतो.'' त्याने खांदे उडवले.

''ओह,'' त्याच्या या खुलाशाने माझा मेंदू थिजून गेला, काम करेनासा झाला.

''म्हणून मला त्यात काय अभिप्रेत आहे हे माहीत आहे, ॲनास्टॅशिया.'' त्याचे डोळे अंतर्ज्ञानाने चमकले.

मी त्याच्याकडे टक लावून पाहिलं, मला नेमकं असं काहीच बोलता येत नाही – माझं अर्धजागृत मनदेखील शांत आहे.

''माझा सेक्सशी खरं म्हणजे सर्वसाधारणपणे होतो तसा परिचय झाला नाही.''

माझी उत्सुकता अनावर झाली.

''म्हणजे तू कॉलेजात असताना कोणाबरोबर फिरला नाहीस?''

''नाही,'' त्याचा मुद्दा जोर देऊन सांगण्यासाठी त्याने त्याचं डोकं हलवलं.

संभाषणात एक क्षण खंड पाडत वेट्रेस आमचे बाउल्स घेऊन गेली.

''का?'' वेट्रेस निघून गेल्यावर मी विचारलं.

तो कडवटपणे हसला.

''तुला खरंच जाणून घ्यायचंय?''

''होय.''

''मलाच डेटिंगला जायचं नव्हतं. माझी गरज तीच होती. आणि शिवाय, तिने मला चांगलंच झोडपून काढलं असतं,'' तो त्या आठवणीने प्रेमाने हसला.

ओह, ही माहिती जरा अधिकच झाली – पण मला आणखी माहिती पाहिजे.

''ती जर तुझ्या आईची मैत्रीण होती, तर तिचं वय काय होतं?''

तो शिष्टपणे हसला. ''माझ्यापेक्षा अधिक चांगली माहिती असण्याइतकं होतं वय तिचं.''

''तू अजूनही तिला भेटतोस?''

''होय.''

''तू अजूनही... एर्...?'' मी लाल झाले.

''नाही,'' त्याने त्याचं डोकं हलवलं आणि माझ्याकडे बघून हसला. ''ती माझी फार चांगली मैत्रीण आहे.''

''ओह, तुझ्या आईला माहीत आहे?''

त्याने माझ्याकडे 'काय मूर्खासारखं बोलतेस' या अर्थाने टक लावून पाहिलं.

''अर्थातच नाही.''

वेट्रेस वेनिसन घेऊन परत आली, पण माझी भूकच गायब झाली होती. केवढी ही माहिती. *ख्रिश्चन द सबमिसिव्ह... होली शिट्.* मी पिनो ग्रिगिओचा एक मोठा घुटका घेतला. अर्थात्, त्याचं बरोबर होतं, वाइन फारच मस्त होती. जीझ, एवढं सगळं माहीत होणं, विचार करायला बरंच काही आहे. याचं विश्लेषण करायला मला वेळ हवा आहे. त्यासाठी मी एकटी हवी. जेणेकरून त्याच्या उपस्थितीमुळे माझं लक्ष विचलित होऊ नये. तो इतका भारावून टाकणारा आहे, इतका अल्फा मेल आहे आणि आता तर त्याने बॉम्बशेल टाकला आहे, *ते कसं असतं हे त्याला माहीत आहे.*

"पण ते पूर्ण वेळाचं नसेल?" मी गोंधळून गेले होते.

"वेल, ते तसं होतं, जरी मी तिला नेहमी भेटत नव्हतो. ते... अवघड होतं. शेवटी मी शाळेतच होतो आणि नंतर कॉलेजमध्ये. खाऊन घे, ॲनास्टॅशिया."

"खरं म्हणजे मला भूक लागलेली नाही, ख्रिश्चन." *तू जे उघड केलं आहेस, त्यामुळे मी तडफडते आहे.*

त्याचे भाव कठोर झाले. "खा," तो शांतपणे, खूप शांतपणे म्हणाला.

मी त्याच्याकडे एकटक पाहिलं. हा माणूस – पौंगडावस्थेत ज्याच्यावर लैंगिक अत्याचार झाला – त्याचा स्वर – इतका धमकावणारा आहे.

"मला एक क्षण दे," मी शांतपणे पुटपुटले. त्याने दोन-तीन वेळा डोळ्यांची उघडझाप केली.

"ओके," तो पुटपुटला आणि त्याने त्याचं जेवण पुढे सुरू ठेवलं.

मी जर सही केली तर ते याच्यासारखं असेल, तो मला प्रत्येक गोष्टीत आज्ञा करत राहील. मी कपाळाला आठ्या घातल्या. *मला हे पाहिजे आहे का?* माझे सुरी-काटे घेऊन मी सहजपणे वेनिसन कापले. खूपच चवदार.

"आपले संबंध... एर्... अशा प्रकारचे असतील का?" मी कुजबुजले. "तू मला आज्ञा करशील?" मला त्याच्याकडे बघण्याचं धैर्य झालं नाही.

"होय." तो पुटपुटला.

"अस्सं."

"विशेष म्हणजे, तुला मी आज्ञा करावी असं वाटेल," तो पुढे बोलला. त्याचा आवाज हळू होता.

मला त्याबद्दल खरोखर शंका आहे. मी वेनिसनचा आणखी एक तुकडा कापला आणि माझ्या तोंडाजवळ धरला.

"माझ्यासाठी हे फारच मोठं पाऊल आहे," मी पुटपुटले आणि खाऊ लागले.

"बरोबर आहे," थोडा वेळ त्याचे डोळे मिटले. जेव्हा त्याने डोळे उघडले, तेव्हा ते मोठे आणि गंभीर होते. "ॲनास्टॅशिया, तुला तुझी अंत:प्रेरणा काय सांगते तसं तू करायला हवंस. संशोधन कर. करार वाच. कोणत्याही पैलूवर चर्चा करण्यात

मला आनंदच आहे. त्याआधी तुला त्याबद्दल काही बोलायचं असेल, तर मी शुक्रवारपर्यंत पोर्टलँडमध्ये असेन," त्याचे शब्द माझ्याकडे झेपावत आले. "मला फोन कर – कदाचित आपण डिनर घेऊ – बुधवारी? हे जमून यावं, अशी माझी खरंच इच्छा आहे. वस्तुत: मला हे सगळं जमून यायलाच हवं, असं प्रकर्षाने पहिल्यांदाच वाटतं आहे."

त्याचा ज्वलंत प्रामाणिकपणा, ओढ, त्याच्या डोळ्यांत प्रतिबिंबित झाली. पण मुळात हेच माझ्या लक्षात येत नाही. *मी का?* पंधरा जणींपैकी एक का नाही? ओ नो... मी ती असेन का – एक आकडा? कित्येकांपैकी सोळावी?

"पंधरा जणींचं काय झालं?" मी बरळले.

त्याने आश्चर्याने त्याच्या भुवया उंचावल्या, मग त्याचं डोकं हलवत तो अलिप्त झाल्यासारखा दिसला.

"पुष्कळ गोष्टी आहेत, पण त्याचं सार म्हणजे...." तो थांबला, त्याची योग्य शब्द शोधण्याची धडपड. "परस्परांना अनुरूप नसणं," त्याने खांदे उडवले.

"आणि तुला असं वाटतं की, मी तुला अनुरूप असेन?"

"होय."

"मग आता तू त्यांपैकी कोणालाही भेटत नाहीस?"

"नाही, ॲनास्टॅशिया. मी कोणालाही भेटत नाही. मी माझ्या संबंधांमध्ये एकनिष्ठ आहे."

ओह... ही एक बातमी आहे.

"आय सी."

"संशोधन कर, ॲनास्टॅशिया."

मी माझ्या काटे-सुऱ्या खाली ठेवल्या. मी अधिक खाऊ शकत नव्हते.

"एवंढच? तू एवढंच खाणार आहेस?"

मी मान हलवली. तो माझ्यावर खवळला, पण त्याने काहीही न बोलण्याचा पर्याय निवडला. मी सुटकेचा एक छोटासा नि:श्वास टाकला. या सगळ्या नवीन माहितीमुळे माझ्या पोटात ढवळत होतं, आणि वाइनमुळे मला डोकं थोडंसं हलकं झाल्यासारखं वाटत होतं. त्याने त्याच्या प्लेटमधलं सगळं खाल्लं, मी बघतच राहिले. तो एखाद्या घोड्यासारखं खातो. एवढं चांगलं शरीर राखण्यासाठी तो चांगलाच व्यायाम करत असणार. मी अस्वस्थपणे अंगाची हालचाल केली. त्याने माझ्याकडे नजर टाकली आणि मी लाजले.

"तू याक्षणी काय विचार करते आहेस ते जाणून घ्यायला मी काहीही करेन," तो पुटपुटला. मी अधिकच लाजले.

तो खोडसाळपणे हसला.

"मी अंदाज बांधू शकतो," त्याने हळुवारपणे मला चिडवलं.

"माझ्या मनात काय चाललंय, हे तू ओळखू शकत नाहीस याचा मला आनंद आहे."

"तुझं मन नाही ॲनास्टॅशिया, पण तुझं शरीर. कालपासून मी ते चांगलं ओळखायला शिकलो आहे." त्याचा आवाज सूचक होता. एका मूडमधून दुसऱ्या मूडकडे तो एवढा पटकन कसा काय जातो? तो अगदी पाऱ्यासारखा आहे... त्याच्याबरोबर राहणं कठीण आहे.

त्याने वेट्रेसला खूण करून बिल मागवलं. बिल देऊन झाल्यावर तो उभा राहिला आणि त्याने त्याचा हात पुढे केला.

"चल," माझा हात त्याच्या हातात घेऊन मला गाडीकडे परत नेलं. हा अशा प्रकारचा शारीरिक संपर्क – इतका सर्वसाधारण, जवळिकीचा – त्याच्याकडून अपेक्षित आहे. ही साधीसुधी नाजूक कृती आणि त्याला माझ्याबरोबर त्या खोलीत... रेड रूम ऑफ पेनमध्ये जे करायचंय, त्याचा मी मेळ घालू शकत नव्हते.

ऑलिम्पिया ते व्हँकुव्हरच्या सफरीत आम्ही शांत होतो, दोघंही आपापल्या विचारात गढून गेलेले. त्याने जेव्हा माझ्या अपार्टमेंटच्या बाहेर गाडी लावली, तेव्हा संध्याकाळचे पाच वाजले होते. दिवे लावलेले होते. केट घरी होती. नक्कीच सामानाची बांधाबांध करत असणार, इलिअट जर अजून इथेच असेल तर? ख्रिश्चनने इंजीन बंद केलं आणि माझ्या लक्षात आलं की, मला आता त्याचा निरोप घ्यावा लागणार आहे.

"तुला आत यायचंय का?" मी विचारलं. तो जावा असं मला वाटत नव्हतं. मला आम्ही अजून थोडा वेळ एकत्र असायला हवे होतो.

"नाही, मला काम आहे," तो माझ्याकडे बघत सरळ म्हणाला. त्याचे भाव ओळखू येत नव्हते.

माझी बोटं एकमेकांत गुंतवून मी माझ्या हातांकडे टक लावून पाहिलं. एकाएकी मला भावनाप्रधान झाल्यासारखं वाटलं. तो चालला होता. हात पुढे करून त्याने माझा एक हात हातात घेतला आणि सावकाश त्याच्या तोंडाकडे ओढला. नाजूकपणे माझ्या हाताच्या मागच्या बाजूचं चुंबन घेतलं; जुन्या प्रकारची, केवढी गोड कृती. माझं हृदय जोरात धडधडू लागलं.

"या साप्ताहिक सुटीबद्दल धन्यवाद, ॲनास्टॅशिया. हा एक... सर्वांत छान वीकएंड होता. बुधवार? मी तुला तुझ्या कामाच्या ठिकाणाहून पिकअप करेन, कुठूनही?" तो हळूच म्हणला.

"बुधवार," मी कुजबुजले.

त्याने माझ्या हाताचं पुन्हा चुंबन घेतलं आणि माझा हात परत माझ्या मांडीवर

ठेवला. तो गाडीतून उतरला, माझ्या बाजूला वळून आला आणि पॅसेंजरच्या बाजूचा दरवाजा उघडला. मला एकाएकी काहीतरी गमावल्यासारखं का वाटलं? माझ्या घशात आवंढा दाटून आला. माझ्या चेहऱ्यावर एक हास्य चिकटवत मी गाडीतून धडपडत उतरले, आणि रस्त्याने चालायला लागले. मला माहीत होतं की, मला केटला तोंड द्यावं लागणार आहे. मला केटला तोंड द्यायची भयंकर भीती वाटली. मी वळले आणि मध्येच त्याला पाहिलं. 'हनुवटी वर, स्टील,' मी स्वत:ला दटावलं.

"ओह... बाय द वे, मी तुझी अंडरवेअर घातली आहे," मी त्याच्याकडे बघून एक छोटंसं स्मित केलं आणि मी घातलेल्या त्याच्या बॉक्सर ब्रीफच्या कमरेचा पट्टा वर उचलला, जेणेकरून तो बघू शकेल. ख्रिश्चनचं तोंड उघडं पडलं, त्याला धक्का बसला. काय पण छान प्रतिक्रिया! माझा मूड लगेच बदलला आणि मी घरात प्रवेश केला. माझ्यातल्या एका भागाला उडी मारून हवेत एक बुक्का द्यावासा वाटतो आहे. येस! माझी अंतर्देवता रोमांचित झाली आहे.

केट बैठकीच्या खोलीत तिच्या पुस्तकांची क्रेट्समध्ये बांधाबांध करत होती.

"तू आलीस? ख्रिश्चन कुठे आहे? तू कशी आहेस?" तिचा आवाज अधीर, तापलेला होता. तिने माझे खांदे पकडून मला जवळ घेतलं. मी 'हॅलो' म्हणायच्या आधी बारकाईने माझ्या चेहऱ्याचा अभ्यास केला.

क्रॅप... मला केटची चिकाटी आणि चिवटपणा यांना तोंड द्यावं लागेल आणि माझ्याकडे एक सही केलेला कायदेशीर दस्तऐवज होता, ज्याच्यात मला बोलता येणार नाही असं म्हटलं होतं. दोन्हींचं एकत्र येणं, फारसं चांगलं नाहीये.

"वेल, कसं काय होतं ते? मी तुझ्याबद्दल विचार करणं थांबवू शकले नाही, म्हणजे इलिअट निघून गेल्यावर," ती खोडसाळपणे हसली.

तिच्या काळजीमुळे आणि धगधगत्या उत्सुकतेमुळे मला हसू आल्याखेरीज राहिलं नाही. पण एकाएकी मला संकोच वाटला. मी लाजले. ख्रिश्चनला जे काही लपवायचं आहे ते पाहिल्यावर आणि जाणून घेतल्यावर, मला हे फारच खासगी असल्याचं वाटलं. सगळंच.

"इट वॉज गुड, केट. व्हेरी गुड, आय थिंक." मी शांतपणे म्हणाले. माझं सगळं काही उघड करणारं शरमिंदं हास्य लपवण्याचा प्रयत्न केला.

"तुला तसं वाटलं?"

"माझ्याकडे त्याच्याशी तुलना करण्यासाठी काहीच नाहीये, आहे का?" मी क्षमायाचना करण्यासाठी खांदे उडवले.

"त्याने तुला उत्कटबिंदू गाठून दिला का?"

होली क्रॅप. ती इतकी स्पष्ट आहे. मी लालभडक झाले.

"यस," मी वैतागून अस्पष्टपणे म्हणाले.

केटने मला कोचाकडे ओढलं आणि आम्ही बसलो. तिने माझे हात पकडले.

"हे तर फारच छान," केटने माझ्याकडे अविश्वासाने पाहिलं.

"ती तुझी पहिली वेळ होती. वॉव! ख्रिश्चन काय करतोय ते त्याला नक्कीच नीट माहीत असणार."

ओह, केट...

"माझी पहिली वेळ भयानक होती," ती पुढे बोलत राहिली.

"ओह?" मला त्याच्यात रुची निर्माण झाली, यापूर्वी तिने ते कधीही उघड केलं नव्हतं.

"होय. स्टीव्ह पॅट्रोन. हायस्कूल, इंद्रिय नसलेला विनोदी प्राणी." ती थरथरली, "तो धसमुसळा होता. मी तयार नव्हते. आम्हा दोघांनाही दारू चढली होती. यू नो – ठरावीक टीनएज प्रॉमनंतरचं संकट. अघ् – दुसरा प्रयत्न करण्याचा निर्णय घेण्यासाठी मला त्यानंतर कित्येक महिने लागले. आणि त्याच्याबरोबर नव्हे. बुळ्या! मी खूप लहान होते... तू थांबलीस हे फारच योग्य केलंस."

"केट, फारच वाईट."

केट आशाळभूत दिसली.

"होय, माझा लैंगिक सुखाचा उत्कटबिंदू गाठण्यासाठी मला जवळजवळ एक वर्ष लागलं आणि तुझ्याकडे बघ... पहिली वेळ?"

मी संकोचाने मान हलवली. माझी अंतर्देवता पद्मासनात बसून तिच्या चेहऱ्यावरच्या लबाड, स्वतःचीच पाठ थोपटणाऱ्या हास्याव्यतिरिक्त धीरगंभीर होती.

"ज्या माणसाला सेक्सची नीट माहिती आहे, त्याच्याबरोबर तू तुझं कौमार्य घालवलंस याचा मला आनंद आहे," तिने मला डोळा मारला, "मग तू त्याला पुन्हा कधी भेटणार आहेस?"

"बुधवारी. आम्ही डिनरला जाणार आहोत."

"म्हणजे तो तुला अजूनही आवडतो?"

"होय. पण भविष्यात... माहीत नाही."

"का?"

"तो गुंतागुंतीचा आहे, केट. तुला माहीत आहे – त्याचं जग माझ्या जगापेक्षा पूर्णतः वेगळं आहे."

चांगली सबब. विश्वास बसण्यासारखीदेखील. त्याची एक रेड रूम ऑफ पेन आहे आणि तो मला त्याची लैंगिक गुलाम बनवू इच्छितो, यापेक्षा खूपच चांगली.

"ओह, प्लीज, आर्थिक गोष्टींबाबत नसावं, ॲना. इलिअट म्हणाला की, ख्रिश्चनसाठी नेहमीपेक्षा हे फारच वेगळं आहे."

"असं म्हणाला तो?" माझा स्वर कितीतरी पट्टीत वरचा लागला.

फारच ढळढळीत, स्टील! माझं अर्धजागृत मन लांब, हडकुळं बोट नाचवत माझ्याकडे डोळे वटारून बघतं. आणि मग न्यायदानाच्या तराजूत रूपांतरित होऊन मी जर जास्त काही उघड केलं, तर तो मला कोर्टात खेचू शकतो याची आठवण करून देतं. हा... तो काय करणार आहे... माझे सगळे पैसे घेणार आहे? 'नॉन-डिस्क्लोझर ॲग्रीमेंटचा भंग करण्याबद्दलची शिक्षा.' मी माझं बाकीचं 'संशोधन' करत असताना हेही गूगल करण्याचं मी लक्षात ठेवलं पाहिजे. मला शाळेत एखादी कामगिरी सोपवल्यासारखं आहे हे. कदाचित मला श्रेणी देण्यात येईल. आजच्या सकाळच्या स्नानाच्या वेळच्या प्रयोगात मला 'ए' ग्रेड मिळाल्याची आठवण होऊन मी लाल झाले.

"ॲना, काय झालं?"

"ख्रिश्चन काहीतरी म्हणाला त्याची फक्त मला आठवण येते आहे."

"तू वेगळी दिसतेस," केट लाडाने म्हणाली.

"मला वेगळं वाटतंय. अंग आंबल्यासारखं," मी कबुली दिली.

"आंबल्यासारखं?"

"थोडंसं." मी लाल झाले.

"मला पण. पुरुष!" ती उसन्या त्रासलेपणाने म्हणाली, "ते जनावर असतात," आम्ही दोघी हसलो.

"तू पण दुखावली आहेस?" मी उद्गारले.

"होय... अतिउपभोग."

मी खुदुखुदु हसले.

"अधिक उपभोग घेणाऱ्या इलिअटबद्दल सांग," हसणं थांबवल्यावर मी विचारलं.

ओह, बारमध्ये रांगेत असल्यापासून आता प्रथमच मला आरामशीर वाटलं... तो फोन कॉल येऊन या सगळ्याची सुरुवात होण्यापूर्वी – जेव्हा मी मि. ग्रेची लांबून प्रशंसा करत होते. आनंदी, गुंतागुंत नसलेले दिवस.

केट लाजली. ओ माय... कॅथरिन ॲग्नेस कवाना – ॲनास्टॅशिया रोझ स्टील झाली. तिने मला एक स्वप्नाळू डोळ्यांचा लुक दिला. एखाद्या पुरुषाला अशा प्रकारची प्रतिक्रिया देताना मी तिला यापूर्वी कधीच पाहिलं नव्हतं. माझा जबडा जमिनीवर पडण्याच्या बेतात होता. *केट कुठे आहे;* तू त्याच्याबरोबर काय केलं आहेस?

"ओह, ॲना," तिने खोटा वाटावा एवढा आनंद व्यक्त केला.

"तो इतका... सगळं काही आहे. आणि आम्ही जेव्हा... ओह, रिअली गुड."

तिला एकत्रितपणे एक वाक्यदेखील गुंफता आलं नाही, तिला ते एवढं जड गेलं.

"मला वाटतं, तुला तो आवडतो हे सांगण्याचा तू प्रयत्न करते आहेस."

तिने वेड्यासारखी हसत मान डोलावली.

"आणि मी त्याला या शनिवारी भेटणार आहे. तो आपल्याला शिफ्टिंगसाठी मदत करणार आहे." तिने तिचे हात एकत्र घट्ट धरले, कोचावरून उडी मारली आणि खिडकीकडे गिरक्या घेतल्या. शिफ्टिंग. क्रॅप – मी त्याबद्दल विसरलेच होते, आमच्या भोवताली पॅकिंगच्या केसेस पसरलेल्या असल्या तरीही.

"त्याचं हे सहकार्य आहे," मी कौतुकाच्या स्वरात म्हणाले. मलाही त्याला जाणून घेता येईल. कदाचित त्याच्या या विचित्र, अस्वस्थ करणाऱ्या भावाबद्दल तो अधिक काही माहिती देऊ शकेल.

"मग तू काल रात्री काय केलंस?"

तिने तिचं डोकं माझ्याकडे बघत एका बाजूला झुकवलं आणि मूर्ख, तुझा काय विचार आहे, अशा आविर्भावात तिच्या भुवया उंचावल्या.

"अगदी तू केलंस तसंच, पण आम्ही डिनर आधी घेतलं." ती माझ्याकडे बघून हसली. "तू खरंच ठीक आहेस ना? तू भारावून गेल्याने प्रतिक्रिया द्यायला असमर्थ वाटतेस."

"मला हतबल वाटतंय. ख्रिश्चन खूप उत्कट आहे."

"होय, तो कसा असेल ते मला कळू शकतं. पण तो तुझ्याशी छान वागला?"

"यस," मी तिला दिलासा दिला. "मला खूप भूक लागली आहे, मी खायला काहीतरी करू का?"

तिने मान हलवली आणि पॅकिंग करण्यासाठी आणखीन दोन पुस्तकं उचलली.

"चौदा हजार डॉलर्सच्या पुस्तकांचं तू काय करणार आहेस?"

"मी ती पुस्तकं त्याला परत करणार आहे."

"खरंच?"

"ती आवाक्याबाहेरची भेटवस्तू आहे. मी ती स्वीकारू शकत नाही, विशेषत: आता." मी केटकडे बघून हसले आणि तिने मान हलवली.

"मी समजू शकते. तुझ्यासाठी काही पत्रं आली आहेत आणि जोस प्रत्येक तासाला फोन करतो आहे. तो हातघाईला आल्यासारखा वाटतोय."

"मी त्याला फोन करेन," मी गुळमुळीतपणे पुटपुटले. मी जर केटला जोसबद्दल सांगितलं, तर ती आणखी चौकशा करत बसेल. जेवणाच्या टेबलावरून मी पत्रं गोळा केली आणि ती उघडली.

"हे! पुढच्या आठवड्यानंतरच्या आठवड्यात, सीॲटलला प्रशिक्षणार्थी निवडीसाठी मला मुलाखतीला बोलावलं आहे."

"कोणत्या प्रकाशन संस्थेसाठी?"

"दोन्हीसाठी!"

"मी तुला सांगितलं होतं ना की, तुमच्या जीपीएमुळे तुझ्यापुढे संधी चालून येतील, ॲना."

केटची इंटर्नशिप, अर्थातच 'द सीॲटल टाइम्स'मध्ये आधीच निश्चित झाली होती. अर्थातच तिच्या वडिलांच्या ओळखीने.

"सुट्टीसाठी जाण्याबद्दल इलिअटला कसं वाटतं?" मी विचारलं. केट स्वयंपाकघरात शिरली आणि आज संध्याकाळी, प्रथमच ती अतिशय खिन्न वाटली.

"तो समजूतदार आहे. माझ्या एका भागाला इथून जायचं नाहीये, पण सूर्यप्रकाशात काही आठवडे पडून राहणं मोहवणारं आहे. शिवाय मॉम पण तिथेच आहे. मी आणि एथन व्यावसायिक जगात पुढे जाण्याच्या आधीची ही एक खरीखुरी कौटुंबिक सुटी आहे, असं तिला वाटतं."

मी कॉन्टिनेन्टल यू.एस. कधीच सोडलं नव्हतं. केट तिचा भाऊ एथन आणि तिच्या आईवडिलांबरोबर दोन पूर्ण आठवडे बार्बाडोसला जाणार होती. आमच्या नवीन अपार्टमेंटमध्ये मी काही दिवस केटशिवाय असणार होते. ते चमत्कारिक असेल. गेल्या वर्षी ग्रॅज्युएट झाल्यापासून एथन जगाच्या सफरीवर होता. ते सुट्टीवर जाण्यापूर्वी मी त्याला भेटेन किंवा नाही, याचा मी थोडासा विचार केला. तो छान माणूस आहे. माझ्या विचारमग्न अवस्थेतून बाहेर पडायला फोन वाजल्याचं निमित्त होतं.

"तो जोस असणार."

मी निःश्वास टाकला. त्याच्याशी बोलावं लागेल. मी फोन पकडला.

"हाय."

"ॲना, तू परत आलीस!" जोसने त्याच्या सुटकेच्या भावनेचा आनंद ओरडून व्यक्त केला.

"अर्थातच!" उपहास माझ्या आवाजातून ठिबकला आणि मी फोनच्या दिशेने माझे डोळे फिरवले.

तो एक क्षणभर शांत राहिला.

"मी तुला भेटू शकतो का? शुक्रवार रात्रीबद्दल मला वाईट वाटतंय. मी प्यायलो होतो... आणि तू... वेल... ॲना – प्लीज मला क्षमा कर."

"अर्थात, मी तुला क्षमा करते जोस. पण पुन्हा तसं करू नकोस. तुला माहीत आहे. मला तुझ्याबद्दल तसं काही वाटत नाही."

त्याने जड मनाने, दुःखाने निःश्वास टाकला.

"मला माहीत आहे, ॲना. मला फक्त वाटलं की, मी जर तुझं चुंबन घेतलं,

तर तुला जसं वाटतं त्याच्यात बदल होईल.''

''जोस, मी तुझ्यावर प्रेम करते. तू माझ्यासाठी खूप महत्त्वाचा आहेस. मला नसलेल्या भावासारखा तू मला वाटतोस आणि ते बदलणार नाही. तुला हे माहीत आहे.'' त्याला निराश करणं मला आवडलं नाही, पण ते सत्य होतं.

''म्हणजे तू आता त्याच्याबरोबर आहेस?'' त्याच्या स्वरात वैषम्य होतं.

''जोस, मी कोणाबरोबरही नाही.''

''पण तू त्याच्याबरोबर रात्र घालवलीस.''

''दॅट्स नन ऑफ युवर बिझनेस!''

''पैसा हे कारण आहे का?''

''जोस! तुझी हिंमत कशी होते!'' त्याच्या उद्धटपणाने हादरून जाऊन मी ओरडले.

''ॲना,'' तो विव्हळला आणि त्याचवेळी त्याने माफीही मागितली.

त्याच्या क्षुद्र मत्सराला मी आता तोंड देऊ शकत नव्हते. मला माहीत आहे तो दुखावला होता.

''कदाचित आपण उद्या कॉफी किंवा काहीतरी घेऊ. मी तुला फोन करेन,'' मी अखेरचा समझोता केला. तो माझा मित्र आहे आणि मला तो खूप आवडतो. पण आत्ता याक्षणी, मला याची गरज नाही.

''उद्या, मग तू फोन करशील?'' त्याच्या आवाजातील आशेमुळे माझ्या अंत:करणाला पीळ पडला.

''यस... गुड नाइट, जोस.'' मी त्याच्या प्रतिक्रियेची वाट न बघता फोन ठेवला.

''ते सगळं कशाबद्दल होतं?'' कॅथरिनने जाणून घेण्याचा आग्रह धरला. 'ऑनेस्टी इज द पॉलिसी' असा मी निर्णय घेते. ती नेहमीपेक्षा अधिक हट्टी दिसत होती.

''शुक्रवारी त्याने मला छेडलं होतं.''

''जोस? आणि ख्रिश्चन ग्रे? ॲना, तुझे फेरोमोन्स ओव्हर टाइम काम करत आहेत असं दिसतं. तो मूर्ख शिरोमणी काय विचार करत होता?'' वैतागून तिने तिचं डोकं हलवलं आणि क्रेट्सची बांधाबांध करायच्या कामाला लागली.

पंचेचाळीस मिनिटांनंतर, आम्ही आमची बांधाबांध थांबवली. केटने वाइनची एक बाटली उघडली आणि आम्ही बॉक्सेसच्या मध्ये बसून, स्वस्त रेड वाइनचे घुटके घेतले, खाल्लं. टीव्हीवरचे रटाळ कार्यक्रम पाहिले. ते इतकं जमिनीवर आणणारं, सर्वसाधारण आहे... गेल्या अठ्ठेचाळीस तासांच्या मॅडनेसनंतर हवंहवंसं वाटणारं. मी त्या वेळात, कोणी घाई करत नसलेलं, हात धुऊन मागे न

लागलेलं, शांतपणे जेवण जेवले. त्याचं आणि अन्नाचं काय नातं आहे? केटने डिशेस आवरल्या आणि मी बैठकीच्या खोलीतल्या सामानाची बांधाबांध आटपली.

आता कोच, टीव्ही आणि जेवणाचं टेबल एवढं सामान राहिलं होतं. आम्हाला अधिक काय लागणार आहे? पॅकिंगसाठी आता फक्त स्वयंपाकघर आणि आमची शयनगृहं राहिली आहेत. अजूनही आमच्याकडे बाकीचा आठवडा आहे.

पुन्हा फोन वाजला. इलिअट. केटने माझ्याकडे बघून डोळा मारला आणि चौदा वर्षांची मुलगी असल्यासारखी तिच्या शयनगृहाकडे सटकली. मला माहीत आहे, तिने तिच्या निरोप समारंभाचं भाषण लिहिलं पाहिजे. पण असं दिसतंय की, इलिएट अधिक महत्त्वाचा आहे. या ग्रे पुरुषांचं काय आहे? पूर्णपणे विचलित करणारे, भारावून टाकणारे आणि टाळता न येणारे – कशाने ते असे बनले आहेत? मी वाइनचा दुसरा एक घुटका घेतला.

मी टीव्ही चॅनल्स धुंडाळले, पण कुठेतरी खोलवर मला माहीत होतं की, मी काहीतरी पुढे ढकलतेय, टाळाटाळ करतेय. माझ्या पर्समध्ये बाजूला एक उजळ लाल भोक पाडणारा तो करार आहे. माझ्याकडे तो आज रात्री वाचण्याइतकी शक्ती आणि कुवत आहे का?

मी माझं डोकं माझ्या हातात धरलं. जोस आणि ख्रिश्चन, त्या दोघांनाही माझ्याकडून काहीतरी हवं आहे. जोसबरोबर वागणं सोपं आहे. पण ख्रिश्चन... ख्रिश्चनला एक पूर्णपणे वेगळी हाताळणी आणि समजावून घेण्याची पातळी लागते. माझा एक भाग पळून जाऊन लपू इच्छितो. मी काय करणार आहे? त्याचे तप्त करडे डोळे आणि ती उत्कट धुमसणारी एकटक नजर माझ्या अंत:चक्षूंपुढे येते आणि माझं शरीर त्या विचाराने ताठरतं. मी जोरात श्वास घेते. तो इथेही नाही आणि मी उद्दीपित झाले आहे. फक्त सेक्सबाबतच नाही, असेल का? मला त्याची आजच्या सकाळच्या न्याहारीच्या वेळची मृदू खेळीमेळीची टिंगल आठवली. हेलिकॉप्टर राइडमुळे मला झालेल्या आनंदामुळे त्याला वाटलेला उल्हास, त्याचं पियानो वाजवणं – ते गोड, आत्म्याला भिडणारं, ओ-सो-सॅड संगीत...

तो इतका गुंतागुंतीचा आहे, आणि आता मला कळतंय का ते. पौगंडावस्था हिरावून घेण्यात आलेला एक तरुण, कोणा दुष्ट मिसेस रॉबिनसनकडून लैंगिक अत्याचार झालेला... तो अकाली प्रौढ झालाय, यात काही आश्चर्य नाही. त्याने काय भोगलं असेल या विचाराने माझं हृदय दु:खाने भरून आलं, नक्की काय ते माहीत असायला मी फारच बावळट आहे, पण संशोधनाने त्याच्यावर थोडा प्रभाव पडावा. पण मला खरंच जाणून घ्यायचं आहे का? ज्या जगाबद्दल मला काहीच माहीत नाही त्या जगाचा शोध मला घ्यायचा आहे का? हे खूप मोठं पाऊल आहे.

मी जर त्याला भेटले नसते, तर मी अजूनही गोडपणे आणि सुखदपणे अनभिज्ञ असते. माझं मन आदल्या रात्रीकडे आणि आजच्या सकाळकडे भरकटलं... आणि मी अनुभवलेला अविश्वसनीय, चाळवणारा शृंगार... मला त्या गोष्टींना गुडबाय म्हणायचं आहे का?

नाही! माझं अर्धजागृत मन किंचाळलं... माझ्या अंतर्देवतेने झेनसारख्या शांत, तिच्याबरोबर सहमत होणाऱ्या पद्धतीने मान डोलावली.

केट या कानापासून त्या कानापर्यंत हसत बैठकीच्या खोलीत फिरत फिरत आली. बहुतेक ती प्रेमात पडली आहे. मी तिच्याकडे आश्चर्याने पाहिलं. तिने असं वर्तन कधीच केलं नव्हतं.

''ॲना, मी झोपायला चालले आहे. मी खूप दमले आहे.''

''मी पण केट.''

तिने मला आलिंगन दिलं.

''तू सुखरूप परत आलीस याबद्दल मला आनंद होतो आहे. ख्रिश्चनचं काहीतरी आहे,'' ती शांतपणे, क्षमायाचनेच्या स्वरात पुढे म्हणाली. मी तिच्याकडे बघून एक छोटंसं, विश्वास देणारं स्मित केलं – सगळा वेळ मी विचार करत होते... *तिला कसं काय ठाऊक?* तिच्या याच गुणामुळे ती एक मोठी पत्रकार होईल, तिची न चुकणारी अंत:प्रेरणा.

माझी पर्स घेऊन मी माझ्या शयनगृहात निर्जीवपणे फिरले. आदल्या दिवशीच्या सगळ्या लैंगिक दमणुकीने मी थकून गेले होते आणि माझ्यापुढे जे एक मोठं धर्मसंकट उभं राहिलं होतं, त्यामुळे पण. मी माझ्या बिछान्यावर बसले आणि माझ्या बॅगेतून काळजीपूर्वक मॅनिला पाकीट बाहेर काढलं, माझ्या हातात ते उलटसुलट करत राहिले. ख्रिश्चनचं नैतिक अध:पतन कुठपर्यंत आहे ते मला खरोखरच जाणून घ्यायचंय का? ते इतकं कठीण आहे. मी एक खोल श्वास घेतला आणि माझं हृदय माझ्या घशात आलेलं असताना, मी पाकीट टरकावून उघडलं.

११

पाकिटात बरेच कागद होते. मी ते बाहेर काढले. माझं हृदय अजूनही धडधडत होतं; मी माझ्या बिछान्यावर रेलून बसले आणि वाचायला सुरुवात केली.

करार

आज या दिवशी ------ २०११ (कार्यान्वित होण्याचा दिवस)

मि. ख्रिश्चन ग्रे, ३०१ एस्काला, सीॲटल, डब्ल्यू ए ९८८८९

(द डॉमिनंट)

मिस ॲनास्टॅशिया स्टील, १११४ एसडब्ल्यू ग्रीन स्ट्रीट अपार्टमेंट ७, हेवन हाइट्स, व्हॅंकुव्हर, डब्ल्यू ए ९८८८८

(द सबमिसिव्ह)

पक्ष खालीलप्रमाणे सहमत आहेत.

१. डॉमिनंट आणि सबमिसिव्ह यांच्यातील कराराप्रमाणे त्यांना बंधनकारक अशा खालील अटी आहेत.

मूलभूत अटी

२. या कराराचा मूलभूत हेतू म्हणजे सबमिसिव्हला तिच्या लैंगिक सुखाचा शोध घेण्याची परवानगी दिली जावी, तसंच तिच्या मर्यादा सुरक्षितपणे शोधता याव्या; तिच्या गरजा, तिच्या मर्यादा आणि तिचं स्वास्थ्य यांचा योग्य तो आदर आणि विचार केला जावा, हा आहे.

३. या कराराच्या अटींखाली जे काही घडेल; ते एकमेकांच्या संमतीने, गुप्त आणि करारात मान्य केलेल्या मर्यादा आणि सुरक्षिततेसाठी करारात आखून दिलेल्या पद्धतींप्रमाणे असेल. अतिरिक्त मर्यादा आणि सुरक्षिततेच्या पद्धती लेखी स्वरूपात सहमत केल्या जाव्यात.

४. डॉमिनंट आणि सबमिसिव्ह यांना बंधनकारक आहे की, ते कोणत्याही लैंगिक, गंभीर, संसर्गजन्य किंवा आयुष्याला धोकादायक आजाराने – एच.आय.व्ही.सह, तसेच त्यापुरते मर्यादित नसलेल्या – हर्पिस आणि हेपॅटायटिस इ. आजारांनी ग्रस्त नसावेत. खाली व्याख्या केल्याप्रमाणे विवक्षित कालमर्यादेत किंवा या कराराच्या कोणत्याही वाढीव कालमर्यादेत, दोन्हीपैकी कोणत्याही पार्टीला अशा प्रकारचा आजार असल्याचं निदान झालं किंवा अशा प्रकारच्या आजाराची जाणीव झाली, तर तो किंवा ती याने दुसऱ्याला ताबडतोब माहिती देण्याची जबाबदारी स्वीकारावी लागेल. कोणत्याही परिस्थितीत दोन्ही पार्टींत कोणत्याही प्रकारचा शारीरिक संपर्क घडण्याआधी हे करावं लागेल.

५. वर उल्लेख केलेल्या गोष्टी (आणि इतर कोणत्याही अतिरिक्त मर्यादा आणि सुरक्षिततेसाठी पद्धती, वरच्या कलम ३ खाली सहमत झाल्याप्रमाणे) या करारासाठी मूलभूत आहेत. त्याचं कोणतंही उल्लंघन कराराला त्वरित बाद ठरवेल आणि प्रत्येक पक्ष अशा उल्लंघनाच्या परिणामांना पूर्णपणे जबाबदार असेल.

६. वरील कलमे २-५ प्रमाणे अधोरेखित केलेल्या मूलभूत हेतू आणि मूलभूत अटींना अनुसरून या करारातील प्रत्येक गोष्टीचं वाचन व्हावं आणि त्याचा अर्थ लावण्यात यावा.

भूमिका

७. सबमिसिव्हच्या कल्याणाची, योग्य त्या प्रशिक्षणाची, मार्गदर्शनाची आणि शिस्तीची जबाबदारी डॉमिनंट घेईल. अशा प्रकारच्या प्रशिक्षणाचं, मार्गदर्शनाचं आणि शिस्तीचं, तसंच ते देण्यासाठी वेळ आणि ठिकाण यांचं स्वरूप डॉमिनंट ठरवेल. ते मान्य केलेल्या अटी, मर्यादा आणि सुरक्षिततेच्या पद्धती, ज्या करारात अधोरेखित केलेल्या असतील किंवा अतिरिक्तपणे वरच्या कलम ३मध्ये मान्य केलेल्या असतील, त्यांवर अवलंबून असतील.

८. जर कोणत्याही वेळी मान्य केलेल्या अटी, मर्यादा आणि सुरक्षिततेच्या पद्धती, ज्या या करारात तसंच अतिरिक्त वरील कलम ३नुसार मान्य केलेल्या असतील, त्या पाळण्यात डॉमिनंट अयशस्वी ठरला, तर सबमिसिव्ह त्वरितच करार संपवायला आणि डॉमिनंटची सर्व्हिस सूचना न देता सोडायला समर्थ राहील.

९. तरतूद केल्याप्रमाणे आणि वरील २-५ कलमांप्रमाणे, सबमिसिव्हने सगळ्या गोष्टींत डॉमिनंटची चाकरी केली पाहिजे आणि त्याच्या आज्ञा पाळल्या पाहिजेत. मान्य केलेल्या अटी, मर्यादा आणि सुरक्षिततेच्या पद्धती, ज्या-ज्या करारात अधोरेखित झाल्या आहेत किंवा अतिरिक्तपणे वरील कलम ३ प्रमाणे मान्य करण्यात आलेल्या आहेत, त्यांना अनुसरून, सबमिसिव्ह काहीही प्रश्न न विचारता किंवा संकोच न करता, डॉमिनंटला त्याची गरज असेल तसं सुख देईल. तसेच

कोणतेही प्रश्न न विचारता किंवा संकोच करता, ती त्याने दिलेलं प्रशिक्षण, मार्गदर्शन आणि शिस्त यांचा – मग ते कोणत्याही स्वरूपात असोत – स्वीकार करेल.

सुरुवात आणि कालावधी

१०. डॉमिनंट आणि सबमिसिव्ह यांना कराराची सुरुवात होण्याच्या तारखेपासून या कराराबाबत, त्याच्या स्वरूपाबद्दल पूर्णपणे जाणीव असून ते बांधील होतील आणि कोणत्याही अपवादाशिवाय त्या कराराच्या अटींप्रमाणे वागण्याची जबाबदारी घेतील.

११. कराराची मुदत सुरुवात होण्याच्या तारखेपासून तीन कॅलेंडर महिन्यांच्या कालावधीइतकी राहील. कालावधीची मुदत संपल्यावर हा करार आणि त्याची व्यवस्था ही समाधानकारक होती का, आणि दोन्ही पक्षांच्या गरजा भागवल्या गेल्या का, यावर दोन्ही पक्ष चर्चा करतील. दोन्ही पक्षांपैकी कोणताही पक्ष कराराची मुदत पुढे चालू ठेवण्याबद्दल प्रस्ताव मांडेल आणि तो प्रस्ताव त्याच्या अटींबरोबर जुळवून घेण्याबद्दल किंवा त्यांनी ज्या व्यवस्था त्या करारानुसार केल्या असतील त्याच्यावर अवलंबून असेल. अशा प्रकारची व्यवस्था नसेल, तर तो करार संपुष्टात येईल आणि दोन्ही पक्ष त्यांची आयुष्यं वेगवेगळी जगायला स्वतंत्र असतील.

उपलब्धता

१२. प्रत्येक आठवड्याला शुक्रवार संध्याकाळ ते रविवार दुपारपर्यंत या कराराच्या मुदतीच्या कालावधीत, सबमिसिव्ह स्वतःला डॉमिनंटसाठी उपलब्ध करेल. कधीकधी डॉमिनंट अशा विशिष्ट वेळा विशेषकरून सांगेल. (नेमून दिलेल्या वेळा) पुढे, असा नेमून दिलेला वेळ दोघांनी एकत्रितपणे 'ॲड हॉक' तत्त्वावर ठरवायचा आहे.

१३. कोणत्याही वेळी आणि कोणत्याही कारणासाठी सबमिसिव्हला सर्व्हिसमधून काढून टाकण्याचा हक्क डॉमिनंट राखून ठेवेल. सबमिसिव्ह तिला मुक्त करण्याची विनंती कोणत्याही वेळी करू शकेल. ती विनंती डॉमिनंटच्या इच्छेनुसार मान्य केली जाईल. सबमिसिव्हच्या कलम २, ५ आणि ८ यांनुसार तिच्या हक्कांच्या संदर्भातच फक्त मान्य करण्यात येईल.

स्थान

१४. नेमून दिलेल्या वेळा आणि मान्य केलेल्या अतिरिक्त वेळा या कालावधीत डॉमिनंटने ठरवलेल्या स्थानांवर सबमिसिव्ह स्वतःला उपलब्ध करेल. त्या कारणासाठी सबमिसिव्हला आलेला प्रवास खर्च डॉमिनंट भागवेल आणि तशी खातरी डॉमिनंटकडून करण्यात येईल.

नोकरीच्या सुविधा

१५. ठरावीक कालावधीत चर्चा केलेल्या आणि सहमत झालेल्या नोकरीच्या

सुविधांचं दोन्ही पक्षांकडून पालन करण्यात येईल. काही विशिष्ट बाबी ज्या या कराराच्या अटींच्या कक्षेत आलेल्या नसतील किंवा नोकरीच्या सुविधांत आलेल्या नसतील, अशा बाबी निष्पन्न होऊ शकतात हे दोन्ही पक्षांनी मान्य केलेले आहे, तसेच काही विशिष्ट बाबींवर वाटाघाटी होऊ शकतात, हेही त्यांना मान्य आहे. अशा प्रकारच्या परिस्थितीत, सुधारणा म्हणून पुढील काही कलमांचा प्रस्ताव मांडता येईल. इतर पुढील कलमं किंवा सुधारणा, यांच्यावर दोन्ही पक्षांचं एकमत होणं, त्या लिखित स्वरूपात मांडणे आणि दोन्ही पक्षांनी त्याच्यावर सह्या करणे आवश्यक आहे; वरील कलमे २-५च्या मूलभूत अटींवर ते अवलंबून असेल.

डॉमिनंट

१५.१. सबमिसिव्हची सुरक्षितता आणि आरोग्य यांना सर्व वेळी डॉमिनंट प्राधान्यक्रम देईल. दोन्हीपैकी एकाही पक्षाला जी कृती असुरक्षित वाटत असेल, तसंच परिशिष्ट २मध्ये तपशीलवार देण्यात आलेल्या कृतींत भाग घेणं, त्यांची गरज भासणं किंवा सबमिसिव्हला त्या डॉमिनंटच्या हाताखाली भाग घेण्याची मागणी करणं, हे डॉमिनंटला करता येणार नाही. सबमिसिव्हच्या आयुष्याला धोका उत्पन्न होईल किंवा गंभीर दुखापत होईल, अशा प्रकारची कोणतीही कृती डॉमिनंट करणार नाही किंवा करायला परवानगी देणार नाही. कलम १५ची इतर उपकलमे या सुविधांना अनुसरून वाचायची आहेत आणि वरील २-५ कलमांप्रमाणे सहमत झालेल्या बाबींना ती मूलभूत आहेत.

१५.२. डॉमिनंट या कालावधीत सबमिसिव्ह ही त्याची, त्याच्या स्वामित्वाखाली, नियंत्रणाखाली, वर्चस्वाखाली आणि शिस्तीखाली असल्याचं स्वीकारेल. नेमून दिलेल्या कालावधीत किंवा मान्य केलेल्या अतिरिक्त वेळात, कोणत्याही वेळी, डॉमिनंट सबमिसिव्हच्या शरीराचा त्याला योग्य वाटेल त्या पद्धतीने – शृंगारिक किंवा इतर प्रकारे वापर करू शकेल.

१५.३. डॉमिनंटची योग्य प्रकारे सेवा कशी करावी यासंबंधी सर्व आवश्यक प्रशिक्षण आणि मार्गदर्शन डॉमिनंट सबमिसिव्हला देईल.

१५.४. डॉमिनंटची सेवा करण्यासंबंधीच्या कर्तव्यांचं पालन करण्यासाठी सबमिसिव्हला डॉमिनंट एक स्थिर आणि सुरक्षित वातावरण राखेल.

१५.५. सबमिसिव्ह डॉमिनंटसंबंधीची तिची दुय्यम भूमिका पूर्णपणे समजावून घेऊन अस्वीकारार्ह वर्तन करणार नाही, यासाठी डॉमिनंटने सबमिसिव्हला शिस्त लावावी. शिस्तीच्या उद्देशांसाठी डॉमिनंट जसं योग्य वाटेल त्याप्रमाणे सबमिसिव्हला शिक्षा करण्यासाठी किंवा त्याच्या वैयक्तिक मौजमजेसाठी किंवा दुसऱ्या कोणत्याही कारणाने, ज्याचं समर्थन करायला तो बांधील नसेल, सबमिसिव्हला पट्ट्याने फटके

मारणं, नितंबावर चापट्या मारणं, चाबकाचे फटके मारणं किंवा शारीरिक शिक्षा करणं, हे करू शकतो.

१५.६. प्रशिक्षण देताना आणि शिस्त लावताना डॉमिनंट या गोष्टीची खातरी करेल की, सबमिसिव्हच्या शरीरावर कोणत्याही कायमस्वरूपी खुणा किंवा इतर काही दुखापती केल्या जाणार नाहीत, ज्याच्यासाठी वैद्यकीय उपचारांची गरज भासेल.

१५.७. या करारात व्याख्या केलेल्या तसेच तपशीलवार दिलेल्या मर्यादांचं कोणत्याही प्रकारे उल्लंघन न करता डॉमिनंट प्रशिक्षणासाठी तसंच शिस्तीसाठी वापरलं जाणारं साहित्य हे सुरक्षित आणि गंभीर स्वरूपाची इजा न करणारं असल्याची खातरी करेल.

१५.८. सबमिसिव्हच्या आजारपणात किंवा काही दुखापत झालेली असल्यास डॉमिनंट सबमिसिव्हची काळजी घेईल, तिचं आरोग्य आणि सुरक्षितता यांकडे लक्ष पुरवेल. गरज असेल तेव्हा आणि डॉमिनंटच्या हिशेबाने आवश्यक असेल तेव्हा वैद्यकीय उपचारांची मागणी करेल, तसेच त्यासाठी प्रोत्साहन देईल.

१५.९. डॉमिनंट स्वतःची प्रकृती चांगली राखेल आणि धोका-मुक्त वातावरण ठेवण्यासाठी जेव्हा आवश्यकता असेल तेव्हा वैद्यकीय मदतीची मागणी करेल.

१५.१०. डॉमिनंट त्याची सबमिसिव्ह दुसऱ्या डॉमिनंटला उधार देणार नाही.

१५.११. नेमून दिलेल्या वेळांमध्ये किंवा मान्य केलेल्या इतर अतिरिक्त वेळेत कोणत्याही कारणांसाठी किंवा वाढीव कालावधीसाठी, सबमिसिव्हच्या आरोग्य आणि सुरक्षिततेला योग्य तो मान देऊन, डॉमिनंट सबमिसिव्हला बंधनात ठेवेल, हातकड्या घालेल किंवा बांधून ठेवेल.

१५.१२. प्रशिक्षण आणि शिस्तीसाठी वापरण्यात येणारी सगळी साहित्यसामग्री सगळ्या वेळेस स्वच्छ, आरोग्यदायी आणि सुरक्षित अवस्थेत राखण्यात येईल.

सबमिसिव्ह

१५.१३. नेमून दिलेल्या कालावधीत सर्वसाधारणपणे, पण विशेष करून ठरवून दिलेल्या किंवा अन्य अतिरिक्त मान्य केलेल्या वेळात, डॉमिनंटला मालक म्हणून स्वीकारणं, ती आता डॉमिनंटची मालमत्ता आहे हे समजून घेणं आणि त्याची इच्छा असेल त्याप्रमाणे तिच्याबरोबर डॉमिनंटला वागू देणं, हे सबमिसिव्हला स्वीकारार्ह असेल.

१५.१४. या कराराच्या परिशिष्ट १मध्ये आखून दिलेल्या नियमांचं ('नियम') सबमिसिव्ह पालन करेल.

१५.१५ डॉमिनंटला योग्य वाटेल अशा कोणत्याही प्रकारे सबमिसिव्ह डॉमिनंटची सेवा करेल आणि तिच्या क्षमतेचा सर्वाधिक चांगला उपयोग करून डॉमिनंटला खूश ठेवण्याचा सर्व वेळी प्रयत्न करेल.

१५.१६. तिचं आरोग्य चांगलं ठेवण्यासाठी आवश्यक असलेल्या सगळ्या उपाययोजनांचा सबमिसिव्ह वापर करेल आणि जेव्हा आवश्यक असेल तेव्हा वैद्यकीय मदतीची मागणी करणं आणि ती घेणं, यासाठी विनंती करेल; निर्माण होणाऱ्या कोणत्याही आरोग्यविषयक प्रश्नांबद्दल ती डॉमिनंटला माहिती देईल.

१५.१७. गरोदरपणाला प्रतिबंध करण्यासाठी मौखिक संतती नियमनांचा सबमिसिव्ह अवलंब करेल आणि जेव्हा ते घेण्यासाठी सल्ला देण्यात येईल, तेव्हा ते घेतलं जात असण्याची खातरी करेल.

१५.१८. कोणतेही प्रश्न न विचारता कोणत्याही आणि सर्व शिस्तीच्या कृतींना ज्या डॉमिनंटला आवश्यक वाटतील त्यांचा सबमिसिव्ह स्वीकार करेल आणि तिची तसंच डॉमिनंटच्या संदर्भातील तिची भूमिका, हे सर्व वेळी लक्षात ठेवेल.

१५.१९. डॉमिनंटच्या परवानगीशिवाय, सबमिसिव्ह स्वत:ला स्पर्श करणं किंवा लैंगिक सुख मिळवणं, हे करणार नाही.

१५.२०. डॉमिनंटने मागणी केलेल्या कोणत्याही लैंगिक उपक्रमाला सबमिसिव्ह मान्यता देईल आणि तसं करताना कोणताही संकोच न बाळगता किंवा वादविवाद न घालता करेल.

१५.२१. चाबकाचे फटके, छडीचे फटके, नितंबावर चापट्या, पॅडलिंग किंवा डॉमिनंटने निर्णय घेतलेल्या इतर कोणत्याही शिस्त लावण्याच्या प्रकाराचा, सबमिसिव्ह काचकूच, चौकश्या किंवा तक्रार न करता स्वीकार करेल.

१५.२२. विशेष करून सूचना दिल्याखेरीज सबमिसिव्ह डॉमिनंटच्या डोळ्यांत प्रत्यक्ष बघणार नाही. सबमिसिव्ह तिची नजर खाली ठेवेल आणि डॉमिनंटच्या उपस्थितीत शांत आणि आदरयुक्त आचरण ठेवेल.

१५.२३. डॉमिनंटबरोबर सबमिसिव्ह नेहमीच आदरयुक्त पद्धतीचं आचरण करेल आणि त्याला संबोधित करताना 'सर', 'मि. ग्रे' किंवा अशाच प्रकारच्या डॉमिनंटने दर्शवलेल्या संबोधनांनी संभाषण करेल.

१५.२४. डॉमिनंटने उघड परवानगी दिल्याखेरीज सबमिसिव्ह त्याला स्पर्श करणार नाही.

उपक्रम

१६. परिशिष्ट २मध्ये तपशील दिल्याप्रमाणे किंवा दोन्हीपैकी एकाही पक्षाला जी असुरक्षित वाटत असेल, अशा उपक्रमात किंवा लैंगिक कृतीत सबमिसिव्ह भाग घेणार नाही.

१७. परिशिष्ट ३मध्ये नेमून दिलेल्या उपक्रमांबद्दल डॉमिनंट आणि सबमिसिव्ह यांनी चर्चा केली आहे आणि परिशिष्ट ३मध्ये लिखित स्वरूपात त्याबद्दलची त्यांची

सहमती नोंदवलेली आहे.

सुरक्षित शब्द

१८. सबमिसिव्हकडून ज्या मागण्या केल्या जातात त्यांची पूर्तता करताना, शारीरिक, मानसिक, भावनिक, आध्यात्मिक किंवा इतर कोणत्याही प्रकारचं नुकसान न पोचवता त्यांची पूर्तता होईल, हे डॉमिनंट आणि सबमिसिव्ह यांनी समजावून घेतलं आहे. याच्याशी संबंधित असलेल्या परिस्थितीत, सबमिसिव्ह सुरिक्षत शब्दांचा उपयोग करू शकेल. मागण्यांची तीव्रता लक्षात घेऊन दोन सुरक्षित शब्द उद्‌भवतील.

१९. सहन करण्याच्या मर्यादेच्या सबमिसिव्ह निकट आहे, हे डॉमिनंटच्या नजरेस आणण्यासाठी 'यलो' या सुरक्षा-शब्दाचा उपयोग केला जाईल.

२०. सबमिसिव्ह पुढल्या मागण्या सहन करू शकत नाही, हे डॉमिनंटच्या निदर्शनाला आणण्याठी 'रेड' या सुरक्षा-शब्दाचा वापर केला जाईल. हा शब्द म्हटला गेल्यावर डॉमिनंटची कृती पूर्णपणे आणि तत्काळ थांबवण्यात येईल.

निष्कर्ष

२१. आम्ही खाली सह्या करणारे, यांनी या कराराच्या सर्व अटी वाचलेल्या आहेत, तसंच पूर्णपणे समजावून घेतल्या आहेत. आम्ही या कराराच्या अटींचा खुलेपणाने स्वीकार करतो आणि त्याची दखल आम्ही खाली केलेल्या सह्यांनुसार घेतली आहे.

____

डॉमिनंट : ख्रिश्चन ग्रे

तारीख

____

सबमिसिव्ह : ॲनास्टॅशिया स्टील

तारीख

____

नियम

परिशिष्ट १

आज्ञाधारकपणा

डॉमिनंटने दिलेल्या कोणत्याही सूचनांचे कोणताही संकोच न करता किंवा हातचे काही राखून न ठेवता आणि त्वरित अमलात आणण्याच्या पद्धतीने सबमिसिव्ह ताबडतोब पालन करेल. डॉमिनंटला योग्य वाटणारी आणि सुख देणारी कोणतीही

लैंगिक क्रिया करण्यास सबमिसिव्ह मान्यता देईल, फक्त ज्या लैंगिक क्रिया परिशिष्ट २मध्ये 'कठोर मर्यादा' म्हणून अधोरेखित करण्यात आल्या आहेत – त्यांच्या व्यतिरिक्त – ती उत्कंठेने आणि संकोच न करता तसं करेल.

निद्रा

डॉमिनंटबरोबर नसलेल्या प्रत्येक रात्री किमान आठ तासांची निद्रा मिळेल याची खातरी सबमिसिव्ह करेल.

अन्न

तिचं आरोग्य आणि स्वास्थ्य चांगलं ठेवण्यासठी सबमिसिव्ह नियमितपणे खाईल; परिशिष्ट ४मध्ये नेमून दिलेल्या अन्नपदार्थांच्या यादीतून ती ते खाईल. फळांच्या अपवादाखेरीज सबमिसिव्ह दोन जेवणांच्यामध्ये हलकेफुलके अन्नपदार्थ खाणार नाही.

वस्त्र

नेमून दिलेल्या कालावधीत डॉमिनंटने फक्त मान्यता दिलेली वस्त्रंच सबमिसिव्ह परिधान करेल. डॉमिनंट सबमिसिव्हच्या वस्त्रांसाठी एक अंदाजपत्रक देईल, ज्याचा सबमिसिव्ह उपयोग करेल. गरज असेल त्याप्रमाणे डॉमिनंट सबमिसिव्हसोबत कपड्यांच्या खरेदीसाठी जाईल. नेमून दिलेल्या कालावधीत, जर डॉमिनंटला आवश्यकता भासली, तर सबमिसिव्ह त्याच्या उपस्थितीत किंवा त्याला योग्य वाटत असेल अशा इतर वेळी, रूप खुलवणारे अलंकार इ. परिधान करेल.

व्यायाम

वैयक्तिक प्रशिक्षण आणि सबमिसिव्ह यांच्यात परस्पर संमतीने ठरवण्यात आल्याप्रमाणे प्रत्येक आठवड्याला चार वेळा प्रत्येकी एका तासाचे सेशन्स घेण्यासाठी डॉमिनंट सबमिसिव्हला वैयक्तिक प्रशिक्षक उपलब्ध करून देईल. सबमिसिव्हच्या प्रगतीबद्दल वैयक्तिक प्रशिक्षक डॉमिनंटला माहिती देईल.

वैयक्तिक स्वच्छता/सौंदर्य

सगळ्या वेळेस सबमिसिव्ह स्वत:ला स्वच्छ आणि शेव्ह केलेलं किंवा वॅक्स केलेलं ठेवेल. सबमिसिव्ह डॉमिनंटने निवडलेल्या ब्यूटी सॅलॉंमध्ये त्याने ठरवलेल्या वेळेत आणि डॉमिनंटला योग्य वाटतील ते उपचार करून घेईल. सगळ्या खर्चाचा भार डॉमिनंट उचलेल.

वैयक्तिक सुरक्षितता

सबमिसिव्ह अतिप्रमाणात मद्यसेवन, धूम्रपान किंवा करमणुकीखातर ड्रग्ज घेणं या गोष्टी करणार नाही किंवा स्वत:ला अनावश्यक धोक्यात घालणार नाही.

वैयक्तिक गुण

डॉमिनंटखेरीज दुसऱ्या कोणाबरोबरही सबमिसिव्ह कोणतेही लैंगिक संबंध

ठेवणार नाही. सर्व वेळी ती स्वत:चं आचरण आदरयुक्त आणि विनम्र ठेवेल. तिचं वर्तन हे डॉमिनंटचं प्रत्यक्ष प्रतिबिंब दाखवणारं आहे, हे तिने समजावून घेतलं पाहिजे. ती डॉमिनंट बरोबर नसताना तिच्या हातून कोणत्याही प्रकारचं गैरकृत्य, चुकीचं वागणं आणि गैरवर्तन घडल्यास तिला त्याबद्दल जबाबदार धरण्यात येईल.

वरीलपैकी कोणत्याही अटींची पूर्तता करण्यात अयशस्वी ठरल्यास त्वरित शिक्षा करण्यात येईल, ज्याचं स्वरूप डॉमिनंट ठरवेल.

परिशिष्ट २
कठोर मर्यादा

- आगीबरोबर खेळण्याच्या कोणत्याही कृती नाहीत.
- सुया, सुऱ्या, कापणे, भोक पाडणे किंवा रक्त यांच्याशी संबंधित कोणत्याही कृती नाहीत.
- स्त्रीरोगविषयक वैद्यकीय साधनांचा उपयोग करणाऱ्या कोणत्याही कृती.
- मुलं किंवा प्राणी यांच्याशी संबंधित कोणत्याही कृती नाहीत.
- त्वचेवर कायमस्वरूपी खुणा राहतील अशा प्रकारच्या कोणत्याही कृती नाहीत.
- संततिनियमनाशी संबंधित कोणत्याही कृती नाहीत.
- विद्युत्प्रवाह (प्रत्यक्ष किंवा बदलत्या स्वरूपात), आग किंवा शरीराच्या निकट ज्वाळा यांच्याशी प्रत्यक्ष संपर्क येणारी कोणतीही क्रिया नाही.

परिशिष्ट ३
सौम्य मर्यादा

- दोन्ही पक्षांनी चर्चा करून आणि परस्पर संमतीने ठरवावीत.
- सबमिसिव्हची खालील गोष्टींसाठी परवानगी आहे का – दोरीने बांधणे
  चामड्याच्या हातकड्यांनी बांधणे टेपने बांधणे
  हातकड्या/साखळ्या/काढण्यांनी बांधणे इतर गोष्टींची बंधनं
- खालील गोष्टींनी रोखलं जाण्यासाठी सबमिसिव्हची संमती आहे का –
  पुढे बांधलेले हात घोट्यांना मनगटे बांधणे
  घोट्यांना बांधणे एका जागी खिळलेल्या वस्तूंना, फर्निचरला
  कोपरं बांधणे इत्यादींना बांधणे
  हात पाठीमागे बांधणे स्प्रेडरबारला बांधणे
  गुडघे बांधणे लटकवणे

- डोळ्यांवर पट्टी बांधून घ्यायला सबमिसिव्हची संमती आहे का?
- तोंडात बोळा कोंबण्यासाठी सबमिसिव्हची संमती आहे का?
- वेदना कितपत अनुभवण्याची सबमिसिव्हची इच्छा आहे?
  १ = उत्कटपणे आवडतं आणि ५ = उत्कटपणे आवडत नाही
  वरीलनुसार १-२-३-४-५
- वेदना/शिक्षा/शिस्त यांचे खालील प्रकार स्वीकारण्यासाठी सबमिसिव्हची संमती आहे का?

नितंबावर चापट्या मारणे	पॅडलिंग
चाबकाने फटके मारणे	छडीने मारणे
चावणे	स्तनाग्रांना चिमटे लावणे
बर्फ	वेदनेच्या इतर पद्धती/प्रकार
गरम मेण	

होली फक्. खाद्यपदार्थांच्या यादीचा विचार करण्याइतकंदेखील माझ्यात बळ नव्हतं. मी मोठा आवंढा गिळला, माझं तोंड कोरडं पडलं आणि मी पुन्हा वाचलं.

माझं डोकं भणभणलं. मी या सगळ्याला मान्यता देणं कसं शक्य आहे? आणि हे म्हणे माझ्या फायद्यासाठी *माझ्या लैंगिकतेचा खोलवर शोध घेण्यासाठी, माझ्या मर्यादा – सुरक्षितपणे* – ओह – प्लीज! मी रागाने खवळले. *सगळ्या गोष्टींत सेवा करा आणि आज्ञा पाळा.* सगळ्या गोष्टी!

मी अविश्वासाने माझं डोकं हलवलं. खरं म्हणजे, लग्नाच्या आणाभाकात पण तेच शब्द नाही का वापरले जात... आज्ञा पाळणं? त्यामुळे मी भुईसपाट झाले. अजूनही जोडपी ते म्हणतात का? फक्त तीन महिने – म्हणूनच एवढ्या स्त्रिया होऊन गेल्या का? तो त्यांना जास्त काळासाठी ठेवत नाही? किंवा तीन महिने त्यांना रग्गड झाले? प्रत्येक *वीकएंडला?* दॅट्स टु मच. माझ्या नवीन नोकरीच्या जागी मी मिळवलेल्या मित्रमैत्रिणी किंवा केट यांना मी कधीच भेटू शकणार नाही. कदाचित प्रत्येक महिन्याची एक साप्ताहिक सुट्टी मी स्वत:साठी ठेवावी. कदाचित जेव्हा माझी पाळी आलेली असेल – ते व्यवहारी वाटतं. तो माझा मालक आहे! त्याला जसं रास्त वाटेल तशाप्रकारे माझ्या बरोबर वागण्यात येईल! *होली शिट्.*

चामड्याच्या पट्ट्याने किंवा चाबकाने मारलं जाण्याच्या विचाराने मी शहारले. नितंबावर चापट्या मारणं कदाचित एवढं वाईट नसेल – तरीही मानहानी करणारं. आणि बांधून ठेवणं? वेल्, त्याने माझे हात एकत्र बांधले नव्हते का? दॅट वॉज...

वेल्, ते हॉट होतं, खरंच हॉट. म्हणजे कदाचित ते एवढं वाईट नसेल. तो मला दुसऱ्या डॉमिनंटला उधार देणार नाही – डॅम राइट ही वोंट. ते पूर्णपणे अस्वीकारार्ह असेल. *मी याचा विचार तरी का करते आहे?*

मी त्याला डोळे वर करून बघू शकणार नाही. ते किती चमत्कारिक आहे? तो काय विचार करतोय, हे बघण्याचा माझ्यासाठी एकमेव मार्ग. खरं म्हणजे, मी कोणाला फसवते आहे? तो काय विचार करतो आहे ते मला कधीच माहीत नसतं, पण मला त्याच्या डोळ्यांत बघायला आवडतं. त्याचे डोळे सुंदर आहेत. आकर्षून घेणारे, बुद्धिमान, खोल आणि गडद, वर्चस्व गाजवणाऱ्या गुपितांनी गडद. मला त्याच्या तप्त, धूसर एकटक नजरेची आठवण आली आणि अंग आक्रसून मी माझ्या मांड्या एकत्र दाबल्या.

आणि मी त्याला स्पर्श करू शकत नाही. वेल, इथे आश्चर्य वाटण्याचं कारण नाही. आणि हे मूर्ख नियम... नाही, नाही, मला जमणार नाही. मी माझं डोकं हातांनी धरलं. संबंध ठेवण्याची ही पद्धत नव्हती. मला झोपेची गरज आहे. मी हादरून गेले होते. गेल्या चोवीस तासांत मी जो काही शारीरिक खोडसाळपणा केला होता, तो स्पष्टच सांगायचं तर, दमवून टाकणारा होता. आणि मानसिकरीत्या... ओ, मॅन, हाताळायला हे जरा जास्तच होतं आहे. जोस म्हणेल तसं, ए रिअल माइंड फक्. कदाचित हा सगळा एक वाईट विनोद वाटणार नाही.

मी धडपडत उठून पटकन कपडे बदलले. कदाचित मी केटचे गुलाबी फ्लॅनेलचे पायजमे उधार घ्यावेत. माझ्याभोवती मला काहीतरी लडिवाळ आणि धीर देणारं पाहिजे होतं. मी माझा टी शर्ट आणि स्लीप शॉर्ट्स घालून बाथरूममध्ये गेले आणि दात घासले.

बाथरूममधल्या आरशात मी स्वत:कडे टक लावून बघितलं. *तू याचा गंभीरपणे विचार करत नसावीस...* माझं अर्धजागृत आणि बुद्धिवादी मन शहाणं वाटतं, तिचं नेहमीचं उपहास करणारं व्यक्तिमत्त्व नव्हे. माझी अंतर्देवता एखाद्या पाच वर्षांच्या मुलाप्रमाणे टाळ्या वाजवते. *प्लीज, आपण हे करू या... नाहीतर बऱ्याचशा मांजरी आणि तुझ्या अभिजात कादंबऱ्या यांच्या सोबतीत आपण शेवटी असू.*

मी ज्याच्याकडे ओढली गेले असा एकच माणूस – तो माझ्यासमोर ठेवतो एक रक्तरंजित करार, एक फ्लॉगर आणि प्रश्नांनी भरलेलं जग. वेल, निदान या साप्ताहिक सुटीला मी माझ्या पद्धतीने वागू शकेन. माझ्या अंतर्देवतेने उड्या मारायचं थांबवलं आणि शांतपणे हसली... ओ यस... माझ्याकडे बघून शिष्टपणे मान हलवत ती म्हणाली. माझ्या तोंडावर त्याचं तोंड, त्याचं शरीर माझ्या शरीरात, त्या आठवणींनी मी लाल झाले. डोळे मिटून, मी ती परिचित गोड अशी माझ्या स्नायूंची खोल, खोल ओढ खाली अनुभवली. मला ते पुन्हा पुन्हा करायचं आहे. कदाचित

मी जर फक्त सेक्ससाठी सही केली तर... तो ते मान्य करेल का?

मी सबमिसिव्ह आहे का? कदाचित मी तशी भासत असेन. कदाचित मी मुलाखतीत त्याची दिशाभूल केली असावी. मी लाजाळू आहे, हो... पण सबमिसिव्ह? मी केटला माझ्यावर वरचश्मा गाजवायला देते – ते सारखंच आहे का? आणि त्या सौम्य मर्यादा, जीझ. माझं मन चक्रावून गेलं, पण मग मला कळलं की, त्या चर्चेसाठी खुल्या आहेत.

मी माझ्या शयनगृहाकडे परत फिरले. विचार करण्यासाठी हे फारच होतं. माझे विचार स्पष्ट असायला हवे – ताज्यातवान्या सकाळी प्रश्नांकडे बघण्याची तऱ्हा. माझ्या बॅकपॅकमध्ये मी ते कागदपत्र ठेवले. उद्या... उद्या हा एक दुसराच दिवस आहे. बिछान्यात धडपडत चढत मी दिवा मालवला आणि छताकडे टक लावत पडून राहिले. ओह, मी त्याला कधीच भेटले नसते तर... माझी अंतर्देवता माझ्याकडे बघत तिचं डोकं हलवते. तिला आणि मला, दोघींनाही ते खोटं आहे हे माहीत आहे. मला आता वाटतं आहे तेवढं उत्फुल्ल कधीच वाटलं नव्हतं.

मी माझे डोळे मिटले आणि केव्हातरी मला गाढ झोप लागली, मला मधून मधून चार खांबाच्या पलंगाची, साखळदंडांची आणि उत्कट करड्या डोळ्यांची स्वप्नं पडली.

दुसऱ्या दिवशी केटने मला उठवलं.

"ॲना, मी तुला हाका मारत होते. तू अगदी गाढ झोपली असावीस."

माझे डोळे नाइलाजाने उघडले. ती नुसती उठलेलीच नव्हती, तर पळायला जाऊन आली होती. मी अलार्मकडे नजर टाकली. सकाळचे आठ वाजले होते. होली मोझेस, मी सॉलिड नऊ तास झोपले होते.

"काय झालं?" मी झोपाळूपणे अस्पष्ट बोलले.

"तुझ्यासाठी डिलिव्हरी घेऊन एक माणूस आला आहे. तुला सही करावी लागेल."

"काय?"

"कम ऑन. ते काहीतरी मोठं आहे. ते इंटरेस्टिंग दिसतंय," तिने या पायावरून त्या पायावर उत्तेजित होऊन उड्या मारल्या आणि पुन्हा बैठकीच्या खोलीत उड्या मारतच गेली. मी बिछान्यातून धडपडत उठले आणि दरवाजाच्या मागे लटकवलेला माझा रोब घातला. पोनीटेल असलेला एक तरतरीत तरुण आमच्या बैठकीच्या खोलीत एक मोठा खोका हातात धरून उभा होता.

"हाय," मी पुटपुटले.

"मी तुझ्यासाठी थोडा चहा करते," केट स्वयंपाकघराकडे धावपळत गेली.

"मिस स्टील?"

आणि मला ते पार्सल कोणाकडून आलंय ते लगेच कळतं.

"यस," मी सावधगिरीने उत्तर दिलं.

"तुमच्यासाठी एक पॅकेज आहे; पण मला ते नीट लावून तुम्हाला ते कसं वापरायचं ते दाखवावं लागेल."

"खरंच? आत्ता."

"मी फक्त आज्ञेचं पालन करतो आहे, मॅडम." तो मोहक, पण फालतूगिरी चालवून घेत नाही, अशा व्यावसायिक पद्धतीने हसला.

त्याने मला आत्ताच मॅडम म्हटलं? रात्रभरात माझं वय दहा वर्षांनी वाढलं की काय? जर माझं तसं झालं असेल ते त्या करारामुळे झालं आहे. माझं तोंड वैतागामुळे वाकडं होतं.

"ओके, काय आहे ते?"

"ते मॅकबुक प्रो आहे."

अर्थातच ते मॅकबुक आहे! मी डोळे फिरवले.

"मॅडम, हे अजून दुकानात उपलब्ध नाही, ॲपलचं लेटेस्ट प्रॉडक्ट."

मला त्याचं आश्चर्य कसं वाटत नाही? मी जडपणे श्वास घेतला.

"ते त्या जेवणाच्या टेबलावर सेट करून द्या."

मी केटकडे जाण्यासाठी स्वयंपाकघरात गेले.

"वॉट इज इट?" तिने चौकसपणे विचारलं. तिचे डोळे चमकत होते आणि तिने केसांच्या बुशी टेल्स बांधल्या होत्या. तिने पण चांगली झोप काढली होती.

"तो ख्रिश्चनकडून आलेला लॅपटॉप आहे."

"त्याने तुला लॅपटॉप का पाठवला? तू माझा लॅपटॉप वापरू शकतेस," तिने आठ्या घातल्या.

त्याच्या मनात जे आहे त्यासाठी मी तुझा लॅपटॉप वापरू शकत नाही.

"ओह, तो फक्त उसना आहे. मी तो वापरून बघावा असं त्याला वाटतं," माझी सबब कमकुवत भासली. पण केटने तिची मान डोलावून संमती दिली. ओह माय... मी कॅथरिन कवानाला मामा बनवलं. प्रथमच. तिने मला चहा दिला.

मॅक लॅपटॉप देखणा, चंदेरी आणि फारच सुंदर होता. त्याचा स्क्रीन खूप मोठा होता. ख्रिश्चन ग्रेला स्केल आवडतो. मी त्याची बैठकीची खोली, किंबहुना त्याच्या सगळ्या अपार्टमेंटचाच विचार केला.

"त्याला लेटेस्ट अपग्रेडेड ओएस आणि प्रोग्रॅम्सचा एक पूर्ण सूट आहे, शिवाय एक वन-पॉइंट-फाइव्ह टेट्राबाइट हार्ड ड्राइव्ह आहे, म्हणजे भरपूर जागा. आरएएमच्या बत्तीस गिग्ज मिळतील – तो कशासाठी वापरण्याचा तुमचा विचार आहे?"

"अह... ईमेल."

"ईमेल?" त्याचा श्वास रोखला गेला, काहीशा त्रासलेल्या भावनेच्या आविर्भावात त्याने भुवया उंचावल्या.

"आणि कदाचित इंटरनेट सर्च?" मी क्षमायाचनेने खांदे उडवले.

त्याने नि:श्वास टाकला.

"वेल, याला पूर्ण वायरलेस एन आहे आणि मी ते तुमच्या एमई (मी) अकाउंटच्या तपशिलाबरोबर सेट करून दिलं आहे. हा आता सुरू व्हायला तयार आहे, या ग्रहावर जवळजवळ कुठेही जायला." त्याने त्याच्याकडे प्रेमाने पाहिलं.

"एमई (मी) अकाउंट?"

"तुमचा नवीन ईमेल."

माझा ईमेल आयडी आहे?

स्क्रीनवरच्या एका आयकॉनकडे निर्देश करत तो माझ्याशी बोलत होता, पण ते व्हाइट नॉइजसारखं. तो काय म्हणतोय ते मला काहीही कळत नव्हतं आणि प्रामाणिकपणे सांगायचं तर मला त्याच्यात रसही नव्हता. *फक्त तो ऑन आणि ऑफ कसा करायचा ते सांगा,* बाकीचं मी सांभाळून घेईन. तसंही मी केटचा लॅपटॉप चार वर्षं वापरत होते. तो पाहिल्यानंतर प्रभावित होऊन केटने शीळ घातली.

"ही तर फारच ॲडव्हान्स्ड टेक्नॉलॉजी आहे." तिने माझ्याकडे बघून तिच्या भुवया उंचावल्या, "बऱ्याच स्त्रियांना फुलं किंवा फार तर अलंकार मिळतात," हसू दाबण्याचा प्रयत्न करत ती सूचकपणे म्हणाली.

मी तिच्यावर खवळले, पण मीही चेहरा कोरा ठेवू शकले नाही. आम्हा दोघींनाही हसण्याच्या उकळ्या फुटल्या आणि कॉम्प्यूटर मॅनने आमच्याकडे तोंड उघडं टाकून गोंधळून बघितलं. त्याचं काम संपल्यावर त्याने मला डिलिव्हरीच्या चिठ्ठीवर सही करायला सांगितली. केट जेव्हा त्याला बाहेर सोडायला गेली, तेव्हा मी माझा चहाचा कप घेऊन बसले आणि ईमेल प्रोग्रॅम उघडला. ख्रिश्चनकडून आलेली एक ईमेल माझी वाट बघत होती. *ख्रिश्चन ग्रेकडून मला ईमेल आली आहे.* अस्वस्थपणे मी ती उघडली.

ख्रिश्चन ग्रेकडून,
विषय : तुझा नवीन कॉम्प्यूटर
तारीख : मे २२, २०११ २३:१५
ॲनास्टॅशिया स्टील हिला

प्रिय मिस स्टील,

तुझी झोप चांगली झाली असावी, अशी मला खातरी आहे. चर्चा केल्याप्रमाणे तू या लॅपटॉपचा चांगला वापर करशील, अशी मला आशा आहे.

बुधवारच्या रात्रीच्या जेवणाच्या कार्यक्रमाविषयी मला उत्सुकता आहे.

तत्पूर्वी काही प्रश्न असतील, तर तुझ्या इच्छेनुसार ईमेलने त्याची उत्तरं द्यायला मला आनंदच होईल.

ख्रिश्चन ग्रे,
सीईओ, ग्रे एंटरप्रायझेस होल्डिंग्ज इन्कॉर्पोरेटेड

मी रिप्लायचं बटण दाबलं.

ॲनास्टॅशिया स्टीलकडून,
विषय : तुझा नवीन कॉम्प्यूटर (उसनवारीवर)
तारीख : मे २३, २०११ ०८:२०
ख्रिश्चन ग्रेला,

मी छान झोपले, थँक यू – कोणत्याही विचित्र कारणामुळे – सर. हा कॉम्प्यूटर उसना दिलेला आहे ते मला कळलं, तो माझा नाही.

ॲना

जवळजवळ क्षणार्धातच प्रतिसाद आला.

ख्रिश्चन ग्रेकडून,
विषय : तुझा नवीन कॉम्प्यूटर (उसना)
तारीख : मे २३, २०११ ०८:२२
ॲनास्टॅशिया स्टील हिला,

कॉम्प्यूटर उसना दिलेला आहे, अनियमित काळासाठी, मिस स्टील.
तुझ्या स्वरावरून असं वाटतंय की, मी दिलेली कागदपत्रं तू वाचलेली आहेत.
तुझे काही प्रश्न आहेत का?

ख्रिश्चन ग्रे,
सीईओ, ग्रे एंटरप्रायझेस होल्डिंग्ज, इन्कॉर्पोरेटेड

ॲनास्टॅशिया स्टीलकडून,
विषय : चौकशा करणारी मनं

तारीख : मे २३, २०११ ०८:२५

ख्रिश्चन ग्रेला,

माझे पुष्कळ प्रश्न आहेत, पण ते ईमेलने विचारणं योग्य ठरणार नाही आणि आपल्यापैकी काही जणांना उदरनिर्वाहासाठी काम करावं लागतं.

मला अनियमित कालावधीसाठी कॉम्प्यूटर नको आहे आणि तशी गरजही नाही.

नंतर बोलू, गुड डे, सर.

ॲना.

त्याचं उत्तर पुन्हा क्षणार्धात येतं आणि ते मला हसवतं.

ख्रिश्चन ग्रेकडून,
विषय : तुझा नवीन कॉम्प्यूटर (पुन्हा उसनवारीवर)
तारीख : मे २३, २०११ ०८:२६
ॲनास्टॅशिया स्टील हिला,

नंतर, बेबी.
ता.क. : मी पण उदरनिर्वाहासाठीच काम करतो!

ख्रिश्चन ग्रे
सीईओ, ग्रे एंटरप्रायझेस होल्डिंग्ज, इन्कॉर्पोरेटेड

मूर्खासारखं हसत मी कॉम्प्यूटर बंद केला. खेळकर ख्रिश्चनपासून मी स्वत:ला कसं आवरू? मला कामाला जायला उशीर होणार आहे. वेल, हा माझा शेवटचा आठवडा आहे – मिस्टर आणि मिसेस क्लेटन कदाचित माझा थोडा पगार कापतील. मी शॉवरमध्ये धाव घेतली, माझं चेहऱ्यावर फाकलेलं हसू झटक्यात कोमेजलं. त्याने मला ईमेल केली. मी एका लहान, गरगरलेल्या मुलासारखी झाले होते. त्या कराराची सगळी वेदना धूसर होते. माझे केस धूत असताना मी त्याला ईमेलने काय विचारू शकेन, याचा विचार करण्याचा प्रयत्न केला. निश्चितच या गोष्टींवर बोललेलं बरं. समजा उद्या कोणी त्याचा अकाउंट हॅक केला तर? मी त्या विचाराने लाल होते. मी पटकन कपडे केले, केटला घाईघाईत 'गुडबाय' म्हणून ओरडले आणि मीदेखील कामाला गेले. हा या कामाचा शेवटचा आठवडा.

जोसने अकरा वाजता फोन केला.

“हे, आपण कॉफी प्यायला भेटणार आहोत का?” तो पूर्वीच्या जोससारखा भासला. जोस हा माझा मित्र आहे, कोणी, काय म्हटलं होतं ख्रिश्चनने त्याला? सूटर.

“नक्कीच. मी कामावर आहे. तू इथे बारा वाजता येऊ शकशील का?”

“भेटू मग.”

मी फोन ठेवला. ख्रिश्चन ग्रे आणि त्याच्या कराराचा विचार करत पेंटब्रशेसचा पुन्हा नव्याने साठा करायच्या कामाकडे वळले.

जोस वक्तशीर आहे. एखाद्या गडद डोळ्यांच्या बागडणाऱ्या कुत्र्याच्या पिल्लासारखा तो उड्या मारत दुकानात आला.

“ॲना,” त्याने त्याचं चमकदार दात दर्शवणारं अमेरिकन हास्य केलं आणि मी त्याच्यावर अधिक रुसून बसू शकले नाही.

“हाय, जोस,” मी त्याला आलिंगन दिलं. “मला भूक लागली. मी मिसेस क्लेटनला एकदा सांगते की, मी लंचला चालले आहे.”

आम्ही जेव्हा कॉफी शॉपकडे चालत गेलो तेव्हा मी जोसच्या हातात माझा हात अडकवला. त्याच्या असण्याबद्दल मी इतकी कृतज्ञ आहे. असं कोणीतरी, ज्याला मी ओळखते आणि समजून घेते.

“हे, ॲना,” तो पुटपुटला, “तू मला खरंच क्षमा केली आहेस?”

“जोस, तुला माहीत आहे, मी तुझ्यावर जास्त काळ चिडू शकत नाही.”

तो हसला.

मला घरी जाईपर्यंत धीर धरवला नाही. ख्रिश्चनला ईमेल करण्याचं आकर्षण आणि कदाचित माझ्या संशोधन प्रकल्पाची सुरुवात. केट कुठेतरी बाहेर गेली होती, म्हणून मी माझा लॅपटॉप सुरू करून माझी ईमेल उघडली. खातरी होतीच तसा इनबॉक्समध्ये ख्रिश्चन ग्रेचा मेल आला होता. मी आनंदाने जवळजवळ उड्याच मारल्या.

ख्रिश्चन ग्रेकडून,
विषय : उदरनिर्वाहासाठी काम
तारीख : मे २३, २०११ १७:२४
ॲनास्टॅशिया स्टील हिला,

तुझा कामाचा दिवस चांगला गेला असेल अशी आशा आहे.

ख्रिश्चन ग्रे,
सीईओ, ग्रे एंटरप्रायझेस होल्डिंग्ज, इन्कॉर्पोरेटेड

मी ‘उत्तर’ बटण दाबलं.

अॅनास्टॅशिया स्टीलकडून,
विषय : उदरनिर्वाहासाठी काम
तारीख : मे २३, २०११ १७:४८
ख्रिश्चन ग्रेला,

सर... माझा कामाचा दिवस खूप छान गेला.
थँक यू.

अॅना.

ख्रिश्चन ग्रेकडून,
विषय : काम कर!
तारीख : मे २३, २०११ १७:५०
अॅनास्टॅशिया स्टीलला,

मिस स्टील,
तुझा दिवस चांगला गेला म्हणून आनंद वाटला.
जेव्हा ईमेल करतेस, तेव्हा तू सर्च करत नाहीस.

ख्रिश्चन ग्रे,
सीईओ, ग्रे एंटरप्रायझेस होल्डिंग्ज, इन्कॉर्पोरेटेड

अॅनास्टॅशिया स्टीलकडून,
विषय : त्रास
तारीख : मे २३, २०११ १७:५३
ख्रिश्चन ग्रेला,

मि. ग्रे, मला ईमेल करणं बंद करा, म्हणजे मी माझं काम सुरू करू शकेन. मला आणखी एक 'ए' मिळवायचा आहे!
अॅना.

मी स्वतःला आलिंगन दिलं.

ख्रिश्चन ग्रेकडून,
विषय : अधीर
तारीख : मे २३, २०११ १७:५५
अॅनास्टॅशिया स्टीलला,

मिस स्टील,
मला ईमेल करणं बंद कर आणि तुझं काम कर.
मला आणखी एक 'ए' द्यायला आवडेल.
पहिला 'ए' किती योग्य होता.

ख्रिश्चन ग्रे,
सीईओ, ग्रे एंटरप्रायझेस होल्डिंग्ज, इन्कॉर्पोरेटेड

ख्रिश्चन ग्रेने मला एक डोळा मारणारी स्माइली पाठवली... ओ माय. मी गूगल फायर अप केलं.

ॲनास्टॅशिया स्टीलकडून,
विषय : इंटरनेट सर्चिंग
तारीख : मे २३, २०११ १७:५९
ख्रिश्चन ग्रेला,

मि. ग्रे,
मी सर्च इंजिनमध्ये काय काय सर्च करावं, तुम्हाला काय वाटतं?
ॲना.

ख्रिश्चन ग्रेकडून,
विषय : इंटरनेट संशोधन
तारीख : मे २३, २०११ १८:०२
ॲनास्टॅशिया स्टीलला,

मिस स्टील,
नेहमी विकिपीडियापासून सुरुवात कर.
तुला प्रश्न असल्याखेरीज आता आणखी ईमेल्स नाहीत.
समजलं?

पहिला 'ए' किती योग्य होता.

ख्रिश्चन ग्रे,
सीईओ, ग्रे एंटरप्रायझेस होल्डिंग्ज, इन्कॉर्पोरेटेड

ॲनास्टॅशिया स्टीलकडून,
विषय : बॉसी!

तारीख : मे २३, २०११

ख्रिश्चन ग्रेला,

यस... सर.

यू आर बॉसी.

ॲना.

ख्रिश्चन ग्रेकडून,

विषय : नियंत्रणात

तारीख : मे २३, २०११ १८:०६

ॲनास्टॅशिया स्टीलला,

ॲनास्टॅशिया, तुला कल्पना नाही.

वेल, आता कदाचित थोडीशी चुणूक मिळाली असेल.

काम कर.

ख्रिश्चन ग्रे,

सीईओ, ग्रे एंटरप्रायझेस होल्डिंग्ज, इन्कॉर्पोरेटेड

मी विकिपीडियात 'सबमिसिव्ह' टाइप केलं.

अर्ध्या तासानंतर, मला थोडंसं मळमळल्यासारखं झालं आणि स्पष्टच सांगायचं, तर अगदी आतपर्यंत हादरून गेल्यासारखं वाटलं. मला माझ्या डोक्यात खरोखरच या गोष्टींची गरज आहे का? जीझ – रेड रूम ऑफ पेनमध्ये तो हे सगळं घेऊन उठतो का? मी स्क्रीनकडे टक लावून बघत बसले आणि माझा एक भाग, माझा एक खूप ओलसर आणि अविभाज्य भाग ज्याच्याशी मी अगदी अलीकडेच परिचित झाले आहे, तो गंभीरपणे उद्दीपित होतो. ओ माय, यातला काही भाग हॉट आहे, पण तो माझ्यासाठी आहे का? होली शिट्... मी हे करू शकेन का? मला स्पेस पाहिजे. मला विचार करायची गरज होती.

१२

आयुष्यात प्रथमच मी स्वयंस्फूर्तीने धावायला गेले. माझे घाणेरडे, कधीही न वापरलेले स्नीकर्स, स्वेटपँट आणि एक टी शर्ट मी शोधून काढले. माझे केस मी पिगटेल्समध्ये बांधले, आणि त्यामुळे झालेल्या आठवणींनी लाजले. माझं आयपॉड प्लग-इन केलं. मी त्या तंत्रज्ञानाच्या आश्चर्यासमोर बसून आणखी काही अस्वस्थ करणारं साहित्य बघू किंवा वाचू शकत नव्हते. या अधिक झालेल्या आणि शक्तिपात करणाऱ्या ऊर्जेपैकी मी थोडी खर्च केली पाहिजे. अगदी स्पष्टच बोलायचं तर, मला हिथमॅन हॉटेलकडे पळत जाऊन त्या नियंत्रण-वेड्याकडे सरळ सेक्सची मागणी करण्याचा मनात विचार येत होता. पण ते पाच मैलांवर होतं आणि मला तर पाच मैल सोडा, एक मैलदेखील पळवणार नाही. आणि अर्थात, तो मला धुडकावूनदेखील लावेल, जे मानहानीच्याही पलीकडचं असेल.

मी दारातून बाहेर पडत असताना केट तिच्या गाडीच्या जवळून चालत येत होती. मला तिने बघितलं तेव्हा तिच्या हातातल्या खरेदीच्या पिशव्या जवळजवळ खाली पडल्या. ॲना स्टील स्नीकर्समध्ये! मी हात हलवला आणि तिच्या चौकश्यांसाठी थांबले नाही. मला काही वेळ एकटीने घालवायचा होता. माझ्या कानात 'स्नो पेट्रोल'चे संगीत मोठ्याने वाजत असताना मी मोतिया आणि निळसर रंगाच्या संध्याकाळी बाहेर पडले.

मी पार्कमधून येरझाऱ्या घातल्या. मी काय करणार आहे? मला तो पाहिजे आहे; पण त्याच्या अटींवर? मला माहीत नाही. कदाचित मला काय पाहिजे यासाठी मी वाटाघाटी कराव्यात. त्या हास्यास्पद कराराची ओळन्‌ओळ वाचून काढावी आणि काय स्वीकारार्ह आहे आणि काय नाही ते सांगावं. माझ्या संशोधनातून मला कळलंय की, कायद्याने तो करार लादता येणार नाही. त्याला ते ठाऊक असणार. संबंधाचा आवाका अधोरेखित करण्याचं काम फक्त तो करार करतो. मी त्याच्याकडून

काय अपेक्षा करावी आणि तो माझ्याकडून काय अपेक्षा करतो – माझं पूर्णपणे शरण जाणं – याचं तो करार उदाहरण देतो. त्याला पूर्णपणे शरण जायला मी तयार आहे का? मी त्यासाठी समर्थ तरी आहे का?

एका प्रश्नाने मला भंडावून टाकलंय – तो असा का आहे? त्याच्या अगदी लहानपणी त्याला मोहित करण्यात आलं होतं म्हणून तर नसेल? मला खरंच माहीत नाही. तो किती रहस्यमय आहे.

मी एका मोठ्या हिरव्यागार पाइन वृक्षाजवळ थांबले आणि माझे हात माझ्या गुडघ्यांवर ठेवले. मी जोरजोरात श्वासोच्छ्वास करून माझ्या फुफ्फुसात जीवनदायी हवा ओढून घेतली. ओह, हे छान. निचरा करणारं. माझा निश्चय दृढ होत असल्यासारखं मला भासलं. यस, काय ठीक आहे आणि काय नाही, हे मी त्याला सांगायची गरज आहे. माझे विचार मी त्याला ईमेलने कळवले पाहिजेत आणि मग आम्ही त्याच्यावर बुधवारी चर्चा करू. मी एक खोलवर, मोकळं वाटायला लावणारा श्वास घेतला आणि मग अपार्टमेंटकडे परत जॉगिंग करत गेले.

बार्बाडोसच्या दीर्घ सुटीसाठी केटने शॉपिंग केलं होतं. अशी खरेदी फक्त तीच करू शकते. मुख्यत: बिकिनीज आणि त्याच्याशी संगती साधणारे सरॉंग्ज. त्या सगळ्यात ती छानच दिसेल, तरीही तिने मला बसवून ठेवलं आणि प्रत्येक कपडा घालून बघताना त्याच्यावर मत द्यायला लावलं. 'यू लुक फॅब्युलस, केट,' हे म्हणण्यासाठी फक्त मर्यादितच पद्धती असू शकतात! जीव ओवाळून टाकावा अशी वळणदार, सडपातळ शरीरयष्टी तिच्याकडे आहे. ती ते जाणूनबुजून करत नाही, हे मला ठाऊक होतं, पण मी माझा केविलवाणा, घामाने निथळणारा अवतार आणखी काही खोके पॅक करायचे आहेत, या सबबीवर माझ्या खोलीत घेऊन गेले. मला यापेक्षा अधिक कमकुवत असल्याचं वाटू शकेल? ते आश्चर्यकारक विनामूल्य तंत्रज्ञान माझ्याबरोबर घेऊन मी माझ्या टेबलावर लॅपटॉप लावला. मी ख्रिश्चनला ईमेल पाठवला.

ॲनास्टॅशिया स्टीलकडून,

विषय - डब्ल्यूएसयूव्हीमुळे धक्का बसलाय

तारीख - मे २३, २०११ २०:३३

ख्रिश्चन ग्रेला,

ओके, मी बरंच पाहिलं.

तुला जाणून घेणं छान होतं.

ॲना.

मी रिप्लाय बटण दाबलं. माझ्या छोट्याशा विनोदावर हसत स्वत:ला आलिंगन दिलं. त्यालाही ते तेवढंच गमतीशीर वाटेल का? ओह शिट् – बहुतेक नाही. विनोदाच्या जाणिवेसाठी ख्रिश्चन ग्रे एवढा प्रसिद्ध नाही, पण ती जाणीव अस्तित्वात आहे, हे मला माहीत आहे, मी त्याचा अनुभव घेतला आहे. कदाचित मी जरा अधिकच केलंय. मी त्याच्या उत्तरासाठी थांबले.

मी थांबले... आणि माझ्या अलार्मच्या घड्याळाकडे नजर टाकली. दहा मिनिटं झाली होती.

माझ्या पोटात वाढणाऱ्या अस्वस्थतेपासून माझं लक्ष विचलित करण्यासाठी केटला मी जे करणार म्हणून सांगितलं होतं ते करायला सुरुवात केली – माझ्या खोलीतल्या सामानाची बांधाबांध. माझी पुस्तकं एका क्रेटमध्ये ठासून भरण्यापासून मी सुरुवात केली. नऊ वाजले तरी काहीच निरोप आला नव्हता. कदाचित तो बाहेर गेला असावा. माझ्या आयपॉडचे इअरबड्स कानात घालून 'स्नो पेट्रोल' ऐकताना मी लहान मुलासारखा ओठांचा चंबू केला आणि माझ्या लहान टेबलाजवळ बसून पुन्हा एकदा करार वाचून काढला. माझी मल्लीनाथी करण्याची तयारी केली.

मी वर का पाहिलं मला माहीत नाही, कदाचित माझ्या डोळ्यांच्या कोपऱ्यातून मला थोडीशी हालचाल जाणवली. पण जेव्हा मी वर बघितलं, तेव्हा तो मला उत्कटतेने न्याहाळत माझ्या शयनगृहाच्या दरवाजात उभा होता. त्याने करड्या रंगाच्या फ्लॅनेल पॅन्ट्स आणि सफेद लिनन शर्ट घातला होता. त्याच्या गाडीच्या किल्ल्या तो हळुवारपणे हातात फिरवत होता. मी माझे इअरबड्स कानातून ओढले आणि गोठून गेले. फक्!

"गुड इव्हिनिंग, ॲनास्टॅशिया," त्याचा आवाज शांत – आणि चेहऱ्यावरचे भाव पूर्णपणे सावध – वाचता न येणारे. मला जीभच नसल्यासारखं वाटलं. मला सावध न करताच त्याला केटने इथपर्यंत येऊ दिल्याबद्दल मी तिला शिव्या घातल्या. अस्पष्टपणे, मला जाणीव आहे की, मी अद्याप माझ्या स्वेट्समध्येच आहे, मी अंघोळदेखील केलेली नाही, अंगावर चिकटपणा आहे आणि तो अगदी सुंदरपणे यम्मी आहे, त्याच्या पॅन्ट्स त्याच्या नितंबांवर अशा पद्धतीने लटकलेल्या आहेत आणि अधिक म्हणजे, तो इथे माझ्या शयनगृहात आहे.

"मला वाटलं की, तुझ्या ईमेल्सला व्यक्तिश: उत्तर देण्याची गरज होती," त्याने शुष्कपणे स्पष्टीकरण दिलं.

मी माझं तोंड दोनदा उघडलं आणि पुन्हा बंद केलं. तो विनोद माझ्यावर होता. कोणत्याही या किंवा पर्यायी विश्वात, सगळं काही सोडून तो इथे उगवेल अशी मी अपेक्षा केली नव्हती.

"मी बसू शकतो का?" त्याने विचारलं, त्याचे डोळे आता विनोदाने नाचत असतात – *नशीब माझं – कदाचित तो त्याची विनोदी बाजू बघेल?*

मी मान डोलावली. माझं बोलण्याचं सामर्थ्य निसटतंच राहिलं. *ख्रिश्चन ग्रे माझ्या बिछान्यावर बसला आहे.*

"तुझी बेडरूम कशी दिसत असेल याचा मी विचार करत होतो," तो म्हणाला.

मी भोवताली नजर टाकली, एखादी पळवाट शोधण्याचा बेत – तिथे फक्त दरवाजा किंवा खिडकी होती. माझी खोली कामचलाऊ, पण उबदार होती – किरकोळ सफेद वेताचं फर्निचर आणि एक सफेद लोखंडी डबल पलंग, त्याच्यावर पॅचवर्क केलेली रजई, माझ्या आईने 'फोक्सी अमेरिकाना' रजया बनवत असताना बनवली होती. ती फिक्कट, निळ्या आणि दुधाळ रंगाची होती.

"इथे खूप शांत आहे," तो पुटपुटला. *याक्षणी नाही – तू इथे असताना नाही.*

मी श्वास घेतला. "कसं...?"

तो माझ्याकडे बघून हसला. "मी अजून हिथमॅनमध्येच आहे."

मला ते माहीत आहे.

"तुला ड्रिंक घ्यायला आवडेल का?" मला दुसरं काहीतरी म्हणायला आवडलं असतं, पण माझ्या सभ्यपणाने त्यावर मात केली.

"नो, थँक यू, ॲनास्टॅशिया." त्याने एक चमकदार, तिरकस हास्य केलं. त्याचं डोकं काहीसं एका बाजूला कललं होतं.

वेल, मला कदाचित एखादं लागेल.

"मग, मला समजून घेणं चांगलं होतं?"

होली काउ, तो दुखावला गेलाय का? मी माझ्या बोटांकडे टक लावली. मी यातून स्वत:ला कशी काय बाहेर काढणार आहे? तो एक जोक होता असं जर मी त्याला सांगितलं, तर मला नाही वाटत तो प्रभावित होईल.

"मला वाटलं, तू ईमेलने उत्तर देशील," माझा आवाज बारीक, केविलवाणा होता.

"तू तुझा खालचा ओठ हेतुपुरस्सरपणे चावते आहेस का?" त्याने गंभीरपणे विचारलं.

मी माझा ओठ सोडून देत, नि:श्वास टाकत, त्याच्याकडे बघून डोळ्यांची उघडझाप केली.

"मी माझा ओठ चावतेय, याची मला जाणीव नव्हती," मी हळू आवाजात पुटपुटले.

माझं हृदय धडधडत होतं. ती ओढ, आम्हा दोघांतल्या त्या विद्युत्‌लहरी प्रवाहित होताना, स्थिर गोष्टीतली मधली पोकळी भरून निघताना मी अनुभवली. तो

माझ्या इतका जवळ बसला आहे, त्याचे डोळे गडद, धूसर करडे आहेत. त्याच्या गुडघ्यांवर त्याने त्याची कोपरं टेकवली आहेत; त्याचे पाय फाकलेले आहेत. पुढे झुकून तो सावकाश माझ्या पिगटेल्सपैकी एक मोकळं करतो, त्याची बोटं माझे केस मोकळे करतात. माझा श्वासोच्छ्वास उथळ होतो आणि मी हलू शकत नाही. त्याचा हात माझ्या दुसऱ्या पिगटेलकडे वळताना मी संमोहित झाल्यासारखी बघत राहते आणि हेअर टाय ओढून तो त्याच्या लांबसडक, कुशल बोटांनी माझी वेणी सैल करतो.

"मग तू थोडा व्यायाम करायचं ठरवलंस," त्याने श्वास घेतला. त्याचा आवाज मृदू आणि तालबद्ध होता. त्याच्या बोटांनी हळुवारपणे माझे केस माझ्या कानाच्या मागे अडकवले. "का, ॲनास्टॅशिया?" त्याची बोटं माझ्या कानाभोवती वर्तुळ करत होती आणि अगदी हळुवारपणे, तालबद्ध रीतीने त्याने माझ्या कानाची पाळी ओढली. ते इतकं उद्दीपित करणारं होतं.

"मला विचार करायला वेळ पाहिजे होता," मी कुजबुजले. मी सगळे – हरीण/हेडलाइट्स/पतंग/ज्योत/पक्षी/साप आहे... आणि तो मला काय करतोय हे तिला अचूक माहीत आहे.

"कसला विचार, ॲनास्टॅशिया?"

"तुझ्याबद्दल."

"आणि मला जाणून घेणं छान होतं असा तू निर्णय घेतलास? मला जाणून घेणं हे तुला बायबलच्या परिभाषेत अभिप्रेत होतं का?"

ओह, शिट्. मी लाल होते.

"तू बायबलशी परिचित असशील असं मला वाटलं नव्हतं."

"मी सन डे स्कूलला गेलोय, ॲनास्टॅशिया. त्यामुळे मी खूप शिकलो आहे."

"स्तनाग्रांना लावायच्या चिमट्यांबद्दल बायबलमध्ये वाचलेलं मला आठवत नाही. कदाचित तुला आधुनिक भाषांतरावरून शिकवण्यात आलं असावं!"

त्याचे ओठ किंचित हास्याने वळले आणि माझे डोळे त्याच्या तोंडाकडे वळले.

"वेल, मी असा विचार केला की, मी स्वत: येऊन मला ओळखणं किती छान होतं याची तुला आठवण करून द्यावी."

होली क्रॅप. मी तोंड उघडं टाकून त्याच्याकडे टक लावून बघितलं आणि त्याची बोटं माझ्या कानाकडून माझ्या हनुवटीकडे वळली.

"तू त्याबद्दल काय म्हणतेस, मिस स्टील?"

त्याचे डोळे जळजळीतपणे माझ्याकडे बघत होते, त्यांचं आव्हान त्याच्या एकटक नजरेत सामावलेलं होतं. त्याचे ओठ विलग होतात – तो वाट बघतोय, वार करण्यासाठी वेटोळं केलेला. इच्छा – तीव्र, प्रवाही आणि भारावून टाकणारी.

माझ्या पोटात खोलवर तिचा स्फोट होतो. मी आधी विचार करून कृती करते आणि स्वत:ला त्याच्यावर झोकून देते. कसं कोण जाणे तो हलतो आणि डोळ्याची पापणी लवायच्या आत मी बिछान्यावर असते – त्याच्याखाली दबलेली, माझे हात पसरलेले आणि माझ्या डोक्याच्या वर धरून ठेवलेले, त्याने त्याच्या मोकळ्या हाताने माझा चेहरा धरलेला आणि त्याचं तोंड माझं तोंड शोधत असलेलं.

त्याची जीभ माझ्या तोंडात – मागणी करतेय आणि माझ्यावर ताबा घेतेय आणि तो वापरत असलेल्या जोमामुळे मी आनंदात नाहते आहे, माझ्या शरीराच्या निकट मला त्याचा स्पर्श जाणवतो. त्याला मी पाहिजे आहे आणि त्यामुळे माझ्या आत चमत्कारिक आणि हव्याहव्याशा वाटणाऱ्या सुखद गोष्टी घडत आहेत. छोट्या बिकिनीतली केट नव्हे, पंधराजणींपैकी एक नव्हे, वाईट मिसेस रॉबिनसन नव्हे, मी – या सुंदर माणसाला मी पाहिजे आहे. माझी अंतर्देवता एवढी प्रकाशमान होते की, ती पोर्टलँडला उजळून टाकू शकेल. त्याने माझं चुंबन घ्यायचं थांबवलं आणि मी माझे डोळे उघडले, तेव्हा तो माझ्याकडे बघत होता.

"माझ्यावर विश्वास आहे?" त्याने श्वास घेतला.

मी मान हलवली. माझे डोळे मोठे होतात, माझं हृदय माझ्या फासळ्यांमधून बाहेर पडू पाहत असतं, माझं रक्त माझ्या शरीरात उसळ्या घेत असतं.

तो खाली वाकला आणि त्याच्या पँटच्या खिशातून त्याने त्याचा चंदेरी-करड्या रंगाचा रेशमी टाय काढला... तो चंदेरी-करडा टाय ज्याने माझ्या त्वचेवर त्याच्या विणीच्या छोट्या खुणा मागे ठेवल्या आहेत. माझ्या शेजारी बसून त्याने एवढी जलद हालचाल केली. त्याने माझी मनगटं एकत्र बांधली, पण या खेपेला, त्याने टायचं दुसरं टोक माझ्या समोर लोखंडी उशाकडच्या बोर्डाला बांधलं. मला जिथे बांधलंय ते ओढून बघितलं, ते नीट जागच्याजागी आहे की नाही, याची खातरी केली. मी कुठेही जाऊ शकत नव्हते. मला अक्षरश: बांधून ठेवलं होतं, माझ्या पलंगाला. मी इतकी उद्दीपित झाले होते.

तो माझ्यावरून घसरला आणि पलंगाच्या बाजूला उभा राहिला, माझ्याकडे रोखून बघत पाहू लागला. इच्छेमुळे त्याचे डोळे गडद झाले होते. त्याच्या चेहऱ्यावर विजयी आणि सुटका झाल्याची भावना यांचं मिश्रण होतं.

"हे अधिक चांगलं आहे," तो पुटपुटला आणि एक खट्याळ, सगळं काही ओळखल्याचं हास्य त्याच्या चेहऱ्यावर उमटलं. तो वाकला आणि माझ्या एका पायातले स्नीकर्स काढायला लागला. ओ नो... नो... माझी पावलं... नो. मी नुकतीच धावत होते.

"नो," मी निषेध केला, त्याला लाथ मारून दूर करण्याचा प्रयत्न केला.

तो थांबला.

"तू जर धडपड केलीस, तर मी तुझे पायदेखील बांधून टाकेन. तू जर आवाज केलास, ॲनास्टॅशिया, तर मी तुझ्या तोंडात बोळा कोंबेन. शांत रहा. कॅथरिन बहुतेक आत्ता ऐकत असेल."

तोंड बंद करेन! केट! मी गप्प बसले.

त्याने माझे बूट आणि माझे मोजे सफाईदारपणे काढले आणि सावकाश माझ्या स्वेट पॅन्ट्स उतरवल्या. *ओह् – मी कोणत्या पॅन्टीज घातल्या आहेत?*

त्याने मला उचललं. माझ्या अंगाखालून रजई आणि चादर काढून घेऊन मला पुन्हा खाली ठेवलं; यावेळेला त्याने मला चादरींवर ठेवलं.

"आता मग," त्याने त्याचा खालचा ओठ सावकाश चोखला. "तू तो ओठ चावते आहेस, ॲनास्टॅशिया. त्याचा माझ्यावर काय परिणाम होतो तुला माहीत आहे," त्याने त्याची लांबसडक तर्जनी माझ्या तोंडावर ठेवली, तो एक धोक्याचा इशारा होता.

ओ माय. मी स्वत:वर जेमतेमच ताबा ठेवू शकले; असाहाय्य पडून, त्याला माझ्या खोलीत डौलदारपणे वावरताना बघितलं. ते एक लैंगिक भावना उद्दीपित करून डोक्यात चढणारं अजब रसायन होतं. सावकाश, जवळजवळ रेंगाळत त्याने त्याचे बूट आणि मोजे काढले, त्याच्या पॅन्टची बटणं काढली आणि डोक्यावरून उचलून शर्टही काढून टाकला.

"मला वाटतं, तू बरंच काही बघितलं आहेस," तो बेरकीपणाने हसला. तो पुन्हा माझ्या शेजारी बसला, माझा टी शर्ट वर उचलला. मला वाटलं, तो शर्ट माझ्या अंगावरून काढून टाकेल, पण त्याऐवजी त्याने माझ्या मानेपर्यंत तो गुंडाळला आणि मग तो माझ्या डोक्यावरून ओढून काढला, म्हणजे त्याला माझं तोंड आणि नाक बघता येईल, पण त्या शर्टामुळे माझे डोळे झाकले गेले. त्याला घड्या घातलेल्या असल्याने त्याच्यातून मला काहीही दिसत नव्हतं.

"हं..." तो कौतुकाने श्वास घेतला, "हे अधिकाधिक चांगलं रंगतदार होतंय. मी ड्रिंक घेऊन येतो."

खाली झुकून त्याने माझं चुंबन घेतलं, त्याचे ओठ माझ्या ओठांवर मृदू भासले आणि त्याचं वजन बिछान्यावरून दूर होतं. मी शयनगृहाच्या दरवाजाची शांत किरकिर ऐकली. ड्रिंक घेऊन. कुठे? इथे? पोर्टलॅंड? सीॲटल? मी त्याचा आवाज ऐकण्यासाठी ताण दिला. मला खालच्या पट्टीतलं पुटपुटणं ऐकू आलं आणि मला कळलं की, तो केटशी बोलतो आहे – ओ नो... तो जवळजवळ नग्नच आहे. ती काय म्हणेल? मला अस्पष्ट असा पॉपिंग आवाज ऐकू आला. तो कसला आहे? दरवाजा पुन्हा एकदा किरकिरला आणि परत त्याची पावलं शयनगृहाच्या फरशीवर वाजली. बर्फ ग्लासात टाकल्यावर तो द्रवपदार्थात घुसळला जाताना ग्लासावर

त्याचा आवाज झाला. कोणत्या प्रकारचं ड्रिंक? त्याने दरवाजा बंद केला आणि त्याची पँट काढून इतस्तत: फिरला. पॅन्ट जमिनीवर पडली. मला माहीत होतं की, तो नग्न आहे. तो पुन्हा माझ्या शेजारी बसला.

"तुला तहान लागलीय का, ॲनास्टॅशिया?" त्याने विचारलं. त्याचा आवाज चिडवणारा होता.

"होय," मी श्वास घेतला, कारण माझं तोंड एकाएकी सुकलं होतं. मला ग्लासावर बर्फ आपटल्याचा आवाज आला. त्याने खाली वाकून माझं चुंबन घेतलं आणि त्यावेळेला त्याने माझ्या तोंडात एक चवदार, चुरचुरीत द्रवपदार्थ ओतला. ती व्हाइट वाइन आहे. ते इतकं अनपेक्षित, इतकं हॉट आहे, जरी ते गार केलं आहे आणि ख्रिश्चनचे ओठ गार आहेत तरी!

"आणखी?" तो कुजबुजला.

मी मान हलवली. त्याच्या तोंडातून आल्यामुळे त्याची चव अधिकच स्वर्गीय भासली. तो खाली वाकला आणि मी त्याच्या ओठांतून आणखी एक वाइनचा घोट मी प्यायला... ओ माय!

"आपण अति करायला नको. तुझी अल्कोहोल रिचवण्याची क्षमता मर्यादित आहे हे आपल्याला माहीत आहे, ॲनास्टॅशिया."

मी आवरू शकले नाही. मी हसले आणि तो आणखी एक चमकदार घोट देण्यासाठी खाली वाकला. तो सरकला. त्याला माझ्याशेजारी पडता आलं, त्याचं उत्थापन माझ्या नितंबाच्या निकट होतं. ओह, मला तो माझ्या आत पाहिजे आहे.

"हे छान आहे का?" त्याने विचारलं, पण त्याच्या आवाजातली धार मला ऐकू आली.

मी ताठरले. त्याने ग्लास पुन्हा हलवला आणि खाली वाकला, माझं चुंबन घेतलं आणि थोड्याशा वाइनबरोबर बर्फाचा एक छोटा तुकडा माझ्या तोंडात ठेवला. तो सावकाश आणि आरामात थंडगार चुंबनं माझ्या शरीराच्या मध्यभागापर्यंत देत गेला. माझ्या गळ्याच्या खालपासून ते माझ्या स्तनांच्या मध्यापर्यंत. माझ्या शरीराच्या खालच्या भागात माझ्या पोटापर्यंत. माझ्या बेंबीत थंडगार वाइन वाहून देत त्याच्यात बर्फाचा एक तुकडा सोडला. ते माझ्या पोटाच्या अगदी खाली जवळजवळ जातं. वॉव्.

"तुला आता निश्चल राहावं लागेल," तो कुजबुला, "तू जर हललीस, ॲनास्टॅशिया, तर सगळ्या बिछान्यावर वाइन सांडेल."

माझा पार्श्वभाग आपोआपच ताणला गेला.

"ओ नो! तू जर वाइन सांडलीस, तर मी तुला शिक्षा करेन, मिस स्टील."

मी कण्हले आणि माझे नितंब तिरके करण्याची तीव्र इच्छा निकराने दाबली, माझा निर्धार गोळा केला. ओ नो... प्लीज.

एका बोटाने त्याने माझ्या ब्राचे कप्स एकामागोमाग एक खाली ओढले, माझे स्तन मोकळे, असह्य होऊन वर उचलले गेले. खाली वाकून, तो त्याच्या थंड, थंड ओठांनी माझ्या स्तनाग्रांची एका मागोमाग एक चुंबनं घेऊन त्यांना ओढू लागला. प्रतिसाद देताना माझ्या शरीराची कमान झाली. मी त्याच्याशी जणू झुंजू लागले.

"हे किती छान आहे?" त्याने श्वास घेतला. माझ्या एका स्तनाग्राला चोखत असताना त्याने विचारलं.

मी बर्फाचं आणखी एक किणकिणणं ऐकलं आणि मग ते माझ्या उजव्या स्तनाग्राच्या भोवती अनुभवलं. तेव्हा तो त्याच्या ओठांनी माझं डावं स्तनाग्र ओढत होता. मी कण्हले, न हलण्याची धडपड केली. तो एक गोड, वेदनामयी छळवाद होता.

"तू जर वाइन सांडलीस, तर मी तुला उत्कटबिंदू गाठू देणार नाही."

"ओ... प्लीज... ख्रिश्चन... सर... प्लीज," तो मला वेडं करत होता. त्याचं हसणं मला ऐकू आलं.

माझ्या बेंबीतला बर्फ वितळत होता. मी उबदारपणाच्या पलीकडे आहे – उबदार आणि थंडगार जे पाहिजे आहे, त्याची इच्छा करत, माझ्या आत. आत्ता.

त्याची थंड बोटं सावकाशपणे माझ्या पोटावरून फिरतात. माझी त्वचा अतिशय संवेदनाक्षम होते, माझे नितंबं आपोआप विस्तारले आणि आता उबदार झालेला द्रव माझ्या बेंबीवरून माझ्या पोटावर घरंगळला.

"ओह डिअर, ॲनास्टॅशिया, तू हललीस. आता मी तुला काय करणार आहे माहितेय?"

मी मोठ्याने धापा टाकल्या. त्याचा आवाज आणि स्पर्श एवढ्यावरच मी लक्ष केंद्रित करू शकत होते. दुसरं काहीच खरं नव्हतं. दुसऱ्या कशाचाही मतलब नव्हता, दुसऱ्या कशाचीही माझ्या रडारवर नोंद होत नव्हती. त्याची बोटं माझ्या पॅन्टीजमध्ये सरकली आणि त्याने घेतलेला बेसावध जोरदार श्वास मला बक्षिसादाखल मिळला.

"ओह बेबी," तो पुटपुटला आणि माझ्या आत त्याची दोन बोटं घुसवली.

मी श्वास रोखला.

"माझ्यासाठी एवढ्या लवकर तयार," तो म्हणला. त्याने त्याची बोटं मला झुलवत सावकाशपणे आत-बाहेर फिरवली आणि मी त्याच्याकडे माझे नितंब वर उचलून स्वतःला लोटलं.

"तू एक लोभी मुलगी आहेस," त्याने हळुवारपणे दटावलं आणि त्याच्या अंगठ्याने माझ्या क्लायटोरिसभोवती वर्तुळ केलं आणि मग खाली दाबलं.

माझं शरीर त्याच्या सरावलेल्या बोटांना प्रतिसाद देत असताना मी मोठ्याने

कण्हले. तो वर पोचला आणि टी शर्ट माझ्या डोळ्यांच्या वर सरकवला, म्हणजे मी त्याला पाहू शकले. माझ्या शेजारच्या दिव्याच्या मंद प्रकाशात मी डोळ्यांची उघडझाप केली. मला त्याला स्पर्श करण्याची तीव्र इच्छा झाली.

"मला तुला स्पर्श करायचा आहे," मी श्वास घेतला.

"ओ नो," तो पुटपुटला. खाली वाकला आणि माझं चुंबन घेतलं, त्याची बोटं अजूनही माझ्या आत तालबद्ध फिरत होती, त्याचा अंगठा वर्तुळ करत होता आणि दाबला जात होता. त्याच्या दुसऱ्या हाताने त्याने माझे केस माझ्या चेहऱ्यावरून गोळा केले आणि माझं डोकं एका जागी धरलं. त्याच्या बोटांप्रमाणेच त्याची जीभ कृती करू लागली. मी त्याच्या हाताच्या निकट धक्के दिले तसे माझे पाय ताठरायला लागले. तो हळुवार करू लागला त्यामुळे मी काठावरून परत येत होते. त्याने हे पुन्हा पुन्हा केलं. ते इतकं विफल वाटायला लावणारं आहे... ओह, प्लीज, ख्रिश्चन, मी माझ्या आत किंचाळले.

"ही तुझी शिक्षा आहे, इतकं जवळ आणि तरीही एवढं दूर."

हे छान आहे? त्याने माझ्या कानात श्वास सोडला. मी कुरकुरले. थकून, माझ्यावरच्या ताब्याशी ओढ घेत. मी असाहाय्य आहे, लैंगिक वेदनांत हरवून गेलेली.

"प्लीज," मी याचना केली आणि त्याला शेवटी माझी दया आली.

"मी तुझ्याशी कशी क्रीडा करू, ॲनास्टॅशिया?"

ओह... माझं शरीर थरथरायला लागलं. तो पुन्हा थांबला.

"प्लीज."

"तुला काय पाहिजे, ॲनास्टॅशिया?"

"तू... आत्ता," मी ओरडले.

"मी या पद्धतीने सेक्स करू किंवा त्या, किंवा आणखी कोणत्या? निवड न संपणारी आहे," त्याने माझ्या ओठांजवळ श्वास घेतला. त्याने त्याचा हात काढून घेतला आणि पलंगाच्या जवळच्या टेबलावरून एक फॉइल पॅकेट काढून घेतलं. माझ्या पायांमध्ये त्याने गुडघे टेकले आणि अगदी सावकाश माझ्या पॅन्टीज ओढून काढल्या. माझ्याकडे टक लावून बघितलं, त्याचे डोळे चमकत होते. त्याने कंडोम घातला. मी आकर्षित, संमोहित होऊन बघत राहिले.

"हाउ नाइस इज धिस?" स्वत:ला थोपटताना तो म्हणाला.

"मी ते एक विनोद म्हणून म्हटलं होतं," मी कळवळले.

त्याच्या प्रभावित करणाऱ्या लांबीवरून त्याचा हात-वर खाली होत असताना त्याच्या भुवया उंचावल्या.

"एक विनोद?" याचा आवाज वाईट रीतीने मृदू आहे.

"यस. प्लीज, ख्रिश्चन," मी त्याला विनवलं.

"तू आता हसते आहेस का?"

"नाही," मी हंबरल्यासारखा आवाज काढला.

मी म्हणजे ताणलेल्या कामेच्छेचा एक चेंडू झाले होते. त्याने क्षणमात्र माझ्याकडे टक लावून पाहिलं, माझ्या गरजेचा आवाका मापत, त्याने एकाएकी मला पकडलं आणि उलटं केलं. त्यामुळे मी आश्चर्यचकित झाले आणि माझे हात बांधलेले असल्यामुळे मला माझ्या कोपरांवर स्वत:ला आधार द्यावा लागला. त्याने माझे दोन्ही गुडघे बिछान्यावर पुढे ढकलले म्हणजे माझा पार्श्वभाग हवेत आला आणि त्याने मला जोरात चापटी मारली. मी प्रतिक्रिया द्यायच्या आधीच तो माझ्या आत घुसला. मी ओरडले – त्या चापटीमुळे आणि त्याच्या अचानक हल्ल्यामुळे – त्याच क्षणी मी उत्कटबिंदू गाठला, पुन्हा पुन्हा, त्याच्या खाली विखरून जात, ज्या वेळी त्याने मोहकपणे माझ्या आत धक्के मारणं सुरू ठेवलं. तो थांबला नाही. मी गळून जात होते. मी हे सोसू शकत नाही आणि तो जोरजोराचे धक्के पुन्हा पुन्हा देतच राहिला... आणि मी पुन्हा तयार होत आहे... नक्कीच नाही... नो...

"कम ऑन ॲनास्टॅशिया, पुन्हा," तो घट्ट दाबलेल्या दातांतून गुरकावला आणि अविश्वसनीयरीत्या, माझ्या शरीराने प्रतिसाद दिला – त्याच्याभोवती झटके देत, पुन्हा नव्याने उत्कटबिंदू गाठत, त्याचं नाव मोठ्याने घेत. मी पुन्हा छोट्या छोट्या तुकड्यांत विरून गेले आणि ख्रिश्चन निश्चल झाला. शेवटी सोडून देत, शांतपणे त्याची सुटका शोधत. जोरजोरात श्वासोच्छ्वास घेत तो माझ्यावर कोसळला.

"किती छान होतं?" त्याच्या आवळलेल्या दातातून त्याने विचारलं

ओ माय.

मी बिछान्यावर गळून जाऊन, धापा टाकत पडून राहिले, त्याने माझ्यातून सावकाश ओढून घेतलं. माझे डोळे मिटलेले होते. तो लगेच उठला आणि कपडे घातले. त्याचे जेव्हा पूर्णपणे कपडे घालून झाले, तेव्हा तो परत बिछान्यात चढला आणि हळुवारपणे माझं बंधन सोडवून माझा टी शर्ट ओढून काढला. मी माझी बोटं ताणली आणि माझी मनगटं चोळली, टायमुळे माझ्या मनगटांवर उठलेल्या विणलेल्या डिझाइनच्या ठश्यांकडे बघून मी हसत होते. त्याने चादर आणि रजई माझ्यावरून ओढून घेतली आणि मी माझी ब्रा ठाकठीक केली. मी पूर्णपणे दिपून जाऊन त्याच्याकडे टक लावून पाहिलं आणि तो माझ्याकडे बघून शिष्टपणे हसला.

"दॅट वॉज रिअली नाइस," लाजून हसत मी कुजबुजले.

"तो शब्द पुन्हा आलाय."

"तुला तो शब्द आवडत नाही का?"

"नाही, मला तो शब्द अजिबात चालत नाही."

"ओह – आय डोंट नो... त्या शब्दाचा तुझ्यावर फार फायदेशीर प्रभाव पडतो असं दिसतं."

"मी आता फायदेशीर प्रभाव आहे? माझा ईगो तू आणखी किती दुखावशील, मिस स्टील?"

"मला नाही वाटत, तुझ्या ईगोमध्ये काहीतरी चुकीचं," पण हे म्हणत असतानादेखील, माझ्याच शब्दांत मला ठाशीवपणा वाटत नव्हता – काहीतरी निसटतं माझ्या मनात येऊन गेलं, एक पुसटसा विचार, पण मी तो पकडून ठेवायच्या आधीच तो हरवून गेला.

"तुला तसं वाटतं?" त्याचा आवाज हळू होता. पूर्ण कपडे घालून तो माझ्याशेजारी पहुडला, त्याचं डोकं त्याच्या कोपरावर ठेवलं होतं आणि मी अंगावर फक्त ब्रा घातली होती.

"तुला स्पर्श केलेला का आवडत नाही?"

"मला नाही आवडत," तो पुढे झाला आणि माझ्या कपाळावर एक हलकंसं चुंबन दिलं, "मग, ती ईमेल म्हणजे तुझी विनोदाची कल्पना होती तर."

मी त्याच्याकडे क्षमायाचना दर्शवणारं स्मित केलं आणि खांदे उडवले.

"आय सी. म्हणजे तू अजूनही माझ्या प्रस्तावावर विचार करते आहेस तर?"

"तुझा अश्लाघ्य प्रस्ताव... होय, मी त्याच्यावर विचार करते आहे. पण मला काही प्रश्न आहेत तरी पण."

जणूकाही सुटल्यासारखं वाटत असल्यासाखा तो माझ्याकडे बघून हसला.

"तू जर विचार केला नसतास, तर माझी निराशा झाली असती."

"मी ते प्रश्न तुला ईमेलने पाठवणार होते, पण तू एक प्रकारे मला अडथळा आणलास."

"स्खलनाच्या आधीच थांबवलेला संग!"

"बघितलंस, मला माहीत होतं तुला कुठेतरी विनोदाचं अंग आहे," मी हसले.

"फक्त काही गोष्टीच मजेशीर असतात, ॲनास्टॅशिया. मी विचार केला होता की, तू नाही म्हणशील, काहीच चर्चा नको, असा." त्याचा आवाज खोल गेला.

"मला अजूनही माहीत नाही. मी अजून माझ्या मनाची तयारी केली नाही. तू माझ्या गळ्यात पट्टा बांधशील?"

त्याने त्याच्या भुवया उंचावल्या, "तू तुझं संशोधन करते आहेस. मला माहीत नाही, ॲनास्टॅशिया. मी कधीही कोणाच्या गळ्यात पट्टा बांधला नाही."

ओह... मला याचं आश्चर्य वाटावं का? मला त्या दृश्याबद्दल फार थोडी माहिती आहे... आय डोंट नो.

"तुला पट्टा बांधला होता का?" मी कुजबुजले.

"होय."

"मिसेस रॉबिनसनने?"

"मिसेस रॉबिनसनने!" तो मुक्तपणे, मोठ्याने हसला. तेव्हा तो खूप तरुण, स्वच्छंदी दिसला. त्याने डोकं मागे उडवलं आणि त्याचं हसू लागण करणारं होतं.

मी त्याच्याकडे बघून हसले.

"तू असं म्हणालीस हे मी तिला सांगेन. तिला ते आवडेल."

"तू अजूनही तिच्याशी नियमितपणे बोलतोस?" मला बसलेला धक्का मी माझ्या आवाजातून लपवू शकले नाही.

"होय," तो आता गंभीर आहे.

ओह... आणि माझा एक भाग एकाएकी वेड्यासारखा मत्सरी होतो – माझ्या भावनेच्या खोलवरपणामुळे मी अस्वस्थ होते.

"अस्सं," माझा आवाज ताणला. "म्हणजे तुझ्या पर्यायी जीवनशैलीची चर्चा करता येईल, असं तुला कोणीतरी आहे, पण मला परवानगी नाही."

त्याने कपाळाला आठ्या घातल्या.

"मला नाही वाटत मी कधी त्याबद्दल अशा प्रकारे विचार केला होता. मिसेस रॉबिनसन त्या जीवनशैलीचा एक भाग होती. मी तुला सांगितलं, ती आता एक चांगली मैत्रीण आहे. तुला चालत असेल, तर मी माझ्या पूर्वीच्या एखाद्या सबमिसिव्हशी तुझी ओळख करून देऊ शकतो. तू तिच्याशी बोलू शकतेस."

काय? तो मला अस्वस्थ करण्याचा एक जाणीवपूर्वक प्रयत्न तर करत नाही?

"ही तुझी विनोदाची कल्पना आहे का?"

"नाही, ॲनास्टॅशिया." त्याने जेव्हा त्याचं डोकं हलवलं तेव्हा तो गोंधळलेला होता.

"नाही – मी हे स्वत:हून करेन, खूप खूप धन्यवाद," मी ताडकन उत्तरले आणि पांघरूण माझ्या हनुवटीपर्यंत ओढलं.

त्याने माझ्याकडे आश्चर्याने टक लावून पाहिलं.

"ॲनास्टॅशिया, मी..." त्याला शब्द सापडला नाही. प्रथमच. "तुला दुखवायचा माझा उद्देश नव्हता."

"मी दुखावलेली नाही. मी थक्क झाले आहे."

"थक्क?"

"मला तुझ्या पूर्वीच्या गर्लफ्रेंडशी... गुलामाशी... सबमिसिव्हशी... तू त्यांना

जे काही म्हणत असशील, त्यांच्याशी बोलायचं नाही.''

''ॲनास्टॅशिया स्टील – तुला मत्सर वाटतो आहे का?''

मी लाल होते, लालभडक.

''तू इथे राहणार आहेस का?''

''मला उद्या हिथमॅनमध्ये एक ब्रेकफास्ट मीटिंग आहे. शिवाय, मी तुला सांगितलंय, मी गर्लफ्रेंड्स, गुलाम, सब्ज किंवा कोणाबरोबरही झोपत नाही. शुक्रवार आणि शनिवार अपवादात्मक होते. ते पुन्हा घडणार नाही.'' त्याच्या मृदू, घोगरट आवाजाच्या मागे त्याचा निश्चय मला ऐकू आला.

मी त्याच्याकडे बघून ओठांचा चंबू केला.

''वेल, मी आता दमले आहे.''

''तू मला हाकलते आहेस का?'' त्याने त्याच्या भुवया उंचावल्या. त्याला गंमत वाटत होती आणि तो एकाएकी थोडासा धीर सोडल्यासारखाही भासला.

''होय.''

''वेल, ही आणखी एक पहिली वेळ आहे,'' त्याने माझ्याकडे विचारपूर्वक पाहिलं, ''मग आता तुला काहीच चर्चा करायची नाही? कराराबद्दल?''

''नाही,'' मी बालीशपणे उत्तर दिलं.

''देवा, मला तुला लपायला एक चांगली जागा द्यायला आवडेल. तुला खूप बरं वाटेल आणि मलादेखील.''

''तू अशा प्रकारच्या गोष्टी बोलू शकत नाहीस... मी अद्याप कशावरही सही केलेली नाही.''

''एखादा माणूस स्वप्न बघू शकतो, ॲनास्टॅशिया,'' त्याने वाकून माझी हनुवटी पकडली.

''बुधवार?'' तो पुटपुटला आणि माझ्या ओठांवर हलकेच चुंबन दिलं.

''बुधवार,'' मी मान्य केलं. ''मी तुला बाहेर सोडते. मला एक मिनिट दे.'' मी उठून बसले आणि माझा टी शर्ट घातला, त्याला मार्गातून बाजूला ढकललं. तो नाइलाजानेच बिछान्यावरून उठून उभा राहिला.

''प्लीज, मला स्वेट पॅन्ट्स दे.''

त्याने त्या जमिनीवरून उचलल्या आणि माझ्याकडे दिल्या.

''यस, मॅडम,'' तो त्याचं हसू दाबण्याचा अयशस्वी प्रयत्न करत होता.

मी माझ्या पॅन्ट्स चढवताना त्याच्याकडे डोळे बारीक करून पाहिलं. माझ्या केसांचा गुंता झाला होता आणि तो गेल्यावर मला कदाचित कॅथरिन कवानाच्या चौकशीला सामोरं जावं लागणार होतं, हे मला ठाऊक होतं. एक हेअर टाय घेऊन मी माझ्या शयनगृहाच्या दरवाजाकडे चालत गेले आणि केटला बघण्यासाठी तो

उघडला. ती बैठकीच्या खोलीत नव्हती. मला वाटतं, ती तिच्या खोलीत फोनवर बोलत असावी. ख्रिश्चन माझ्या मागे आला. शयनगृह ते पुढचा दरवाजा या छोट्याशा चालण्याच्या दरम्यान माझे विचार आणि भावना ओहोटी लागावी तसे बदलले. आता मी त्याच्यावर चिडले नव्हते. मला एकाएकी सहन न होण्याइतकी लाज वाटली. तो जाऊ नये असं मला वाटलं. पहिल्यांदाच – त्याने *सर्वसाधारण* असायला पाहिजे होतं अशी मी इच्छा व्यक्त केली – एक 'नॉर्मल' नातेसंबंध, ज्याला दहा पानांचा करार, एखादा चाबूक किंवा प्लेरूममध्ये छताला लटकावलेल्या कॅराबाइनर्सची गरज नसेल.

मी त्याच्यासाठी दरवाजा उघडला आणि माझ्या हातांकडे नजर रोखली. माझ्या घरात मी सेक्स केल्याची ही पहिलीच वेळ होती. सेक्सचा विचार केला तर, मला वाटतं ते खूप छान होतं. पण आता मला एखाद्या रिकाम्या भांड्यासारखं वाटलं, जे त्याच्या लहरीनुसार भरायचं असतं. माझं अर्धजागृत मनाने डोकं हलवलं. *तुला हिथमॅनमध्ये सेक्ससाठी पळत जायचं होतं – आणि आता तुला ते एक्स्प्रेस डिलिव्हरी होऊन मिळालं.*

तिने तिच्या हातांचा क्रॉस केला आणि तू कशाबद्दल तक्रार करते आहेस, असा भाव चेहऱ्यावर आणून तिचा पाय आपटला. ख्रिश्चन दरवाजात थांबला आणि माझ्या डोळ्यांना त्याच्या डोळ्यांत बघण्यासाठी भाग पाडत माझी हनुवटी पकडली. त्याच्या भुवयांना सुरकुत्या पडल्या.

''यू ओके?'' त्याचा अंगठा माझ्या खालच्या ओठांवरून हलकेच कुरवाळत फिरवताना त्याने मला मृदूपणे विचारलं.

''यस,'' मी उत्तरले, पण प्रामाणिकपणे सांगायचं तर मला खातरी नव्हती. मला माहीत आहे की, मी जर ही गोष्ट त्याच्याबरोबर केली, तर मला इजा होईल. मला अधिक काही द्यायची त्याच्यात क्षमता नाही, रस नाही किंवा त्यासाठी तो उत्सुकही नाही... आणि मला अधिक पाहिजे. खूप अधिक. काही क्षणांपूर्वीच मत्सराचा जो आवेग मी अनुभवला, त्याच्यावरून मला हे कळतंय की, मी स्वत:शी कबूल करते त्यापेक्षा गाढ भावना मला त्याच्याबद्दल वाटत आहेत.

''बुधवार,'' त्याने पक्कं केलं आणि पुढे वाकून माझं हळुवारपणे चुंबन घेतलं. तो चुंबन घेत असताना काहीतरी बदललं; त्याचे ओठ माझ्या ओठांवर अधिक आक्रमक झाले, त्याचा हात माझ्या हनुवटीवरून वर सरकला आणि त्याने माझ्या डोक्याची एक बाजू धरली, त्याचा दुसरा हात माझ्या डोक्याच्या दुसऱ्या बाजूला होता. त्याचा श्वासोच्छ्वास जलद झाला. त्याने माझ्या अंगावर रेलत त्याचं चुंबन अधिक खोलवर केलं. मी माझे हात त्याच्या बाहूंवर ठेवले. मला ते त्याच्या केसांतून फिरवायचे आहेत, पण मी स्वत:ला आवर घातला, त्याला ते आवडणार नाही.

त्याने त्याचं मस्तक माझ्या मस्तकावर टेकवलं, त्याचे डोळे मिटले. त्याच्या आवाजात ताण होता.

"ॲनास्टॅशिया," तो कुजबुजला, "तू मला काय करते आहेस?"

"मीही तुला तेच म्हणू शकेन," मी उलट कुजबुजले.

एक दीर्घ श्वास घेऊन, त्याने माझ्या कपाळाचं चुंबन घेतलं आणि निघाला. त्याचा हात केसांतून फिरवत तो त्याच्या गाडीकडे मुद्दामहून रेंगाळत चालत गेला. त्याच्या गाडीचा दरवाजा उघडल्यावर त्याने वर बघत त्याचं ते भान विसरायला लावणारं हास्य केलं. प्रत्युत्तरादाखलचं माझं हास्य क्षीण होतं. त्याच्यामुळे दिपून गेलेलं आणि मला पुन्हा एकदा सूर्याच्या अगदी जवळ उंचावर जाऊन उडणाऱ्या इकॅरसची आठवण झाली. त्याच्या स्पोर्ट्स कारमध्ये जेव्हा तो चढला तेव्हा मी घराचा पुढचा दरवाजा बंद केला. मला रडण्याची हतबल करून टाकणारी ऊर्मी आली; माझ्या हृदयावर एक दुःखी आणि एकटेपणाची विषण्णता पकड बसवून घट्ट झाली. माझ्या शयनगृहात घाईघाईत जात, मी दरवाजा बंद केला आणि माझ्या भावनांचा तार्किक अर्थ लावण्याच्या प्रयत्नात दरवाजाला टेकून उभी राहिले. मी तसं करू शकत नव्हते. जमिनीवर खाली बसत, मी माझं डोकं हातात घेतलं आणि माझे अश्रू वाहायला लागले.

केटने हळुवारपणे दरवाजा ठोठावला.

"ॲना?" ती कुजबुजली. मी दरवाजा उघडला. तिने माझ्याकडे एकदा पाहिलं आणि तिचे बाहू माझ्याभोवती टाकले.

"काय झालं? त्या चमत्कारिक देखण्या गुलामाने काय केलं?"

"ओह, केट, असं काही नाही जे मला त्याने करू नये असं वाटत होतं."

"तुझे केस भयानक सेक्स केल्यानंतर होतात तसे झाले आहेत."

"ते सेक्स छान होतं, भयानक तर बिलकूल नव्हतं."

केट हसली.

"दॅट्स बेटर. तू का रडते आहेस? तू कधी रडत नाहीस."

तिने जवळच्या टेबलावरून माझा ब्रश काढून घेतला आणि माझ्यामागे वळून, अगदी सावकाश माझ्या केसांच्या गाठी ब्रशने सोडवू लागली.

"आमचे संबंध कुठेतरी पोचतील असं मला अजिबात वाटत नाही," मी माझ्या बोटांकडे नजर लावली.

"मला वाटलं तू म्हणालीस की, तू बुधवारी त्याला भेटणार नाहीस म्हणून?"

"मी भेटणार आहे. ती आमची मूळची योजना होती."

"मग, तो आज इथे कसा काय आला?"

"मी त्याला ईमेल पाठवली."

"येऊन जा म्हणून विचारायला?"

"नाही. मला त्याला आता पुन्हा भेटायचं नाही असं सांगण्यासाठी."

"आणि तो आला? ॲना, हे खरोखर असामान्य प्रतिभेचं काम आहे."

"खरं म्हणजे, तो एक विनोद होता."

"ओह्, आता मात्र मी खरंच गोंधळले आहे."

शांतपणे, मी माझ्या ईमेलविषयी सारंकाही माहिती न देता स्पष्ट केलं.

"मग तुला वाटलं तो ईमेलने उत्तर देईल."

"होय."

"पण त्याऐवजी तो इथे आला."

"होय."

"मी तर म्हणेन की, तो तुझ्यामुळे पूर्णपणे खुळावला आहे."

मी कपाळाला आठ्या घातल्या. ख्रिश्चन माझ्यामुळे खुळावलाय? बिलकूल नाही. तो फक्त एक नवीन खेळणं शोधतोय – एक सोयीस्कर नवीन खेळणं ज्याच्याबरोबर तो झोपू शकेल आणि बोलता येणार नाही, अशा गोष्टी करू शकेल. माझं हृदय वेदनेनं पिळवटलं. हे वास्तव होतं.

"तो इथे माझ्याबरोबर झोपण्यासाठी आला, एवढंच."

"रोमान्स नामशेष झाला असं कोण म्हणतं?" ती भयग्रस्त होऊन कुजबुजली. मी केटवर आघात केला होता. ते शक्य आहे, असं मला वाटलं नव्हतं. मी क्षमायाचनेसाठी खांदे उडवले.

"तो सेक्सचा शस्त्र म्हणून वापर करतो?"

"तुला शरण आणण्यासाठी सेक्स करतो?" तिने नापसंतीदर्शक डोकं हलवलं. मी तिच्याकडे बघत डोळ्यांची उघडझाप केली, आणि माझ्या चेहऱ्यावर लाज पसरत असल्याचं मला जाणवलं. ओह्... स्टॉप ऑन, कॅथरिन कवाना, पुलित्झर प्राइझ मिळवणारी पत्रकार.

"ॲना, मला समजत नाही, तू त्याला तुझ्याबरोबर झोपायला सहज परवानगी देतेस कशी?"

"नाही, केट, आम्ही झोपत नाही – आम्ही रतिक्रीडा करतो – ख्रिश्चनची परिभाषा. तो हे 'मेक लव्ह' करत नाही."

"त्याच्याबाबतीत काहीतरी चमत्कारिक आहे, हे मला माहीत होतं. त्याला बांधिलकीचे प्रश्न आहेत."

मी मान हलवली, जणूकाही पटल्यासारखी. आतल्या आत मी तळमळले. ओह, केट... तुला विचित्र, दुःखी, चमत्कारिक माणसाबद्दल सर्वकाही, अगदी सर्वकाही सांगता आलं असतं तर... आणि त्यावर तू मला सांगितलं असतंस की,

त्याला विसर. स्वत:ला मूर्ख बनवण्यापासून थांबव.

"हे सगळं काहीसं हतबल करणारं आहे," मी पुटपुटले. हे या वर्षाचं एक अंडरस्टेटमेंट आहे.

मला ख्रिश्चनबद्दल अधिक काही बोलायचं नव्हतं, म्हणून मी तिला इलिअटबद्दल विचारलं. फक्त त्या नावाच्या उल्लेखाबरोबर केटचं सगळं व्यक्तिमत्त्वच बदलून गेलं. ती आतून फुलून आली आणि माझ्याकडे बघून हसली.

"तो शनिवारी सकाळी लवकरच सामान चढवायला मदत करण्यासाठी येणार आहे," तिने हेअरब्रशला आलिंगन दिलं. बॉय, ही तर चांगलीच नादावलेली दिसतेय – मला ती परिचित अस्पष्ट अशी मत्सराची भावना जाणवली. केटने तिच्यासाठी एक सर्वसाधारण पुरुष शोधला होता आणि ती खूप आनंदी दिसत होती.

मी वळले आणि तिला आलिंगन दिलं.

"ओह्, मला सांगायचं होतं, तू 'कामा'त... एर्... असताना तुझ्या वडिलांनी फोन केला होता. बॉबला काहीतरी दुखापत झाली आहे त्यामुळे तुझी आई आणि तो ग्रॅज्युएशनला येऊ शकणार नाही; पण तुझे वडील इथे येतील, गुरुवारी. त्यांनी तुला फोन करायला सांगितलाय."

"ओह्... माझ्या आईने मला फोन केला नाही. बॉब ठीक आहे ना?"

"होय, तिला सकाळी फोन कर, आता उशीर झालाय."

"धन्यवाद, केट. मी आता ठीक आहे. मी रेला पण सकाळी फोन करेन. आता मी जरा आत जाऊन पडते."

केट हसली, पण तिचे डोळे काळजीने कोपऱ्यात बारीक झाले. ती गेल्यावर मी बसले आणि तो करार पुन्हा वाचून काढला, वाचता वाचता अधिक टिपणं काढली. माझं काम झाल्यावर मी लॅपटॉप चालू केला, प्रतिसादासाठी तयार.

माझ्या इनबॉक्समध्ये ख्रिश्चन ग्रेकडून ईमेल आली होती.

ख्रिश्चन ग्रेकडून,

विषय : आजची संध्याकाळ

तारीख : मे २३, २०११ २३:१६

ॲनास्टॅशिया स्टीलला,

मिस स्टील,

करारावर तुझी टिपणं मिळण्याची अपेक्षा आहे. तोपर्यंत, छान झोप, बेबी.

ख्रिश्चन ग्रे,

सीईओ, ग्रे एंटरप्रायझेस होल्डिंग्ज, इन्कॉर्पोरेटेड

ॲनास्टॅशिया स्टीलकडून,

विषय - प्रश्न

तारीख - मे २४, २०११ ००:०२

ख्रिश्चन ग्रेला,

प्रिय मि. ग्रे,

माझ्या प्रश्नांची यादी पुढीलप्रमाणे. बुधवारी डिनरच्या वेळेला त्या प्रश्नांवर अधिक सांगोपांग चर्चा करण्याची अपेक्षा आहे.

खालील आकड्यांचा संदर्भ कलमांशी आहे.

२. हे पूर्णपणे *माझ्या फायद्यासाठी* का आहे – उदाहरणार्थ, माझी लैंगिक सुखाची कुवत आणि मर्यादांचा शोध घेण्याकरता – फक्त हे का आहे, याबद्दल मला खातरी नाही. मला विश्वास आहे की, ते करण्यासाठी मला दहा पानी कराराची आवश्यकता नाही! नक्कीच ते तुझ्या फायद्यासाठी आहे.

४. तुला कल्पना आहे त्याप्रमाणे तूच माझा लैंगिक जोडीदार आहेस. मी ड्रग्ज घेत नाही आणि मी कोणतंही रक्त शरीरात घेतलेलं नाही. मी बहुतेक सुरक्षित आहे. पण तुझ्याबद्दल काय?

८. मान्य केलेल्या मर्यादा तू पाळत नाहीस, असं जर मला वाटलं तर मी कोणत्याही वेळी करार संपुष्टात आणू शकते. ओके – मला हे आवडलं.

९. सर्व गोष्टींत तुझं आज्ञापालन? कोणतीही काचकूच न करता तुझी शिस्त स्वीकारायची? आपल्याला याबद्दल बोलावं लागेल.

११. एक महिन्याचा चाचणीचा काळ. तीन महिन्यांचा नाही.

१२. मी प्रत्येक साप्ताहिक सुटीची बांधिलकी देऊ शकत नाही. मला पण माझं आयुष्य आहे किंवा असेल. कदाचित यापैकी एक?

१५.२. माझ्या शरीराचा तुला योग्य वाटेल त्याप्रमाणे लैंगिक किंवा अन्यप्रकारे वापर – 'अन्य प्रकारे'ची व्याख्या कृपा करून करा.

१५.५. शिस्तीबद्दलचं हे पूर्ण कलम. मला चाबकाचे सपकारे, पट्ट्याने मारलेलं किंवा शरीरिक शिक्षा करण्यात आलेलं चालेल किंवा कसं, याबद्दल मला खातरी नाही. कलम २.५चा भंग करणारं ते असेल याची मला खातरी आहे. आणि 'इतर कोणत्या कारणासाठी' हे हीन आहे – तू मला सांगितलंस की, तू परपीडेतून लैंगिक आनंद घेणारा नाहीस म्हणून.

१५.१०. मला दुसऱ्या कोणालातरी उधार देणं हा केव्हातरी एक पर्याय असेल. पण तो इथे ब्लॅक अॅन्ड व्हाइटमध्ये आहे याचा मला आनंद आहे.

१५.१४. द रूल्स. यावर नंतर अधिक बोलू.

१५.१९. तुझ्या संमतीखेरीज स्वत:ला स्पर्श करणं. यात काय अडचण आहे? तुला माहीत आहे नाहीतरी मी ते करत नाही.

१५.२१. शिस्त – प्लीज वरचं १५.५ कलम बघणे.

१५.२२. मी तुझ्या डोळ्यांत बघू शकत नाही? का?

१५.२४. मी तुला स्पर्श का करू शकत नाही?

नियम :

निद्रा : मी सहा तासांसाठी सहमत होईन.

अन्न : नेमून दिलेल्या यादीतून मी अन्न खाणार नाही. एकतर अन्नपदार्थांची यादी जाईल किंवा मी – डील ब्रेकर.

वस्त्रं : मी जेव्हा तुझ्याबरोबर असेन तेव्हा तू दिलेले कपडे घालायचे असतील... तर ठीक आहे.

व्यायाम : आपण तीन तासांवर सहमत झालो, करारात अद्याप चार तास म्हटलं आहे.

सौम्य मर्यादा : आपण त्या सर्व मर्यादांचा आढावा घेऊ या का? कोणत्याही प्रकारचं गुद्दे मारणं नाही. लटकवणं म्हणजे काय? गुप्तांगाला लावायचे चिमटे – बहुतेक माझी थट्टा होती.

बुधवारसाठी काय व्यवस्था केली आहे हे कृपा करून मला कळवशील का? त्या दिवशी मी पाच वाजेपर्यंत काम करणार आहे.

गुड नाइट,
ॲना.

ख्रिश्चन ग्रेकडून,
विषय : प्रश्न
तारीख : मे २४, २०११ ००:०७
ॲनास्टॅशिया स्टीलला,

मिस स्टील,
ही यादी मोठी आहे. तू अजून जागी का आहेस?

ख्रिश्चन ग्रे,
सीईओ, ग्रे एंटरप्रायझेस होल्डिंग्ज, इन्कॉर्पोरेटेड

ॲनास्टॅशिया स्टीलकडून,
विषय : मध्यरात्रीपर्यंत जागरण
तारीख : मे २४, २०११ ००:१०
ख्रिश्चन ग्रेला,

सर,

तुम्हाला जर आठवत असेल, तर जेव्हा मी ती यादी वाचत होते, तेव्हा तिथून जाणाऱ्या एका नियंत्रण-वेड्याने माझं लक्ष विचलित केलं आणि तो माझ्याबरोबर झोपला.

गुड नाइट,
ॲना.

ख्रिश्चन ग्रेकडून,
विषय : मध्यरात्रीपर्यंत जागरणं करणं बंद कर.
तारीख : मे २४, २०११ ००:१२
ॲनास्टॅशिया स्टील हिला,

गो टु बेड, ॲनास्टॅशिया.

ख्रिश्चन ग्रे,
सीईओ आणि नियंत्रण-वेडा, ग्रे एंटरप्रायझेस होल्डिंग्ज, इन्कॉर्पोरेटेड

ओह्... अंगावर येणारी बटबटीत अक्षरं! मी लाइट बंद केला.

सहा मैल दूर असताना तो मला कमकुवत समजायला कसं लावू शकतो? मी माझं डोकं हलवलं. माझं हृदय अजूनही जड होतं, मी बिछान्यात शिरले आणि क्षणार्धात एका गाढ, पण त्रासदायक निद्रेच्या आधीन झाले.

१३

दुसऱ्या दिवशी कामावरून घरी गेल्यावर मी माझ्या आईला फोन केला. मला विचार करायला बराचसा वेळ मिळण्याच्या दृष्टीने क्लेटन्समधला तो दिवस तुलनात्मकदृष्ट्या शांत होता. मी अस्वस्थ होते, उद्या माझ्या मि. नियंत्रण-वेड्याबरोबरच्या होणाऱ्या विचक्यामुळे अस्वस्थ आणि माझ्या मनाच्या कोणत्यातरी कोपऱ्यात कदाचित मी कराराला फारच नकारात्मक प्रतिसाद दिलाय असं वाटून चिंतेत होते. कदाचित तो हे सगळं रहित करेल.

माझी मॉम क्षुद्रपणाच्या भावनेने ओथंबलीये, माझ्या ग्रॅज्युएशनला येऊ न शकल्याबद्दल तिला अतिशय दुःख होतंय. बॉबचा स्नायूंना बांधणारा कोणतातरी धागा दुखावलाय, याचा अर्थ तो सगळीकडे लंगडत फिरतोय. प्रामाणिकपणे बोलायचं, तर तो माझ्याइतकाच धडपड्या आहे. तो पूर्णपणे बरा होईल अशी अपेक्षा आहे, पण त्याचा अर्थ तो आराम करतोय आणि माझ्या आईला त्याच्या दुखावलेल्या पायाची शुश्रूषा हाताशी राहून करावी लागते आहे.

"ॲना, हनी, आय ॲम सो सॉरी," मॉम फोनवर विव्हळली.

"मॉम, इट्स फाइन. रे तिथे असेलच."

"ॲना, तू सैरभैर वाटतेस – तू ठीक आहेस ना, बेबी?"

"होय, मॉम," ओह् जर तुला माहीत असतं... मी एका अतिशय श्रीमंत व्यक्तीला भेटले आहे आणि त्याला कोणत्यातरी प्रकारचा विचित्र लैंगिक संबंध पाहिजे आहे, ज्यात मला काहीच मत नाही.

"तुला कोणी भेटला आहे का?"

"नाही, मॉम," मी आता त्या विषयावर बिलकूल बोलणार नव्हते.

"वेल, डार्लिंग, मी गुरुवारी तुझाच विचार करत असेन. आय लव्ह यू... तुला ते माहीत आहे, हनी?"

मी माझे डोळे मिटले. तिच्या मौल्यवान शब्दांनी मला माझ्या आत एक उबदार प्रकाश मिळला.

"माझं पण तुझ्यावर प्रेम आहे, मॉम. बॉबला हाय सांग आणि तो लवकरच बरा होईल अशी मी आशा करते."

"चालेल, हनी. बाय."

"बाय."

मी फोन घेऊन माझ्या शयनगृहाकडे फिरत गेले. आळश्यासारखं, मी ते वाईट मशीन चालू करून ईमेल प्रोग्रॅम उघडला. एकतर काल रात्री उशिरा किंवा आज सकाळी लवकर, ख्रिश्चनकडून ईमेल आली होती. माझ्या हृदयाची गती क्षणार्धात वाढली आणि मला माझ्या कानात रक्त उसळ्या मारत असलेलं ऐकू आलं. होली क्रॅप... कदाचित त्याने नाही म्हटलं असावं – तेच ते – कदाचित तो डिनर रद्द करत असावा. तो विचार इतका दुःखद आहे. मी त्याला पटकन डच्चू दिला आणि ईमेल उघडली.

ख्रिश्चन ग्रेकडून
विषय : तुझे प्रश्न
तारीख : मे २४, २०११ ०१:२७
ॲनास्टॅशिया स्टीलला

प्रिय मिस स्टील,

तुझ्या प्रश्नांची माझ्याकडून अधिक सखोल छाननी केल्यानंतर मी तुझ्या नजरेत सबमिसिव्हची व्याख्या आणू इच्छितो.

सबमिसिव्ह – विशेषण.

१. शरण जायची इच्छा असणारी किंवा त्यासाठी तयार; प्रतिकार न करता किंवा नम्रपणे आज्ञाधारक. सबमिसिव्ह नोकर.

२. सूचित केलेले किंवा अधोरेखित केलेले शरण जाणे : सबमिसिव्ह उत्तर.

मूळ. १५८०-९० सबमिस + इव्ह

प्रतिशब्द : ट्रॅक्टेबल, कॉम्प्लायंट, प्लायंट, अमेनेबल. २. पॅसिव्ह, रिझाइन्ड, पेशंट, डोसाइल, टेम, सबड्यूड.

विरुद्ध शब्द : १ रिबेलियस, डिसओबिडियंट

आपल्या बुधवारच्या मीटिंगच्यावेळी हे लक्षात ठेव.

ख्रिश्चन ग्रे,
सीईओ, ग्रे एंटरप्रायझेस होल्डिंग, इन्कॉपॅरेटेड

माझी पहिली भावना सुटकेची होती. निदान तो माझ्या प्रश्नांवर चर्चा करायला तयार होता आणि मला त्याला उद्या भेटायचं आहे. थोडा विचार करून, मी उत्तर दिलं.

ॲनास्टॅशिया स्टीलकडून,

विषय : माझे प्रश्न... तुझ्या प्रश्नांचं काय?

तारीख : मे २४, २०११ १८:२९

ख्रिश्चन ग्रेला,

सर,

उगमाची तारीख १५८०-९० ही आहे. मी सन्माननीय पद्धतीने आठवण करून देऊ इच्छिते की, हे वर्ष २०११ आहे. त्यामुळे आता आपण बरंच पुढे आलो आहोत.

व्याख्या सुचवू का.

कॉम्प्रोमाइज (कॉम-प्रूह-माइज) – नाम

१. परस्परांना सूट देऊन केलेला निवाडा; परस्परांच्या मागण्यांत सुधारणा करून परस्परविरोधी किंवा वाद निर्माण करणाऱ्या मागण्या, तत्त्वं इत्यादीचा परस्पर सामंजस्याने करून घेतलेला करारनामा.

२. अशा प्रकारच्या निवाड्याचा परिणाम.

३. वेगवेगळ्या गोष्टींत काहीतरी मध्यम मार्ग : स्प्लीट लेव्हल हे एक रँच हाउस आणि बहुमजली घर यांच्यातील मध्यम मार्ग आहे.

४. प्रतिष्ठेला धोका पोचवणारं : धोक्याला किंवा संशयाला तोंड द्यावं लागणारं इ. : एखाद्या व्यक्तीच्या नैतिक मूल्यांशी ठाम असण्याबद्दल कॉम्प्रोमाइझ.

ख्रिश्चन ग्रेकडून,

विषय : माझ्या प्रश्नांबद्दल काय?

तारीख : मे २४, २०११ १८:३२

ॲनास्टॅशिया स्टीलला,

चांगला मुद्दा, नेहमीप्रमाणेच चांगला मांडला आहे, मिस स्टील. मी उद्या तुझ्या अपार्टमेंटमधून तुला सात वाजता घेऊन जाईन.

ख्रिश्चन ग्रे,

सीईओ, ग्रे एंटरप्रायझेस होल्डिंग्ज, इन्कॉर्पोरेटेड

ॲनास्टॅशिया स्टीलकडून,

विषय : २०११ – स्त्रिया गाडी चालवू शकतात

तारीख : मे २४, २०११ १८:४०

सर,

माझ्याकडे गाडी आहे आणि मी ती चालवू शकते. तुम्हाला मध्येच कुठेतरी भेटणं मला अधिक आवडेल.

मी आपल्याला कुठे भेटू?

आपल्या हॉटेलमध्ये सात वाजता?

ॲना

ख्रिश्चन ग्रेकडून,

विषय : हट्टी तरुण स्त्रिया

तारीख : मे २४, २०११ १८:४३

ॲनास्टॅशिया स्टीलला,

प्रिय मिस स्टील,

माझ्या २४ मे, २०११ रोजी १.२७ वाजता पाठवलेल्या ईमेलचा आणि त्यात असलेल्या व्याख्येचा मी संदर्भ देऊ इच्छितो.

तुम्हाला जे सांगितलं जातं ते तुम्ही करू शकाल, असा तुम्ही कधीतरी विचार केलाय का?

ख्रिश्चन ग्रे,

सीईओ, ग्रे एंटरप्रायझेस होल्डिंग्ज, इन्कॉर्पोरेटेड

ॲनास्टॅशिया स्टीलकडून,

विषय : इंट्रॅक्टेबल मेन

तारीख : मे २४, २०११ १८:४९

ख्रिश्चन ग्रेला,

मि. ग्रे,

मला गाडी चालवायला आवडेल.

प्लीज.

ॲना.

खिश्चन ग्रेकडून,
विषय : वैफल्यग्रस्त पुरुष
तारीख : मे २४, २०११ १८:५२
ॲनास्टॅशिया स्टीलला,

फाइन.
मी तुला मार्बल बारमध्ये भेटेन.

खिश्चन ग्रे,
सीईओ, ग्रे एंटरप्रायझेस होल्डिंग्ज, इन्कॉर्पोरेटेड

तो ईमेल पाठवतानादेखील दुर्मुखलेला वाटतो. मला एखादा क्विक गेटअवे करण्याची गरज असेल हे त्याला समजत नाही का? माझी बीटल जलद आहे असं काही नाही... पण तरीही... मला पळ काढण्यासाठी काहीतरी साधन पाहिजे.

ॲनास्टॅशिया स्टीलकडून,
विषय : अधिक संवाद साधू न शकणारे पुरुष
तारीख : मे २४, २०११ १८:५५
खिश्चन ग्रेला,

थँक यू.
ॲना.

खिश्चन ग्रेकडून,
विषय : संतापलेल्या स्त्रिया
तारीख : मे २४, २०११ १८:५९
ॲनास्टॅशिया स्टीलला,

यू आर वेलकम.
खिश्चन ग्रे, ग्रे एंटरप्रायझेस होल्डिंग्ज, इन्कॉर्पोरेटेड

मी रेला फोन केला; तो सॉल्ट लेक सिटीचा कोणत्यातरी सॉकर टीम सौंडर्सशी होणारा सामना बघण्याच्या बेतात होता, त्यामुळे आमचं संभाषण नशिबाने संक्षिप्त झालं. तो ग्रॅज्युएशनसाठी गुरुवारी गाडीने येणार होता. त्यानंतर त्याने मला जेवायला

घेऊन जायची इच्छा व्यक्त केली. रेशी बोलल्यावर माझं हृदय भरून आलं आणि घशात एक मोठा आवंढा दाटून आला. माझ्या मॉमच्या प्रणयी अप्स ॲन्ड डाउन्स चाललेल्या असतानाही तो माझ्याबरोबर सतत होता. आमच्यात एक विशेष नातं होतं जे मी जपते. तो माझा सावत्र बाप असला, तरी त्याने नेहमीच मला त्याच्या स्वत:च्या मुलीसारखंच वागवलं आणि त्याला कधी एकदा बघेन असं मला झालं होतं. खूप काळ लोटला होता. मला आता गरज आहे ती त्याच्या शांतपणे संकटातही पुढे जाण्याच्या क्षमतेची, जिची मला आता उणीव भासत होती. माझ्या उद्याच्या मीटिंगसाठी कदाचित मी माझा आतला रे प्रवाहित करू शकेन.

केट आणि मी बांधाबांध करण्यावर लक्ष केंद्रित केलं. ती करत असताना एक स्वस्तातली रेड वाइन बाटलीतूनच प्यायलो. मी जेव्हा शेवटी झोपायला गेले, तेव्हा माझ्या खोलीतल्या सामानाची बांधाबांध जवळजवळ झाली होती. मला अधिक शांत वाटलं. सगळं खोक्यात घालून ठेवायचा शारीरिक उपक्रम लक्ष विचलित करण्यासाठी, एक चांगला मार्ग असतो. मी थकले होते. मला एक रात्रभराची छान झोप हवी होती. मी गुरगुटून माझ्या बिछान्यात पडले आणि लवकरच मला शांत झोप लागली.

न्यू यॉर्कला एका फायनान्सिंग कंपनीत इंटर्नशिप सुरू करण्यापूर्वी पॉल प्रिन्स्टनला परत आला होता. मला डेटबद्दल विचारण्यासाठी तो स्टोअरमध्ये दिवसभर माझ्या मागे मागे करत होता. ते चीड आणणारं होतं.

"पॉल, आता शंभराव्या वेळेस तुला सांगते की, मला आज संध्याकाळी डेट आहे."

"नाही, तुला डेट नाही. तू मला टाळण्यासाठी फक्त तसं म्हणते आहेस. तू मला नेहमीच टाळत असतेस."

यस... एखाद्याला वाटेल की, तू त्याच्यातून काहीतरी शिकशील.

"पॉल, बॉसच्या भावाबरोबर डेटला जाणं ही एक चांगली कल्पना आहे असं मला कधीच वाटलं नाही."

"तू तुझं इथलं काम शुक्रवारी संपवते आहेस. तुला उद्या काम नाहीये."

"शनिवारी मी सीॲटलला असेन आणि तू लवकरच न्यू यॉर्कला असशील. आपण प्रयत्न करूनही याच्यापेक्षा लांब जाऊ शकणार नाही. त्याशिवाय, मला आज संध्याकाळी डेट आहे."

"जोसबरोबर?"

"नाही."

"कोण मग?"

"पॉल... ओह्." मी वैतागून निःश्वास टाकला. तो हे सोडणार नव्हता.

"ख्रिश्चन ग्रे." माझ्या आवाजातली चीड मी थोपवू शकले नाही, पण त्यामुळे माझं काम झालं. पॉलचं तोंड उघडं पडलं आणि त्याने तसंच तोंड उघडं टाकून माझ्याकडे पाहिलं, मुखस्तंभासारखं. हंफ – त्याच्या नुसत्या *नावानेदेखील* लोकांची वाचा बसते.

"ख्रिश्चन ग्रेबरोबर तुझी डेट आहे?" त्याने शेवटी विचारलं. एकदाचा तो त्या धक्क्यातून सावरला. त्याच्या आवाजात अविश्वास उघड होता.

"यस."

"अस्सं," पॉलची निश्चितच जिरल्यासारखी दिसली, तो थक्कदेखील झाला होता आणि माझ्यातल्या एक छोटाशा भागाने त्याला ही गोष्ट आश्चर्यजनक वाटावी याचा धिक्कार केला. माझ्या अंतर्देवतेने पण त्याचा धिक्कार केला. तिने तिच्या बोटांनी एक अतिशय अश्लील आणि अनाकर्षक कृती त्यांच्या दिशेने केली.

त्यानंतर त्याने माझ्याकडे दुर्लक्ष केलं आणि बरोबर पाच वाजता मी दरवाजाबाहेर पडले.

केटने मला दोन ड्रेसेस आणि बुटांचे दोन जोड आजच्या रात्रीसाठी आणि उद्याच्या ग्रॅज्युएशनसाठी उधार दिले होते. माझी इच्छा होती की, कपड्यांबद्दल मला अधिक उत्साह वाटेल आणि त्यासाठी मी विशेष प्रयत्न करेन, पण कपड्यांचं गणित मला जमत नाही. *तुला कसलं गणित जमतं, ॲनास्टॅशिया?* ख्रिश्चनने हळुवारपणे विचारलेला प्रश्न माझा पिच्छा पुरवू लागला. माझं डोकं हलवत आणि माझ्या ताणलेल्या नसांवर काबू ठेवण्याचा प्रयत्न करत, मी प्लमच्या रंगाचा शिथ ड्रेस आजच्या संध्याकाळसाठी घालायचं ठरवलं. तो शालीन आणि अस्पष्टपणे बिझनेस-लाइक होता. शेवटी मी एका करारावर वाटाघाटी करणार होते.

मी अंघोळ केली, माझे पाय आणि काखा शेव्ह केल्या, केस धुतले आणि चांगला अर्धा तास ते वाळवले म्हणजे ते माझ्या स्तनांवर आणि मागे पाठीवर मृदू लाटांसारखे पडतील. एका बाजूने ते माझ्या चेहऱ्यापासून दूर ठेवण्यासाठी मी एक कंगवा आत खोचला, थोडा लिप-ग्लॉस आणि मस्कारा लावला. मी क्वचितच मेकअप करते – त्याने मला बुजल्यासारखं होतं. माझ्या कोणत्याही साहित्यिक नायिकांना मेकअपला तोंड देण्याचा कधी प्रसंग आला नाही. जर त्यांना तो आला असता, तर कदाचित मला त्याबद्दल अधिक माहिती मिळाली असती. मी प्लमच्या रंगाचे स्टिलेटो, जे माझ्या ड्रेसशी संगती साधत होते, ते चढवले आणि साडे सहापर्यंत तयार झाले.

"वेल?" मी केटला विचारलं.

ती हसली.

"बॉय, तू अंग चांगलंच घासून घेतलंयस, ॲना." तिने पसंतीदर्शक मान डोलावली. "यू लुक हॉट."

"हॉट! मला शालीन आणि बिझनेस-लाइक दिसायचं आहे."

"ते तर आहेच, पण सर्वाधिक म्हणजे हॉट. हा ड्रेस तुला खरंच शोभून दिसतो, तुझ्या रंगाला आणि अंगाला तो ज्याप्रकारे घट्ट बसतोय," ती खट्याळपणे हसली.

"केट!" मी दटावलं.

"खरंखरंच सांगते आहे, ॲना. सगळी वेशभूषाच छान दिसतेय. हा ड्रेस तुझ्याकडेच ठेव. तो अगदी तुझ्या आज्ञेत राहील."

माझं तोंड एका कठीण रेषेत दाबलं गेलं. *ओह, तुलाही ते चुकीच्या उलट्या पद्धतीने वाटतंय.*

"विश मी लक."

"तुला डेटसाठी चांगल्या नशिबाची गरज आहे?"

"यस, केट."

"ठीक आहे, तर मग, गुड लक," मी तिला आलिंगन दिलं. पुढल्या दारातून बाहेर निघाले.

मला अनवाणी पायांनी गाडी चालवावी लागणार होती. माझी सी-ब्ल्यू बीटल, वँडा, स्टिलेट्टो घातलेल्यांसाठी बनवण्यात आलेली नव्हती. मी हिथमॅनच्या बाहेर बरोबर सहा वाजून अठ्ठावन्न मिनिटांनी गाडी थांबवली आणि माझ्या गाडीच्या किल्ल्या वॅलेला गाडी लावण्यासाठी दिल्या. त्याने माझ्या बीटलकडे आ वासून बघितलं; पण मी त्याच्याकडे दुर्लक्ष केलं. एक दीर्घ श्वास घेऊन आणि मानसिकरीत्या, माझ्या ओटीपोटाला झाकून मी हॉटेलात शिरले.

ख्रिश्चन बारला सहजपणे रेललेला होता. तो व्हाइट वाइनचा एक ग्लास पीत होता. तो त्याच्या नेहमीच्या पद्धतीने सफेद लिनन शर्ट, काळ्या जीन्स, काळा टाय आणि काळं जॅकेट या पोशाखात होता. नेहमीप्रमाणेच त्याचे केस विसकटलेले होते. मी निःश्वास टाकला. बारच्या प्रवेशद्वारापाशी त्याच्याकडे बघत मी काही सेकंद उभी राहिले. त्या दृश्याला दाद दिली. मला वाटलं, तो अस्वस्थपणे प्रवेशद्वाराकडे नजर टाकत आहे आणि मला बघितल्यावर तो स्तब्ध झाला. दोन-तीन वेळा डोळ्यांची उघडझाप करत नंतर एक सावकाश, आळसावलेलं, सेक्सी हास्य केलं, ज्यामुळे माझी वाचा कुंठित झाली आणि मी आतल्या आत विरघळून गेले. माझा ओठ चावणार नाही, यासाठी शर्थीचा प्रयत्न करत मी पुढे सरकले, मला जाणीव होती की, क्लमझीविलची ॲनास्टॅशिया हिने उंच टाचेचे स्टिलेट्टोज घातले होते. तो मला भेटण्यासाठी डौलदारपणे चालत आला.

"तू फारच सुंदर दिसतेस," माझ्या गालाचं खाली वाकून पुसटसं चुंबन घेताना तो पुटपुटला, "काय छान ड्रेस! मिस स्टील, मला आवडला." माझा दंड धरत, त्याने मला एका बाजूला असलेल्या बूथकडे नेलं आणि वेटरला इशारा केला.

"तुला काय हवंय प्यायला?"

माझे ओठ एका चटकन केलेल्या धूर्त हास्यात तिरपे झाले, मी बसले आणि बूथमध्ये आत सरकले – वेल, निदान तो मला विचारतो तरी आहे.

"तू जे घेतो आहेस ते मी घेईन, प्लीज –" बघा! मी चांगलं वागू शकते. त्याला गंमत वाटली, त्याने सॅन्सेरेचा दुसरा ग्लास मागवला आणि माझ्या समोर सरकून बसला.

"त्यांच्याकडे इथे तळघरात उत्कृष्ट वाइन्स आहेत," तो म्हणला. त्याची कोपरं टेबलावर टेकून त्याने त्याच्या तोंडासमोर बोटं धरलं, त्याचे डोळे कोणत्यातरी वाचता न येणाऱ्या भावनेने जिवंत होऊन उठलेले दिसत होते. आणि ते तिथं आहे... त्याच्याकडून ती परिचित ओढ आणि भारित होणं, माझ्या आत, खोलवर ते कुठंतरी जोडलं जातं. त्याच्या परीक्षणात्मक निरीक्षणामुळे मी अस्वस्थपणे चाळवाचाळव केली, माझं हृदय धडधडलं. मी माझा तोल सांभाळला पाहिजे.

"तू अस्वस्थ आहेस का?" त्याने हळुवारपणे विचारलं.

"होय."

तो पुढे झुकला.

"मी पण," तो खलबत केल्यासारखा कुजबुजला. माझे डोळे त्याच्या डोळ्यांशी नजर भिडवण्यासाठी वर झाले. तो? अस्वस्थ? कधीच नाही. मी डोळ्यांची उघडझाप केली आणि त्याने त्याचं मोहात पाडणारं तिरपं हास्य माझ्याकडे बघून केलं. वेटर माझी वाइन घेऊन आला, एका लहान डिशमध्ये संमिश्र दाणे होते तर दुसऱ्या डिशमध्ये ऑलिव्ह्ज होते.

"मग, आपण हे कसं करणार आहोत," मी विचारलं. "माझ्या मुद्द्यांचा एकामागून एक समाचार घेत?"

"नेहमीप्रमाणेच अधीर, मिस स्टील?"

"वेल, तू आजच्या हवामानाबद्दल काय विचार केला आहेस हे मी तुला विचारू शकते."

तो हसला. एक ऑलिव्ह घेण्यासाठी त्याची लांबसडक बोटं खाली गेली. त्याने ती त्याच्या तोंडात टाकली आणि डोळे त्याच्या तोंडावर रेंगाळत, ते तोंड जे माझ्यावर होतं... माझ्या सगळ्या भागांवर. मी लाल झाले.

"मला वाटलं आजची हवा विशेषकरून खासच होती," तो शिष्टपणे हसला.

"मि. ग्रे, तुम्ही मला चिडवायला हसता आहात का?"

"मी हसतोय, मिस स्टील."

"हा करार कायदेशीररीत्या अमलात आणता येणार नाही, हे तुम्हाला माहीत आहे."

"मला त्याची पूर्ण कल्पना आहे, मिस स्टील."

"तुम्ही मला हे केव्हातरी सांगणार होतात का?"

त्याने कपाळाला आठ्या घातल्या, "तू असा विचार केला होतास की, तुला मी असं काहीतरी करायला भाग पाडेन, जे तुला करायचं नसेल आणि मी असा आव आणेन की, तुझ्यावर माझा कायदेशीर ताबा आहे?"

"वेल, यस."

"म्हणजे तू माझ्याबद्दल फारसा आदरयुक्त विचार करत नाहीस, नाही का?"

"तू माझ्या प्रश्नांचं उत्तर दिलं नाहीस."

"ॲनास्टॅशिया, ते कायदेशीर आहे किंवा नाही, यामुळे काही फरक पडत नाही. मला तुझ्याबरोबर जी व्यवस्था करायची आहे – त्याचं ते प्रतिनिधित्व करतं – मला तुझ्याकडून काय आवडेल आणि तू माझ्याकडून काय अपेक्षा करू शकतेस याचं. जर तुला ते आवडत नसेल, तर तू सही करू नकोस. तू जर सही केलीस आणि तुला ते आवडत नाही असा निर्णय घेतलास, तर त्यात बरीच बाहेर निघता येण्यासाठी असलेली कलमं आहे. समजा ते जरी कायदेशीरदृष्ट्या बंधनकारक असतं, तर तुला असं वाटतं का, की तू जर पळून जाण्याचा निर्णय घेतलास तर मी तुला कोर्टात खेचेन?"

मी वाइनचा एक दीर्घ घुटका घेतला. माझ्या अर्धजागृत मनाने माझ्या खांद्यावर जोरात चापटी मारली. तुझं डोकं ठिकाणावर ठेव. *फार पिऊ नकोस.*

"अशा प्रकारचे संबंध हे प्रामाणिकपणा आणि विश्वासावर उभारलेले असतात," त्याने बोलणं पुढे सुरू ठेवलं, "तुझा जर माझ्यावर विश्वास नसेल, तर मी तुझ्यावर कसा परिणाम करतो ते जाणून घेण्यासाठी माझ्यावर विश्वास ठेव, मी तुझ्याबरोबर कुठपर्यंत जाऊ शकेन, मी तुला कुठपर्यंत नेऊ शकेन – तू जर माझ्याबरोबर प्रामाणिक नसशील, तर मग आपण हे करू शकणार नाही."

ओ माय. आम्ही हा पाठलाग लवकरच थांबवला पाहिजे. *तो मला कुठपर्यंत नेऊ शकेल.* होली शिट्. त्याचा अर्थ काय?

"मग ते अगदी साधं आहे, ॲनास्टॅशिया. तू माझ्यावर विश्वास ठेवतेस की नाही?" त्याचे डोळे पेटलेले, जळजळीत होते.

"तू अशा प्रकारची चर्चा... अं... पंधराजणींबरोबर पण केलीस का?"

"नाही."

"का नाही?"

"कारण त्या सगळ्या स्थिरावलेल्या, अधिकृत सबमिसिव्ह होत्या. माझ्याबरोबरच्या संबंधातून त्यांना काय हवं होतं आणि साधारणपणे मी काय अपेक्षा ठेवतो, हे त्यांना माहीत होतं. त्यांच्याबरोबर सौम्य मर्यादांच्या तारा जुळवण्याचा प्रश्न होता, तसाच काही तपशील."

"असं एखादं स्टोअर आहे का जिथे तू जातोस?".

तो हसला. "अगदी तंतोतंत तसं नाही."

"मग कसं?"

"तुला याच्यावरच चर्चा करायची आहे का? की आपण मूलभूत गोष्टींवर चर्चा करू या? तू म्हणतेस तसं तुझ्या प्रश्नांवर."

मी आवंढा गिळला. माझा त्याच्यावर विश्वास आहे? हे शेवटी तिथेच येऊन पोचतं का? – विश्वास? नक्कीच मग ते दोन्ही बाजूंनी असावं. मी जेव्हा जोसला फोन केला, तेव्हाचं त्याचं वागणं मला आठवलं.

"तुला भूक लागलीय का?" माझं लक्ष विचलित करत त्याने मला विचारलं.

ओ नो... फूड.

"नाही."

"तू आज जेवलीस का?"

मी त्याच्याकडे टक लावून पाहिलं. *प्रामाणिकपणा...* होली क्रॅप, त्याला माझं उत्तर आवडणार नाही.

"नाही," माझा आवाज बारीक होता.

त्याने डोळे बारीक केले.

"तू खाल्लं पाहिजेस, ॲनास्टॅशिया. आपण इथे खाऊ शकतो किंवा माझ्या स्वीटमध्ये. तुला काय आवडेल?"

"मला वाटतं आपण लोकांमध्ये राहावं, मध्यममार्ग स्वीकारावा."

तो उपहासाने हसला.

"तुला असं वाटतं की, ती गोष्ट मला थांबवू शकेल?" त्याने हळुवारपणे विचारलं. विषयसुखाचा एक इशारा.

माझे डोळे मोठे झाले आणि मी पुन्हा आवंढा गिळला.

"मला तशी आशा आहे."

"चल, मी एका खासगी डिनरप्लेसचं आरक्षण केलं आहे. नो पब्लिक," तो माझ्याकडे बघून गूढपणे हसला आणि बूथमधून बाहेर निघाला, त्याचा हात त्याने माझ्यापुढे केला.

"तुझी वाइन घेऊन ये," तो पुटपुटला.

मी माझा हात त्याच्या हातात ठेवून बाहेर सरकले आणि त्याच्या बाजूला उभी

राहिले. त्याने मला सोडलं आणि त्याचा हात माझ्या कोपराकडे नेला. त्याने मला बारमधून परत बाहेर नेऊन मोठ्या पायऱ्या चढून एका मेझॅनिन फ्लोअरवर नेलं. हिथमॅनचे पूर्ण कपडे अंगावर घातलेला एक तरुण माणूस आमच्याकडे आला.

''मि. ग्रे, धिस वे, सर.''

एका दिमाखदार बसण्याच्या जागेतून त्याच्या मागोमाग जाऊन आम्ही एका खासगी स्वरूपाच्या जेवणाच्या खोलीकडे गेलो. एका बाजूचं फक्त एकच टेबल. खोली लहान होती, पण भरगच्च होती. एका चमकत्या शँडलिअरखाली टेबल मांडलेलं होतं. स्टार्च केलेलं लिनन, क्रिस्टल ग्लासेस, चांदीची कटलरी आणि सफेद गुलाबांचा गुच्छ. लाकडी पॅनेलने मढवलेल्या त्या खोलीत एक जुन्या जगाचं उच्चभ्रू आकर्षण भरून राहिलं होतं. वेटरने माझी खुर्ची ओढली आणि मी बसले. त्याने माझा नॅपकिन माझ्या मांडीवर ठेवला. ख्रिश्चन माझ्यासमोर बसला. मी त्याच्याकडे चोरटी नजर टाकली.

''तुझा ओठ चावू नकोस,'' तो कुजबुजला.

मी कपाळाला आठ्या घातल्या. डॅम इट. मी ते करते आहे, हेदेखील मला माहीत नसतं.

''मी आधीच ऑर्डर दिली आहे. मला वाटतं तुझी हरकत नसावी.''

स्पष्टच सांगायचं तर, मला सुटल्यासारखं वाटलं. मी आणखी काही निर्णय घेऊ शकेन याची मला खातरी नव्हती.

''नाही, ठीक आहे,'' मी संमती दर्शवली.

''तू जुळवून घेणारी असू शकतेस हे जाणून छान वाटलं. तर, कुठे होतो आपण?''

''कराराचे बारकावे,'' मी वाइनचा आणखी एक मोठा घुटका घेतला. ती वाइन खरोखरच चवदार आहे. ख्रिश्चन ग्रेला वाइनच्या बाबतीतलं चांगलं कळतं. माझ्या बिछान्यात त्याने मला दिलेला आधीचा वाइनचा घुटका मला आठवला. त्या मध्येच घुसलेल्या विचाराने मी लाजले.

''यस, तुझे प्रश्न,'' त्याने त्याच्या आतल्या जॅकेटच्या खिशात शोधलं आणि कागदाचा एक तुकडा ओढून काढला. माझी ईमेल.

''कलम २. सहमत. हे आपल्या दोघांच्याही फायद्याचं आहे. मी ते पुन्हा लिहून काढेन.''

मी त्याच्याकडे बघून डोळ्यांची उघडझाप केली. होली शिट्... आम्ही या सगळ्या मुद्द्यांवर एका वेळी एक असा विचार करणार आहोत. समोरासमोर असताना मला एवढं धीट वाटत नाही. तो इतका उत्कट वाटला. मी वाइनच्या आणखी एका घुटक्याने स्वतःला मजबूत केलं. ख्रिश्चनने पुढे चालू ठेवलं.

"माझं लैंगिक आरोग्य. वेल, माझ्या पूर्वीच्या सगळ्या जोडीदारांच्या रक्ताच्या तपासण्या झाल्या होत्या आणि मी नियमितपणे, तू उल्लेख केलेल्या आरोग्याच्या सगळ्या धोक्यांसाठी दर सहा महिन्यांनी तपासण्या करून घेतो. माझ्या अलीकडच्या सगळ्या चाचण्या क्लिअर आल्या आहेत. मी कधीही ड्रग्ज घेतले नाहीत. खरं म्हणजे, मी पूर्णपणे ड्रग्जच्या विरुद्ध आहे. माझ्या सगळ्या कर्मचाऱ्यांसाठी 'ड्रग्जच्या बाबतीत सहन केलं जाणार नाही' असं एक कडक धोरण आहे आणि मी कधीही ड्रग्जच्या चाचण्यांचा आग्रह धरतो."

वॉव... नियंत्रण-वेड... आणखी वेडं. मी त्याच्याकडे बघून डोळ्यांची उघडझाप केली.

"मी कधीही रक्त घेतलेलं नाही. त्यामुळे तुला तुझ्या प्रश्नाचं उत्तर मिळालंय का?"

मी निष्क्रियपणे मान हलवली.

"मी आधी उल्लेख केलेला तुझा पुढचा मुद्दा. तू कोणत्याही वेळेला करारातून बाहेर पडू शकतेस, ॲनास्टॅशिया. मी तुला थांबवणार नाही. तू गेलीस, तरीही. तुला माहीत असावं म्हणून."

"ओके," मी हळुवारपणे उत्तर दिलं. मी जर गेले तर. तो विचार आश्चर्यकारकपणे दु:ख देणारा होता.

आमच्या जेवणाचा पहिला कोर्स घेऊन वेटर आला. मी कसं काय खाऊ शकेन? होली मोझेस – त्याने बर्फावर पसरलेली ऑयस्टर्स मागवली होती.

"तुला ऑयस्टर्स आवडत असतील अशी आशा आहे," ख्रिश्चनचा आवाज हळुवार होता.

"मी कधीच खाल्लेलं नाही, कधीही."

"खरंच?" त्याने वाटून घेण्यासाठी हात पुढे केला. "ते उघडायचं आणि गिळायचं, फक्त एवढंच करायचं. मला वाटतं ते तुला जमेल." त्याने माझ्याकडे पाहिलं आणि तो कशाबद्दल बोलतोय ते मला कळलं. मी लाजून लालभडक झाले. तो माझ्याकडे बघून हसला. त्याच्या ऑयस्टरवर त्याने थोडासा लिंबाचा रस टाकला आणि मग ते तोंडात टाकले.

"हंऽऽ! चविष्ट. समुद्राच्या खास चवी," तो माझ्याकडे बघून हसला. "गो ऑन," त्याने मला प्रोत्साहन दिलं.

"सो, हे चघळायचं नाही?

"नाही, ॲनास्टॅशिया, ते चघळायचं नसतं." त्याचे डोळे विनोदाने चमकून उठले. असा तो किती तरुण दिसतो.

मी माझा ओठ चावला आणि त्याचा आविर्भाव क्षणार्धात बदलला. त्याने

माझ्याकडे कठोरपणे बघितलं. मी पुढे झाले आणि माझं पहिलंच ऑयस्टर उचललं. ओके... काही बिघडत नाही. मी त्याच्यावर थोडा लिंबाचा रस टाकला आणि ते तोंडात टाकलं. ते माझ्या घशाखाली घसरलं, सगळं समुद्राचं पाणी, मीठ, सायट्रसची चरचरीत चव आणि मांसलपणा... उह्. मी माझे ओठ चाटले आणि त्याने मला बारकाईने न्याहाळलं. त्याचे डोळे अर्धोन्मिलित होते.

"वेल?"

"मी आणखी एक घेईन," मी शुष्कपणे म्हटलं.

"गुड गर्ल," तो अभिमानाने म्हणाला.

"तू हे मुद्दामहून निवडलंस का? विषयवासनेला चालना देण्याच्या गुणांबद्दल ते प्रसिद्ध नाहीत का?"

"नाही, तो मेन्यूवरचा पहिला पदार्थ आहेत. तुझ्याजवळ असताना मला लैंगिक क्षमतेला चालना देणाऱ्या गोष्टींची गरज नाही. मला वाटतं, तुला ते माहीत असावं. माझ्या जवळ असताना तुझीही तशीच अवस्था असते," तो सरळ म्हणाला. "मग आपण कोणत्या मुद्द्यावर बोलत होतो?" मी दुसरं ऑयस्टर घ्यायला गेले तेव्हा त्याने माझ्या ईमेलकडे नजर टाकली.

तो तशाच पद्धतीने प्रतिक्रिया देतो. मी त्याच्यावर परिणाम घडवते... वॉव.

"सगळ्या गोष्टींत माझ्या आज्ञा पाळायच्या, यस, तू हे करावंसं असं मला वाटतं. तू तसं करावंस ही माझी गरज आहे. एक भूमिका वठवणं म्हणून त्याचा विचार कर, ॲनास्टॅशिया."

"पण तू मला दुखापत करशील असं मला वाटतं."

"कशाप्रकारे मी तुला इजा करेन?"

"शारीरिकदृष्ट्या." आणि *भावनिकदृष्ट्या.*

"मी तसं करेन असं तुला खरोखरच वाटतं? तुला पोचता येणार नाही एवढ्या कोणत्याही मर्यादेच्या पलीकडे मी जाईन?"

"तू म्हणालास की, यापूर्वी तू कोणालातरी इजा केली आहेस?"

"होय, मी तसं केलं होतं. ते खूप वर्षांपूर्वी होतं."

"तू तिला काय दुखापत केलीस?"

"मी तिला माझ्या प्लेरूमच्या छतावर लटकत ठेवलं. वस्तुतः तुझ्या प्रश्नांपैकी तो एक आहे. प्लेरूममध्ये कॅंटावाइनर्स त्याच्याचसाठी आहेत – लटकवून ठेवण्यासाठी. रोल प्ले. त्यातला एक दोर अगदी घट्ट बांधण्यात आला होता."

मी माझा हात वर करून त्याला थांबण्याची विनंती केली.

"मला आणखी काही जाणून घेण्याची आवश्यकता नाही. तू मग मला लटकवणार नाहीस तर?"

"तुला जर खरंच नको असेल तर नाही. तू ती एक कठोर मर्यादा म्हणून दाखवू शकतेस."

"ओके."

"आता आज्ञापालन. तुला वाटतं ते तुला जमेल?"

त्याने माझ्याकडे टक लावून बघितलं, त्याची नजर उत्कट होती. काही सेकंद गेले.

"मी प्रयत्न करेन," मी कुजबुजले.

"गुड," तो हसला. "आता कालावधी. तीन महिन्यांऐवजी एक महिना हा काही कालावधीच नव्हे, विशेषतः तुला जर प्रत्येक महिन्याला एक साप्ताहिक सुटी माझ्यापासून दूर घालवायची असेल, तर एवढा कालावधी मी तुझ्यापासून दूर राहू शकेन असं मला नाही वाटत. मी ते आत्ताच जेमतेम निभावून नेऊ शकतो."

तो थांबला.

तो माझ्यापासून दूर राहू शकत नाही? काय?

"असं केलं तर, तुला प्रत्येक महिन्याला एक दिवस साप्ताहिक सुटीव्यतिरिक्त तुझ्यासाठी आणखी मिळेल – पण या आठवड्यात मला एक रात्र मिळेल?"

"ओके."

"आणि कृपा करून आपण तीन महिने प्रयत्न करून बघू या. तुला जर ते होत नसेल, तर तू कोणत्याही वेळी जाऊ शकतेस."

"तीन महिने?" मला रेल्वेच्या रुळांवर आल्यासारखं वाटलं. मी वाइनचा आणखी एक मोठा घुटका घेतला आणि दुसरं एक ऑयस्टर खाल्लं.

"स्वामित्वाचा मुद्दा. ती फक्त एक संज्ञा आहे आणि तिचा संबंध आज्ञापालनाच्या तत्त्वाशी आहे. तुझी एक योग्य मानसिक बैठक तयार व्हावी यासाठी. तुला हे माहीत व्हावं असं मला वाटतं की, जेव्हा तू एक सबमिसिव्ह म्हणून माझ्या घराचा उंबरठा ओलांडशील, तेव्हा मला जे आवडेल ते मी तुझ्याबरोबर करेन. तुला ते स्वेच्छेने स्वीकारावं लागेल. म्हणूनच तुला माझ्यावर विश्वास ठेवला पाहिजे. मी तुझ्याबरोबर कोणत्याही वेळी, मला पाहिजे तशी – मला जिथे पाहिजे तिथे कामक्रीडा करेन. मी तुला शिस्त लावेन, कारण तू घोटाळा करशील. मला खूश करण्यासाठी मी तुला प्रशिक्षण देईन.

"पण मला माहीत आहे तू हे पूर्वी केलेलं नाहीस. सुरुवातीला आपण हे सावकाशीने घेऊ. मी तुला मदत करेन. आपण वेगवेगळ्या प्रसंगांना साकारू. तू माझ्यावर विश्वास ठेवावा अशी माझी इच्छा आहे, पण तुझा विश्वास मला मिळवायला लागेल हे मला माहीत आहे आणि मी तो मिळवेन किंवा तुला ती मानसिक बैठक तयार करायला मदत करण्यासाठी हे आहे; त्याचा अर्थ आहे काहीही चालतं."

तो इतका भावनोत्कट, संमोहित करणारा आहे. हे अर्थातच त्याचं झपाटलेपण आहे. तो जसा आहे... मी माझे डोळे त्याच्यावरून हटवू शकत नव्हते. त्याला हे खरंच, अगदी खरंच हवं होतं. त्याने बोलणं थांबवलं आणि माझ्याकडे टक लावला.

"अजूनही माझ्याबरोबर आहेस," तो कुजबुजला, त्याचा आवाज दमदार, प्रेमळ आणि मोहित करणारा होता. त्याने वाइनचा एक घुटका घेतला, त्याच्या खोलवर नजरेने माझ्या नजरेला खिळवून ठेवलं.

वेटर दारात आला आणि ख्रिश्चनने कळेल न कळेलशी मान हलवली. त्याने वेटरला आमचं टेबल आवरण्यासाठी परवानगी दिली.

"तुला आणखी थोडी वाइन पाहिजे?"

"मला गाडी चालवायची आहे."

"थोडं पाणी, मग?"

मी मान हलवली.

"साधं की सोडायुक्त?"

"सोडायुक्त, प्लीज."

वेटर गेला.

"तू खूप शांत आहेस," ख्रिश्चन कुजबुजला.

"तू खूप बोलतो आहेस."

तो हसला.

"शिस्त, सुख आणि वेदना यांच्यात एक फार बारीक रेषा आहे, ॲनास्टॅशिया. त्या एकाच नाण्याच्या दोन बाजू आहेत. एकीशिवाय दुसरीला अस्तित्व नाही. वेदना किती सुखद असू शकते, हे मी तुला दाखवू शकेन. तुझा आत्ता माझ्यावर विश्वास नाही, पण मी विश्वास ठेवण्याबद्दल जे म्हणतो ते हेच आहे. वेदना असतील, पण तुला जमू शकणार नाही असं काही नसेल. पुन्हा, ते विश्वासाकडेच येतं. तुझा माझ्यावर विश्वास आहे, ॲना?"

ॲना!

"होय, आहे," मी उत्स्फूर्तपणे प्रतिक्रिया दिली, काहीही विचार न करता... कारण ते खरं आहे – माझा त्याच्यावर विश्वास *आहे*.

"वेल, मग," तो सुटल्यासारखा दिसला. "उरलेला सगळा फक्त तपशिलाचा भाग आहे."

"महत्त्वाचा तपशील."

"ओके, आपण त्याच्यावर चर्चा करू."

त्याच्या सगळ्या शब्दांनी माझं डोकं भिरभिरायला लागलं. मी केटचा

डिजिटल रेकॉर्डर बरोबर आणायला पाहिजे होता, म्हणजे हे मला नंतर पुन्हा ऐकता आलं असतं. एवढी माहिती होती, एवढी छाननी करायची होती. वेटर पुन्हा एकदा आमच्या जेवणाचे मुख्य पदार्थ घेऊन आला – ब्लॅक कॉड, ॲस्परागस, कुस्करलेले बटाटे आणि हॉलंडोइस सॉस. मला जेवू नये असं इतकं कधीच वाटलं नव्हतं.

"तुला मासे आवडतात अशी आशा आहे," ख्रिश्चन मवाळपणे म्हणाला.

मी जेवण चिवडल्यासारखं केलं. बुडबुडे येणाऱ्या पाण्याचा मोठा घोट घेतला. ती वाइन असती तर... असा मी मनापासून विचार केला.

"नियम. आपण त्यांच्यावर बोलू. अन्नावरून बोलणी फिस्कटत आहेत?"

"होय."

"तू दिवसभरात निदान तीन वेळा जेवशील अशी मी सुधारणा करू का?"

"नाही," मी या मुद्द्यावर मागे हटणार नव्हते. मी काय खावं ते कोणीही माझ्यावर लादणार नाही. मी रतिक्रीडा कशी करते, हे ठीक आहे, पण खाणं... नाही, बिलकूल नाही.

त्याने ओठांचा चंबू केला. "तुला भूक लागलेली नाही हे मला समजलं पाहिजे."

मी कपाळाला आठ्या घातल्या. *का?* "तुला माझ्यावर विश्वास ठेवावा लागेल."

त्याने माझ्याकडे एक क्षण टक लावला आणि मग सैलावला.

तो शांतपणे म्हणाला, "अन्न आणि निद्रा यांना मी संमती देतो."

"मी तुझ्याकडे बघू का शकत नाही?"

"ती एक डॉमिनंट/सबमिसिव्ह यांच्यातली गोष्ट आहे. तुला त्याची सवय होईल."

मी सवय करून घेईन.

"मी तुला स्पर्श का करू शकत नाही?"

"कारण तुला तसं करता येणार नाही."

त्याचं तोंड एका हट्टी खेचरासारखं एका रेषेत होतं.

"ते मिसेस रॉबिनसनमुळे आहे का?"

त्याने प्रश्नार्थक दृष्टीने माझ्याकडे बघितलं. "तू असा का विचार करतेस?" आणि ताबडतोब त्याच्या लक्षात आलं, "तुला असं वाटतं की, तिने मला धक्का दिला?"

मी मान हलवली.

"नाही, ॲनास्टॅशिया. त्याचं ती कारण नाहीये. शिवाय, मिसेस रॉबिनसनने माझ्याकडून तशा प्रकारचं कसंही वागलेलं स्वीकारलं नसतं."

ओह्... पण मला तसं केलं पाहिजे. मी ओठांचा चंबू केला.

''म्हणजे तिचा काही संबंध नाही तर.''

''नाही. आणि तू स्वत:ला स्पर्श केलेलंही मला चालणार नाही.''

''उत्सुकतेपोटी विचारते, का?''

''कारण मला तुझं सगळं सुख पाहिजे,'' त्याचा आवाज घोगरा, पण निश्चयी होता.

ओह्... माझ्याकडे त्याचं काही उत्तर नव्हतं. एका पातळीवर ते 'मला ओठ चावायचा आहे'च्या वर आहे; दुसऱ्या पातळीवर ते एवढं स्वार्थी आहे. मी कपाळाला आठ्या घातल्या आणि कॉड माशाचा एक तुकडा चावला, मनामध्ये मी मला किती सूट मिळाली त्याचा अंदाज घेत होते. अन्न, निद्रा. तो ते सावकाश करणार होता आणि आम्ही सौम्य मर्यादांवर चर्चा केलेली नव्हती. पण मी ती चर्चा जेवत असताना करू शकेन, याची मला खातरी नव्हती.

''मी तुला विचार करण्यासाठी बरंच काही दिलंय, नाही का?''

''होय.''

''तुला सौम्य मर्यादांवरदेखील चर्चा करायची आहे?''

''आत्ता, जेवताना नको.''

तो हसला. ''मळमळल्यासारखं होतंय?''

''तसंच काहीतरी.''

''तू फारसं काही खाल्लं नाहीस.''

''मी पुरेसं खाल्लंय.''

''ती ऑयस्टर्स, कॉडचे चार घास आणि ॲस्परागसची एक दांडी, बटाटे नाहीत, दाणे नाहीत, ऑलिव्ह्ज नाहीत आणि तू दिवसभर जेवलेली नाहीस. तू म्हणालीस की, मी तुझ्यावर विश्वास ठेवू शकेन.''

जीझ. त्याने तर सगळा हिशेबच ठेवला.

''ख्रिश्चन, प्लीज. अशा प्रकारची संभाषणं मी दररोज करत नाही.''

''तू तंदुरुस्त आणि आरोग्यपूर्ण राहावीस ही माझी गरज आहे, ॲनास्टॅशिया.''

''मला माहीत आहे.''

''आणि आत्ता, मला त्या ड्रेसमधून तुला सोलून बाहेर काढायचं आहे.''

मी आवंढा गिळला. केटच्या ड्रेसमधून मला सोलून काढायचंय!

माझ्या पोटात खोलवर मला ओढ जाणवली. त्याच्या शब्दांनिशी माझ्या आत अधिक परिचयाचे झालेले स्नायू वळायला लागले. त्याचं सर्वांत प्रभावी शस्त्र, माझ्या विरोधात पुन्हा वापरण्यात आलं. तो सेक्समध्ये एवढा चांगला आहे – आता मीदेखील ते ओळखलं होतं.

"मला नाही वाटत, ती एक चांगली कल्पना आहे," मी शांतपणे पुटपुटले. "आपण अद्याप डेझर्ट खाल्लेलं नाही."

"तुला डेझर्ट पाहिजे?" तो नाकातून बोलला.

"होय."

"तू एक डेझर्ट होऊ शकतेस," तो सूचकपणे पुटपुटला.

"मी पुरेशी गोड आहे, याची मला खातरी नाही."

"ॲनास्टॅशिया, तू चवदारपणे गोड आहेस, मला ठाऊक आहे."

"ख्रिश्चन, तू सेक्सचा एक शस्त्र म्हणून वापर करतोस. ते खरोखर न्याय्य नाही." मी कुजबुजले, माझ्या हातांकडे टक लावून बघितलं आणि मग प्रत्यक्ष त्याच्याकडेच बघितलं. त्याच्या भुवया उंचावल्या, त्याला आश्चर्य वाटलं आणि तो माझे शब्द विचारात घेत नाही, हे माझ्या लक्षात आलं. विचारमग्न होऊन त्याने त्याची हनुवटी थोपटली.

"तुझं बरोबर आहे. मी तसं करतो. आयुष्यात तुम्हाला जे माहीत असतं ते तुम्ही वापरता, ॲनास्टॅशिया. त्यामुळे मला तू किती पाहिजे आहेस याच्यात फरक पडत नाही. इथे. आत्ता."

फक्त त्याच्या आवाजानेच तो मला नादाला कसा लावू शकतो? मी आधीच धापा टाकते होते – माझं तापलेलं रक्त माझ्या नसांतून वेगाने वाहत होतं, माझ्या नसा झुणझुणत होत्या.

"मला प्रयत्न करून बघायला आवडेल," त्याने श्वास घेतला.

मी कपाळाला आठ्या घातल्या. त्याने नुकत्याच मला ढीगभर कल्पना छाननी करण्यासाठी दिल्या होत्या आणि आता हे.

"तू जर माझी सबमिसिव्ह असतीस, तर तुला याबद्दल विचार करावा लागला नसता. ते सोपं झालं असतं," त्याचा आवाज मृदू, मोहित करणारा होता. "ते सगळे निर्णय – त्याच्यामागच्या सगळ्या थकवणाऱ्या वैचारिक प्रक्रिया. हे 'ही गोष्ट करण्यायोग्य आहे का? हे इथे घडावं का? ते आत्ता होऊ शकेल का?' तुला यांपैकी कोणत्याच तपशिलाचा विचार करावा लागणार नाही. तुझा डॉमिनंट म्हणून मी ते करेन. आणि आत्ता, मला माहीत आहे मी तुला हवा आहे, ॲनास्टॅशिया."

माझ्या आठ्या अधिक खोल झाल्या. तो कसं सांगू शकतो?

"मी सांगू शकतो कारण..."

होली शिट्, तो माझ्या न विचारलेल्या प्रश्नाचं उत्तर देतोय... तो सायकिक पण आहे का?

"...तुझ्या शरीरावरून सगळं उघड होतं. तू तुझ्या मांड्या एकत्र दाबते आहेस, तू लाल झाली आहेस आणि तुझा श्वासोच्छ्वास बदलला आहे."

ओके, हे फार झालं.

"माझ्या मांड्यांबद्दल तुला कसं माहीत?" माझा आवाज हळू होता, अविश्वासाचा. माझ्या मांड्या टेबलाखाली होत्या, नशीब माझं.

"मला टेबलक्लॉथ हलल्याचं जाणवलं आणि इतक्या वर्षांच्या अनुभवावरून मी अंदाज वर्तवला. मी बरोबर आहे, हो ना?"

मी लाल झाले आणि माझ्या हातांकडे टक लावलं. परस्परांना नादी लावण्याच्या खेळात याच्यामुळेच अडसर येतो. फक्त त्यालाच नियम माहीत आहेत. मी अगदी कच्ची आहे, अननुभवी आहे. माझ्या संदर्भाचा एकुलता एक परीघ म्हणजे केट आणि ती पुरुषांकडून कसंही वागलेलं खपवून घेत नाही. माझे बाकीचे सगळे संदर्भ साहित्यातले आहेत; एलिझाबेथ बेनेट क्रोधित होईल, जेन आमर अतिशय घाबरून जाईल आणि मी जशी हार पत्करली आहे, तशी टेसही शरण येईल.

"मी माझा कॉड संपवलेला नाही."

"एका थंड कॉडला तू माझ्यापेक्षाही प्राधान्य देशील?"

माझं डोकं त्याच्याकडे टवकारून बघायला उसळी घेऊन वळलं आणि त्याचे डोळे घायकुतीला आलेल्या, गरजेच्या धगीने वितळलेल्या चांदीसारखे जळजळीत.

"मला वाटलं, मी प्लेटमधलं सगळं संपवलेलं तुला आवडतं."

"आत्ता याक्षणी, मिस स्टील, तुझ्या जेवणाबद्दल मला काडीची पर्वा नाही."

"ख्रिश्चन, तू धर्मयुद्ध करत नाहीस."

"मला माहीत आहे, मी ते कधीच केलं नाही."

माझी अंतर्देवता माझ्याकडे बघून कपाळाला आठ्या घालते. तू हे करू शकशील, ती समजावते – या सेक्स गॉडबरोबर त्याच्याच खेळात भाग घे. घेऊ शकेन मी? ओके. माझा अननुभवीपणा हा माझ्या गळ्याभोवतीचा उंच उडणारा समुद्रपक्षी आहे. ॲस्परागसची एक दांडी उचलून मी त्याच्याकडे पाहिलं आणि माझा ओठ चावला. नंतर अगदी सावकाश थंड ॲस्परागसचं टोक तोंडात ठेवून चोखलं.

ख्रिश्चनचे डोळे बारकाईने निरीक्षण करण्यासाठी विस्फारले, पण माझ्या लक्षात आलं.

"ॲनास्टॅशिया, तू काय करते आहेस?"

मी टोकाचा तुकडा तोडला.

"ॲस्परागस खाते आहे."

ख्रिश्चन त्याच्या सीटमध्ये चुळबुळला.

"मला वाटतं, तू माझ्याशी खेळते आहेस, मिस स्टील."

मी निष्पाप असल्याचं नाटक केलं. "मी फक्त माझं जेवण संपवते आहे, मि. ग्रे."

त्याक्षणी वेटरने टकटक केलं आणि न विचारताच प्रवेश केला. त्याने

ख्रिश्चनकडे ओझरती नजर टाकली. त्याने त्याच्याकडे बघून कपाळाला आठ्या घातल्या; पण मग मान हलवली, मग वेटरने आमच्या प्लेट्स उचलल्या. वेटरच्या येण्याने मंत्रमुग्धतेचा भंग झाला आणि मी तो स्पष्टतेचा मौल्यवान क्षण पकडला. मला जावं लागेल, मी जर थांबले तर आमची मीटिंग फक्त एकाच प्रकारे संपेल, आणि एवढ्या उत्कट संभाषणानंतर मला मर्यादांची गरज आहे. माझं शरीर त्याच्या स्पर्शासाठी आसुसलं आहे, पण माझं मन बंड करतं आहे. तो जे काही म्हणाला, त्याच्यावर विचार करण्यासाठी मला थोडा वेळ हवा आहे. मी अजून काही निर्णय घेतलेला नाही. त्याचं लैंगिक आकर्षण आणि सामर्थ्य त्यामुळे ते सोपंही होत नाही.

"तुला थोडं डेझर्ट खायला आवडेल?" ख्रिश्चनने विचारलं. तो नेहमीच एक सभ्य गृहस्थ असतो, पण त्याचे डोळे अजूनही धगधगत होते.

"नो, थँक यू. मला वाटतं मी आता निघावं," मी माझ्या हातांकडे टक लावली.

"निघतेस?" तो त्याचं आश्चर्य लपवू शकला नाही.

वेटर घाईघाईत निघून गेला.

"होय," हा एक योग्य निर्णय आहे. मी जर इथे त्याच्याबरोबर राहिले, तर तो माझ्याशी संग करेल. मी मुद्दामहून उभी राहिले.

"आपल्या दोघांना उद्या ग्रॅज्युएशन समारंभाला जायचं आहे."

ख्रिश्चन आपोआप उठून उभा राहिला. त्याने त्याच्या अंगात मुरलेला इतक्या वर्षांचा सभ्यपणा दाखवला.

"तू जावंस असं मला वाटत नाही."

"प्लीज... मला गेलं पाहिजे."

"का?"

"कारण तू मला विचार करायला एवढं काही दिलं आहे... आणि त्यासाठी मला थोडं अंतर ठेवण्याची आवश्यकता आहे."

"मी तुला थांबायला भाग पाडू शकतो," त्याने धमकावलं.

"होय, तू सहज तसं करू शकतोस, पण तू तसं करावंस असं मला वाटत नाही."

माझ्याकडे काळजीपूर्वक पाहत, त्याने त्याच्या केसांतून हात फिरवला.

"तुला माहीत आहे, तू जेव्हा माझी मुलाखत घ्यायला माझ्या ऑफिसमध्ये आल्यावर पडलीस, त्यावेळेला तू अगदी 'यस सर, नो सर' होतीस. मला वाटलं, तू एक नैसर्गिकच जन्माला आलेली सबमिसिव्ह आहेस. पण मोकळेपणानेच सांगतो, ॲनास्टॅशिया, तुझ्या या सुंदर शरीरात सबमिसिव्हचं हाड आहे की नाही, याची मला खातरी नाही." हे बोलत असताना तो माझ्याकडे सावकाश वळला,

त्याचा आवाज ताणलेला होता.

"तुझं बरोबर असावं," मी श्वास घेतला.

"त्या शक्यतेचा शोध घेण्याची मला संधी पाहिजे," तो पुटपुटला. त्याने माझ्याकडे रोखून बघितलं. त्याने पुढे होऊन माझा चेहरा कुरवाळला. त्याचा अंगठा माझ्या खालच्या ओठावरून फिरवू लागला. "मला दुसरा कोणता मार्ग माहीत नाही ॲनास्टॅशिया, मी असा आहे."

"मला माहीत आहे."

तो माझं चुंबन घेण्यासाठी खाली वाकला, पण त्याच्या ओठांचा स्पर्श माझ्या ओठांना होण्याआधी थबकला. त्याचे डोळे माझ्या डोळ्यांत शोध घेत होते, जणू परवानगी विचारत होते. मी माझे ओठ त्याच्या ओठापर्यंत उंचावले आणि त्याने माझं चुंबन घेतलं; आणि मी परत कधी त्याचं चुंबन घेईन किंवा नाही, हे मला माहीत नसल्याने, मी स्वत:ला मोकळं सोडलं. माझे हात स्वत:हून हालचाल करू लागले आणि त्याच्या केसांना पीळ देऊ लागले, त्याला माझ्याकडे ओढू लागले. माझं तोंड उघडलं, माझी जीभ त्याच्या जिभेला थोपटू लागली. त्यानं त्याचं चुंबन माझ्या ओढीला प्रतिसाद देत अधिक खोलवर केलं, तेव्हा त्याने माझ्या हाताने माझ्या मानेची खालची बाजू पकडली. त्याचा दुसरा हात माझ्या पाठीवरून खाली सरकला आणि माझ्या कण्याच्या तळाशी सपाट होऊन त्याने मला त्याच्या शरीराच्या निकट ओढले.

"थांबण्यासाठी तुझं मन मी वळवू शकत नाही?" चुंबन घेता घेता तो श्वासांतून बोलला.

"नाही."

"माझ्याबरोबर रात्र घालव."

"आणि तुला स्पर्श करायचा नाही? नो."

तो कण्हला.

"तू अशक्य कोटीतली मुलगी आहेस." तो मागे झाला. माझ्याकडे टक लावून बघत राहिला. "तू मला गुडबाय करते आहेस, असं मला का वाटतंय?"

"कारण मी आता निघते आहे."

"माझ्या म्हणण्याचा तो अर्थ नाही आणि तुला ते माहीत आहे."

त्याने त्याचे डोळे मिटले आणि माझ्या कपाळाच्या वर त्याचं कपाळ दाबलं, त्यामुळे आम्हा दोघांनाही आमच्या श्वासोच्छ्वास संथ करण्याची संधी मिळाली. एका क्षणानंतर, त्याने माझ्या कपाळाचं चुंबन घेतलं, खोलवर श्वास घेतला, त्याचं नाक माझ्या केसांत होतं आणि मग त्याने मागे होत मला सोडलं.

"जशी तुझी इच्छा, मिस स्टील," त्याचा चेहरा तो हे म्हणत असताना निर्विकार

होता. ''मी तुला लॉबीपर्यंत सोबत करतो,'' त्याने त्याचा हात पुढे केला. खाली वाकून, मी माझी पर्स पकडली आणि माझा हात त्याच्या हातात ठेवला. होली क्रॅप, हे ते असेल. मी गुपचूप मोठ्या पायऱ्यांवरून त्याच्या मागोमाग गेले आणि नंतर लॉबीत पोचले; माझ्या डोक्याच्या केसांची त्वचा ताठरली होती आणि माझं रक्त उसळत होतं. मी जर नाही म्हणायचा निर्णय घेतला, तर हा शेवटचा गुडबाय असेल. माझ्या छातीत माझं हृदय वेदनेनं आवळलं. काय हे उलटं वळण. एखाद्या मुलीला स्पष्टपणाच्या एखाद्या क्षणाने केवढा फरक पडू शकतो.

''तुझं वॅले तिकीट तुझ्याकडे आहे का?''

मी माझ्या क्लच पर्समध्ये शोधलं आणि त्याच्याकडे तिकीट दिलं, त्याने ते डोअरमनला दिलं. आम्ही वाट बघत थांबलो असताना मी त्याच्याकडे चोरून बघितलं.

''थँक यू फॉर डिनर,'' मी पुटपुटले.

''नेहमीप्रमाणेच ते माझ्यासाठी आनंदाचं आहे, मिस स्टील.'' तो सभ्यपणे म्हणाला, पण तरीही तो विचारात गढलेला आणि पूर्णपणे विचलित झालेला दिसला.

मी जेव्हा त्याच्याकडे चोरटी नजर टाकली, तेव्हा त्याचा तो एका बाजूने दिसणारा सुंदर चेहरा मनात साठवला. कदाचित मी त्याला पुन्हा भेटू शकणार नाही या कल्पनेने माझा पिच्छा पुरवला. विचार करण्यासाठी नकोशी आणि अतिशय वेदनादायक. तो एकाएकी वळला, माझ्याकडे रोखून पाहिलं. त्याच्या चेहऱ्यावरचे भाव उत्कट होते.

''या साप्ताहिक सुटीला तू सीॲटलला स्थलांतर करणार आहेस, तू जर योग्य निर्णय घेतलास, तर मी तुला रविवारी भेटू का?'' तो जरा मागेपुढे करत असल्यासारखा भासला.

''बघू या आपण, कदाचित,'' मी श्वास घेतला. क्षणभरच, तो सुटल्यासारखा दिसला आणि मग त्याने कपाळाला आठ्या घातल्या.

''आता हवा अधिक थंड आहे, तुझ्याकडे जॅकेट नाही का?''

''नाही.''

त्याने चिडून त्याचं डोकं हलवलं आणि स्वत:चं जॅकेट काढलं.

''हे घे. तुला थंडी बाधावी असं मला नाही वाटत.''

तो त्याने उघडून धरला तेव्हा मी त्याच्याकडे बघून डोळ्यांची उघडझाप केली आणि माझ्यामागे जेव्हा जॅकेट चढवण्यासाठी माझे हात पसरले, तेव्हा त्याच्या ऑफिसात त्याने माझा कोट माझ्या खांद्यावर टाकला होता, त्याची मला आठवण झाली. मी जेव्हा त्याला प्रथम भेटले होते – त्या वेळी त्याचा जो प्रभाव माझ्यावर

पडला होता, त्यातलं काहीही बदललेलं नाही. वस्तुतः आता ते अधिक उत्कट झालं होतं. त्याचं जॅकेट उबदार होतं, खूपच मोठं होतं आणि त्याला त्याचा वास होता... हवाहवासा.

माझी गाडी बाहेर उभी राहिली. ख्रिश्चनचं तोंड उघडं पडलं. "तू ही गाडी चालवतेस?" तो थक्क झाला. माझा हात धरून त्याने मला बाहेरचा मार्ग दाखवला. वॅलेने कारमधून बाहेर उडी मारली आणि किल्ल्या माझ्या हातात दिल्या, ख्रिश्चनने शांतपणे त्याच्या हातात काही पैसे ठेवले.

"ही रस्त्यावर चालवण्याजोगी आहे का?" तो आता माझ्याकडे टवकारून बघत होता.

"होय."

"ती सीॲटलपर्यंत जाईल?"

"होय, जाईल."

"सुरक्षितपणे?"

"होय," मी वैतागून ताडकन उत्तर दिलं. "ओके, गाडी जुनी आहे, पण ती माझी गाडी आहे आणि रस्त्यावर चालवण्यायोग्य आहे. माझ्या सावत्र वडिलांनी ती माझ्यासाठी विकत घेतली."

"ओह, ॲनास्टॅशिया, मला वाटतं आपण याच्यापेक्षा चांगलं करू शकतो."

"वॉट डु यू मीन?" माझ्या डोक्यात प्रकाश पडला. "तू माझ्यासाठी गाडी विकत घेणार *नाहीस* ना?"

त्याने माझ्याकडे टवकारून बघितलं, त्याचा जबडा ताठरलेला होता.

"बघू या आपण," तो त्रोटकपणे म्हणाला.

त्याने ड्रायव्हरच्या बाजूचा दरवाजा उघडला त्यावेळेला त्याने तोंड वाकडं केलं होतं. त्याने मला आत बसायला मदत केली. मी माझे बूट काढून टाकले आणि खिडकीची काच खाली केली. त्याच्या चेहऱ्यावरचे भाव अनाकलनीय होते, डोळे गडद झालेले होते आणि तो माझ्याकडे बघत होता.

"गाडी नीट चालव," तो शांतपणे म्हणाला.

"गुडबाय, ख्रिश्चन," माझा आवाज न सांडलेल्या अश्रूंमुळे घोगरा झाला होता – जीझ, मी रडणार नाही. मी त्याच्याकडे बघून थोडीशी हसले.

मी जेव्हा गाडी चालवत दूर गेले, तेव्हा माझी छाती भरून आली. माझे अश्रू वाहायला लागले आणि मी हुंदका दाबला. लवकरच माझ्या चेहऱ्यावरून अश्रू वाहायला लागले आणि मी का रडते आहे, ते खरंच मला समजत नव्हतं. मी स्वतःवर नियंत्रण ठेवलं. त्याने सगळं समजावून सांगितलं होतं. तो स्पष्ट होता. त्याला मी हवी आहे, पण सत्य हे आहे की, तो मला अधिक पाहिजे. मला जसा

तो पाहिजे आहे आणि त्याची गरज आहे, तशी त्याला मी हवी असावी आणि माझी गरज असावी, पण खोलवर कुठेतरी मला ठाऊक आहे की, ते शक्य नाही. मी पूर्णपणे भारावून गेले होते.

त्याची कोणत्या प्रकारात गणना करावी हेदेखील मला माहीत नव्हतं. मी जर हे केलं... तर तो माझा बॉयफ्रेंड होईल का? माझ्या मित्रमैत्रिणींना मी त्याचा परिचय करून देऊ शकेन का? बारमध्ये जाणं, सिनेमाला, अगदी बोलिंगलादेखील त्याच्याबरोबर जाणं, हे होऊ शकेल का? आणि सत्य हे आहे की, मला नाही वाटत मी ते करू शकेन. तो मला त्याला स्पर्श करू देणार नाही आणि मला त्याच्याबरोबर झोपू देणार नाही. मला माहीत आहे, भूतकाळात या गोष्टी नव्हत्या; पण मला त्या माझ्या भविष्यकाळात पाहिजे आहेत, आणि तसा भविष्यकाळ त्याच्या दृष्टिक्षेपात नाही.

मी जर 'हो' म्हटलं आणि तीन महिन्यांच्या कालावधीत जर तो 'नाही' म्हणाला, मी जशी नाही तशाप्रकारे मला घडवणं त्याला जड झालं, तर? मला कसं वाटेल? त्या तीन महिन्यांत मी भावनिक गुंतवणूक केलेली असेन, ज्या गोष्टी करायची माझी इच्छा आहे की नाही, याची मला खातरी नसताना त्या गोष्टी मी करत असेन. जर मग नंतर तो नाही म्हणाला, करार संपला, तर नाकारलं जाण्याच्या त्या पातळीवर असताना मी कसं तोंड देईन? कदाचित आतापर्यंत माझा जो काही आत्मसन्मान बऱ्यापैकी शाबूत आहे, त्याचा विचार करता माघार घेणं सर्वांत उत्तम ठरेल.

पण त्याला पुन्हा भेटता येणार नाही, हा विचारच दुःखद आहे. त्याने इतक्या जलद माझा ताबा कसा काय घेतला? ते फक्त सेक्स असू शकत नाही... असेल का? मी माझ्या डोळ्यांतले अश्रू परत फिरवले. त्याच्याबद्दलच्या माझ्या भावनांची मी परीक्षा घेऊ इच्छित नव्हते. मी जर तसं केलं तर मी काय उघडं पाडेन याची मला भीती वाटली. मी काय करणार आहे?

आमच्या ड्युप्लेक्सच्या बाहेर मी गाडी लावली. दिवे प्रकाशित नव्हते. केट बाहेर गेली असावी. मला सुटल्यासारखं वाटलं. मी रडत असताना पुन्हा तिने मला पकडावं, अशी माझी इच्छा नव्हती. कपडे काढत असताना मी लॅपटॉप चालू केला आणि माझ्या इनबॉक्समध्ये ख्रिश्चनकडून आलेला मेल होता.

ख्रिश्चन ग्रेकडून

विषय : आजची रात्र

तारीख : मे २५ २०११ २२:०१

ॲनास्टॅशिया स्टीलला,

तू आज संध्याकाळी का गेलीस, हे मला समजत नाही. तुझ्या सगळ्या प्रश्नांना तुला समाधानकारक वाटतील अशी उत्तरं मी दिली आहेत, असं मला प्रामाणिकपणे वाटतं. मला माहीत आहे, मी तुला विचार करायला बरंच काही दिलं आहे, आणि मला कळकळीने असं वाटतं की, माझ्या प्रस्तावाचा तू गांभीर्याने विचार करशील. हे कार्यान्वित व्हावं असं मला खरंच वाटतं. आपण सावकाश जाऊ.

विश्वास ठेव माझ्यावर.

ख्रिश्चन ग्रे

सीईओ, ग्रे एंटरप्रायझेस होल्डिंग्ज, इन्कॉर्पोरेटेड

त्याच्या ईमेलमुळे मला आणखीनच रडायला आलं. मी विलीन होणारी नाहीये. मला कोणीतरी मिळवलेलं नाही. हे वाचून, मी तशी व्हायला हरकत नव्हती. मी उत्तर दिलं नाही. त्याला काय म्हणावं हे मला माहीत नाही. मी माझ्या पायजम्यात धडपडत घुसले आणि त्याचं जॅकेट अंगाभोवती लपेटून घेतलं. मी बिछान्यात चढले. अंधारात नजर लावून मी पहुडले. त्याने मला दूर राहण्यासंबंधी दिलेल्या सगळ्या धोक्याच्या सूचना आठवल्या –

ॲनास्टॅशिया, तू माझ्यापासून दूर राहिलं पाहिजेस, तुझा पुरुष मी नाही.

मी 'गर्लफ्रेंड' ही गोष्ट जवळ करत नाही.

मी 'हृदय आणि फुलं' प्रकारचा माणूस नाही.

आय डोंट मेक लव्ह.

मला हे एवढंच माहीत आहे.

आणि माझ्या उशीत मी शांतपणे रडू लागले, तेव्हा मी त्या शेवटच्या कल्पनेला धरून राहिले. मलादेखील एवढंच माहीत आहे. कदाचित एकत्र येऊन आम्ही एक नवीन अध्याय सुरू करू शकू...

१४

हातात एक वेणी घातल्यासारखे पीळ असलेला चामड्याचा घोडेस्वारीचा पट्टा पकडून ख्रिश्चन माझ्यावर उभा आहे. त्याने अंगावर फक्त जुन्या, विटलेल्या, फाटलेल्या लिव्हाइज् जीन्स घातलेल्या आहेत. माझ्याकडे बघताना तो सावकाश पट्टा त्याच्या तळहातात उडवतो. तो विजयी दिसतो आणि हसतो आहे. मी हलू शकत नाही. मी नग्न आणि साखळदंडात जखडलेली आहे, एका मोठ्या चार पायांच्या पलंगावर मी पंख पसरलेल्या गरुडाच्या स्थितीत पडले आहे. पुढे होऊन, तो पट्ट्याचं टोक माझ्या कपाळापासून ते माझ्या नाकापर्यंत फिरवतो, म्हणजे मला चामड्याचा वास घेता येतो आणि माझ्या विलग झालेल्या, धापा टाकणाऱ्या ओठांवरूनही तो पट्टा फिरवतो. त्याचं टोक तो माझ्या तोंडात घुसवतो. म्हणजे मला त्या गुळगुळीत, रिच लेदरची चव घेता येते.

''चोख,'' तो आज्ञा करतो; त्याचा आवाज हळुवार असतो. त्या आज्ञेचं पालन करत मी त्याच्या टोकावर माझं तोंड बंद करते.

''पुरे,'' तो पटकन बोलतो.

माझ्या तोंडातून त्याने पट्ट्याचं टोक ओढून काढल्यावर मी पुन्हा धापा टाकते; तो ते टोक माझ्या तोंडाच्या खाली आणि हनुवटीच्या खाली, माझ्या मानेवर ते माझ्या घशाच्या तळाच्या खळग्यात फिरवतो. तिथे तो हळूच ते टोक गोल फिरवतो, आणि मग माझ्या शरीरावर ते टोक खालपर्यंत ओढत नेतो, माझ्या छातीच्या मधल्या हाडावर, माझ्या स्तनांच्या मधल्या जागेत, माझ्या पूर्ण शरीरावर, ते माझ्या बेंबीपर्यंत. मी धापा टाकते आहे, अंगाची चुळबुळ करते आहे आणि माझ्या मनगटांना, घोट्यांना टोचणाऱ्या बंधनांना ओढ देते आहे. तो माझ्या बेंबीच्या भोवताली पट्ट्याचे टोक फिरवतो, आणि मग ते टोक खालच्या दिशेने फिरवत राहतो. माझ्या खासगी भागातून फिरवतो. तो पट्टा उडवतो आणि माझ्या 'स्वीट स्पॉट'वर एक सणसणीत फटका मारतो, मी माझा

उत्कटबिंदू गाठते सुंदरप्रकारे आणि माझं स्खलन होताना ओरडते.

अचानक मी जागी झाले. श्वास घेण्यासाठी मी धडपडले, माझं अंग घामाने निथळलं होतं आणि विषयसुखाचा उत्कटबिंदू गाठल्यानंतरचा धक्का मला अद्याप जाणवत होता. होली हेल. मी पूर्णपणे बावचळून गेले होते. आत्ता काय घडलं? मी माझ्या शयनगृहात एकटी होते, कशी? का? धक्का बसून मी ताठ उठून बसले...

वॉव. सकाळ झाली. मी माझ्या गजराच्या घड्याळाकडे नजर टाकली – आठ वाजले होते. मी माझं डोकं माझ्या हातात धरलं. मी सेक्सचं स्वप्न पाहू शकेन, हे मला माहीत नव्हतं. मी काल काय खाल्लं होतं त्यामुळे तर नसेल? कदाचित ती ऑयस्टर्स आणि माझ्या पहिल्या ओल्या स्वप्नात दृगोचर झालेलं माझं इंटरनेटवरचं संशोधन. ते गोंधळून टाकणारं होतं. झोपेत मी उत्कटबिंदू गाठू शकेन, याची मला कल्पना नव्हती.

मी स्वयंपाकघरात झोकांड्या खात गेले तेव्हा केट इथेतिथे उड्या मारत होती.

"ॲना, तू ठीक आहेस ना? तू चमत्कारिक दिसतेस. तू ते ख्रिश्चनचं जॅकेट घातलं आहेस का?"

"मी ठीक आहे," डॅम, मी आरशात बघायला हवं होतं. खोलवर रुतणारे हिरवे डोळे मी टाळले. सकाळच्या प्रसंगामुळे मी अजूनही हादरले होते.

"होय, हे ख्रिश्चनचं जॅकेट आहे."

तिने कपाळाला आठ्या घातल्या, "तू झोपलीस का?"

"फारशी चांगली नाही."

मी किटली घेतली. मला चहाची गरज होती.

"डिनर कसं होतं?"

झालं सुरू!

"आम्ही ऑयस्टर्स खाल्ली, त्यानंतर कॉड, म्हणजे मी असं म्हणेन की, ते 'फिशी' होतं."

"छी!... मला ऑयस्टर्सचा तिटकारा आहे आणि मला जेवणाबद्दल माहिती नकोय. ख्रिश्चन कसा होता? तुम्ही कशाबद्दल बोललात?"

"तो लक्षपूर्वक ऐकत होता," मी थबकले. मी काय म्हणू? त्याचं एचआयव्ही स्टेटस निगेटिव्ह आहे. तो रोल प्ले फार करतो, त्याची प्रत्येक आज्ञा मी पाळावी अशी त्याची इच्छा आहे, त्याने त्याच्या प्लेरूमच्या छताला कोणालातरी टांगलं होतं, त्याला दुखापत झाली आणि खासगी डिनर हाउसमध्ये त्याला माझ्याबरोबर रतिक्रीडा करायची होती. ही एक चांगली टिपणी होऊ शकेल का? मी केटबरोबर ज्याची चर्चा करू शकेन, असं माझ्या ख्रिश्चनच्या भेटीतलं काहीतरी आठवण्याचा

मी प्रयत्न केला.

"त्याला वँडा पसंत नाही."

"कोणाला आहे, ॲना? ती शिळी बातमी आहे. तू इतकी का लाजते आहेस? मोकळी हो, गर्लफ्रेंड."

"ओह, केट, आम्ही बऱ्याच गोष्टींबद्दल बोललो. तुला ठाऊक आहे – तो जेवणाबद्दल किती चोखंदळ आहे. आणि अर्थातच त्याला तुझा ड्रेस आवडला." किटलीतलं पाणी उकळलं. मी माझ्यासाठी थोडा चहा बनवला. "तुला चहा पाहिजे? तू आज काय भाषण देणार आहेस? मला ऐकायला आवडेल."

"यस प्लीज. मी बेक्काजमध्ये काल रात्री त्याच्यावर काम केलं. थांब मी ते घेऊन येते. आणि हं, मला थोडा चहा आवडेल," केट भर्रकन स्वयंपाकघराच्या बाहेर गेली.

फ्यू, कॅथरिन कवाना रुळांबाहेर. मी बेगलचा एक तुकडा काढला आणि तो टोस्टरमध्ये टाकला. माझं ठसठशीत स्वप्न आठवून मी लाल झाले. ते होतं तरी कशाबद्दल?

काल रात्री मला नीट झोप लागली नाही. माझं डोकं वेगवेगळ्या पर्यायांनी भणाणलं होतं. मी गोंधळून गेले होते. ख्रिश्चनची संबंध ठेवण्याची कल्पना ही एखाद्या नोकरीच्या प्रस्तावासारखी आहे. त्याच्यात ठरावीक तास आहेत, कामगिरीचं विवरण आहे आणि तक्रारी नोंदवण्याची एक कठोर पद्धत आहे. माझ्या पहिल्या प्रणयाची मी जशी कल्पना केली होती तसं हे नाही – पण, अर्थात, ख्रिश्चन प्रणय करत नाही. मला अधिक पाहिजे असं जर मी त्याला सांगितलं, तर तो कदाचित नाही म्हणेल... आणि त्याने जो प्रस्ताव मला दिला आहे, तोच धोक्यात येईल. मला सर्वांत काळजी वाटते ती त्याचीच, कारण मी त्याला गमावू इच्छित नाही. पण त्याची शरणार्थी होण्याची – सबमिसिव्ह होण्याची माझी हिंमत आहे की नाही, याची मला खातरी नाही. त्या छड्या आणि चाबकांमुळे माझं अवसान जातं. मी शारीरिकदृष्ट्या भित्री आहे आणि वेदनांना दूर ठेवण्यासाठी मी काहीही करेन. मी माझ्या स्वप्नाचा विचार करते... *ते तसं काहीतरी असेल का?* माझी अंतर्देवता वर-खाली उड्या मारते, तिच्या हातात चिअरलिडिंग पॉमपॉम्स असतात आणि ती 'येस!' म्हणून ओरडत असते.

केट तिचा लॅपटॉप घेऊन स्वयंपाकघरात परतली. मी माझ्या बेगलवर लक्ष केंद्रित केलं आणि ती तिचं पदवीदान समारंभाचं भाषण वाचत असताना मी सहनशीलतेने ऐकलं.

रे आल्यावर मी तयार झाले. मी पुढला दरवाजा उघडला. तो पोर्चमध्ये अंगात नीट न बसणारा सूट घालून उभा होता. या सरळसाध्या माणसाबद्दलच्या कृतज्ञतेमुळे

मला प्रेमाचा उमाळा दाटून आला. मी माझं प्रेम व्यक्त करण्यासाठी काहीतरी वेगळंच करताना त्याच्याभोवती माझे हात टाकले. तो हबकला, गोंधळून गेला.

"हे, ॲनी, तुला भेटून मलादेखील आनंद झाला," तो मला आलिंगन देताना पुटपुटला. मला मागे करून, त्याचे हात माझ्या खांद्यांवर ठेवून त्याने मला वर-खाली न्याहाळलं, त्याच्या भुवया आक्रसल्या. "तू ठीक आहेस ना, बेटा?"

"अर्थात, डॅड. वडिलांना बघून एका मुलीला आनंद होऊ नये का?"

तो हसला. त्याच्या गडद डोळ्यांना कोपऱ्यात सुरकुत्या पडल्या. माझ्या मागून तो बैठकीच्या खोलीत आला.

"तू छान दिसतेस," तो म्हणला.

"हा केटचा ड्रेस आहे," मी करड्या रंगाच्या शिफॉनच्या हॉल्टर-नेक ड्रेसकडे नजर टाकली.

त्याने कपाळाला आठ्या घातल्या.

"केट कुठे आहे?"

"ती कॅम्पसवर गेली आहे. ती भाषण देणार आहे, त्यामुळे तिला लवकर जावं लागलं."

"आपण निघू या का?"

"डॅड, आपल्याकडे अजून अर्धा तास आहे. तुम्ही थोडा चहा घेणार का? आणि मॉन्टेसानोमध्ये सगळ्यांचं कसं चाललंय. प्रवास कसा झाला?"

रेने त्याची गाडी कॅम्पसच्या पार्किंग लॉटमध्ये लावली आणि आम्ही जिमकडे जाणाऱ्या काळे आणि लाल गाउन्स घातलेल्या माणसांच्या प्रवाहात सामील होतो.

"गुड लक, ॲनी. तू फारच अस्वस्थ दिसते आहेस."

होली क्रॅप... रे आज इतक्या नीटपणे का निरीक्षण करतोय माझं?

"नाही, डॅड. आजचा दिवस महत्त्वाचा आहे ना." *आणि मी आज त्याला बघणारही आहे.*

"ये, माझ्या छोट्याशा कन्येला डिग्री मिळालीय. मला तुझा अभिमान वाटतो, ॲनी."

"ऑ... थँक्स, डॅड." ओह, माझं या माणसावर प्रेम आहे.

जिममध्ये गर्दी होती. रे बैठकीच्या थरांची व्यवस्था केलेल्या ठिकाणी इतर पालक आणि हितचिंतक यांच्याबरोबर बसायला गेला; मी माझ्या आसनाकडे जाण्यासाठी माझा मार्ग काढला. मी माझा काळा गाउन आणि कॅप घातली होती. त्यामुळे मला अनामिक म्हणून सुरक्षित वाटलं. व्यासपीठावर अद्याप कोणीही नव्हतं, पण माझ्या भावनांचा तोल मला राखता येत नव्हता. माझं हृदय धडधडत

होतं आणि माझा श्वासोच्छ्वास उथळ झाला होता. तो इथेच आहे कुठेतरी. केट त्याच्याशी बोलत, कदाचित त्याच्याशी प्रश्नोत्तरं करत नसेल, मी विचार केला. माझ्या सहाध्यायींबरोबरच्या ज्यांचं आडनाव 'एस'ने सुरू होतं, त्यांच्याबरोबर बसण्यासाठी मी गेले. मी दुसऱ्या रांगेत होते, ज्यामुळे मी अधिक अनामिक होऊ शकले असते. मी माझ्या मागे पाहिलं आणि रे उंचावर छत नसलेल्या आसनात बसला होता. मी त्याच्याकडे पाहून हात हलवला. त्याला स्वत:च्या अस्तित्वाची जाणीव झाली आणि त्याने माझ्याकडे पाहून अर्धवट हात हलवला, सॅल्यूट केलं. मी बसले आणि वाट पाहू लागले.

प्रेक्षागृह लवकरच भरून गेलं आणि उत्तेजित आवाजांचं गुणगुणणं मोठंमोठं होत गेलं. पुढची रांग भरून गेली. दुसऱ्या विभागातल्या दोन अनोळखी मुली माझ्या दोन्ही बाजूला होत्या. त्या नक्कीच जवळच्या मैत्रिणी असणार आणि माझ्या अंगावरून त्या एकमेकींशी उत्तेजित होऊन बोलत होत्या.

बरोबर अकरा वाजता व्यासपीठाच्या मागच्या बाजूने कुलपतींनी प्रवेश केला. त्यांच्यामागे तीन कुलगुरू होते आणि मग वरिष्ठ प्राध्यापक. सगळे जण त्यांच्या काळ्या आणि लाल गाउनमध्ये सजले होते. आम्ही उभं राहून आमच्या शिक्षकवर्गाचं टाळ्या वाजवून स्वागत केलं. काही प्राध्यापकांनी मान हलवली आणि हात उंचावले, इतर कंटाळल्यासारखे वाटले. माझे ट्यूटर आणि आवडते शिक्षक प्राध्यापक कॉलिन्स, नेहमीप्रमाणेच नुकतेच बिछान्यातून उठल्यासारखे दिसत होते. व्यासपीठावर शेवटी केट आणि ख्रिश्चन आले. ख्रिश्चन त्याच्या कस्टममेड करड्या रंगाच्या सुटात उठून दिसत होता. त्याच्या केसांना दिलेले तांब्याच्या रंगाचे हायलाइट्स प्रेक्षागृहात दिव्यांच्या प्रकाशात चमकत होते. तो गंभीर आणि स्वत:तच मग्न असलेला वाटत होता. तो बसला, तेव्हा त्याने सिंगल-ब्रेस्टेड जॅकेट मोकळं केलं आणि मी त्याच्या टायकडे नजर टाकली. होली शिट्... तो टाय! मी माझी मनगटं चोळली. माझी नजर मी त्याच्यावरून हटवू शकत नव्हते. नि:संशय त्याने तो टाय मुद्दामहून घातला होता. माझं तोंड एका कठीण रेषेत दाबलं गेलं. प्रेक्षक खाली बसले आणि टाळ्यांचा कडकडाट थांबला.

"त्याच्याकडे बघ!" माझ्या शेजारच्या मुलींपैकी एक उत्साहाने तिच्या मैत्रिणीशी फुसफुसली.

"तो हॉट आहे."

मी ताठरले. नक्कीच त्या प्राध्यापक कॉलिन्सबद्दल बोलत नव्हत्या!

"ख्रिश्चन ग्रे असणार."

"तो अविवाहित आहे का?"

मी ताठरले. "मला नाही वाटत," मी पुटपुटले.

"ओह," दोघी मुलींनी माझ्याकडे आश्चर्याने बघितलं.

"मला वाटतं तो गे आहे," मी पुटपुटले.

"वॉट ए शेम," दोघींपैकी एक मुलगी कण्हली.

कुलपतींच्या भाषणाने कार्यक्रमाची सुरुवात झाली, तेव्हा ख्रिश्चन बारकाईने हॉलचं निरीक्षण करत असताना मी पाहिलं. माझ्या आसनात मी माझे खांदे पाडले आणि मी कोणाच्या नजरेत भरणार नाही, याचा शक्य तेवढा प्रयत्न केला. त्यात मी वाईट रीतीने अयशस्वी झाले. कारण एका सेकंदानंतर त्याच्या डोळ्यांनी माझ्या डोळ्यांना शोधून काढलं. त्याचा चेहरा निर्विकार ठेवून तो माझ्याकडे रोखून बघत होता, त्याच्या चेहऱ्यावरचे भाव अगम्य होते. मी अस्वस्थपणे चुळबुळ केली, त्याच्या एकटक नजरेने संमोहित होऊन माझ्या चेहऱ्यावर सावकाशपणे लाली पसरली. नकळतच. मला सकाळी पडलेलं स्वप्न मी आठवलं आणि माझ्या पोटातले स्नायू त्या आवडत्या पद्धतीने आकुंचन पावले. मी जोरात श्वास घेतला. त्याच्या चेहऱ्यावर ओझरतं हसू पसरलं, पण ते निसटतं होतं. त्याने क्षणमात्र डोळे बंद केले आणि ते उघडल्यावर त्याचा अलिप्तपणाचा भाव पुन्हा चेहऱ्यावर आला होता. कुलपतींकडे एक जलद दृष्टिक्षेप टाकून त्याने पुढे बघितलं, डब्ल्यूएसयूव्हीच्या बोधचिन्हावर लक्ष केंद्रित केलं, जे प्रवेशद्वाराच्यावर टांगलेलं होतं. त्याने त्याचे डोळे पुन्हा माझ्याकडे वळवले नाहीत. कुलपती एकसुरी भाषण करत होते. तरीही ख्रिश्चनने माझ्याकडे बघितलं नाही. तो खिळल्यासारखी फक्त समोरच नजर रोखून पाहत होता.

तो माझ्याकडे का बघत नाही? कदाचित त्याचं मन बदललं असावं? अस्वस्थपणाची एक लाट माझ्यावर वाहून गेली. कदाचित काल रात्री निघून जाणं, म्हणजे त्याच्यासाठीदेखील शेवट ठरला असावा. माझ्या मनाचा निर्णय होईपर्यंत प्रतीक्षा करणं त्याला कंटाळवाणं झालं असावं. ओ नो, मी त्याचा पूर्णपणे विचका केला असता. काल रात्रीची त्याची ईमेल मला आठवली. बहुतेक मी त्या मेलचं उत्तर दिलं नाही म्हणून तो चिडला असावा.

एकाएकी, मिस कॅथरिन कवानाने व्यासपीठाचा ताबा घेतला. त्या खोलीत टाळ्यांचा कडकडाट झाला. कुलपती बसले आणि केटने तिचे कागद समोरच्या स्टँडवर ठेवताना तिचे सुंदर, लांब केस मागे उडवले. हजारो लोकांच्या नजरा तिच्याकडे लागलेल्या असूनही विचलित न होता तिने तिचा वेळ घेतला. ती तयार झाल्यावर हसली, तिने मोहित झालेल्या गर्दीकडे पाहिलं आणि तिच्या भाषणाची शैलीदार सुरुवात केली. तिचा स्वतःवर चांगला ताबा होता आणि ती मजेशीर होती, माझ्या शेजारच्या मुली तिच्या पहिल्याच विनोदाला उत्स्फूर्तपणे हसल्या. *ओह, कॅथरिन कवाना, तू छान भाषण देऊ शकतेस.* त्याक्षणी मला तिच्याबद्दल अभिमान

वाटला, माझे ख्रिश्चनबद्दलचे चुकार विचार एका बाजूला ढकलले गेले. मी तिचं भाषण पूर्वी ऐकलेलं असलं, तरीही मी ते काळजीपूर्वक ऐकलं. तिने सगळ्यांवर ताबा मिळवत श्रोतृवृंदाला बरोबर घेतलं.

तिचा विषय होता, 'कॉलेजनंतर काय?' ओह, खरंच पुढे काय. ख्रिश्चन केटला बघत होता, त्याच्या भुवया उंचावलेल्या होत्या – मला वाटतं, यस, त्याची मुलाखत घ्यायला केट गेली असती आणि आता तो मांडत असलेले अश्लाघ्य प्रस्ताव त्याने केटपुढे मांडले असते तर... सुंदर केट आणि सुंदर ख्रिश्चन. एकत्र. मी माझ्या शेजारच्या त्या दोन मुलींसारखी... त्याला दूरवरून कौतुकाने न्याहाळणारी. मला ठाऊक आहे, केटने त्याला दिवसभराचा वेळ दिला नसता. काय म्हटलं तिने त्याला त्या दिवशी? विचित्र. केट आणि ख्रिश्चन यांच्या समोरासमोर येण्याच्या विचाराने मी अस्वस्थ झाले.

केटने दिमाखात तिच्या भाषणाचा समारोप केला आणि उत्स्फूर्तपणे सगळे जण टाळ्या वाजवत, प्रोत्साहन देत उठून उभे राहिले; तिचं पहिलं स्टँडिंग ओव्हेशन! मी तिच्याकडे बघून हसले आणि तिला शाबासकी दिली, तिनेही बघून हसून प्रतिसाद दिला. गुड जॉब, केट. मी बसले आणि प्रेक्षकही बसले. कुलपतींनी उभं राहून ख्रिश्चनचा परिचय करून दिला...

होली शिट्, ख्रिश्चन भाषण देणार आहे. ख्रिश्चनने त्याच्या स्वतःच्या अद्वितीय यशस्वी कंपनीचा सीईओ म्हणून, एक खराखुरा सेल्फ-मेड म्हणून जे यश प्राप्त केलं आहे, त्याचा कुलपतींनी थोडक्यात परामर्श घेतला.

"...आणि आमच्या विद्यापीठाचे एक आघाडीचे आश्रयदाते. प्लीज वेलकम मि. ख्रिश्चन ग्रे."

कुलपतींनी ख्रिश्चन ग्रेचा हात हलवला आणि सभ्यतेने बऱ्याच टाळ्या वाजल्या. माझं हृदय माझ्या घशात आलं. तो स्टँडपर्यंत गेला आणि सभागृहाचं निरीक्षण केलं. आम्हा सर्वांसमोर उभा राहिलेला तो आत्मविश्वासपूर्ण दिसत होता, जशी केटही त्याच्याआधी दिसली होती. माझ्या शेजारच्या दोन मुली आनंदित होऊन पुढे झुकल्या. खरं म्हणजे, प्रेक्षकांतील बहुसंख्य स्त्रिया इंचभर पुढे सरकल्या आणि काही पुरुषदेखील. त्याने सुरुवात केली, त्याचा आवाज हळुवार, तोलून-मापून आणि संमोहित करणारा होता.

"आज डब्ल्यूएसयूच्या ऑथॉरिटीजनी माझ्यावर उधळलेल्या स्तुतिसुमनांमुळे मी भारावून गेलो आहे आणि त्याबद्दल मी अतिशय कृतज्ञ आहे. त्यामुळे मला या युनिव्हर्सिटीच्या पर्यावरण विज्ञान विभागाच्या नजरेत भरणाऱ्या कामाबद्दल बोलण्याची एक दुर्मीळ संधी देऊ करण्यात आली आहे. तिसऱ्या जगातील देशांसाठी पर्यावरणदृष्ट्या नैसर्गिक साधनसामग्रीचा ऱ्हास होणार नाही, अशा शेतकीविषयक पद्धती विकसित

करणं हे आपलं उद्दिष्ट आहे; आपलं अंतिम उद्दिष्ट आहे जगभरातील भूक आणि दारिद्र्य यांचा विनाश करणं. मुख्यत: उप-सहारा आफ्रिका, दक्षिण आशिया आणि लॅटिन अमेरिका येथील एका बिलिअनपेक्षा अधिक लोक कनिष्ठ पातळीच्या दारिद्र्यात जगतात. जगाच्या या भागात शेतकीविषयक अपूर्ण काम सर्वदूर पसरलेलं आहे आणि त्याचा परिणाम आहे पर्यावरणविषयक आणि सामाजिकता यांचा ऱ्हास. अतिशय भुकेलेलं असणं कसं असतं, ते मला माहीत आहे. माझ्यासाठी हा एक वैयक्तिक प्रवास आहे...''

मी आश्चर्याने आ वासला. काय? ख्रिश्चन एकेकाळी भुकेला होता. होली क्रॅप. वेल, त्यामुळे बऱ्याच गोष्टींचा खुलासा झाला. आणि मला मुलाखत आठवली; त्याला खरोखरच जगाला खाऊ घालायचं आहे. केटने तिच्या लेखात काय लिहिलं होतं ते आठवण्यासाठी मी माझ्या मेंदूला ताण दिला. मला वाटतं, वयाच्या चौथ्या वर्षी त्याला दत्तक देण्यात आलं होतं. ग्रेसने त्याला उपाशी ठेवलं होतं ही कल्पना मी करू शकत नव्हते, म्हणजे ते त्याच्या आधी, एक लहान मुलगा असताना असणार. मी आवंढा गिळला, एका उपाशी, करड्या रंगाच्या डोळ्यांच्या, दुडदुडत्या बाळाच्या विचाराने माझं हृदय पिळवटलं. ओ नो. ग्रे दाम्पत्याने त्याची सुटका करून त्याचा ताबा घेण्यापूर्वी कोणत्या प्रकारचं आयुष्य तो जगला असावा?

एका ठसठसणाऱ्या रागाच्या भावनेने माझा ताबा घेतला. बिचारा गरीब, काहीतरी चुकलेला, विचित्र, दानशूर ख्रिश्चन – जरी मला खातरी आहे की, तो स्वत:ला अशाप्रकारे बघत नाही आणि कोणत्याही प्रकारचे सहानुभूतीचे किंवा दयेचे विचार नाकारतो. एकाएकी, प्रत्येक जण टाळ्या वाजवत उभा राहिला. मी अनुकरण केलं, पण मी त्याचं अर्धं भाषण ऐकलं नाही. तो ही सगळी चांगली कामं करत होता, एक मोठी कंपनी चालवत होता आणि त्याच वेळी माझा पाठलागही करत होता. ते भारावून टाकणारं आहे. डारफरबद्दल झालेल्या आमच्या संभाषणाचे छोटे तुकडे मला आठवले... आता त्या सगळ्याची संगती लागली. अन्न.

त्याला मिळालेल्या भावनापूर्ण प्रतिसादाने तो थोडंसं हसला. केट पण टाळ्या वाजवत होती. मग तो पुन्हा त्याच्या आसनावर जाऊन बसला. त्याने माझ्या दिशेने पाहिलं नाही. मी त्याच्याबाबत मिळालेली नवी माहिती पचवू पाहत होते.

कुलगुरूंपैकी एक उठला आणि आमच्या पदव्या घेण्याच्या एका दीर्घ, त्रासदायक प्रक्रियेची सुरुवात झाली. चारशेपेक्षा अधिक पदव्या द्यायच्या होत्या आणि माझं नाव पुकारण्याआधी एक तास गेला. मी स्टेजवर जाण्याचा माझा मार्ग त्या दोन खुदखुदणाऱ्या मुलींमधून काढला. ख्रिश्चनने माझ्याकडे बघितलं, त्याचा आविर्भाव प्रेमळ पण सावध होता.

''अभिनंदन, मिस स्टील,'' माझ्याशी हस्तांदोलन करत माझा हात मृदूपणे

दाबत तो म्हणाला. माझ्या त्वचेवर त्याच्या त्वचेचा झालेला परिणाम मला जाणवला. "तुझ्या लॅपटॉपचा काही प्रॉब्लेम आहे का?"

माझी डिग्री त्याने माझ्या हातात दिली तेव्हा मी कपाळाला आठ्या घातल्या.

"नाही."

"मग तू माझ्या ईमेल्सकडे दुर्लक्ष करते आहेस."

"मी फक्त विलिनीकरण आणि मालकी मिळवणं एवढंच पाहिलं."

त्याने माझ्याकडे प्रश्नार्थक दृष्टीने पाहिलं.

"नंतर," तो म्हणाला आणि मला पुढे सरकावं लागलं, कारण माझ्यामागे रांग अडली होती.

मी माझ्या आसनाकडे परत गेले. ईमेल्स? त्याने दुसरी पाठवली असणार. त्याच्यात काय म्हटलं होतं?

समारंभाचा समारोप व्हायला आणखी एक तास लागला. तो चालूच राहणारा वाटत होता. ख्रिश्चन आणि केट पुढे आणि त्यांच्या मागे फॅकल्टी मेंबर्स, त्यांच्या पुढे चॅन्सेलर असे आणखी एका वाढत जाणाऱ्या टाळ्यांच्या कडकडाटात स्टेजवरून निघाले. ख्रिश्चनने माझ्याकडे पाहावं अशी माझी इच्छा असली, तरी त्याने पाहिलं नाही.

आमची रांग निघून जाण्याची मी उभी राहून वाट बघत असताना केटने मला बोलावलं. स्टेजच्या मागून ती माझ्याकडे आली होती.

"ख्रिश्चनला तुझ्याशी बोलायचं आहे," ती ओरडली.

माझ्याशेजारी उभ्या असलेल्या दोन मुली झटकन वळल्या आणि माझ्याकडे तोंड उघडं टाकून बघू लागल्या.

"त्यानेच मला इकडे पाठवलं आहे," तिने पुढे सांगितलं.

ओह्...

"तुझं भाषण फार छान झालं, केट."

"ते तसं होतं, होतं ना?" ती आनंदाने हसली. "तू येते आहेस का? तो अतिशय आग्रही होऊ शकतो." तिने तिचे डोळे फिरवले आणि मी हसले.

"मी रेला फार वेळ एकटं सोडू शकत नाही," मी रेकडे बघितलं आणि हाताची बोटं वर करून पाच मिनिटं असं दर्शवलं. त्याने मान हलवून 'ओके' अशी खूण केली आणि मी स्टेजच्या मागे असलेल्या कॉरिडॉरमध्ये केटच्या मागे गेले. ख्रिश्चन कुलपतींशी बोलत होता, दोन शिक्षकही तिथे होते. मला त्याने पाहिलं आणि वर बघितलं.

"एक्सक्यूज मी, जंटलमेन," मी त्याला पुटपुटताना ऐकलं. तो माझ्याकडे आला आणि केटकडे बघून किंचित हसला.

"थँक यू," तो म्हणाला. तिने उत्तर देण्यापूर्वीच त्याने माझं कोपर धरलं. मला पुरुषांच्या लॉकर रूमसारख्या दिसणाऱ्या खोलीत नेलं. ती रिकामी आहे की नाही, हे त्याने तपासलं आणि मग तो दरवाजा बंद केला.

होली शिट्, त्याच्या मनात काय आहे? त्याने माझ्यावर प्रश्नांची फैरी झाडली तेव्हा मी माझ्या डोळ्यांची उघडझाप केली.

"तू मला ईमेल का केली नाहीस? किंवा मला संदेश का पाठवला नाहीस?" त्याने टवकारून बघितलं. मी निरुत्तर झाले.

"मी आज माझ्या कॉम्प्यूटरकडे किंवा फोनकडे बघितलं नाही." क्रॅप, तो मला फोन करायचा प्रयत्न करत होता का? मी माझं लक्ष विचलित करण्याचं तंत्र वापरलं, जे केटवर खूपच परिणामकारक असतं, "भाषण छान झालं."

"थँक यू,"

"अन्नाबद्दलच्या तुझ्या प्रश्नाचं त्याच्यातून स्पष्टीकरण मिळालं."

त्याने वैतागून त्याच्या केसातून हात फिरवला.

"ॲनास्टॅशिया, मला आता या क्षणी त्या मुद्द्याकडे जायचं नाही," त्याने त्याचे डोळे मिटले. त्याला त्रास होत असल्यासारखा दिसला.

"मी किती काळजीत होतो."

"काळजीत, का?"

"कारण ज्याला तू गाडी म्हणतेस तो एक मृत्यूचा सापळा होता. त्यातून तू घरी गेलीस!"

"काय? तो मृत्यूचा सापळा नव्हता. इट्स फाइन. जोस त्या गाडीची नियमितपणे देखभाल करतो."

"जोस, द फोटोग्राफर?" ख्रिश्चनचे डोळे बारीक झाले, त्याचा चेहरा ओलसर झाला. ओह, क्रॅप.

"होय, ही बीटल त्याच्या आईची होती."

"होय आणि कदाचित तिची आई आणि त्यापूर्वी तिची आई यांच्याकडेही ती गाडी असेल. हे सुरक्षित नाही."

"मी आता जवळजवळ तीन वर्षं ती गाडी चालवते आहे. तुला काळजी वाटत होती याबद्दल मला वाईट वाटतं. तू फोन का केला नाहीस?" जीझ, तो जरा अधिकच टोकाची प्रतिक्रिया देत होता.

त्याने एक खोल श्वास घेतला.

"ॲनास्टॅशिया, मला तुझ्याकडून उत्तर पाहिजे. असं इथे वाट बघत थांबण्याने मला वेड लागायची वेळ आली आहे."

"ख्रिश्चन, मी... हे बघ. मी माझ्या सावत्र वडिलांना एकटं सोडून आलेय."

"उद्या. मला उद्यापर्यंत उत्तर पाहिजे."

"ओके. उद्या. मी तुला सांगेन."

तो मागे झाला, मला शांतपणे न्याहाळलं आणि त्याचे खांदे सैलावले.

"तू ड्रिंक्ससाठी थांबणार आहेस का?" त्याने विचारलं.

"रेला काय करायचं आहे, हे मला माहीत नाही."

"तुझे सावत्र वडील? मला त्यांना भेटायला आवडेल."

ओ नो... का?

"ही एक चांगली कल्पना आहे, असं मला वाटत नाही."

ख्रिश्चनने दरवाजा उघडला. त्याचं तोंड एका गंभीर रेषेत होतं.

"तुला माझी लाज वाटते आहे का?"

"नो," आता वैताग व्यक्त करण्याची पाळी माझी होती.

"माझ्या वडिलांना काय म्हणून तुझी ओळख करून देऊ? हाच तो माणूस ज्याने माझं कौमार्य भंग केलं आणि त्याला माझ्याबरोबर 'बीडीएसएम' संबंध सुरू करायचा आहे?"

"तू पळायला जातानाचे बूट घातलेले नाहीस."

ख्रिश्चनने माझ्याकडे डोळे मोठे करून पाहिलं आणि मग त्याचे ओठ हास्याने मुडपले. मी त्याच्यावर रागावले आहे हे सत्य असलं, तरी माझाही चेहरा नाइलाजाने त्याला प्रतिसाद म्हणून हसरा झाला.

"सहज तुझ्या माहितीसाठी, मी जलद पळू शकतो. त्यांना फक्त सांग मी तुझा मित्र आहे, ॲनास्टॅशिया."

त्याने दरवाजा उघडला आणि मी बाहेर पडले. माझं मन भिरभिरलं. कुलपती, तीन कुलगुरू, चार प्राध्यापक आणि केट यांनी मी घाईघाईत त्यांच्यावरून जाताना माझ्याकडे रोखून बघितलं. क्रॅप. ख्रिश्चनला फॅकल्टीबरोबर सोडून मी रेला शोधायला गेले.

त्यांना सांग मी तुझा मित्र आहे.

फायद्यांसह मित्र, माझं अर्धजागृत मन खवळलं. मला माहीत आहे, मला माहीत आहे. मी तो नकोसा विचार झटकून टाकला. मी त्याचा रेशी कसा काय परिचय करून देऊ? हॉल अजूनही निदान अर्धाच भरलेला होता आणि रे त्याच्या ठिकाणाहून हलला नव्हता. त्याने मला बघितलं, हात हलवला आणि खाली उतरला.

"हे, ॲनी, अभिनंदन," त्याने त्याचा हात माझ्याभोवती टाकला.

नक्कीच आज तुझा दिवस आहे. मार्ग दाखव.

"तुला पार्किंगमध्ये येऊन ड्रिंक घ्यायला आवडेल काय?"

"तुला जर घ्यायचं नसेल तर आपण गेलंच पाहिजे असं काही नाही."

"ॲनी, मी नुकताच दोन-अडीच तास सगळ्या प्रकारची बडबड ऐकत बसून होतो. मला ड्रिंकची गरज आहे."

कृपा करून नाही म्हण...

मी त्याच्या हातात माझा हात गुंफला आणि आम्ही गर्दीतून बाहेर पडलो. दुपार झाली नव्हती, हवा अजून उबदार होती. रीतसर छायाचित्रकारांच्या रांगेवरून आम्ही पुढे गेलो.

कृपा करून नाही म्हण...

"ओह, मला आठवलं," रेने त्याच्या खिशामधून एक डिजिटल कॅमेरा बाहेर काढला. "अल्बमसाठी एक फोटो, ॲनी," मी त्याच्याकडे बघून माझे डोळे फिरवले आणि त्याने माझा फोटो काढला.

"मी आता कॅप आणि गाउन काढून टाकू का? मला जरा मूर्खासारखं वाटतंय."

तू जरा मूर्ख दिसतेसच... माझं अर्धजागृत मन तिच्या सर्वांत उत्तम संवेदनशील मूडमध्ये होतं. *मग ज्याच्याबरोबर तू झोपतेस त्या पुरुषाची ओळख तू रेला करून देणार आहेस का?* पंखांसारख्या आकाराच्या चश्म्यावरून ती माझ्याकडे टवकारून बघते आहे. त्याला *इतका अभिमान* वाटेल. गॉड, मी तिचा कधीकधी तिरस्कार करते.

मार्की खूप मोठी आहे आणि तिथे गर्दी आहे – विद्यार्थी, पालक, शिक्षक आणि स्नेही, सगळे जण आनंदाने गप्पा मारत आहेत. रेने माझ्या हातात एक शॅम्पेनचा ग्लास दिला, किंवा ती एक स्वस्त फेसाळणारी वाइन असल्याचा मला संशय आला. ती थंड केली नव्हती आणि तिची चव गोड होती. माझे विचार ख्रिश्चनकडे वळले... *त्याला ही आवडणार नाही.*

"ॲना!" मी वळले आणि एथन कवानाने मला त्याच्या बाहूंत घेतलं. त्याने मला गोल फिरवलं, माझी वाइन न सांडता – एक कसरत.

"अभिनंदन!" तो माझ्याकडे बघून आनंदाने हसला, त्याचे डोळे चमकत होते.

काय आश्चर्य! त्याचे मळकट ब्लाँड केस विसकटलेले आणि सेक्सी होते. तो केटइतकाच सुंदर होता. त्यांच्या कुटुंबीयांचं एकमेकांशी असलेलं साधर्म्य लक्षवेधी होतं.

"वॉव – एथन! तुला भेटून छान वाटलं. डॅड, हा एथन. केटचा भाऊ. एथन, हे माझे वडील, रे स्टील." त्यांनी हस्तांदोलन केलं, माझे वडील शांतपणे मि. कवानाला जोखत होते.

"तू युरोपहून केव्हा परतलास?" मी विचारलं.

"मला येऊन एक आठवडा झाला, पण माझ्या छोट्याशा बहिणीला मला आश्चर्यचकित करायचं होतं," तो खलबत केल्यासारखा बोलला.

"दॅट्स सो स्वीट," मी हसले.

"ती भाषण देणार होती, ते चुकवून कसं चाललं असतं!" त्याला त्याच्या बहिणीबद्दल खूप अभिमान वाटत असल्याचं दिसलं.

"तिने फार छान भाषण दिलं."

रेनेही सहमत दर्शवली.

एथनचे हात माझ्या कमरेभोवती होते. मी ख्रिश्चन ग्रेच्या गढुळलेल्या करड्या डोळ्यांत बघितलं. केट त्याच्या बाजूला होती.

"हॅलो रे," केटने रेचं त्याच्या दोन्ही गालांवर चुंबन घेतलं. तो लाजला. "तुम्ही ॲनाच्या बॉयफ्रेंडला भेटलात का? ख्रिश्चन ग्रे."

होली शिट्... केट! फक्! माझ्या चेहऱ्याचा रंग उडाला.

"मि. स्टील, तुम्हाला भेटून आनंद झाला," ख्रिश्चन सफाईदारपणे म्हणाला. तो हे प्रेमळपणे आणि केटच्या परिचय करून देण्याने बिलकूल विचलित न होता म्हणाला. त्याने त्याचा हात पुढे केला आणि रेनेही तो हातात घेतला. खरंतर रेने ही आश्चर्यचकित व्हायची वेळ असूनही त्याने तसं चेहऱ्यावर अजिबात दाखवलं नाही, याचं श्रेय त्याला द्यावंच लागेल.

थँक यू व्हेरी मच, कॅथरिन कवाना, मी धुसफुसले. मला वाटलं माझ्या अर्धजागृत मनाला चक्कर आली आहे.

"मि. ग्रे," रे पुटपुटला. त्याच्या चेहऱ्यावरचे भाव अगम्य होते. फक्त त्याचे मोठे तपकिरी डोळे विस्फारण्याव्यतिरिक्त. माझ्या चेहऱ्यावरून त्याचे डोळे फिरले तेव्हा त्यांच्यात 'तू मला ही बातमी केव्हा देणार होतीस' असा भाव होता. मी माझा ओठ चावला.

"आणि हा माझा भाऊ, एथन कवाना," केट ख्रिश्चनला उद्देशून म्हणाली.

ख्रिश्चनने त्याची थंड रोखलेली नजर एथनकडे फिरवली, ज्याचा एक हात अजून माझ्या कमरेभोवती होता.

"मिस्टर कवाना."

त्यांनी हस्तांदोलन केलं. ख्रिश्चनने त्याचा हात माझ्यापुढे केला.

"ॲना, बेबी," तो पुटपुटला आणि त्याच्या या प्रेमाच्या शब्दांनी मी जवळजवळ हतप्रभच झाले.

मी एथनच्या पकडीतून बाहेर निघाले, त्यावेळेला ख्रिश्चन त्याच्याकडे बघून थंडपणे हसला आणि मी त्याच्या शेजारची जागा घेतली. केट माझ्याकडे बघून हसली. ती काय करते आहे ते तिला पक्कं माहीत आहे, बदमाश बाई!

"एथन, मॉम आणि डॅडला तुझ्याशी बोलायचं होतं," केटने एथनला ओढून नेलं.

"मग तुम्ही एकमेकांना केव्हापासून ओळखता?" रेने निर्विकारपणे ख्रिश्चन आणि माझ्याकडे नजर टाकली.

माझी बोलण्याची शक्तीच मला सोडून गेली होती. धरती मला गिळून टाकेल तर बरं, असं मला वाटत होतं. ख्रिश्चनने त्याचा हात माझ्याभोवती टाकला. त्याचा अंगठा माझ्या उघड्या पाठीवरून कुरवाळल्याप्रमाणे फिरत होता. नंतर त्याने माझा खांदा घट्ट धरला.

"दोन-तीन आठवडे झाले असतील," त्याने सफाईदारपणे उत्तर दिलं, "ॲनास्टॅशिया जेव्हा माझी विद्यार्थी वृत्तपत्रासाठी मुलाखत घ्यायला आली होती, तेव्हा आमची भेट झाली."

"तू विद्यार्थी वृत्तपत्रासाठी काम केलंस, हे मला माहीत नव्हतं, ॲना." रेचा आवाज शांतपणे दिलेली तंबी होती, त्यातून त्याचा त्रागा दिसून येत होता. शिट्.

"केट आजारी होती," मी पुटपुटले. मी हे एवढंच जमवू शकले.

"भाषण छान दिलंत तुम्ही, मि. ग्रे."

"थँक यू, सर, मला असं कळलंय की, तुम्ही एक चांगले कोळी आहात."

रेने त्याच्या भुवया उंचावल्या आणि तो हसला – एक दुर्मीळ, अस्सल, खरंखुरं रे स्टील हास्य – त्यांनी माशांवर बोलायला सुरुवात केली. वस्तुत:, मी तिथे उगाचच असल्याचं लवकरच मला वाटायला लागलं. *तो वडिलांवर चांगलीच मोहिनी घालतोय... जशी त्याने तुझ्यावर घातली.* माझ्या अर्धजागृत मनाने मला फटकारलं. त्याच्या सामर्थ्याला मर्यादा माहीत नाहीत. मी केटला शोधण्यासाठी त्यांना सोडून निघाले.

ती तिच्या आईवडिलांशी बोलत होती. ते नेहमीप्रमाणेच प्रसन्न होते आणि माझं त्यांनी प्रेमाने स्वागत केलं. आम्ही आपापसात शुभेच्छांची थोडक्यात देवाणघेवाण केली. त्यांच्या बार्बाडोसच्या येऊ घातलेल्या सुट्टीबद्दल आणि आमच्या स्थलांतराबद्दल बोललो.

"केट, तू मला रेसमोर उघडं कसं काय पाडू शकतेस?" मी आमचं कुणी ऐकणार नाही, याची पहिली संधी मिळताच फुस्कारले.

"कारण मला माहीत होतं तू कधीच सांगणार नाहीस. ख्रिश्चनच्या बांधिलकीच्या प्रश्नांसाठी मदत करायचीय." केट माझ्याकडे बघून गोड हसली.

मी खवळले. *त्याच्याशी बांधिलकी न स्वीकारणारी मी आहे, मूर्ख बये!*

"तो त्याबद्दल चांगलाच शांत वाटतो, ॲना. उगाच घाम गाळू नकोस. आत्ता त्याच्याकडे बघ – ख्रिश्चन तुझ्यावरून त्याची नजर हटवू शकत नाही," मी नजर टाकली आणि रे तसंच ख्रिश्चन माझ्याकडे बघत होते. "तो तुझ्यावर एखाद्या

ससाण्यासारखी नजर ठेवून आहे.''

''मला जाऊन रे, नाहीतर ख्रिश्चनची सुटका केली पाहिजे. मला नाही माहीत कोणाची. तुला याचा शेवट ठाऊक नाहीये, कॅथरिन कवाना!'' मी तिच्याकडे टवकारून बघितलं.

''ॲना, मी तुला मदतच केली,'' ती बोलली.

''हाय,'' मी परतल्यावर त्या दोघांकडे बघून हसले.

ते ठीक वाटले. ख्रिश्चन कोणत्यातरी खासगी विनोदाचा आनंद लुटत होता आणि माझे वडील विश्वास बसणार नाही एवढे – ते एका सामाजिक प्रसंगात असूनदेखील – सैलावल्यासारखे वाटले. *माशांव्यतिरिक्त ते आणखी कसली चर्चा करत होते?*

''ॲना, रेस्टरूम्स कुठे आहेत?''

''मार्कीमधून मागून बाहेर पडून डावीकडे.''

''एका मिनिटात आलोच. तुम्ही मजा करा.''

रे गेला. मी अस्वस्थपणे ख्रिश्चनकडे बघितलं. एका छायाचित्रकाराने आम्हा दोघांचं छायाचित्र काढलं म्हणून आम्ही थांबलो.

''थँक यू, मि. ग्रे.'' छायाचित्रकार घाईघाईत निघून गेला. फ्लॅशच्या उजेडाने मी डोळे मिचकावले.

''म्हणजे तू माझ्या वडिलांवरपण मोहिनी घातलीस तर?''

''त्यांच्यावरपण?'' ख्रिश्चनचे डोळे तप्त झाले. त्याने प्रश्नार्थक भुवई उंचावली. मी लाल झाले. त्याने त्याचा हात उचलला आणि त्याची बोटं माझ्या गालांवर फिरवली.

''ओह, तू काय विचार करते आहेस हे मला कळलं असतं, तर बरं झालं असतं ॲनास्टॅशिया,'' तो त्याच्या हातात माझी हनुवटी धरून आम्ही एकमेकांच्या डोळ्यांत उत्कटतेने बघत असताना कुजबुजला.

माझा श्वासोच्छ्वास वाढला. एवढ्या गर्दीतदेखील तो माझ्यावर अशा प्रकारचा प्रभाव कसा काय पाडू शकतो?

''आता याक्षणी, मी असा विचार करतेय, *छान टाय.*'' मी श्वास टाकला.

तो हसला. ''तो माझा अलीकडेच आवडता झालाय.''

मी लाजून लालेलाल झाले.

''तू सुंदर दिसतेस, ॲनास्टॅशिया. हा हॉल्टर-नेक ड्रेस तुला शोभून दिसतो. मला तुझी पाठ थोपटायला मिळतेय, तुझ्या सुंदर त्वचेचा स्पर्श अनुभवता येतोय.''

एकाएकी, आम्ही जणूकाही फक्त दोघंच त्या तिथे आहोत असं भासलं. फक्त

आम्ही दोघं. माझं सगळं शरीर जिवंत होऊन उठलं, प्रत्येक नसेचं टोक हळुवारपणे गातंय, ती विद्युत्‌लहर मला त्याच्याकडे खेचते आहे, आम्हा दोघांना भारित करणारी.

''ते छान असणार आहे, हे तुला माहीत आहे. आहे ना, बेबी?'' तो कुजबुजला. माझ्या आतल्या बाजू मोकळ्या होऊन वितळल्यासारख्या भासल्या तेव्हा मी डोळे मिटले.

''पण मला अधिक पाहिजे,'' मी कुजबुजले.

''अधिक?'' त्याने बुचकळ्यात पडून माझ्याकडे बघितलं, त्याचे डोळे गढुळले. मी मान हलवली आणि आवंढा गिळला. आता त्याला कळतंय.

''अधिक,'' तो पुन्हा हळुवारपणे म्हणाला. त्या शब्दाची परीक्षा घेत – एक छोटासा, साधा शब्द, पण वचनाने एवढा भरलेला. त्याचा अंगठा माझ्या खालच्या ओठावर फिरला. ''तुला हृदय आणि फुलं पाहिजेत.''

मी पुन्हा मान हलवली. त्याने माझ्याकडे बघून डोळ्यांची उघडझाप केली आणि त्याच्या अंतर्मनात चाललेलं द्वंद्व त्याच्या डोळ्यांत प्रतिबिंबित झालं.

''ॲनास्टॅशिया,'' त्याचा आवाज हळुवार होता, ''तू मला ठाऊक नसलेलं असं काहीतरी आहेस.''

''तू पण.''

तो थोडंसं हसला.

''तुला फारसं माहीत नाही,'' तो पुटपुटला.

''तुला सगळ्या चुकीच्या गोष्टी माहीत आहेत.''

''चुकीच्या? मला नाही वाटत,'' त्याने त्याचं डोकं हलवलं. तो इतका प्रामाणिक वाटला. ''त्याचा अनुभव घे.'' एक आव्हान, मला घेण्याचं आणि त्याचं डोकं एका बाजूला लववून त्याने त्याचं ते तिरकस, चमकदार हास्य केलं.

माझा श्वास रोधला आणि मी 'गार्डन ऑफ इडन'मधली 'इव्ह' आहे आणि तो साप. मी मोह आवरू शकत नव्हते.

''ओके,'' मी कुजबुजले.

''काय?'' त्याचं माझ्याकडे संपूर्ण लक्ष आहे – एकाग्र!

मी आवंढा गिळला.

''ओके. मी प्रयत्न करेन.''

''तू सहमत आहेस?'' त्याचा अविश्वास उघड व्यक्त होत होता.

''सौम्य मर्यादांच्या संदर्भात, होय, मी प्रयत्न करेन,'' माझा आवाज एवढा बारीक होता. ख्रिश्चनने त्याचे डोळे मिटले आणि मला आलिंगनात ओढून घेतलं. ''जीझस, ॲना, तू एवढी अनपेक्षित आहेस. तू माझा श्वासच हिरावून

घेतेस.''

त्याने पाऊल मागे टाकलं आणि अचानक रे परत आला. मार्कीमधला आवाजाचा स्तर हळूहळू वाढला आणि त्यामुळे माझे कान भरून गेले. आम्ही एकटे नाही आहोत. *होली शिट्. मी आत्ताच त्याची शरणार्थी – सबमिसिव्ह व्हायला संमती दिली.*

ख्रिश्चन रेकडे बघून हसला आणि त्याचे डोळे आनंदाने नाचत होते.

''ॲनी, आपण जेवायला जाऊ या का?''

''ओके.'' समतोल शोधण्याचा प्रयत्न कर. मी रेकडे बघत डोळ्यांची उघडझाप केली. *काय केलंस तू हे?* माझं अर्धजागृत मन माझ्यावर किंचाळलं. माझी अंतर्देवता एखाद्या रशियन ऑलिम्पिक जिमनॅस्टला साजेशा बॅकफ्लिप्स करते आहे.

''तुम्हाला आमच्याबरोबर यायला आवडेल का, ख्रिश्चन?'' रेने विचारलं.

ख्रिश्चन! मी त्याच्याकडे त्याने नकार द्यावा म्हणून याचना करण्यासाठी एकटक बघितलं. मला विचार करायला थोडा अवधी पाहिजे होता... व्हॉट द फक हॅव आय डन?

''थँक यू, मि. स्टील, पण माझे काही प्लॅन्स आहेत. तुम्हाला भेटून छान वाटलं, सर.''

''मलाही,'' रेने प्रतिसाद दिला. ''माझ्या बेबीगर्लला नीट सांभाळा.''

''ओह्, माझा तसा पूर्णपणे मनोदय आहे.''

त्यांनी हस्तांदोलन केलं. मला आजाऱ्यासारखं वाटलं. ख्रिश्चनला माझी कशी काळजी घ्यायची आहे, त्याची रेला काहीच कल्पना नाही. ख्रिश्चनने माझा हात धरला आणि त्याच्या ओठांशी नेऊन माझ्या बोटांच्या पेरांचं हळुवारपणे चुंबन घेतलं, त्याचे तप्त डोळे माझ्या डोळ्यांत उत्कटपणे गुंतले.

''नंतर,'' त्याने श्वास घेतला. त्याच्या आवाजात आशावाद भरला होता.

माझ्या पोटात त्या विचाराने मुरड पडली. थांब... नंतर?

रेने माझं कोपर धरलं आणि मला टेंटच्या प्रवेशद्वाराच्या दिशेने नेलं.

''चांगला सॉलिड तरुण वाटतो. श्रीमंतदेखील. पण त्याच्याबद्दल मला कॅथरिन कवानाकडून का कळावं...'' त्याने दटावलं.

मी क्षमायाचनेसाठी खांदे उडवले.

''वेल, ज्याला फ्लाय-फिशिंग माहीत आहे आणि ते त्याला आवडतं, असा माणूस माझ्यासाठी ओके आहे.''

होली काउ – रेने मान्यता दिली. त्याला जर फक्त माहीत असतं तर... मी...

रेने मला संध्याकाळी घरापाशी सोडलं.

“तुझ्या मॉमला फोन कर,” तो म्हणाला.

“करेन मी. आल्याबद्दल धन्यवाद, डॅड.”

“जगाची उलथापालथ झाली असती तरी मी ही संधी घालवली नसती, ॲनी. मला तुझा अभिमान वाटतो.”

ओ नो... मी भावनाप्रधान होणार नाही. माझ्या घशात एक मोठा आवंढा दाटून आला आणि मी त्याला घट्ट आलिंगन दिलं. त्याने त्याचा हात गोंधळून माझ्याभोवती टाकला आणि मी आवरू शकले नाही – माझ्या डोळ्यांत अश्रू दाटून आले.

“हे, ॲनी, स्वीटहार्ट,” रे गाऊ लागला. “बिग ओल्ड डे... हं? मी आत येऊन तुझ्यासाठी थोडा चहा बनवू का?”

माझ्या डोळ्यांत अश्रू असूनदेखील मी हसले. रेच्या दृष्टीने चहा हे एक नेहमीच उत्तर असतं. माझी आई त्याच्याबद्दल तक्रार करायची ते मला आठवलं. म्हणायची, चहा आणि सहानुभूती यांमध्ये रे चहाच्या बाबतीत नेहमीच चांगला होता, पण सहानुभूतीच्या बाबतीत मात्र वाईट होता.

“नो, डॅड. आय ॲम गुड. तुम्हाला भेटणं फार छान होतं. एकदा सीॲटलला स्थिर झाल्यावर मी लवकरच भेटायला येईन.”

“मुलाखतींसाठी गुडलक. त्या कशा झाल्या ते मला कळव.”

“नक्की. डॅड.”

“लव्ह यू, ॲनी.”

“लव्ह यू टू, डॅड.”

तो हसला. त्याचे तपकिरी डोळे प्रेमळ, प्रकाशित झाले आणि तो परत गाडीत चढला. तो गाडी चालवत गेला तेव्हा मी त्याच्यासाठी निरोपाचा हात हलवला आणि मग मी निर्जीवपणे अपार्टमेंटमध्ये रमतगमत परत आले.

पहिली गोष्ट मी जी केली ती म्हणजे, माझा सेल फोन तपासला. त्याला चार्जिंगची गरज होती म्हणून चार्जर शोधून काढून मी तो मला आलेले संदेश गोळा करण्यापूर्वी प्लग केला. चार मिस्ड् कॉल्स, एक व्हॉइस मेसेज आणि दोन टेक्स्ट. ख्रिश्चनकडून तीन मिस्ड् कॉल्स... संदेश काही नाही. जोसकडून एक मिस्ड् कॉल आणि मला पदवीदान समारंभासाठी व्हॉइस मेलवर शुभेच्छा.

मी टेक्स्ट उघडला.

‘आर यू होम सेफ?’

‘कॉल मी.’

ते दोन्ही ख्रिश्चनकडून होते. त्याने घरी फोन का नाही केला? मी माझ्या शयनगृहात गेले आणि तो लॅपटॉप सुरू केला.

खिश्चन ग्रेकडून,
विषय : आजची रात्र
तारीख : मे २५, २०११ २३:५८
ॲनास्टॅशिया स्टीलला,

तुझ्या त्या गाडीतून तू घरी पोचू शकशील अशी आशा आहे. तू ठीक आहेस की नाही ते मला कळव.

खिश्चन ग्रे,
सीईओ, ग्रे एंटरप्रायझेस होल्डिंग्ज, इन्कॉर्पोरेटेड

जीझ... माझ्या बीटलबद्दल तो एवढा चिंताग्रस्त का होतोय? त्या गाडीने मला तीन वर्षांची इमानदार सेवा दिली आहे आणि तिच्या देखभालीसाठी माझ्या हातांशी जोस नेहमीच उपलब्ध असतो.

खिश्चनची पुढची ईमेल आज पाठवलेली होती.

खिश्चन ग्रेकडून,
विषय : सौम्य मर्यादा
तारीख : मे २६, २०११ १७:२२
ॲनास्टॅशिया स्टीलला,

मी आता काय म्हणू? त्याबद्दल कोणत्याही वेळी बोलायला आनंदच वाटेल. तू आज सुंदर दिसत होतीस.

खिश्चन ग्रे,
सीईओ, ग्रे एंटरप्रायझेस होल्डिंग्ज, इन्कॉर्पोरेटेड

मला त्याला बघायचं होतं. मी 'उत्तर' बटण दाबलं.

ॲनास्टॅशिया स्टीलकडून,
विषय : सौम्य मर्यादा
तारीख : मे २६, २०११ १९:२३
खिश्चन स्टीलला,

चालत असल्यास आज संध्याकाळी मी चर्चा करायला येऊ शकेन.
ॲना.

खिश्चन ग्रेकडून,
विषय : सौम्य मर्यादा
तारीख : मे २६, २०११ १९:२७
ॲनास्टॅशिया स्टीलला,

मी तुझ्याकडे येईन. तू ती गाडी चालवण्याबद्दल मी खूश नव्हतो असं जेव्हा मी म्हणालो, तेव्हा मला खरोखरच तसं वाटलं होतं.

मी लवकरच तुझ्यासोबत असेन.

ख्रिश्चन ग्रे,
सीईओ, ग्रे एंटरप्रायझेस होल्डिंग्ज, इन्कॉर्पोरेटेड

होली क्रॅप... तो आता इथे येणार आहे. मला त्याच्यासाठी एक गोष्ट तयार ठेवायचीय – थॉमस हार्डीच्या प्रथमावृत्तीची पुस्तकं, ती अजूनही बैठकीच्या खोलीतल्या फळ्यांवर होती. मी ती माझ्याकडे ठेवू शकत नाही. मी त्यांना ब्राउन पेपरमध्ये गुंडाळलं आणि वेष्टनावर पुस्तकातलं एक टेसचं अवतरण खरडलं –

''मी अटींना मान्यता देते, एंजल; कारण तुला चांगलं माहीत आहे की, माझी शिक्षा काय असावी; फक्त – फक्त मी सोसू शकेन त्यापेक्षा ती अधिक करू नकोस!''

१५

"हाय!"

मी जेव्हा दरवाजा उघडला तेव्हा मला सहन करता येणार नाही एवढं लाजल्यासारखं वाटत होतं. जीन्स आणि लेदरचं जॅकेट घातलेला ख्रिश्चन पोर्चमध्ये उभा होता.

"हाय," त्याच्या चमकदार हास्याने माझा चेहरा उजळून निघाला. मी एक क्षणभर त्या सुंदर पुरुषाची मनोमन प्रशंसा केली. ओ माय, तो लेदरमध्ये हॉट दिसतो.

"आत ये."

"मी जर येऊ शकत असेन तर," तो गमतीने म्हणाला. तो आत आला. त्याच्या हातात शॅम्पेनची एक बाटली होती. "मी विचार केला की, आपण तुझं पदवीधर होणं साजरं करू. त्यासाठी एका छान बोलिंजरला पर्याय नाही."

"शब्दांची निवड मनोरंजक आहे," मी शुष्कपणे मल्लीनाथी केली.

तो हसला. "ओह्, मला तुझा हजरजबाबीपणा आवडतो, ॲनास्टॅशिया."

"आत्ता फक्त चहाचे कप आहेत. सगळे ग्लासेस आम्ही सामानात बांधून टाकले."

"टी कप्स? मला तर छान वाटतंय."

मी स्वयंपाकघरात गेले. अस्वस्थ. पोटात फुलापाखरं उसळतात, जणूकाही माझ्या बैठकीच्या खोलीत एखादा बिबट्या किंवा सिंह अनपेक्षितपणे भक्ष्याच्या शोधार्थ आल्यासारखं वाटत होतं.

"तुला कपांबरोबर बशापण पाहिजेत?"

"टी कप्स चालतील, ॲनास्टॅशिया," ख्रिश्चन बैठकीच्या खोलीतून लक्ष विचलित झाल्यासारखा बोलला.

मी जेव्हा परतले, तेव्हा तो पुस्तकांच्या ब्राउन पार्सलकडे टक लावून बघत होता. मी टेबलावर कप ठेवला

"ते तुझ्यासाठी आहे," मी अस्वस्थपणे कुजबुजले.

क्रॅप... बहुतेक भांडण होणार.

"हं... मी अंदाज केलाच होता. योग्य अवतरण." त्याची लांबसडक तर्जनी त्याने विमनस्कपणे लिखाणावरून फिरवली. "मी विचार केला होता की, मी उरबेरव्हिल आहे, एंजल नाही. तू गुणवत्ता कमी करण्याचा निर्णय घेतलास," त्याने एक छोटंसं लबाड हास्य केलं. "तुला नक्कीच तेवढं योग्य गुणाने ओतप्रोत भरलेलं काहीतरी मिळेल."

"ती एक याचनादेखील आहे," मी कुजबुजले.

मी इतकी अस्वस्थ का आहे? माझं तोंड सुकलं होतं.

"एक याचना? तुझ्याबरोबर सांभाळून घेण्यासाठी?"

मी मान हलवली.

"मी ती तुझ्यासाठी विकत घेतली," तो शांतपणे म्हणाला. त्याची नजर निर्विकार होती. "तू जर ती स्वीकारलीस, तर मी तुला सांभाळून घेईन."

मी झटके देत आवंढा गिळला.

"ख्रिश्चन, मी ती स्वीकारू शकत नाही, ते फारच होतंय."

"बघितलंस, मी याच्याबद्दलच बोलत होतो, तुझं मला आव्हान देणं. माझी इच्छा आहे की, ती पुस्तकं तू ठेवावीस आणि तो या चर्चेचा शेवट आहे. तुला त्याचा विचार करायची गरज नाही. मी तुझ्यासाठी जे विकत घेतो त्याचा तू फक्त स्वीकार कर, कारण तू तसं केलंस तर मला आनंद होतो."

"पण तू जेव्हा माझ्यासाठी ती विकत घेतलीस तेव्हा मी सबमिसिव्ह नव्हते," मी कुजबुजले.

"नाही... पण तू मान्य केलं आहेस, ॲनास्टॅशिया." त्याचे डोळे विचारमग्न झाले.

मी नि:श्वास टाकला. याच्यात मी जिंकणार नव्हते, तेव्हा आता प्लॅन बी.

"म्हणजे मी त्यांचं काहीही करू शकते?"

त्याने माझ्याकडे संशयाने बघितलं; पण संमती दर्शवली.

"यस."

"मग, मला ती एका सेवाभावी संस्थेला द्यायला आवडतील, डारफर भागात काम करणारी एक संस्था जी तुला प्रिय आहे. ती संस्था त्यांचा लिलाव करू शकेल."

"तसं करण्याची जर तुझी इच्छा असेल तर –" त्याचं तोंड एका कठीण रेषेचा

आकार घेतं. तो निराश झाल्यासारखा दिसला.

मी लाल झाले.

''मी त्याच्याबद्दल विचार करेन,'' मी पुटपुटले. मी त्याला निराश करू इच्छित नव्हते. त्याचे शब्द मला आठवले. *मला आनंद द्यावा असं तुला वाटावं ही माझी इच्छा आहे.*

''विचार करू नकोस, ॲनास्टॅशिया. याबद्दल नको.'' त्याचा स्वर शांत आणि गंभीर होता.

मी विचार कसा नको करू? *तुम्ही एक गाडी असल्याचं भासवू शकाल, त्याच्या मालकीच्या इतर वस्तूंसारखं.* माझं अर्धजागृत मन स्वागतार्ह नव्हतं. ते असं धारदार आणि कडवट होऊन परत येतं. मी त्याच्याकडे दुर्लक्ष केलं. ओह, आम्ही परत मागे जाऊ शकणार नाही का? आमच्यातलं वातावरण आता तंग झालं होतं. काय करावं ते मला कळत नव्हतं. मी माझ्या बोटांकडे टक लावली. ही परिस्थिती मी पुन्हा पहिल्यासारखी कशी करू?

त्याने शॅम्पेनची बाटली टेबलावर ठेवली आणि माझ्यासमोर उभा राहिला. त्याचा हात माझ्या हनुवटीच्या खाली ठेवून त्याने माझं डोकं वर उचललं. त्याच्या चेहऱ्यावरचे भाव गंभीर असताना त्याने माझ्याकडे टक लावून बघितलं.

''मी तुझ्यासाठी बऱ्याच वस्तू विकत घेईन, ॲनास्टॅशिया. आता त्याची सवय करून घे. मला त्या विकत घेणं परवडतं. मी फार श्रीमंत माणूस आहे.'' खाली वाकून त्याने माझ्या ओठांवर पटकन एक निर्मळ चुंबन दिलं. ''प्लीज!'' त्याने मला सोडलं.

हो, माझं अर्धजागृत मन माझ्याकडे बघून उद्गारलं.

''पण मला त्यामुळे स्वस्त असल्यासारखं वाटतं,'' मी पुटपुटले.

ख्रिश्चनने वैतागून त्याच्या केसांतून हात फिरवला.

''तुला तसं वाटायला नको. तू त्याचा फारच विचार करते आहेस, ॲनास्टॅशिया. दुसरे लोक काय विचार करतील याच्यावर अवलंबून काहीतरी संदिग्ध नैतिक निवाडा स्वत:वर लादू नकोस. तुझी ऊर्जा फुकट घालवू नकोस. आपल्या व्यवस्थेविषयी तुझ्या मनात संदेह आहे म्हणून फक्त तसं होतंय; ते पूर्णपणे नैसर्गिक आहे. आपण कशात गुंतणार आहोत, हे तुला माहीत नाही.''

त्याच्या शब्दांची संगती लावण्याचा प्रयत्न करत मी कपाळाला आठ्या घातल्या.

''हे, थांबव,'' त्याने हळुवारपणे आज्ञा केली. पुन्हा माझी हनुवटी ओंजळीत धरून त्याने मृदूपणे ओढली, माझ्या दातातून माझा खालचा ओठ मोकळा झाला.

''माझ्यासाठी तू खूप मौल्यवान आहेस, ॲनास्टॅशिया. मी तुला तसा विचार

करू देणार नाही. तुला ज्याचं महत्त्व वाटेल अशी काही जुनी पुस्तकं फक्त मी तुझ्यासाठी आणली एवढंच. हे घे थोडी शॅम्पेन घे,'' त्याचे डोळे प्रेमळ आणि सौम्य झाले आणि मी सहजपणे त्याच्याकडे बघून हसले. ''हे अधिक चांगलं आहे,'' तो पुटपुटला. त्याने शॅम्पेन उचलली, त्याची वरची फॉइल टॉप आणि जाळी काढून टाकली. बूच फिरवायच्या ऐवजी बाटलीच वळवली आणि एक लहानसा पॉप आवाज करून सराईतपणे बाटली उघडली. एकही थेंब खाली न सांडता त्याने कप अर्धे भरले.

''ती गुलाबी आहे,'' मी आश्चर्य वाटून पुटपुटले.

''बोलिंजर ग्रॅन्डे ॲनी रोझ १९९९, एक उत्कृष्ट व्हिंटाज,'' तो चवीने म्हणाला.

''टी कप्समध्ये.''

तो हसला.

''टी कप्समध्ये. तुझ्या पदवीबद्दल तुझं अभिनंदन, ॲनास्टॅशिया.'' आम्ही कपांचा 'क्लिंक' असा आवाज केला आणि त्याने ड्रिंक घेतलं, पण मला असं वाटत राहिलंच की, खरं म्हणजे ही शॅम्पेन माझ्या अटी घालून पत्करलेल्या शरणागतीबद्दल आहे.

''धन्यवाद,'' मी पुटपुटले आणि एक घुटका घेतला. अर्थातच ती चवदार होती. ''आपण सौम्य मर्यादांचं वाचन करू या का?''

तो हसला आणि मी लाजले.

''नेहमीच अधीर,'' ख्रिश्चनने माझा हात धरून मला कोचाकडे नेलं. तिथे बसल्यावर त्याने मला शेजारी ओढलं.

''तुझे सावत्र वडील हे एक फार मितभाषी व्यक्ती आहेत.''

ओह... सौम्य मर्यादांसंबंधी नाही तर. मला हे फक्त माझ्या मार्गातून बाजूला काढायचं होतं. माझी अस्वस्थता मला कुरतडत होती.

''तू त्यांना अगदी तुझ्या तालावर नाचायला लावलंस,'' मी ओठांचा चंबू केला.

ख्रिश्चन हलकेच हसला.

''फक्त मला मासे कसे पकडायचे ते माहीत आहे म्हणून.''

''त्याला मासे पकडायला आवडतं हे तुला कसं कळलं?''

''तू मला सांगितलंस, आपण जेव्हा कॉफी प्यायला गेलो होतो तेव्हा.''

''ओह्... मी सांगितलं होतं का?'' मी दुसरा घोट घेतला. वॉव्, तपशील त्याच्या चांगले लक्षात राहतात. हं... ही शॅम्पेन खरंच छान आहे. ''तू स्वागत कक्षात वाइन घेऊन पाहिलीस का?''

ख्रिश्चनचा चेहरा वाईट झाला.

“होय. ती वाईट होती.”

“मी जेव्हा तिची चव घेतली, तेव्हा मला तुझी आठवण आली. तू वाइनबद्दल एवढा माहीतगार कसा काय झालास?”

“मी माहीतगार नाही, ॲनास्टॅशिया; पण मला काय आवडतं तेवढं मला नक्की माहीत आहे.” त्याचे डोळे चमकले, जवळजवळ रुपेरी झाले आणि त्यामुळे मी लाजले.

“आणखी थोडी?” तो शॅम्पेनचा उल्लेख करत म्हणाला.

“प्लीज, चालेल.”

ख्रिश्चन डौलदारपणे उठला आणि बाटली घेतली. माझा कप भरला. माझं डोकं हलकं तर करत नाही ना? मी त्याच्याकडे संशयाने बघितलं.

“ही जागा फारच ओकीबोकी दिसते. तुमची सगळी तयारी झाली आहे का?”

“जवळपास.”

“तू उद्या काम करणार आहेस का?”

“होय, माझा क्लेटन्समधला शेवटचा दिवस.”

“मी तुला स्थलांतरासाठी मदत करेन, पण मी माझ्या बहिणीला विमानतळावर भेटेन असं वचन दिलंय.”

ओह्... ही एक बातमी आहे.

“शनिवारी सकाळी लवकर मिया पॅरिसहून येते आहे. मी उद्या सीॲटलला परत निघतोय, पण मी असं ऐकलंय की, इलिअट तुम्हा दोघींना मदत करणार आहे.”

“येस. केट त्याबद्दल खूपच उत्तेजित आहे.”

ख्रिश्चनने कपाळाला आठ्या घातल्या, “होय, केट आणि इलिअट, कोणी विचार केला होता?” तो पुटपुटला आणि कोणत्यातरी कारणाने, तो खूश दिसत नव्हता. “मग सीॲटलमध्ये तू काय करणार आहेस?”

तू मर्यादांबद्दल केव्हा बोलणार आहेस? हा काय खेळ आहे?

“प्रशिक्षणार्थींच्या जागांसाठी माझ्या दोन-तीन मुलाखती आहेत.”

“तू हे मला केव्हा सांगणार होतीस?” त्याने भुवई वक्र केली.

“अरर्... मी तुला आत्ता सांगतेय.”

त्याने त्याचे डोळे बारीक केले.

“कुठे?”

कोणत्यातरी कारणासाठी, बहुतेक तो त्याचा प्रभाव वापरेल म्हणून मला त्याला ते सांगायचं नव्हतं.

"एक-दोन प्रकाशनसंस्था."

"तुला प्रकाशन क्षेत्रात काहीतरी करायचं आहे का?"

मी कंटाळून मान हलवली.

"वेल?" त्याने माझ्याकडे अधिक माहितीच्या अपेक्षेने बघितलं.

"वेल व्हॉट? बोथट होऊ नकोस ॲनास्टॅशिया, कोणत्या प्रकाशन संस्था?" त्याने दटावलं.

"थोड्या लहान," मी पुटपुटते.

"मला त्या माहीत हव्यात असं तुला का वाटत नाही?"

"मला नको असलेला प्रभाव."

त्याने कपाळाला आठ्या घातल्या.

"ओह्, आता तू बोथट होतो आहेस."

तो हसला. "बोथट? मी? देवा, तू आव्हान देते आहेस. पिऊन टाक, या मर्यादांबद्दल आपण बोलू या.

त्याने माझ्या ईमेलची दुसरी प्रत आणि यादी खिशातून बाहेर काढली. तो त्या प्रती खिशात ठेवूनच फिरतो की काय? मला वाटतं, त्याच्या जॅकेटमध्ये असलेली एक प्रत माझ्याकडे होती. शिट्, मी ते विसरता कामा नये. मी माझा कप रिकामा केला.

त्याने पटकन माझ्याकडे बघितलं.

"आणखी?"

"प्लीज."

त्याने स्वत:वर खूश असं त्याचं ठेवणीतलं हास्य केलं. शॅम्पेनची बाटली उचलून घेतली आणि थांबला.

"तू काही खाल्लं आहेस का?"

ओ नो... पुन्हा ही जुनी कहाणी नको.

"यस, मी रेबरोबर व्यवस्थित जेवण केलंय," मी त्याच्याकडे बघून डोळे फिरवले. शॅम्पेन मला धीट बनवत होती.

पुढे वाकून त्याने माझी हनुवटी धरली आणि डोळ्यांत उत्कटपणे बघितलं.

"पुढल्या वेळेला तू माझ्याकडे बघून जर डोळे फिरवलेस, तर मी तुला माझ्या गुडघ्यांवर घेईन."

काय?

"ओह्," मी श्वास घेतला आणि त्याच्या डोळ्यांतली उत्तेजना मला दिसली.

"ओह्," त्याने प्रतिसाद दिला, माझ्या आवाजासारख्याच आवाजात. "मग हे सुरू होतंय, ॲनास्टॅशिया."

माझं हृदय माझ्या छातीत धडक देतं आणि माझ्या पोटातून फुलपाखरं माझ्या आवळणाऱ्या घशात येतात. *ते हॉट का आहे?*

त्याने माझा कप भरला आणि मी जवळजवळ ती सगळी पिऊन टाकली. निर्मळपणे मी त्याच्याकडे टक लावली.

"तुझं लक्ष आता मी माझ्याकडे खेचलंय, होय ना?"

मी मान हलवली.

"मला उत्तर दे."

"होय... तुझ्याकडे माझं लक्ष आहे."

"छान," तो हसला. "मग लैंगिक क्रिया. आपण त्यातलं बहुतेक केलंय."

मी कोचावर त्याच्याशेजारी जवळ सरकले आणि यादीवर नजर टाकली.

परिशिष्ट ३

सौम्य मर्यादा

दोन्ही पार्टीजमध्ये चर्चा करून एकमताने ठरवण्यासाठी

सबमिसिव्हची कामक्रीडांना संमती आहे का?

"यातील गुद्दे मारणं नको, तू म्हणालीस. आणखी काही गोष्टींना तुझा विरोध आहे का?" त्याने हळुवारपणे विचारलं. मी आवंढा गिळला.

"मागून करण्याची कल्पना मला तेवढी रुचत नाही."

"मी गुद्दे नको याबद्दल सहमत होईन, पण मला तुझ्या नितंबांवर स्वामित्व दाखवायला खरंच आवडेल, ॲनास्टॅशिया. पण आपण त्यासाठी थांबू." त्याने माझ्याकडे शिष्टपणे बघितलं. "तुझ्या पार्श्वभागाला प्रशिक्षण द्यावं लागेल."

"प्रशिक्षण?" मी कुजबुजले.

"ओ यस. त्याची काळजीपूर्वक तयारी करावी लागेल. मागून केलेली क्रीडा खूप आनंददायी असू शकते, माझ्यावर विश्वास ठेव. पण आपण जर त्याचा प्रयत्न केला आणि तुला ते आवडलं नाही, तर आपल्याला ते पुन्हा करावं लागणार नाही," तो माझ्याकडे बघून हसला.

मी त्याच्याकडे बघून डोळ्यांची उघडझाप केली. मला त्यातून आनंद मिळू शकेल असं त्याला वाटतं? ते आनंददायी असतं हे त्याला कसं माहीत?

"तू ते केलं आहेस का?" मी कुजबुजले.

"होय."

होली क्रॅप. माझा श्वास रोधला.

"पुरुषाबरोबर?'

"नाही. मी पुरुषाबरोबर कधीच सेक्स केलेला नाही. मला ते आवडत नाही."

"मिसेस रॉबिनसन?"

"होय."

होली शिट्... कसं? मी कपाळाला आठ्या घातल्या. त्याने यादी पुढे वाचली.

मी लाल झाले आणि माझ्या अंतर्देवतेने मिटकी मारली; ती अभिमानाने फुलून गेली होती.

"सो," त्याने माझ्याकडे हसत बघितलं, "हे ओके आहे?"

मी मान हलवली. मी त्याच्या डोळ्याला डोळा देऊन मी बघू शकले नाही आणि माझा कप पुन्हा रिकामा केला.

"आणखी?" त्याने विचारलं.

"आणखी." त्याने जेव्हा माझा कप भरला तेव्हा मला एकाएकी त्या दिवशी आधी आमच्यात झालेल्या संभाषणाची आठवण झाली. तो त्याचा उल्लेख करतोय की फक्त शॅम्पेनचा? हे सगळं शॅम्पेन प्रकरण म्हणजे अधिक काही आहे का?

"सेक्सची खेळणी?" त्याने विचारलं.

मी खांदे उडवले; यादीकडे नजर टाकली –

सबमिसिव्हची खालील गोष्टींचा उपयोग करायला संमती आहे का?

व्हायब्रेटर्स	डिल्डोज
बट प्लग्ज	इतर संबंधित खेळणी

"'बट प्लग' खोक्यावर लिहिलंय तसा त्याचा उपयोग होतो का?" मी माझं नाक अरुचीने मुरडलं.

"होय." तो हसला. "आणि मी वर मागून केलेल्या संभोगाचा संदर्भ दिला आहे. प्रशिक्षण."

"ओह्... दुसऱ्या खोक्यात काय आहे?"

"मणी, अंडी... तशा प्रकारचं साहित्य."

"अंडी?" मला भीती वाटली.

"खरी अंडी नव्हेत," मोठ्याने हसत त्याने त्याचं डोकं हलवलं.

मी त्याच्याकडे बघून माझ्या ओठांचा चंबू केला.

"मी तुला मजेशीर वाटते याचा मला आनंद आहे." माझ्या आवाजातून मी माझ्या दुखावलेल्या भावना दडवू शकले नाही.

त्याने हसणं थांबवलं.

"मी क्षमा मागतो, मिस स्टील, आय ॲम सॉरी," तो म्हणाला. त्याने पश्चात्तापदग्ध दिसण्याचा प्रयत्न केला, पण त्याचे डोळे अजूनही विनोदाने नाचत

होते. “खेळण्यांबद्दल काही अडचण?”

“नाही,” मी तटकन उत्तर दिलं.

“ॲनास्टॅशिया,” तो माझी स्तुती करून मला समजावू लागला, “आय ॲम सॉरी. माझा हसण्याचा उद्देश तुला कमी लेखण्याचा नव्हता. मी आत्तापर्यंत हे संभाषण एवढं तपशिलात जाऊन कधीच केलेलं नाही. तू अगदीच अननुभवी आहेस. मला खेद होतो.” त्याचे डोळे मोठे करडे आणि प्रामाणिक होते.

मी थोडी निवळले आणि शॅम्पेनचा दुसरा एक घोट घेतला.

“राइट – बॉन्डेज,” यादीकडे परत जात तो म्हणाला.

मी यादी तपासली आणि माझी अंतर्देवता आइसक्रीमची वाट बघणाऱ्या लहान मुलासारखी खालीवर उड्या मारत होती.

सबमिसिव्हची खालील गोष्टींना संमती आहे का?

दोरीने बांधून ठेवणं	टेपने बॉन्डेज
लेदर कफ्सने बांधणं	इतर वस्तूंनी बॉन्डेज

बॉन्डेज : हँडकफ्स/काढण्या/मॅनाकल्स

ख्रिश्चनने त्याच्या भुवया उंचावल्या, “वेल?”

“छान,” मी कुजबुजले आणि पटकन यादीकडे पुन्हा बघितलं.

सबमिसिव्हची खालील गोष्टींना बंधनं घालून घ्यायला संमती आहे का?

पुढे बांधलेले हात	घोट्यांना मनगटांशी बांधलेलं
घोटे बांधलेले	स्प्रेडरबारने बांधणं
कोपरं बांधलेली	फर्निचरसारख्या एका जागी बांधलेलं
हात पाठीमागे बांधलेले	स्थिर असलेल्या गोष्टींना बांधणं
गुडघे बांधलेले	लटकवणं

सबमिसिव्हची डोळ्यांवर पट्टी बांधायला संमती आहे का?

सबमिसिव्हची तोंडात बोळा कोंबायला संमती आहे का?

“आपण लटकवलं जाण्याबद्दल बोललो होतो. ती जर एक कठोर मर्यादा म्हणून तुला ठरवायची असेल, तर ते ठीक आहे. त्याच्यात बराच वेळ मोडतो आणि तशीही तू मला कमी काळासाठी उपलब्ध असणार आहेस. आणखी काही?”

“मला हसू नकोस, पण स्प्रेडरबार म्हणजे काय?”

“मी हसणार नाही असं वचन देतो. मी दोनदा क्षमा मागितली आहे.” त्याने

माझ्याकडे टवकारून बघितलं, "मला ते पुन्हा करायला लावू नकोस," त्याने सुनावलं. मला वाटलं मी डोळ्यांत भरेल एवढं अंग आखडून घेतेय... ओह, तो इतका वर्चस्व गाजवणारा आहे. "स्प्रेडर म्हणजे एक बार असतो ज्याला मनगटं किंवा घोटे यांच्यासाठी कफ्स असतात. ते मजेशीर असतं."

"ओके... वेल, माझ्या तोंडात बोळा कोंबणं. मला श्वास घेता येणार नाही याची मला भीती वाटतेय."

"तुला जर श्वास घेता आला नाही, तर मला काळजी वाटेल. तुला गुदमरून टाकण्याची माझी इच्छा नाही."

"आणि माझ्या तोंडात जर बोळा कोंबलेला असेल, तर मी सुरक्षेचे शब्द कसे वापरणार?"

तो थांबला.

"सर्वप्रथम, मला आशा आहे की, तुला ते कधीच वापरावे लागणार नाहीत. पण तुझ्या तोंडात जर बोळा कोंबलेला असेल, तर आपण हाताने केलेल्या खुणांचा वापर करू," तो सरळ म्हणाला.

मी त्याच्याकडे बघून डोळे मिचकावले. पण मी जर मुटकुळं वळलेल्या अवस्थेत असेन, तर ते कसं काय चालेल? माझ्या मेंदूत धुकं दाटायला सुरुवात झाली... *हं... अल्कोहोल.*

"मला तोंडात बोळा कोंबण्याबद्दल अस्वस्थ वाटतंय."

"ओके, मी त्याची नोंद करतो."

माझ्या डोक्यात प्रकाश पडायला लागला आणि मी त्याच्याकडे टक लावून बघितलं.

"तुझ्या सबमिसिव्ह्जनी तुला स्पर्श करू नये म्हणून त्यांना बांधून ठेवायला तुला आवडतं का?"

त्याने डोळे विस्फारून माझ्याकडे बघितलं.

"इतर कारणांपैकी ते एक कारण आहे," तो शांतपणे म्हणाला.

"म्हणूनच तू माझे हात बांधले आहेस का?"

"होय."

"तुला त्याबद्दल बोलायला आवडत नाही," मी पुटपुटले.

"नाही, मला आवडत नाही. तुला आणखी एक ड्रिंक घ्यायला आवडेल का? त्यामुळे तू धीट होते आहेस आणि वेदनेबद्दल तुला काय वाटतं ते मला जाणून घ्यावंसं वाटतंय."

होली क्रॅप... एक अवघड भाग.

त्याने माझा टी कप पुन्हा भरला आणि मी घुटका घेतला.

"मग, वेदना होण्याबद्दल तुझा सारासार दृष्टिकोन काय आहे?" ख्रिश्चनने माझ्याकडे अपेक्षेने बघितलं. "तू तुझा ओठ चावते आहेस," तो गडदपणे म्हणाला.

मी लगेच थांबले, पण काय म्हणावं ते मला कळलं नाही. मी लाल झाले आणि माझ्या हातांकडे टक लावली.

"तू लहान असताना तुला शारीरिक शिक्षा देण्यात आली होती का?"

"नाही."

"मग तू जेवढा विचार करते आहेस तेवढं ते वाईट नाही. तुझी कल्पनाशक्ती ही या बाबतीत तुझा सर्वाधिक वाईट शत्रू आहे," तो कुजबुजला.

"तुला ते करावंच लागेल?"

"होय."

"का?"

"कारण त्याचा तो एक भाग आहे, ॲनास्टॅशिया. मी जे करतो ते हे आहे. तू अस्वस्थ झाली आहेस हे मला दिसतंय. आपण आता पद्धतींचा विचार करू."

त्याने मला यादी दाखवली. माझं अर्धजागृत मन किंचाळत धावत सुटलं आणि कोचाच्या मागे लपलं.

नितंबांवर चापट्या मारणं	पॅडलिंग
चाबकाचे फटके मारणं	छडीने मारणं
चावणं	स्तनाग्रांना चिमटे लावणं
'नको तिथे' चिमटे लावणं	बर्फ
गरम मेण	वेदनेच्या इतर पद्धती/प्रकार

"वेल, तू नको तिथे लावायच्या चिमट्यांना नाही म्हणालीस, ते चालेल. छडीनं मारलेलं सर्वांत दुखतं."

माझा चेहरा फिक्कट पडला.

"आपण त्याच्यावर काहीतरी मार्ग काढू."

"किंवा मग ते बिलकूल करायचंच नाही," मी कुजबुजले.

"हा ठरावाचा एक भाग आहे, बेबी, पण आपण हे सगळं नीट बसवू, ॲनास्टॅशिया. मी तुला फार त्रास देणार नाही."

"हा शिक्षा करण्याचा प्रकार, मला त्याची सर्वांत अधिक चिंता वाटते," माझा आवाज फार बारीक झाला.

"वेल, मला आनंद आहे तू मला सांगितलंस. आपण सध्या यादीतून छड्या मारणं बाजूला ठेवू. इतर गोष्टींबरोबर जेव्हा तू अधिक आरामात असशील, तेव्हा

आपण त्याची उत्कटता वाढवू. आपण सावकाश जाऊ.''

मी आवंढा गिळला. त्याने पुढे वाकून माझं ओठांवर चुंबन घेतलं.

''देअर, ते एवढं वाईट नव्हतं, नाही का?''

मी खांदे उडवले. माझं हृदय पुन्हा माझ्या तोंडात आलं.

''हे बघ, मला आणखी एका गोष्टीबद्दल बोलायचं आहे. मग मी तुला बिछान्याकडे नेणार आहे.''

''बिछान्याकडे?'' मी जलद गतीने डोळ्यांची उघडझाप केली. माझ्या अंगात माझं रक्त उसळू लागलं. त्याने अशा जागांना ऊब आली, ज्या अगदी परवापर्यंत माझ्या शरीरात अस्तित्वात आहेत, हेदेखील मला माहीत नव्हतं.

''कम ऑन ॲनास्टॅशिया, हे सगळं बोलताना, मला तुझ्याबरोबरच्या पुढच्या आठवड्याची कामक्रीडा आत्ताच करायची आहे. तुझ्यावरदेखील त्याचा काहीतरी परिणाम होतच असणार.''

मी चुळबुळले. माझी अंतर्देवता धापा टाकते आहे.

''बघितलंस? शिवाय मला काही प्रयत्न करून बघायचंय.''

''काहीतरी वेदनादायक?''

''नाही – प्रत्येक ठिकाणी वेदना बघणं बंद कर. ते मुख्यत्वे सुख आहे. मी तुला आत्तापर्यंत इजा केली आहे का?''

मी लाल झाले. ''नाही.''

''वेल, तर मग हे बघ, आजच यापूर्वी तू अधिक पाहिजे म्हणून मागणी करण्याबद्दल बोलत होतीस,'' एकाएकी अनिश्चित होऊन तो थांबला.

ओह् माय... हे कुठं चाललंय?

त्याने माझा हात पकडला.

''तू माझी सबमिसिव्ह असल्याच्या वेळेबाहेर, कदाचित आपण प्रयत्न करू. ते चालेल की नाही मला माहीत नाही. प्रत्येक गोष्ट वेगळी काढण्याबद्दल मला माहीत नाही. ते कदाचित विफल होणार नाही. पण मी प्रयत्न करायला तयार आहे. कदाचित प्रत्येक आठवड्यातली एक रात्र. आय डोंट नो.''

होली काउ.... माझं तोंड उघडं पडलं, माझ्या अर्धजागृत मनाला धक्का बसला होता. *ख्रिश्चन ग्रेला अधिक पाहिजे!* तो प्रयत्न करायला तयार आहे! माझं अर्धजागृत मन कोचाच्या मागून डोकावून बघत होतं, अजूनही तिच्या घाणेरड्या चेहऱ्यावर धक्का बसल्याचं दिसत होतं.

''माझी एक अट आहे,'' माझ्या चकित आविर्भावाकडे त्याने विचारात पडून बघितलं.

''काय?'' मी श्वास घेतला. *काहीही... मी तुला काहीही देईन,* असे तो मनात

म्हणत असावा.

"जे मी तुला देतोय त्या ग्रॅज्युएशन भेटीचा मोठ्या मनाने स्वीकार कर."

"ओह," आणि खोलवर कुठेतरी ते काय आहे ते मला कळलं. माझ्या आतड्यात पिळवटून आलं.

माझ्या प्रतिक्रियेचा अंदाज घेत तो माझ्याकडे रोखून बघत होता.

"चल," तो पुटपुटला आणि मला ओढून घेत उठला. त्याचं जॅकेट काढून त्याने ते माझ्या खांद्यावर लपेटलं आणि दरवाजाकडे गेला.

बाहेर एक लाल हॅचबॅक गाडी लावली होती, दोन दरवाजांची एक नीटस ऑडी.

"ही तुझ्यासाठी आहे. हॅपी ग्रॅज्युएशन," तो पुटपुटला. त्याच्या बाहुपाशात मला ओढून त्याने माझ्या केसांचं चुंबन घेतलं.

त्याने मला चक्क एक ब्रँड न्यू गाडी विकत घेतली होती, म्हणजे तशी दिसत तरी होती. जीझ... मला या पुस्तकांचा त्रास पुरेसा होता. मी या गोष्टीबद्दल मला नक्की काय वाटतंय, त्याचा निश्चित अंदाज घेण्याचा निकराने प्रयत्न करत भावनाशून्य नजरेने त्या गाडीकडे बघत होते. एका पातळीवर मी थक्क झाले, तर दुसऱ्या पातळीवर कृतज्ञ. त्याने ते खरंच केलं याचा मला धक्का बसला. पण या सगळ्यावर वरचढ भावना ठरली ती रागाची. होय, मी रागवले होते, विशेषत: मी पुस्तकांबद्दल त्याला सर्वकाही सांगितल्यावर... पण त्याने आधीच खरेदी केली होती. माझा हात धरून त्याने मला गाडीजवळ जाण्याचा मार्ग दाखवला.

"ॲनास्टॅशिया, तुझी ती बीटल जुनी झालीये आणि स्पष्टच सांगायचं, तर ती धोकादायक आहे. जर तुला काही झालं तर मी स्वत:ला कधीच माफ करणार नाही."

त्याची नजर माझ्याकडे होती, पण त्या क्षणी मी त्याच्याकडे पाहू शकत नव्हते.

मी शांतपणे त्या गाडीच्या सुंदर उजळ लाल नावीन्याकडे टक लावून बघत राहिले.

"मी तुझ्या सावत्र वडिलांकडे त्याचा उल्लेख केला. त्यांचा त्याला पूर्ण पाठिंबा होता," तो पुटपुटला.

मी त्याच्याकडे टवकारून बघितलं. माझं तोंड भीतीने उघडं पडलं.

"तू याचा उल्लेख रेकडे केलास? तू ते कसं करू शकलास?"

माझ्या तोंडातून जेमतेम शब्द बाहेर फुटले. *त्याने हे धाडस कसं केलं?* बिचारा रे. मला माझ्या वडिलांबद्दल फार वाईट वाटलं.

"ती एक भेट आहे, ॲनास्टॅशिया. तू फक्त 'थँक यू' म्हणू शकत नाहीस का?"

"पण तुला माहीत आहे हे फारच होतंय."

"नाही, माझ्यासाठी नाही. माझ्या मन:शांतीसाठीही नाही."

मी त्याच्याकडे बघून कपाळाला आठ्या घातल्या, काय बोलावं तेच मला कळत नव्हतं. त्याला त्याचं आकलनच होत नव्हतं! त्याच्याकडे नेहमीच पैसाच पैसा आहे. ओके, नेहमीच नव्हे – लहान मूल असताना नव्हे – आणि माझा जगाकडे बघण्याचा दृष्टिकोन बदलला. तो विचार मवाळ बनवणारा होता. मी गाडीबद्दल मवाळ झाले आणि मला आलेल्या चिडखोरपणाच्या सणकेबद्दल मला अपराधी वाटलं. त्याचे उद्देश चांगले होते, योग्य मार्गदर्शन नसलं तरी वाईट नव्हते.

"लॅपटॉपप्रमाणेच ही मला उसनी देऊ शकल्याबद्दल मला आनंद वाटला."

त्याने जड श्वास घेतला. "ओके. उधार. अनिश्चित काळासाठी." त्याने माझ्याकडे विचारात पडून बघितलं.

"नाही, अनिश्चित काळासाठी नाही, पण आत्तासाठी. थँक यू."

त्याने कपाळाला आठ्या घातल्या. मी पुढे होऊन त्याच्या गालाचं चुंबन घेतलं.

"थँक यू फॉर द कार, सर," मला जेवढं जमेल तेवढं गोडपणे मी म्हणाले.

त्याने एकाएकी मला पकडलं आणि त्याच्याजवळ ओढून घेतलं. माझ्या पाठीवर एक हात ठेवून मला त्याच्याजवळ धरून ठेवलं आणि दुसऱ्या हाताने त्याने माझ्या केसात बुक्के मारले.

"तू एक आव्हान देणारी स्त्री आहेस, ॲना स्टील," त्याने उत्कटतेने माझं चुंबन घेतलं, त्याच्या जिभेने माझे ओठ विलग केले. टेकिंग नो प्रिझनर्स!

माझं रक्त लगेच तापलं आणि मी त्याच्या चुंबनाची उत्कटतेने परतफेड केली. मला तो फार फार हवा आहे – कारखेरीज, पुस्तकं, सौम्य मर्यादा... छड्या मारणं. आय वॉन्ट हिम.

"आत्ता या गाडीच्या हूडवर तुझ्याबरोबर न झोपण्यासाठी मला माझ्या स्वत:वर असलेल्या सगळ्या संयमाचा वापर करावा लागतोय, फक्त तुला दाखवून द्यायला की, तू माझी आहेस आणि मला जर तुला एक कार विकत घ्यायची असेल, तर मी तसं करेन," तो गुरगुरला, "आता तुला आत नेऊन उघडी करू या." त्याने मला एक जलद रांगडं चुंबन दिलं.

बॉय, तो रागावला आहे. त्याने माझा हात पकडला आणि मला अपार्टमेंटमध्ये नेलं. सरळ माझ्या शयनगृहाकडे... नो पासिंग गो.

माझं अर्धजागृत मन पुन्हा सोफ्याच्या मागे गेलंय, तिचं डोकं तिच्या हातात दडलंय. त्याने साइडलाइट लावला आणि माझ्याकडे टक लावून बघत थांबला.

"कृपा करून माझ्यावर रागावू नकोस," मी कुजबुजले. त्याची नजर निर्विकार होती; त्याचे डोळे म्हणजे धुरकट काचेचे थंड तुकडे होते.

"गाडी आणि पुस्तकांबद्दल मला खेद होतो..." मी वाक्य अर्धवट सोडलं. तो शांत आणि विचारमग्न राहिला. "तू जेव्हा रागावतोस तेव्हा मला घाबरवतोस," एवढे बोलून मी त्याच्याकडे टक लावून श्वास घेतला.

त्याने त्याचे डोळे मिटले आणि डोकं हलवलं. जेव्हा त्याचे डोळे उघडले, तेव्हा त्याच्या चेहऱ्यावरचे भाव मृदू झाले होते. त्याने एक खोल श्वास घेतला आणि आवंढा गिळला.

"वळ," तो कुजबुजला. "मला तुला या ड्रेसमधून काढून टाकायचंय."

आणखी एक पाऱ्यासारखा मूड स्विंग; त्याच्याबरोबर टिकून राहणं किती कठीण आहे. आज्ञाधारकपणे मी वळले, माझं हृदय धडधडलं, अवघडलेपणाच्या जागी इच्छा क्षणभरातच आली. ती माझ्या रक्तातून वाहू लागली आणि माझ्या पोटात खोल, खोल गडद आणि आस धरत राहिली. त्याने माझे केस ओंजळीत धरून पाठीवरून बाजूला केले. म्हणजे ते माझ्या उजव्या बाजूला ओघळले आणि स्तनांवरून त्यांना कुरळा आकार आला. त्याची तर्जनी त्याने माझ्या मानेच्या खालच्या बाजूवर टेकवली आणि सावकाशपणे, मला दुखवत, ती माझ्या पाठीच्या कण्यावरून खाली फिरवली, त्याच्या बोटाचं नख माझ्या त्वचेला कुरतडत होतं.

"मला हा ड्रेस आवडतो," तो पुटपुटला, "मला तुझी निर्दोष त्वचा बघायला आवडते."

त्याचं बोट माझ्या हॉल्टर-ड्रेसच्या पाठीमागे अर्ध्यावर माझ्या पाठीच्या कण्यापासून खाली पोचलं. वरच्या बाजूला त्याचं बोट अडकवून त्याने मला जवळ ओढून घेतलं. म्हणजे माझं त्याच्या अंगाला अंग भिडवलं. खाली वाकून त्याने माझे केस हुंगले.

"तुझा सुगंध किती छान आहे, ॲनास्टॅशिया, सो स्वीट." त्याचं नाक माझ्या कानावरून माझ्या मानेच्या खालपर्यंत फिरलं. त्याने पिसांसारखी अलगद चुंबनं माझ्या खांद्यापर्यंत दिली.

माझा श्वासोच्छ्वास बदलला, उथळ झाला, घाईघाईत घेतलेला, अपेक्षांनी भरलेला. त्याची बोटं माझ्या झिपरवर होती. वेदनायुक्त सावकाशपणे, त्याने पुन्हा एकदा त्याची बोटं खाली आणली. त्याचे ओठ चाटत, चोखत आणि चुंबनं घेत, माझ्या दुसऱ्या खांद्यापर्यंत फिरत होती. हे चाळवत करण्यात तो चांगलाच वाकबगार आहे. माझ्या शरीराने प्रतिसाद दिला आणि त्याच्या स्पर्शाबरोबर ते आरामात चाळवाचाळव करायला लागलं.

"तुला हालचाल न करता कसं राहायचं ते शिकावं लागेल," तो कुजबुजला. प्रत्येक शब्दाच्या मध्यंतरात त्याने माझ्या मानेभोवती चुंबनं घेतली.

हॉल्टर-नेकच्या गाठीला त्याने ओढ दिली आणि तो ड्रेस माझ्या पायांशी गोळा होऊन पडला.

''ब्रा घातलेली नाही, मिस स्टील. मला ते आवडलं.''

हातांनी त्याने माझे स्तन ओंजळीत धरले आणि त्याच्या स्पर्शाने माझी स्तनाग्रं ताठरली.

''तुझे हात उचल आणि माझ्या डोक्याभोवती ठेव,'' तो माझ्या मानेवर पुटपुटला.

मी ताबडतोब आज्ञेचं पालन केलं आणि माझ्या स्तनांनी उंचावून त्याच्या हातांना लोटलं आणि माझी स्तनाग्रं अधिकच कडक झाली. माझी बोटं त्याच्या केसांत गुंतली आणि हळुवारपणे त्याचे मुलायम, सोनेरी केस मी ओढले. माझ्या मानेपर्यंत पोचणं सुलभ व्हावं म्हणून मी माझं डोकं एका बाजूला फिरवलं.

''हंऽऽ...'' तो माझ्या कानाच्या मागच्या जागेत पुटपुटला. माझ्या हातांनी मी त्याच्या केसात जसं करत होते, तसं त्याने माझ्या स्तनाग्रांना ओढ दिली.

ती जाणीव माझ्या मांड्यामध्ये तीव्र आणि स्पष्टपणे जाणवली तेव्हा मी कण्हले.

''मी तुला अशा पद्धतीने उत्कटबिंदू गाठून देऊ का?'' तो कुजबुजला.

त्याच्या अनुभवी हातात माझे स्तन ढकलले जावेत अशा प्रकारे मी माझ्या पाठीची कमान केली.

''तुला हे आवडतं, नाही का मिस स्टील?''

''हंऽऽ...''

''सांग मला.'' त्याने सावकाशपणे, लैंगिकतेने भरलेल्या यातना देण्याचं काम हळुवारपणे ओढत पुढे सुरू ठेवलं.

''होय.''

''होय, काय?''

''होय... सर.''

''गुड गर्ल!'' त्याने माझा एक जोरदार चिमटा घेतला आणि माझं शरीर त्याच्या पुढच्या बाजूला झटके देत पिळवटलं.

त्या अद्वितीय, तीव्र सुखद यातनांमुळे मी श्वास रोखला. मला तो माझ्या शरीराच्या निकट जाणवला. मी कण्हले आणि माझ्या मुठी वळून त्यांनी मी त्याचे केस अधिक जोरात ओढले.

''मला नाही वाटत तू उत्कटबिंदू गाठायला अद्याप तयार झाली आहेस,'' तो कुजबुजला. त्याचे हात थांबले आणि त्याने हळुवारपणे माझ्या कानाची पाळी चावली आणि ती ओढली. ''शिवाय, तू मला नाखूश केलं आहेस.''

ओह्... नो, याचा अर्थ काय होईल? माझ्या मेंदूत ते नोंदलं गेलं. मी गरजेच्या इच्छेने दाटलेल्या धुक्यात कण्हले.

"म्हणून मग मी कदाचित तुला उत्कटबिंदू गाठू देणार नाही." त्याने त्याच्या बोटांचं लक्ष पुन्हा माझ्या स्तनाग्रांकडे वळवलं; ती ओढली, पिरगळली, मळली. मी माझा पार्श्वभाग त्याच्या शरीरावर रगडला... या बाजूवरून त्या बाजूला वळले.

त्याचे हात जेव्हा माझ्या नितंबांवर पोचले तेव्हा माझ्या मानेवर मला त्याचं हसू जाणवलं. त्याची बोटं मागच्या बाजूने त्याने माझ्या पॅन्टीजमध्ये अडकवली, ती ओढली आणि मग त्याचे अंगठे त्याने त्या वस्त्रांतून आत घुसवले, त्याने ती फाडली आणि नंतर माझ्यापुढे उडवली, म्हणजे मी ती बघू शकेन... होली शिट्. त्याचे हात खाली माझ्या सेक्सपर्यंत सरकले आणि मागच्या बाजूने, त्याने सावकाशपणे त्याचं बोट घातलं.

"ओ यस, माझी गोड मुलगी तयार आहे," मला फिरवून माझं तोंड त्याच्या समोर आणताना त्याने श्वास घेतला. त्याचा श्वासोच्छ्वास जलद झाला होता. त्याने त्याचं बोट त्याच्या तोंडात घातलं. "तू किती चवदार लागतेस, मिस स्टील," त्याने नि:श्वास टाकला.

होली शिट्. त्याचं बोट खारट लागलं... माझ्यामुळे.

"माझे कपडे उतरव," माझ्याकडे रोखून पाहत जडावलेल्या डोळ्यांनी त्याने शांतपणे आज्ञा केली.

माझ्या अंगावर जे काही होते ते म्हणजे माझे बूट – वेल, केटचे उंच टाचांचे पम्पस. मी आश्चर्यचकित झाले. मी एखाद्या पुरुषाचे कपडे कधीही उतरवलेले नव्हते.

"तू ते करू शकशील," तो हळुवारपणे म्हणाला.

मी जलद गतीने डोळ्यांची उघडझाप केली. सुरुवात कुठे करायची? मी त्याच्या टी शर्टला हात लावला आणि त्याने लबाडपणे हसत माझे हात धरले.

"ओ नो," त्याने हसत त्याचं डोकं हलवलं, "टी शर्ट नाही. मी जी योजना आखलीय त्यानुसार तुला मला स्पर्श करावा लागेल," त्याचे डोळे उत्तेजनेने जिवंत झाले होते.

ओह्... ही एक बातमी आहे... मी त्याला कपड्यांसह स्पर्श करू शकते. त्याने माझा एक हात घेतला आणि त्याच्या उत्थापनावर ठेवला.

"माझ्यावर तुझा असा परिणाम होतो, मिस स्टील."

मी श्वास रोखला. माझी बोटं त्याच्या घेराभोवती ताणली आणि तो हसला.

"मला तुझ्या आत जायचंय. माझ्या जीन्स काढून टाक. सूत्रं तुझ्याकडे आहेत."

होली फक... माझ्याकडे सूत्रं. माझं तोंड उघडं पडलं.

"तू माझ्याबरोबर काय करणार आहेस?" त्याने चिडवलं.

ओह्, शक्यता... माझी अंतर्देवतेने डरकाळी फोडली. विफलता आणि गरज,

यांच्यातून जन्म घेतलेल्या निव्वळ धैर्याने मी त्याला बिछान्यावर ढकललं. पडत असताना तो हसला आणि मी विजयाच्या भावनेने त्याच्याकडे बघितलं. माझ्या अंतर्देवतेचा स्फोट होणार आहे. मी पटकन, गबाळेपणाने त्याचे बूट आणि पायमोजे ओढून काढले. त्याचे डोळे गंमत वाटत असल्याने आणि इच्छेने प्रकाशित झाले. तो माझ्याकडे टक लावून बघत होता. तो सुंदर दिसत होता... *तो माझा आहे.*

मी बिछान्यावर रांगत चढले आणि त्याच्या जीन्स काढण्यासाठी त्याच्या शेजारी बसून माझी बोटं त्याच्या कमरेच्या पट्ट्याखाली सरकवली. 'ओ सो हॅपी' मार्गावर मी बोटांनी त्याच्या केसांचा स्पर्श अनुभवला. त्याने त्याचे डोळे मिटून पार्श्वभाग ताणला.

"तुला शांत राहायला शिकावं लागेल," मी दटावलं आणि त्याच्या वेस्ट बॅन्डच्या खालच्या केसांना ओढ दिली.

त्याचा श्वासोच्छ्‌वास वाढला आणि तो माझ्याकडे बघून हसला.

"यस, मिस स्टील," तो पुटपुटला, त्याचे डोळे प्रज्वलित झाले होते. "माझ्या पाकिटात कंडोम," त्याने श्वास घेतला.

मी सावकाशपणे त्याच्या पाकिटात शोध घेतला. शोध घेत असताना त्याचा चेहरा न्याहाळला. त्याचं तोंड उघडं होतं. मला मिळालेली फॉइलची दोन्ही पाकिटं मी काढली आणि त्याच्या शेजारी बिछान्यावर ठेवली. दोन! माझी अति-उत्सुक बोटं त्याच्या वेस्टबॅन्डच्या बटणापर्यंत पोचली आणि तो काढला, थोडंसं अडखळत. मी उत्तेजित अवस्थेच्याही पलीकडे होते.

"इतकी अधीर, मिस स्टील," तो पुटपुटला. त्याच्या आवाजाला विनोदाची किनार होती. मी झिपर खाली ओढली आणि आता माझ्यापुढे त्याची पॅन्ट काढण्याचा प्रश्न होता... हंऽऽ. मी हलवून ओढली. त्या हलतदेखील नव्हत्या. मी कपाळाला आठ्या घातल्या. हे एवढं कठीण कसं काय असू शकतं?

"तू जर तुझा तो ओठ चावणार असशील, तर मी शांत राहू शकणार नाही," त्याने इशारा दिला. नंतर त्याने त्याचा कटिभाग बिछान्यावर कमानीसारखा केला, म्हणजे मला त्याच्या बॉक्सर्स आणि त्याची पॅन्ट एकाचवेळी ओढून काढता येऊ शकेल, व्होआ... त्याला मोकळं करणं. त्याने त्याचे कपडे जमिनीवर लाथेने उडवले.

होली मोझेस, खेळण्यासाठी तो सगळाच्या सगळा माझा होता आणि एकाएकी तो ख्रिश्चन होता.

"तू आता काय करणार आहेस?" त्याने श्वास घेतला. विनोदाची सगळी मजा निघून गेली होती. मी पुढे होऊन त्याला स्पर्श केला आणि तसं करत असताना त्याचे भाव न्याहाळले. त्याने एक खोल श्वास घेतला त्यावेळेला त्याच्या तोंडाचा

'ओ' अक्षरासारखा आकार झाला. त्याची त्वचा इतकी गुळगुळीत आणि वेल्वेटसारखी होती... आणि कडक... हं... काय सुंदर क्रीडा होईल. मी पुढे वाकले, माझे केस माझ्याभोवती विखुरले आणि तो माझ्या तोंडात होता. मी चोखलं, जोरदार. त्याने त्याचे डोळे मिटले. त्याचा पार्श्वभाग माझ्याखाली झटके देत होता.

"जीझ, ॲना, स्थिर हो." तो कण्हला.

मला इतकं शक्तिशाली असल्यासारखं वाटलं, ती इतकी उल्हसित करणारी भावना होती – त्याची माझ्या तोंडात, माझ्या जिभेने चव घेणं आणि चिडवणं; तो माझ्या खाली ताठरला, माझं तोंड मी त्याच्या खाली-वर फिरवलं, माझ्या घशात त्याला मागे ढकललं, माझे ओठ घट्ट... पुन्हा पुन्हा.

"थांब, ॲना, थांब. मला उत्कटबिंदू गाठायचा नाही."

मी उठून बसले, त्याच्याकडे बघून डोळ्यांची उघडझाप केली आणि मीही त्याच्यासारखीच धापा टाकत होते, पण गोंधळलेही होते. मला वाटलं, माझ्याकडे सूत्रं आहेत? कोणीतरी आइसक्रीम हिसकावून घ्यावं तशी माझी अंतर्देवता दिसत होती.

"तुझा निष्पापपणा आणि उत्साह इतका हतबल करणारा आहे," त्याने श्वास रोखला. "तू, वर... आपल्याला तेच करण्याची गरज आहे."

ओह्.

"हे घे, हे घाल," त्याने मला एक फॉइल पॅकेट दिलं.

आणि अगदी सावकाश, लक्ष एकाग्र करून, मी जसं सांगितलं गेलं तसं केलं.

"ख्राइस्ट, तू मला इकडे ठार करते आहेस, ॲनास्टॅशिया," तो कण्हला.

मी माझं हस्तकौशल्य आणि तो, या दोघांची प्रशंसा केली. तो पुरुषजातीचा एक सुंदर नमुना होता. त्याच्याकडे बघणं हे खूप, खूप उत्तेजित होणं होतं.

"आता मला तुझ्या आत गाडलं जायचंय," तो पुटपुटला. मी कमीपणाच्या भावनेने त्याच्याकडे टक लावून बघितलं आणि तो एकाएकी उठून बसला. म्हणजे आमचं नाकासमोर नाक आलं.

"असं," त्याने श्वास घेतला आणि माझ्या पार्श्वभागावर एक हात टाकून मला वर उचललं आणि दुसऱ्या हाताने त्याने स्वतःला माझ्याखाली व्यवस्थित स्थितीत ठेवून अगदी सावकाश मला त्याच्यावर नीट ठेवलं.

त्याने जेव्हा माझे पाय फाकवून मला भरून टाकलं तेव्हा मी कण्हले. माझं तोंड त्या गोड, पवित्र, वेदनाजनक भरून वाहणाऱ्या भावनेने, आश्चर्याने उघडं पडलं. ओह्... प्लीज.

"दॅट्स राइट, बेबी, माझा अनुभव घे, माझा सगळा अनुभव घे," तो गुरगुरला. आणि त्याने थोडा वेळ डोळे मिटले.

तो माझ्या आत होता, टोकापर्यंत आवरण असलेला. त्याने मला जागेवर

पकडून ठेवलं, काही सेकंदांसाठी... मिनिटांसाठी... मला कल्पना नाही, माझ्या डोळ्यांत त्याने उत्कटतेने बघितलं.

"अशा प्रकारे ते खोल असतं," तो पुटपुटला. त्याने त्याचा पार्श्वभाग ताणला आणि त्याच गतीने गर्रकन फिरला आणि मी कण्हले... ओ माय – माझ्या पोटात ती भावना प्रकाशित झाली.... सगळीकडे. फक्!

"पुन्हा," मी कुजबुजले. तो आळसावल्यासारखा हसला आणि मी सांगेन तसं केलं.

कण्हत, मी माझं डोक वर फेकलं, माझे केस पाठीवरून ओघळले आणि सावकाशपणे, तो बिछान्यावर कोसळला.

"तू हालचाल कर, ॲनास्टॅशिया, वर-खाली, तुला जसं पाहिजे तसं. माझे हात घे," त्याने श्वास घेतला, त्याचा आवाज घोगरट आणि खालच्या पट्टीतला होता आणि तो इतका सेक्सी वाटत होता.

मी त्याचे हात पकडले, माझं आयुष्य जणूकाही त्याच्यावर अवलंबून असल्यासारखं. हळुवारपणे मी त्याच्यापासून दूर झाले आणि खाली आले. त्याचे डोळे उन्मादक अपेक्षेने जळजळीत झाले होते. त्याचा श्वासोच्छ्वास अनियमित झाला, माझ्याशी संगती साधणारा आणि त्याने त्याची कटि उचलली. मी खाली आले आणि पुन्हा वर उसळले. आम्ही तो ताल पकडला... वर, खाली, वर खाली... पुन्हा पुन्हा – आणि ते इतकं छान वाटलं. माझ्या धपापणाऱ्या श्वासोच्छ्वासात, खोल खाली, काठोकाठ भरलेलं पूर्णत्व... जलद गतीने माझ्यात भरून येणारी निकडीची जाणीव. मी त्याच्याकडे बघितलं, आमच्या नजरा एकमेकांत गुंतल्या... आणि मला तिथे आश्चर्य दिसलं, माझ्याबद्दलचं आश्चर्य.

मी त्याच्याशी रतिक्रीडा करत होते. माझ्याकडे सूत्रं होती, तो माझा होता आणि मी त्याची होते. त्या वजनदार विचाराने मला काठापर्यंत ढकललं आणि मी त्याच्या भोवताली माझा उत्कटबिंदू गाठला... संदिग्धपणे ओरडत. त्याने माझे नितंब पकडले आणि डोळे बंद करून डोकं झुकवून, जबड्यावर ताण असताना, त्याने शांतपणे त्याचा उत्कटबिंदू गाठला. मी त्याच्या छातीवर कोसळले, भारावून जाऊन, आभासमय जग आणि वास्तव यांच्यामध्ये कुठेतरी – असं एक ठिकाण जिथे कठोर किंवा सौम्य मर्यादा नाहीत!

१६

सावकाशपणे बाहेरच्या जगाने माझ्या संवेदनांवर आक्रमण केलं आणि ओ माय, काय ते आक्रमण. मी तरंगत होते, माझे अवयव नरम आणि अशक्त झाले होते, पूर्णपणे गलितगात्र. मी त्याच्यावर पडले होते, माझं डोकं त्याच्या छातीवर होतं आणि त्याचा वास स्वर्गीय होता – नुकतंच धुऊन आलेलं लिनन आणि कोणतातरी महागडा बॉडीवॉश, सर्वांत उत्तम. या पृथ्वीतलावरचा सर्वाधिक मोहात पाडणारा सुगंध... ख्रिश्चन. मला हालचाल करायची नव्हती, मला हे अमृत अनंतकाळापर्यंत श्वासात भरून घ्यायचं होतं. मी त्याला नाक घासलं. त्याच्या टी शर्टची अडचण मध्ये नसती तर... जेव्हा माझी सारासार विचारशक्ती माझ्या शरीराच्या इतर भागाकडे परतली, तेव्हा मी माझा हात त्याच्या छातीवर पसरला. त्याला तिथे स्पर्श करण्याची माझी ही पहिलीच वेळ. तो घट्ट होता... मजबूत. त्याचा हात वर झाला आणि त्याने माझा हात पकडला, पण त्याने त्या बुक्क्याला त्याच्या तोंडाकडे नेऊन आणि माझ्या बोटांच्या पेरांचं चुंबन घेऊन सौम्य केलं. तो वळला म्हणजे त्याला माझ्याकडे बघता आलं.

"डोंट," तो पुटपुटला आणि मग माझं हलकेच चुंबन घेतलं.

"तुला स्पर्श केलेलं का आवडत नाही?" मी कुजबुजले. त्याच्या मृदू करड्या डोळ्यांकडे टक लावली.

"कारण मी म्हणजे एक फिफ्टी शेड्सचा गोंधळ आहे, ॲनास्टॅशिया."

ओह्... त्याचा प्रामाणिकपणा पूर्णपणे मित्रत्वाची भावना निर्माण करणारा होता. मी त्याच्याकडे बघून डोळ्यांची उघडझाप केली.

"आयुष्याशी माझी ओळख फार कठीण प्रकारे झाली. तपशील देऊन मला तुझ्यावर भार टाकायचा नाही. फक्त स्पर्श करू नकोस," त्याने माझ्या नाकावर त्याचं नाक आपटलं. मला त्याने माझ्यातून ओढून काढलं आणि उठून बसला.

"मला वाटतं, याच्यात सगळं अगदी मूलभूत तेवढं आलंय, ते कसं होतं?"

तो स्वत:वर चांगलाच खूश दिसला आणि त्याच वेळी जमिनीवर पाय असलेलाही वाटला; जणूकाही त्याने चेकलिस्टवरचा आणखी एक मुद्दा खोडून टाकला असावा. मी अजूनही त्याच्या 'आयुष्याशी कठीण ओळख' शेऱ्यामुळे हबकलेली होते. ते इतकं विफल करणारं होतं – अधिक जाणून घेण्यासाठी मी कमालीची अधीर होते. पण तो मला सांगणार नव्हता. त्याच्यासारखं मी माझं डोकं एका बाजूला झुकवलं आणि त्याच्याकडे बघून हसण्याचा एक प्रयत्न केला.

"तू जर एका मिनिटासाठी माझ्या हातात सूत्रं दिल्याची कल्पना केलीस, तर तू माझा जीपीए विचारात घेतलेला नाहीस," मी लाजून त्याच्याकडे बघून हसले. "पण त्या आभासाबद्दल धन्यवाद."

"मिस स्टील, तू फक्त एक सुंदर चेहरा नाहीस. तू आत्तापर्यंत सहा वेळा उत्कटबिंदू गाठलास आणि ते सगळे माझे आहेत," त्याने आढ्यतेने सांगितलं. पुन्हा एकदा तो खेळकर झाला.

मी लाल झाले आणि त्याच वेळेला त्याने माझ्याकडे टक लावून बघितल्यावर डोळ्यांची उघडझाप केली. *तो हिशेब ठेवतोय?* त्याच्या भुवया एकमेकात गुंतल्या होत्या.

"मला सांगण्यासारखं तुझ्याकडे काही आहे काय?" त्याचा आवाज एकाएकी कठोर झाला.

मी कपाळाला आठ्या घातल्या. *क्रॅप.*

"मला आज सकाळी एक स्वप्न पडलं."

"ओह," त्याने माझ्याकडे टवकारून बघितलं.

डबल क्रॅप. मी संकटात आहे का?

"मी झोपेत माझा उत्कटबिंदू गाठला." मी माझे हात माझ्या डोळ्यांवर उडवले. तो काहीही बोलला नाही. मी माझ्या दंडाखालून त्याच्याकडे चोरट्या नजरेने पाहिलं आणि त्याला गंमत वाटल्याचं दिसलं.

"तुझ्या झोपेत?"

"मला त्यामुळे जाग आली."

"माझी खातरी आहे तसं झालं असणार. तू काय स्वप्न बघत होतीस?"

क्रॅप.

"तू होतास स्वप्नात."

"मी काय करत होतो?"

मी पुन्हा माझे हात माझ्या डोळ्यांवर टाकले आणि एखाद्या लहान मुलासारखी माझ्या मनात असा विचार घोळवला की, जर मी त्याला बघू शकत नाही, तर तोही मला बघू शकणार नाही.

"ॲनास्टॅशिया, मी काय करत होतो? मी तुला पुन्हा विचारणार नाही."

"तुझ्याकडे घोडेस्वारीचा चाबूक होता."

त्याने माझा हात हलवला.

"खरंच?"

"होय," मी लालभडक झाले.

"तुझ्यासाठी अजून आशा आहे," तो पुटपुटला. "माझ्याकडे कित्येक घोडेस्वारीचे चाबूक आहेत."

"तपकिरी चामड्याने विणलेले?"

तो हसला. "नाही, पण मला खातरी आहे मी तसा एखादा आणू शकेन."

खाली वाकून त्याने माझं चुंबन घेतलं. मग उभा राहून त्याने त्याची बॉक्सर घेतली. ओ नो... तो चालला होता. मी पटकन घड्याळ पाहिलं – फक्त नऊ चाळीस झाले होते. मी पण बिछान्यातून उठले आणि माझ्या स्वेटपॅन्ट्स, एक कॉमी टॉप घेतला, नंतर पायांचा क्रॉस करून बिछान्यावर बसले, त्याला न्याहाळलं. तो जावा असं मला वाटत नव्हतं. मी काय करू?

"तुझी मासिक पाळी येण्याची तारीख काय आहे?" त्याने माझ्या विचारात खंड पाडला.

व्हॉट?

"मला हे घालायला आवडत नाही," तो कुरकुला. त्याने कंडोम उचलला. मग तो जमिनीवर टाकला आणि त्याच्या जीन्स चढवल्या.

"वेल?" मी जेव्हा उत्तर दिलं नाही तेव्हा त्याने आठवण करून दिली आणि माझ्याकडे अपेक्षेने बघितलं, जणूकाही तो हवा-पाण्यासारख्या किरकोळ गोष्टींवर माझ्या मताची वाट बघतो आहे. होली क्रॅप... हे वैयक्तिक आहे.

"पुढल्या आठवड्यात," मी माझ्या हातांकडे टक लावली.

"तुला संततिनियमनासंबंधी काहीतरी ठोस उपाय करावे लागतील."

तो एवढा वरचश्मा गाजवणारा होता. मी त्याच्याकडे निर्विकारपणे पाहिलं. बूट आणि मोजे घालत असताना तो बिछान्यावर बसला.

"तुझे कोणी डॉक्टर आहेत का?"

मी माझं डोकं हलवलं. आम्ही पुन्हा विलिनीकरण आणि मालकी मिळवणं यांकडे परतलो आहोत – आणखी एक १८० डिग्रीचा मूड स्विंग.

त्याने कपाळाला आठ्या घातल्या. "मी माझ्या डॉक्टरांना येऊन तुझ्या अपार्टमेंटमध्ये

तुला बघायला सांगू शकतो – तू मला येऊन भेटायच्या आधी रविवारी सकाळी. किंवा तो तुला माझ्या घरी बघू शकेल. तुला काय योग्य वाटेल ते सांग?''

काही दबाव नाही तर. ज्याच्यासाठी तो पैसे देतोय अशी आणखी एक गोष्ट... पण खरं म्हणजे हे त्याच्या फायद्याचं होतं.

''तुझ्या घरी,'' त्याचा अर्थ मी त्याला रविवारी भेटण्याची खातरी असेल.

''ओके. मी तुला वेळ कळवेन.''

''तू निघाला आहेस का?''

जाऊ नकोस... माझ्याबरोबर रहा, प्लीज.

''यस.''

का?

''तू परत कसा जाणार आहेस?'' मी कुजबुजले.

''टेलर मला पिक-अप करेल.''

''मी तुला गाडीतून सोडू शकेन. माझ्याकडे एक सुंदर नवीन गाडी आहे.''

त्याने माझ्याकडे बघितलं, त्याचे भाव प्रेमळ होते.

''तू अधिक छान बोलतेस, पण मला वाटतं तुला ड्रिंक जरा अधिकच झालंय.''

''तू मला मुद्दामहून जास्त पाजलीस?''

''होय.''

''का?''

''कारण तू प्रत्येक गोष्टीचा वाजवीहून अधिक विचार करतेस आणि तुझ्या सावत्र वडिलांसारखी तू चिकाटीची आहेस. तुझ्यात वाइनचा एक थेंब शिरला की, तू बोलायला लागतेस आणि तू माझ्याशी प्रामाणिकपणे संवाद साधावा ही माझी गरज आहे. नाहीतर तू मिटून जातेस आणि तू काय विचार करतेस, याची मला कल्पना येत नाही. इन विनो वेरिटाज, ॲनास्टॅशिया.''

''आणि तुला वाटतं तू माझ्याशी नेहमीच प्रामाणिक असतोस?''

''मी तसा प्रयत्न करतो,'' त्याने माझ्याकडे विचारपूर्वक पाहिलं.

''आपण जर एकमेकांशी प्रामाणिक असलो तरच हे यशस्वी होईल.''

''तू अजून थांबावंस आणि हे वापरावं असं मला वाटतं,'' मी दुसरा कंडोम पुढे धरला.

तो हसला. त्याचे डोळे विनोदाने चमकले

''ॲनास्टॅशिया, मी बऱ्याच सीमारेषा ओलांडल्या आहेत. मला जावं लागेल. मी तुला रविवारी भेटेन. मी तुझ्यासाठी सुधारित करार तयार ठेवेन आणि मग आपण खेळाला खरोखरच सुरुवात करू.''

"खेळाला?" होली शिट्. माझ्या हृदयाने तोंडात उडी मारली.

"मला तुझ्याबरोबर एक दृश्य वठवायला आवडेल. पण तू सही करेपर्यंत मी तसं करणार नाही; म्हणजे तू तयार आहेस हे मला कळेल."

"ओह्, म्हणजे मी सही केली नाही तर हे पुढे खेचू शकेन?"

मला जोखत त्याने माझ्याकडे एकटक बघितलं, आणि मग त्याचे ओठ एका हास्यात तिरपे झाले. "वेल्, माझ्या कल्पनेप्रमाणे तू तसं करू शकतेस, पण त्या ताणाखाली मी मोडून जाईन."

"मोडून जाईन? कसा?" माझी अंतर्देवता जागी होऊन लक्ष देते.

त्याने सावकाशपणे मान हलवली आणि मग तो हसला, "अगदी कुरूप होऊ शकेल."

त्याचं हसणं लागण करणारं होतं.

"कुरूप, कसं?"

"ओह्, तुला माहीत आहे, स्फोट, गाड्यांचा पाठलाग, अपहरण..."

"तू माझं अपहरण करशील?"

"ओ यस," तो हसला.

"माझ्या इच्छेविरुद्ध मला डांबून ठेवशील?" *जीझ, हे हॉट आहे.*

"ओ यस," त्याने मान हलवली, "आणि मग आपण टीपीईबद्दल बोलत असू."

"तू मला हरवलं आहेस," मी श्वास घेतला, माझं हृदय धडधडत होतं... तो खरंच गंभीर आहे?

"टोटल पॉवर एक्स्चेंज – घड्याळाप्रमाणे." त्याचे डोळे चमकत होते आणि त्याची उत्तेजना मी जिथे बसले आहे तिथेदेखील मला जाणवत होती.

होली शिट्.

"म्हणजे तुला काही निवड नसेल," तो उपहासाने म्हणला.

"स्पष्टच आहे," माझ्या आवाजातला उपहास मी लपवू शकले नाही आणि माझे डोळे आकाशाकडे फिरले.

"ओह्, ॲनास्टॅशिया स्टील, तू आत्ताच माझ्याकडे बघून तुझे डोळे फिरवलेस का?"

क्रॅप.

"नाही," मी चिरकले.

"मला वाटतं तू फिरवलेस. तू जर पुन्हा माझ्याकडे बघून डोळे फिरवलेस तर मी काय करेन असं तुला सांगितलं होतं?"

शिट्. तो बिछान्याच्या कडेवर बसला.

"इथे ये," त्याने हळुवारपणे म्हटलं.

मी फिक्कट झाले. जीझ... तो गंभीर होता. पूर्णपणे अविचल होऊन मी त्याच्याकडे टक लावून बघितलं.

"मी सही केलेली नाही," मी कुजबुजले.

"मी काय करेन हे तुला मी सांगितलं होतं. मी शब्दांचा पक्का आहे. मी तुझ्या नितंबांवर चापट्या मारणार आहे आणि मग मी तुझ्याशी पटकन आणि जोमदार सेक्स करणार आहे. तो कंडोम आपल्याला शेवटी लागेल असं दिसतंय तर..."

त्याचा आवाज इतका हळुवार, थरकाप उडवणारा होता. तो *अतिशय हॉट* होता. माझी आतली बाजू जवळजवळ परिणामकारक गरजेच्या प्रवाही इच्छेने पिळवटून प्रतीक्षा करू लागली... डोळे तप्त करून त्याने माझ्याकडे टक लावून बघितलं. सहजगत्या, मी माझे पाय सरळ केले. *मी पळून जावं का?* हेच ते होतं; आमचे संबंध इथेच मागे राहून लोंबकळत होते, या इथे, आत्ताच. मी त्याला हे करू देऊ की नाही म्हणू आणि मग तो शेवट असेल? कारण मी नाही म्हटलं, तर ते संपून जाईल हे मला माहीत आहे. *कर ते!* माझी अंतर्देवता माझ्याकडे याचना करते. माझं अर्धजागृत मन माझ्याइतकंच सुन्न होऊन गेलं होतं.

"मी वाट बघतोय," तो म्हणाला. "मी एक सहनशील माणूस नाहीये."

ओ, जे काही पवित्र असेल त्याच्या प्रेमासाठी. मी धापा टाकत होते, घाबरले होते, उद्दीपित होते. माझ्या शरीरातून रक्त उसळत होतं, माझे पाय जेलीसारखे झाले होते. सावकाश, मी त्याच्याजवळ जाईपर्यंत रांगले.

"गुड गर्ल," तो पुटपुटला. "आता उभी रहा."

ओह् शिट्... तो हे एकदाचं संपवून टाकू शकत नाही का?

मी उभी राहू शकेन की नाही याची मला खातरी नव्हती. चाचरत, धडपडत मी माझ्या पायांवर उभी राहिले. त्याने त्याचा हात पुढे केला आणि मी कंडोम त्याच्या तळव्यावर ठेवला. एकाएकी त्याने मला पकडलं, त्याच्या मांड्यांवर आडवं ठेवलं. एका सहज कृतीने त्याने त्याच्या शरीराचा असा कोन केला ज्यामुळे माझं शरीर बिछान्यावर त्याच्या शेजारी विसावलं. त्याने त्याचा उजवा पाय माझ्या दोन्ही पायांवर टाकला आणि त्याच्या डाव्या हाताची पुढची बाजू माझ्या पाठीच्या खालच्या बाजूवर ठेवली; मला हलता येऊ नये अशा प्रकारे मला खाली पकडून ठेवलं. *ओह, फक्.*

"तुझे दोन्ही हात तुझ्या डोक्याच्या दोन्ही बाजूंना वर ठेव." त्याने आज्ञा केली.

ती ताबडतोब त्याची आज्ञा पाळली.

"मी हे का करतोय, ॲनास्टॅशिया?" त्याने विचारलं.

"कारण मी तुझ्याकडे बघून माझे डोळे फिरवले," मी नीट बोलू शकले नाही.

"तुला ते सभ्यपणाचं वाटतं?"

"नाही."

"तू ते पुन्हा करशील?"

"नाही."

"तू प्रत्येक वेळी जेव्हा ते करशील, तेव्हा मी तुझ्या पार्श्वभागावर चापट्या मारेन, समजतंय का तुला?"

अगदी सावकाशपणे त्याने माझ्या स्वेटपॅन्ट्स ओढून काढल्या. ओह, हे किती लाजिरवाणं आहे? लाजिरवाणं, घाबरवून टाकणारं आणि हॉट. तो त्याचं एवढं अवडंबर माजवत होता. मी नीट श्वासोच्छ्वास करू शकत नव्हते. *शिट्. यामुळे वेदना होणार आहेत का?*

माझ्या उघड्या पार्श्वभागावर त्याने त्याचा हात ठेवला, हळुवारपणे मला कुरवाळले, त्याच्या सपाट तळव्याने भोवताली मला मारलं – जोरात. आउ! त्या वेदनेची प्रतिक्रिया म्हणून माझे डोळे सटकन उघडले आणि मी उठायचा प्रयत्न केला, पण त्याचा हात माझ्या खांद्यांच्या हाडांवर फिरला आणि त्याने मला खाली ठेवलं. त्याने जिथे मला मारलं, तिथे त्याने मला कुरवाळलं. त्याचा श्वासोच्छ्वास बदलला – तो मोठ्याने झाला. अगदी घोगरा. त्याने पुन्हा पुन्हा माझ्यावर प्रहार केला, एकापाठोपाठ एक जलद गतीने. *होली फक् ते दुखतं.* मी आवाज केला नाही, माझा चेहरा वेदनेने पिळवटला. मी फटक्यांपासून दूर जाण्यासाठी वळवळले – माझ्या शरीरातून ॲड्रेनॅलिन टोकदार होऊन धावू लागलं.

"शांत रहा," तो गुरकावला, "नाहीतर मी तुला अधिक वेळ चापट्या मारत राहीन."

तो आता मला चोळत होता आणि त्याच्या पाठोपाठ फटका आला. एक तालबद्ध संगती सुरू होते : कुरवाळणं, खेळणं, जोराचा फटका. त्या वेदना सहन करण्यासाठी मला लक्ष केंद्रित करावं लागलं. माझं मन जेव्हा तो पोळून काढणारा अनुभव जाणून घ्यायचा प्रयत्न करत होतं, तेव्हा रिकामं होऊन गेलं. तो मला एकाच ठिकाणी दोनदा लागोपाठ मारत नव्हता – तो वेदनेला पसरवत होता.

"आह!" दहाव्या फटक्यानंतर मी ओरडले. मी मनाने फटके मोजत होते याची मला जाणीव नव्हती.

"मी फक्त तयारी करतोय."

त्याने मला पुन्हा मारलं, नंतर मला हळुवारपणे थोपटलं. जोरदार झिणझिण्या आणणारा फटका आणि मृदू कुरवाळणं याचा मिलाफ मन सुन्न करणारा होता. त्याने मला पुन्हा मारलं... ते आता सहन करायला कठीण होत चाललं होतं. माझा चेहरा इतका आक्रसून गेल्यामुळे दुखत होता. त्याने मला हळुवारपणे थोपटलं आणि मग फटका आला. मी पुन्हा ओरडले.

"तुझं ऐकायला कोणी नाही, बेबी, फक्त मी."

त्याने मला पुन्हा पुन्हा मारलं. माझ्या आत खोलवर कुठेतरी, त्याला थांबण्याची याचना करण्याचं माझ्या मनात आलं. पण मी ते केलं नाही. मला त्याला ते समाधान द्यायचं नव्हतं. त्याने न थांबणारा ताल पुढे चालू ठेवला. मी आणखी सहा वेळा ओरडले. एकूण अठरा चापट्या. माझं शरीर गाऊ लागलं, त्याच्या निष्ठुर हल्ल्यामुळे ते गाऊ लागलं.

"पुरे," त्याने घोगरा श्वास घेतला. "वेल डन, ॲनास्टॅशिया. मी आता तुझ्याशी संग करणार आहे."

त्याने माझा पार्श्वभाग हळुवारपणे कुरवाळला. त्याने आजूबाजूला आणि खाली थोपटल्यावर त्याची आगआग होत होती. एकाएकी, त्याने त्याची दोन बोटं माझ्या आत घातली. या कृतीने मी पूर्णपणे चकित झाले. मी मोठा श्वास घेतला. माझ्या मेंदूभोवती पसरलेल्या सुन्नपणातून तो हल्ला करून आत घुसला.

"याचा अनुभव घे. तुझ्या शरीराला हे किती आवडतं ते बघ, ॲनास्टॅशिया. तू फक्त माझ्यासाठी भिजते आहेस," त्याच्या आवाजात भारलेपण होतं. त्याने त्याची बोटं जलद गतीने आत-बाहेर केली.

मी कण्हले. *नो, नक्कीच नाही.* आणि मग त्याची बोटं गेलेली होती... आणि मला त्याची आस होती.

"पुढल्या वेळी, मी तुला मोजायला लावेन. आता तो कंडोम कुठे आहे?"

त्याने त्याच्या शेजारी असलेल्या कंडोमसाठी हात लांबवला. मला हळुवारपणे उचललं, माझा चेहरा बिछान्यावर खालच्या बाजूला ढकलला. मला झिपरचा आणि फॉइल फाडल्याचा आवाज आला. त्याने माझ्या स्वेटपॅन्ट्स पूर्णपणे ओढून काढल्या आणि मग मला गुडघ्यांवर ओणवलेल्या स्थितीत राहायला मार्गदर्शन केलं, माझ्या आता फारच दुखावलेल्या पार्श्वभागाला हळुवारपणे कुरवाळलं.

"मी आता तुला घेणार आहे. तू तुझा उत्कटबिंदू गाठू शकतेस," तो पुटपुटला.

काय? जशी काही मला निवड आहे?

आणि तो माझ्या आत होता, पटकन मला भरून टाकत. मी जोरात कण्हले. त्याने हालचाल केली, माझ्या आत धक्के दिले, एक उत्कट गती, माझ्या दुखावलेल्या पार्श्वभागाच्या निकट. ती अनुभूती अद्वितीयच्या पलीकडची, रांगडी, डोकं फिरवणारी आणि किंमत घटवणारी होती. माझ्या संवेदना नाश पावल्या आहेत! एकमेकांपासून तुटलेल्या आहेत आणि तो मला काय करतोय, याच्यावर लक्ष केंद्रित करत होत्या. ती माझ्या पोटातली परिचित खोलवर ओढ – घट्ट होणारी, जलद गतीची. ती मला तो कशी काय वाटायला लावतो, कळत नाही.

आणि माझं फसवं शरीर एका उत्कट, शरीराच्या चिंधड्या करणाऱ्या उत्कटबिंदूमध्ये स्फोट पावतं.

"ओह, ॲना!" तो त्याचाही उत्कटबिंदू गाठत जोराने ओरडला, मला जागच्या जागी दाबून धरत तो माझ्यात बरसला. तो माझ्या शेजारी जोरजोरात धापा टाकत कोसळला आणि मला त्याच्यावर ओढून घेऊन मला जवळ धरून त्याचा चेहरा माझ्या केसात बुडवला.

"ओह, बेबी," त्याने श्वास घेतला, "वेलकम टू माय वर्ल्ड."

आमचा श्वासोच्छ्वास संथ होण्याची वाट बघत आम्ही तिथे एकत्र धापा टाकत पडून राहिलो. त्याने हळुवारपणे माझे केस थोपटले. मी पुन्हा त्याच्या छातीवर होते. पण या वेळेला माझा हात उंचावून त्याचा स्पर्श अनुभवायची माझ्यात शक्ती नव्हती. *बॉय... मी तरून गेले.* ते इतकं काही वाईट नव्हतं. मी विचार केला होता त्यापेक्षा मी बाह्यजगापासून अधिक अलिप्त होते. माझ्या अंतर्देवतेने साष्टांग नमस्कार घातला होता... वेल, निदान ती शांत आहे. ख्रिश्चनने त्याचा चेहरा पुन्हा माझ्या केसांवर घासला आणि खोलवर श्वास घेतला.

"फार छान, बेबी," तो कुजबुजला. त्याचा आवाज शांत, आनंदी होता. हिथमॅन हॉटेलच्या मुलायम, केसाळ टॉवेलसारखे त्याचे शब्द माझ्याभोवती गुंडाळले गेले आणि तो आनंदी आहे, याबद्दल मी खूप खूश झाले.

त्याने माझ्या बिनबाह्यांच्या अंतर्वस्त्राचा पट्टा पकडला.

"तू हे घालून झोपतेस का?" त्याने मृदूपणे विचारलं.

"होय," मी झोपाळूपणे श्वास घेतला.

"तू सिल्क आणि सॅटिन घालायला हवं, सुंदर मुली. मी तुला खरेदीला घेऊन जाईन."

"मला माझ्या स्वेट्स आवडतात," मी त्रासलेली भासण्याचा प्रयत्न करत आणि अयशस्वी होत पुटपुटले.

त्याने माझ्या डोक्याचं पुन्हा चुंबन घेतलं.

"आपण बघू या," तो म्हणाला.

आम्ही आणखी काही मिनिटं पडून राहिलो, कोणास ठाऊक, कदाचित काही तासदेखील आणि मला वाटतं मला झोप लागली.

"मला जावं लागेल," तो म्हणाला आणि खाली वाकून त्याने माझ्या कपाळाचं हळुवारपणे चुंबन घेतलं, "तू ठीक आहेस ना?" त्याचा आवाज मृदू होता.

त्याच्या प्रश्नाचा मी विचार केला. माझी मागची बाजू दुखावलेली होती. वेल, आता फुलून आली आणि आश्चर्य म्हणजे, थकव्याव्यतिरिक्त मला प्रकाशाने भरून गेल्यासारखं वाटत होतं. ही जाणीव नम्र बनवणारी आणि अनपेक्षित होती. मला

समजत नव्हतं.

"आय ॲम ओके," मी कुजबुजले. मला त्यापेक्षा अधिक काही म्हणायचं नव्हतं.

तो उठला.

"तुझी बाथरूम कुठे आहे?"

"हॉलमधून जाऊन डावीकडे."

त्याने दुसरा कंडोम गोळा केला आणि शयनगृहाच्या बाहेर पडला. मी ताठरले होते. उठून पुन्हा माझ्या स्वेटपॅन्ट्स चढवल्या. माझ्या अजूनही हुळहुळत असलेल्या पार्श्वभागाला लागून त्या थोड्या घासल्या. माझ्या प्रतिक्रियेने मी एवढी गोंधळून गेले. केव्हा ते आठवत नाही – पण तो म्हणाल्याचं मला आठवतं – चांगलं लागल्यानंतर मला अधिक बरं वाटेल. ते तसं कसं असेल? मला ते खरोखर कळलं नाही. पण विचित्र म्हणजे, मला खरंच बरं वाटत होतं. तो अनुभव मला आनंददायी वाटला असं मी म्हणू शकत नाही. वस्तुत: तो टाळण्यासाठी मी नेटाने प्रयत्न करेन, पण आता... मला ही सुरक्षित, चमत्कारिक, नंतरच्या उजेडात न्हाऊन निघाल्याची, तुडुंब समाधानाची भावना भरून राहिली होती. मी माझं डोकं माझ्या हातात ठेवलं. मला खरंच काही कळत नव्हतं.

ख्रिश्चनने पुन्हा खोलीत प्रवेश केला. मी त्याच्या डोळ्यांत बघू शकत नव्हते. मी माझ्या हातांकडे एकटक बघितलं.

"मला थोडं बेबी ऑइल मिळालं. ते मला तुझ्या पार्श्वभागाला लावू दे."

काय?

"नको. मी ठीक आहे."

"ॲनास्टॅशिया," त्याने दटावलं. मला डोळे फिरवायचे होते, पण मी पटकन स्वत:ला थांबवलं. मी बिछान्याकडे तोंड करून उभी राहिले. माझ्या शेजारी बसून त्याने हळुवारपणे पुन्हा माझ्या स्वेटपॅन्ट्स खाली ओढल्या. *खाली आणि वर, वेश्येच्या कपड्यांसारखं,* माझ्या अर्धजागृत मनाने कडवटपणे शेरा मारला. माझ्या डोक्यात, मी तिला कुठे जायचं ते सांगितलं. ख्रिश्चनने त्याच्या हातात बेबी ऑइल घेतलं आणि मग माझ्या पार्श्वभागावर काळजीपूर्वक मृदूपणाने चोळलं – मेकअप काढण्यापासून ते चापट्या मारलेल्या नितंबांवर बरं वाटण्यासाठी लावलेला बाम म्हणून त्या द्रवपदार्थाचे एवढे विविध फायदे आहेत, असा विचार कोणी केला असेल?

"मला तुला हाताने स्पर्श करायला आवडतं," तो पुटपुटला. आणि मला सहमत व्हावं लागलं; मलाही आवडतं.

"झालं," त्याचं आटोपल्यावर तो म्हणाला आणि त्याने माझ्या पॅन्ट्स पुन्हा वर सरकवल्या.

मी घड्याळाकडे नजर टाकली. साडेदहा झालेले होते.

"मी आता निघतोय."

"मी तुला बाहेर सोडते," मी अजूनही त्याच्याकडे बघू शकत नव्हते.

माझा हात हाती घेऊन त्याने मला पुढच्या दाराकडे नेलं. सुदैवाने, केट अजून घरी आलेली नव्हती. ती अजूनही तिची मित्रमंडळी आणि एथन यांच्याबरोबर डिनर घेत असणार. माझ्या चुकीच्या वागण्याबद्दल माझी परवड ऐकायला ती घरी नव्हती, याचा मला खरोखरच आनंद झाला.

"तुला टेलरला बोलवायचं नाही का?" मी नजर टाळत विचारलं.

"टेलर इथे नऊ वाजल्यापासून आलेला आहे. माझ्याकडे बघ," त्याने श्वास घेतला.

मी त्याच्या डोळ्यांत बघण्याचा प्रयत्न केला, पण जेव्हा मी बघितलं, तेव्हा तो आश्चर्याने माझ्याकडे बघत होता.

"तू रडली नाहीस," तो पुटपुटला आणि मग एकाएकी मला पकडून त्याने आवेगानं माझं चुंबन घेतलं. "रविवार," माझ्या ओठांजवळ तो कुजबुजला. त्यात वचन आणि धमकी दोन्ही होतं.

रस्त्याने चालत जाताना आणि मोठ्या काळ्या ऑडीमध्ये चढताना मी त्याला बघितलं. त्याने मागे बघितलं नाही. मी दरवाजा बंद केला आणि ज्या अपार्टमेंटमध्ये मी फक्त आणखी दोन रात्री घालवणार होते, त्या अपार्टमेंटच्या बैठकीच्या खोलीत मी असाहाय्य होऊन उभी होते. एक असं ठिकाण जिथे मी जवळजवळ चार वर्षं आनंदाने काढली... तरीही आज, कधी नव्हे ते पहिल्यांदाच इथे मला एकाकी आणि अस्वस्थ वाटलं. माझ्याच सहवासात दुःखी. मी कोण आहे, त्यापासून मी एवढी दूर भरकटले आहे का? आणि माझ्या बधिर बाह्यभागापासून फार दूर नव्हे, अशी एक अश्रूंची विहीर दडली आहे, हे मला माहीत होतं. मी काय करते आहे? उपहास असा की, मी खाली बसून नीट रडूदेखील शकत नव्हते. मला उभं राहावं लागेल. उशीर झाला आहे हे मला कळत होतं; पण मी आईला फोन करायचा निर्णय घेतला.

"हनी, कशी आहेस तू? ग्रॅज्युएशन कसं झालं?" ती फोनवरून उत्साहाने बोलली. तिचा आवाज म्हणजे एक सुखवणारं मलम होतं.

"सॉरी, एवढा उशीर झालाय," मी कुजबुजले.

ती थांबली.

"ॲना, काही बिघडलंय?" ती आता पूर्णपणे गंभीर होती.

"काही नाही, मॉम, मला फक्त तुझा आवाज ऐकायचा होता."

ती एक क्षणभर शांत झाली.

"ॲना, काय झालंय? प्लीज टेल मी," तिचा आवाज मृदू आणि सुखावणारा

होता. तिला काळजी आहे हे मला कळलं. न बोलावताच माझे अश्रू वाहायला लागले. गेल्या काही दिवसांत मी वरचेवर रडले होते.

"प्लीज, ॲना," ती म्हणाली आणि तिची यातना माझ्या यातनेचं प्रतिबिंब होतं.

"ओह् मॉम, तो एक पुरुष आहे."

"त्याने तुला काय केलंय?" तिची भीती कळण्यासारखी होती.

"तसं काही नाही." *जरी ते तसंच आहे...* ओह्, मला तिला चिंतेत टाकायचं नव्हतं. या क्षणी माझ्यासाठी कोणीतरी सामर्थ्यवान असावं एवढं फक्त मला पाहिजे.

"ॲना, प्लीज, तू मला काळजीत टाकते आहेस."

मी एक मोठा श्वास घेतला. "मी एका पुरुषावर भाळले आहे आणि तो माझ्यापेक्षा खूप वेगळा आहे. त्यामुळे आम्ही दोघं एकत्र यावं किंवा नाही, हे मला कळत नाहीये."

"ओह्, डार्लिंग. मी तुझ्याबरोबर असते तर बरं झालं असतं. मी तुझ्या पदवीदान समारंभाला येऊ शकले नाही, याबद्दल मला वाईट वाटतं. शेवटी तू कोणावरतरी भाळली आहेस. हनी, पुरुष बिलंदर असतात. ती एक वेगळीच जात आहे, हनी. तू त्याला केव्हापासून ओळखतेस?"

ख्रिश्चन नक्कीच वेगळ्या जातीचा होता... वेगळ्या ग्रहावरचा.

"जवळजवळ तीन आठवडे अंदाजे."

"ॲना, डार्लिंग, हा कालावधी फारच कमी म्हणजे काहीच नाही. इतक्या कमी कालावधीत तू कोणाला कसं काय ओळखू शकशील? त्याच्याबरोबर जरा सांभाळूनच रहा आणि त्याला थोड्या अंतरावरच ठेव, तुझ्या लायकीचा तो आहे की नाही हे ठरवेपर्यंत."

वॉव... माझी आई इतकी खोलवर विचार करणारी आहे, हे धीर खचवणारं होतं. पण याबाबतीत जरा उशीरच झाला होता. तो माझ्या लायक आहे का? मनोरंजक. मी नेहमी असा विचार करते की, मी त्याच्या लायक आहे किंवा नाही.

"हनी, तू फार दुःखी भासतेस. घरी ये – आय मिस यू, डार्लिंग. बॉबला पण तुला भेटायला खूप आवडेल. तुला थोडं दूर राहता येईल आणि कदाचित एखादा नवा दृष्टिकोन मिळेल. तुला थोडा चेंज पाहिजे. तू खूप काम करत होतीस ना."

ओ बॉय, हे मोहात पाडणारं होतं. जॉर्जियाला पळून जायचं. थोडा सूर्यप्रकाश, काही कॉकटेल्स. माझी आई छान विनोदी होती... तिचे प्रेमळ बाहू.

"सोमवारी सीॲटलला माझ्या नोकरीसाठी दोन मुलाखती आहेत."

"ओह्, फारच छान."

दरवाजा उघडला आणि केट माझ्याकडे बघून हसत आत आली. मी रडत

असल्याचं बघताच तिचा चेहरा पडला.

"मॉम, मला काम आहे. मी तिथे येण्याबाबत विचार करेन. धन्यवाद."

"हनी, प्लीज, एखाद्या पुरुषाला तुझ्यावर काबू मिळवू देऊ नकोस. तू खूप लहान आहेस. जा आणि मजा कर."

"येस, मॉम, लव्ह यू."

"ओ, ॲना, माझं पण तुझ्यावर प्रेम आहे, खूप प्रेम."

"नीट रहा, हनी." मी फोन बंद करून केटला सामोरी गेले, जी माझ्याकडे टवकारून बघत होती.

"त्या अतिशय श्रीमंत फकरने तुला पुन्हा त्रास दिलाय का?"

"नाही... तसंच काहीतरी... एर्... होय."

"त्याला जरा दूर राहायला सांग, ॲना. त्याला भेटल्यापासून तू इतकी सैरभैर झाली आहेस. मी तुला असं कधीच बघितलं नव्हतं."

कॅथरिन कवानाचं जग अगदी स्पष्ट आहे, अगदी काळं आणि पांढरं. माझ्या जगाला रंगवणाऱ्या, न दिसणाऱ्या, गूढ, अस्पष्ट अशा करड्या रंगाच्या छटा त्यात नाहीत. वेलकम टू माय वर्ल्ड!

"बस, आपण बोलू या. थोडी वाइन घेऊ या. ओ, तू शॅम्पेन घेतली आहेस," तिच्या नजरेला बाटली पडली. "आणि काही चांगली वाइनदेखील."

मी इच्छित परिणाम साधू न शकणारं हास्य केलं. कोचाकडे जरा संशयानेच पाहिलं. मी काळजीपूर्वक तिथे गेले. हम्म... बसणं.

"तू ठीक आहेस ना?"

"मी पडले आणि माझ्या पार्श्वभागाला मार लागला."

त्यावर काही विचारण्याचा तिने प्रथम विचार केला नसावा, कारण वॉशिंग्टन स्टेटमधील मी सर्वांत अधिक समन्वय नसलेल्या लोकांपैकी एक होते! ते एक वरदान आहे असं मला वाटेल, हा विचार मी कधीच केला नव्हता. मी काळजीपूर्वक बसले आणि मी ठीक असल्याचं जाणवून मला सुखद आश्चर्य वाटलं; माझं लक्ष मी केटकडे वळवलं, पण माझं मन भरकटलं आणि हिथमॅनकडे खेचलं गेलं – वेल, तू जर माझी असतीस, तर काल जो स्टंट तू केलास त्यानंतर एक आठवडा बसू शकली नसतीस, हे तो तेव्हा म्हणाला होता आणि त्यावेळेला सगळं लक्ष मी कशावर केंद्रित केलं असेल, तर त्याची होण्यावर. धोक्याच्या सगळ्या सूचना तिथे होत्या, पण मला कसलाच सुगावा नव्हता आणि ते लक्षात येईल एवढी मी सावध नव्हते.

केट बैठकीच्या खोलीत रेड वाइनची एक बाटली आणि धुतलेले टी कप्स घेऊन आली

"चला आपण घेऊ या," तिने मला वाइनचा एक कप दिला. त्याची चव

बोलिंजरएवढी छान नव्हती.

"ॲना, तो जर बांधिलकीचे प्रश्न असलेला चमत्कारिक माणूस असेल, तर त्याला सोडून दे. तरीही मला त्याचे बांधिलकीचे काय प्रश्न आहेत, हे खरंच लक्षात येत नाही. मार्कीमध्ये त्याला तुझ्यावरची नजर काढून घेता येत नव्हती, एखाद्या बहिरी ससाण्यासारखा तो तुझ्याकडे बघत होता. मी म्हणेन की, तो पूर्णपणे घायाळ झालाय, पण कदाचित ते दर्शवण्याची त्याची तऱ्हा गमतीदार असेल."

घायाळ? ख्रिश्चन? गमतीदार तऱ्हा? फार छान.

"केट, ते गुंतागुंतीचं आहे. तुझी संध्याकाळ कशी गेली?" मी विचारलं.

मी केटशी या विषयावर अधिक काही उघड न करता बोलू शकत नव्हते, पण तिच्या दिवसाबद्दल एकच प्रश्न आणि तिचं चालू झालं – तिची नेहमीचीच बडबड. ते ऐकणं दिलासा देणारं होतं. हॉट न्यूज अशी होती की, एथन त्यांच्या सुटीनंतर बहुतेक आमच्याबरोबर राहायला येईल. ते मजेशीर असेल – एथन एक गमत्या आहे. मी कपाळाला आठ्या घातल्या. मला नाही वाटत ख्रिश्चनला हे पसंत पडेल – वेल... कठीणच. पण त्याला ते सरळ चालवून घ्यावं लागेल. मी काही वाइनचे टी कप्स घेतले आणि आवरतं घ्यायचं ठरवलं. तो फारच लांबलेला दिवस होता. केटने मला आलिंगन दिलं आणि मग इलिअटला फोन करण्यासाठी तो हातात घेतला.

दात घासल्यानंतर मी लॅपटॉप तपासून बघितला. ख्रिश्चनकडून एक ईमेल आली होती.

ख्रिश्चन ग्रेकडून,
विषय : तू
तारीख : मे २६, २०११ २३:१४
ॲनास्टॅशिया स्टील हिला,

प्रिय मिस स्टील,

तू खरंच अद्वितीय आहेस. मला आत्तापर्यंत भेटलेली सर्वांत सुंदर, बुद्धिमान, हजरजबाबी आणि शूर स्त्री. थोडं ॲडविल घे – ही विनंती नाही. तुझी बीटल पुन्हा चालवू नकोस. मला कळेलच.

ख्रिश्चन ग्रे,
सीईओ, ग्रे एंटरप्रायझेस होल्डिंग्ज, इन्कॉर्पोरेटेड

ओह, पुन्हा एकदा माझी गाडी मी न चालवण्याबद्दल. मी माझं उत्तर टाइप केलं.

ॲनास्टॅशिया स्टीलकडून,

विषय : स्तुती

तारीख : मे २६, २०११ २३:२०

ख्रिश्चन ग्रेला,

प्रिय मि. ग्रे,

स्तुतीमुळे तुमचं काही काम होणार नाही, पण तुम्ही सगळीकडे जाऊन आला आहात, त्यामुळे हा मुद्दा गौण आहे.

मला माझी बीटल गॅरेजकडे चालवत न्यावी लागेल म्हणजे मला ती विकता येईल – म्हणून आदरपूर्वक मी तुमचा त्याबद्दलचा मूर्खपणा स्वीकारणार नाही.

ॲडविलपेक्षा रेड वाइन नेहमीच अधिक पसंतीची.

ॲना.

ताजा कलम : छडीने मारणं ही माझ्यासाठी कठोर मर्यादा आहे.

मी 'पाठवा'वर दाबलं.

ख्रिश्चन ग्रेकडून,

विषय : स्तुतिसुमनं स्वीकारू न शकणाऱ्या विफल करणाऱ्या स्त्रिया

तारीख : मे २६, २०११ २३:२६

ॲनास्टॅशिया स्टील हिला,

प्रिय मिस स्टील,

मी तुला हरभऱ्याच्या झाडावर चढवत नाही. तू आता झोपायला हवंस.

कठोर मर्यादांत तू केलेली वाढ मी स्वीकारतो.

जास्त पिऊ नकोस.

टेलर तुझी गाडी विकून देईल आणि त्यासाठी चांगली किंमतदेखील मिळवून देईल.

ख्रिश्चन ग्रे,

सीईओ, ग्रे एंटरप्रायझेस होल्डिंग्ज, इन्कॉर्पोरेटेड

ॲनास्टॅशिया स्टीलकडून,

विषय : टेलर? तो या कामासाठी योग्य माणूस आहे का?

तारीख : मे २६, २०११ २३:४०

ख्रिश्चन ग्रेला,

प्रिय सर,

तुम्ही तुमचा उजवा हात असलेल्या माणसाला माझी गाडी चालवण्याचा धोका पत्करण्यात खूश आहात; पण कधीतरी जिच्याबरोबर तुम्ही झोपता अशा एखाद्या बाईच्या बाबतीत तो धोका पत्करत नाही, यामुळे मी चक्रावून गेले आहे. त्या गाडीसाठी टेलर ही मला सर्वांत चांगला व्यवहार करून देणारी व्यक्ती आहे, याची मला खातरी कशी पटावी? पूर्वी, बहुतेक तुम्हाला भेटण्याआधी, मी एक कठीण व्यवहार तडीस नेला होता.

ॲना.

ख्रिश्चन ग्रेकडून,

विषय : काळजी घे

तारीख : मे २६, २०११ २३:४४

ॲनास्टॅशिया स्टील हिला,

प्रिय मिस स्टील,

ही रेड वाइन बोलते आहे, असं मी गृहीत धरतो. तुझा दिवस लांबलचक होता.

तिथे जाऊन तू एका संध्याकाळी नव्हे, तर आठवडाभर बसू शकणार नाहीस याची खातरी करून घ्यायचा मोह होतोय.

टेलर एक्सआर्मी आहे आणि मोटारसायकल ते शेरमान टँकपर्यंत काहीही चालवायला समर्थ आहे. तुझी गाडी चालवण्यात त्याला काही अडचण नाही.

आणि आता स्वत:चा उल्लेख 'एखादी स्त्री जिचा मी कधीतरी उपभोग घेतो' असा कृपा करून करू नकोस. स्पष्टच बोलायचं, तर माझं त्यामुळे डोकं फिरतं आणि मी जेव्हा रागावलेला असतो, तेव्हा खरं म्हणजे, तुला मी आवडणार नाही.

ख्रिश्चन ग्रे,

सीईओ, ग्रे एंटरप्रायझेस होल्डिंग्ज, इन्कॉर्पोरेटेड

ॲनास्टॅशिया स्टीलकडून,

विषय : सावध रहा

तारीख : मे २६, २०११ २३:५७

ख्रिश्चन ग्रेला,

प्रिय मि. ग्रे,

तुम्ही मला आवडता याची मला तशीही खातरी नाही, विशेषत: या क्षणी.

मिस स्टील.

खिश्चन ग्रेकडून,
विषय : सावध रहा
तारीख : मे २७, २०११ ००:०३
ॲनास्टॅशिया स्टीलला,
मी तुला का आवडत नाही?

ख्रिश्चन ग्रे,
सीईओ, ग्रे एंटरप्रायझेस होल्डिंग्ज, इन्कॉर्पोरेटेड

मी 'उत्तर' बटण दाबलं.

ॲनास्टॅशिया स्टीलकडून,
विषय : सावध रहा
तारीख : मे २६, २०११ ००:१०
ख्रिश्चन ग्रेला,

कारण तू माझ्याबरोबर कधीच राहत नाहीस.

बघा, त्याला विचार करण्यासाठी मी काहीतरी दिलं आहे. मी झटक्यासरशी मशीन बंद केलं. जे मला जाणवत नाही आणि माझ्या बिछान्यात शिरले. मी बिछान्याशेजारचा लाइट बंद केला आणि छताकडे टक लावली. तो एक खूप मोठा दिवस होता, एकामागून एक भावनिक धक्क्यांचा. रे बरोबर थोडा वेळ घालवणं दिलासा देणारं होतं. तो चांगला दिसत होता आणि चमत्कारिक म्हणजे त्याने ख्रिश्चन ग्रेला पसंत केलं. जीझ, केट आणि तिचं प्रचंड तोंड. भूक लागलेली असण्याबद्दल ख्रिश्चनला बोलताना ऐकणं. हे सगळं कशाबद्दल आहे? गॉड आणि गाडी. मी केटला नवीन गाडीबद्दल सांगितलंदेखील नव्हतं. ख्रिश्चन काय विचार करत होता?

मग आज संध्याकाळी त्याने खरोखरच मला मारलं. माझ्या आयुष्यात मी कोणाचा मार खाल्ला नव्हता. मी स्वत:ला कशात अडकवलंय? अगदी सावकाश, केटच्या येण्यामुळे थांबलेले माझे अश्रू माझ्या चेहऱ्याच्या बाजूने आणि माझ्या कानात वाहायला लागले. भावनिकदृष्ट्या बरं नसलेल्या अशा कोणावरतरी मी भाळले होते. मी फक्त दुखावेन – खोल कुठेतरी मला ते माहीत होतं – असा कोणीतरी जो पूर्णपणे विसकटून गेल्याचं स्वत:च कबूल करतो. तो इतका विसकटलेला का आहे? त्याच्याइतकं दुखावलेलं असणं नक्कीच फार वाईट असेल आणि तो लहान बाळ असताना त्याला सहन करता येणार नाही अशा क्रौर्याचा आघात त्याला

सोसावा लागला होता, या विचाराने मला अधिकच जोरात रडू आलं. *कदाचित तो जर 'नॉर्मल' असता तर त्याला तुझी गरज भासली नसती,* माझ्या अर्धजागृत मनाने माझ्या विचारांत कावेबाज दुष्टपणाने भर घातली... आणि माझ्या हृदयाच्या गाभ्यात हे खरं आहे असं मला माहीत होतं. मी माझ्या उशीकडे वळले आणि बंधाऱ्यांचे दरवाजे उघडले... कित्येक वर्षांत प्रथमच, मी माझ्या उशीत आवरता येणार नाही असे हुंदके देत होते.

केटच्या ओरडण्यामुळे त्या अंधाऱ्या रात्री मी क्षणभर विचलित झाले.

"तू इथे काय करतो आहेस?"

"वेल, तू मला अडवू शकणार नाहीस!"

"तू तिला काय केलं आहेस? तुला भेटल्यापासून ती सारखी रडत असते."

"तू आत येऊ शकत नाहीस!"

ख्रिश्चन माझ्या शयनगृहात घुसला आणि कसलीही पूर्वसूचना न देता त्याने लाइट लावला, ज्यामुळे मी डोळे मिचकावले.

"जीझस, ॲना," तो पुटपुटला. त्याने लाइटचा स्विच पुन्हा घालवला आणि एका क्षणात माझ्या शेजारी आला.

"तू इथे काय करतो आहेस?" मी हुंदक्यांच्या मध्ये मोठा श्वास घेतला. क्रॅप. मी रडणं थांबवू शकले नाही.

त्याने साइडलाइट लावला, मी पुन्हा डोळे मिचकावले. केट आली आणि दरवाजात उभी राहिली.

"मी या गधड्याला बाहेर फेकू का?" तिने विचारलं. तिच्यात तीव्र नकारात्मक भावनेचा उद्रेक झाला होता.

तिच्याकडे बघून ख्रिश्चनने भुवया उंचावल्या, निःसंशय तो तिच्या स्तुती करणाऱ्या विशेषणाने, जंगली जनावरासारख्या आक्रमकतेने आश्चर्यचकित झालेला होता. मी माझं डोकं हलवलं आणि तिने माझ्याकडे बघून तिचे डोळे फिरवले.

ओह... मि. जीच्या जवळ मी ते करणार नाही.

"तुला माझी गरज लागली तर फक्त जोराने किंचाळ," ती अधिक मृदूपणे म्हणली, "ग्रे, तू माझ्या हिट लिस्टवर आहेस आणि मी तुझ्यावर लक्ष ठेवून आहे." ती त्याच्यावर फुत्कारली. त्याने तिच्याकडे बघून डोळ्यांची उघडझाप केली आणि ती वळली, दरवाजा ओढून घेतला; पण बंद केला नाही.

ख्रिश्चनने माझ्याकडे बघितलं, त्याचा आविर्भाव गंभीर होता आणि त्याचा चेहरा काळाठिक्कर पडला होता. त्याने त्याचं पिनस्ट्राइप्ड जॅकेट घातलं होतं. त्याच्या आतल्या खिशातून त्याने एक रुमाल बाहेर काढला आणि मला दिला. मला वाटतं, त्याचा दुसरा रुमाल माझ्याकडे अजून कुठेतरी असेल.

"काय चाललंय?" त्याने शांतपणे विचारलं.

"तू इथं का आला आहेस?" त्याच्या प्रश्नाकडे दुर्लक्ष करत मी विचारलं. चमत्कार म्हणजे माझे अश्रू थांबले आहेत, पण शरीर गदगदवणारे कोरडे हुंदके मला येत आहेत.

"तुझ्या गरजा पूर्ण करणं हा माझ्या भूमिकेचा एक भाग आहे. तू म्हणालीस की, मी इथे राहावं अशी तुझी इच्छा होती, म्हणून मी इथे आहे. आणि तरीही तू मला अशी दिसतेस." तो खरोखरच भांबावून माझ्याकडे बघून डोळ्यांची उघडझाप करत होता. "मला खातरी आहे मी जबाबदार आहे, पण ते का; याची मला काहीच कल्पना नाही. मी तुला मारलं म्हणून का?"

माझ्या दुखावलेल्या पार्श्वभागामुळे उठून बसताना मी वेदनेने पिळवटले. मी त्याच्यासमोर बसले.

"तू ॲडविल घेतलंस का?"

मी डोकं हलवलं. त्याने डोळे बारीक केले, उभा राहिला आणि खोलीतून बाहेर गेला. तो केटशी बोलत असल्याचं मी ऐकलं, पण ते काय बोलतायत हे मला कळलं नाही. काही मिनिटांत तो गोळ्या आणि चहाच्या एका कपात पाणी घेऊन परत आला.

"या घे," त्याने मृदूपणे आज्ञा केली आणि बिछान्यावर माझ्या शेजारी बसला.

मला जसं सांगितलं गेलं तसं मी केलं.

"माझ्याशी बोल," तो कुजबुजला, "तू अशी आहेस हे माहीत असतं तर मी तुला कधीच सोडलं नसतं."

मी माझ्या हातांकडे टक लावलं. मी आधी जे म्हटलंय ते मी आता काय म्हणणार? मला अधिक पाहिजे. तो राहावा असं मला वाटतं, कारण त्याला माझ्याबरोबर राहायचंय, मी एक रडतराऊत आहे म्हणून नव्हे आणि त्याने मला मारू नये असं वाटतं, ते मागणं फार आहे का?

"तू जेव्हा म्हणालीस की, मी ओके आहे, तेव्हा तू ओके नव्हतीस, असं मी गृहीत धरतो."

मी लाल झाले. "मी ठीक आहे."

"ॲनास्टॅशिया, मला जे ऐकायचंय असं तुला वाटतं, ते तू मला सांगू नकोस. ते एवढं प्रामाणिक नाही," त्याने मला तंबी दिली. "तू मला जे काही म्हणालीस त्याच्यावर मी कसा विश्वास ठेवू?"

मी त्याच्याकडे चोरून बघितलं आणि त्याने कपाळाला आठ्या घातल्या होत्या, त्याच्यात एक कोरडा भाव होता. त्याने त्याचे दोन्ही हात त्याच्या केसांतून फिरवले.

"मी तुला मारत होतो तेव्हा आणि नंतर तुला कसं वाटलं?"

"मला ते आवडलं नाही. तू ते पुन्हा केलं नाहीस तर बरं होईल."

"तुला ते आवडावं यासाठी ते नव्हतं."

"तुला ते का आवडतं?" मी त्याच्याकडे एकटक बघितलं.

माझ्या प्रश्नाने त्याला आश्चर्य वाटलं.

"तुला खरंच जाणून घ्यायचंय?"

"ओह, माझ्यावर विश्वास ठेव, मी खूप आकर्षित झाले आहे." माझ्या आवाजातला उपरोध मी दडवू शकले नाही.

त्याचे डोळे पुन्हा बारीक झाले.

"नीट रहा," त्याने इशारा दिला.

मी फिक्कट पडले. "तू मला पुन्हा मारणार आहेस का?"

"नाही, आज रात्री नाही."

फ्यू... माझं अर्धजागृत मन आणि मी दोघंही सुटकेचा एक शांत निःश्वास टाकला.

"सो," मी उद्युक्त केलं.

"त्यामुळे मिळणारा ताबा मला आवडतो, ॲनास्टॅशिया. तू एका विशिष्ट पद्धतीने वागावंस अशी माझी इच्छा आहे. तू जर तशी वागली नाहीस, तर मी तुला शिक्षा करेन आणि माझ्या इच्छेप्रमाणे वागायचं तुला शिकावं लागेल. तुला शिक्षा करण्यात मला आनंद मिळतो. तू मला जेव्हा विचारलं होतंस की मी 'गे' आहे का, तेव्हापासून तुझ्या नितंबांवर चापट्या मारायची माझी इच्छा होती."

त्या आठवणीने मी लाल झाले. जीझ, त्या प्रश्नानंतर मला स्वतःलाच पार्श्वभागावर चापट्या मारून घ्यायची इच्छा होती. म्हणजे कॅथरिन कवाना त्या सगळ्यासाठी जबाबदार होती आणि ती जर त्या मुलाखतीसाठी गेली असती आणि तिचा तो गे प्रश्न तिने विचारला असता, तर ती इथे तिचा दुखावलेला पार्श्वभाग घेऊन बसली असती. मला तो विचार आवडला नाही. हे किती गोंधळवून टाकणारं होतं?

"म्हणजे मी जशी आहे तशी तुला आवडत नाही."

त्याने पुन्हा एकदा भांबावून माझ्याकडे रोखून बघितलं. "मला वाटतं तू जशी आहेस तशी सुंदर आहेस."

"मग तू मला बदलण्याचा प्रयत्न का करतो आहेस?"

"मला तुला बदलायचं नाही. तू शिष्टाचाराने वागावंस, मी घालून दिलेले नियम पाळावेस आणि मला आव्हान देऊ नयेस हे मला आवडेल, सोपं," तो म्हणाला.

"पण तुला मला शिक्षा करायचीय?"

"होय, मला तसं वाटतं."

"मला तेच कळत नाही."

त्याने निःश्वास टाकला आणि पुन्हा त्याचे हात त्याच्या केसांतून फिरवले.

"मी असा घडलोय, ॲनास्टॅशिया. तुझ्यावर नियंत्रण ठेवणं ही माझी गरज आहे. तू एका विशिष्ट प्रकारे वागावंस ही माझी गरज आहे आणि तू जर तशी वागली नाहीस, तर मला तुझी सुंदर त्वचा गुलाबी आणि माझ्या हाताखाली उबदार झालेली पाहायला आवडेल. त्यामुळे मी उत्तेजित होतो."

होली शिट्. आम्ही आता कुठेतरी पोचत आहोत?

"म्हणजे तू मला ज्या देतोयस त्या यातना नव्हेत तर."

त्याने आवंढा गिळला.

"थोड्याशा, तू त्या सहन करू शकतेस की नाही हे बघायला. पण सत्य कारण ते नव्हे. सत्य हे आहे की, मला जसं योग्य वाटेल तसं करण्यासाठी तू माझी आहेस – कोणावरतरी पूर्णपणे नियंत्रण. त्यामुळे मी उद्दीपित होतो. फारच उद्दीपित, ॲनास्टॅशिया. हे बघ, मला स्वतःबद्दल नीट स्पष्टीकरण देता येत नाही... मला यापूर्वी ते कधीही करावं लागलं नव्हतं. मी खरोखर याचा फार खोलवर विचार केलेला नाही. मी नेहमीच माझ्यासारखा विचार करणाऱ्या लोकांसोबत वावरत होतो," त्याने क्षमायाचनेसाठी खांदे उडवले, "आणि तू अजूनही माझ्या प्रश्नाचं उत्तर दिलेलं नाहीस – तुला नंतर कसं वाटलं?"

"गोंधळलेलं."

"तू लैंगिकदृष्ट्या उत्तेजित झाली होतीस, ॲनास्टॅशिया."

त्याने थोडा वेळ त्याचे डोळे मिटले. त्याने जेव्हा ते उघडले आणि माझ्याकडे नजर लावली, तेव्हा ते तप्त झाले होते.

त्याचा त्या भावाने माझ्या अजूनही तृप्त न झालेल्या, त्याच्यामुळे जागृत झालेल्या आणि त्याने काबूत आणलेल्या, माझ्या पोटात खोलवर गाडलेल्या कामेच्छेला – माझ्या त्या गडद भागाला ओढ दिली.

"माझ्याकडे अशी बघू नकोस," तो पुटपुटला.

मी कपाळाला आठ्या घातल्या, *जीझ, मी आता काय केलं?*

"माझ्याकडे कंडोम्स नाहीत, ॲनास्टॅशिया आणि तुला माहीत आहे, तू अस्थिर झाली आहेस. तुझ्या रूममेटला जसं वाटतं त्याच्या उलटपक्षी, मी एक पुरुषत्वाची जास्त चाड असलेला राक्षस नाही. मग, तुला गोंधळलेलं का वाटलं?"

त्याच्या उत्कट नजरेमुळे माझ्या अंगाची अस्वस्थ हालचाल होते.

"लेखी स्वरूपात माझ्याबरोबर प्रामाणिक असायला तुझा काही आक्षेप नाही. तुझ्या ईमेल्स मला नेहमीच तुला नक्की कसं वाटतं ते नेमकं सांगतात. तू ते

संभाषणात का करू शकत नाहीस? मी तुला एवढं कमकुवत समजायला भाग पाडतो का?''

मी माझ्या आईच्या निळ्या आणि दुधाळ रंगाच्या रजईवरचा एक काल्पनिक बिंदू पकडला.

''तू मला फसवतोयस, ख्रिश्चन. तू मला पूर्णपणे भारावून टाकतोस. मला सूर्याच्या अगदी जवळून उडणाऱ्या इकॅरससारखं वाटतं,'' मी कुजबुजले.

त्याने मोठा श्वास घेतला. ''वेल, मला वाटतं, तुझं आकलन चुकीच्या पद्धतीने झालंय,'' तो कुजबुजला.

''काय?''

''ओह, ॲनास्टॅशिया, तू माझ्यावर जादू केली आहेस. ते उघडच नाहीये का?''

नाही, मी नाही. तू जादू केली आहेस.

...माझी अंतर्देवता तोंड उघडं टाकून टक लावून बघते आहे. तिचाही याच्यावर विश्वास बसलेला नाहीये.

''तू अजूनही माझ्या प्रश्नाचं उत्तर दिलेलं नाहीस. मला एक ईमेल पाठव, प्लीज. पण आत्ता इतक्यात, मला खरंच झोपायचं आहे. मी राहू का?''

''तुला राहायचंय का?'' माझ्या आवाजातली आशा मी लपवू शकले नाही.

''तुला मी इथे असावं असं वाटतंय.''

''तू माझ्या प्रश्नाचं उत्तर दिलेलं नाहीस.''

''मी तुला ईमेल पाठवतो,'' तो अधीरपणे पुटपुटला.

उभा राहून, त्याने त्याचे खिसे रिकामे करून त्याच्यातून ब्लॅकबेरी, चाव्या, वॉलेट आणि पैसे काढले. होली काउ, पुरुष त्यांच्या पाकिटात पुष्कळ कचरा जमवतात तर. त्याने त्याचं घड्याळ काढलं. बूट, मोजे आणि जीन्स काढली, त्याचं जॅकेट त्याने माझ्या खुर्चीवर ठेवलं. तो बिछान्याच्या दुसऱ्या बाजूला चालत गेला आणि आत सरकला.

''पडून रहा,'' त्याने फर्मावलं.

मी सावकाशपणे चादरीच्या आत सरकले, तोंड वेडंवाकडं करत, त्याच्याकडे टक लावून बघितलं, जीझ... तो राहतो आहे. मला वाटलं मी उत्तेजनेच्या धक्क्याने बधिर झाले आहे. तो एका कोपरावर टेकून माझ्याकडे टक लावून बघत राहिला.

''तू जर रडणार असशील, तर माझ्यासमोर रड. मला कळलं पाहिजे.''

''मी रडावं अशी तुझी इच्छा आहे का?''

''खरंतर नाही. तुला कसं वाटतंय ते फक्त मला जाणून घ्यायचंय. माझ्या बोटातून तू निसटून जावंस अशी माझी इच्छा नाही. दिवे मालवून टाक, उशीर

झालाय आणि आपल्या दोघांनाही उद्या काम आहे.''

मग इथे... आणि तरीही इतका अधिकार गाजवणारा, पण मी तक्रार करू शकले नाही, तो माझ्या बिछान्यात होता. का ते मला नीट कळलं नाही.... कदाचित मी त्याच्यासमोर वरचेवर रडावं.

मी बिछान्याशेजारचा दिवा बंद केला.

''दुसऱ्या बाजूला चेहरा करून कुशीवर झोप,'' तो अंधारात कुजबुजला.

तो मला बघू शकत नाही हे पूर्णपणे माहीत असल्याने मी माझे डोळे फिरवले, पण मला जसं सांगितलं गेलं तसं केलं. तो काळजीपूर्वक वळला आणि हात माझ्याभोवती टाकून मला त्याच्या छातीजवळ ओढून घेतलं.

''झोप, बेबी,'' तो कुजबुजला. त्याने जेव्हा खोलवर हुंगलं तेव्हा मला त्याचं नाक माझ्या केसांत जाणवलं.

होली काउ. ख्रिश्चन ग्रे माझ्याबरोबर झोपला आहे, त्याच्या बाहूंच्या विसाव्यात आणि मी शांत निद्रेत शिरले.

१७

मेणबत्तीची ज्योत खूप गरम होती. अधिक उष्मा असलेल्या हवेत ती ज्योत थरथरली आणि नाचली, *तो वारा उष्म्यापासून काहीच दिलासा देत नव्हता. मऊ तंतूंचे पंख अंधारात मागे-पुढे होऊन तडफडले, उजेडाच्या वर्तुळात धुळीचे कण शिंपडत राहिले. मी स्वत:ला आवर घालायचा प्रयत्न केला, पण खेचली गेले. ते इतकं प्रकाशमान होतं आणि मी सूर्याच्या इतकी जवळ होते, प्रकाशाने दिपून जात, उष्णतेने भाजून निघत आणि वितळत, हवेत राहण्याच्या माझ्या प्रयत्नांमुळे थकून गेले. मी खूप तप्त होते. ही उष्णता... गुदमरवणारी, वेढून टाकणारी होती.*

मला जाग आली. मी डोळे उघडले. मी ख्रिश्चन ग्रेमध्ये लपेटून गेले होते. एखाद्या विजयध्वजाप्रमाणे तो माझ्याभोवती गुंडाळला गेला होता. माझ्या छातीवर डोकं टेकवून, त्याचा हात माझ्या अंगावर टाकून, मला जवळ धरून, त्याचा एक पाय माझ्या अंगावर टाकून आणि शरीराच्या उष्णतेने तो मला गुदमरवून टाकत होता. तो जड आहे. तो अजूनही माझ्या बिछान्यात गाढ झोपला होता. बाहेर प्रकाश आहे – सकाळचा, याचं आकलन व्हायला मला एक क्षण लागला. त्याने माझ्याबरोबर पूर्ण रात्र घालवली होती.

माझा उजवा हात नि:संशय एका थंड जागेच्या शोधात ताणला होता आणि मी या वस्तुस्थितीची छाननी केली की, तो अजूनही माझ्याबरोबर होता. माझ्या मनात विचार आला की, मी त्याला स्पर्श करू शकते. तो गाढ झोपला आहे. सहजच, मी माझा हात उचलला आणि माझ्या बोटांची अग्रं त्याच्या पाठीवरून खालपर्यंत फिरवली. त्याच्या घशात खोलवर, एक अस्पष्ट, त्रासलेलं कण्हणं मी ऐकलं आणि त्याने हालचाल केली. त्याने माझ्या छातीवर त्याचं नाक घासलं आणि जागा होत

असताना खोल श्वास घेतला. झोपाळलेले, उघडझाप करणारे करडे डोळे माझ्या डोळ्यांना भिडले, त्याचे केस विसकटलेले होते.

"गुड मॉर्निंग," तो पुटपुटला आणि कपाळाला आठ्या घातल्या. "जीझस, माझ्या झोपेतदेखील मी तुझ्याकडे ओढला जातो." त्याने सावकाश हालचाल केली. त्याचे अवयव माझ्यापासून वेगळे ओढून घेतले आणि स्वत:चा तोल सावरला. माझ्या पार्श्वभागाभोवती त्याच्या उत्थापनाची मला जाणीव झाली. माझी विस्फारलेल्या डोळ्यांची प्रतिक्रिया त्याच्या लक्षात आली आणि त्याने एक संथ, सेक्सी हास्य केलं.

"हं... याला शक्यता आहेत, पण मला वाटतं आपण रविवारपर्यंत थांबावं," तो खाली वाकला आणि त्याच्या नाकाने माझा कान घासला.

मी लाल झाले, पण मग त्याच्या उष्णतेमुळे मला लाल रंगाच्या सात छटा जाणवल्या.

"तू खूप हॉट आहेस," मी पुटपुटले.

"तू स्वत: काही एवढी वाईट नाहीस," तो पुटपुटला. त्याने सूचकपणे स्वत:ला माझ्यावर दाबलं.

मी अधिकच लाल झाले. *माझ्या म्हणण्याचा तो अर्थ नव्हता.* त्याने स्वत:ला त्याच्या कोपराचा टेकू दिला, गमतीने माझ्याकडे टक लावून बघितलं. तो वाकला आणि मला आश्चर्यचकित करत माझ्या ओठांवर एक हळुवार चुंबन दिलं.

"छान झोप लागली?" त्याने विचारलं.

मी मान हलवली, त्याच्याकडे टक लावून बघितलं आणि माझ्या लक्षात आलं की, मी खरंच छान झोपले होते. फक्त मला खूप गरम होत होतं, तेवढा गेला अर्धा तास वगळून.

"मी पण," त्याने कपाळाला आठ्या घातल्या. "होय, खरंच छान," गोंधळलेल्या आश्चर्याने त्याने त्याच्या भुवया उंचावल्या. "किती वाजले आहेत?"

मी माझ्या अलार्मकडे नजर टाकली.

"साडेसात वाजले आहेत."

"साडेसात... शिट्." तो बिछान्यातून धडपडत उठला आणि त्याच्या जीन्स चढवल्या.

मी जेव्हा उठून बसले तेव्हा गंमत वाटण्याची पाळी माझी होती. ख्रिश्चन ग्रेला उशीर झाला होता आणि तो भांबावला होता. मी पूर्वी न पाहिलेलं असं हे काहीतरी होतं. माझ्या उशिराच लक्षात आलं की, माझा पार्श्वभाग आता दुखत नव्हता.

"तुझा माझ्यावर अगदी वाईट प्रभाव आहे. मला एक मीटिंग आहे. मला गेलं पाहिजे – आठ वाजता मला पोर्टलँडला असलं पाहिजे. तू माझ्याकडे बघून शिष्टपणाने हसते आहेस का?"

"होय."

तो हसला. "मला उशीर झालाय. मी कधी उशीर करत नाही. हेही प्रथमच, मिस स्टील," त्याने त्याचं जॅकेट ओढलं आणि मग वाकून माझं डोकं पकडलं, त्याचे दोन्ही हात डोक्याच्या दोन्ही बाजूंना होते.

"रविवार," तो म्हणाला आणि त्या शब्दात गर्भित वचन होतं. माझ्या अंगातलं सगळं खोलवरचं मोकळं झालं आणि मग एका हव्याहव्याशा अपेक्षेने पिळवटलं. ती भावना अद्वितीय होती.

होली हेल, माझं मन जर फक्त माझ्या शरीराला साथ देऊ शकलं असतं तर... त्याने पुढे होऊन पटकन माझं चुंबन घेतलं. त्याने माझ्या बिछान्याजवळच्या टेबलावरून त्याच्या वस्तू घेतल्या. त्याचे बूटही घेतले – पण ते घातले नाही.

"टेलर येईल आणि तुझ्या बीटलचा प्रश्न सोडवेल. मी गंभीरपणे बोलत होतो. ती चालवू नकोस. रविवारी मी तुला माझ्या घरी भेटेन. मी तुला एकदा ईमेल पाठवेन," आणि सोसाट्याच्या वाऱ्याप्रमाणे तो निघून गेला.

ख्रिश्चन ग्रेने माझ्याबरोबर रात्र घालवली. मला आता शांत वाटत होतं. आमच्यामध्ये सेक्स झाला नाही, फक्त कुशीत घेणंच झालं. त्याने मला सांगितलं की, तो कधीही कोणाबरोबर झोपला नव्हता – पण तो माझ्याबरोबर तीन वेळा झोपला. मी हसले आणि सावकाश बिछान्यातून खाली उतरले. गेल्या एक-दोन दिवसांपेक्षा मला अधिक आशावादी वाटलं. मी स्वयंपाकघराकडे निघाले, मला एक कप चहाची गरज होती.

न्याहारी केल्यावर मी स्नान केलं आणि क्लेटन्समधल्या माझ्या शेवटच्या दिवसासाठी पटकन कपडे करून तयार झाले. तो एका कालखंडाचा अस्त होता – मिस्टर आणि मिसेस क्लेटन. डब्ल्यूएसयू, व्हँकुव्हर ते अपार्टमेंट, माझी बीटल यांना गुडबाय. मी लॅपटॉपकडे नजर टाकली – फक्त ७.५२ झाले आहेत. मला वेळ आहे.

ॲनास्टॅशिया स्टीलकडून,
विषय : हल्ला आणि मारझोड – नंतरचे परिणाम
तारीख : मे २७, २०११ ०८:०५
ख्रिश्चन ग्रेला,

प्रिय मि. ग्रे,

तू मला – कोणता शब्द आपण याच्यासाठी वापरू – नितंबांवर चापट्या मारल्यावर, शिक्षा केल्यावर, मारहाण केल्यावर, माझ्यावर हल्ला केल्यानंतर, मला एवढं गोंधळल्यासारखं का वाटलं ते तुला जाणून घ्यायचं होतं. वेल, या सगळ्या

हरखून टाकणाऱ्या प्रक्रियेच्यावेळी मला अपमानकारक, विकृत आणि शोषित झालेलं वाटलं. मला वाटत असलेल्या भयानक भीतीप्रमाणे, मी उद्दीपित झाले होते आणि ते अनपेक्षित होतं. तुला चांगली कल्पना आहेच, सेक्सशी संबंधित सगळ्या गोष्टी मला नवीन आहेत – मी अधिक अनुभवी आणि पर्यायाने अधिक तयारीची असते तर बरं झालं असतं. उद्दीपित झाल्याच्या भावनेने मला धक्काच बसला.

मला खरं म्हणजे ज्याची चिंता वाटली ते म्हणजे मला नंतर जे वाटलं, त्यामुळे. ते शब्दात सांगणं अधिक कठीण आहे. तू आनंदी होतास म्हणून मी आनंदी होते. ते जेवढं यातनादायक असेल असा मी विचार केला होता, तेवढं यातनादायक ते नव्हतं, म्हणून मला सुटल्यासारखं वाटलं. मी जेव्हा तुझ्या बाहुपाशात विसावले होते, तेव्हा मला मी आकंठ तुडुंब सुखात आहे, असं वाटलं; पण तसं वाटण्यामुळे मला फार अस्वस्थ वाटतंय, अपराधीदेखील. ते मला एवढं रुचलं नाही आणि त्यामुळे मी गोंधळून गेलेय. त्याच्यामुळे तुझ्या प्रश्नाचं उत्तर मिळतं का?

विलिनीकरण आणि संपादनाचं विश्व नेहमीप्रमाणेच उत्तेजक असेल... आणि तुला फार उशीर झाला नव्हता, अशी आशा आहे.

माझ्याबरोबर राहिल्याबद्दल धन्यवाद.

ॲना.

ख्रिश्चन ग्रेकडून

विषय : मन मोकळं कर

तारीख : मे २७ २०११ ०८:२४

ॲनास्टॅशिया स्टीलला

मनोरंजक... शीर्षक जरा अधिकच अतिरंजित असलं तरी, मिस स्टील.

तुझ्या मुद्द्यांना उत्तर :

मी नितंबांवर चापट्या मारणं चालू ठेवेन – कारण ते तसंच होतं आणि तुला अपमानकारक, विकृत, शोषित आणि हल्ला केल्यासारखं वाटलं – अगदी टेस डर्बेफिल्डसारखं. मला वाटतं, मला जर बरोबर आठवत असेल, तर विकृतीचा निर्णय तूच घेतलास. तुला खरोखरच तसं वाटतं? दोन वेगवेगळ्या गोष्टी. तुला जर तसं वाटत असेल, तर माझ्यासाठी तू त्या भावना स्वीकारण्याचा आणि त्यांना तोंड देण्याचा फक्त प्रयत्न करू शकशील का? एक सबमिसिव्ह तसं करेल. तुझ्या अननुभवीपणाबद्दल मी कृतज्ञ आहे. मला त्याची कदर आहे आणि त्याचा अर्थ काय आहे ते जाणून घ्यायला मी आत्ता कुठे सुरुवात केली आहे.

सरळच सांगायचं तर... त्याचा अर्थ आहे की, प्रत्येक प्रकारे तू माझी आहेस.

होय, तू उद्दीपित झाली होतीस, जे प्रतिसाद म्हणून मलाही उद्दीपित करणारं होतं, त्याच्यात चुकीचं काही नाही.

'हॅपी' शब्दाने मला कसं वाटलं ते प्रतीत होण्याची सुरुवातदेखील होत नाही. 'अत्युच्च आनंद' अधिक जवळचा वाटतो. शिक्षेसाठी पार्श्वभागावर चापट्या मारणं लैंगिकतेसाठी मारलेल्या चापट्यांपेक्षा कितीतरी अधिक वेदनादायक असतं, तर मग ते तेवढं कठोर होऊ शकतं. अर्थात तू जर नियमांपासून मोठ्या प्रमाणावर ढळलीस, तर मी तुला शिक्षा करायला कोणत्यातरी साधनाचा उपयोग करेन. माझा हात खूप दुखावला होता, पण मला ते आवडतं. मलाही आकंठ तृप्त झाल्यासारखं वाटलं – तुला कळणार नाही त्यापेक्षाही अधिक.

अपराधीपणाची, वाईट वाटल्याची भावना यांवर तुझी ऊर्जा वाया घालवू नकोस. आपण संमती देऊ शकणाऱ्या प्रौढ व्यक्ती आहोत आणि बंद दारामागे आपण काय करतो हे आपल्यातच असतं. तू तुझं मन मोकळं केलं पाहिजेस आणि तुझ्या शरीराचं ऐकलं पाहिजेस.

विलिनीकरणाचं आणि संपादनाचं विश्व तू जेवढी उत्तेजक आहेस, त्याच्या जवळपासदेखील नाही. मिस स्टील.

ख्रिश्चन ग्रे

सीईओ. ग्रे एंटरप्रायझेस होल्डिंग्ज, इन्कॉर्पोरेटेड

होली क्रॅप... प्रत्येक प्रकारे *माझा*. माझा श्वासोच्छ्‌वास वाढला.

ॲनास्टॅशिया स्टीलकडून,

विषय : संमती देणाऱ्या प्रौढ व्यक्ती

तारीख : मे २७, २०११ ०८:२६

ख्रिश्चन ग्रेला,

तू मीटिंगमध्ये नाहीस का?

तुझा हात दुखावला होता याचा मला आनंद झाला.

मी जर माझ्या शरीराचं ऐकलं असतं, तर आत्तापर्यंत मी अलास्काला असते.

ॲना.

ता.क. : या भावनांचा स्वीकार करण्याबद्दल मी विचार करेन.

ख्रिश्चन ग्रेकडून

विषय : तू पोलिसांना बोलावलं नाहीस

तारीख : मे २७ २०११ ०८:३५
ॲनास्टॅशिया स्टीलला

मिस स्टील,

तुला खरोखरच रस असेल तर मी आता भविष्यकाळाच्या मार्केटवर चर्चा करणाऱ्या मीटिंगमध्ये आहे.

मी काय करणार आहे हे जाणूनदेखील तू माझ्या शेजारी उभी राहिलीस, याची नोंद घ्यावी लागेल.

मला 'थांब' असं तू कोणत्याही वेळी सांगितलं नाहीस – तू सुरक्षेचा शब्ददेखील वापरला नाहीस. तू प्रौढ आहेस – तुला निवडी आहेत.

मोकळेपणाने बोलायचं तर, माझ्या हाताचा तळवा पुढल्या वेळेला केव्हा वेदनेने ठसठसत असेल त्याकडे मी अपेक्षेने बघतो आहे.

उघडच तू तुझ्या शरीराच्या योग्य भागाचं ऐकत नाहीस. अलास्का फार थंड आहे आणि ते पळून जाण्यासारखं ठिकाण नाही. मी तुला शोधून काढेन.

मी तुझ्या सेल फोनचा माग काढू शकतो – आठवतंय?

कामावर जा.

ख्रिश्चन ग्रे
सीईओ. ग्रे एंटरप्रायझेस होल्डिंग्ज, इन्कॉर्पोरेटेड

मी स्क्रीनकडे खवळून बघितलं. त्याचं अर्थातच बरोबर होतं. ती माझी निवड होती. मला शोधत येण्यासंबंधी तो खरोखरच गंभीर होता? काही काळासाठी पळून जाण्याचा निर्णय मी घेऊ का? माझं मन माझ्या आईच्या प्रस्तावाकडे काही काळासाठी वळलं.

मी 'रिप्लाय'वर क्लिक केलं.

ॲनास्टॅशिया स्टीलकडून,
विषय : पाठलाग करणारा
तारीख : मे २७, २०११ ०८:३६
ख्रिश्चन ग्रेला,

पाठलाग करण्याच्या तुझ्या प्रवृत्तींसाठी तू थेरपी घेतली आहेस का?
ॲना

ख्रिश्चन ग्रे कडून
विषय - पाठलाग करणारा? मी?

तारीख - मे २७ २०११ ०८:३८
ॲनास्टॅशिया स्टीलला,

नावाजलेल्या डॉ. फ्लिनना मी माझ्या पाठलाग करण्याच्या आणि इतर प्रवृत्तींसाठी एक घसघशीत रक्कम देतो.

कामाला जा.

ख्रिश्चन ग्रे
सीईओ. ग्रे एंटरप्रायझेस होल्डिंग्ज, इन्कॉर्पोरेटेड

ॲनास्टॅशिया स्टीलकडून,
विषय : महागडे भोंदू वैद्य
तारीख : मे २७, २०११ ०८:४०
ख्रिश्चन ग्रेला,

आणखी एक, दुसरं मत घ्यायला मी नम्रपणे सुचवू का? डॉ. फ्लिन फार परिणामकारक आहेत याबद्दल मला खातरी वाटत नाही.

मिस स्टील

ख्रिश्चन ग्रेकडून
विषय : दुसरी मतं
तारीख : मे २७ २०११ ०८:४३
ॲनास्टॅशिया स्टीलला

नम्र असो किंवा इतर, तुला त्यात लक्ष घालण्याचं कारण नाही, पण डॉ. फ्लिन हेच दुसरं मत आहेत.

तुला तुझ्या नवीन गाडीने वेगाने जावं लागेल, स्वत:ला एका अनावश्यक धोक्यात घालून – मला वाटतं ते नियमबाह्य आहे.

कामाला जा.

ख्रिश्चन ग्रे
सीईओ. ग्रे एंटरप्रायझेस होल्डिंग्ज, इन्कॉर्पोरेटेड

ॲनास्टॅशिया स्टीलकडून,
विषय : ओरडणारी तिरकी अक्षरं
तारीख : मे २७, २०११ ०८:४७
ख्रिश्चन ग्रेला,

तुझ्या पाठलाग करण्याच्या प्रवृत्तींचा विषय म्हणून, मला वाटतं खरं म्हणजे मला त्याच्यात लक्ष घालावं लागेल.

मी अजून सही केलेली नाही. म्हणून नियमबियम काही नाही. मी ९:३० वाजेपर्यंत मी निघायला सुरुवात करत नाही.

मिस स्टील

ख्रिश्चन ग्रेकडून

विषय : वर्णनात्मक भाषाशास्त्र

तारीख : मे २७ २०११ ०८:४९

ॲनास्टॅशिया स्टीलला

नियम? वेबस्टरच्या डिक्शनरीत ते कुठे आहेत याची खातरी नाही.

ख्रिश्चन ग्रे

सीईओ. ग्रे एंटरप्रायझेस होल्डिंग्ज, इन्कॉर्पोरेटेड

ॲनास्टॅशिया स्टीलकडून,

विषय : वर्णनात्मक भाषाशास्त्र

तारीख : मे २७, २०११ ०८:५२

ख्रिश्चन ग्रेला,

नियंत्रण-वेडा आणि पाठलाग करणारा यांच्या मधोमध ते आहे.

आणि वर्णनात्मक भाषाशास्त्र ही माझ्यासाठी कठोर मर्यादा आहे.

मला त्रास देण्याचं आता थांबवशील का?

नवीन गाडीतून कामाला जायला मला आवडेल.

ॲना

ख्रिश्चन ग्रेकडून

विषय : आव्हान देणाऱ्या, पण मनोरंजक वाटणाऱ्या तरुण स्त्रिया

तारीख : मे २७ २०११ ०८:५६

ॲनास्टॅशिया स्टीलला,

माझ्या तळव्याला मुंग्या येतायत.

सुरक्षितपणे गाडी चालव, मिस स्टील.

ख्रिश्चन ग्रे
सीईओ. ग्रे एंटरप्रायझेस होल्डिंग्ज, इन्कॉर्पोरेटेड

ऑडी चालवणं आनंददायी आहे. त्याला पॉवर स्टिअरिंग आहे. वॅन्डा, माझी बीटल, हिला कोणतीच पॉवर नाही – कुठेही. म्हणून माझं डेली वर्कआउट म्हणजे माझी बीटल चालवणं आता थांबेल. ओह्, पण ख्रिश्चनच्या नियमांप्रमाणे मला एक वैयक्तिक प्रशिक्षक असेल. मी कपाळाला आठ्या घातल्या. मी व्यायामाचा तिरस्कार करते.

गाडी चालवताना आमच्या ईमेलच्या देवाणघेवाणीची संगती लावण्याचा मी प्रयत्न केला. कधीकधी तो बास्टर्ड उदारहृदयी असतो. मग मी ग्रेसचा विचार केला आणि मला अपराधी वाटलं. पण अर्थातच, ती काही त्याची जन्मदाती आई नव्हती. हं... ते एक गूढ, अनोळखी यातनांचं पूर्ण विश्व आहे. वेल, तो उदारहृदयी बास्टर्ड काम चांगलं करतो तर. यस, मी प्रौढ आहे, धन्यवाद, मला त्याची आठवण करून दिल्याबद्दल, ख्रिश्चन ग्रे आणि ती माझी निवड आहे. प्रश्न असा आहे की, मला फक्त ख्रिश्चन पाहिजे, त्याचे सगळे प्रश्न... नको आहेत – आणि आत्ता त्याच्याकडे ७४७ कार्गो इतकं वजन असलेलं ओझं आहे. मी फक्त पडून राहून त्या ओझ्याला कवेत घेऊ का? एखाद्या सबमिसिव्हसारखं? मी प्रयत्न करेन असं मी म्हटलं होतं. ती एक फारच मोठी मागणी आहे.

मी क्लेटन्सच्या पार्किंग लॉटमध्ये गाडी थांबवली. मी जेव्हा आत जाऊ लागले, तेव्हा हा माझा शेवटचा दिवस आहे, यावर माझा विश्वासच बसत नव्हता. सुदैवाने, स्टोअरमध्ये गडबड होती, त्यामुळे वेळ लवकर निघून गेली. दुपारच्या जेवणाच्या वेळेला, मिस्टर क्लेटननी मला स्टॉकरूममधून बोलावलं. ते एका मोटरसायकलवाल्या कुरिअर बॉयच्या बाजूला उभे होते.

"मिस स्टील?" कुरिअरवाल्याने विचारलं. मी प्रश्नार्थकपणे कपाळाला आठ्या घालून मि. क्लेटनकडे बघितलं, जे माझ्याएवढेच गोंधळून खांदे उडवले. माझं हृदय दडपलं. ख्रिश्चनने मला आता काय पाठवलंय? मी त्या लहान पाकिटासाठी सही केली आणि ते ताबडतोब उघडलं. तो एक ब्लॅकबेरी मोबाइल फोन होता. माझं हृदय अधिकच दडपलं. मी तो चालू केला.

ख्रिश्चन ग्रेकडून
विषय : ब्लॅकबेरी ऑन लोन
तारीख : मे २७ २०११ ११:१५
ॲनास्टॅशिया स्टीलला,

तुझ्याशी कोणत्याही वेळी संपर्क साधणं मला शक्य व्हावं, ती माझी गरज आहे आणि तुझा हा संवाद साधण्याचा सर्वांत प्रामाणिक प्रकार असल्याने तुला ब्लॅकबेरीची गरज आहे हे मी ताडलं.

ख्रिश्चन ग्रे
सीईओ. ग्रे एंटरप्रायझेस होल्डिंग्ज, इन्कॉर्पोरेटेड

ॲनास्टॅशिया स्टीलकडून,
विषय : ग्राहकवाद वेडा झालाय
तारीख : मे २७, २०११ १३:२२
ख्रिश्चन ग्रेला,

मला वाटतं तू डॉ. फ्लिनना तातडीने फोन करावास. पाठलाग करणाऱ्या तुझ्या प्रवृत्ती मोकाट सुटल्या आहेत. मी कामावर आहे. घरी गेल्यावर मी ईमेल पाठवेन.

साधन दिल्याबद्दल धन्यवाद.

तू एक फार चांगला ग्राहक आहेस असं मी म्हटलं, तेव्हा मी चुकले नव्हते.

तू हे का करतोस?

ॲना

ख्रिश्चन ग्रेकडून
विषय : एवढ्या तरुण व्यक्तीकडून एवढा सुज्ञपणा
तारीख : मे २७ २०११ १३:२४
ॲनास्टॅशिया स्टीलला,

नेहमीप्रमाणेच एक चांगला मुद्दा छान मांडलास, मिस स्टील,
डॉ. फ्लिन सुटीवर आहेत.
आणि मी हे करतो, कारण मी ते करू शकतो.

ख्रिश्चन ग्रे
सीईओ. ग्रे एंटरप्रायझेस होल्डिंग्ज, इन्कॉर्पोरेटेड

मी ती वस्तू माझ्या मागच्या खिशात ठेवली. तिचा मी आधीच तिरस्कार करायला लागले होते. ख्रिश्चनला ईमेल करणं हे व्यसन लावणारं होतं, पण मी काम केलं पाहिजे. माझ्या मागून एकदा त्याचा बझ् होतो... किती *योग्य,* मी उपरोधिकपणे विचार केला, पण माझी सगळी इच्छाशक्ती गोळा करून मी तिकडे दुर्लक्ष केलं.

चार वाजता, मिस्टर आणि मिसेस क्लेटन यांनी बाकी सगळ्या कर्मचाऱ्यांना

दुकानात एकत्र केलं आणि अंगावरचे केस उभे राहतील, अशा लाज वाटायला लावणाऱ्या भाषणादरम्यान मला तीनशे डॉलर्सचा चेक बहाल केला. त्याक्षणी, गेल्या तीन आठवड्यांतले सगळे प्रसंग माझ्या आत भरून आले. परीक्षा, ग्रॅज्युएशन, एक उत्कट, चुकलेला अब्जाधीश, कौमार्यभंग, कठोर आणि सौम्य मर्यादा, प्लेरूम, कंसोल्स नसलेला, हेलिकॉप्टर राइड्स आणि मी उद्या निघून जाणार आहे हे सत्य! आश्चर्यकारकरीत्या मी स्वत:वर नियंत्रण मिळवलं. माझं अर्धजागृत मन भारावलं होतं. मी क्लेटन्सना घट्ट आलिंगन दिलं. ते एक दयाळू आणि उदार मालक होते आणि मला त्यांची उणीव जाणवणार होती.

मी घरी आले तेव्हा केट गाडीतून उतरत होती. "हे काय?" तिने ऑडीकडे निर्देश करत दोषारोपाच्या सुरात विचारलं. मी स्वत:ला आवरू शकले नाही.

"ती एक गाडी आहे," मी तुटकपणे बोलले. तिचे डोळे बारीक झाले आणि मला क्षणमात्र वाटलं की, आता मीपण तिला तिच्या गुडघ्यांवर झोपवणार की काय.

"माझं ग्रॅज्युएशनचं प्रेझेंट," मी त्यात मला काही रस नसल्याचं दाखवण्याचा प्रयत्न केला. होय, *मला प्रत्येक दिवशी महागड्या गाड्या दिल्या जातात.* तिचं तोंड उघडं पडलं.

"उदार, जरा जास्तच बास्टर्ड आहे ना तो?"

मी मान हलवली. "मी ती न स्वीकारण्याचा प्रयत्न केला, पण स्पष्टच बोलायचं तर ते भांडण करण्याच्या लायकीचं नव्हतं."

केटने तिच्या ओठांचा चंबू केला. "तू भारावून गेली आहेस यात काही आश्चर्य नाही. तो राहिला होता हे माझ्या लक्षात आलं."

"येह –" मी अतीव दु:खाने हसले.

"आपण सामानाची बांधाबांध संपवू या का?"

मी मान हलवली आणि तिच्या मागोमाग आत गेले.

ख्रिश्चनकडून आलेली ईमेल मी तपासली.

ख्रिश्चन ग्रेकडून

विषय : रविवार

तारीख : मे २७ २०११ १३:४०

ॲनास्टॅशिया स्टीलला,

मी तुला रविवारी दुपारी १ वाजता भेटू का?

डॉक्टर तुला बघायला एस्कॅलाला १.३० वाजता येणार आहेत.

मी आता सीॲटलला निघतोय.

तुझं स्थलांतर नीट होईल, अशी मला आशा आहे. मी रविवारची वाट बघतो आहे.

ख्रिश्चन ग्रे

सीईओ. ग्रे एंटरप्रायझेस होल्डिंग्ज, इन्कॉर्पोरेटेड

जीझ, तो हवापाण्याची चर्चा करत असावा. एकदा आमची बांधाबांध झाली की, त्याला ईमेल करायचं मी ठरवलं. एका मिनिटाला तो इतका गमतीदार असू शकतो आणि दुसऱ्याच मिनिटाला तो एवढा औपचारिक आणि घुमा असू शकतो. त्याच्याबरोबर जुळवून घेणं कठीण होतं. प्रामाणिकपणे, ती एका कर्मचाऱ्याला पाठवलेली ईमेल आहे, असं मी समजले. मी आव्हानात्मक पद्धतीने त्या ईमेलकडे बघून डोळे फिरवले आणि केटला बांधाबांध करायला मदत करू लागले.

केट आणि मी स्वयंपाकघरात असताना दरवाजावर टकटक झाली. टेलर पोर्चमध्ये उभा होता, त्याच्या सुटात तो उठून दिसत होता. त्याच्या बझ कटमध्ये, सडपातळ शरीयष्टीत आणि शांत नजरेत मला एक्सआर्मीच्या खुणा दिसल्या.

"मिस स्टील," तो म्हणाला, "मी तुमच्या गाडीसाठी आलो आहे."

"ओ यस, ऑफ कोर्स. आत या. मी चाव्या आणते."

नक्कीच हे नोकरीच्याही पलीकडचं काहीतरी होतं. टेलरच्या नोकरीच्या वर्णनाबद्दल मला पुन्हा एकदा प्रश्न पडला. मी त्याला चाव्या दिल्या आणि आम्ही एका अस्वस्थ शांततेत – माझ्यासाठी – माझ्या हलक्या निळ्या रंगाच्या बीटलकडे चालत गेलो. मी दरवाजा उघडला आणि ग्लोव्ह बॉक्सपासून फ्लॅशलाइट काढून टाकले. दॅट्स इट. वॅन्डामध्ये आता माझं व्यक्तिगत इतर काही नाही. *गुडबाय, वॅन्डा, थँक* यू. पॅसेंजर डोअर बंद करताना मी तिचं छत कुरवाळलं.

"मि. ग्रेसाठी तुम्ही किती दिवस काम केलंय?" मी विचारलं.

"चार वर्षं, मिस स्टील."

एकाएकी, त्याच्यावर प्रश्नांची सरबत्ती करण्याचा उमाळा माझ्यात दाटून आला. या माणसाला ख्रिश्चनबद्दल, त्याच्या सगळ्या गुपितांबद्दल काय ठाऊक असेल? पण कदाचित त्याने एनडीएवर सही केली असावी! मी अस्वस्थपणे त्याच्याकडे बघितलं. रेसारखाच त्याच्या चेहऱ्यावर मितभाषी भाव होता आणि मी त्याच्याबरोबर खुलले.

"तो एक चांगला माणूस आहे, मिस स्टील," तो हसत म्हणाला. मग त्याने माझ्याकडे बघून थोडीशी मान लववली, माझ्या गाडीत चढला आणि गाडी चालवत निघून गेला.

अपार्टमेंट, बीटल, क्लेटन्स – सगळं काही आता बदललं होतं. मी पुन्हा आत

फिरत गेले तेव्हा मी माझं डोकं हलवलं. आणि सगळ्यात मोठा बदल होता ख्रिश्चन ग्रे. टेलरला वाटतं तो एक *चांगला माणूस* आहे. मी त्याच्यावर विश्वास ठेवू?

आठ वाजता चायनीज टेक आउट नेण्यासाठी जोस आमच्याबरोबर आला. आमचं आटपलं होतं. आमच्या सामानाची बांधाबांध झाली होती आणि आम्ही जाण्यासाठी तयार होतो. त्याने बिअरच्या बऱ्याचशा बाटल्या आणल्या, मी आणि केट कोचावर बसलो आणि तो आमच्यामध्ये पायाची अढी घालून जमिनीवर बसला. आम्ही कंटाळवाणा टीव्ही बघितला, बिअर प्यायलो आणि संध्याकाळ जशी सरत गेली, तसे आम्ही बिअरचा परिणाम झाल्यावर चवीने आणि मोठ्याने जुन्या आठवणीत रमलो. चांगली चार वर्षं उलटली होती.

जोस आणि माझ्यामधलं वातावरण आता निवळलं होतं, मी चुंबनाचा प्रयत्न विसरले होते. वेल, ज्याच्यावर माझी अंतर्देवता पहुडलीय, द्राक्षं खातेय आणि बोटांनी ताल धरतेय आणि रविवारची एवढी आरामात वाट बघत नाही, त्या रगच्या खाली तो सरकवला गेलाय. दरवाजावर टकटक झाली आणि माझं हृदय उडी मारून माझ्या घशात आलं. तो तर...?

केटने दरवाजा उघडला आणि इलिअटमुळे जवळजवळ गारदच झाली. त्याने तिला हॉलिवुड स्टाइलमध्ये मिठीत पकडलं ज्याचं रूपांतर लवकरच युरोपियन आर्ट हाउस आलिंगनात झालं. *प्रामाणिकपणे...* खोलीत जा. जोस आणि मी एकमेकांकडे टक लावून बघितलं. त्यांच्या भीड न बाळगण्याच्या प्रकारामुळे मी थक्क झाले.

"आपण बारकडे चालत जाऊ या का?" मी जोसला विचारलं, त्याने जोरजोरात मान हलवली. आमच्यासमोर होणाऱ्या भीडभाड नसलेल्या सेक्सच्या प्रदर्शनामुळे आम्हाला फारच अवघडल्यासारखं झालं होतं. केटने माझ्याकडे बघितलं, लाल झालेली आणि चमकत्या डोळ्यांची.

"जोस आणि मी पटकन एका ड्रिंकसाठी चाललोय," मी तिच्याकडे बघून माझे डोळे फिरवले. हा! मी माझ्या वेळात माझे डोळे फिरवू शकते.

"ओके," ती हसली.

"हाय, इलिअट, बाय, इलिअट."

त्याने त्याचा मोठा निळा डोळा माझ्याकडे बघून मिचकावला, मी आणि जोस टीनएजर्ससारखे खुदखुदत दाराच्या बाहेर पडलो.

आम्ही बारकडे चालत जाताना मी माझा हात जोसच्या हातात सरकवला. गॉड, तो इतका सहजसोपा होता – खरं म्हणजे मी पूर्वी त्या गोष्टीची स्तुती केली नव्हती.

"तू माझ्या कार्यक्रमाच्या उद्‌घाटनाला येशील ना?"

"अर्थात, जोस! केव्हा आहे तो?"

"नऊ जूनला."

"कोणता दिवस आहे?" मी एकाएकी गोंधळले.

"तो गुरुवार आहे."

"होय, मी जमवेन... आणि तू आम्हाला भेटायला सीॲटलला येशील?"

"मला थांबवण्याचा प्रयत्न तर करून बघ!" तो हसला.

बारमधून मी परत आले तेव्हा उशीर झाला होता. केट आणि इलिअट कुठेच दिसत नव्हते, पण त्यांचा आवाज मात्र ऐकू येत होता. होली शिट्. मी एवढी मोठ्याने ओरडत नाही, अशी मला आशा आहे. ख्रिश्चन तेवढा मोठा आवाज करत नाही, हे मला माहीत आहे. मी त्या विचाराने लाल झाले आणि माझ्या खोलीत गेले. एक छोटंसं, अवघडलेलं मुळीच नसलेलं – नशीब देवा, आलिंगन दिल्यावर जोस निघून गेला. मी त्याला पुन्हा कधी भेटेन हे मला माहीत नाही, कदाचित त्याच्या फोटोंच्या प्रदर्शनाच्यावेळी आणि पुन्हा एकदा, त्याने शेवटी प्रदर्शन भरवलंय यामुळे मी भारावून गेले होते. त्याची आणि त्याच्या मुलासारख्या मोहकतेची मला आठवण येईल. त्याला बीटलबद्दल सांगण्याचा काही मला धीर झाला नव्हता. कारण त्याला जेव्हा माहीत होईल तेव्हा तो भडकेल, हे मला ठाऊक होतं. माझ्यावर चिडणाऱ्या फक्त एकाच पुरुषाला मी एकावेळी तोंड देऊ शकते. माझ्या खोलीत गेल्यावर मी लॅपटॉप चेक केला आणि अर्थातच, ख्रिश्चनकडून एक ईमेल आली होती.

ख्रिश्चन ग्रेकडून

विषय : तू कुठे आहेस?

तारीख : मे, २७ २०११ २२:१४

ॲनास्टॅशिया स्टीलला,

मी कामावर आहे. मी घरी पोचल्यावर तुला ईमेल करेन.

तू अजूनही कामावर आहेस की, तू तुझा फोन, ब्लॅकबेरी आणि मॅकबुक बांधून ठेवलं आहेस?

मला फोन कर, नाहीतर मला इलिअटला फोन करावा लागेल.

ख्रिश्चन ग्रे

सीईओ. ग्रे एंटरप्रायझेस होल्डिंग्ज, इन्कॉर्पोरेटेड

क्रॅप... *जोस... शिट्.*

मी माझा फोन घेतला. पाच मिस्ड् कॉल्स आणि एक व्हॉइस मेसेज. सहजच, मी संदेश ऐकला. तो ख्रिश्चन होता.

"मला वाटतं माझ्या अपेक्षांची पूर्तता करायला शिकायची तुला गरज आहे.

मी एक सहनशील पुरुष नाहीये. तुझं काम संपल्यावर तू माझ्याशी संपर्क करशील, असं जर तू म्हटलं असशील, तर तसं करण्याचा सभ्यपणा तुझ्यात असायला हवा. नाहीतर मी काळजीत पडतो आणि या भावनेशी मी परिचित नाही आणि मी ती नीट प्रकारे सहन करू शकत नाही. कॉल मी.''

डबल क्रॅप. तो मला कधीतरी मोकळं सोडेल का?

मी फोनकडे बघून खवळले. तो मला गुदमरवून टाकत होता. माझ्या पोटात खोलवर भीतीची भावना उचंबळून आली, मी त्याचा नंबर स्क्रोल केला आणि 'कॉल'वर दाबलं. त्याने उत्तर देईपर्यंत माझं हृदय वेगाने धडधडत होतं. त्याला कदाचित माझा चांगलाच समाचार घ्यायला आवडेल. तो विचार निराश करणारा होता.

''हाय,'' तो हळुवारपणे म्हणाला आणि त्याच्या प्रतिसादाने माझा तोल ढळला, कारण मला दुसरं काही नाही, पण राग अपेक्षित होता. तो सुटल्यासारखा भासला.

''हाय,'' मी पुटपुटले.

''मला तुझी काळजी वाटत होती.''

''मला माहीत आहे. मी उत्तर न दिल्याबद्दल – सॉरी, पण मी ठीक आहे.''

तो एक क्षणभर थांबला.

''तुझी संध्याकाळ चांगली होती का?'' तो तुटकपणे सभ्य होता.

''होय. आम्ही सामानाची बांधाबांध केली आणि केट आणि मी मिळून जोसबरोबर चायनीज टेक आउट खाल्लं.'' मी जोसचं नाव घेताना डोळे घट्ट मिटले. ख्रिश्चन काहीही म्हणाला नाही.

''तुझं कसं काय?'' अचानक पसरलेला शांततेचा कानठळ्या बसवणारा आवाज भरून काढण्यासाठी मी प्रश्न विचारला.

जोसबद्दल मला अपराधी वाटून घ्यायची संधी मी त्याला देणार नाही.

शेवटी, त्याने निःश्वास टाकला.

''मी एका निधी उभारण्याच्या डिनरला गेलो. ते अतिशय कंटाळवाणं होतं. मला शक्य होतं तितक्या लवकर मी निघालो.''

तो खूपच दुःखी आणि विरक्त वाटला.. माझं हृदय पिळवटलं. त्याच्या भल्यामोठ्या बैठकीच्या खोलीत पियानोवर बसलेला तो आणि त्याच्या सहन न होणाऱ्या कडूगोड संगीताची आर्तता... काही रात्रींपूर्वीचं ते चित्र माझ्या डोळ्यांपुढे उभं राहिलं.

''तू इथं असतास तर बरं झालं असतं,'' मी कुजबुजले. कारण त्याला धरून ठेवण्याची ऊर्मी माझ्यात दाटून आली. त्याला दिलासा देण्याची. तो जरी मला तसं

करू देणार नव्हता. मला त्याचं सान्निध्य हवं होतं.

"तुला तसं वाटतं?" तो भावनाशून्यपणे पुटपुटला.

होली शिट्. हे नेहमीसारखं वाटत नाही आणि माझ्या डोक्यावरचे केस एका नवीनच आशंकेने ताठ झाले.

"होय," मी श्वास घेतला. युगायुगानंतर, त्याने श्वास घेतला.

"मी तुला रविवारी भेटू ना?"

"होय, रविवारी," मी पुटपुटले. माझ्या अंगातून एक उत्तेजना चमकून गेली.

"गुड नाइट."

"गुड नाइट, सर."

माझ्या संबोधनाने त्याला बेसावध असताना पकडलं हे त्याने घेतलेल्या जोरदार श्वासावरून मी सांगू शकते.

"तुझ्या उद्याच्या स्थलांतराला शुभेच्छा, ॲनास्टॅशिया." त्याचा आवाज मृदू होता. टीनएजर्ससारखे आम्ही दोघंही फोनवर लटकलेले होतो, आम्हाला एकाएकी फोन ठेवावासा वाटत नव्हता.

"तू फोन ठेव," मी कुजबुजले. शेवटी एकदा, मला त्याचं हसू जाणवलं.

"नाही, तू फोन ठेव," आणि मला माहीत आहे तो हसत होता.

"मला ठेवायचा नाही."

"मलाही ठेवायचा नाही."

"तू माझ्यावर रागावला होतास का?"

"होय."

"अजूनही रागावला आहेस?"

"नाही."

"म्हणजे तू मला शिक्षा करणार नाहीस?"

"नाही. मी त्याचक्षणी जे मनात येईल तसं वागणारा पुरुष आहे."

"माझ्या लक्षात आलंय."

"तू आता फोन ठेवू शकतेस, मिस स्टील."

"मी तसं खरोखरच करावं असं वाटतं का, सर?"

"जा झोप, ॲनास्टॅशिया."

"येस, सर."

आम्ही दोघंही लाइनवरच राहिलो.

"तुला जसं सांगितलं गेलंय तसं तू करू शकशील असा विचार तू कधीतरी करतेस का?" एकाचवेळी त्याला गंमतही वाटत होती आणि तो त्रासलेलाही होता.

"कदाचित. आपण रविवारनंतर बघू." मी फोन बंद केला.

इलिअटने उभं राहून त्याच्या हस्तकौशल्याचं कौतुक केलं. आमच्या पाइक प्लेस मार्केट अपार्टमेंटच्या सॅटेलाइट सिस्टिममध्ये त्याने आमचा टीव्ही पुन्हा जोडला होता. केट आणि मी, त्याच्या पॉवर ड्रीलच्या शक्तीमुळे प्रभावित होऊन खुदखुदत कोचावर धपकन बसलो. बदललेल्या वेअरहाउसच्या विटांच्या बांधकामाच्या पार्श्वभूमीवर टीव्हीचा फ्लॅट स्क्रीन विचित्र दिसला, पण मला त्याची सवय होईल याच्यात काही संशय नव्हता.

"बघ, बेबी, सोपं होतं," केटकडे बघून त्याने त्याच्या शुभ्र दंतपक्ती दाखवणारं एक रुंद हास्य केलं आणि ती कोचावर अक्षरश: जवळजवळ विरघळून गेली.

त्या दोघांच्या जोडीकडे वळून मी माझे डोळे फिरवले.

"मला राहायला आवडलं असतं, बेबी. पण माझी बहीण पॅरिसहून परत आलीये. आज रात्रीचं जेवण म्हणजे एक अनिवार्य फॅमिली डिनर आहे."

"तू नंतर येऊ शकशील का?" केटने सहजपणे विचारलं. अगदी मृदू आणि केटसारखी नसल्याप्रमाणे.

मी उभी राहिले आणि एक बॉक्स सोडायच्या निमित्ताने स्वयंपाकघराचा मार्ग धरला. ते दोघं वैतागवाणे होते.

"मी निसटू शकतो का हे मी बघेन," त्याने वचन दिलं.

"मी तुझ्याबरोबर येईन," केट हसली.

"नंतर, ॲना," इलिअट हसला.

"बाय, इलिअट. माझ्याकडून ख्रिश्चनला हाय सांग."

"फक्त हाय?" त्याच्या भुवया सूचकपणे उंचावल्या.

"हो," मी लाल झाले. त्याने माझ्याकडे बघून डोळा मिचकावला आणि केटच्या मागोमाग तो अपार्टमेंटच्या बाहेर गेला तेव्हा मी लालेलाल झाले होते.

इलिअट आवडावा असा आहे आणि ख्रिश्चनपेक्षा कितीतरी वेगळा. तो प्रेमळ, मोकळा आणि केटबरोबर फारच शारीरिक जवळीक ठेवणारा आहे. एकमेकांपासून ते स्वत:चे हात क्वचितच वेगळे ठेवू शकतात – प्रामाणिकपणे बोलायचं तर ते शरमिंदं करणारं असतं – आणि मी मत्सराने अगदी वाटाण्यासारखी हिरवीगार होते!

केट पिझ्झा घेऊन वीस मिनिटांनंतर आली. आम्ही बसलो, भोवताली पसरलेल्या खोक्यांमध्ये, आमच्या नवीन मोकळ्या जागेत, खोक्यातून खात बसलो. केटच्या वडिलांनी आम्हाला अभिमान वाटावा असं काम केलं होतं. अपार्टमेंट मोठं नाही, पण पुरेसं होतं, तीन शयनगृहं आणि एक मोठा बैठकीचा विभाग, ज्याच्यातून पाइक पॅलेस मार्केटचं दृश्य दिसतं. सगळं बांधकाम मजबूत लाकडी फ्लोअर आणि लाल विटांचं होतं, स्वयंपाकघराचे टॉप्स गुळगुळीत काँक्रीटचे, वापराच्या दृष्टिकोनातून

बनवलेले, अत्याधुनिक. आम्ही शहराच्या मध्यवर्ती भागात राहणार ही कल्पना आम्हा दोघींनाही प्रिय वाटली.

आठ वाजता, प्रवेशासाठी असलेला फोन वाजला. केटने उडी मारली – आणि माझं हृदय उडी मारून माझ्या तोंडात आलं.

"डिलिव्हरी, मिस स्टील, मिस कवाना." माझ्या नसांतून निराशा मुक्तपणे आणि अनपेक्षितपणे वाहत होती. तो ख्रिश्चन नव्हता.

"दुसरा मजला, अपार्टमेंट नंबर दोन."

केटने डिलिव्हरी बॉयला आत घेतलं. त्याने जेव्हा केटला तिच्या त्या सगळ्या टाइट जीन्स, टीशर्ट, निसटणाऱ्या बटांसह केस उंचावर गोळा करून बांधलेले अशी बघितलं, तेव्हा त्याचं तोंड उघडं पडलं. पुरुषांवर तिचा असा परिणाम होतो. त्याच्या हातात शॅम्पेनची एक बाटली होती आणि तिला हेलिकॉप्टरच्या आकाराचा एक फुगा बांधलेला होता. त्याला परत पाठवण्यासाठी तिने त्याच्याकडे बघून एक चमकदार हास्य केलं आणि माझ्यासाठी कार्ड वाचायला सुरुवात केली.

मुलींनो,
नवीन घरासाठी तुम्हाला शुभेच्छा!
ख्रिश्चन ग्रे

केटने तिचं डोकं नापसंतीदर्शक हलवलं.

"तो फक्त 'ख्रिश्चनकडून' असं का लिहू शकत नाही? आणि त्या चमत्कारिक हेलिकॉप्टर बलूनचं काय?"

"चार्ली टँगो."

"काय?"

"ख्रिश्चनने मला सीॲटलला त्याच्या हेलिकॉप्टरने नेलं होतं." मी खांदे उडवले.

केटने माझ्याकडे तोंड उघडं टाकून टक लावून बघितलं. असे प्रसंग मला आवडतात हे मी कबूल करायला हवं – कॅथरिन कवाना, शांत आणि पराभूत – असे प्रसंग फार तुरळक असतात. मी त्याचा आनंद लुटण्यासाठी एक छोटासा आणि मस्त क्षण घेतला.

"होय, त्याचं एक हेलिकॉप्टर आहे, जे त्याने स्वत: उडवलं," मी अभिमानाने नमूद केलं.

"अर्थातच, त्या अतिशय श्रीमंत बास्टर्डकडे हेलिकॉप्टर आहे. तू मला का सांगितलं नाहीस?" केटने माझ्याकडे दोषारोपाच्या नजरेने बघितलं, पण अविश्वासाने

तिचं डोकं हलवत ती हसत होती.

"माझ्या मनावर अलीकडे बरंच ओझं होतं."

तिने कपाळाला आठ्या घातल्या.

"मी नसताना तू ठीक असशील ना?"

"अर्थात," मी विश्वासदर्शक सुरात म्हणाले. नवीन शहर, नोकरी नाही... वेडपट कामं करणारा बॉयफ्रेंड.

"तू त्याला आपला पत्ता दिलास?"

"नाही, पण पाठलाग करणं हे त्याच्या वैशिष्ट्यांपैकी एक आहे," मी खरा तोच विचार मांडला.

केटच्या भुवया एकमेकांत अधिकच गुंतल्या.

"का कोण जाणे मला आश्चर्य वाटत नाही. मला त्याच्यामुळे काळजी वाटते, ॲना. निदान ही एक चांगली शॅम्पेन आहे आणि थंड केलेली."

अर्थात, फक्त ख्रिश्चनच थंड केलेली शॅम्पेन पाठवेल किंवा त्याच्या सेक्रेटरीला ते करायला लावेल... किंवा मग टेलरला. आम्ही ती तिथल्या तिथेच उघडली आणि आमचे टी कप्स शोधून काढले – बांधाबांध करताना ते सर्वांत शेवटी ठेवले होते.

"बोलिंजर ग्रँडे ॲनी रोझ १९९९, एक उत्कृष्ट जतन केलेली वाइन," मी केटकडे बघून हसले आणि आम्ही टी कप्स क्लिंक केले.

रात्रीच्या उल्हसित करणाऱ्या झोपेनंतर मी एका उदास रविवारच्या सकाळी लवकर उठले आणि माझ्या खोक्यांकडे बघत पडून राहिले. तू खरं म्हणजे या खोक्यातलं सामान बाहेर काढत असायला हवं, माझ्या अर्धजागृत मनाने मला सतावलं, तिच्या घाणेरड्या ओठांचा चंबू केला. नाही... आजचा दिवस. माझी अंतर्देवता अस्वस्थ झालीय, या पायावरून त्या पायावर उड्या मारते आहे. माझ्या डोक्यावर, अपेक्षित गोष्टींचं ओझं जड आणि अशुभाची सूचना देणारं होऊन एखाद्या गडद मोसमी वादळी ढगासारखं घोंगावत होतं. माझ्या पोटात फुलपाखरं उसळून येत होती – तसंच एक गडद, लैंगिक, आकर्षित करणारी वेदनाही जाणवत होती, तो मला काय करेल याची कल्पना करण्याचा मी प्रयत्न केला... आणि अर्थात, मला त्या 'डॅम' करारावर सही करावी लागेल. मी तसं करणार आहे का? माझ्या बिछान्याशेजारी जमिनीवर असलेल्या लॅपटॉपमधून मला येणाऱ्या ईमेलचा पिंग ऐकू आला.

ख्रिश्चन ग्रेकडून

विषय : आकड्यांमध्ये माझं आयुष्य

तारीख : मे २९ २०११ ०८:०४

ॲनास्टॅशिया स्टीलला,

तू जर गाडी चालवणार असशील तर एस्कॅलाच्या अंडरग्राउंड गॅरेजसाठी तुला १४६९६३ या ॲक्सेस कोडची गरज लागेल.

बे फाइव्हमध्ये गाडी उभी कर – ती माझ्या मालकीचा आहे.

एलिव्हेटरसाठी कोड, १८८०

खिश्चन ग्रे
सीईओ. ग्रे एंटरप्रायझेस होल्डिंग्ज, इन्कॉर्पोरेटेड

ॲनास्टॅशिया स्टीलकडून,
विषय : एक उत्कृष्ट व्हिंटाज
तारीख : मे २०, २०११ ०८:०८
ख्रिश्चन ग्रेला,

येस सर, समजलं.
शॅम्पेनबद्दल धन्यवाद आणि ब्लो अप चार्लीसाठी. जो आता मी माझ्या पलंगाला बांधला आहे.

ॲना

ख्रिश्चन ग्रेकडून,
विषय : मत्सर
तारीख : मे २९ २०११ ०८:११
ॲनास्टॅशिया स्टीलला,

यू आर वेलकम.
उशीर करू नकोस.
चार्ली टँगो नशीबवान आहे.

ख्रिश्चन ग्रे
सीईओ. ग्रे एंटरप्रायझेस होल्डिंग्ज, इन्कॉर्पोरेटेड

त्याच्या 'बॉसी'पणावर मी डोळे फिरवले, पण त्याच्या शेवटच्या वाक्याने मला हसू आलं. मी बाथरूमकडे गेले; काल रात्री इलिअट परत येऊ शकला असेल का, यावर विचार करू लागले आणि माझ्या भावना काबूत ठेवण्याचा कसोशीने प्रयत्न केला.

मी उंच टाचांचे बूट घालून ऑडी चालवू शकते! बरोबर १२ वाजून ५५ मिनिटांनी मी एस्कॅलाच्या गॅरेजमध्ये गाडी आणली आणि बे फाइव्हमध्ये ती लावली. किती बेज् त्याच्या मालकीचे आहेत? ऑडी एसयूव्ही आणि आरएट तिथे

होत्या. त्याचबरोबर आणखी दोन लहान ऑडी एसयूव्ही होत्या... हंऽऽ. माझ्या गाडीतील लाइट अप व्हॅनिटी मिररमध्ये, मी क्वचितच वापरत असलेला मस्कारा तपासला. अशा प्रकारची सोय बीटलमध्ये नव्हती.

गो गर्ल! माझ्या अंतर्देवतेच्या हातात तिचे पॉमपॉम्ज आहेत – ती चिअरलीडिंग मोडमध्ये आहे.

एलिव्हेटरच्या इन्फिनिटी आरशात, मी माझा प्लम ड्रेस तपासला – वेल, केटचा प्लम ड्रेस. गेल्या वेळेला जेव्हा मी तो घातला होता, तेव्हा त्याला तो माझ्या अंगावरून सोलून काढायचा होता. माझं शरीर त्या विचाराने पिळवटून निघालं. ती भावना अद्वितीय होती आणि मी माझ्या श्वासोच्छ्वासाची लय पकडली. टेलरने माझ्यासाठी विकत आणलेलं अंतर्वस्त्र मी घातलं होतं. तो बझ-कट एजंट ते घेण्यासाठी फिरत असल्याच्या विचाराने मी लाल झाले. दरवाजे उघडले आणि माझ्यासमोर अपार्टमेंट क्रमांक एकचं फॉयर होतं.

मी एलिव्हेटरमधून पाऊल बाहेर टाकलं. समोरच टेलर डबल डोअरजवळ उभा होता.

''गुड आफ्टरनून, मिस स्टील,'' तो म्हणाला.

''ओ, प्लीज, मला ॲना म्हणा.''

''ॲना,'' तो हसला. ''मि. ग्रे. आपली वाट बघतायत.''

नक्कीच तो वाट बघत असणार!

ख्रिश्चन त्याच्या बैठकीच्या खोलीतल्या कोचावर बसून रविवारची वर्तमानपत्रं वाचत होता. टेलरने मला बैठकीच्या खोलीत नेल्यावर त्याने वर बघितलं. माझ्या लक्षात होती अगदी तशीच ती खोली आहे – मी येऊन गेले त्याला एक पूर्ण आठवडा लोटला होता; पण मला अधिक काळ लोटल्यासारखं वाटलं. ख्रिश्चन कूल आणि शांत दिसत होता – खरं म्हणजे तो स्वर्गीय सुंदर दिसत होता. त्याने लिननचा एक सैलसर सफेद शर्ट आणि जीन्स घातल्या होत्या, मोजे किंवा बूट नव्हते. त्याचे केस विसकटलेले आणि निगा न राखलेले होते. त्याचे डोळे खट्याळपणे चमकले. तो उठला आणि माझ्याकडे चालत आला. त्याच्या सुंदर, रेखीव ओठांवर गमतीदार ठाव घेणारं हसू होतं.

मी खोलीच्या प्रवेशद्वारापाशी स्तब्ध उभी राहिले, त्याच्या सौंदर्यामुळे आणि पुढे काय होणार या अपेक्षेने मी मंत्रमुग्ध होऊन गेले. आम्हा दोघांमधला तो परिचित विद्युत्प्रवाह आताही होता. माझ्या पोटात सावकाशपणे त्याच्या ठिणग्या उडल्या, त्याने मी त्याच्याजवळ ओढली जात होते.

''हं... तो पोशाख,'' तो माझ्याकडे बघत प्रशंसेने कुजबुजला.

''वेलकम बॅक, मिस स्टील,'' तो कुजबुजला आणि माझी हनुवटी पकडून

खाली वाकला. त्याने माझ्या ओठांवर एक हळुवार, हलकंसं चुंबन दिलं. माझ्या ओठांना झालेला त्याच्या ओठांचा स्पर्श माझ्या अंगांगातून प्रतिध्वनित झाला. माझा श्वासोच्छ्वास वाढला.

"हाय," मी लाल होत कुजबुजले.

"तू वेळेवर आलीस. मला वक्तशीरपणा आवडतो. ये," त्याने माझा हात धरला आणि मला कोचाकडे नेलं. "तुला काहीतरी दाखवायचं होतं," आम्ही बसत असताना तो म्हणाला. त्याने मला 'सीॲटल टाइम्स' दिला. आठव्या पानावर, आम्हा दोघांचा ग्रॅज्युएशन समारंभाच्या वेळचा एकत्र फोटो होता. होली क्रॅप. मी मथळा वाचला.

ख्रिश्चन ग्रे आणि त्यांची मैत्रीण डब्ल्यूएसयू व्हँकुव्हरच्या ग्रॅज्युएशन समारंभात.

मी हसले. "म्हणजे मी आता तुझी मैत्रीण आहे."

"तसं दिसतंय, आणि ते आता वर्तमानपत्रात आलंय, म्हणजे ते खरं असावं," तो शिष्टपणे हसला.

तो माझ्याशेजारी बसला होता. त्याचं पूर्ण शरीर माझ्याकडे वळलं होतं. त्याचा एक पाय दुसऱ्या पायाखाली झाकला होता. माझ्या जवळ सरकून, त्याने त्याच्या लांबसडक तर्जनीने माझे केस माझ्या कानाच्या मागे सरकवले. त्याच्या स्पर्शाने माझं शरीर फुलून आलं. प्रतीक्षा करत असलेलं.

"ॲनास्टॅशिया, तू आधी इथे आली होतीस, म्हणून मी काय चीज आहे याची तुला अधिक चांगली कल्पना आहे."

"होय," त्याचा रोख कशावर आहे?

"आणि तरीही तू परत आली आहेस?"

मी लाजून मान हलवली आणि त्याचे डोळे पेटून उठले. त्या कल्पनेशी झगडत असल्यासारखं त्याने त्याचं डोकं हलवलं.

"तू जेवलीस का?" त्याने मध्येच विचारलं.

शिट्.

"नो."

"तुला भूक लागलीय का?" चिडलेलं न दिसण्याचा तो खरंच प्रयत्न करत होता.

"अन्नाची नाही!" मी कुजबुजले आणि त्याच्या नाकपुड्या प्रतिसादादाखल रुंदावल्या.

तो पुढे झुकला आणि माझ्या कानात कुजबुजला, "तू नेहमीच अधीर असतेस, मिस स्टील. आणि तुला एक छोटंसं गुपित सांगायचं तर मीदेखील तेवढाच अधीर आहे. पण डॉ. ग्रीन इथे लवकरच येणं अपेक्षित आहे." तो नीट बसला. "मला असं

वाटतंय की, तू खावंस.'' त्याने मला मवाळपणे दटावलं. माझं तप्त झालेलं रक्त थंड झालं. होली काउ – डॉक्टर. मी विसरलेच होते.

''डॉ. ग्रीनबद्दल तू मला काय सांगू शकशील?'' आम्हा दोघांचं लक्ष विचलित करण्यासाठी मी विचारलं.

''सीॲटलमधली ती एक सर्वांत चांगली स्त्रीरोग-प्रसूतितज्ज्ञ आहे. मी आणखी काय सांगणार?'' त्याने खांदे उडवले.

''मला वाटलं मी तुझ्या डॉक्टरांना भेटणार आहे आणि खरं म्हणजे ती एक स्त्री आहे असं तू मला सांगू नकोस, कारण मी तुझ्यावर विश्वास ठेवणार नाही.''

त्याने मला 'डोंट-बी रिडिक्यूलस' लुक दिला.

''मला वाटतं तू एका विशेषज्ञाला भेटणं अधिक उचित ठरेल. तुला नाही तसं वाटत?'' त्याने सौम्यपणे विचारलं.

मी मान हलवली. होली मोझेस. ती जर उत्कृष्ट स्त्रीरोग-प्रसूतितज्ज्ञ असेल आणि मला बघण्यासाठी तिची लंच टाइमला रविवारी भेट ठरवली असेल, त्यासाठी किती खर्च येईल याची मी कल्पनाच करू शकत नाही. काहीतरी अप्रिय आठवल्यासारखं ख्रिश्चनने एकाएकी कपाळाला आठ्या घातल्या.

''ॲनास्टॅशिया, आज संध्याकाळी माझ्या आईने तुला डिनरला बोलावलंय. माझ्या कल्पनेप्रमाणे इलिअटने केटला पण बोलावतोय. याबद्दल तुला काय वाटेल मला माहीत नाही. तुझी माझ्या कुटुंबाबरोबर ओळख करून देणं जरा विचित्रच होईल.''

विचित्र? का?

''तुला माझी लाज वाटते का?'' माझ्या आवाजातली दुखावल्याची भावना मी लपवू शकले नाही.

''अर्थातच नाही,'' त्याने डोळे फिरवले.

''मग विचित्र का?''

''कारण मी ते यापूर्वी कधीही केलेलं नाही.''

''तू तुझे डोळे फिरवलेले चालतात, तर मी तसं केलेलं का चालत नाही?''

त्याने माझ्याकडे बघून डोळ्यांची उघडझाप केली. ''मी तसं करतोय याची मला जाणीव नव्हती.''

''बहुतेक वेळा मलाही ती जाणीव नसते,'' मी पटकन बोलले.

ख्रिश्चनने अबोल होऊन माझ्याकडे टवकारून बघितलं.

टेलर दरवाजात आला. ''डॉ. ग्रीन आल्या आहेत, सर.''

''त्यांना मिस स्टीलची खोली दाखवा.''

मिस स्टीलची खोली!

"संततिनियमनासाठी तयार?" त्याने उभा राहून त्याचा हात माझ्या पुढ्यात केला.

"तू येणार नाहीस का?" मी मोठा श्वास घेतला, मला धक्का बसला.

तो हसला. "माझ्यावर विश्वास ठेव, तपासण्यासाठी मी भरपूर पैसे देईनही, पण तरी आपले डॉक्टर संमती देतील असं मला वाटत नाही."

मी त्याचा हात धरला. त्याने मला त्याच्या बाहुपाशात ओढून माझं एक दीर्घ चुंबन घेतलं. आश्चर्याने, मी त्याच्या हातात बद्ध झाले. त्याचा हात माझ्या केसात होता. माझं डोकं धरून त्याने मला त्याच्याजवळ ओढलं आणि त्याचं कपाळ माझ्या कपाळावर टेकवलं.

"तू आल्याने मला इतका आनंद झाला आहे," तो कुजबुजला. "तुला नग्न करण्यासाठी मला धीर धरवत नाहीये!"

१८

डॉ. ग्रीन उंच, पिंगट केसांच्या आणि उच्च अभिरुचीपूर्ण रॉयल ब्ल्यू सूट परिधान केलेल्या होत्या. मला ख्रिश्चनच्या कार्यालयात काम करणाऱ्या स्त्रियांची आठवण झाली. ती एखाद्या आयडेंटिफिक मॉडेलसारखी होती. आणखी एक स्टेपफोर्ड ब्लॉन्ड. तिचे लांब केस तिने वरच्या बाजूला विंचरून एका डौलदार अंबाड्यात बांधले होते. ती चाळिशीच्या अलीकडची असावी.

"मि. ग्रे," ख्रिश्चनने पुढे केलेला हात घेऊन तिने हस्तांदोलन केलं.

"एवढ्या कमी वेळेची सूचना देऊनदेखील आल्याबद्दल धन्यवाद," ख्रिश्चन म्हणाला.

"माझ्या वेळेची किंमत राखल्याबद्दल धन्यवाद, मि. ग्रे, मिस स्टील," ती हसली. तिचे डोळे शांत आणि ठाव घेणारे होते.

आम्ही हस्तांदोलन केलं आणि मला कळलं की, ती अशा काही स्त्रियांपैकी आहे ज्या मूर्खांना आनंदाने सहन करत नाहीत – केटसारखं. मला ती तत्क्षणीच आवडली. तिने ख्रिश्चनकडे धारदारपणे रोखून बघितलं आणि एका अवघडलेल्या क्षणानंतर त्याला सूचना समजली.

"मी खाली आहे," तो पुटपुटला. मग जे माझं शयनगृह असणार होतं ती खोली सोडून तो गेला.

"वेल, मिस स्टील, मि. ग्रे मला तुम्हाला सेवा देण्यासाठी चांगली घसघशीत रक्कम मोजणार आहेत. काय करू मी आपल्यासाठी?"

बारकाईने तपासणी आणि दीर्घ चर्चेनंतर, डॉ. ग्रीन आणि मी मिनी-पिलचा निर्णय घेतला. तिने माझ्यासाठी एक प्री-पेड प्रिस्क्रिप्शन लिहिलं आणि दुसऱ्या दिवशी गोळ्या घेऊन जायच्या सूचना दिल्या. तिचा नो-नॉन्सेन्स दृष्टिकोन मला आवडला – प्रत्येक दिवशी गोळी त्याचवेळी घेण्याबद्दल तिच्या ड्रेसइतकी निळी

होईपर्यंत तिने मला भाषण दिलं. माझ्या मि. ग्रे बरोबरच्या कथित संबंधांबद्दल तिला जबरदस्त कुतूहल असल्याचं मला समजलं; पण मी तिला काही तपशील दिला नाही. तिने जर त्याची रेडरूम ऑफ पेन पाहिली असती, तर ती एवढी शांत आणि संघटित दिसली असती, असं मला वाटलं नाही. त्या खोलीच्या बंद दरवाजावरून आम्ही गेलो, तेव्हा मी लाल झाले आणि आम्ही खाली आर्ट गॅलरीकडे – जी ख्रिश्चनची बैठकीची खोली आहे, तिथे मोर्चा वळवला.

ख्रिश्चन त्याच्या कोचावर बसून वाचत होता. म्युझिक सिस्टिमवर श्वास रोखायला लावणारी अरिआ लागली होती. त्याच्याभोवती गिरकी घेत, त्याला कोशात गुंडाळत आणि एका गोड, आत्मीय संगीताने खोली भरून टाकली होती. एक क्षणभर, तो शांत दिसला. तो वळला. आम्ही जेव्हा प्रवेश केला तेव्हा आमच्याकडे नजर टाकली आणि माझ्याकडे बघून प्रेमळपणाने हसला.

"झालं तुमचं?" त्याला खरोखरच रुची असल्यासारखं त्याने विचारलं. त्याने फायरप्लेसच्या खाली असलेल्या एका देखण्या सफेद बॉक्सकडे रिमोट रोखला. त्याचा आयपॉड त्या बॉक्समध्ये होता आणि ते अद्वितीय संगीत मंद झालं; पण पार्श्वभूमीवर चालू राहिलं. उभा राहून तो आमच्याकडे चालत आला.

"येस, मि. ग्रे. तिची काळजी घ्या; ती एक सुंदर, हुशार तरुणी आहे."

ख्रिश्चनला माझ्याइतकाच आश्चर्याचा झटका बसला. एका डॉक्टरने म्हणण्याइतकी काय ही अयोग्य गोष्ट. ती त्याला कोणत्यातरी प्रकारची फारशी गर्भित नसलेली धोक्याची सूचना तर देत नसावी? ख्रिश्चनने स्वत:ला सावरलं.

"माझा तसा पूर्ण विचार आहे," तो पुटपुटला.

त्याच्याकडे बघत शरमिंदी होऊन मी खांदे उडवले.

"मी तुम्हाला माझं बिल पाठवेन," त्याच्याशी हस्तांदोलन करताना ती स्पष्टपणे म्हणाली.

"गुड डे आणि तुला शुभेच्छा, ॲना," ती हसली. हस्तांदोलन करताना तिचे डोळे चमकत होते.

टेलर तिला डबल डोअर्समधून बरोबर नेण्यासाठी कुठूनतरी उगवला. तिला एलिव्हेटरकडे घेऊन गेला. तो हे कसं काय करतो? तो कुठे घोटाळत असतो?

"ते कसं झालं?" ख्रिश्चनने विचारलं.

"छान, थँक यू. तिने सांगितलंय की, येत्या चार आठवड्यांत मी सगळ्या प्रकारच्या लैंगिक क्रियेपासून दूर राहायचंय."

ख्रिश्चनचं तोंड धक्क्याने उघडं पडलं. मी अधिक काळ चेहरा सरळ ठेवू न शकल्याने त्याच्याकडे बघून मूर्खासारखी हसले.

"पकडलं!"

त्याने त्याचे डोळे बारीक केले आणि मी ताबडतोब हसणं थांबवलं. *ओह, शिट्*. चेहऱ्याचा सगळा रंग उतरलेलं माझं अर्धजागृत मन एका कोपऱ्यात लपलं. मी त्याने पुन्हा मला त्याच्या गुडघ्यांवर घेतल्याची कल्पना केली.

"पकडलं!" तो म्हणाला आणि शिष्टपणे हसला.

त्याने मला माझ्या कमरेभोवती हात घालून त्याच्याजवळ ओढून घेतलं. "तू सुधारणार नाहीस, मिस स्टील." तो पुटपुटला. माझ्या डोळ्यांत रोखून बघत, मला जागेवरच घट्ट धरून ठेवत त्याने त्याची बोटं माझ्या केसांतून फिरवली. त्याने माझं एक दीर्घ चुंबन घेतलं. मी त्याच्या मांसल बाहूंना आधारासाठी चिकटले.

"तुझ्याबरोबर आत्ता, इथेच झोपायला मला अधिक आवडलं असतं; पण तुला खायला हवं आणि मलादेखील. तू नंतर माझ्या अंगावर झोपून जायला मला नको आहेस," माझ्या ओठांच्या निकट तो पुटपुटला.

"तुला हे एवढंच माझ्याकडून हवंय – माझं शरीर?" मी कुजबुजले.

"ते आणि तुझं हुशार तोंड," त्याने श्वास घेतला.

त्याने पुन्हा एकदा माझं लालसेने चुंबन घेतलं आणि मग एकाएकी मला सोडलं, माझा हात धरून मला स्वयंपाकघराकडे नेलं. मी तळमळत होते. एका मिनिटाला आम्ही विनोद करत होतो आणि पुढल्या... मी माझ्या तप्त चेहऱ्याला वारा घातला. तो म्हणजे एक चालतं-बोलतं सेक्स आहे, आणि आता मला माझा तोल मिळवला पाहिजे. काहीतरी खाल्लं पाहिजे. पार्श्वभूमीवर अरिया अजून चालू होता.

"हे संगीत काय आहे?"

"व्हिला लोबोज, बाकिआनास ब्रासिलायरासच्या अरियातून. छान आहे, हो ना?"

"होय," मी पूर्णपणे सहमत होऊन पुटपुटले.

दोन व्यक्तींसाठी ब्रेकफास्ट बार तयार ठेवण्यात आला होता. ख्रिश्चनने फ्रिजमधून एक सॅलड बाउल घेतला.

"चिकन सीझर सॅलड चालेल ना?"

ओह, नशीब, फार काही जड नाही.

"होय. छान. थँक यू."

त्याच्या स्वयंपाकघरात तो लीलया वावरताना मी त्याला बघितलं. एका पातळीवर तो त्याच्या शरीराबद्दल एवढा सहज आणि दुसरीकडे त्याला स्पर्श केलेलं आवडत नाही... म्हणजे खोलवर कुठेतरी तो तसा नसणार. माणूस म्हणजे काही एक बेट नाही, मी विचार केला – कदाचित ख्रिश्चन ग्रे अपवाद असेल.

"तू काय विचार करते आहेस?" त्याने मला माझ्या विचारांच्या तंद्रीतून ओढून काढत विचारलं. मी लाल झाले.

"तू ज्याप्रकारे हालचाल करतोस ती मी न्याहाळत होते."

त्याला गंमत वाटली. त्याने त्याची भुवई उंचावली.

"आणि?" त्याने शुष्कपणे विचारलं.

मी आणखी लाल झाले.

"तू खूप डौलदार आहेस."

"धन्यवाद, मिस स्टील," तो पुटपुटला. तो माझ्या शेजारी बसला. त्याच्या हातात एक वाइनची बाटली होती. "चाब्लिस?"

"प्लीज."

"तुला पाहिजे तेवढं सॅलड घे," त्याचा आवाज मृदू होता. "मला सांग – तू कोणत्या पद्धतीची निवड केलीस?"

एक क्षणभर मी त्याच्या प्रश्नाने गडबडले; मग माझ्या लक्षात आलं की, तो डॉ. ग्रीनच्या भेटीबद्दल बोलत होता.

"मिनी पिल."

त्याने कपाळाला आठ्या घातल्या.

"पण प्रत्येक दिवशी, योग्य वेळेला, नियमितपणे ती घ्यायचं तू लक्षात ठेवशील?"

जीझ... अर्थातच मी लक्षात ठेवेन. त्याला कसं ठाऊक? मी त्या विचाराने लाजले – बहुतेक त्याच्या पंधराजणींपैकी एक किंवा अधिक मुलींकडून.

"तू मला आठवण करून देशील याची मला खातरी आहे," मी शुष्कपणे पुटपुटले.

त्याने माझ्याकडे पालकत्वाच्या गमतीदार आविर्भावाने नजर टाकली.

"मी माझ्या कॅलेंडरला अलार्म लावेन," तो शिष्टपणे हसला. "खा."

चिकन सीझर सॅलड चवदार होतं. आश्चर्य म्हणजे, मला कडकडून भूक लागली होती. पहिल्यांदाच त्याच्यासोबत असताना मी त्याच्याआधी जेवण संपवलं. वाइन चुरचुरीत, नितळ आणि फळांच्या स्वादाची होती.

"नेहमीप्रमाणेच अधीर, मिस स्टील?" तो माझ्या रिकाम्या प्लेटकडे बघून हसला.

मी पापण्यांआडून त्याच्याकडे बघितलं.

"होय," मी कुजबुजले.

त्याचा श्वासोच्छ्वास जोरात होऊ लागला. त्याने माझ्याकडे टक लावून बघितल्यावर मला असं जाणवू लागतं की, आम्हा दोघांमधलं वातावरण हळूहळू

बदलतंय, आकार घेतंय... भारित होतंय. त्याचा भाव गडद होऊ लागला, त्याने मलाही त्याच्याबरोबर घेतलं. आम्हा दोघांमधलं अंतर कमी करत तो उभा राहिला आणि बारस्टूलपासून मला ओढून त्याच्या बाहुपाशात घेतलं.

"तुला करायचंय?" माझ्याकडे उत्कटपणे बघत त्याने श्वास घेतला.

"पण मी कशावरही सही केलेली नाहीये."

"मला माहीत आहे – पण सध्या मी सगळे नियम मोडतोय."

"तू मला मारणार आहेस का?"

"होय, पण ते तुला दुखवण्यासाठी नसेल. मला तुला आत्ता शिक्षा करायची नाही. तू जर मला काल संध्याकाळी पकडलं असतंस, वेल, तर मग ती एक वेगळीच कथा झाली असती."

होली काउ. त्याला मला इजा करायची आहे... मी याला कसं तोंड देऊ? मी माझ्या चेहऱ्यावरचे भय लपवू शकले नाही.

"असं केलेलं लोकांना आवडतं याचं कारण असं आहे की, आपल्यांला यातना द्यायला किंवा घ्यायला आवडतं. हे फार साधं आहे. तुला तसं आवडत नाही, म्हणून मी काल या गोष्टीवर विचार करण्यात बराच वेळ घालवला."

त्याने मला त्याच्याजवळ ओढून घेतलं. त्याचं उत्थापन माझ्या पोटाशी दाबलं गेलं. मी पळालं पाहिजे, पण मी तसं करू शकले नाही. मला कळू शकत नाही अशा कोणत्यातरी खोल, मूलभूत पातळीवर मी त्याच्याकडे ओढली जात होते.

"तू काही निर्णयांवर पोचलास का?" मी कुजबुजले.

"नाही, आणि आत्ता मला फक्त तुला बांधून ठेवायचंय आणि वेड्यासारखा तुझ्याशी सेक्स करायचाय. तू त्याच्यासाठी तयार आहेस का?"

"होय," मी श्वास घेतला. माझ्या शरीरातलं सगळं एकाच वेळी घट्ट झालं... वॉव.

"गुड. चल," त्याने माझा हात हातात घेतला आणि ब्रेकफास्ट बारवर सगळ्या खरकट्या डिशेस तशाच टाकून आम्ही वर गेलो.

माझं हृदय धडधडायला लागलं. हेच ते. मी हे खरंच करणार आहे. माझी अंतर्देवता एखाद्या जागतिक स्तरावरच्या अभिजात बॅलेरिनासारखी गोल फिरते आहे, गिरकी मागून गिरकी! मला आत जाण्यासाठी त्याने त्याच्या प्लेरूमचं दार उघडलं. मागे उभा राहिला आणि मी पुन्हा एकदा रेडरूम ऑफ पेनमध्ये आले होते.

ती तशीच होती, लेदरचा वास, सायट्रसचा सुगंध असलेलं पॉलिश आणि गडद रंगाचं लाकूड, सगळं अगदी लैंगिकता चाळवणारं. माझ्या शरीरातून माझं रक्त तप्त होऊन आणि घाबरून पळत होतं – वासना आणि आस यांच्याबरोबर मिसळलेलं अॅड्रेनॅलिन. ते एक डोक्यात भिनणारं, परिणामकारक कॉकटेल आहे.

ख्रिश्चनचा आविर्भाव पूर्णपणे बदलला – कळेल न कळेल असा – कठोर आणि दुष्ट. त्याने माझ्याकडे बघितलं आणि त्याचे डोळे तप्त, वासनामय... मोहित करणारे होते.

"तू इथे असतेस, तेव्हा तू पूर्णपणे माझी असतेस," त्याने श्वास घेतला. त्याचा प्रत्येक शब्द सावकाश आणि तोलून मापून उच्चारलेला होता. "मला जसं योग्य वाटेल तसं करायचं. तुला समजतंय ना?"

त्याची नजर केवढी उत्कट होती. मी मान डोलावली, माझं तोंड कोरडं पडलं होतं. माझं हृदय तर जणूकाही माझ्या छातीतून उसळी मारून बाहेर येईल की काय, असं वाटत होतं.

"तुझे बूट काढ," त्याने हळुवारपणे आज्ञा केली.

मी आवंढा गिळला आणि बऱ्याच गबाळेपणाने ते काढले. तो वाकला, त्याने उचलून दाराच्या शेजारी ठेवले.

"छान. मी तुला काही करायला सांगेन तेव्हा काचकूच करू नकोस. मी आता तुला या ड्रेसमधून सोलून बाहेर काढणार आहे. गेल्या काही दिवसांपासून मला ते करायचं आहे. तुझ्या शरीराबरोबर तू आरामशीर असावं असं मला वाटतं, ॲनास्टॅशिया. तुझ्याकडे एक सुंदर शरीर आहे आणि मला त्याच्याकडे पाहायला आवडतं. ते बघणं म्हणजे एक आनंद आहे. खरं म्हणजे मी दिवसभर तुझ्याकडे पाहत राहू शकेन आणि तुझ्या अनावृत्त शरीराबद्दल तू शरमिंदं किंवा लाजिरवाणं वाटून घेऊ नकोस. तुला समजतंय का?"

"होय."

"होय, काय?" माझ्याकडे टवकारून बघत माझ्यावर वाकला.

"येस, सर."

"तुला खरोखरच तसं म्हणायचंय का?" त्याने ताडकन विचारलं.

"येस, सर."

"छान, तुझे बाहू तुझ्या डोक्याच्या वर उचल."

मला सांगितलं गेलं तसं मी केलं. त्याने खाली वाकून माझ्या ड्रेसची शिवण पकडली. सावकाशपणे, त्याने माझा ड्रेस माझ्या मांड्यांवरून, माझ्या नितंबांवरून, माझ्या पोटावरून, माझ्या स्तनांवरून, माझ्या खांद्यांवरून आणि माझ्या डोक्यावरून ओढून काढला. त्याने मागे उभं राहून मला नीट न्याहाळलं आणि अजाणतेपणाने, माझ्यावरून त्याची नजर न हटवता माझ्या ड्रेसची घडी केली. त्याने दरवाजाच्या बाजूला असलेल्या एका मोठ्या कपाटावर तो ड्रेस ठेवला. पुढे होऊन त्याने माझी हनुवटी ओढली. त्याच्या स्पर्शाने मी तप्त झाले.

"तू तुझा ओठ चावते आहेस," त्याने श्वास घेतला. "त्यामुळे मला काय होतं

तुला माहीत आहे,'' त्याने गूढपणे पुस्ती जोडली. "चल.''

मी लगेच वळले, जराही मागेपुढे न करता. त्याने माझ्या ब्राचा हूक काढला आणि मग, दोन्ही बंद पकडून त्याने ती ब्रा माझ्या दंडावरून खाली ओढली. ओढत असताना त्याने माझ्या त्वचेला बोटांनी आणि बोटांच्या अग्रांनी हळुवार स्पर्श केला. त्याच्या स्पर्शाने माझ्या पाठीच्या कण्यात शिरशिरी आणली, माझ्या शरीरातल्या नसांच्या प्रत्येक टोकाला त्याने जागृत केलं. तो माझ्या पाठीमागे उभा होता, इतका जवळ की, त्याच्यातून निघणारी उष्णता मला जाणवत होती. माझ्यात ऊब आणत माझ्या सगळ्या शरीराला उबदार बनवत होती. त्याने माझे केस ओढले, जे माझ्या पाठीवर रुळत होते. माझ्या मानेच्या खालच्या बाजूचे थोडेसे केस त्याने मुठीत पकडले आणि माझ्या डोक्याचा एका बाजूला कोन केला. माझ्या उघड्या पडलेल्या मानेवर त्याने त्याचं नाक फिरवलं, खोलवर हुंगलं आणि मग माझ्या कानापर्यंत फिरवलं. माझ्या पोटातले स्नायू वैषयिक सुखाच्या ओढीने पिळवटले. जीझ, त्याने मला जेमतेमच स्पर्श केला होता आणि मला तो पाहिजे होता.

"तू नेहमीप्रमाणेच स्वर्गीय सुगंधी आहेस, ॲनास्टॅशिया.'' माझ्या कानाच्या खाली हळुवार चुंबन देत तो कुजबुजला.

मी कण्हले.

"शांत रहा,'' तो बोलला, "आवाज करू नकोस.''

माझे केस माझ्या पाठीमागे ओढून घेत, आश्चर्य म्हणजे तो माझ्या केसांची एक वेणी घालायला लागला. त्याची बोटं कुशल आणि जलद होती. मला दिसत नसलेल्या एका हेअरटायने त्याने वेणी घालून झाल्यावर ती बांधली आणि पटकन ती थोडी खेचली म्हणजे मी आपसूकच त्याच्याजवळ ओढली गेले.

"इथे आत असताना मला तुझे केस वेणीत बंदिस्त झालेले आवडतात,'' तो कुजबुजला.

हं... का?

त्याने माझे केस सोडले.

"वळ,'' त्याने आज्ञा केली.

मला सांगितलं गेलंय तसं मी केलं, माझा श्वासोच्छ्वास उथळ होता. भीती आणि ओढ एकत्रित झाली होती. ते एक डोक्यात भिनणारं मिश्रण होतं.

"मी तुला जेव्हा इथे यायला सांगेन, तेव्हा तू अशाप्रकारे वेषभूषा करशील. फक्त तुझ्या पॅन्टीजमध्ये. समजतंय तुला?''

"होय.''

"होय, काय?'' त्याने माझ्याकडे बघून डोळे टवकारले.

"येस, सर.''

त्याच्या तोंडाच्या कोपऱ्यात एक स्मितरेषा उमटली.

"गुड गर्ल," त्याचे डोळे माझ्या डोळ्यांत धगधगले.

"मी तुला जेव्हा इथे यायला सांगेन, तेव्हा तू तिथे ओणवं राहावं अशी माझी अपेक्षा असते." त्याने दरवाजाच्या बाजूला मला एक जागा दाखवली. "जा आता तिथे तशी रहा."

मी त्याचे शब्द ग्रहण करत डोळ्यांची उघडझाप केली आणि नंतर वळले, दाखवून दिल्याप्रमाणे अवघडल्यासारखी ओणवी झाले.

"तू तुझ्या चवड्यांवर बसू शकतेस."

मी तशी बसले.

"तुझे हात आणि हातांचा पुढचा भाग तुझ्या मांड्यांवर सपाट ठेव. गुड. आता तुझे गुडघे वेगळे कर. आणखी रुंद. रुंद. परफेक्ट. जमिनीकडे खाली बघ."

तो माझ्याकडे चालत येऊ लागला. मी त्याची पावलं माझ्या नजरेच्या एका टप्प्यात बघू शकले. अनवाणी पाय. मी लक्षात ठेवावं अशी त्याची इच्छा असेल तर त्याने टिपणं घेत असलं पाहिजे. तो खाली वाकला. माझी वेणी पुन्हा पकडली, मग माझं डोकं मागे ओढलं, जेणेकरून मी वर त्याच्याकडे बघू लागले. ते वेदनादायक नव्हतं.

"तू ही स्थिती लक्षात ठेवशील, ॲनास्टॅशिया?"

"येस, सर,"

"गुड. इथे रहा, हलू नकोस." तो खोलीबाहेर गेला.

मी वाट पाहत माझ्या गुडघ्यांवर बसले. तो कुठे गेलाय? वेळ पुढे सरकला. मला असं तो किती काळ ठेवणार आहे, याची मला कल्पना नव्हती... काही मिनिटं – पाच, दहा?

माझा श्वासोच्छ्वास अधिक उथळ झाला : अपेक्षा मात्र मला अंतर्बाह्य गिळंकृत करत होती.

आणि एकाएकी तो परत आला – एकाच श्वासात मी अधिक शांत आणि अधिक उत्तेजित होते. *मी यापेक्षा अधिक उत्तेजित होईन का?* मला त्याचे पाय दिसले. त्याने त्याच्या जीन्स बदलल्या होत्या. त्या अधिक जुन्या, फाटलेल्या, मऊ आणि अधिक वेळा धुतलेल्या होत्या. होली काउ. या जीन्स हॉट होत्या. त्याने दरवाजा बंद केला आणि पाठीमागे काहीतरी लटकावलं.

"गुड गर्ल, ॲनास्टॅशिया. तू तशी सुंदर दिसतेस. छान केलंस. उभी रहा."

मी उभी राहिले, पण माझा चेहरा खाली ठेवला.

"तू माझ्याकडे बघू शकतेस."

मी त्याच्याकडे चोरटी नजर टाकली. तो माझ्याकडे उत्कटतेने टक लावून

बघत होता, माझी खातरजमा करत, पण त्याचे डोळे मृदू होते. त्याने त्याचा शर्ट काढून टाकला होता. ओह् माय... मला त्याला स्पर्श करायचा होता. त्याच्या जीन्सचं वरचं बटण काढलं होतं.

"मी तुला साखळीने बांधणार आहे, ॲनास्टॅशिया, मला तुझा उजवा हात दे."

मी त्याला माझा हात दिला. त्याने त्याचा तळवा वरच्या बाजूला केला आणि मला समजायच्या आत त्याने तळव्याच्या मध्यभागी रायडिंग क्रॉपने फटका मारला. मी तो चाबूक त्याच्या हातात बघितला नव्हता. ते इतकं जलद घडलं की, त्या आश्चर्याचं मला आकलनच झालं नाही. त्यापेक्षा अधिक आश्चर्य म्हणजे – ते दुखलं नाही. वेल, फारसं नाही, फक्त थोडीशी चावा घेतल्याची संवेदना.

"ते कसं काय वाटलं?" त्याने विचारलं.

मी गोंधळून त्याच्याकडे बघून डोळ्यांची उघडझाप केली.

"मला उत्तर दे."

"ओके," मी कपाळाला आठ्या घातल्या.

"कपाळाला आठ्या घालू नकोस."

मी डोळ्यांची उघडझाप केली आणि अविचल राहण्याचा प्रयत्न केला. मी यशस्वी झाले.

"दुखलं का?"

"नाही."

"हे दुखणार नाही. तुला समजतंय का?"

"येस," माझा स्वर अनिश्चित होता. *ते खरंच दुखणार नाही का?*

"मला खरंच तसं म्हणायचंय," तो म्हणाला.

जीझ, माझा श्वासोच्छ्वास उथळ झाला. मी काय विचार करतेय, हे त्याला माहीत आहे का? त्याने मला क्रॉप दाखवला. ते तपकिरी रंगाचं प्लेटेड चामडं होतं. माझे डोळे गर्रकन फिरून त्याच्या डोळ्यांना भिडले, ते डोळे ज्वलंत होते आणि गंमत वाटत असल्याच्या त्याच्यात खुणा होत्या.

"माझं उद्दिष्ट खूश करणं हे आहे, मिस स्टील," तो पुटपुटला. "चल." त्याने माझं कोपर धरलं. हात वर करून त्याने काही काळ्या चामड्याचे कफ्स असलेल्या साखळ्या काढल्या.

"या ग्रिडचं डिझाइन अशा प्रकारे केलंय, ज्यायोगे साखळ्या ग्रिडभोवती फिरतात."

मी वर बघितलं. होली शिट् – ते एखाद्या सब वे मॅपसारखं होतं.

"आपण इथे सुरुवात करणार आहोत, पण मला तुझ्याशी उभं राहून सेक्स करायचाय. म्हणून आपण त्या तिकडच्या भिंतीपर्यंत जाऊ." भिंतीवर जिथे मोठा

लाकडी एक्स होता तिथे त्याने घोडेस्वारीच्या चाबकाने निर्देश केला.

"तुझे हात डोक्यावर ठेव."

मी ताबडतोब आज्ञेचं पालन केलं, मला असं वाटलं जणूकाही मी माझ्या शरीरातून बाहेर निघत होते – माझ्याभोवती उलगडत जाणाऱ्या प्रसंगांची एक सर्वसाधारण निरीक्षक. हे आकर्षित करण्याच्या, चाळवण्याच्या पलीकडचं होतं. मी आत्तापर्यंत केलेल्या गोष्टींतली सर्वांत उत्तेजित करणारी आणि भीतिदायक अशी ही गोष्ट होती. मी स्वत:ला अशा एका सुंदर माणसाच्या स्वाधीन करत होते, ज्याने स्वत:च कबूल केल्याप्रमाणे, तो एक फिफ्टी शेड्स – फुकट गेलेला आहे. मी भयाची क्षणिक लहर दाबली. मी इथे आहे ते केट आणि इलिअटला माहीत होतं.

त्याने कफ्ज बंद केल्या तेव्हा तो अगदी जवळ उभा राहिला. मी त्याच्या छातीकडे टक लावून बघितलं. त्याचं सान्निध्य सुखदायी होतं. त्याला बॉडीवॉश आणि ख्रिश्चनचा सुगंध येत होता, जो डोक्यात भिनणारा मिलाफ होता. त्यामुळे मी परत वर्तमानात ओढून आणली गेले. छातीवरच्या त्या केसांच्या पुंजक्यातून मला माझं नाक आणि जीभ फिरवायची होती. मी फक्त पुढे वाकले तर...

तो एक पाऊल मागे गेला. त्याने माझ्याकडे बघितलं. त्याचा भाव झाकोळलेला, वैषयिक होता आणि मी असाहाय्य होते, माझे हात बांधले होते, पण मी त्याच्या सुंदर चेहऱ्याकडे फक्त बघत होते. त्याची माझ्याबद्दलची ओढ आणि गरज मला कळत होती, मला माझ्या मांड्यांमधला ओलसरपणा जाणवत होता. तो सावकाश माझ्याभोवती चालू लागला.

"तू अशाप्रकारे फारच छान दिसतेस, मिस स्टील. तुझं हे चलाख तोंड आत्तातरी बंद आहे. मला ते आवडलं."

पुन्हा एकदा माझ्यापुढे उभा राहून, त्याने त्याची बोटं माझ्या पॅन्टीजच्या आत अडकवली. बिलकूल घाई नसलेल्या गतीने, पॅन्टीज माझ्या पायांवरून ओढून काढली. मला वेदनादायक संथ गतीने नग्न केलं, म्हणजे तो शेवटी माझ्या समोर गुडघे टेकलेल्या स्थितीत होता. माझ्यावरून त्याची नजर न हटवता, त्याने माझ्या पॅन्टीजचा त्याच्या हातात चोळामोळा केला. त्याने त्या त्याच्या नाकाशी नेल्या आणि खोलवर हुंगल्या. *होली फक्.* त्याने आत्ताच हे केलं का? तो माझ्याकडे बघून दुष्टपणे हसला आणि पॅन्टीज त्याच्या जीन्सच्या खिशात खोचल्या.

जमिनीवरून उठत, एखाद्या जंगली मांजरासारखा, आळसावल्यासारखा उभा राहत त्याने रायडिंग क्रॉपचं टोक माझ्या बेंबीकडे केलं. आरामात ते गोल फिरवत, मला चाळवलं. चामड्याच्या स्पर्शाने, मी थरथरले आणि मोठा श्वास घेतला. तो पुन्हा माझ्याभोवती चालू लागला. त्याने तो क्रॉप माझ्या शरीराच्या मध्यापर्यंत आणला. त्याच्या दुसऱ्या वर्तुळाच्या वेळेला, त्याने तो एकाएकी क्रॉप उडवला

आणि त्यामुळे मला फटका बसला... माझ्या सेक्सवर. मी माझ्या सगळ्या नसा तल्लख झाल्याने आश्चर्याने ओरडले. मी माझ्या बंधनांना ओढ दिली. तो धक्का माझ्यातून प्रवाहित झाला आणि ती एक अतिशय गोड, विचित्र हवीहवीशी वाटणारी भावना होती.

"शांत रहा," माझ्याभोवती पुन्हा एकदा चालताना तो कुजबुजला. तो क्रॉप माझ्या शरीराच्या मध्यापासून थोडासाच वर होता. या वेळेला त्याने त्याच ठिकाणी मला फटकारलं, तेव्हा मला ते अपेक्षित होतं. माझ्या शरीराने त्या गोड, चुरचुरणाऱ्या चाव्यामुळे आचके दिले.

त्याने जेव्हा माझ्याभोवती मार्ग काढला, तेव्हा पुन्हा एकदा फटकारलं. यावेळेला त्याने माझ्या स्तनाग्राला फटका मारला. माझ्या शिरांची टोकं झणझणली तसं मी माझं डोकं मागे फेकलं. त्याने आणखी एक फटका मारला... एक छोटी, जलद, गोड मार देऊन दिलेली शिक्षा. माझी स्तनाग्रं कठीण झाली आणि त्या हल्ल्यामुळे ताठरली; आणि मी मोठ्याने कण्हले, माझ्या लेदर कफ्जना ओढ दिली.

"ते छान वाटतंय का?" त्याने श्वास घेतला.

"येस."

त्याने पुन्हा माझ्या नितंबांवर फटका मारला. या वेळेला क्रॉपने चावा घेतला.

"येस, काय?"

"येस, सर." मी कुंथले.

तो थांबला... पण मी आता त्याला बघू शकले नाही. माझ्या शरीरातून धावणाऱ्या असंख्य संवेदनांना मी समजून घेत असताना माझे डोळे मिटले होते. अगदी सावकाशपणे, त्याने क्रॉपच्या छोट्या चावे घेणाऱ्या फटकाऱ्यांना माझ्या पोटावरून खाली नेलं. हे कुठे चाललंय ते मला कळलं आणि मी त्याच्यासाठी माझी मानसिकता तयार करण्याचा प्रयत्न केला, पण त्याने जेव्हा माझ्या कामेंद्रियावर मारलं, तेव्हा मी जोराने ओरडले.

"ओह... प्लीज!" मी कण्हले.

"शांत रहा," त्याने आज्ञा करून पुन्हा एकदा माझ्या पार्श्वभागावर मारलं.

हे असं असेल अशी मी अपेक्षा केली नव्हती... मी हरवले होते. जाणिवांच्या समुद्रात. एकाएकी, तो माझ्या सेक्सवरून क्रॉप ओढत होता, माझ्या योनीच्या मुखापर्यंत.

"तू याच्यासाठी किती ओली झाली आहेस बघ, ॲनास्टॅशिया. तुझे डोळे आणि तुझं तोंड उघड."

मला जसं सांगितलं गेलं तसं मी केलं. पूर्णपणे मोहित होऊन. माझ्या तोंडात त्याने क्रॉपचं टोक, माझ्या स्वप्नाप्रमाणेच ढकललं. होली शिट्.

“तुझी चव कशी लागते ते बघ. चोख. जोरात चोख, बेबी.”

माझे डोळे त्याच्या डोळ्यांत बंदिस्त झाले. माझं तोंड क्रॉपभोवती बंद होतं. त्या रिच लेदरची आणि माझ्या उद्दीपनाच्या खारटपणाची चव मला कळली. त्याचे डोळे तप्त झाले होते.

त्याने क्रॉपचं टोक माझ्या तोंडातून ओढून घेतलं आणि पुढे उभा राहिला. मला पकडलं आणि माझं एक जोरदार चुंबन घेतलं, त्याची जीभ माझ्या तोंडात पसरली. त्याचे बाहू माझ्याभोवती गुंडाळून, तो मला त्याच्याजवळ ओढून घेत होता. त्याची छाती माझ्या छातीवर दाबली गेली आणि त्याला स्पर्श करण्यासाठी मी शिवशिवले, पण मी तसं करू शकत नव्हते, माझे हात कुचकामी होते.

“ओह, ॲनास्टॅशिया, तू खूप छान लागतेस,” त्याने श्वास घेतला. “मी तुला उत्कटबिंदू गाठून देऊ का?”

“प्लीज,” मी याचना केली.

त्याने क्रॉपने माझ्या नितंबांवर फटका दिला. आऊ!

“प्लीज, काय?”

“प्लीज, सर,” मी विव्हळले.

तो विजयी होऊन माझ्याकडे बघून हसला.

“याने?” त्याने क्रॉप वर धरला म्हणजे मला तो बघता येईल.

“येस, सर.”

“तुला खातरी आहे ना?” त्याने माझ्याकडे कठोरपणे बघितलं.

“येस, प्लीज, सर.”

“तुझे डोळे मीट.”

मी, ती खोली, तो... क्रॉप... डोळे मिटून बंद केले. त्याने पुन्हा माझ्या पोटावर लहान चावे घेतल्यासारखे क्रॉपचे फटके मारायला सुरुवात केली. खाली सरकत, त्याने हळुवार छोटे फटके माझ्या कामेंद्रियावर, एकदा, दोनदा, तीन वेळा, पुन्हा पुन्हा आणि शेवटी, दॅट्स इट – मी अधिक सहन करू शकत नाही – आणि मी माझा उत्कटबिंदू गाठला, भव्यपणे, मोठ्याने, अशक्तपणे हेलपाटत. माझे पाय जेलीसारखे झाले, तेव्हा त्याच्या बाहूंनी माझ्याभोवती वेटोळं घातलं. त्याच्या आलिंगनात मी विरघळले, माझं डोकं त्याच्या छातीवर होतं आणि मी माझ्या उत्कटबिंदू गाठल्यानंतरच्या अवस्थेमुळे विव्हळत होते. त्याने मला उचललं आणि एकाएकी आम्ही सरकत होतो. माझे हात अजूनही माझ्या डोक्याखाली बंदिस्त होते. माझ्या पाठीवर मला लाकडाच्या पॉलिश केलेल्या क्रॉसचा थंडपणा जाणवला. त्याने त्याच्या जीन्सची बटणं काढली. त्याने थोड्या वेळासाठी मला क्रॉसला टेकवून ठेवलं आणि एक कंडोम चढवला, त्याने पुन्हा मला उचललं तेव्हा त्याचे

हात माझ्या मांड्यांभोवती गुंडाळलेले होते.

"तुझे पाय उचल, बेबी, ते माझ्याभोवती गुंडाळ." मला अशक्त वाटत होतं, पण मी त्याने सांगितल्याप्रमाणे केलं. तेव्हा त्याने माझे पाय त्याच्या पार्श्वभागाभोवती गुंडाळून घेतले आणि स्वत:ला माझ्याखाली नीट बसवलं. एकाच धक्क्यात तो माझ्या आत होता आणि मी पुन्हा ओरडले, त्याचं घुसमटलेलं कण्हणं माझ्या कानात ऐकू आलं. त्याने जेव्हा त्याला माझ्या आत घुसवलं, तेव्हा माझे बाहू त्याच्या खांद्यांवर विसावले. जीझ, अशा प्रकारे ते खोलवर होतं. त्याने पुन्हा पुन्हा धक्के दिले, त्याचा चेहरा माझ्या मानेवर होता. त्याचं खरखरीत श्वास घेणं माझ्या गळ्याजवळ होतं. मला पुन्हा उभारी आल्याचं जाणवलं. जीझ. नाही... पुन्हा नाही... माझं शरीर पुन्हा एकदा तो पृथ्वीच्या ठिकऱ्या उडवणारा अनुभव सहन करेल, असं मला वाटत नव्हतं. पण मला निवड नव्हती... आणि परिचित होत असलेल्या अटळतेने, मी सोडून दिलं आणि पुन्हा एकदा उत्कटबिंदू गाठला. तो फारच गोड, वेदनामय आणि उत्कट होता. मी स्वत:ची सगळी जाणीव विसरले. ख्रिश्चननेही माझ्या मागोमाग त्याची सुटका आवळलेल्या दातांतून ओरडून मिळवली. तसं करत असताना त्याने मला घट्ट जवळ धरलं.

त्याने जलद गतीने माझ्यातून स्वत:ला ओढून घेतलं. मला क्रॉसला टेकून खाली ठेवलं. त्याच्या शरीराने मला आधार दिला. कफ्जची बकलं काढून त्याने माझे हात मोकळे केले. आम्ही दोघंही जमिनीवर कोसळलो. त्याने मला त्याच्या मांडीवर ओढून घेतलं. पाळण्यात ठेवल्यासारखं. मी माझं डोकं त्याच्या छातीवर टेकवलं. माझ्यात जर ताकद असती तर मी त्याला स्पर्श केला असता, पण मी केला नाही. त्याने त्याच्या जीन्स घातल्या होत्या, हे माझ्या जरा उशिराच लक्षात आलं.

"वेल डन, बेबी," तो कुजबुजला. "खूप दुखलं का?"

"नो," मी श्वास घेतला. मी माझे डोळे जेमतेमच उघडे ठेवू शकत होते. मी इतकी का थकले होते?

"तुला तशी अपेक्षा होती का?" मला त्याने जवळ घेतलं आणि त्याच्या बोटांनी केसांच्या काही चुकार बटा माझ्या चेहऱ्यावरून बाजूला करत कुजबुजला.

"येस."

"हे बघ, तुझी बहुतेक सगळी भीती तुझ्या डोक्यात आहे, ॲनास्टॅशिया," तो थांबला. "तू ते पुन्हा करशील?"

माझ्या मेंदूला माझा थकवा झाकोळत असताना मी क्षणभर विचार केला... पुन्हा?

"येस," माझा आवाज खूपच हळुवार होता.

त्याने मला घट्ट आलिंगन दिलं.

"छान. मी पण," तो पुटपुटला, मग खाली वाकला आणि हळुवारपणे माझ्या

माथ्याचं चुंबन घेतलं.

"माझं तुझ्याबरोबरचं काम अजून आटपलेलं नाही."

माझ्याबरोबरचं काम आटपलेलं नाही. होली मोझेस. मी आता अधिक काही कोणत्याही प्रकारे करू शकणार नाही. मी पूर्णपणे गळून गेले होते आणि झोपण्याच्या असह्य होणाऱ्या इच्छेशी झगडत होते. मी त्याच्या छातीवर टेकले होते, माझे डोळे मिटलेले होते आणि तो माझ्या भोवती लपेटलेला होता – बाहू आणि पाय – आणि मला – सुरक्षित वाटलं आणि आरामशीर. तो मला झोपू देईल का, स्वप्न बघायला? त्या मूर्ख विचाराने माझं तोंड मुरडलं आणि माझा चेहरा ख्रिश्चनच्या छातीवर वळवत, मी त्याचा अद्वितीय सुगंध हुंगला आणि नाक त्याच्या छातीवर रगडलं, पण तो लगेचच ताठर झाला... ओ क्रॅप. मी डोळे उघडले आणि त्याच्याकडे बघितलं. तो माझ्याकडे रोखून बघत होता.

"तसं करू नकोस," त्याने सावधगिरीची सूचना देताना श्वास घेतला.

मी लाल झाले. त्याच्या छातीकडे आसक्तीने बघितलं. मला माझी जीभ त्याच्या छातीवरच्या केसातून फिरवायचीये, त्याचं चुंबन घ्यायचंय. प्रथमच, माझ्या ध्यानात आलं की, त्याच्या छातीवर काही फिक्कट, लहान, गोल ठिपक्यांसारख्या जखमांच्या खुणा आहेत. कांजण्या? गोवर? मी विमनस्कपणे विचार केला.

"दरवाजाजवळ ओणवी रहा," तो मागे बसला तेव्हा फर्मावलं, त्याने हात गुडघ्यांवर ठेवले आणि मला परिणामकारक पद्धतीने सोडून दिलं. त्याचा आवाज आता प्रेमळ नव्हता, त्याच्या आवाजाचा उबदारपणा कितीतरी अंशांनी खाली आला होता.

मी अवघडल्यासारखी धडपडत उभी राहिले आणि दाराकडे पळाले, जसं सांगितलं गेलं तसे गुडघे टेकले. मी थरथरत होते. खूप, खूप थकले होते, प्रचंड गोंधळले होते. या खोलीत मला एवढं समाधान मिळेल असं कोणाच्या डोक्यात तरी आलं असतं? ते एवढं *थकवणारं* असेल असं कोणाला वाटलं असतं? माझे अवयव हव्याहव्याशा प्रकारे जड झाले आहेत. तुडुंब तृप्त. माझ्या अंतर्देवतेने तिच्या खोलीच्या बाहेर फलक लावलाय – DO NOT DISTURB.

ख्रिश्चन माझ्या नजरेच्या कक्षेत फिरत होता. माझे डोळे मिटायला लागले.

"तुला कंटाळा आणतोय का मी, मिस स्टील?"

मी खाडकन जागी झाले. ख्रिश्चन माझ्यासमोर उभा होता. त्याने हातांची घडी घातली होती. तो माझ्याकडे टवकारून बघत होता. ओह्, शिट्, डुलकी काढताना पकडलं – आता हे काही फार चांगलं नसेल. मी त्याच्याकडे बघितलं तेव्हा त्याचे डोळे मवाळ झाले.

"उभी रहा," तो आज्ञा केली.

मी विचारपूर्वक माझ्या पायांवर उभी राहिले. त्याने माझ्याकडे रोखून पाहिलं आणि त्याच्या तोंडाला मुरड पडली.

"तू हादरून गेली आहेस, नाही का?"

मी लाल होत शरमून मान हलवली.

"स्टॅमिना, मिस स्टील," त्याने त्याचे डोळे बारीक करून माझ्याकडे बघितलं. "माझं अजून मन भरलं नाही. तू प्रार्थना करत असल्यासारखे तुझे हात पसर."

मी त्याच्याकडे बघून डोळ्यांची उघडझाप केली. प्रार्थना! तू माझ्याबरोबर सबुरीने घेण्यासाठी प्रार्थना. त्याने एक केबल टाय घेतला आणि माझ्या मनगटांभोवती बांधला. प्लॅस्टिक घट्ट केलं. होली हेल. माझे डोळे त्याच्या डोळ्यांकडे गेले.

"ओळखीचं वाटतंय?" हसू लपवणं अशक्य होऊन त्याने विचारलं.

जीझ... प्लॅस्टिक केबल टाइज. क्लेटन्समध्ये सामानाचा पुन्हा केलेला साठा! सगळं स्पष्ट होतं. पुन्हा नव्याने माझ्या शरीरातून ॲड्रेनॅलिन टोकदारपणे गेलं तसं मी त्याच्याकडे तोंड उघडं टाकून बघितलं. ओके – त्याने माझं लक्ष वेधलं होतं – मी आता जागी झाले होते.

"माझ्याकडे इथे कातरी आहे," मी ती बघावी म्हणून त्याने कातरी समोर धरली. "मी हे कापून एका क्षणात याच्यातून मोकळं करू शकतो."

मी माझी मनगटं वेगळी करण्यासाठी ती ओढण्याचा प्रयत्न करते. पण तसं केल्यावर ते प्लॅस्टिक माझ्या मांसात रुतलं. ते दुखावलं जातंय, पण मी जर माझी मनगटं सैल सोडली तर ठीक आहे – तो टाय माझ्या त्वचेला कापत नव्हता.

"चल," त्याने माझे हात हातात घेतले आणि मला चार पायांच्या पलंगाकडे नेलं. माझ्या आता लक्षात आलं की, त्याच्यावर आता गडद लाल रंगाच्या चादरी का घातल्या आहेत आणि त्याच्या प्रत्येक कोपऱ्यात एक साखळी का आहे ते.

तो खाली वाकला आणि माझ्या कानात कुजबुजला, "मला जास्त पाहिजे – खूप खूप जास्त."

माझ्या हृदयाचे ठोके पुन्हा जोरजोरात पडायला लागले. ओह बॉय.

"पण मी हे जलद करेन. तू दमली आहेस. खांबाला पकड," तो म्हणाला.

मी कपाळाला आठ्या घातल्या. पलंगावर नाही तर मग? माझ्या लक्षात आलं की, माझे हात वेगवेगळे होऊ शकत नव्हते, अतिशय कलात्मकतेने कोरीव काम केलेल्या लाकडी खांबाला मी पकडलं.

"अधिक खाली," त्याने फर्मावलं. "छान. सोडून देऊ नकोस. तू जर तसं करशील, तर मी तुझ्या नितंबांवर चापट्या मारेन. समजलं?"

"येस, सर."

"गुड."

तो माझ्या मागे उभा राहिला आणि माझे नितंब पकडले आणि मग पटकन मला मागे उचललं, म्हणजे मी पलंगाचा खांब पकडून पुढे वाकलेल्या स्थितीत आले.

"पकड सोडू नकोस, ॲनास्टॅशिया," त्याने धोक्याची सूचना दिली. "मी तुझ्याशी मागून जोरदार सेक्स करणार आहे. आधारासाठी खांब पकड, समजलं?"

"होय."

त्याने माझ्या नितंबांवर त्याच्या हाताने चापटी मारली. आउ... चरचरलं.

"येस, सर," मी पटकन पुटपुटले.

"तुझे पाय फाकव," त्याने त्याचा पाय माझ्या पायात घातला. माझे नितंब पकडून त्याने माझा उजवा पाय एका बाजूला ढकलला.

"हे अधिक चांगलं आहे. याच्यानंतर, मी तुला झोपू देईन."

झोप? मी धापा टाकत होते. मी आता झोपेचा विचार करत नव्हते. त्याने हात वर केले आणि हळुवारपणे माझी पाठ थोपटली.

"तुझी त्वचा इतकी सुंदर आहे, ॲनास्टॅशिया," त्याने श्वास घेतला. खाली वाकून माझ्या पाठीच्या कण्याच्या बाजूने चुंबनं घेतली. हळुवार, पिसांसारखी हलकी चुंबनं. त्याच वेळेला त्याचे हात माझ्या पुढच्या बाजूला फिरले, हातांच्या तळव्यात माझे स्तन घेऊन त्याने त्याच्या बोटांमध्ये माझी स्तनाग्रं पकडली आणि हळुवारपणे ती ओढली.

माझं पूर्ण शरीर प्रतिसाद देत होतं. त्याच्यासाठी उत्फुल्ल होऊन उठत होतं, हे मला जाणवत असताना मी माझं कण्हणं दाबलं.

त्याने मृदूपणे माझ्या कमरेभोवती चावा घेतला आणि चोखलं. माझी स्तनाग्रं ओढली. माझे हात त्या अद्वितीय कोरीव काम केलेल्या लाकडी पलंगाच्या खांबावर घट्ट झाले. त्याचे हात बाजूला झाले आणि मला तो फॉइल फाडल्याचा, आता परिचित झालेला आवाज ऐकू आला. त्याने त्याच्या जीन्स लाथेने दूर लोटल्या.

"तुझं नितंब इतके आकर्षक, सेक्सी आहेत, ॲनास्टॅशिया स्टील. मला त्याच्याबरोबर काय करायला आवडेल?" त्याचे हात माझ्या प्रत्येक नितंबावरून सफाईदारपणे फिरून त्यांचा आकार बघत होते, नंतर त्याची बोटं खाली सरकली आणि त्याने दोन बोटं माझ्या आत सरकवली.

"इतकी ओली. तू मला कधीही निराश करत नाहीस, मिस स्टील," तो कुजबुजला. मला त्याच्या आवाजातलं आश्चर्य जाणवलं. "घट्ट धर... हे पटकन होईल, बेबी."

त्याने माझे नितंब पकडले आणि स्वत:ची स्थिती जमवली, मी त्याच्या हल्ल्यासाठी स्वत:ला तरतरीत केलं. पण तो माझ्यावर आला आणि माझ्या वेणीचं

टोक धरून त्याच्या मनगटाभोवती गुंडाळत माझ्या मानेच्या खालच्या बाजूपर्यंत आला. त्याने माझं डोकं जागच्याजागी धरलं. अतिशय सावकाशपणे तो माझ्यात शिरला, त्याचवेळेला त्याने माझे केसही ओढले. ओह, ते भरलेलं वाटलं. सावकाशपणे तो माझ्यातून बाहेर निघाला आणि त्याच्या दुसऱ्या हाताने माझे नितंब घट्ट पकडले, मग मला पुढे धक्का देत तो माझ्यात घुसला.

"धरून ठेव, ॲनास्टॅशिया!'' तो आवळलेल्या दातांतून ओरडला.

मी खांब अधिक घट्ट पकडला. त्याच्या निकट स्वत:ला ढकललं. तो त्याचा कठोर हल्ला पुन्हा पुन्हा करत राहिला. त्याची बोटं माझ्या नितंबांत घुसवली. माझे बाहू दुखत होते, माझे पाय डगमगत होते, माझ्या डोक्याची त्वचा केस ओढल्याने दुखत होती... आणि आतल्याआत, मला काहीतरी खोलवर गोळा होत असल्यासारखं जाणवत होतं. ओह नो... प्रथमच मला माझ्या ऑर्गझमची भीती वाटली... मी जर उत्कटबिंदू गाठला... तर मी कोसळून पडेन.

ख्रिश्चन माझ्या निकट, माझ्या आत. त्याने रांगडेपणाने हालचाल करायचं सुरू ठेवलं, त्याचा श्वासोच्छ्वास खरखरीत होता, तो कण्हत होता, गुरगुरत होता. माझं शरीर प्रतिसाद देत होतं... कसं? मला लवकरच काहीतरी घडत असल्याची जाणीव झाली. पण एकाएकी, ख्रिश्चन थांबला, खरोखरच खोलवर धक्का देत.

"कम ऑन, ॲना, मला ते दे,'' तो कण्हला. त्याच्या ओठांवरच्या माझ्या नावाने मला काठावर आणलं. मी पूर्णपणे शारीरिक झाले, वरवर चढत जाणारी जाणीव आणि गोड, गोड सुटका. पूर्णपणे आणि अतिशय चक्रावून टाकणारी.

माझी जाणीव परत आली, तेव्हा मी त्याच्यावर पडलेली होते. तो जमिनीवर होता आणि मी त्याच्यावर होते. माझी पाठ त्याच्या समोरच्या बाजूवर होती आणि मी छताकडे बघत होते. शरीरसंबंधानंतरची, तेजाळलेली हादरलेली. ओह्... भिंतीला अडकवलेले हुक्स, मी सहज विचार केला – मी ते विसरूनच गेले होते. ख्रिश्चनने माझ्या कानावर नाक रगडलं.

"तुझे हात वर कर,'' तो हळुवारपणे म्हणाला.

माझे हात जणूकाही शिशाचे बनलेले आहेत, असं मला वाटलं, पण मी ते वर केले. त्याने कातरी घेतली आणि प्लॅस्टिकच्या खाली तिची एक बाजू सरकवली.

"मी 'ही ॲना खुली झाली' असं जाहीर करतो,'' त्याने श्वास घेतला आणि प्लॅस्टिक कापलं.

मी खुदखुदले आणि माझी मोकळी झालेली मनगटं चोळली. मला त्याचं हसू जाणवलं.

"तो एक इतका सुंदर आवाज आहे,'' तो कोणत्यातरी ओढीने म्हणाला. एकाएकी तो मला त्याच्याबरोबर घेऊन बसला म्हणजे मी आणखी एकदा त्याच्या

मांडीवर बसले.

"ती माझी चूक आहे," तो म्हणाला. त्याने मला सरकवलं म्हणजे तो माझे खांदे आणि दंड चोळू शकेल. हळुवारपणे त्याने मसाज करून माझ्या अवयवात थोडं चैतन्य परत आणलं.

"काय?"

मी मागे त्याच्याकडे बघितलं, त्याच्या बोलण्याचा अर्थ काय आहे ते समजावून घेण्याचा प्रयत्न केला.

"तू फार वेळा खुदखुदत नाहीस."

"मी काही एक ग्रेट गिगलर नाही," मी झोपाळूपणे पुटपुटले.

"ओह, पण जेव्हा ते घडतं, मिस स्टील, ते एक आश्चर्य असतं आणि ते बघण्यात आनंद असतो."

"फार अलंकारिक, मि. ग्रे," माझे डोळे उघडे ठेवण्याचा प्रयत्न करत मी पुटपुटले.

त्याचे डोळे मवाळ झाले आणि तो हसला.

"तुझ्याबरोबर मनसोक्त रतिक्रीडा करण्यात आलेली असल्याने तुला आता झोपेची गरज आहे."

"हे बिलकूल अलंकारिक नव्हतं," मी खेळकरपणे कुरकरले.

तो हसला. त्याच्यावरून मला हळुवारपणे उचललं, उभा राहिला. सुंदर व पूर्ण उघडा. मी क्षणभर इच्छा केली की, त्याची प्रशंसा करायला मी आणखी जागं असायला पाहिजे. त्याच्या जीन्स उचलून, त्याने त्या पुन्हा अंगावर चढवल्या, कमांडो.

"मला टेलरला किंवा मिसेस जोन्सला घाबरवायचं नाही," तो पुटपुटला.

हं... *तो किती चमत्कारिक बास्टर्ड आहे हे त्यांना कळलं पाहिजे.* या विचाराने माझ्या मनाचा ताबा घेतला.

मला माझ्या पायांवर उभं राहता यावं म्हणून तो खाली वाकला. मला दरवाजाकडे नेलं. त्या दरवाजाच्या मागे एक करडा वॉफले रोब टांगलेला होता. मी एक लहान मूल असल्यासारखं त्याने मला कपडे घातले. माझे हात उचलायची माझ्यामध्ये ताकद नव्हती. मी झाकली जाऊन आदरणीय बनले, तेव्हा त्याने खाली वाकून हळुवारपणे माझं चुंबन घेतलं. त्याच्या तोंडाला एक तिरकस हास्याने मुरड पडली.

"बिछाना," तो म्हणाला.

ओह... नो...

"झोपण्यासाठी," त्याने माझ्या चेहऱ्यावरचा भाव बघितल्यावर दिलासा देत

पुस्ती जोडली.

एकाएकी, त्याने मला त्याच्या छातीशी गोळा करून घेतलं. मी त्याच्या छातीशी मुटकुळं केलेल्या अवस्थेत असताना त्याने मला कॉरिडॉरमधून चालत शेजारीच असलेल्या खोलीकडे नेलं, तिथेच आधी मला डॉ. ग्रीननी तपासलेलं होतं. माझं डोकं त्याच्या छातीवर पडलं. मी थकले होते, मी एवढी कधी दमलेली मला आठवत नव्हतं. बिछान्यावरची चादर ओढून त्याने मला खाली ठेवलं. आश्चर्य म्हणजे, माझ्या शेजारी बिछान्यात चढून त्याने मला जवळ धरलं.

"झोप आता, सुंदर मुली," तो कुजबुजला आणि माझ्या केसांचं चुंबन घेतलं. आणि एका गंभीर गोष्टींसंबंधी विनोदी शेरा द्यायच्या आधी, मी गाढ झोपी गेले.

११

माझ्या कपाळावर मृदू ओठ फिरत होते. फिरताना त्यांनी गोड, हळुवार चुंबनं घ्यायला सुरुवात केली. माझा एक भाग वळून प्रतिसाद देऊ इच्छित होता, पण बहुतेक मला झोपून राहायचं होतं. मी कण्हले आणि उशीत डोकं खुपसलं.

"ॲनास्टॅशिया, ऊठ." ख्रिश्चनचा आवाज हळुवार, विनवणी करणारा होता.

"नाही," मी कण्हले.

"माझ्या आईवडिलांकडे डिनरला जाण्यासाठी आपल्याला अर्ध्या तासात निघायचंय," त्याला गंमत वाटत होती.

मी नाइलाजाने डोळे उघडले. बाहेर संध्याकाळ झाली होती. ख्रिश्चन माझ्यावर वाकला होता, माझ्याकडे उत्कटतेने बघत होता.

"कम ऑन, झोपाळू मुली, गेट अप," तो खाली वाकला आणि त्याने पुन्हा माझं चुंबन घेतलं.

"मी ड्रिंक आणलंय तुझ्यासाठी. मी खाली असेन. पुन्हा झोपू नकोस, नाहीतर मग अडचणीत येशील," त्याने धमकावलं, पण त्याचा स्वर मवाळ होता. त्याने माझं हलकेच चुंबन घेतलं आणि गेला. मी त्या थंड, कोरड्या खोलीत माझ्या डोळ्यांतली झोप डोळे मिचकावून घालवण्याचा प्रयत्न केला.

मी तरतरीत झाले होते, पण एकाएकी अस्वस्थही होते. होली काउ. मी त्याच्या लोकांना भेटणार आहे! त्याने नुकतंच मला रायडिंग क्रॉपने व्यायाम घडवला आणि मी त्याला विकलेल्या केबल टायने बंधनात ठेवलं होतं, देवा रे – मी त्याच्या आईवडिलांना भेटणार आहे. केटची पण त्यांना भेटण्याची पहिलीच वेळ असेल – निदान ती तरी आधारासाठी तिथे असेल. मी माझे खांदे फिरवले. ते आखडले होते. वैयक्तिक प्रशिक्षक ठेवण्याची त्याची मागणी आता एवढी अवाजवी वाटली नाही. वस्तुतः त्याच्या बरोबर टिकायची आशा ठेवायची असेल, तर ते आवश्यकच वाटलं.

मी सावकाशपणे बिछान्यावरून उतरले आणि माझ्या लक्षात आलं की, माझा ड्रेस वॉर्डरोबच्या बाहेर लटकत होता. माझी ब्रा खुर्चीवर होती. माझ्या पॅन्टीज कुठे आहेत? मी खुर्चीच्या खाली तपासल्या. काहीही नव्हतं. मग मला आठवलं – त्याने त्या त्याच्या जीन्सच्या खिशात गुंडाळून घालून नेल्या होत्या. मी त्या आठवणीने लाल झाले. मी त्याचा विचारदेखील करू शकत नव्हते, तो इतका – एखाद्या आदिमानवासारखा होता. मी कपाळाला आठ्या घातल्या. *त्याने मला माझ्या पॅन्टीज परत का दिल्या नाहीत?*

मी बाथरूममध्ये सटकले, माझ्याकडे अंडरवेअर नसल्याने मी गोंधळून गेले होते. माझ्या आनंददायी, पण अगदीच थोडक्यात आटपलेल्या स्नानानंतर माझं अंग पुसत असताना माझ्या लक्षात आलं की, त्याने ते हेतुपुरस्सर केलं होतं. मी लज्जित व्हावं आणि माझ्या पॅन्टीज परत मागाव्यात, असं त्याला वाटलं असणार. मग तो एकतर हो म्हणेल किंवा नाही. माझी अंतर्देवता माझ्याकडे बघून हसली. हेल... दोन लोक तो विशिष्ट खेळ खेळू शकतात. पॅन्टीजसंबंधी त्याला विचारायचं नाही आणि ते समाधान त्याला मिळवू द्यायचं नाही, असा तिथल्या तिथे मी निश्चय केला. मी त्याच्या आईवडिलांना पॅन्टीज न घालता जाऊन भेटेन, ॲनास्टॅशिया स्टील! माझं अर्धजागृत मन मला खिजवतं, पण मला त्याच्याकडे लक्ष द्यायचं नव्हतं – मी आनंदाने स्वत:ला जवळजवळ आलिंगनच दिलं, कारण ही गोष्ट त्याचं डोकं फिरवेल, हे मला ठाऊक होतं.

शयनगृहात परत आल्यावर मी माझी ब्रा घातली, माझा ड्रेस अंगावर चढवला आणि बूट पायात घातले. मी वेणी सोडली आणि घाईघाईत केसांना ब्रश केला. नंतर त्याने मागे ठेवलेल्या ड्रिंककडे नजर टाकली. ते फिक्कट गुलाबी होतं. हे काय आहे? क्रॅनबेरी आणि बुडबुडे येणारं पाणी. हं... ते चवदार लागलं आणि त्याने माझी तहान भागली. बाथरूममध्ये पुन्हा धाव घेतली, मी आरशात स्वत:ला न्याहाळलं. डोळे चमकदार, गाल थोडेसे लालसर, माझ्या पॅन्टीजच्या योजनेमुळे आलेला थोडासा लुक. मी खाली गेले. पंधरा मिनिटं. नॉट बॅड, ॲना.

ख्रिश्चन भव्य खिडकीच्याजवळ उभा होता. खिडकीतून शहराचं भव्य दृश्य दिसत होतं. मला आवडणाऱ्या करड्या रंगाच्या फ्लॅनेल पॅन्ट्स त्याने घातल्या होत्या, त्याच पॅन्ट्स ज्या त्याच्या नितंबांवरून अविश्वसनीय अशा सेक्सी पद्धतीने लटकतात आणि अर्थातच, सफेद लिननचा शर्ट. त्याच्याकडे दुसरे काही रंग नाहीत का? आजूबाजूला लावलेल्या स्पीकर्समधून फ्रँक सिनात्राचा हळुवार गाण्याचा आवाज येत होता.

मी प्रवेश केला तेव्हा ख्रिश्चन वळला आणि हसला. त्याने माझ्याकडे अपेक्षेने बघितलं.

"हाय," मी हळूच म्हणाले आणि माझं स्फिंक्ससारखं हास्य त्याच्या हास्याला भेटलं.

"हाय," तो म्हणाला, "कसं काय वाटतंय?" त्याचे डोळे गंमत वाटत असल्याने चमकत होते.

"छान, थँक्स. तुला?"

"मला खूप छान वाटतंय, मिस स्टील."

मी काहीतरी म्हणावं म्हणून तो थांबला.

"तू फ्रँक सिनात्राचा फॅन असशील असा विचार मी कधी केला नव्हता."

त्याने भुवया बघून उंचावल्या, त्याचा लुक विचारात गढलेला होता.

"अभिरुची, मिस स्टील," तो पुटपुटला. माझ्या पुढ्यात येऊन उभा राहीपर्यंत तो एखाद्या चित्त्यासारखा माझ्याकडे आला. त्याची नजर एवढी उत्कट होती की, तिने माझा श्वासच हिरावून घेतला.

फ्रँक सिनात्राने गायला सुरुवात केली... एक जुनं गाणं, रेच्या आवडत्या गाण्यांपैकी एक... 'विचक्राफ्ट'. ख्रिश्चनने आरामात त्याच्या बोटांची अग्रं माझ्या गालांवरून फिरवली आणि तो स्पर्श मला पार *तिथपर्यंत* जाणवला.

"डान्स विथ मी," तो पुटपुटला. त्याचा आवाज घोगरा होता.

त्याच्या खिशातून रिमोट काढत, त्याने व्हॉल्यूम वाढवला आणि त्याचा हात माझ्यापुढे केला. त्याच्या करड्या नजरेत आशा, ओढ आणि विनोद भरला होता. तो पूर्णपणे बास्टर्ड आहे आणि माझ्यावर त्याची जादू झाली होती. मी माझा हात त्याच्या हातात ठेवला. तो आळसावल्यासारखा माझ्याकडे बघून हसला आणि त्याच्या मिठीत मला ओढून घेतलं, त्याच्या हाताने माझ्या कमरेभोवती विळखा घातला.

मी माझे मोकळे हात त्याच्या खांद्यावर ठेवले आणि त्याच्याकडे बघून हसले, त्याच्या लागण करणाऱ्या, खेळकर लहरीने पकडली गेले. तो एकदा डुलला, नंतर आम्ही निघालो. बॉय. काय नृत्य करतो तो! आम्ही खिडकीपासून ते स्वयंपाकघरापर्यंत आणि पुन्हा परत असं नृत्य करत, संगीतावर वेळेवर थिरकत आणि वळत डान्स फ्लोअरवर फिरलो. पावलांवर पदन्यास करणं, त्याने अगदी विनासायास केलं.

आम्ही जेवणाच्या टेबलाभोवती फिरलो, पियानोपर्यंत गेलो आणि ग्लास वॉलच्या समोर पुढे-मागे केलं, बाहेर सीॲटल चमचमत होतं, आमच्या नृत्याला एक गडद आणि जादूई किनार देत होतं. मी माझं निष्काळजी हास्य थांबवू शकले नाही. गाणं संपत आलं तसा तो माझ्याकडे बघून हसला.

"तुझ्याइतकी छान चेटकीण दुसरी कोणी नाही," तो पुटपुटला आणि मग त्याने माझं गोड चुंबन घेतलं. "वेल, त्याच्यामुळे तुझ्या गालांवर थोडा रंग

आलाय, मिस स्टील. नृत्याबद्दल धन्यवाद. आपण जाऊन माझ्या आईवडिलांना भेटू या का?''

''यू आर वेलकम आणि हो, मीदेखील त्यांना भेटायला उत्सुक आहे,'' मी श्वास रोखत उत्तर दिलं.

''तू नीट तयार आहेस ना?''

''ओ यस,'' मी गोडपणे प्रतिसाद दिला.

''नक्की ना?''

मी त्याच्या उत्कट, गंमत वाटत असलेल्या परीक्षणात्मक नजरेतून जेवढं जमेल तेवढं अलिप्त राहत मान हलवली. त्याचा चेहरा एका मोठ्या हास्यात फाकला आणि त्याने त्याचं डोकं हलवलं.

''ओके, तुला जर या पद्धतीने खेळायचं असेल, मिस स्टील...''

त्याने माझा हात पकडला, त्याचं एका बारस्टूलवर लटकवलेलं जॅकेट घेतलं आणि मला फॉयरमधून एलिव्हेटरकडे नेलं. ओह, ख्रिश्चन ग्रेचे अनेक चेहरे. *या पाऱ्यासारख्या माणसाला मी कधी समजू शकेन काय?*

एलिव्हेटरमध्ये मी त्याच्याकडे चोरून बघितलं. तो एका खाजगी विनोदाची गंमत लुटत होता. त्याच्या सुंदर तोंडावर हास्याची एक छटा होती. मला वाटलं तो विनोद माझ्यावर असावा. *मी काय विचार करत होते?* मी त्याच्या आईवडिलांना भेटणार होते तेही अंतर्वस्त्र घातलेलं नसताना. माझ्या अर्धजागृत मनाने मला असहकाराचं, मी तुला तसं सांगितलं होतं असं भान दाखवलं. सापेक्षतेने सुरक्षित असलेल्या त्याच्या अपार्टमेंटमध्ये, ती एक गंमत, एक चिडवणारी कल्पना भासली होती. आता, मी पॅन्टीज न घालता जवळजवळ बाहेर होते! त्याने माझ्याकडे बघितलं. आम्हा दोघांत भारित होणारा तो प्रवाह. त्याच्या चेहऱ्यावरून गंमत वाटत असलेले भाव लुप्त झाले आणि त्याचा आविर्भाव झाकोळला, त्याचे डोळे गडद झाले... ओ माय.

तळमजल्यावर एलिव्हेटरचे दरवाजे उघडले. जणूकाही त्याचे विचार स्पष्ट करण्यासाठी ख्रिश्चनने त्याचं डोकं हलवलं आणि एखाद्या सभ्य गृहस्थाने शिष्टाचार पाळावेत, तसा त्याच्याआधी मला बाहेर पडण्यासाठी खूण केली. *तो कोणाला फसवतोय?* तो सभ्य गृहस्थ नाहीये. त्याच्याकडे माझ्या पॅन्टीज आहेत!

टेलरने मोठी ऑडी गाडी उभी केली. ख्रिश्चनने माझ्यासाठी मागचं दार उघडलं. मी जेवढं डौलदारपणे चढता येईल तेवढ्या डौलदारपणे मी आत चढले. (माझ्या उनाड वस्त्रहीनतेचा विचार करता.) केटचा प्लम ड्रेस चिकटून बसणारा आणि माझ्या गुडघ्यांच्या वरच्या बाजूला लटकणारा होता, म्हणून मी कृतज्ञ होते.

आम्ही इंटरस्टेट ५वरून वेगाने गेलो. दोघंही शांत होतो. निःसंशय आमच्या पुढ्यात सातत्याने असलेल्या टेलरच्या उपस्थितीची बोच होती. ख्रिश्चनचा मूड जवळजवळ कळून येणारा होता. तो बदलल्यासारखा भासला, त्यांतला सगळा विनोद सावकाशपणे झिरपत होता. आम्ही उत्तरेच्या दिशेने मार्ग आक्रमला. तो विचार करत होता, खिडकीच्या बाहेर टक लावून बसत होता आणि तो माझ्यापासून दुरावत चालला असल्याचं मला कळलं. तो कसला विचार करतोय? मी त्याला विचारू शकले नाही. टेलरच्या समोर मी काय बोलणार?

"तू नृत्य करायला कुठे शिकलास?" मी सहज विचारलं. तो माझ्याकडे बघण्यासाठी वळला. मधूनमधून येणाऱ्या रस्त्यावरच्या दिव्यांच्या प्रकाशाने त्याच्या डोळ्यांतले भाव वाचता येत नव्हते.

"तुला खरंच जाणून घ्यायचंय का?" त्याने मृदूपणे उत्तर दिलं.

माझं हृदय खचलं आणि आता मला ते जाणून घ्यायचं नव्हतं, कारण मी त्याचा तर्क करू शकत होते.

"येस," मी नाइलाजाने पुटपुटले.

"मिसेस रॉबिनसनना नृत्याची आवड होती."

ओह, माझ्या वाईट संशयाला पुष्टी मिळाली. तिने त्याला छान शिकवलं होतं आणि त्या विचाराने मी निराश झाले – मी त्याला शिकवू शकेन असं काहीच नव्हतं. माझ्याकडे कोणतंही विशेष प्रावीण्य नव्हतं. "ती एक चांगली शिक्षिका असणार!"

"होती खरी."

माझ्या डोक्याच्या त्वचेचे केस ताठरले. तिला त्याचा सर्वांत चांगला भाग मिळाला का? तो एवढा स्वकेंद्रित व्हायच्या आधी? किंवा मग तिने त्याला त्याच्या कोशातून बाहेर आणलं? त्याच्या व्यक्तिमत्त्वाला एक गमतीदार, खेळकर बाजू आहे. जेव्हा मला त्याने त्याच्या बाहुपाशात असताना त्याच्या बैठकीच्या खोलीत घुमवलं, इतकं अनपेक्षितपणे आणि माझ्या पॅन्टीज त्याच्याकडे कुठेतरी होत्या.

मग ती रेड रूम ऑफ पेन. मी प्रतिक्षिप्त क्रियेने माझी मनगटं चोळलं – प्लॅस्टिकच्या पातळ पट्ट्यांनी एखाद्या मुलीला होईल तसं तिने ते सगळंदेखील त्याला शिकवलं किंवा मग त्याचा सत्यानाश केला, हे एखाद्याच्या दृष्टिकोनावर ते अवलंबून आहे. किंवा मग कदाचित त्याने त्याचा मार्ग तिथे मिसेस रॉबिनसन व्यतिरिक्तदेखील शोधून काढला असता. त्याक्षणी मला कळून आलं की, मी तिचा तिरस्कार करत होते. मी तिला कधीही भेटणार नाही, अशी मी आशा केली, कारण जर मी भेटलेच तर माझ्या कृतींबद्दल मी जबाबदार राहिले नसते. एखाद्याबद्दल एवढ्या आत्मीयतेने कोणाबद्दल काही वाटलेलं मला आठवत नव्हतं, विशेषतः अशा एखाद्या व्यक्तीला जिला मी कधीच भेटलेले नाही. कोणाच्या नजरेत न येता

खिडकीच्या बाहेर नजर लावत मी माझ्या अतार्किक रागाला आणि मत्सराला गोंजारलं.

माझं मन दुपारच्या घटनांकडे भरकटलं. त्याच्या प्राधान्यक्रमांना मी जे समजून घेतलं त्याप्रमाणे तो माझ्याशी मवाळपणेच वागला होता. *मी ते पुन्हा करेन?* मी त्याच्यावर वार घालण्याचा देखावादेखील करू शकले नाही. अर्थातच मी ते करेन, त्याने जर मला विचारलं तर – जोपर्यंत तो मला इजा करत नाही आणि त्याच्यासोबत असण्यासाठी तेवढा एकच मार्ग असेल तर...

हीच बॉटम लाइन होती. मला त्याच्याबरोबर राहायचं होतं. माझ्या अंतर्देवतेने सुटकेचा सुस्कारा टाकला. मी असा निष्कर्ष काढला की, मी माझ्या अंतर्देवतेचा बौद्धिक विचार करण्यासाठी क्वचितच वापर करते, पण त्याहीपेक्षा जास्त वापर तिच्या शरीराच्या 'त्या' भागाचा करते जो याक्षणी उघडा पडला होता!

"नको," तो पुटपुटला.

मी कपाळाला आठ्या घातल्या आणि त्याच्याकडे बघण्यासाठी वळले.

"काय नको?" मी त्याला स्पर्श केला नव्हता.

"गोष्टींचा अतिविचार, ॲनास्टॅशिया," पुढे होऊन, त्याने माझा हात पकडला. त्याच्या ओठांपर्यंत नेऊन माझ्या बोटांच्या पेरांचं हळुवारपणे चुंबन घेतलं. "माझी दुपार फार छान गेली, थँक यू."

तो पुन्हा माझ्याबरोबर होता. मी त्याच्याकडे बघून डोळ्यांची उघडझाप केली आणि लाजून हसले. तो इतका गोंधळवून टाकणारा आहे. माझ्या मनात खदखदणारा एक प्रश्न मी त्याला विचारला.

"तू केबल टाय का वापरलास?"

तो माझ्याकडे बघून हसला.

"ते जलद होतं, सोपं असतं आणि अनुभव म्हणूनही ते जरा वेगळं होतं. मला माहीत आहे ते फारच राक्षसी आहेत. प्रतिबंध करणाऱ्या साधनांत मला ते आवडतं," तो माझ्याकडे बघून मवाळपणे हसला. "तुला जागच्या जागी ठेवण्यासाठी फारच परिणामकारक."

मी लाल झाले आणि अस्वस्थपणे टेलरकडे नजर टाकली. त्याचे डोळे रस्त्यावर ठेवून तो निर्विकार होता.

मी याच्यावर काय भाष्य करावं?... ख्रिश्चनने निष्पापपणे खांदे उडवले

"हे सगळं काही माझ्या विश्वाचा भाग आहे, ॲनास्टॅशिया," त्याने माझा हात दाबून सोडून दिला आणि पुन्हा खिडकीच्या बाहेर टक लावली.

त्याचं विश्व! खरंच या विश्वाचा मला एक भाग व्हायचंय, पण त्याच्या अटींवर? मला खरंच माहीत नाही. त्याने त्या कराराचा उल्लेख केला नव्हता.

माझ्या अंतर्गत विचारांमुळे आनंदित व्हायला काहीच मदत होत नव्हती. मी खिडकीच्या बाहेर नजर टाकली आणि लँडस्केप बदलला होता. आम्ही शाईसारख्या काळोखाने व्यापलेला पूल ओलांडत होतो. माझ्या विचारमग्न मन:स्थितीशी ती रात्र मिळतीजुळती होती, बंद करणारी, घुसमटवून टाकणारी.

मी पटकन एक नजर ख्रिश्चनकडे टाकली आणि तो माझ्याकडे टक लावून बघत होता.

"पेनी फॉर युवर थॉट्स?" त्याने विचारलं.

मी नि:श्वास टाकला आणि कपाळाला आठ्या घातल्या.

"तेवढे वाईट आहेत का?" तो म्हणाला.

"तू काय विचार करतो आहेस हे मला कळलं असतं, तर बरं झालं असतं."

तो शिष्टपणे हसला. "डिट्टो, बेबी," तो म्हणाला. टेलरने आम्हाला बेलेव्ह्यूकडे नेलं.

आठच्या सुमारास आमची ऑडी एका सरंजामशाही पद्धतीच्या मॅन्शनच्या ड्राइव्ह वेमध्ये वळली. ते श्वास रोखायला लावणारं होतं, अगदी दरवाजाच्या भोवताली लावलेल्या गुलाबांपर्यंत. चित्रांच्या पुस्तकासारखं परिपूर्ण.

"तू तयार आहेस का?" टेलरने एका छाप टाकणाऱ्या पुढच्या दरवाजाजवळ गाडी थांबवली तेव्हा ख्रिश्चनने विचारलं.

मी मान हलवली आणि त्याने माझा हात आणखी एकदा दिलासा देण्यासाठी दाबला.

"माझ्यासाठीदेखील हा पहिलाच अनुभव," तो कुजबुजला. नंतर खट्याळपणे हसला. "तू आत्ता तुझं अंर्तवस्त्र घातलेलं असतंस, तर बरं झालं असतं असं तुला वाटत असणार, हे मी पैजेवर सांगतो," त्याने चिडवलं.

मी लाल झाले. मी माझ्या हरवलेल्या पॅन्टीजना विसरून गेले होते. सुदैवाने, टेलर गाडीतून खाली उतरून माझ्यासाठी दरवाजा उघडत होता, म्हणजे आमच्यातलं बोलणं तो ऐकू शकत नव्हता. मी ख्रिश्चनकडे खवळून बघितलं, एक रुंद हास्य त्याच्या चेहऱ्यावर होतं; मी वळले आणि गाडीतून उतरले.

डॉ. ग्रेस ट्रेवेल्यान – ग्रे दरवाजाच्या पायऱ्यांवर आमची वाट बघत होत्या. तिच्या फिक्कट निळ्या रंगाच्या रेशमी ड्रेसमध्ये ती डौलदार, उच्चभ्रू दिसत होती. तिच्या मागे, माझ्या कल्पनेप्रमाणे, मि. ग्रे. उभे होते – उंच, पिंगट केसांचे आणि ख्रिश्चनसारखेच त्यांच्यापरीने देखणे.

"ॲनास्टॅशिया, तू माझ्या आईला भेटलेली आहेस, ग्रेस. हे माझे वडील, कॅरिक."

"मिस्टर ग्रे, तुम्हाला भेटून खूप आनंद झाला," मी हसले आणि त्यांनी पुढे केलेला हात हलवला.

"मलाही तेवढाच आनंद झाला, ॲनास्टॅशिया."

"प्लीज, मला ॲना म्हणा."

त्यांचे निळे डोळे सौम्य आणि मृदू होते.

"ॲना, तुला पुन्हा भेटणं सुखद आहे," ग्रेसने मला एका प्रेमळ आलिंगनात लपेटलं. "कम इन, माय डिअर."

"ती इथे आलीय?" मी घराच्या आतून एक चिरकलेला आवाज ऐकला. मी ख्रिश्चनकडे अस्वस्थपणे बघितलं.

"ती मिया असेल, माझी छोटी बहीण," तो जवळजवळ, पण फार न चिडल्यासारखा म्हणाला.

ज्या पद्धतीने त्याचा आवाज मृदू झाला आणि तिच्या नावाचा उच्चार करताना त्याचे डोळे चमकले, त्यावरून त्याच्या आवाजात ममतेचा एक अंतर्गत स्रोत होता. ख्रिश्चन नक्कीच तिच्यावर खूप प्रेम करत असणार. ते उघड होतं. ती ढांगा टाकत हॉलमध्ये आली. काळे कुळकुळीत केस, उंच आणि वळणदार शरीरयष्टी. ती साधारणपणे माझ्या वयाची असावी.

"ॲनास्टॅशिया! मी तुझ्याबद्दल खूप ऐकलंय," तिने मला घट्ट आलिंगन दिलं.

होली काउ. तिच्या खळाळत्या उत्साहामुळे मी माझं हसू आवरू शकले नाही.

"ॲना म्हण प्लीज!" तिने जेव्हा मला प्रशस्त हॉलमध्ये ओढून नेलं, तेव्हा मी पुटपुटले. तिथे सगळीकडे गडद रंगाचं लाकडी फ्लोअरिंग आणि जतन केलेले रग्ज होतं; त्याला एका मजल्यावरून जाणारा जिना होता.

"त्याने यापूर्वी कधीही एखाद्या मुलीला घरी आणलेलं नाही," मियाचे गडद डोळे उत्तेजनेने चमकत असताना ती म्हणाली.

ख्रिश्चन त्याचे डोळे फिरवत असल्याचं मला दिसलं. मी माझी भुवई त्याच्याकडे बघून उंचावली. त्याने त्याचे डोळे बारीक करून माझ्याकडे बघितलं.

"मिया, शांत हो," ग्रेसने सौम्यपणे दटावलं. "हॅलो, डार्लिंग," असं म्हणत असताना तिने ख्रिश्चनच्या दोन्ही गालांचं चुंबन घेतलं.

तो प्रेमळपणे तिच्याकडे बघून हसला. मग त्याच्या वडिलांशी हस्तांदोलन केलं.

आम्ही सगळे वळलो आणि बैठकीच्या खोलीत गेलो. मियाने माझा हात सोडला नव्हता. खोली प्रशस्त होती. क्रीम, तपकिरी आणि फिक्कट निळ्या रंगाच्या अभिरूचीपूर्ण फर्निशिंगने सजवलेली – आरामशीर, सौम्य आणि अतिशय स्टायलिश. केट आणि इलिअट हातात शॅम्पेनचे उंच ग्लासेस घेऊन एकमेकांना

खेटून कोचावर बसले हाते. केट मला आलिंगन देण्यासाठी उसळी घेऊन उठली आणि शेवटी मियाने माझा हात सोडला.

"हाय, ॲना!" ती प्रफुल्लित झाली. "ख्रिश्चन," तिने तुटकपणे त्याच्याकडे बघून मान डोलावली.

"केट," तो पण तिच्याबरोबर तेवढाच औपचारिक होता. मी त्यांच्या देवाणघेवाणीमुळे कपाळाला आठ्या घातल्या. इलिअटने मला कवेत घेणारं आलिंगन दिलं. हा काय प्रकार आहे? 'ॲनाला आलिंगन द्या' आठवडा! प्रेमाचं हे चमकदार प्रदर्शन – मला त्याची मुळीच सवय नव्हती. ख्रिश्चन माझ्या बाजूला उभा राहिला, त्याचा हात त्याने माझ्याभोवती गुंडाळला. त्याचा हात माझ्या नितंबावर ठेवून त्याने त्याची बोटं पसरवली आणि मला जवळ ओढली. प्रत्येक जण आमच्याकडे टक लावून बघत होता. ते धीर खचवणारं होतं.

"ड्रिंक्स?" मि. ग्रे भानावर आल्यासारखे दिसले.

"प्रॅझिक्को?"

"प्लीज," ख्रिश्चन आणि मी एकदमच म्हणालो.

"ओह्... हे अतिशय चमत्कारिक आहे." मियाने टाळ्या वाजवल्या. "तुम्ही सारखंच बोलताय; मी आणते," ती खोलीच्या बाहेर पळाली.

मी लालभडक झाले. केटला इलिअटबरोबर बसलेली बघून एकाएकी माझ्या लक्षात आलं की, ख्रिश्चनने मला बोलावल्याचं एकमेव कारण म्हणजे केट होती. इलिअटने कदाचित मोकळेपणाने आणि आनंदाने केटला त्याच्या आईवडिलांना भेटायला सांगितलं. ख्रिश्चन अडकला – हे जाणून की, केटकडून मला ते कळलं असतं. त्या विचाराने मी कपाळाला आठ्या घातल्या. हे आमंत्रण द्यायला त्याच्यावर जबरदस्ती झाली होती, ही जाणीव खिन्न आणि निराश करणारी होती. माझ्या अर्धजागृत मनाने संतासारखं डोकं हलवलं. *शेवटी... तुला... ते... कळून... चुकलं. मूर्ख भाव चेहऱ्यावर घेऊन.*

"डिनर जवळजवळ तयार आहे," मियाच्या मागोमाग खोलीच्या बाहेर जात ग्रेस म्हणाली.

ख्रिश्चनने माझ्याकडे बघताना कपाळाला आठ्या घातल्या.

"बस," आरामशीर कोचाकडे निर्देश करत त्याने आज्ञा केली. माझे पाय काळजीपूर्वक एकावर एक घेत मी सांगितलं गेलं तसं केलं. तो माझ्याशेजारी बसला; पण मला त्याने स्पर्श केला नाही.

"आम्ही फक्त सुट्ट्यांबद्दल बोलत होतो, ॲना." मि. ग्रे दयाळूपणे म्हणाले. "इलिअटने केट आणि तिच्या कुटुंबाबरोबर एका आठवड्यासाठी बार्बाडोसला जायचं ठरवलंय."

मी केटकडे नजर टाकली आणि ती हसली; तिचे डोळे मोठे झाले आणि चमकत होते. ती आनंदित झाली होती. कॅथरिन कवाना, काहीतरी सन्मान दर्शव!

"तू आता तुझी पदवी मिळवलीस म्हणून थोडी विश्रांती घ्यायचं ठरवलंयस का?" ग्रेनी विचारलं.

"काही दिवसांसाठी जॉर्जियाला जाण्याचा मी विचार करतेय," मी उत्तर दिलं.

ख्रिश्चनने माझ्याकडे तोंड उघडं टाकून पाहिलं. दोन-तीन वेळा डोळ्यांची उघडझाप केली. त्याच्या चेहऱ्यावरचा भाव वाचता येत नव्हता. *ओह, शिट्.* मी त्याच्याजवळ या गोष्टीचा उल्लेख केला नव्हता.

"जॉर्जिया?" तो पुटपुटला.

"माझी आई तिकडे राहते आणि मी तिला बरेच दिवसात भेटले नाहीये."

"तू केव्हा जाण्याचा विचार करत होतीस?" त्याचा आवाज हळू होता.

"उद्या, संध्याकाळी उशिरा."

मिया बैठकीच्या खोलीत परत आली. तिने आमच्या हातात फिक्कट गुलाबी प्रॅझिक्कोने भरलेले शॅम्पेन फ्ल्यूट्स दिले.

"तुमच्या उत्तम प्रकृतीसाठी!" मि. ग्रेनी त्यांचा ग्लास उंचावला. एका डॉक्टरच्या नवऱ्याकडून योग्य टोस्ट. त्यामुळे मला हसू आलं.

"किती काळासाठी?" ख्रिश्चनने विचारलं. त्याचा आवाज फसण्यासारखा मृदू होता.

होली क्रॅप... तो रागावला होता.

"मला अजून माहीत नाही. उद्या माझ्या मुलाखती कशा होतात, त्याच्यावर ते अवलंबून आहे."

त्याचा जबडा आवळला. केटच्या चेहऱ्यावर तो ढवळाढवळ करणारा भाव आला. ती अतिशय गोडपणे हसली.

"ॲनाला ब्रेक घेण्याची गरज आहे," ती ख्रिश्चनला टोकदारपणे म्हणाली. तिने तिचं मत त्याच्याबद्दल एवढं कलुषित का करून घेतलं होतं? तिला अडचण काय होती?

"तुझ्या मुलाखती आहेत?" मि. ग्रेनी विचारलं.

"होय, दोन प्रकाशकांकडे प्रशिक्षणार्थी म्हणून, उद्या."

"आय विश यू द बेस्ट ऑफ लक."

"डिनर तयार आहे," ग्रेसने घोषित केलं.

आम्ही सगळे उभे राहिलो. केट आणि इलिअट, मि. ग्रे आणि मियाच्या मागोमाग खोलीच्या बाहेर गेले. मी जायला निघाले, पण ख्रिश्चनने माझं कोपर पकडून मला अचानक थांबवलं.

"तू जाणार आहेस हे तू मला केव्हा सांगणार होतीस?" त्याने घायकुतीला आल्यासारखं विचारलं. त्याचा आवाज हळुवार होता, पण तो त्याच्या रागावर मुखवटा घालत होता.

"मी नाही जातेय. मी माझ्या आईला भेटणार आहे आणि मी त्याबद्दल फक्त विचार करतेय."

"आपल्या व्यवस्थेबद्दल काय?"

"आपण अजून तशी व्यवस्था केलेली नाहीये."

त्याने त्याचे डोळे बारीक केले आणि मग त्याला आठवलं. माझा हात सोडून त्याने माझं कोपर पकडलं आणि मला खोलीच्या बाहेर जाण्याचा मार्ग दाखवला.

"हे संभाषण संपलेलं नाही," आम्ही जेव्हा जेवणाच्या खोलीत प्रवेश केला तेव्हा तो धमकावल्यासारखं कुजबुजला.

ओह, क्रॅपोला. तुझ्या पॅन्टीज एवढ्या चुरगाळू नको... आणि माझ्या मला परत दे. मी त्याच्याकडे डोळे मोठे करून बघितलं.

मला त्या जेवणाच्या खोलीमुळे हिथमॅन येथील खाजगी जेवणाची आठवण झाली. गडद लाकडी टेबलाच्या वरच्या बाजूला क्रिस्टल शॅन्डेलिअर टांगलं होतं; आणि भिंतीवर एक मोठा, कलात्मकतेने कोरीवकाम केलेला आरसा होता. टेबल एका चुरचुरीत, सफेद लिनन टेबलक्लॉथने आच्छादलेलं होतं आणि जेवणासाठी सज्ज होतं. टेबलाच्या मध्यभागी फिकट गुलाबी पिऑनीजचा बाउल सेंटरपीस म्हणून ठेवला होता. ते थक्क करणारं होतं.

आम्ही आमच्या जागांवर बसलो. मि. ग्रे टेबलाजवळच्या मुख्य जागेवर बसले आहेत; मी त्यांच्या उजव्या हाताला बसले आणि ख्रिश्चन माझ्याशेजारी. मि. ग्रेनी रेड वाइनची उघडलेली बाटली घेतली आणि थोडी केटला दिली. मिया ख्रिश्चनच्या शेजारच्या जागेवर बसली आणि त्याचा हात पकडून तो घट्ट दाबला. ख्रिश्चन तिच्याकडे बघून प्रेमळपणे हसला.

"तू ॲनाला कुठे भेटलास?" मियाने त्याला विचारलं.

"डब्ल्यूएसयू विद्यार्थी वार्तापत्रासाठी तिने माझी मुलाखत घेतली होती."

"ज्याचं संपादन केट करते," मी त्या संभाषणाचा रोख माझ्यापासून दूर नेण्याच्या आशेने बोलले.

मिया केटकडे बघून हसली; ती तिच्यासमोर इलिअटच्या शेजारी बसलेली होती. त्यांनी विद्यार्थी वर्तमानपत्राबद्दल बोलायला सुरुवात केली.

"वाइन, ॲना?" मि. ग्रेनी विचारलं.

"प्लीज," मी त्यांच्याकडे बघून हसले. मि. ग्रे बाकीचे ग्लासेस भरण्यासाठी उठले.

मी ख्रिश्चनकडे तिरपी नजर टाकली. तो माझ्याकडे बघण्यासाठी वळला, त्याचं डोकं एका बाजूला झुकलेलं होतं.

"काय?" त्याने विचारलं.

"प्लीज माझ्यावर रागावू नकोस," मी कुजबुजले.

"मी तुझ्यावर रागावलो नाहीये."

मी त्याच्याकडे टक लावून बघितलं. त्याने नि:श्वास टाकला.

"होय, मी तुझ्यावर रागावलो आहे," त्याने थोडा वेळ त्याचे डोळे मिटले.

"हात शिवशिवण्याइतका चिडलायस?" मी अस्वस्थपणे विचारलं

"तुम्ही दोघं कशाबद्दल कुजबुज करता आहात?" केट मध्येच बोलली.

मी लाल झाले आणि ख्रिश्चनने तिच्याकडे 'कवाना, तू लांबच रहा' पद्धतीने डोळे वटारून बघितलं. केटदेखील त्याच्या त्या एकटक नजरेखाली कोमेजली.

"माझ्या जॉर्जियाच्या ट्रीपबद्दल," मी गोडपणे हसले. त्यांच्यातली शत्रुत्वाची मानसिकता घालवण्याच्या आशेने.

केट हसली. तिच्या डोळ्यांत एक खट्याळ चमक होती.

"तुम्ही शुक्रवारी बारमध्ये गेलात तेव्हा जोस कसा होता?"

होली फक्, केट. मी तिच्याकडे बघून माझे डोळे मोठे केले. ती काय करत होती? तिने तिचे डोळे मोठे करून परत माझ्याकडे बघितलं. मला कळलं की, ती ख्रिश्चनच्या मनात मत्सर निर्माण करण्याचा प्रयत्न करत होती. तिला फारच थोडी माहिती होती. मला वाटलं होतं, मी याच्यातून निसटून जाईन.

"ठीक होता," मी पुटपुटले.

ख्रिश्चन पुढे वाकला.

"हात शिवशिवण्याइतका रागावलेला," तो कुजबुजला. "विशेषत: आत्ता." त्याचा स्वर शांत आणि भीतिदायक होता.

ओ नो! मी चुळबुळले.

दोन प्लेट्स घेऊन ग्रेस परतली. तिच्या मागे एक पिंगट केसांची पिगटेल्स बांधलेली सुंदर तरुण स्त्री होती आणि तिने फिक्क्या निळ्या रंगाचा तरतरीत पोशाख केला होता. तिच्या हातात प्लेट्सचा ट्रे होता.

तिच्या डोळ्यांनी ताबडतोब ख्रिश्चनच्या डोळ्यांना शोधून काढलं. ती लाजली आणि तिच्या मस्कारा लावलेल्या लांब पापण्यांच्या आडून ख्रिश्चनला बघितलं. काय?

घरात कुठेतरी फोनची रिंग वाजायला लागली.

"क्षमा करा," मि. ग्रे उठून गेले.

"थँक यू, ग्रेचेन," ग्रेस हळुवारपणे म्हणाली. मि. ग्रेंनी बाहेर जाताना कपाळाला

आठ्या घातल्या. "फक्त कंसोलवर ट्रे ठेव."

ग्रेचेनने मान हलवली आणि दुसरी एक विनवणारी नजर ख्रिश्चनकडे टाकून निघून गेली. म्हणजे ग्रेकडे असणाऱ्या कर्मचाऱ्यांची नजर माझ्या वुड-बी डॉमिनंटवर होती तर. ही संध्याकाळ यापेक्षा आणखी वाईट होईल काय? माझ्या मांडीवर ठेवलेल्या हातांकडे मी खवळून बघितलं.

मि. ग्रे परत आले.

"तुझ्यासाठी फोन आहे, डिअर, हॉस्पिटलमधून," ते ग्रेसला म्हणाले.

"कृपा करून प्रत्येकाने सुरुवात करा," माझ्या हातात प्लेट देऊन जाताना ग्रेस हसली.

वास खमंग येतो आहे – केरिझो आणि स्कॅलॉप्स. भाजलेल्या रेड पेपर्स आणि शॅलॉट्सबरोबर, फ्लॅट-लीफ पार्सलेबरोबर. आणि ख्रिश्चनच्या अवगुंठित धमक्यांमुळे माझ्या पोटात ढवळत होतं हे जरी सत्य असलं तरी, प्रीटी लिटल पिगटेल्समधून ख्रिश्चनला चुकार कटाक्ष मिळत असले आणि माझ्या हरवलेल्या अंडवेअरचं संकट जरी असलं, तरी मला खूप भूक लागली होती. दुपारच्या शारीरिक कष्टांमुळे मला एवढी भूक लागली होती, हे लक्षात येऊन मी लाल झाले.

काही क्षणानंतर ग्रेस परतली; तिच्या भुवया आक्रसल्या होत्या. मि. ग्रे त्यांनी डोकं एका बाजूला झुकवलं... ख्रिश्चनसारखं.

"सगळं काही ठीक?"

"आणखी एक गोवरची केस," ग्रेसने निःश्वास टाकला.

"ओ नो."

"होय, एक मूल. या महिन्यातली चौथी केस. लोकांनी त्यांच्या मुलांना प्रतिबंधात्मक लस टोचली पाहिजे, पण..." तिने दुःखाने तिचं डोकं हलवलं आणि मग हसली. "मला आनंद आहे की, आमची मुलं या सगळ्यातून गेली नाहीत. कांजण्यांपेक्षा वाईट संसर्ग त्यांना कधीच झाला नाही, थँक गुडनेस. बिचारा इलिअट." बसत असताना ती म्हणाली, तिच्या मुलाकडे हसत बघितलं. इलिअटने जेवता जेवता कपाळाला आठ्या घातल्या आणि अस्वस्थपणे चुळबुळ केली.

"ख्रिश्चन आणि मिया नशीबवान होते. त्यांना सौम्य संसर्ग झाला, फक्त दोघांमध्ये मिळून एखाद-दुसरा डाग."

मिया खुदखुदली आणि ख्रिश्चन त्याचे डोळे फिरवले.

"मग, तुम्हाला मरिनर्स गेम मिळू शकला का, डॅड?" उघडच इलिअट संभाषण पुढे न्यायला अधीर होता.

जेवणाआधीचे खाद्यपदार्थ चवदार होते आणि इलिअट, मि. ग्रे आणि ख्रिश्चन जेव्हा बेसबॉलवर बोलू लागले तेव्हा मी खाण्यावर लक्ष केंद्रित केलं. त्यांच्या

कुटुंबीयांबरोबर बोलताना ख्रिश्चन शांत आणि सैलावलेला वाटला. माझं मन वेगाने काम करत होतं. डॅम केट, ती कोणता खेळ खेळतेय? *तो मला शिक्षा करेल का?* मी त्या करारावर अजून सही केली नव्हती. कदाचित मी करणार नाही. कदाचित मी तो जिथे पोचू शकणार नाही, अशा जॉर्जियामध्ये राहीन.

"तू तुझ्या नवीन अपार्टमेंटमध्ये कशी काय स्थिरावते आहेस डिअर?" ग्रेसने सभ्यपणे विचारलं.

तिच्या प्रश्नाबद्दल मी कृतज्ञ झाले. त्यामुळे माझं चित्त विचलित झालं. मी तिला आमच्या स्थलांतराबद्दल सांगितलं.

आम्ही जेव्हा आमचे जेवणाच्या आधीचे खाद्यपदार्थ संपवले, तेव्हा ग्रेचेन आली. मला प्रथमच वाटलं – मला ख्रिश्चनच्या अंगावर मोकळेपणाने हात टाकावेत, फक्त तिला सूचित करायला – तो फिफ्टी शेड्स – विसकटलेला असला, तरी माझा आहे. तिने टेबल आवरणं सुरू केलं. मला ते आवडत नाही – एवढं ख्रिश्चनच्या अंगाला जवळून अंग घासणं. सुदैवाने, तो तिची दखलही घेताना दिसत नाही, पण माझी अंतर्देवता धुसफुसत होती.

केट आणि मिया पॅरिसचं काव्यमय भरभरून वर्णन करत होत्या.

"तू पॅरिसला गेली आहेस का, ॲना?" मियाने निर्व्याजपणे विचारलं आणि मला माझ्या मत्सरी दिवास्वप्नातून विचलित केलं.

"नाही, पण मला जायला आवडेल," मला माहीत होतं की, त्या टेबलावर बसलेल्यांपैकी यूएसए सोडून बाहेर न गेलेल्यांपैकी मी एकटीच होते.

"आम्ही पॅरिसला मधुचंद्र साजरा केला," ग्रेस मि. ग्रेकडे बघून हसली आणि तेही तिच्याकडे बघून हसले.

त्याचं बघणं जवळजवळ शरमिंदं करणारंच होतं. ते निश्चितच एकमेकांवर गाढ प्रेम करत होते. मी क्षणभर विचार केला की, दोघंही आईवडील असताना वाढणं हे एखाद्यासाठी कसं असेल?

"ते एक सुंदर शहर आहे," मिया सहमत झाली. "पॅरिसच्या लोकांव्यतिरिक्त! ख्रिश्चन, तू ॲनाला पॅरिसला न्यायला पाहिजेस," मियाने ठासून सांगितलं.

"मला वाटतं, ॲनास्टॅशिया लंडनला प्राधान्य देईल," ख्रिश्चन सौम्यपणे म्हणाला.

ओह्... त्याने लक्षात ठेवलंय. त्याने त्याचा हात माझ्या गुडघ्यांवर ठेवला – त्याची बोटं माझ्या मांडीपर्यंत पोचली. प्रतिसाद म्हणून माझं पूर्ण शरीर ताठरलं. नो... इथे नाही, आत्ता नाही. मी लाल झाले आणि चुळबुळले, त्याच्यापासून दूर होण्याचा प्रयत्न केला. त्याच्या हाताची पकड माझ्या मांडीवर बसली, मी स्तब्ध झाले. मी गडबडून माझी वाइन घेतली.

लिटिल मिस युरोपियन पिगटेल्स परत आली. लाजरे कटाक्ष आणि हलणारे नितंब. तिने आमचं मुख्य जेवण आणलं : बीफ वेलिंग्टन, मला वाटलं. सुदैवाने, ती आम्हाला आमच्या प्लेट्स् देऊन गेली, तरीही ती ख्रिश्चनला त्याची प्लेट देताना रेंगाळली. तिने जेवणाच्या खोलीचं दार बंद करून घेताना मी बघितलं तेव्हा ख्रिश्चनने माझ्याकडे प्रश्नार्थक नजर टाकली.

"मग पॅरिसच्या लोकांमध्ये काय खोड होती?" इलिअटने त्याच्या बहिणीला विचारलं, "तुझ्या जिंकून घेणाऱ्या अदांची त्यांना भुरळ पडली की नाही?"

"छे! नाही, त्यांना ती पडली नाही. आणि मॉन्सूर फ्लोबेर, ज्या राक्षसासाठी मी काम करते, तो एक वर्चस्व गाजवणारा हुकूमशहा होता."

मी माझ्या वाइनमध्ये फुरफुर आवाज केला.

"ॲनास्टॅशिया, तू ठीक आहेस ना?" ख्रिश्चनने त्याचा हात माझ्या मांडीवरून काढून घेत विचारलं.

त्याच्या आवाजातला विनोद परत आला होता. ओह्, देवा तुझे आभार. मी जेव्हा मान हलवली, तेव्हा त्याने माझ्या पाठीवर हलकेच थोपटलं. जेव्हा मी सावरले आहे, असं त्याला कळलं तेव्हाच त्याचा हात काढून घेतला.

बीफ चवदार होतं आणि ते भाजलेल्या रताळ्यांबरोबर वाढलं होतं. सोबत गाजरं, पार्सनिप्स आणि हिरव्या शेंगापण होत्या. जेवण संपेपर्यंत ख्रिश्चनने त्याची मन:स्थिती चांगली टिकवून ठेवण्याचं साध्य केलं, म्हणून तर ते जेवण अधिकच स्वादिष्ट लागलं. मी एवढी मनापासून जेवत होते म्हणून असेल कदाचित, असा मला संशय आला. ग्रे कुटुंबातलं संभाषण मुक्तपणे चालू राहिलं, प्रेमळ आणि आपुलकीचं, एकमेकांना सौम्यपणे चिडवत. लेमन सिलॅबच्या जेवणानंतरच्या गोड पदार्थांचा आस्वाद घेताना, मियाने तिच्या पॅरिसमधल्या किश्श्यांनी आमचं मनोरंजन केलं; एकदा तर ती ओघवत्या फ्रेंचमध्ये बोलली. आम्ही सगळे तिच्याकडे टक लावून बघितलं आणि तिने गोंधळून आमच्याकडे परत टक लावली. ख्रिश्चनने तिला तेवढ्याच ओघवत्या फ्रेंचमध्ये तिने काय केलं ते सांगेपर्यंत; ती खुदुखुदु हसायला लागली. तिचं हास्य फार लाघवी होतं आणि लवकरच आम्ही सगळेदेखील हसू लागलो.

इलिअटने त्याच्या अलीकडच्या बांधकाम प्रकल्पाबद्दल सांगितलं. तो प्रकल्प सीॲटलच्या उत्तरेला एक नवीन इको-फ्रेंडली कम्युनिटीचा होता. मी केटकडे बघितलं आणि ती इलिअट सांगत असलेल्या प्रत्येक शब्दाकडे काळजीपूर्वक लक्ष देत होती. तिचे डोळे लालसेने आणि प्रेमाने चमकत होते. तो तिच्याकडे बघून हसला आणि त्यांच्यात जणूकाही अघोषित वचनाची देवाणघेवाण झाली. "नंतर, बेबी," तो म्हणाला आणि ते हॉट, वेड लावणारं हॉट होतं. त्यांचं नुसतं निरीक्षण करूनच मी लाल झाले.

मी निःश्वास टाकला आणि फिफ्टी शेड्सकडे तिरपा कटाक्ष टाकला. मी त्याच्याकडे अनंत काळासाठी टक लावून बघू शकेन. त्याच्या हनुवटीवर हलकीशी दाढी वाढली होती आणि माझी बोटं ती खाजवायला शिवशिवली, त्या दाढीचा स्पर्श माझ्या चेहऱ्याजवळ अनुभवायला, माझ्या स्तनांजवळ, माझ्या मांड्यांमध्ये... माझ्या विचारांच्या दिशेमुळे मी लाजले. त्याने माझ्याकडे तिरपी नजर टाकली आणि माझी हनुवटी ओढायला हात वर केला.

"तुझा ओठ चावू नकोस," तो घोगऱ्या आवाजात कुजबुजला. "मला करायचंय."

ग्रेस आणि मियाने आमचे डेझर्ट्सचे ग्लासेस आवरले. त्या स्वयंपाकघराकडे गेल्या. मि. ग्रे, केट आणि इलिअट वॉशिंग्टन राज्यातील सोलर पॅनेल्सच्या गुणविशेषांवर चर्चा करू लागले. ख्रिश्चनने त्यांच्या संभाषणात रस असल्याचं खोटंच दर्शवत पुन्हा एकदा माझ्या गुडघ्यावर हात ठेवला. त्याच्या बोटांनी माझ्या मांडीपर्यंत प्रवास केला. माझा श्वासोच्छ्वास वाढला. त्याची प्रगती रोखण्यासाठी माझ्या मांड्या मी एकत्र दाबल्या. त्याला शिष्टपणे हसताना मी बघितलं.

"मी तुला मैदानात फेरफटका मारायला नेऊ का?" त्याने मला उघडच विचारलं.

मला माहीत आहे मी 'होय' म्हणणं अपेक्षित होतं, पण माझा त्याच्यावर विश्वास नव्हता. मी उत्तर देण्यापूर्वीच तो उभा राहिला आणि त्याने त्याचा हात माझ्यापुढे केला. मी माझा हात त्याच्या हातात ठेवला आणि माझ्या पोटातले सगळे स्नायू, त्याच्या गडद, भुकेल्या नजरेला प्रतिसाद देत खोलवर पिळवटले.

"क्षमा करा," मी मि. ग्रेना म्हणाले आणि ख्रिश्चनच्या मागे जेवणाच्या खोलीतून बाहेर पडले.

त्याने मला हॉल वेमधून मार्ग दाखवला आणि स्वयंपाकघरातून गेला. तिथे मिया आणि ग्रेस डिशवॉशर लावत होत्या. युरोपियन पिगटेल्स कुठेच दिसत नव्हती.

"मी ॲनास्टॅशियाला मागचं अंगण दाखवतोय," ख्रिश्चनने निष्पापपणे त्याच्या आईला सांगितलं. तिने आम्हाला हसत हात हलवत बाहेर पाठवलं, मिया जेवणाच्या खोलीत परत गेली.

आम्ही एका करड्या रंगाच्या दगडात लाइट लावून प्रकाशित केलेल्या फ्लॅगस्टोन पॅशिओ भागात पाऊल टाकलं. तिथे करड्या रंगाच्या स्टोन टब्जमध्ये झुडपं होती. एक सुरेख धातूचं टेबल आणि खुर्च्या एका कोपऱ्यात लावल्या होत्या. ख्रिश्चन त्याच्यावरून गेला, काही पायऱ्या चढला आणि एका विस्तीर्ण लॉनवर आला जे किनाऱ्यापर्यंत पोचलं होतं – ओ माय – ते सुंदर होतं. क्षितिजावर सीॲटल चमकत होतं आणि मे महिन्याच्या थंड, चमकदार चंद्राने पाण्यावर एक चमकणारा चंदेरी रस्ता काढला होता; तो दोन बोटी नांगरलेल्या जेट्टीपर्यंत जात होता. जेट्टीच्या शेजारी

एक बोटहाउस होतं. ते खूपच शांत, रम्य होतं. मी उभी राहिले आणि क्षणभर तोंड उघडं टाकून बघितलं.

ख्रिश्चनने मला त्याच्या मागे खेचलं आणि माझ्या टाचा मऊ गवतात रुतल्या.

"थांब, प्लीज," मी डळमळले.

त्याने थांबून माझ्याकडे पाहिलं. त्याच्या चेहऱ्यावरचे भाव अगम्य होते.

"माझ्या टाचा. मला बूट काढले पाहिजेत."

"काळजी करू नकोस," तो म्हणाला आणि खाली वाकून मला गोळा करून त्याने त्याच्या खांद्यांवर घेतलं. धक्कामिश्रित आश्चर्याने मी जोरात ओरडले. त्याने माझ्या पार्श्वभागावर एक आवाज करणारी चापटी मारली.

"ओरडू नकोस!" तो गुरकावला.

ओ नो... हे चांगलं नाही. माझं अर्धजागृत मन गुडघ्यात कापतंय. तो कशावरून तरी चिडला होता... जोसवरून असू शकेल, जॉर्जिया, पॅन्टीज नाहीत, माझं ओठ चावणं. जीझ, त्याला करणं सोपं आहे.

"आपण कुठे चाललोय?" मी श्वास घेतला.

"बोटहाउस." तो तुटकपणे बोलला.

मी त्याच्या मागच्या बाजूला लटकत होते. कारण मला त्याने उलटं धरलं होतं. तो चंद्रप्रकाशात लॉनवरून बुद्धिपुरस्सर मोठ्या ढांगा टाकत चालत होता.

"का?" माझा श्वासोच्छ्वास थांबल्यासारखा वाटला. मी त्याच्या खांद्यांवर हेलकावत होते.

"तू मला एकटी हवी आहेस, आत्ता!"

"कशासाठी?"

"कारण मी तुझ्या नितंबांवर चापट्या मारणार आहे आणि नंतर तुझ्याशी संग करणार आहे."

"का?" मी हलकेच विचारलं.

"का ते तुला माहीत आहे," तो फुस्कारला.

"मला वाटलं होतं, तू त्या क्षणातच राहणाऱ्या पुरुषांपैकी आहेस, क्षणिक विचार करणाऱ्या..." मी श्वास अवरोधलेला असताना विनवणी केली.

"ॲनास्टॅशिया, मी अजून त्या क्षणातच आहे, खरंच!"

होली फक्.

२०

ख्रिश्चन बोट हाउसच्या लाकडी दरवाजातून आत घुसला आणि काही स्विचेस वर-खाली करायला थांबला. त्या मोठ्या लाकडी इमारतीत भगभगीत शुभ्र प्रकाश ओसंडून वाहत होता. फ्ल्युरोसंट पिंग आणि बझ आवाज एकामागून एक झाले. मला दिसणाऱ्या उलट्या दृश्यात गडद पाण्यावर एक छाप पाडणारी क्रूझर डॉकमध्ये तरंगताना दिसली; पण मला फक्त थोडंसंच दिसलं, कारण तो मला वरच्या खोलीत लाकडी पायऱ्यांवरून चढून घेऊन गेला.

तो दरवाजात थांबला आणि या वेळेला आणखी एक स्विच दाबला – हॅलोजेन्सचा. ते भगभगीत नव्हते; डिमरवर होते – आम्ही एका झुकत्या छताच्या ॲटिक खोलीत होतो. ही खोली नॉटिकल न्यू इंग्लंड थीमने सजवलेली होती. नेव्ही ब्ल्यू आणि दुधाळ रंग, लाल रंगाच्या फटकाऱ्यांसह. फर्निशिंग्ज थोडी होती; एक-दोन कोचच तेवढे मला दिसले.

ख्रिश्चनने मला लाकडी फ्लोअरवर उभं केलं. माझ्या भोवतालाचं परीक्षण करायला मला वेळ नव्हता – माझे डोळे त्याच्यावरून हटत नव्हते. मी संमोहित झाले होते... एखाद्या दुर्मीळ आणि धोकादायक भक्षकाला, तो हल्ला करण्याची वाट बघत एखादा माणूस न्याहाळेल, त्याप्रमाणे. त्याचा श्वासोच्छ्वास घोगरा झाला, पण त्याने आत्ताच मला लॉनवरून आणि पायऱ्या चढून उचलून आणलं होतं. त्याचे कोरडे डोळे रात्र, गरज आणि कसलीही भेसळ नसलेल्या लालसेने तप्त झाले होते.

होली शिट्. केवळ त्या नजरेमुळेच मी उत्स्फूर्तपणे स्फोट पावू शकेन!

"कृपा करून मला मारू नकोस," मी याचनेने कुजबुजले.

त्याच्या भुवया एकमेकांत गुंतल्या, डोळे मोठे झाले. त्याने डोळ्यांची उघडझाप केली.

"तू मला पार्श्वभागावर चापट्या माराव्यात असं मला वाटत नाहीये. इथे नको, आत्ता नको, कृपा करून तसं करू नकोस."

त्याचं तोंड आश्चर्याने उघडं पडलं आणि शूरत्वाच्याही पलीकडे जाऊन मी सहज हात पुढे करून त्याच्या गालांवरून बोटं फिरवली, त्याच्या पार्श्वभागावरून, हनुवटीवरून वाढलेल्या तुरळक दाढीवरून. मृदू आणि टोचणारं यांचं ते अजब मिश्रण होतं. त्याने त्याचा चेहरा सावकाशपणे डोळे मिटत माझ्या स्पर्शात झुकवला आणि त्याचा श्वासोच्छ्वास फुलला. माझा दुसरा हात पुढे करून, मी माझी बोटं त्याच्या केसातून फिरवली. मला त्याचे केस आवडले. त्याचं सौम्य कण्हणं नीट ऐकू येत नव्हतं. जेव्हा त्याने डोळे उघडले, तेव्हा त्याचा भाव विचारमग्न होता, जणूकाही मी काय करतेय हे त्याला कळत नव्हतं.

पुढे पाऊल टाकून मी त्याच्याजवळ आले, मी त्याचे केस हळुवारपणे ओढले, त्याचं तोंड माझ्या तोंडाजवळ आणलं आणि त्याचं चुंबन घेतलं, माझी जीभ त्याच्या ओठांतून आत त्याच्या तोंडात घातली. तो कण्हला आणि त्यानं मला आलिंगन दिलं. मला त्याच्याकडे ओढून घेतलं. त्याच्या हातांनी माझ्या केसांतून त्यांचा मार्ग शोधला. त्यानेही माझं चुंबन घेतलं, जोरदार आणि स्वामित्व दर्शवणारं. त्याची जीभ आणि माझी जीभ एकत्रित वळल्या, एकमेकांचा उपभोग घेत. त्याची चव स्वर्गीय होती.

तो एकाएकी मागे झाला, आमचा एकत्रित श्वासोच्छ्वास अनियमित होऊन एकमेकांत मिसळला होता. माझे हात त्याच्या खांद्यांवर पडले आणि त्याने माझ्याकडे बघितलं.

"तू मला काय करते आहेस?" त्याने गोंधळून विचारलं.

"तुझी चुंबनं घेतेय."

"तू 'नाही' म्हणाली होतीस."

"काय?" *कशाला नाही म्हणाले होते?*

"जेवणाच्या टेबलाजवळ, तुझ्या पायांनी."

ओह्... हे सगळं त्यासंबंधी आहे तर.

"पण तेव्हा आपण तुझ्या आईवडिलांच्या जेवणाच्या टेबलाजवळ होतो," मी त्याच्याकडे पूर्णपणे भांबावून जाऊन रोखून पाहिलं.

"यापूर्वी मला कोणीही कधी 'नाही' म्हटलेलं नाही, आणि ते इतकं हॉट आहे."

त्याचे आश्चर्याने आणि लालसेने भरलेले डोळे मोठे झाले. ते एक डोळ्यांत भिनणारं रसायन होतं. मी आपसूकच आवंढा गिळला. त्याचा हात माझ्या खाली पार्श्वभागाकडे सरकला. त्याने तीव्रतेने मला त्याच्याजवळ ओढून घेतलं, त्याच्या उत्थापनाजवळ.

ओह् माय...

"मी नाही म्हटल्यामुळे तू चिडून उद्दीपित झाला आहेस?" मी आश्चर्याने श्वास घेतला.

"तू जॉर्जियाचा उल्लेख केला नाहीस म्हणून मी रागावलोय. मी रागावलोय; कारण तू पीतच राहिलीस त्या माणसाबरोबर, ज्याने तुला तू प्यायली असताना मोहात पाडण्याचा प्रयत्न केला आणि तुला बरं वाटेनासं झाल्यावर तो तुला जवळजवळ पूर्णपणे अनोळखी व्यक्तीबरोबर सोडून गेला. कोणता मित्र असं वागतो? मी चिडलोय आणि उद्दीपित झालोय, कारण तू तुझे पाय माझ्यासाठी बंद केलेस," त्याचे डोळे धोकादायकपणे चमकले. तो सावकाशपणे माझ्या ड्रेसची पट्टी इंचाइंचाने वर सरकवत होता.

"तू मला पाहिजेस... आत्ता पाहिजेस. आणि तू जर मला नितंबांवर चापट्या मारू देणार नसशील – ज्या तुला देणं योग्य आहे – तर मी तुझ्याशी या मिनिटाला कोचावरच पटकन संग करेन, माझ्या सुखासाठी, तुझ्या नव्हे."

"हे माझं आहे," तो आक्रमकपणे कुजबुजला, "सगळं माझं. तुला समजतंय?" त्याने त्याचं बोट आत-बाहेर केलं आणि माझ्या प्रतिक्रियेचा अंदाज घेण्यासाठी माझ्याकडे टक लावून बघितलं, त्याचे डोळे तप्त झालेले होते.

"होय, तुझं," मी श्वास घेतला. तेव्हा माझी इच्छा झाली. हॉट आणि हेवी, माझ्या रक्तप्रवाहातून उसळली. सगळ्यावर परिणाम करत – माझ्या नसांची टोकं, माझा श्वासोच्छ्वास. माझं हृदय धडधडत होतं. माझ्या छातीतून बाहेर पडू पाहत होतं. माझ्या कानात रक्त उकळत होतं.

एकाएकी त्याने हालचाल केली. त्याची बोटं मागे घेतली. मला हपापलेलं सोडूनच, त्याच्या पॅन्टची चेन ओढून काढली. मला कोचावर असं पाडलं ज्यामुळे तो माझ्यावर असेल – माझ्यावर!

"हात डोक्यावर," त्याने दाबलेल्या दातातून आज्ञा केली. गुडघे टेकले, माझे पाय आणखीन फाकवले. त्याच्या जॅकेटच्या खिशात हात घातला. त्याने एक फॉइल पॅकेट काढलं. एक गडद आविर्भाव चेहऱ्यावर घेऊन माझ्याकडे बघितलं. त्याचं जॅकेट जमिनीवर झटकून टाकलं. त्याने कंडोम चढवला.

मी माझे हात माझ्या डोक्यावर ठेवले आणि मी त्याला स्पर्श करू नये म्हणून ते असं आहे, हे मी ओळखलं. मी इतकी उद्दीपित झाले होते. माझा पार्श्वभाग त्याच्या पार्श्वभागाला साथ देण्यासाठी आधीच हलायला लागलेला मला जाणवला – तो माझ्या आत असावा ही इच्छा करत – असंच रांगडं आणि जोमदार. ओह्... ती अपेक्षा.

"आपल्याला फार वेळ नाही. हे पटकन होईल आणि हे माझ्यासाठी आहे, तुझ्यासाठी नाही. समजतंय का तुला? उत्कटबिंदू गाठू नकोस, नाहीतर मी तुझ्या

नितंबांवर चापट्या मारेन.'' तो आवळलेल्या दातांतून बोलला.

होली क्रॅप... मी कशी थांबू?

एका जलद धक्क्यासरशी, तो पूर्णपणे माझ्यात गेला. मी मोठ्याने कण्हले आणि त्याच्यावर पूर्ण स्वामित्वाच्या भावनेने आनंदित झाले. त्याने त्याचे हात माझ्या हातांवर, माझ्या डोक्यावर ठेवले. त्याच्या पायांनी मला दाबून ठेवलं. मी बंदिस्त झाले. तो सगळीकडे होता, मला भारावून टाकत, जवळजवळ मला गुदमरवून टाकत; पण ते स्वर्गीयदेखील होतं. ही माझी शक्ती आहे. ती स्वत:ला दु:ख देणारी, विजयी भावना आहे. त्याने पटकन आणि झपाट्याने माझ्या आत हालचाल केली, माझ्या कानात त्याचा श्वासोच्छ्वास जोरात जाणवला आणि माझं शरीर प्रतिसाद देत, त्याच्या भोवताली विरघळलं. *मी उत्कटबिंदू गाठता कामा नये.* नाही. पण मी त्याला धक्क्यामागून धक्क्यात भेटतेय, एक परिपूर्ण विरुद्धबिंदू. एकाएकी आणि अगदी लवकरच, त्याने माझ्यामध्ये एक जोरदार धक्का दिला आणि सुटका मिळाल्यानंतर शांत झाला, त्याच्या दातातून हवा फुस्कारत बाहेर पडली. तो क्षणभर सैलावला. त्याचं पूर्ण, हवंहवंसं वजन माझ्यावर पडलं. त्याला जाऊ द्यायची माझी तयारी नव्हती, माझं शरीर सुटकेसाठी आसुसलं होतं, पण तो इतका जड होता आणि त्या क्षणाला, मी त्याच्या विरुद्ध धक्का देऊ शकत नव्हते. एकाएकी त्याने माघार घेतली. मी अधिक मिळवण्याच्या अपेक्षेत असतानाच मला भुकेलेलं आणि पिळवटून टाकत त्याने माझ्याकडे टवकारून बघितलं.

''स्वत:ला स्पर्श करू नकोस. तू विफल झालेली मला हवी आहेस. माझ्याशी न बोलता तू ते मला करतेस. जे माझं आहे ते मला नाकारून ते तसं करतेस.'' त्याचे डोळे पुन्हा नव्याने रागाने तप्त झाले.

मी धापा टाकत मान हलवली. त्याने उभा राहून कंडोम काढला. त्याच्या दुसऱ्या टोकाला गाठ मारली आणि त्याच्या पॅन्टच्या खिशात ठेवला. मी त्याच्याकडे टक लावून बघितलं, माझा श्वासोच्छ्वास अद्याप अनियमित होता आणि नकळत थोडी सुटका मिळवण्याच्या प्रयत्नात मी माझ्या मांड्या एकत्र दाबल्या. ख्रिश्चनने त्याच्या पॅन्टची चेन वर ओढली आणि हात केसातून फिरवला; खाली वाकून त्याने त्याचं जॅकेट उचललं. माझ्याकडे बघण्यासाठी तो मागे वळला, त्याच्या चेहऱ्यावरचे भाव मवाळ होते.

''आपण घराकडे परतलेलं बरं.''

मी काहीशी डगमगत उठून बसले; मी दिपून गेले होते.

''हे घे. तू या घाल.''

त्याच्या आतल्या खिशातून त्याने माझ्या पॅन्टीज काढल्या. मी त्या त्याच्याकडून घेताना हसले नाही, पण आत मला माहीत होतं – मी शिक्षा म्हणून कामक्रीडा केली होती आणि पॅन्टीजवर एक छोटासा विजय मिळवला होता. माझ्या अंतर्देवतेने

सहमत होऊन मान हलवली, तिच्या चेहऱ्यावर एक समाधान झाल्याचं हसू होतं. तुला मागाव्या लागल्या नाहीत तर!

"ख्रिश्चन!" मिया खालच्या मजल्यावरून ओरडली. तो वळला आणि माझ्याकडे बघून त्याने भुवया उंचावल्या. "अगदी वेळेवर. ख्राइस्ट, मिया अगदी चीड आणू शकते."

मी त्याच्याकडे खवळून बघितलं, घाईघाईत माझ्या पॅन्टीज त्यांच्या योग्य जागी घातल्या आणि नुकत्याच सेक्स केलेल्या माझ्या अवस्थेत जेवढी आदरणीयता गोळा करता येईल तेवढी करून उभी राहिले. पटकन, मी माझे नुकतेच कामक्रीडेत विसकटलेले केस हात फिरवून सारखे करायचा प्रयत्न केला.

"इथे वर, मिया," त्याने खाली आवाज दिला. "वेल, मिस स्टील, मला आता बरं वाटतंय. पण मला तुझ्या नितंबांवर चापट्या मारायच्या आहेत," तो हळूच म्हणाला.

"मला ते केलं जावं असं मला वाटत नाही, मि. ग्रे. विशेषत: तुमच्या न डिवचतादेखील केलेल्या हल्ल्यानंतर."

"न डिवचता? तू माझं चुंबन घेतलंस," त्याने दुखावलेला दिसण्याचा सर्वांत चांगला प्रयत्न केला.

मी माझ्या ओठांचा चंबू केला. "प्रतिकाराचा सर्वांत चांगला प्रकार म्हणून तो हल्ला होता."

"कशाचा प्रतिकार?"

"तू आणि तुझा शिवशिवणारा तळवा."

त्याने त्याचं डोकं एका बाजूला झुकवलं आणि मिया पायऱ्यांचा आवाज करत वर येत असताना माझ्याकडे बघून हसला. "पण ते सहन करण्यासारखं होतं?" त्याने हळुवारपणे विचारलं.

मी लाल होते. "जेमतेम," मी कुजबुजले, पण माझं शिष्टपणाचं हसू थांबवू शकले नाही.

"ओ, तुम्ही इथे आहात," तिने आमच्याकडे आनंदित होऊन बघितलं.

"मी ॲनास्टॅशियाला इकडचा परिसर दाखवत होतो," ख्रिश्चनने त्याचा हात माझ्यापुढे केला. त्याचे करडे डोळे उत्कट होते.

मी माझा हात त्याच्या हातात ठेवला. त्याने माझा हात हळुवारपणे दाबला.

"केट आणि इलिअट निघण्याच्या तयारीत आहेत. त्या दोघांवर तुम्ही विश्वास ठेवाल का? ते एकमेकांपासून दूर राहूच शकत नाहीत," मियाने वैतागल्याचा आविर्भाव केला आणि ख्रिश्चनवरची नजर माझ्याकडे वळवली. "तुम्ही इथे काय करत होतात?"

जीझ, ती फारच पुढारलेली दिसतेय. मी लाजून लालेलाल झाले.

"ॲनास्टॅशियाला मी माझ्या रोइंग ट्रॉफीज दाखवत होतो," ख्रिश्चन चेहरा पूर्णपणे निर्विकार ठेवून एक क्षण न दवडता म्हणाला. "चला, केट आणि इलिअटला गुडबाय करू या."

रोइंग ट्रॉफीज? त्याने मृदूपणे मला त्याच्यासमोर ओढलं आणि मिया जशी जायला वळली, त्याने माझ्या पार्श्वभागावर चापटी मारली. मी आश्चर्याने श्वास रोखला.

"मी ते पुन्हा करेन ॲनास्टॅशिया आणि लवकरच," त्याने शांतपणे माझ्या कानात धमकी दिली. नंतर मला एका आलिंगनात ओढून घेतलं, माझी पाठ त्याच्या पुढच्या बाजूला होती आणि त्याने माझ्या केसांचं चुंबन घेतलं.

मागे घरात, केट आणि इलिअट, ग्रेस आणि मि. ग्रेंचा निरोप घेत होते. केटने मला घट्ट आलिंगन दिलं.

"ख्रिश्चनचं मन कलुषित केल्याबद्दल मला तुझ्याशी बोलायचंय," मी तिच्या कानात ती मला आलिंगन देत असताना फुत्कारले.

"त्याचं मन कलुषित करण्याचीच गरज आहे. मग तो खरा कसा आहे, हे तुला कळेल. सावध रहा, ॲना – तो इतका नियंत्रण ठेवणारा आहे," ती कुजबुजली, "नंतर भेटू."

तो खरा कसा आहे ते मला माहीत आहे; तुला नाही! मी माझ्या डोक्यातच तिच्यावर ओरडले. तिच्या कृतीमागे चांगुलपणा असला, तरी ती कधीकधी सीमारेषा ओलांडते. मी तिच्याकडे खवळून बघितलं आणि तिने तिची जीभ बाहेर काढून मला वेडावलं, माझी इच्छा नसताना मला हसायला भाग पाडलं. खेळकर केट म्हणजे नावीन्यच आहे; इलिअटचा प्रभाव असावा. आम्ही त्यांना दारात निरोप दिला आणि ख्रिश्चन माझ्याकडे वळला.

"आपणही गेलं पाहिजे. तुझ्या उद्या दोन मुलाखती आहेत."

आम्ही जेव्हा 'गुडबाय' म्हटलं तेव्हा मियाने मला प्रेमाने आलिंगन दिलं.

"तो कोणा मुलीला शोधून काढेल, असा आम्ही कधी विचारच केला नाही!" तिने उत्कटतेने भावना व्यक्त केल्या.

मी लाजले आणि ख्रिश्चनने पुन्हा त्याचे डोळे फिरवले.

मी माझ्या ओठांचा चंबू केला. मी जर ते करू शकत नाही, तर तो ते कसं करू शकतो? त्याच्याकडे बघून मला माझे डोळे फिरवायचे होते, पण मला धीर झाला नाही, त्याच्या बोट हाउसमधल्या धमकीनंतर तर नाहीच!

"काळजी घे स्वतःची, ॲना लाडके," ग्रेस दयाळूपणे म्हणाली.

ख्रिश्चनने ग्रेसकडून मला मिळत असलेल्या भरपूर लक्ष देण्यामुळे शरमिंदा किंवा विफल होऊन माझा हात पकडला आणि मला त्याच्या बाजूला ओढलं.

"तिला फार प्रेमामुळे घाबरवून टाकायला किंवा बिघडवायला नको," तो कुरकुरला.

"ख्रिश्चन, चिडवणं बंद कर," ग्रेसने त्याला ओथंबणाऱ्या ममतेने दटावलं. तिचे डोळे त्याच्याबद्दलच्या प्रेम आणि ममतेने प्रकाशित झाले होते.

का कोण जाणे, तो चिडवतो आहे असं मला नाही वाटलं. मी त्यांची परस्परांतील देवाणघेवाण चोरून बघितली. ग्रेसने त्याच्यावर आईच्या विनाअट प्रेमाची पाखर घातली, हे उघड होतं. त्याने वाकून तिचं ताठरतेने चुंबन घेतलं.

"मॉम," तो म्हणाला आणि त्याच्या आवाजात एक अंतर्गत प्रवाह होता – कदाचित अतिशय आदर?

"मि. ग्रे – गुडबाय आणि थँक यू," मी माझा हात त्यांच्यापुढे केला आणि त्यांनीदेखील मला आलिंगन दिलं!

"कृपा करून मला कॅरिक म्हण. आपण लवकरच पुन्हा भेटू, ॲना."

आमचे निरोप घेऊन झाल्यावर, ख्रिश्चनने मला गाडीकडे नेलं; टेलर तिथे थांबला होता. *तो इथे सगळा वेळ वाट बघत थांबला होता?* टेलरने माझ्यासाठी दरवाजा उघडला आणि मी ऑडीच्या मागच्या बाजूला आत सरकून बसले.

माझ्या खांद्यावरून थोडा भार उतरल्यासारखं मला वाटलं. जीझ, काय हा दिवस. मी शारीरिक आणि भावनिकदृष्ट्या थकले होते. टेलरशी थोडक्यात संभाषण केल्यावर ख्रिश्चन माझ्याशेजारी गाडीत बसला. त्याने माझ्याकडे तोंड वळवलं.

"वेल, असं दिसतंय की, माझ्या कुटुंबीयांनादेखील तू आवडतेस," तो पुटपुटला.

देखील? मला आमंत्रण कसं मिळालं, असा एक आगंतुक, अस्वागतार्ह आणि निराशाजनक विचार माझ्या डोक्यात आला. टेलरने गाडी सुरू केली आणि ड्राइव्हवेमधल्या प्रकाशाच्या वर्तुळापासून रस्त्यावरच्या अंधारात गेला. मी ख्रिश्चनकडे बघितलं. तो माझ्याकडे टक लावून बघत होता.

"काय?" त्याने शांतपणे विचारलं.

मी क्षणभर स्तंभित झाले. नाही – मी त्याला सांगेन. मी त्याच्याशी बोलत नाही अशी तो नेहमीच तक्रार करत असतो.

"मला वाटतं की, मला तुझ्या आईवडिलांना भेटायला आणल्याने तुला अडचणीत आल्यासारखं वाटलंय," माझा आवाज हळुवार होता. "इलिअटने जर केटला विचारलं नसतं, तर तू मला कधीच विचारलं नसतंस." मला त्याचा चेहरा

अंधारात दिसला नाही, पण तो माझ्याकडे तोंड उघडं टाकून, त्याचं डोकं एका बाजूला झुकवून पाहत होता.

"ॲनास्टॅशिया, तू माझ्या आईवडिलांना भेटलीस म्हणून मला आनंद झाला आहे. तू स्वत:बद्दलच्या संशयाने एवढी का पछाडलेली आहेस? त्यामुळे मी नेहमीच आश्चर्यचकित होतो. तू एवढी सशक्त, स्वयंपूर्ण तरुण स्त्री आहेस, पण तुझे स्वत:बद्दलचे विचार इतके नकारात्मक आहेत. तू त्यांना भेटावं अशी जर माझी इच्छा नसती, तर तू इथे नसतीस. तिथे पूर्ण वेळ तुला असंच वाटत होतं का?"

ओह्! त्याला मी तिथे असायला हवं होतं – एक सत्य उघड होत होतं. तो मला उत्तर देताना अस्वस्थ झालेला दिसला नाही. तो जर सत्य लपवत असता तर तो तसा झाला असता. मी इथे आहे म्हणून त्याला खरोखरच आनंद झालेला दिसत होता... माझ्या धमन्यांतून एक उबदार प्रकाश सावकाश पसरला. त्याने त्याचं डोकं हलवलं आणि माझ्या हातासाठी हात पुढे केला. मी टेलरकडे अस्वस्थपणे बघितलं.

"टेलरची काळजी करू नकोस. माझ्याशी बोल."

मी खांदे उडवले.

"होय. मी तसा विचार केला. दुसरी गोष्ट, मी जॉर्जियाचा फक्त अशासाठी उल्लेख केला, कारण केट बार्बाडोसबद्दल बोलत होती. अजून माझा विचार पक्का नाहीये."

"तुला तुझ्या आईला भेटायला जायचंय का?"

"होय."

त्याने माझ्याकडे विचित्रपणे बघितलं, जणूकाही त्याच्या मनात काहीतरी द्वंद्व चालू असावं.

"मी तुझ्याबरोबर येऊ शकतो का?" त्याने शेवटी विचारलंच.

काय?

"अं... ही एक चांगली कल्पना आहे असं मला नाही वाटत."

"का नाही?"

"मला या सगळ्यापासून विश्रांती घ्यायची आहे... गोष्टींचा विचार करण्यासाठी एकाग्रता हवी आहे."

त्याने माझ्याकडे टक लावून बघितलं.

"मी खूप उत्कट आहे?"

मला हसू फुटलं. "हे म्हणजे सौम्यपणे भांडल्यासारखं होईल!" आडव्या येणाऱ्या रस्त्यावरच्या दिव्यांच्या प्रकाशात त्याच्या ओठांना मुरड पडलेली मला दिसली.

"तू मला हसते आहेस का, मिस स्टील?"

"मी तशी हिंमत करणार नाही, मि. ग्रे," मी उसन्या गांभीर्याने म्हणाले.

"मला वाटतं, तू ती हिंमत करतेस आणि माझ्याकडे बघून वरचेवर हसतेस."

"तू खूपच विनोदी आहेस."

"विनोदी?"

"ओ येस."

"विशिष्ट प्रकारे विनोदी की नुसतंच विनोदी?"

"ओह्... एका प्रकारचा पुष्कळ आणि दुसऱ्या प्रकारचा थोडा."

"कोणता अधिक?"

"ते शोधून काढणं मी तुझ्यावर सोपवते."

"तुझ्याबरोबर असताना मी कधीही शोधून काढेन याची मला खातरी नाही, ॲनास्टॅशिया," तो उपहासाने म्हणाला आणि मग पुढे शांतपणे चालू ठेवलं, "तुला जॉर्जियामध्ये कशाबद्दल विचार करायचा आहे?"

"आपल्याबद्दल," मी कुजबुजले.

त्याने निर्विकारपणे माझ्याकडे टक लावून पाहिलं.

"तू म्हणाली होतीस तू प्रयत्न करशील," तो पुटपुटला.

"मला माहीत आहे."

"तू फेरविचार करते आहेस का?"

"कदाचित."

त्याने अस्वस्थ झाल्यासारखी चुळबुळ केली.

"का?"

होली क्रॅप. हे संभाषण एकाएकी इतकं उत्कट आणि अर्थपूर्ण कसं काय झालं? ज्याची मी तयारी केली नव्हती अशा एखाद्या परीक्षेसारखं ते माझ्यावर लादलं गेलं होतं. मी काय म्हणू? कारण मला असं वाटतं की, माझं तुझ्यावर प्रेम आहे आणि तू फक्त एक खेळणं म्हणून माझ्याकडे बघतोस. कारण मी तुला स्पर्श करू शकत नाही, कारण तुला माझं प्रेम दर्शवायची मला खूप भीती वाटते, कारण तू अंग चोरशील किंवा मला दूर व्हायला सांगशील किंवा त्याहूनही वाईट म्हणजे – मला मारशील? मी काय म्हणू?

मी क्षणभर खिडकीबाहेर टक लावून बघितलं. पुलावरून गाडी मागे चालली होती. आम्ही दोघंही अंधारात झाकले गेलो होतो – आमच्या विचारांना आणि भावनांना आवरण घालत. पण त्यासाठी आम्हाला रात्रीची गरज नव्हती.

"का, ॲनास्टॅशिया?" मी उत्तर द्यावं म्हणून ख्रिश्चनने जोर दिला.

मी कोंडीत सापडल्यासारखे खांदे उडवले. मला त्याला गमवायचं नव्हतं. नियंत्रण ठेवण्याची त्याची गरज, त्याच्या मागण्या, त्याच्या भीतिदायक घातक

सवयी, यांच्या व्यतिरिक्त मला आत्ता जेवढं उल्हसित वाटत होतं तेवढं यापूर्वी कधीच वाटलं नव्हतं. त्याच्या शेजारी इथे बसण्यात एक गंमत होती. तो खूप अतर्क्य, सेक्सी, स्मार्ट आणि गमतीशीर होता. पण त्याचे मूड्स... ओह् – आणि त्याला मला इजा करायची होती. तो म्हणाला की, मला ज्या गोष्टी आवडत नाहीत त्याबद्दल तो विचार करेल, पण तरीही मला त्या गोष्टीची भीती वाटले. मी डोळे मिटले. मी काय म्हणू? कुठेतरी खोलवर मला अधिक, अधिकाधिक प्रेम हवंय, अधिक खेळकर ख्रिश्चन हवाय, अधिक... प्रेम.

त्याने माझा हात दाबला.

"माझ्याशी बोल, ॲनास्टॅशिया. मला तुला गमवायचं नाही. या गेल्या आठवड्यात..."

आम्ही पुलाच्या टोकाच्या जवळ येत होतो आणि रस्ता पुन्हा एकदा स्ट्रीट लॅम्प्सच्या निऑन लाइट्समध्ये न्हाऊन निघाला... त्याचा चेहरा एकदा उजेडात आणि पुन्हा अंधारात असा दिसला. ती एक इतकी समर्पक उपमा आहे. हा पुरुष, ज्याचा मी एकदा प्रणयी नायक म्हणून विचार केला होता, एक शूर, चमकणारा शुभ्र सरदार – किंवा काळा सरदार, तो म्हणाला तसा तो हीरो नाही; तो एक गंभीर, खोलवर, भावनिक दोष असलेला माणूस आहे आणि तो मला अंधारात ओढतो आहे.

मी त्याला उजेडाकडे जाण्यासाठी मार्गदर्शन करू शकत नाही का?

"मला अजून हवं," मी कुजबुजले.

"मला माहीत आहे," तो म्हणाला. "मी प्रयत्न करेन."

मी त्याच्याकडे बघून डोळ्यांची उघडझाप केली. त्याने माझा हात सोडून माझी हनुवटी ओढली, माझा अडकलेला ओठ मोकळा केला.

"तुझ्यासाठी, ॲनास्टॅशिया, मी प्रयत्न करेन," त्याच्यात प्रामाणिकपणा ओसंडून वाहत होता.

ती माझी सूचना होती. मी माझ्या सीटबेल्टचा चाप काढला, पुढे झाले आणि त्याला पूर्णपणे आश्चर्याने घेरून टाकत त्याच्या मांडीवर चढले. माझे बाहू त्याच्या डोक्याभोवती गुंडाळत मी त्याचं चुंबन घेतलं, एक दीर्घ आणि जोरदार चुंबन. एका छोट्याशा क्षणात, त्याने प्रतिसाद दिला.

"आज रात्री माझ्याबरोबर रहा," त्याने श्वास घेतला.

"तू जर निघून गेलीस, तर मी आठवडाभर तुला भेटणार नाही, प्लीज."

"होय," मी संमती दिली, "आणि मीदेखील प्रयत्न करेन. मी तुझ्या करारावर सही करेन," तो एक ऐनवेळेला घेतलेला निर्णय होता.

त्याने माझ्याकडे टक लावून पाहिलं.

"जॉर्जियानंतर सही कर. त्याबद्दल विचार कर. त्याचा नीट विचार कर, बेबी."

"मी करेन," आम्ही एक-दोन मैल जाईपर्यंत शांत बसलो.

"तू खरं म्हणजे तुझा सीटबेल्ट लावायला हवास," ख्रिश्चन माझ्या केसांत नाराजीने कुजबुजला, पण मला त्याच्या मांडीवरून उतरवण्यासाठी त्याने काहीही हालचाल केली नाही.

मी त्याच्यावर माझं नाक घासलं. माझे डोळे बंद होते. माझं नाक त्याच्या गळ्याशी होतं. त्याचा सेक्सी ख्रिश्चन आणि बॉडीवॉश सुगंध पीत, माझं डोकं त्याच्या खांद्यावर होतं. मी माझं मन भरकटू दिलं. तो माझ्यावर प्रेम करतो अशा कल्पनाविश्वात रमायला मी स्वत:ला परवानगी दिली. ओह् आणि ते इतकं खरं, जाणवणारं आहे आणि माझ्या वाईट, गलिच्छ अर्धजागृत मनाचा एक छोटा भाग पूर्णपणे त्याच्या प्रकृतीशी विसंगत वागला. त्याने आशा करण्याचं धाडस दाखवलं. त्याच्या छातीला स्पर्श होणार नाही, याची मी दक्षता बाळगली, पण त्याच्या बाहूत घुसले. त्याने मला घट्ट धरून ठेवलं.

अगदी लवकरच, मी माझ्या अशक्य दिवास्वप्नांतून दूर ओढली गेले.

"आपण घरी आलो आहोत," ख्रिश्चन पुटपुटला आणि ते वाक्य इतकं अर्थपूर्ण आणि चाळवणारं होतं.

घरी, ख्रिश्चनबरोबर. त्याचं अपार्टमेंट म्हणजे एक आर्ट गॅलरी आहे, घर नाही.

टेलरने आमच्यासाठी दरवाजा उघडला आणि मी लाजून धन्यवाद दिले, मला जाणीव होती की, आमचं संभाषण कानांवर पडण्याइतका तो जवळ होता; पण त्याचं दयाळू स्मित दिलासा देणारं होतं आणि त्यातून काहीही प्रतीत होत नव्हतं. एकदा गाडीतून उतरल्यावर ख्रिश्चनने माझी टीकात्मक नजरेतून पडताळणी केली. ओ नो... आता मी काय केलंय?

"तुझ्याकडे जॅकेट का नाही?" तो त्याचं जॅकेट काढून माझ्या खांद्यावर घालत असताना त्याच्या कपाळाला आठ्या पडल्या.

मी सुटकेचा नि:श्वास टाकला.

"ते माझ्या नवीन गाडीत आहे," मी जांभई देत झोपाळूपणे उत्तरले.

तो माझ्याकडे बघून शिष्टपणे हसला.

"थकलीस का, मिस स्टील?"

"होय, मि. ग्रे." त्याच्या खट्याळ परीक्षणाने मला लाजल्यासारखं वाटलं. तरीही मला एक स्पष्टीकरण देणं योग्य वाटलं. "आज माझ्या सहनक्षमतेच्या परिसीमा तपासल्या गेल्यात. मला अशक्य वाटलं होतं... पण... निभावलं."

"वेल, तू जर खरोखरच कमनशिबी असशील, तर मी तुझा आणखी थोडा वापर करून घेईन," त्याने माझा हात हातात घेऊन वचन दिलं आणि मला

इमारतीच्या आत जाण्याचा मार्ग दाखवला. होली शिट्... पुन्हा!

मी एलिव्हेटरमध्ये त्याच्याकडे बघितलं. माझ्याबरोबर झोपायला त्याला आवडेल, असं मी गृहीत धरलं होतं. मग मला आठवण झाली की, तो कोणाबरोबरही झोपत नाही, पण तरीही तो काहीवेळा माझ्याबरोबर झोपला आहे. मी कपाळाला आठ्या घातल्या आणि एकाएकी त्याची नजर गढुळली. त्याने हात पुढे करून माझी हनुवटी पकडली, माझा ओठ दातांतून सोडवला.

"एक दिवस मी या एलिव्हेटरमध्ये तुझ्याशी सेक्स करेन, ॲनास्टॅशिया. पण आत्ता तू थकलेली आहेस म्हणून मला वाटतं आपण पलंगालाच धरून राहू."

खाली वाकून त्याने त्याच्या दातांची माझ्या खालच्या दातांभोवती पकड घालून हळुवारपणे ओढलं. मी त्याच्या निकट वितळले आणि माझी आतली बाजू लालसेने स्फुरण पावली. माझा श्वासोच्छ्वास थांबला... त्याच्या वरच्या ओठावर माझे दात दाबून मी त्याला प्रतिसाद दिला, त्याला चिडवलं आणि तो कण्हला. जेव्हा एलिव्हेटरचे दरवाजे उघडले, तेव्हा त्याने माझा हात पकडला. मला फॉयरमध्ये ओढलं, दुहेरी दरवाजातून हॉलवेत नेलं.

"तुला ड्रिंक किंवा काही पाहिजे आहे का?"

"नाही."

"छान. चला आता झोपू या."

मी माझ्या भुवया उंचावल्या. "तू साध्या जुन्या व्हॅनिलावर समाधान मानणार आहेस?"

त्याने त्याचं डोकं एका बाजूला झुकवलं. "व्हॅनिलाबद्दल साधं किंवा जुनं काहीच नाही – ती एक चक्रावून टाकणारी चव आहे," त्याने श्वास घेतला.

"केव्हापासून?"

"गेल्या शनिवारपासून. का? तू अधिक काही उन्मादक गोष्टीची आशा करत होतीस का?"

माझी अंतर्देवता बांधाच्यावर तिचं डोकं काढते.

"ओ नो. एका दिवसासाठी मला पुरेसं उन्मादक मिळालंय," माझी अंतर्देवता माझ्याकडे ओठांचा चंबू करून बघते, तिची निराशा लपवण्याचा प्रयत्न करण्यात ती वाईट प्रकारे अयशस्वी होते.

"नक्की? आम्ही सगळ्या प्रकारच्या चवींची येथे काळजी घेतो – निदान एकतीस स्वाद," तो माझ्याकडे वासनेने पाहत हसला.

"माझ्या लक्षात आलंय," मी शुष्कपणे उत्तरले.

त्याने त्याचं डोकं हलवलं. "कम ऑन, मिस स्टील, तुझा उद्याचा दिवस महत्त्वाचा आहे. जेवढ्या लवकर तू बिछान्यात जाशील, तेवढ्या लवकर तुझ्याबरोबर

सेक्स करता येईल आणि तेवढंच तुला लवकर झोपता येईल.''

"मि. ग्रे, तू एक जन्मजात रोमँटिक आहेस.''

"मिस स्टील, तू बोलण्यात चतुर आहेस. माझ्या पद्धतीने मला ते थोडं मवाळ करावं लागेल, चल.'' त्याने मला हॉलवेतून त्याच्या शयनगृहात नेलं आणि लाथेने दरवाजा बंद केला.

"हात हवेत,'' त्याने फर्मावलं.

मी आज्ञा पाळली. श्वास रोखायला लावणाऱ्या एका हालचालीत त्याने एखाद्या जादूगारासारखा माझा पोशाख शिवणीला धरून काढून टाकला. माझ्या डोक्यावरून तो अलगद आणि सफाईदारपणे ओढून घेतला.

"टा-डा!'' तो खेळकरपणे म्हणाला.

मी खुदखुदले. सभ्यपणे दाद दिली. त्याने डौलदारपणे, हसत हसत वाकून अभिवादन स्वीकारलं. तो असा असताना मी त्याचा मोह कसा टाळू शकेन? त्याच्या चेस्ट ऑफ ड्रॉवर्सच्या शेजारी असलेल्या एका खुर्चीवर त्याने माझा पोशाख ठेवला.

"आणि आता तुमची पुढची करामत?'' मी त्याला चिडवत म्हणाले.

"ओह्, माझ्या प्रिय मिस स्टील, माझ्या बिछान्यात ये,'' तो गुरगुरला. "आणि मग मी तुला दाखवतो.''

"निदान एकदा तरी मी दुष्प्राप्य असल्याचा खेळ खेळावा का?'' मी मादकपणे विचारलं.

त्याचे डोळे आश्चर्याने मोठे झाले आणि मला उत्तेजनेची एक लहर दिसली. "वेल... दरवाजा बंद आहे. तू मला कसं टाळू शकशील याची मला खातरी नाही.'' तो कडवट स्मित करत म्हणाला, "मला वाटतं हा व्यवहार पूर्ण झाला आहे.''

"पण मी एक चांगली वाटाघाटी करणारी आहे.''

"मीदेखील,'' त्याने माझ्याकडे टक लावून बघितलं. पण तसं करताना त्याचे भाव बदलले, तो गोंधळून गेला आणि खोलीतलं वातावरण अचानक बदललं, तणावपूर्ण झालं.

"तुला माझ्याशी करायचं नाही का?'' त्याने विचारलं.

"नाही,'' मी श्वास घेतला.

"ओह्,'' त्याने कपाळाला आठ्या घातल्या.

ओके, आता विचारायचं... खोल श्वास.

"तू माझ्याबरोबर झोपावंस अशी माझी इच्छा आहे.''

तो स्तब्ध झाला आणि निर्विकारपणे माझ्याकडे टक लावून पाहू लागला. त्याचे भाव गडद झाले. ओ, शिट्, हे बरोबर दिसत नाही. *त्याला एक मिनिट देऊ या!*

माझं अर्धजागृत मन तुटकपणे सांगतं.

"ॲना, मी..." त्याने त्याचे हात त्याच्या केसातून फिरवले. दोन्ही हात; जीझ, तो खरोखरच भांबावला होता. "मला वाटतं आपण झोपलो होतो?" तो शेवटी म्हणाला.

"मला तुला स्पर्श करायचाय."

तो माझ्यापासून आपोआप एक पाऊल मागे गेला. त्याचा आविर्भाव एक क्षणभर भीतिग्रस्त झाला आणि मग त्याने पुन्हा सूत्रं हातात घेतली.

"प्लीज," मी कुजबुजले.

त्याने स्वत:वर नियंत्रण मिळवलं. "ओ नो, मिस स्टील, आजच्या संध्याकाळी तुला माझ्याकडून पुरेशा सवलती मिळालेल्या आहेत. त्यामुळे नाही."

"नाही?"

"नाही."

ओह्... मी त्या गोष्टीवर वाद घालू शकत नाही... घालू शकते का?

"हे बघ, तू दमली आहेस, मी दमलो आहे. आपण फक्त बिछान्यात जाऊ या," त्याने मला बारकाईने न्याहाळत म्हटलं.

"म्हणजे स्पर्श करणं ही तुझ्यासाठी कठोर मर्यादा आहे?"

"होय, ही एक शिळी बातमी आहे."

"कृपा करून का ते सांग."

"ओह, ॲनास्टॅशिया, प्लीज. आत्ता नको." तो वैतागून पुटपुटला.

"माझ्यासाठी महत्त्वाचं आहे हे."

पुन्हा त्याने त्याचे दोन्ही हात त्याच्या केसातून फिरवले. तो एक शपथ पुटपुटला. त्याच्या टाचेवर वळून, तो चेस्ट ऑफ ड्रॉवर्सकडे गेला, एक टी शर्ट ओढून काढला. तो माझ्याकडे फेकला. मी गोंधळून जाऊन पकडला.

"तो अंगात घाल आणि बिछान्यात जा," तो त्रासिकपणे, तटकन बोलला.

मी कपाळाला आठ्या घातल्या, पण त्याचा मूड खुलवायचं ठरवलं. मी पटकन माझी ब्रा काढली, जेवढ्या घाईघाईत घालता येईल तेवढ्या घाईत माझी अनावृत्त छाती झाकण्यासाठी मी अंगात टी शर्ट घातला. मी माझ्या पॅन्टीज अंगावर ठेवली; मी संध्याकाळपासून बराच वेळ त्या अंगावर घातल्या नव्हत्या.

"मला बाथरूममध्ये जायचंय," माझा आवाज म्हणजे कुजबुज होती.

त्याने गोंधळून जाऊन कपाळाला आठ्या घातल्या.

"तू परवानगी विचारते आहेस?"

"एर्... नाही."

"ॲनास्टॅशिया, बाथरूम कुठे आहे ते तुला माहीत आहे. आपल्या आजच्या

या विचित्र व्यवस्थेत, ती वापरायला माझ्या परवानगीची गरज नाही.'' त्याची चीड तो लपवू शकला नाही. त्याने शर्ट काढला आणि मी बाथरूमकडे धूम ठोकली.

मी भल्यामोठ्या आरशातल्या माझ्या प्रतिबिंबाकडे टक लावून बघितलं. मी अजूनही तशीच दिसत असल्याचं बघून मला धक्काच बसला. मी आज जे काही केलं, त्याच्यानंतर तीच साधीसुधी मुलगी माझ्याकडे तोंड उघडं टाकून बघत होती. *तू काय अपेक्षा केली होतीस – तुला शिंगं उगवली असतील आणि एक टोकदार शेपूट फुटलं असेल?* माझ्या अर्धजागृत मनाने मला सुनावलं. *आणि तू काय करते आहेस? स्पर्श करणं ही त्याची कठोर मर्यादा आहे. फार लवकर होतंय, मूर्ख बये. तो पळण्याआधी त्याला चालण्याची गरज आहे.* माझं अर्धजागृत मन भडकलंय, रागाने ग्रीक पुराणातील मेडुसासारखं झालंय, केस उडतायत, तिचे हात तिच्या चेहऱ्याभोवती एडवर्ड मंक*च्या 'स्क्रीम'सारखे आवळलेले होते. मी तिच्याकडे दुर्लक्ष केलं, पण ती तिच्या बॉक्समध्ये पुन्हा चढून बसली नाही. *तू त्याला चिडवते आहेस* – तो काय म्हणालाय त्यावर विचार कर, त्याने जे काही निष्कर्ष काढले आहेत त्याबद्दल. मी माझ्या प्रतिबिंबाकडे खवळून बघितलं. त्याला प्रेम दर्शवणं मला शक्य झालं पाहिजे – मग कदाचित तो प्रतिसाद देऊ शकेल.

मी तो विचार सोडून देत माझं डोकं हलवलं आणि ख्रिश्चनचा टूथब्रश पकडला. अर्थातच माझं अर्धजागृत मन बरोबर आहे. मी घाई करतेय. तो तयार नाही आणि मी तरी कुठे तयार आहे? आमच्यातल्या विचित्र व्यवस्थेच्या नाजूक सी-सॉवर आम्ही तोल सांभाळतोय – दोन वेगळ्या टोकांना वारा वाहेल तशी पाठ फिरवत, तो आमच्यामध्ये घसरतो आणि झुलतो. आम्हा दोघांनाही मध्यभागी अधिक जवळ येण्याची आवश्यकता आहे. तसं करण्याच्या प्रयत्नात आम्हा दोघांपैकी एकाचाही तोल जाणार नाही, अशी मला फक्त आशा आहे. हे सगळं एवढं लवकर घडत होतं, कदाचित मला थोडं अंतर ठेवण्याची गरज असावी. जॉर्जिया नेहमीपेक्षा अधिक लोभावणारं वाटलं. मी जेव्हा माझे दात ब्रश करायला सुरुवात केली, तेव्हा त्याने दरवाजावर टकटक केली.

''कम इन,'' मी टूथपेस्टने भरलेल्या तोंडातून ती थुंकून टाकत बोलले.

ख्रिश्चन दारात उभा होता, त्याच्या कमरेवरून त्याचे पीजे अशा प्रकारे लटकले होते, ज्यामुळे माझ्या शरीरातील प्रत्येक लहानशा पेशीनेदेखील तल्लख होऊन दखल घेतली. त्याची छाती उघडी होती आणि मी त्याला अशाप्रकारे पिऊन घेतलं जणूकाही मी तहानेने व्याकूळ झाली आहे. तो म्हणजे डोंगरातला एक थंड, नितळ

---

* एडवर्ड मंक – हा प्रसिद्ध चित्रकार असून त्याचे 'स्क्रीम' म्हणजे किंकाळी हे प्रसिद्ध चित्र आहे. त्यात किंकाळी फोडणारी आकृती आहे.

पाण्याचा निर्झर. त्याने माझ्याकडे निर्विकारपणे पाहिलं आणि मग शिष्टपणे हसत माझ्याशेजारी येऊन उभा राहिला.

आमचे डोळे आरशात एकमेकांशी भिडले, करडे डोळे निळ्या डोळ्यांना. मी त्याच्या टूथब्रशचं काम संपवलं. तो धुऊन त्याला दिला. माझी नजर त्याच्यावरून न ढळवता, नि:शब्दपणे, त्याने माझ्याकडून टूथब्रश घेतला आणि त्याच्या तोंडात ठेवला. मी त्याच्याकडे बघून शिष्टपणाने हसले आणि त्याचे डोळे एकाएकी विनोदाने नाचू लागले.

"माझा टूथब्रश नि:संकोचपणे वापर," त्याचा स्वर मृदूपणे खिजवणारा होता.

"थँक यू, सर," मी गोडपणे हसले आणि बिछान्याकडे जाण्यासाठी निघाले.

काही मिनिटांनंतर तो माझ्याकडे आला.

"आजची रात्र अशी घालवू अशी मी कल्पना केली नव्हती," तो सबळ कारण नसताना त्रासून पुटपुटला.

"तू मला स्पर्श करू शकणार नाहीस, असं मी म्हटल्याची कल्पना कर."

तो बिछान्यात चढला आणि पायांची अढी घालून बसला.

"ॲनास्टॅशिया, मी तुला सांगितलंय. फिफ्टी शेड्स. माझी आयुष्याची सुरुवात धकाधकीची झाली – तुला तो सगळा राडा डोक्यात नको असेल. कशाला हवा असेल?"

"कारण मला तुला अधिक चांगलं समजावून घ्यायचंय."

"तू मला आधीच चांगलं ओळखतेस."

"तू असं कसं म्हणू शकतोस?" मी त्याच्याकडे तोंड करून माझ्या गुडघ्यांवर धडपडत बसले.

त्याने वैफल्याने त्याचे डोळे माझ्याकडे बघून फिरवले.

"तू तुझे डोळे फिरवतो आहेस! गेल्यावेळी मी तसं केलं, तेव्हा माझी गच्छन्ति शेवटी तुझ्या गुडघ्यांवर झाली."

"ओह, मला तुला पुन्हा तिथे ठेवायला आवडेल." मला प्रेरणा मिळाली.

"तू मला सांग, मग तू ते करू शकशील."

"काय?"

"तू मी काय बोलले ते ऐकलंस."

"तू माझ्याबरोबर घासाघीस करते आहेस?" त्याच्या आवाजात आश्चर्ययुक्त अविश्वास होता.

मी मान हलवली. *यस... हाच मार्ग आहे.*

"वाटाघाटी."

"ते तसं जमून येत नाही, ॲनास्टॅशिया."

"ओके. मला सांग आणि मी माझे डोळे तुझ्याकडे बघून फिरवते."

तो हसला आणि चिंतामुक्त ख्रिश्चनची एक दुर्मीळ झलक बघायला मिळाली. मी त्याला बराच काळ तसं बघितलं नव्हतं. त्याने स्वत:च्या भावनांवर विजय मिळवला आणि शांत झाला.

"माहिती मिळवायला नेहमीच उत्सुक आणि अधीर," त्याने माझ्याकडे विचारमग्न होऊन पाहिलं. एका क्षणानंतर, तो डौलदारपणे बिछान्यावरून उतरला. "जाऊ नकोस," तो खोलीच्या बाहेर गेला.

माझ्यामधून थरथरणारी हालचाल झाली. ती मला फोडून बाहेर गेली आणि मी स्वत:लाच आलिंगन दिलं. तो काय करतोय? त्याची काहीतरी दुष्ट योजना तर नाही? क्रॅप. समजा जर तो एक छडी घेऊन परतला किंवा एखादं विचित्र, चमत्कारिक साधन घेऊन? *होली शिट्, मी मग काय करेन?* तो जेव्हा परत आला, तेव्हा त्याच्या हातात छोटंसं काहीतरी होतं. ते काय आहे हे मी बघू शकले नाही आणि माझी उत्सुकता ताणली गेली.

"तुझी पहिली मुलाखत उद्या किती वाजता आहे?" त्याने हळुवारपणे विचारलं.

"दोन."

त्याच्या चेहऱ्यावर एक संथ, खट्याळ हसू पसरलं.

"गुड," तो माझ्या डोळ्यांसमोर कळेल न कळेल असा बदलला. तो अधिक कठोर, आवरायला सहज, असाधारण हॉट आहे. हा वरचढ ख्रिश्चन आहे.

"बिछान्यापासून दूर हो. इथे उभी रहा." त्याने पलंगाजवळ जागा दर्शवली आणि मी धडपडत दुप्पट वेळात उतरले. त्याने माझ्याकडे उत्कटतेने टक लावून पाहिलं. त्याचे डोळे आशेने चमकत होते. "माझ्यावर विश्वास आहे?" त्याने विचारलं.

मी मान हलवली. त्याने त्याचा हात पुढे केला. त्याच्या तळव्यावर एका जाड काळ्या धाग्याने जोडलेले दोन चमकदार चांदीचे बॉल्स होते.

"हे नवीन आहेत," तो ठासून म्हणाला.

मी त्याच्याकडे प्रश्नार्थक दृष्टीने बघितलं.

"मी हे तुझ्या आत ठेवणार आहे आणि मग मी तुझ्या नितंबांवर चापट्या मारणार आहे, शिक्षेसाठी नव्हे; पण तुझ्या सुखासाठी आणि माझ्याही." तो थांबला, माझ्या विस्फारलेल्या डोळ्यांची प्रतिक्रिया आजमावत.

"माझ्या आत!" मी श्वास रोखले. माझ्या पोटातले खोलवरचे सगळे स्नायू पिळवटले. माझी अंतर्देवता सात पदरांचं नृत्य करत आहे.

"मग आपण सेक्स करू आणि तू जर जागी असशील, तर मी माझ्या वाढीच्या वर्षांबद्दलची काही माहिती देईन. मंजूर?"

तो माझी संमती विचारतोय! श्वास अवरोधून मी मान हलवली. मी बोलायला असमर्थ होते.

ख्रिश्चनची नजर माझ्या नजरेवरून हटली नाही. होली हेल, हे मला उद्दीपित करत होतं. मी चुळबुळ केली.

''स्तब्ध रहा, ॲनास्टॅशिया,'' त्याने सावधगिरीची सूचना दिली.

''थांब,'' पलंगाकडे सरकत, त्याने पांघरूण बाजूला फेकलं आणि पलंगाच्या कडेला बसला.

''इथे ये.''

मी त्याच्यासमोर उभी राहिले.

''आता वळ, खाली वाक आणि तुझे घोटे पकड.''

मी त्याच्याकडे बघत डोळ्यांची उघडझाप केली आणि त्याचे भाव गढुळले.

''मागेपुढे करू नकोस,'' त्याने मला हळुवारपणे दटावलं. त्याच्या आवाजात त्या दटावण्याचा एक अंतर्गत प्रवाह होता.

जीझ, मी माझ्या घोट्यांना स्पर्श करू शकेन का? मी सहजपणे ते करू शकतेय असं मला कळलं.

टी शर्ट माझ्या पाठीवरून वर घसरला आणि माझा पार्श्वभाग उघडा पडला. नशीब मी माझ्या पॅन्टीज अंगावरच ठेवल्या होत्या, पण मला संशय आहे की, त्या फार काळ राहणार नाहीत.

त्याने त्याचा हात विस्मित होऊन, आदराने माझ्या पार्श्वभागावर ठेवला. अगदी हळुवारपणे त्याच्या पूर्ण हाताने तो कुरवाळला. माझ्या उघड्या डोळ्यांनी, मी माझ्या पायातून फक्त त्याचे पाय बघू शकत होते, दुसरं काही नाही. मी माझे डोळे घट्ट मिटले.

त्याचा श्वासोच्छ्वास थांबला. त्याने ती कृती जेव्हा पुन्हा केली तेव्हा जोरात श्वास घेतलेला मला ऐकू आलं. त्याने माझ्या पॅन्टीज सरळ केल्या आणि खाली वाकला. त्याच्या ओठांनी मृदूपणे माझ्या पार्श्वभागाचं चुंबन घेतलं.

''उभी रहा,'' त्याने आज्ञा केल्यावर थरथरत मी उभी राहिले.

ओह्! मला आता ते जाणवलं... काहीसं. मला स्थिर करायला त्याने माझे नितंब पकडले आणि मी माझा तोल पुन्हा सावरला.

''तू ठीक आहेस?'' त्याने विचारलं. त्याचा आवाज कडक होता.

''होय.''

''वळ,'' मी वळले आणि त्याच्यासमोर आले.

''कसं वाटतंय?'' त्याने विचारलं.

''विचित्र.''

"विचित्र चांगलं की विचित्र वाईट?"

"विचित्र चांगलं," मी लाजत कबुली दिली.

"गुड." त्याच्या डोळ्यांत विनोदाची झाक होती.

"मला एक ग्लास पाणी पाहिजे. प्लीज माझ्यासाठी एक ग्लास आणशील?"

ओह्.

"तू जेव्हा परतशील, तेव्हा मी तुला माझ्या गुडघ्यांवर घेईन. त्याचा विचार कर, ॲनास्टॅशिया."

पाणी? त्याला पाणी पाहिजे – आत्ता – का?

मी जेव्हा शयनगृहातून निघाले, तेव्हा मी इथेतिथे चालावं अशी त्याची इच्छा का असेल हे अगदी स्पष्ट झालं. मी चालले त्यानुसार बॉल्सनी माझ्या आत वजनाने खाली येऊन माझं आतल्या आत मर्दन केलं.

ती एक इतकी चमत्कारिक भावना होती आणि पूर्णपणे दुःखदायी नव्हती. वस्तुतः मी जेव्हा स्वयंपाकघराच्या कपाटातून ग्लास घेण्यासाठी अंग ताणलं तेव्हा माझा श्वासोच्छ्वास वाढला. जोरात श्वास. *ओ माय...* मला हे ठेवावे लागतील. ते मला सेक्ससाठी खूप, खूप गरजू बनवत होते. माझी वासना वाढवत, चाळवत होते.

मी जेव्हा परत आले तेव्हा तो मला बारकाईने न्याहाळत होता.

"थँक यू," माझ्याकडून ग्लास घेताना तो म्हणाला.

सावकाशपणे, त्याने एक घोट घेतला आणि पलंगाशेजारच्या टेबलावर ठेवला. तिथे एक फॉइल पॅकेट वाट बघत, तयारच होतं, माझ्यासारखं. आणि मला माहीत झालं, माझी उत्कंठा वाढवण्यासाठी तो हे करत होता. माझ्या हृदयाने एक ठेका पकडला होता. त्याने त्याची चमकदार करडी नजर माझ्या नजरेत मिळवली.

"ये, माझ्याशेजारी उभी रहा. गेल्या वेळेसारखी."

मी त्याच्या बाजूला गेले, माझं रक्त माझ्या शरीरात उकळत होतं. आणि या वेळेला... मी उत्तेजित झाले होते. उद्दीपित.

"मला विचार," त्याने हळुवारपणे सांगितलं.

मी कपाळाला आठ्या घातल्या. त्याला काय विचारायचं?

"मला विचार," त्याचा आवाज थोडासा कठोर झाला.

काय? तुझं पाणी कसं होतं? त्याला काय हवंय?

"मला विचार, ॲनास्टॅशिया. मी पुन्हा बोलणार नाही."

आणि त्याच्या शब्दांत अशी एक गर्भित धमकी होती आणि मग माझ्या डोक्यात प्रकाश पडला. माझ्या नितंबांवर चापट्या मारायला मी त्याला सांगावं, असं त्याला वाटत होतं.

होली शिट्. तो माझ्याकडे अपेक्षेने बघतो होता. त्याचे डोळे थंड होत चालले होते. *शिट्*.

"कृपा करून माझ्या नितंबांवर चापट्या मारा... सर," मी कुजबुजले.

त्याने क्षणभर त्याचे डोळे मिटले, माझ्या शब्दांचा आस्वाद लुटला. पुढे होऊन त्याने माझा डावा हात पकडला आणि त्याच्या गुडघ्यांवर मला ओढलं. मी क्षणार्धात खाली पडले आणि मी त्याच्या मांडीवर पडल्यानंतर त्याने मला सावरलं. त्याच्या हाताने त्याने हळुवारपणे माझ्या पार्श्वभागावर थोपटलं तेव्हा माझं हृदय माझ्या तोंडात आलं. मी त्याच्या मांडीवर पुन्हा कोन करून पडले, म्हणजे माझं शरीर पलंगावर त्याच्या बाजूला विसावलं. या वेळेला त्याने त्याचा पाय माझ्या पायावर टाकला नाही, पण माझे केस माझ्या चेहऱ्यावरून सारखे केले आणि माझ्या कानांमागे खेचले. मग त्याने माझ्या मानेच्या खालच्या भागावरचे केस खेचले आणि मला जागच्याजागी धरलं. त्याने हळुवारपणे ओढलं आणि माझं डोकं मागे सरकलं.

"मी तुझ्या नितंबांवर चापट्या मारत असताना मला तुझा चेहरा बघायचाय, ॲनास्टॅशिया," तो पुटपुटला. सगळा वेळ तो माझा पार्श्वभाग हलकेच चोळत होता.

त्याचा हात माझ्या पार्श्वभागाच्या गालात खाली सरकला. तो माझ्या सेक्सवर दाबला आणि ती पूर्ण भावना... मी कण्हले. ओह, ती जाणीव अद्वितीय होती.

"हे सुखासाठी आहे, ॲनास्टॅशिया, माझ्या आणि तुझ्या," तो कुजबुजला.

त्याने हात उचलला आणि एका पडसाद उमटवणाऱ्या माझ्या मांड्यांच्या, पार्श्वभागाच्या आणि माझ्या सेक्सच्या एकत्रित आणणाऱ्या सांध्यावर चापटी देत खाली आणला. ते बॉल्स माझ्या आत पुढे आणले गेले आणि मी जाणिवेच्या एका आवर्तामध्ये हरवून गेले. माझ्या पार्श्वभागावरचं सणसणणं, बॉल्सचा माझ्या आतला पूर्णपणा आणि त्याने खाली धरून ठेवल्याची ही वस्तुस्थिती. या सगळ्या अनोळखी जाणिवांना समजून घेण्याचा माझ्या संवदेनांच्या प्रयत्नात माझा चेहरा वर काढला. माझ्या मेंदूत कुठेतरी नोंद झाली की, त्याने मला गेल्यावेळेइतकं जोरात मारलं नाहीये. त्याने पुन्हा एकदा माझी मागची बाजू कुरवाळली, त्याच्या तळव्याने माझी त्वचा आणि माझ्या पॅन्टीजवरून स्पर्शाचे ठसे उमटवले.

त्याने माझ्या पॅन्टीज का काढल्या नाहीत? मग त्याचा तळवा अदृश्य झाला आणि पुन्हा चापटी मारली. त्या जाणिवेने मी कण्हले. त्याने एक पद्धत सुरू केली. डावीकडून उजवीकडे आणि मग खाली. खाली मारलेल्या चापट्या सर्वांत छान होत्या. माझ्या आत, सगळं पुढे सरकत होतं... आणि प्रत्येक चापटीनंतर त्याने मला

कुरवाळलं, मळलं म्हणजे माझं आतून-बाहेरून दोन्हीकडून मर्दन झालं. ती इतकं उत्तेजित करणारी, लैंगिकता चाळवणारी भावना होती; आणि कोणत्यातरी कारणामुळे हे माझ्या मनाजोगतं असल्याने माझी वेदनांबद्दल हरकत नव्हती. ते दुःखदायक नाही – वेल, ते तसं होतं, पण असह्य नव्हतं. ते का कोण जाणे, आटोक्यात येण्यासारखं होतं आणि हो, सुखदायकदेखील. मी कण्हले. *होय, मी हे करू शकते.*

माझ्या पॅन्टीज माझ्या पायांवरून सावकाशपणे ओढून काढण्यासाठी तो थांबला. त्याच्या पायांवर मी तळमळले. मला त्या चापट्यांपासून पळायचंय म्हणून नव्हे, तर मला अधिक पाहिजे... सुटका, काहीतरी. माझ्या संवेदनाक्षम त्वचेच्या निकट त्याचा स्पर्श म्हणजे वासनामय झिणझिण्या होत्या. ते भारावून टाकणारं होतं आणि त्याने पुन्हा सुरू केलं. काही हळुवार चापट्या, मग डावीकडून-उजवीकडे आणि खाली असं वाढवत नेणं. ओह, खालच्या बाजूला मारलेल्या चापट्या. मी कण्हले.

"गुडगर्ल, ॲनास्टॅशिया," तो गुरगुरला आणि त्याचा श्वासोच्छ्वास अनियमित होता.

त्याने आणखी दोनदा नितंबांवर चापट्या मारल्या आणि मग बॉलसना लागून असलेल्या धाग्यांना ओढलं आणि एकाएकी ते माझ्यातून झटक्यासरशी ओढून काढलं. मी उत्कटबिंदू जवळजवळ गाठला – ती भावना या जगापलीकडची होती. जलद हालचाल करत, त्याने मृदूपणे मला उलटं फिरवलं. फॉइल फाडून काढलेली बघण्याऐवजी मी ती ऐकली आणि मग तो माझ्याशेजारी पडला. त्याने माझे हात पकडले. ते डोक्याच्या वर नेले आणि स्वतःला माझ्यावर, माझ्या आत आणलं, सावकाश सरकत, त्या ठिकाणी मला भरून टाकत. मी मोठ्याने कण्हले.

"ओह, बेबी," तो एका सावकाश वैषयिकतेच्या तालावर मागेपुढे होताना कुजबुजला – माझा स्पर्श अनुभवत, माझा आस्वाद घेत.

तो कधीही नव्हता, एवढा मृदू होता आणि काठावरून खाली पडायला मला काहीच वेळ लागला नाही, उंच उंच जाणारा मोहक, तीव्र, थकवणारा उत्कटबिंदू गाठण्यासाठी... मी जेव्हा त्याच्याभोवती पाय आवळले, तेव्हा त्याच्या सुटकेलाही चावी मिळली आणि तो माझ्या आत घसरला, शांत होत, आश्चर्यकारक आवेगाने माझं नाव मोठ्याने घेत –

"ॲना!"

तो शांत होता आणि माझ्या अंगावर धापा टाकत होता. त्याचे हात अजूनही माझ्या डोक्यावर माझ्या हातात गुंतलेले होते. शेवटी, तो मागे झुकला आणि माझ्याकडे टक लावून बघितलं.

"मी ते एन्जॉय केलं," तो कुजबुजला आणि मग माझं गोडपणे चुंबन घेतलं.

आणखी गोड चुंबनं घेण्यासाठी तो रेंगाळला नाही, पण उठला, माझ्या अंगावर

पांघरूण घातलं आणि बाथरूममध्ये अदृश्य झाला. येताना, त्याने सफेद लोशनची एक बाटली आणली. तो माझ्याशेजारी पलंगावर बसला.

"वळ," त्याने फर्मावलं आणि कुरकुर न करता मी माझ्या पुढच्या बाजूवर वळले

प्रामाणिकपणे, एवढा बाऊ. मला खूप झोपाळलेलं वाटलं.

"तुझे नितंब सुंदर रंगाचे आहेत," तो कौतुकाने म्हणाला आणि माझ्या गुलाबी नितंबांवर ते थंडावा आणणारं लोशन कोमलपणे चोळलं

"काय ते सांगून टाक, ग्रे," मी जांभई दिली.

"मिस स्टील, एखाद्या क्षणाची माती कशी करायची हे तुला माहीत आहे."

"आपण एक करार केला होता."

"तुला तसं वाटतंय?"

"काहीतरी कमी पडल्यासारखं."

त्याने निःश्वास टाकला. माझ्याशेजारी सरकला आणि मला त्याच्या बाहुपाशात ओढून घेतलं. माझा झिणझिणाऱ्या पार्श्वभागाला स्पर्श होणार नाही, याची काळजी घेत आम्ही पुन्हा लाडात आलो. त्याने माझ्या कानांच्या मागे अतिशय हळुवारपणे माझं चुंबन घेतलं.

"ज्या स्त्रीने मला या जगात आणलं ती एक नशा करणारी रांड होती, ॲनास्टॅशिया. झोप आता."

होली फक्... याचा अर्थ काय?

"होती?"

"ती मेली."

"केव्हा?"

त्याने निःश्वास टाकला.

"मी जेव्हा चार वर्षांचा होतो, तेव्हा मी मरण पावली. मला खरं म्हणजे ती आठवत नाही. कॅरिकने मला थोडाफार तपशील दिला आहे. मला फक्त काही गोष्टी आठवतात. कृपा करून झोपी जा."

"गुड नाइट, ख्रिश्चन."

"गुड नाइट, ॲना."

मी एका चक्रावलेल्या आणि शिणलेल्या निद्रेत गेले. एका चार वर्षांच्या – करड्या डोळ्यांच्या – अंधाऱ्या, भीतिदायक, दुःखी ठिकाणी – असलेल्या मुलाची स्वप्नं बघत.

२१

सगळीकडे प्रकाश होता. झगझगीत, उबदार आणि खुपणारा प्रकाश. मी तो आणखी काही मौल्यवान मिनिटांसाठी लांब – माझ्यापासून काही अंतरावर ठेवण्याचा प्रयत्न केला. आणखी काही मिनिटांसाठी मला लपून राहायचं होतं. पण उजेड खूपच तीव्र होता, आणि शेवटी मी जागं व्हायला बळी पडले. सीॲटलची एक सुंदर सकाळ माझं स्वागत करत होती – पूर्ण उंचीच्या खिडक्यांतून आत झिरपणारा, भगभगीत उजेडाने खोली भरून टाकणारा सूर्यप्रकाश. आम्ही काल रात्री ब्लाइंड्स बंद का नाही केल्या? मी ख्रिश्चन ग्रेच्या प्रशस्त पलंगावरून एक ख्रिश्चन ग्रे वजा केला.

सीॲटलच्या स्कायलाइनच्या उंच दृश्याकडे मी खिडक्यांतून क्षणभर न्याहाळत पडून राहिले. ढगातलं आयुष्य नक्कीच कल्पित वाटतं. एक फँटसी – हवेतला किल्ला, जमिनीपासून दिशाहीन भरकटत आयुष्याच्या वास्तवतेपासून सुरक्षित – दुर्लक्ष, भूक आणि व्यसनी-वेश्या मातांपासून खूप दूर. विचार करताना माझ्या अंगावर काटा आला, आणि तो इथे असा एका बाजूला, कलेच्या सुंदर, किमती वस्तूंनी घेरलेला – जिथे सुरुवात केली तिथून कितीतरी दूर आलेला... तो असा का राहतो हे मला समजलं – खरंच एक मिशन स्टेटमेंट. मी कपाळाला आठ्या घातल्या. कारण मी त्याला स्पर्श का करू शकत नव्हते, याचं स्पष्टीकरण मला मिळालं नाही.

विरोधाभासाने या उंच टॉवरमध्ये वर मलादेखील तसंच वाटलं. मी वास्तवापासून दूर निरुद्देश भटकते आहे. मी या एका कल्पनाविलासातल्या अपार्टमेंटमध्ये होते, माझ्या फँटसी बॉयफ्रेंडबरोबर फँटसी सेक्स करत होते. कठोर वास्तव हे आहे की, त्याला विशेष व्यवस्था पाहिजे, जरी त्याने म्हटलंय की, तो अधिक प्रयत्न करेल. त्याचा खरोखर अर्थ काय? आम्ही अजूनही सी-सॉच्या विरुद्ध

टोकांना आहोत की, इंचाइंचाने जवळ सरकत आहोत हे मला आम्हा दोघांमध्ये स्पष्ट करून घ्यायचं होतं.

मी बिछान्यावरून धडपडत उठले तेव्हा मला माझं अंग ताठरलेलं जाणवत होतं. अधिक चांगल्या प्रकारे व्यक्त करायचं झाल्यास वापरून घेतल्यासारखं वाटत होतं. माझ्या अर्धजागृत मनाने नाखुशीने ओठांचा चंबू केला. मी माझे डोळे तिच्याकडे बघून फिरवले, एक तळवे शिवशिवणारा नियंत्रण-वेडा खोलीत नाही याबद्दल मी कृतज्ञ झाले आणि वैयक्तिक प्रशिक्षकाबद्दल त्याला विचारायचा निश्चय केला. म्हणजे मी जर सही केली तर. माझी अंतर्देवता माझ्याकडे गडबडून जाऊन डोळे मोठे करून बघते. *अर्थातच तू सही करशील.* मी त्या दोघींकडे दुर्लक्ष केलं. बाथरूमला पटकन जाऊन आल्यावर ख्रिश्चनला शोधायला गेले.

तो आर्ट गॅलरीत नव्हता; पण एक डौलदार, मध्यमवयीन स्त्री स्वयंपाकघराच्या भागात साफसफाई करत होती. तिला बघितल्यावर मी माझ्या मार्गात थबकले. तिचे केस पिंगट सोनेरी आणि डोळे स्वच्छ निळे होते; तिने एक साधा शिवलेला सफेद शर्ट आणि नेव्ही-ब्ल्यू रंगाचा पेन्सिल स्कर्ट घातला होता. तिने मला पाहिल्यावर एक रुंद हास्य केलं.

"गुड मॉर्निंग, मिस स्टील. तुम्हाला न्याहरी करायला आवडेल का?" तिचा स्वर प्रेमळ; पण बिझिनेस-लाइक होता. मी स्तिमित झाले. ख्रिश्चनच्या स्वयंपाकघरात ही आकर्षक, पिंगट सोनेरी रंगाची स्त्री कोण आहे? मी ख्रिश्चनचा टी शर्ट घातला होता. मला माझ्या अंगावरच्या कमी कपड्यांमुळे स्वत:ची जाणीव होऊन शरमिंदं झाल्यासारखं वाटत होतं.

"मला वाटतं मी जरा अडचणीत असताना तुम्ही मला भेटताय," माझा आवाज शांत होता. माझ्या आवाजातली अस्वस्थता लपवण्यात मी असमर्थ ठरले

"ओह, मला फार खेद होतोय – मी मिसेस जोन्स, मि. ग्रेंची हाउसकीपर."

ओह.

"कशा आहात आपण?" मी ते विचारपूस करण्यावर निभावलं.

"तुम्हाला न्याहरी करायची आहे का, मॅम?"

मॅम?

"फक्त थोडा चहा चालेल, थँक यू. मि. ग्रे कुठे आहेत माहीत आहे का आपल्याला?"

"त्यांच्या स्टडीजमध्ये."

"थँक यू."

मी घाबरून घाईघाईत स्टडीच्या दिशेने गेले. ख्रिश्चन फक्त आकर्षक, पिंगट सोनेरी केसांच्या स्त्रियांना काम करायला का ठेवतो? आणि एक वाईट विचार

आपसूकच माझ्या मनात डोकावला : *त्या सगळ्या त्याच्या पूर्वीच्या सबमिसिव्ह तर नव्हेत?* या वाईट कल्पनेवर फार विचार न करण्याचं मी ठरवलं. मी माझं डोकं लाजाळूपणे दारातून आत घातलं. तो फोनवर बोलत होता, त्याचा चेहरा खिडकीसमोर होता. त्याने काळी पँट आणि सफेद शर्ट घातला होता. शॉवर घेतल्यामुळे त्याचे केस अजूनही ओले होते, आणि माझ्या नकारात्मक विचारांपासून मी पूर्णपणे विचलित झाले.

"त्या कंपनीच्या पीॲन्डएलमध्ये सुधारणा झाल्याशिवाय मला रस नाही, रॉस. आम्ही डेडवेट वाहत नाही... मला अधिक लंगड्या सबबींची गरज नाही... मार्कोला मला फोन करायला सांगा, इट्स शिट ऑर बस्ट् टाइम... यस, बार्बीला सांग की, प्रोटोटाइप चांगला दिसतोय, तरीही दोघांमधील सीमारेषेबद्दल मला एवढी खातरी नाही... नाही, त्याच्यात काहीतरी उणीव आहे... आज दुपारी चर्चा करण्यासाठी मला त्याला भेटायचंय... खरं म्हणजे तो आणि त्याच्या टीमबरोबर आपण प्रश्नांवर उत्तरं शोधून काढू शकू... ओके. मला पुन्हा ॲन्ड्रिआकडे फिरव..." तो थांबला, खिडकीतून बाहेर टक लावत, त्याच्या विश्वाचा राजा – त्याच्या आकाशातील किल्ल्यातून खालच्या छोट्या लोकांकडे पाहत असल्यासारखा. "ॲन्ड्रिआ..."

त्याने वर पाहिल्यावर मी दारातच उभी असल्याचं त्याच्या लक्षात आलं. त्याच्या सुंदर चेहऱ्यावर सावकाश एक सेक्सी हास्य पसरलं आणि माझ्या आतल्या बाजू वितळल्या, म्हणून मी नि:शब्द झाले. नि:संशय या ग्रहावरचा तो एक सर्वांत सुंदर पुरुष आहे, खालच्या छोट्या लोकांच्या मानाने एक फारच सुंदर पुरुष, माझ्या मानाने खूपच सुंदर. नाही, माझी अंतर्देवता माझ्यावर खवळली, माझ्या मानाने खूप सुंदर नाही. आत्तातरी, तो एकप्रकारे माझा आहे. त्या कल्पनेने माझ्या रक्तातून उत्तेजनेची एक लहर दौडत गेली आणि स्वत:वरचा अतार्किक अविश्वास घालवून टाकला.

त्याने त्याचं संभाषण पुढे चालू ठेवलं, पण त्याचे डोळे माझ्या डोळ्यांना सोडतच नव्हते.

"माझं आजचं सकाळचं शेड्यूल आटपून घ्या, पण बिलला मला फोन करायला सांगा. मी दोन वाजता येईन. मला आज दुपारी मार्कोशी बोलावं लागेल. त्याच्यासाठी निदान अर्धा तास तरी लागेल... बार्नी आणि त्याच्या टीमची, बार्नीनंतर किंवा उद्या भेट ठरवा, आणि या आठवड्यात प्रत्येक दिवशी क्लॉडला भेटण्यासाठी माझा वेळ काढा... त्याला थांबायला सांगा... ओह्... नाही, मला डारफरसाठी प्रसिद्धी नको आहे... ते सॅमला हाताळायला सांगा... नो, कोणता कार्यक्रम?... तो पुढच्या शनिवारी आहे? होल्ड ऑन."

"तू जॉर्जियाहून कधी परत येणार आहेस?"

"शुक्रवारी."

त्याने त्याचं फोनवरचं संभाषण पुन्हा चालू केलं.

"मला एक एक्स्ट्रॉ तिकीट लागेल, कारण माझी एक डेट ठरली आहे... होय ॲन्ड्रिआ, मी तेच म्हटलं माझी डेट आहे. मिस ॲनास्टॅशिया स्टील माझ्याबरोबर येईल... दॅट्स ऑल." त्याने फोन बंद केला. "गुड मॉर्निंग, मिस स्टील."

"मि. ग्रे," मी लाजाळूपणे हसले.

त्याच्या नेहमीच्या सहजसुंदर हालचाली करत तो त्याच्या डेस्कभोवती फिरला आणि माझ्यापुढे उभा राहिला. त्याच्या बोटांच्या मागच्या बाजूने त्याने माझा गाल मृदूपणे थोपटला.

"मला तुला उठवायचं नव्हतं. तू इतकी शांत दिसत होतीस. तुला चांगली झोप लागली का?"

"मला खूप छान विश्रांती मिळाली. थँक यू. मी फक्त अंघोळ करण्यापूर्वी हाय म्हणायला आले."

मी त्याच्याकडे बघितलं, त्याला पिऊन घेतलं. त्याने खाली वाकून हळुवारपणे माझं चुंबन घेतलं, आणि माझा स्वत:वर ताबा राहिला नाही. त्याच्या गळ्याभोवती मी माझे हात टाकले, माझी बोटं त्याच्या अद्याप ओलसर असलेल्या केसात पिरगळली. त्याच्या शरीराला माझं शरीर भिडवत, मी प्रतिसादाबद्दल त्याचं चुंबन घेतलं. मला तो पाहिजे. माझ्या हल्ल्याने तो आश्चर्यचकित झाला, पण एका क्षणात त्याने प्रतिसाद दिला. घशात खालच्या पट्टीत गुरगुरला. त्याचे हात माझ्या केसात सरकले. माझ्या पाठीवरून खाली जात त्यांनी माझा उघडा पार्श्वभाग ओंजळीत धरला. त्याची जीभ माझ्या तोंडात शोध घेत होती. तो मागे झाला, त्याचे डोळे अर्धोन्मीलित होते.

"वेल, झोपेमुळे तुला बरं वाटलेलं दिसतंय," तो पुटपुटला, "तू अंघोळ करावीस असं वाटतंय, का मग मी तुला आत्ता माझ्या डेस्कवर झोपवू?"

"मी डेस्क निवडेन!" माझ्या शरीरातून ॲड्रेनॅलिनप्रमाणे वाटेत जे लागेल ते जागृत करत लालसा वाहत असताना मी अविचाराने कुजबुजले.

त्याने माझ्याकडे भांबावून मिलीसेकंदासाठी टक लावून पाहिलं.

"तुला या गोष्टीची खरंच चटक आहे, नाही का, मिस स्टील? तुझं समाधान करायला दिवसेंदिवस कठीण होत चालली आहेस," तो पुटपुटला.

"मला फक्त तुझी चटक आहे," मी कुजबुजले.

त्याचे डोळे मोठे झाले आणि गढुळले, त्या वेळी त्याचे हात माझ्या उघड्या पार्श्वभागाचं मर्दन करत होते.

"डॅम राइट, फक् मी," तो गुरगुरला. एकाएकी एका ओघवत्या कृतीने, त्याने

त्याचे सगळे प्लॅन्स आणि पेपर्स डेस्कवरून साफ केले. ते जमिनीवर विखुरले. मला त्याने त्याच्या बाहुपाशात उचललं आणि मला डेस्कच्या आखूड भागावर खाली ठेवलं. माझं डोकं काठाच्या जवळजवळ बाहेर पोचलं.

"तुला जे पाहिजे ते मिळेल, बेबी," तो पुटपुटला. त्याच्या पॅन्टची झिप ओढताना तिच्या खिशातून त्याने एक फॉइल पॅकेट बाहेर काढलं. ओह्, मि. बॉय स्काउट. त्याच्या उत्थापनावर त्याने कंडोम घातला आणि माझ्याकडे बघितलं, "माझी खातरी आहे की, तू तयार असशील," त्याने श्वास घेतला. त्याच्या चेहऱ्यावर एक वैषयिक हास्य पसरलं. एका क्षणात, त्याने मला भरून टाकलं. माझी मनगटं माझ्या बाजूंना त्याने घट्ट धरली होती, आणि... आणि तो माझ्यात खोलवर धक्के देऊ लागला.

मी कण्हले... ओह्, यस.

"ख्राइस्ट, ॲना. तू इतकी तयार आहेस," तो खूप आदराने कुजबुजला.

तो उभा होता, त्याचे करडे डोळे लालसेने आणि स्वामित्वाने चमकत होते. त्याने माझ्याकडे बघितलं. हालचाल करायला सुरुवात केली. हे प्रेम करणं नव्हे, ही रतिक्रिडा आहे – आणि मला तो आवडतो. मी कण्हले. ते इतकं रांगडं, इतकं वैषयिक आहे, मला उथळवणारं, उनाड. त्याच्या स्वामित्वाखाली मी आनं लुटला, त्याची वासना माझ्या वासनेला समाधान देत होती. तो सहजपणे हालचाल करत होता. त्याचा श्वासोच्छ्वास जसा वाढला तसे त्याचे ओठ थोडेसे विलग झाले. त्याने दोन्ही बाजूंना त्याचा पार्श्वभाग हलवला आणि त्यामुळे होणारं सुख अद्वितीय होतं.

मी माझे डोळे मिटले, सावकाशपणे, चवदारपणे, पायऱ्या चढत जावं तशी ती भावना आकार घेत असल्याची जाणीव अनुभवली. मला उंच, उंच हवेतल्या किल्ल्यावर ढकलत. ओ यस... त्याचा धक्का थोडासा वाढला. मी मोठ्याने कण्हले. माझ्यात सगळ्या जाणिवा एकवटून आल्या... सगळा तो, प्रत्येक धक्क्याची मजा लुटत, मला भरून टाकणाऱ्या. आणि त्याने गती घेतली, जलद धक्के देत... जोरात... आणि माझं पूर्ण शरीर त्याच्या तालावर हालचाल करत होतं आणि माझे पाय कडक झाल्याचं मला जाणवलं.

"कम ऑन, बेबी, माझ्यासाठी तुझा उत्कटबिंदू गाठ," त्याने दाबलेल्या दातातून विनवणी केली. त्याच्या आवाजातली उत्कटता, गरज आणि तणाव यांनी मला काठावर आणलं.

मी एक बिनशब्दाची लालसेने भरलेली याचना ओरडून केली, मी सूर्याला स्पर्श केला, भाजलं, त्याच्या भोवताली विखुरले, खाली पडले. पृथ्वीवर एक श्वास रोखलेल्या प्रकाशित शिखरावर पुन्हा परतले. तो माझ्या आत घुसला, आणि त्याचा उत्कटबिंदू गाठल्यावर अचानक थांबला, माझी मनगटं खेचली आणि माझ्या

अंगावर काही न बोलता डौलदारपणे विसावला.

वॉव... ते अनपेक्षित होतं. मी सावकाशपणे पुन्हा पृथ्वीवर आले.

''काय करते आहेस तू मला?'' माझ्या मानेवर नाक घुसळताना श्वास घेतला. ''तू मला पूर्णपणे भुरळ घालते आहेस, ॲना. तू काहीतरी जबरदस्त जादू करतेस.''

त्याने माझी मनगटं सोडली. मी माझी बोटं त्याच्या केसांतून फिरवली, माझ्या उच्च पातळीवरून खाली उतरले. मी माझे पाय त्याच्याभोवती घट्ट केले.

''फसवली गेलेय मी,'' मी कुजबुजले.

त्याने माझ्याकडे पाहिलं. त्याचे भाव अगदी चमकल्यासारखे होते. माझ्या चेहऱ्याच्या दोन्ही बाजूंना त्याचे हात ठेवून, त्याने माझं डोकं जागच्याजागी ठेवलं.

''तू, माझी आहेस,'' त्याने प्रत्येक शब्द वेगळा उच्चारला. ''तुला समजतंय का?''

तो इतका आवेगपूर्ण, इतका भावूपर्ण होता – एका विश्वासाला घट्ट धरून असलेला, त्याच्या याचनेचा जोर अनपेक्षित आणि हतबल करणारा होता. त्याला असं का वाटतंय याचा मी विचार केला. ''होय, तुझी,'' मी त्याच्या उत्कट भावनेमुळे रुळांवरून घसरून कुजबुजले.

''तुला जॉर्जियाला जावं लागणार आहे, हे नक्की आहे का?''

मी सावकाशपणे मान हलवली आणि त्या पुसटत्या क्षणात, मी त्याचा भाव बदलेला आणि बंद करून घेतलेला बघितला. अचानक त्याने काढून घेतलं आणि त्यामुळे मी तोंड वाकडं केलं.

''तुला दुखतंय का?'' त्याने माझ्यावर रेलून विचारलं

''थोडंसं,'' मी कबूल केलं.

''तुला दुखत असलेलं मला आवडतं,'' त्याचे डोळे धुमसत होते.

त्याने माझी हनुवटी पकडली आणि धसमुसळेपणाने माझं चुंबन घेतलं. मग उभा राहिला. मला उठवण्यासाठी मदत करण्यासाठी त्याचा हात पुढे केला. माझ्या शेजारच्या फॉइल पॅकेटकडे मी नजर टाकली.

''नेहमीच तयारीत,'' मी पुटपुटले.

त्याच्या पॅन्टची झीप वर करताना त्याने माझ्याकडे गोंधळून बघितलं. मी रिकामं पाकीट वर धरलं.

''एक माणूस आशा करू शकतो, ॲनास्टॅशिया, स्वप्नंदेखील बघू शकतो, आणि कधीतरी त्याची स्वप्नं खरी होतात.''

तो इतका विचित्र भासला, त्याचे डोळे जळजळीत दिसले. मला खरंच काही कळलं नाही. रतिक्रीडेनंतर माझ्यावर फाकलेली प्रभा जलद गतीने मावळत होती. त्याचा प्रॉब्लेम काय आहे?

"मग, तुझ्या डेस्कवर, ते एक स्वप्न होतं?" मी शुष्कपणे विचारलं. आम्हा दोघातलं वातावरण निवळण्यासाठी विनोदाचा अंगीकार करण्याचा प्रयत्न केला.

त्याने एक गूढ गंभीर हास्य केलं, जे त्याच्या डोळ्यांपर्यंत पोचलं नाही, आणि मला लगेचच कळलं की, त्याने त्याच्या डेस्कवर संग करण्याची ही पहिलीच वेळ नव्हती. तो विचार स्वागतार्ह नव्हता. माझ्यावरचा रतिक्रीडेचा नंतरचा तजेला विरून गेला आणि मी अस्वस्थपणे चुळबुळ केली.

"मी आता अंघोळीसाठी जावं हे बरं." मी उभी राहून त्याच्या अंगावरून जाऊ लागले.

त्याने कपाळाला आठ्या घालून त्याच्या केसातून हात फिरवला.

"मला आणखी दोन-तीन कॉल्स करायचे आहेत. तू एकदा शॉवर घेऊन बाहेर आलीस की, मी तुझ्याबरोबर ब्रेकफास्ट घेईन. मला वाटतं, तुझे कालचे कपडे मिसेस जोन्सने धुऊन इस्त्री करून ठेवले आहेत. ते कपाटात असतील."

काय? ते तिने केव्हा केलं? जीझ, तिने आमचं बोलणं ऐकलं? मी लाल झाले.

"थँक यू," मी पुटपुटले.

"यू आर मोस्ट वेलकम," त्याने आपोआप उत्तर दिलं, पण त्याच्या शब्दांना एक धार होती.

मी माझ्याशी संग केल्याबद्दल धन्यवाद दिले नाहीत. जरी ते खूप...

"काय?" त्याने विचारलं. मी कपाळाला आठ्या घालत असल्याचं माझ्या लक्षात आलं.

"काय बिघडलं?" मी हळूच विचारलं.

"अर्थ काय तुझ्या बोलण्याचा?"

"वेल... तू नेहमीपेक्षा जास्त चमत्कारिक वागतो आहेस."

"मी तुला चमत्कारिक वाटतो?" त्याने हसू दाबण्याचा प्रयत्न केला.

"कधीकधी."

त्याने क्षणभर माझ्याकडे बघितलं, त्याचे डोळे विचारमग्न होते, "नेहमीप्रमाणेच, तुझ्यामुळे मी आश्चर्यचकित झालो आहे, मिस स्टील."

"आश्चर्यचकित कसं?"

"आपण फक्त असं म्हणू या का ते एक अनपेक्षित बक्षीस होतं."

"आमचं उद्दिष्ट आहे खूश करणं, मि. ग्रे," तो माझ्याकडे बघून वरचेवर करतो तसं मी माझं डोकं एका बाजूला झुकवलं आणि त्याचे शब्द त्यालाच परत केले.

"आणि तू मला खूश करतेसच," तो म्हणाला, पण अस्वस्थ दिसत होता.

"येस, मी तुला क्षणभरातच भेटते," मी त्याच्या ऑफिसमधून पूर्णपणे

अचंबित होऊन घाईघाईत निघाले.

तो गोंधळलेला भासला. का? शारीरिक अनुभवांबद्दल बोलायचं तर ते पूर्णपणे समाधानकारक होतं. पण भावनिकदृष्ट्या वेल, त्याच्या प्रतिक्रियेमुळे मी घुसळून निघाले होते, आणि कॉटन कॅन्डीचा पोषणासाठी जेवढा उपयोग असेल, तेवढाच भावनिकदृष्ट्या सशक्त व्हायला त्या प्रतिक्रियेचा उपयोग झाला होता.

मिसेस जोन्स अजूनही स्वयंपाकघरात होत्या. "तुम्हाला चहा आत्ता घ्यायचाच का, मिस स्टील?"

"मी आधी शॉवर घेईन, थँक यू," मी पुटपुटले आणि माझ्या चेहऱ्यानिशी खोलीच्या बाहेर गेले.

अंघोळ करत असताना ख्रिश्चनचं काय चाललंय, त्यावर मी विचार केला. मला ठाऊक असलेला तो एक सर्वाधिक गुंतागुंतीचा माणूस होता, आणि त्याचे सतत बदलणारे मूड्स मला समजू शकत नव्हते. मी त्याच्या स्टडीत गेले तेव्हा तो चांगला वाटला. आम्ही संग केला... आणि मग त्यानंतर ठीक नव्हता. नाही, मला ते उमगत नव्हतं. मी माझ्या अर्धजागृत मनाकडे बघितलं. मी तिचे हात मागे घेऊन आणि इतरत्र कुठेही, पण माझ्याकडे नाही असं बघत शीळ घालत होती. तिला काही ठाऊक नाही, आणि माझी अंतर्देवता अजूनही शरीरसुखानंतरच्या प्रकाशात न्हात होती. नाही – आम्ही सगळेच अनभिज्ञ आहोत.

मी माझे केस टॉवेलने वाळवले, ख्रिश्चनच्या कंगव्याने विंचरले – ते त्याचं केसांसाठी एकुलतं एक साधन होतं – आणि माझ्या केसांचा उंचावर एक अंबाडा बांधला. कपाटात केटचा प्लम ड्रेस धुऊन इस्त्री करून टांगला होता. त्याच्याबरोबरच माझी ब्रा आणि पॅन्टीजपण होत्या. मिसेस जोन्स आश्चर्यकारक आहेत. केटचे शूज पायात घालत मी माझा ड्रेस सारखा केला, खोल श्वास घेतला, आणि मोठ्या खोलीकडे परत गेले.

ख्रिश्चन कुठे दिसत नव्हता, आणि मिसेस जोन्स पॅन्ट्रीत काय सामान आहे त्याची पाहणी करत होत्या.

"चहा घेणार, मिस स्टील?" त्यांनी विचारलं.

"प्लीज," मी तिच्याकडे बघून हसले. मी आता कपडे घातल्याने मला थोडंसं अधिक आत्मविश्वासपूर्ण वाटलं.

"तुम्हाला काही खायला आवडेल का?"

"नाही, थँक यू."

"अर्थात तू काहीतरी खाशील," ख्रिश्चन डोळे मोठे करून पटकन बोलला. "तिला पॅनकेक्स, बेकन आणि अंडी आवडतात, मिसेस जोन्स."

"यस, मि. ग्रे. आपल्याला काय आवडेल, सर?"

"ऑम्लेट, प्लीज, आणि काही फळं," त्याने त्याचे डोळे माझ्यावरून हटवले नाही. त्याचे भाव अनाकलीनय होते. "बस," त्याने एका बारस्टुलाकडे बोट दाखवत फर्मावलं.

मी बसले, आणि मिसेस जोन्स न्याहारीच्या तयारीला लागल्यावर तो माझ्या शेजारी बसला. गॉश, आमचं संभाषण कोणीतरी ऐकत असणं धीर खचवणारं असतं.

"तू तुझं विमानाचं तिकीट विकत घेतलं आहेस का?"

"नाही, मी घरी गेल्यावर विकत घेईन – इंटरनेटवर."

त्याची हनुवटी चोळत तो त्याच्या कोपरांवर रेलला.

"तुझ्याकडे पैसे आहेत?"

ओ नो.

"यस," मी कृत्रिम सहनशीलतेने म्हणाले, जणूकाही मी एखाद्या लहान मुलाशी बोलत होते.

त्याने माझ्याकडे बघून परीक्षणात्मक भुवई उंचावली.

क्रॅप.

"येस, आहेत माझ्याकडे, थँक यू." मी पटकन सुधारणा केली.

"माझ्याकडे जेट आहे. तीन दिवस ते पडूनच राहणार आहे. तेव्हा तू ते वापरू शकतेस."

मी त्याच्याकडे तोंड उघडं टाकून बघितलं. अर्थात त्याच्याकडे जेट आहे, आणि मला त्याच्याकडे बघून डोळे फिरवण्याची नैसर्गिक ऊर्मी दाबावी लागली. मला हसायचं होतं, पण मी हसले नाही, कारण त्याचा मूड मी ओळखला.

"आपण तुझ्या कंपनीच्या वायुमार्गावरच्या ताफ्याचा आधीच गंभीर दुरुपयोग केला आहे. मला ते पुन्हा करायचं नाही."

"ती माझी कंपनी आहे, ते माझं जेट आहे," तो जवळजवळ दुखावलेला वाटला. मुलं आणि त्याची खेळणी!

"प्रस्तावाबद्दल धन्यवाद; पण मी ठरलेल्या फ्लाइटने जाऊन अधिक खूश असेन."

त्याला पुढे आणखी वादविवाद घालायचा आहे असं वाटलं, पण त्याने त्याच्या विरुद्ध निर्णय घेतला.

"जशी तुझी इच्छा," त्याने निःश्वास टाकला. "तुला तुझ्या मुलाखतीची बरीच तयारी करायची आहे का?"

"नाही."

"छान. तू त्या कोणत्या प्रकाशन संस्थांसाठी आहेत हे सांगणार नाहीस का?"

"नाही."

त्याचे ओठ एका नाइलाजाच्या स्मिताने तिरपे झाले. "शोध घ्यायला माझ्याकडे बरीच साधनं आहेत, मिस स्टील."

"माझ्या फोनचा माग काढणार आहात का?" मी निष्पापपणे विचारलं.

"खरं म्हणजे, आज दुपारी मी खूपच कामात असेन, म्हणून मग ते काम करण्यासाठी मला कोणातरी दुसऱ्याला सांगावं लागेल," तो शिष्टपणे हसला.

तो विनोद करतोय का?

"तू जर ते करण्यासाठी कोणातरी दुसऱ्याला मोकळा ठेवणार असशील, तर तुझ्याकडे निश्चितच मनुष्यबळ अधिक झालंय."

"मी मानव संसाधनाच्या खात्याच्या प्रमुखाला एक ईमेल पाठवेन आणि आमच्याकडे किती लोक आहेत ते बघायला सांगेन," हास्य लपवण्यासाठी त्याच्या ओठांना मुरड पडली

ओह, थँक गॉड, त्याची विनोदबुद्धी त्याने परत मिळवलीय.

मिसेस जोन्सने आम्हाला न्याहारी वाढली. काही क्षण आम्ही शांततेत खाल्लं. भांडी आवरल्यानंतर ती कौशल्याने बैठकीच्या भागातून बाहेर गेली. मी त्याच्याकडे तिरप्या नजरेने बघितलं.

"काय झालं, ॲनास्टॅशिया?"

"तुला माहीत आहे, तुला स्पर्श केलेलं का आवडत नाही ते तू मला सांगितलंसच नाही."

त्याचा रंग उडाला. त्याच्या प्रतिक्रियेमुळे ते विचारणं म्हणजेच अपराधीपणाची भावना जाणवल्यासारखं होतं.

"मी कोणालाही आत्तापर्यंत सांगितलं नाही त्यापेक्षा अधिक तुला सांगितलं आहे," माझ्याकडे अविचलपणे बघत असताना त्याचा आवाज शांत होतं.

त्याने कधीही कोणावर विश्वास टाकलेला नाही, हे माझ्यापुढे स्पष्ट होतं. त्याला कोणी जवळचे मित्र नाहीत का? कदाचित त्याने मिसेस रॉबिनसनला सांगितलं असावं? मला त्याला विचारायचंय, पण मी विचारू शकले नाही – एवढं खोलात जाऊन मी उत्सुकतेने शोधू शकले नाही. ते लक्षात आल्यावर मी डोकं हलवलं. तो खरंच एक बेट होता.

"तू दूर असताना आपल्या व्यवस्थेबद्दल विचार करशील का?" त्याने विचारलं.

"होय."

"तू मला 'मिस' करशील का?"

मी त्याच्याकडे त्याच्या प्रश्नाने अचंबित होऊन बघत राहते.

"होय," मी प्रामाणिकपणे उत्तरले.

एवढ्या कमी वेळात तो माझ्यासाठी एवढा महत्त्वाचा कसा ठरला? तो माझ्या अगदी खोलवर भिनलाय... शब्दश:... तो हसला. त्याचे डोळे उजळले.

"मी पण तुला 'मिस' करेन. तुला ठाऊक आहे त्यापेक्षा अधिक." त्याने श्वास घेतला. माझं हृदय त्याच्या शब्दांनी उबदार झालं. तो खरंच कसून प्रयत्न करत होता. त्याने मृदूपणे माझ्या गालावर थोपटलं, खाली वाकून हळुवारपणे चुंबन घेतलं.

दुपार उलटून चालली होती आणि मी सीॲटलच्या 'इंडिपेडंट पब्लिशिंग'च्या मिस्टर जे. हाइड याची अस्वस्थपणे चुळबुळ करत लॉबीत वाट बघत होते. माझी आजची ही दुसरी मुलाखत होती, जिच्यासाठी मी सर्वाधिक अस्वस्थ होते. माझी पहिली मुलाखत चांगली झाली, पण ती मुलाखत एका मोठ्या प्रकाशनासाठी होती. मी तेथील अनेक संपादकीय साहाय्यकांपैकी एक असणार होते. अशा प्रकारच्या कॉर्पोरेट मशीनमध्ये मला गिळंकृत केलं जाऊन लवकरच थुंकून टाकलं जाण्याची कल्पना मी करू शकत होते. मला 'एसआयपी'त काम करायचं होतं. ते लहान होतं आणि अपारंपरिक होतं, स्थानिक लेखकांना तिथे महत्त्व होतं आणि त्यांच्याकडे गमतीदार आणि चमत्कारिक अशिलं होती.

ते फारसं मोठं नसलं तरी पण मला वाटतं ते पैशांची काटकसर करण्यासाठी नव्हतं. दोन गडद हिरव्या चेस्टरफिल्ड चामड्याने मढवलेल्या – ख्रिश्चनच्या प्लेरूममध्ये आहे – तशाच कोचांपैकी एकावर मी बसले होते. मी कौतुकाने त्या चामड्यावर थोपटलं आणि माझ्या मनात ख्रिश्चन त्या कोचावर काय करत असावा, असा एक आळसावलेला विचार डोकावला. शक्यतांचा विचार करताना माझं मन भरकटलं... नाही – मी आता तिथे जाणं उपयोगाचं नव्हतं. माझ्या उनाड आणि अप्रस्तुत विचारांमुळे मी लाल झाले.

स्वागतिका एक तरुण आफ्रिकन-अमेरिकन स्त्री आहे. तिने कानात मोठे चांदीचे डूल घातले होते. तिचे लांब केस तिने सरळ केलेले होते. तिचा लुक बोहेमियन आहे. अशा प्रकारच्या स्त्रीशी माझी मैत्री होऊ शकेल. तो विचार दिलासा देणारा होता. प्रत्येक काही क्षणानंतर तिने संगणकावरून नजर हटवून माझ्याकडे बघितलं आणि दिलासा देणारं हास्य केलं. मी तिला पुसटत्या हास्याने प्रत्युत्तर दिलं.

माझी फ्लाइट आरक्षित झाली होती, माझी आई मी तिला भेट देणार म्हणून अत्यंत आनंदात होती. माझ्या सामानाची बांधाबांध झाली होती. केटने मला विमानतळावर गाडीने सोडायचं मान्य केलं होतं. ख्रिश्चनने मला माझा ब्लॅकबेरी आणि मॅक लॅपटॉप बरोबर न्यायला फर्मावलं होतं. त्याच्या स्वामित्व गाजवण्याच्या आठवणीने मी डोळे फिरवले; पण आता मला कळत होतं की, तो तसाच होता. त्याला माझ्यासकट प्रत्येक गोष्ट त्यांच्या नियंत्रणाखाली असलेली आवडत होती.

तरीही तो इतका आधी कल्पना करता येणार नाही आणि विरोध मावळवून टाकणारा, पटवून घेणारादेखील होता. तो हळुवार, चांगल्या विनोदबुद्धीचा आणि गोडदेखील होऊ शकत होता जेव्हा तो असा होतो तेव्हा ते इतकं बेसावध करणारं आणि अनपेक्षित असतं. त्याने मला गॅरेजकडे माझ्या गाडीपर्यंत येण्याचा आग्रह धरला होता. जीझ, मी फक्त काही दिवसांसाठी चालले होते; मी जशी काही कित्येक आठवड्यांसाठी चाललेय असा तो वागत होता. तो नेहमीच मला तोल ढासळलेल्या स्थितीत ठेवतो.

"ॲना स्टील?" एक लांब, काळ्या, प्री-रॅफेलाइट केसांच्या, स्वागत-कक्षाशेजारी उभ्या असलेल्या स्त्रीने माझं लक्ष विचलित केलं. तिचाही लुक रिसेप्शनिस्टसारखाच बोहेमियन, हलकाफुलका. ती तिशी उलटलेली किंवा चाळिशी उलटलेलीदेखील असू शकेल. वय अधिक असलेल्या स्त्रियांबाबतीत ते नेमकं सांगणं कठीण असतं.

"येस," मी अवघडून उभी राहत उत्तर दिलं.

ती माझ्याकडे बघून सभ्यपणे हसली. तिचे शांत हेझल डोळे मला जोखत होते. मी केटचा एक ड्रेस घातला आहे, सफेद ब्लाउजवर काळा पिनाफोर, आणि माझे काळे पंपशूज. मुलाखतीसाठी अगदी योग्य, मी विचार केला. माझे केस एका घट्ट अंबाड्यात बंदिस्त होते. केव्हातरी एकदा म्हणून माझ्या केसांच्या बटा व्यवस्थित वागत होत्या. तिने माझ्यापुढे तिचा हात केला.

"हॅलो, ॲना, मी एलिझाबेथ मॉर्गन. एसआयपीमध्ये मी मानव संसाधन विभागाची प्रमुख आहे."

"हाउ डु यू डु?" मी तिच्याशी हस्तांदोलन केलं. मानव संसाधन विभागाची प्रमुख म्हणून ती फारच साधी होती.

"कृपया माझ्या मागे या."

स्वागत-कक्षाच्या मागच्या डबल डोअरमधून आम्ही एका मोठ्या उजळ रंगात सजवलेल्या मोकळ्या ऑफिसात गेलो, आणि तिथून आम्ही एका छोट्या मीटिंगरूमकडे वळलो. भिंतींना हलका हिरवा रंग दिला होता. त्याच्या कडांवर पुस्तकांच्या मुखपृष्ठांची चित्रं होती. मेपल कॉन्फरन्स टेबलाच्या मुख्य ठिकाणी लाल केस पोनीटेलमध्ये बांधलेला एक तरुण गृहस्थ बसला होता. त्याच्या दोन्ही कानांत चांदीच्या छोट्याशा इअरिंग्ज चमकत होत्या. त्याने फिकट निळ्या रंगाचा शर्ट घातला होता, टाय लावला नव्हता आणि स्टोन खाकी पॅन्ट्स घातल्या होत्या. मी त्याच्याकडे गेल्यावर तो उभा राहिला आणि गडद निळ्या अथांग डोळ्यांनी त्याने माझ्याकडे टक लावून बघितलं.

"ॲना स्टील, मी जॅक हाइड, इथे एसआयपीमध्ये ॲक्विझिशन्स एडिटर,

तुम्हाला भेटून मला खूप आनंद होतोय.''

आम्ही हस्तांदोलन केलं आणि त्याच्या चेहऱ्यावरचे भाव पुरेसे मैत्रीपूर्ण असले, तरी गडद आहेत असा मी विचार केला.

''तुम्ही लांबचा प्रवास करून आला आहात का?'' त्याने प्रसन्नपणे विचारलं.

''नाही, मी नुकतंच पाइक स्ट्रीट मार्केट विभागात राहायला आलेय.''

''ओह्, म्हणजे विशेष दूर नाही तर. प्लीज, बसा.''

मी बसले आणि एलिझाबेथ त्याच्याशेजारी बसली.

''मग आमच्या एसआयपीमध्ये प्रशिक्षणार्थी म्हणून काम करायला तुम्हाला का आवडेल, ॲना?'' त्याने विचारलं.

त्याने माझं नाव हळुवारपणे उच्चारलं आणि त्याचं डोकं एका बाजूला झुकवलं, माझ्या माहितीतल्या कोणासारखंतरी – ते धैर्य खचवणारं होतं. प्रेरणा देत असलेल्या अतार्किक सावधगिरीकडे दुर्लक्ष करण्याचा जास्तीत जास्त चांगला प्रयत्न करत, मी काळजीपूर्वक तयारी केलेल्या भाषणाला सुरुवात केली; मला जाणीव होती की, माझ्या गालांवर गुलाबी लाली पसरली होती. कॅथरिन कवानाचं मुलाखतीच्या यशस्वी तंत्रावरचं भाषण : डोळ्यांत डोळे घालून पाहत रहा, ॲना! ते आठवत मी त्या दोघांकडे बघितलं. बॉय, ती बाईदेखील कधीकधी बॉसी होऊ शकते. जॅक आणि एलिझाबेथ दोघंही लक्षपूर्वक ऐकत होते.

''तुझा जीपीए खूपच प्रभावी आहे. डब्ल्यूएसयूमध्ये तू अभ्यासक्रमाव्यतिरिक्त कोणत्या अवांतर उपक्रमात *भाग घेत होतीस*?''

मी त्याच्याकडे बघून डोळ्यांची उघडझाप केली. शब्दांची काय ही विचित्र निवड. मी माझ्या कॅम्पसवरच्या सेंट्रल लायब्ररीच्या ग्रंथपालाचं काम सांभाळण्याबद्दलचा आणि एक अतिशय श्रीमंत, निष्ठुर राज्यकर्त्याची विद्यार्थी वृत्तपत्रासाठी मुलाखत घेण्याच्या अनुभवाचा तपशील द्यायला सुरुवात केली. खरं म्हणजे तो लेख मी लिहिला नव्हता, ही वस्तुस्थिती मी खुबीने लपवली. ज्या दोन लिटररी सोसायटीची मी सभासद होते, त्यांचा मी उल्लेख केला आणि माझ्या क्लेटन्समध्ये काम करण्याने तसेच आता माझ्याकडे असलेल्या हार्डवेअर आणि डीआयवायच्या निरुपयोगी माहितीने मी समारोप केला. ते दोघंही हसले. याच प्रतिक्रियेची मी अपेक्षा केली होती. सावकाशपणे, मी सैलावले आणि मला मजा वाटू लागली.

जॅक हाइडने नेमके, बुद्धिमान प्रश्न विचारले, पण मी गांगरले नाही – मी तोंड दिलं आणि आम्ही जेव्हा माझ्या वाचनाच्या आवडीनिवडींवर आणि माझ्या आवडत्या पुस्तकांवर चर्चा करू लागलो, तेव्हा मी माझं स्थान टिकवल्याचा विचार केला. दुसऱ्या बाजूला जॅक १९५०नंतर लिहिल्या गेलेल्या अमेरिकन

साहित्याच्या पक्षाचाच असल्यासारखं दिसत होतं. दुसरं काही नाही. कोणतंही अभिजात साहित्य नाही – हेन्री जेम्स किंवा अप्टॉन सिंक्लेअर किंवा एफ. स्कॉट फिट्‌जेराल्डदेखील नाही. एलिझाबेथ काहीच बोलली नाही, फक्त वेळोवेळी डोकं हलवलं आणि टिपणं घेतली. वाद घालण्याची प्रवृत्ती असली, तरी जॅक त्याच्या पद्धतीने आकर्षक होता. आम्ही जितके अधिक वेळ बोललो तेवढा अधिक मोकळा संवाद झाला.

"आणि तू स्वत:ला येत्या पाच वर्षांत कुठे पाहतेस?" त्याने विचारलं.

ख्रिश्चन ग्रेबरोबर, माझ्या डोक्यात अभवितपणे विचार आला. माझ्या चुकार विचारांमुळे मी कपाळाला आठ्या घातल्या.

"कॉपी एडिटिंग, कदाचित? किंवा एखादी लिटररी एजंट, नक्की सांगू शकत नाही. मी संधींसाठी खुली आहे."

तो हसला. "फार छान, ॲना. माझे आणखी काही प्रश्न नाहीत. तुझे काही आहेत का?" त्याने त्याच्या प्रश्नाचा रोख माझ्याकडे वळवला.

"तुम्हाला केव्हा सुरुवात केलेली आवडेल?" मी विचारलं.

"शक्य असेल तेवढ्या लवकर," एलिझाबेथ उत्साहाने म्हणाली, "तुम्ही केव्हा सुरुवात करू शकाल?"

"पुढल्या आठवड्यात?"

"हे कळल्यामुळे बरं वाटलं," जॅक म्हणाला.

"प्रत्येकाला जर एवढंच म्हणायचं असेल तर –" एलिझाबेथने आम्हा दोघांकडे नजर टाकली – "मला वाटतं मुलाखत इथे पूर्ण झाली आहे." ती दयाळूपणे हसली.

"तुला भेटून आनंद झाला, ॲना." जॅक माझा हात हातात घेताना म्हणाला. त्याने माझा हात हळुवारपणे दाबला. मी त्याला 'गुडबाय' म्हणताना त्याच्याकडे बघून डोळ्यांची उघडझाप केली.

मी माझ्या मोटारीकडे जाण्यासाठी मार्ग काढताना, का कोणास ठाऊक, मला अस्थिर वाटलं. मला वाटलं मुलाखत ठीक झाली, पण असं ठोस काही म्हणणं कठीण होतं. मुलाखती या इतक्या कृत्रिम प्रसंगासारख्या भासतात; व्यावसायिकतेच्या मागे लपण्याचा कसोशीचा प्रयत्न करत, प्रत्येक जण त्याचं सर्वांत चांगलं वर्तन करत असतो. माझा चेहरा त्यात बसला का? मला थांबावं लागेल आणि बघावं लागेल.

मी माझ्या ऑडी एथ्रीमध्ये चढले, आणि माझ्या वेळेच्या गणिताप्रमाणे अपार्टमेंटकडे गेले. अटलांटात कुठे थांबता येईल का, म्हणून मी काळजीपूर्वक बघत होते, पण माझी फ्लाइट १०.२५ पर्यंत निघणार असल्याने माझ्याकडे भरपूर वेळ होता.

मी परतले, तेव्हा केट स्वयंपाकघरात सामान उघडत होती.

"कशा झाल्या मुलाखती?" तिने उत्तेजित होऊन विचारलं. मोठ्या आकाराचा शर्ट, विरलेल्या जीन्स आणि गडद निळ्या बंदानामध्ये फक्त केटच सुंदर दिसू शकते.

"छान. थँक्स, केट. दुसऱ्या मुलाखतीसाठी तो ड्रेस एवढा छान होता की नाही मला माहिती नाही."

"ओह."

"बोहोचिक ड्रेस चालला असता."

केटने भुवई उंचावली.

"तू आणि बोहोचिक," तिने तिचं डोकं एका बाजूला झुकवलं – वाह! प्रत्येक जण मला माझ्या आवडत्या फिफ्टी शेड्सची आठवण का करून देतोय?

"खरं म्हणजे, ॲना, तो लुक खरंच चालवून नेतील अशा काही कमी लोकांपैकी तू एक आहेस."

मी हसले. "मला दुसरी जागा खरोखरच आवडली. मला वाटतं, मी तिथे सामावून जाईन. ज्या माणसाने माझी मुलाखत घेतली तो मात्र जरा धैर्य खचवणारा आहे..." मी भरकटले – शिट्, मी इथे मेगाफोन कवानाशी बोलतेय. *शट अप, ॲना!*

"ओह्?" कॅथरिन कवानाचं रडार माहितीच्या मनोरंजक तुकड्यांसाठी झेपावतं – माहितीचा असा तुकडा जो एखाद्या अयोग्य आणि शरमिंदं करणाऱ्या क्षणी पुन्हा पृष्ठभागावर येईल, ज्यामुळे मला आठवण होईल.

"प्रासंगिकरीत्या, तू ख्रिश्चनला चावी द्यायचं बंद करशील का? काल रात्री डिनरच्यावेळी तुझा जोसबद्दलचा शेरा विषयाला सोडून होता. तो मत्सरी पुरुष आहे. त्यामुळे चांगलं काही साध्य होत नाही, माहीत आहे?"

"हे बघ, तो जर इलियटचा भाऊ नसता, तर मी आणखीही बरंच वाईट बोलले असते. तो खरोखरच एक नियंत्रण-वेडा आहे. तुला ते कसं सहन होतं मला नाही ठाऊक. मी त्याच्या मनात मत्सर जागृत करण्याचा प्रयत्न करत होते – त्याच्या बांधिलकीच्या प्रश्नांमध्ये त्याला थोडी मदत कर," तिने बचावाच्या पवित्र्यात तिचे हात वर केले. "पण मी ढवळाढवळ करू नये असं तुला वाटत असेल, तर मी करणार नाही." मी खवळून बघत असताना ती घाईघाईत म्हणाली.

"गुड. माझं आयुष्य पुरेसं व्यापलेलं आहे."

जीझ, मी त्याच्यासारखीच भासते.

"ॲना," ती माझ्याकडे टक लावून बघत असताना थबकली. "तू ठीक आहेस ना? सुटका करून घेण्यासाठी तर तू तुझ्या आईकडे पळत निघाली नाहीयेस ना?"

मी लाल झाले. "नाही, केट. तूच म्हणालीस की, मला जरा मोकळिकीची

आवश्यकता आहे.''

तिने आमच्यामधलं अंतर कमी केलं आणि माझे हात हातात घेतले – एक केटेने न करण्यासारखी गोष्ट. *ओनो...* अश्रूंची धमकावणी.

''तू ना अगदी, मला माहीत नाही... वेगळी आहेस. तू ठीक आहेस असं मला वाटतंय, आणि या मि. पैशांच्या थैलावाल्याबरोबर तुझे जे काही प्रश्न असतील, त्याबद्दल तू माझ्याशी बोलू शकतेस. त्याला चावी न देण्याचा मी प्रयत्न करेन; पण स्पष्टच बोलायचं तर, ते जरा कठीणच आहे. बघ, ॲना, जर काही बिनसलं असेल, तर मला सांग. मी निवाडा करणार नाही, मी समजून घेण्याचा प्रयत्न करेन.''

मी डोळ्यांची उघडझाप करून अश्रू परतवले. ''ओह, केट,'' मी तिला आलिंगन दिलं. ''मला वाटतं माझा त्याच्यावर खरोखरच जीव जडलाय.''

''ॲना, ते कोणाच्याही लक्षात येईल आणि त्याचाही जीव तुझ्यावर जडलाय. तो तुझ्यासाठी वेडा झालाय. तुझ्यावरून त्याची नजर हटत नाही.''

मी अनिश्चितपणे हसले, ''तुला तसं वाटतं?''

''त्याने तुला सांगितलं नाही का?''

''एवढ्या स्पष्ट शब्दांत नाही.''

''तू त्याला सांगितलं आहेस का?''

''एवढ्या स्पष्ट शब्दांत नाही,'' मी क्षमायाचनेच्या पद्धतीने खांदे उडवले.

''ॲना! कोणीतरी पाहिलं पाऊल टाकलं पाहिजे, नाहीतर तू कधीही कोठेही पोचणार नाहीस.''

वॉट... मला कसं वाटतं ते त्याला सांगायचं?

''मला फक्त भीती वाटते की, मी त्याला घाबरवून दूर लोटेन.''

''ख्रिश्चन, घाबरलेला? त्याला कशाचीही भीती वाटत असल्याची मी कल्पना करू शकत नाही.'' पण जेव्हा मी हे शब्द उच्चारले, तेव्हा मी तो एक लहान मुलगा असल्याची कल्पना केली. त्यावेळेला त्याला फक्त भीतीच माहीत असणार. त्या विचाराबरोबर दुःख माझ्या हृदयाची पकड घेतं; पिळवटून टाकतं.

केटने माझ्याकडे ओठांचा चंबू करून बारीक डोळ्यांनी बघितलं, माझ्या अर्धजागृत मनासारखी – तिने फक्त अर्धचंद्राकृती चश्मा घालायला हवा, बास!

''तुम्हा दोघांना एकत्र बसून बोलण्याची गरज आहे.''

''आम्ही अलीकडे जास्त बोलत नाही,'' मी लाजले. इतर गोष्टी. शब्दांव्यतिरिक्तचा संवाद आणि ते ठीक होतं... वेल, नुसत्या ठीक आहेपेक्षा अधिक.

ती हसली. ''ते सेक्सिंग होईल! ते जर नीट चालत असेल, तर मग अर्धी

लढाई जिंकल्यासारखीच आहे, ॲना. मी थोडं चायनीज टेक आउट आणते. तुझी तयारी झाली का?''

''होय... आपल्याला आणखी काही तास निघायची गरज नाही.''

''नाही. मी तुला वीस मिनिटांत भेटते,'' तिने तिचं जॅकेट घेतलं आणि निघाली. दरवाजा लावून घ्यायला ती विसरली. मी तो बंद मागे केला आणि माझ्या शयनगृहाकडे तिच्या शब्दांवर विचार करत गेले.

माझ्याबद्दलच्या त्याच्या भावनांची ख्रिश्चनला भीती वाटत आहे का? माझ्याबद्दल त्याला भावना तरी आहेत का? तो खूप उत्कट वाटतो, म्हणतो मी त्याची – पण तो त्याचा 'माझ्या सगळं मालकीचं आणि आता असलं पाहिजे' असा नियंत्रण-वेडा, डॉमिनंट सेल्फ नक्कीच आहे. माझ्या ध्यानात आलं की, मी दूर असताना आमच्या सगळ्या संभाषणांचा मला पुन्हा एकदा आढावा घ्यावा लागेल आणि त्यातून काही संदेश मिळतो का ते बघावं लागेल.

मला पण तुझी उणीव भासेल... तुला माहीत आहे त्यापेक्षा अधिक...

तू मला पूर्णपणे मोहित केलं आहेस...

मी माझं डोकं हलवलं. मला त्याबद्दल आत्ता विचार करायचा नव्हता. मी ब्लॅकबेरी चार्ज केला. सगळी दुपार तो माझ्याकडे नव्हता. मी तो काळजीपूर्वक घेतला आणि त्याच्यावर काहीच संदेश नाहीत हे बघून माझी निराश झाले. मी ते वाईट मशीन चालू केलं आणि त्याच्यावरही काही संदेश नव्हते. तोच ईमेल, ॲना – माझं अर्धजागृत मनाने माझ्याकडे बघून डोळे फिरवले. मी ते केल्यावर ख्रिश्चनला माझ्या पार्श्वभागावर चापट्या का माराव्याशा वाटतात, ते प्रथमच माझ्या लक्षात आलं.

ओके. वेल, मी त्याला एक ईमेल पाठवते.

ॲनास्टॅशिया स्टीलकडून
विषय : मुलाखती
तारीख : मे ३०, २०११ १८:४९
ख्रिश्चन ग्रेला

प्रिय महोदय,

आज माझ्या मुलाखती चांगल्या झाल्या.

वाटलं तुम्हाला जाणून घ्यायचं असेल.

तुमचा दिवस कसा गेला?

ॲना.

मी बसले आणि स्क्रीनकडे टक लावला. सर्वसाधारणपणे ख्रिश्चनचे प्रतिसाद क्षणार्धात येतात. मी थांबले आणि वाट बघितली. शेवटी मला ती हवीहवीशी पिंग इनबॉक्समधून ऐकू आली.

ख्रिश्चन ग्रेकडून

विषय : माझा दिवस

तारीख : मे ३०, २०११ १९:०३

ॲनास्टॅशिया स्टीलला,

प्रिय मिस स्टील,

तू जे काही करतेस त्या सगळ्यात मला रस आहे. तू मला माहीत असलेली एक अतिशय लक्षवेधी स्त्री आहेस.

तुझ्या मुलाखती चांगल्या झाल्याबद्दल मला आनंद आहे.

माझी सकाळ सगळ्या अपेक्षांपेक्षा वरताण ठरणारी होती. तुलनेने माझी दुपार कंटाळवाणी होती.

ख्रिश्चन ग्रे

सीईओ, ग्रे एंटरप्रायझेस होल्डिंग्ज, इन्कॉर्पोरेटेड

ॲनास्टॅशिया स्टीलकडून

विषय : छान सकाळ

तारीख : मे ३०, २०११ १९:०५

ख्रिश्चन ग्रेला

प्रिय महोदय,

माझ्यासाठीदेखील सकाळ वैशिष्ट्यपूर्ण होती. तुम्ही मला त्या निष्कलंक डेस्क सेक्सने चमत्कारिक वाटायला लावल्यानंतरदेखील. माझ्या लक्षात आलं नाही असं समजू नका.

न्याहारीबद्दल धन्यवाद, किंवा मिसेस जोन्सला धन्यवाद द्या.

मला तिच्याबद्दल तुम्हाला प्रश्न विचारायचे आहेत – माझ्याशी तुम्ही विचित्र वागायच्या आधी.

ॲना.

माझं बोट 'सेंड' बटणावर फिरत राहिलं, आणि माझी पुन्हा खातरी पटली की, यावेळेला उद्या मी खंडाच्या दुसऱ्या बाजूला असेन.

ख्रिश्चन ग्रेकडून

विषय : प्रकाशन आणि तू?

तारीख : मे ३०, २०११ १९:१०

ॲनास्टॅशिया स्टीलला,

ॲनास्टॅशिया,

'विचित्र' या योग्य शब्द नव्हे. तेही प्रकाशन व्यवसायात जाऊ इच्छिणाऱ्याकडून तर त्याचा असा वापर, जरा आक्षेपार्हच आहे! निष्कलंक? कृपा करून सांगा की, कशाशी तुलना केल्यावर? आणि मला मिसेस जोन्सबद्दल तुला काय विचारायचं आहे? मी बुचकळ्यात पडलोय.

ख्रिश्चन ग्रे

सीईओ, ग्रे एंटरप्रायझेस होल्डिंग्ज, इन्कॉर्पोरेटेड

ॲनास्टॅशिया स्टीलकडून

विषय : तू आणि मिसेस जोन्स

तारीख : मे ३०, २०११ १९:१७

ख्रिश्चन ग्रेला

प्रिय महोदय,

भाषा निर्माण होते आणि पुढे जाते. ती विकास पावणारी गोष्ट आहे. ती काही एखाद्या हस्तिदंती मनोऱ्यात अडकून पडलेली नाही, कलेच्या महागड्या वस्तूंबरोबर लटकून सीॲटलचं दृश्य, तिच्या छपरावर एक हेलिपॅड असलेली गोष्ट नाही.

निष्कलंक – आपण इतर वेळी केलेल्या... काय तुझा शब्द.... ओ यस... संग – त्याच्या तुलनेत. खरं म्हणजे संभोग फारसा नाव न ठेवता येण्यासारखा होता. संपलं. माझ्या नम्र मताप्रमाणे – पण मग, तुला ठाऊक आहे तसं, माझा अनुभव फार मर्यादित आहे.

मिसेस जोन्स तुझी पूर्वीची सबमिसिव्ह आहे का?

ॲना

माझं बोट पुन्हा एकदा 'सेंड' बटणावर घोंगावलं आणि अखेर मी ते दाबलं.

ख्रिश्चन ग्रेकडून

विषय : भाषा. तुझं तोंड सांभाळ!

तारीख : मे ३०, २०११ १९:२२

ॲनास्टॅशिया स्टीलला

ॲनास्टॅशिया,

मिसेस जोन्स ही एक कर्मचारी आहे. आमच्या व्यावसायिक नात्यापलीकडे माझे तिच्याशी कोणतेच संबंध नाहीत. माझे ज्या कोणाबरोबर लैंगिक संबंध आले असतील, त्यांना मी नोकरीवर ठेवत नाही. या नियमाला मी अपवाद करेन तो फक्त तुझा – कारण तू एक तल्लख, तरुण स्त्री आहेस आणि तुझ्यात वाटाघाटी करण्याची वैशिष्ट्यपूर्ण कौशल्यं आहेत. तरीही, तू जर अशी भाषा वापरणं चालू ठेवशील, तर तुला इथे घेण्याचा मला फेरविचार करावा लागेल. तुला मर्यादित अनुभव आहे त्याबद्दल मला आनंद आहे. तुझा अनुभव मर्यादितच राहील – फक्त माझ्यासाठी. नावं न ठेवता येण्यासारखा, हे मी स्तुतिनिदर्शक वचन म्हणून स्वीकारतो – तरीही तुझ्याबरोबर, तो तुझ्या म्हणण्याचा अर्थ आहे किंवा नेहमीप्रमाणेच – तुझा उपहासाचा सूर तुझ्यावर मात करतोय किंवा काय याची मला खातरी नाही.

ख्रिश्चन ग्रे

सीईओ, ग्रे एंटरप्रायझेस होल्डिंग्ज, इन्कॉर्पोरेटेड

त्याच्या हस्तिदंती मनोऱ्यातून.

ॲनास्टॅशिया स्टीलकडून

विषय : चीनच्या सगळ्या चहासाठी नव्हे

तारीख : मे ३०, २०११ १९:२७

ख्रिश्चन ग्रेला

प्रिय मि. ग्रे,

तुमच्या कंपनीसाठी काम करण्याबद्दल माझी नकारात्मक भावना मी आधीच व्यक्त केली आहे असं मला वाटतं. या विषयावरचे माझे विचार बदललेले नाहीत आणि कधीही बदलणार नाहीत. मी आता आपल्याला सोडलं पाहिजे, कारण केट खाणं घेऊन परत आली आहे. माझी उपहासाची जाणीव आणि मी, त्यांच्याकडून तुम्हाला गुड नाइट. जॉर्जियात गेल्यावर मी तुमच्याशी संपर्क करेन.

ॲना.

ख्रिश्चन ग्रेकडून

विषय : ट्रायनिंग्ज इंग्लिश ब्रेकफास्ट टीदेखील?

तारीख : मे ३०, २०११ १९:२९

ॲनास्टॅशिया स्टीलला,

गुड नाइट, ॲनास्टॅशिया.

तू आणि तुझी उपहासाची जाणीव यांचं सुरक्षित उड्डाण होवो अशी आशा.

ख्रिश्चन ग्रे,
सीईओ, ग्रे एंटरप्रायझेस होल्डिंग्ज, इन्कॉर्पोरेटेड

सी-टॅक एअरपोर्ट डिपार्चर टर्मिनलच्या ड्रॉप-ऑफ विभागाच्या बाहेर मी आणि केटने गाडी लावली. माझ्या अंगावर झुकून तिने मला आलिंगन दिलं.

"एन्जॉय बार्बाडोस, केट. मस्त सुटी घालव."

"मी परत आल्यावर तुला भेटेन. त्या पैसेवाल्याला तुला चीतपट करायची संधी देऊ नकोस."

"नाही देणार."

आम्ही पुन्हा एकदा आलिंगन दिलं. मग मी चेक-इनकडे प्रस्थान करून माझ्या कॅरी-ऑन सामानासह रांगेत उभी राहिले. मी सूटकेस आणण्याची तसदी घेतली नव्हती, फक्त एक स्मार्ट रकसॅक, जी मला रेने गेल्या वाढदिवसाला दिली होती.

"तिकीट, प्लीज?" डेस्कच्या मागचा कंटाळलेल्या तरुण माणसाने माझ्याकडे न बघता त्याचा हात पुढे उंचावला.

त्याच्यासारखाच कंटाळा प्रदर्शित करून मी माझं तिकीट आणि आयडी म्हणून माझं ड्रायव्हिंग लायसेन्स त्याला दिलं. जर शक्य असेल, तर मला खिडकीजवळचं आसन मिळावं अशी मी आशा केली.

"ओके, मिस स्टील. तुम्हाला प्रथम वर्गात अपग्रेड करण्यात आलं आहे."

"काय?"

"मॅम, तुम्हाला फर्स्ट क्लास लाउंजमधून जाऊन तुमच्या फ्लाइटसाठी तिथे थांबावं लागेल..." तो जागा झाल्यासारखा दिसला, सॅन्टाक्लॉज आणि ईस्टर बनी एकत्र गुंडाळल्यासारखा माझ्याकडे बघून हसला.

ओह! मी माझे डोळे बारीक केले. त्याने मला माझा बोर्डिंग पास दिला आणि मी माझ्या श्वासात पुटपुटत फर्स्ट क्लास लाउंजकडे प्रस्थान केलं. डॅम ख्रिश्चन ग्रे, दखलअंदाजी करणारा नियंत्रण-वेडा – तो पुरेसं एकटं सोडू शकत नाही.

२२

माझ्या नखांचं प्रसाधन करण्यात आलं होतं, माझं मर्दन झालं होतं, आणि मी दोन ग्लास शॅम्पेन घेतली होती. फर्स्ट क्लास लाउंजला बऱ्याच उभारी देणाऱ्या वैशिष्ट्यपूर्ण गोष्टी होत्या. मोएटच्या प्रत्येक घुटक्याबरोबर, मी ख्रिश्चनला आणि त्याच्या लुडबुडीला क्षमा करण्याकडे थोडीशी अधिक प्रेरित झाले. मी माझं मॅकबुक उघडलं, या ग्रहावर ते कुठेही चालतं या प्रमेयाची परीक्षा घेण्याची आशा केली.

अॅनास्टॅशिया स्टीलकडून

विषय : अति खर्चिक वृत्ती

तारीख : मे ३०, २०११ २१:५३

ख्रिश्चन ग्रेला

प्रिय मि. ग्रे,

मला ज्यामुळे खरोखरच चमकायला होतं ते म्हणजे मी कोणत्या फ्लाइटवर आहे हे तुम्हाला कसं माहीत झालं.

तुमच्या पिच्छा पुरवण्याला कोणत्याच मर्यादा नाहीत. डॉ. फ्लिन सुटीवरून परत आल्या असतील अशी आशा करू या.

मी नखांचं प्रसाधन करून घेतलं, पाठीचा मसाज केला आणि दोन ग्लास शॅम्पेन प्याले – माझ्या सुटीची एक फार छान सुरुवात.

धन्यवाद.

अॅना.

खिश्चन ग्रेकडून

विषय : यू आर मोस्ट वेलकम

तारीख : मे ३०, २०११ २१:५९

ॲनास्टॅशिया स्टीलला,

मिस स्टील,

डॉ. फ्लिन परत आल्या आहेत, आणि माझी या आठवड्यात त्यांच्याबरोबर भेट ठरली आहे.

तुझ्या पाठीला मसाज कोण करत आहे?

खिश्चन ग्रे,

सीईओ : योग्य ठिकाणी मित्र असलेला

ग्रे एंटरप्रायझेस होल्डिंग्ज, इन्कॉर्पोरेटेड

आहा! परतफेडीची वेळ. आमची फ्लाइट बोलावण्यात आलेली आहे, म्हणजे मी त्याला विमानातून ईमेल करेन. ते अधिक सुरक्षित असेल. मी खट्याळ आनंदाने स्वत:लाच जवळ जवळ आलिंगन दिलं.

प्रथमवर्गात भरपूर जागा होती. शॅम्पेनचं कॉकटेल हातात घेऊन मी खिडकीच्या गुबगुबीत लेदरच्या आसनात विसावले. मी कुठे आहे, ते सांगण्यासाठी रेला फोन केला. त्याच्यासाठी थोडासा उशीर झालेला असल्याने कॉल नशिबाने थोडक्यात आटोपला.

"लव्ह यू, डॅड," मी पुटपुटले.

"मी पण तुझ्यावर प्रेम करतो, ॲनी. तुझ्या मॉमला हाय सांग. गुड नाइट."

"गुड नाइट." मी फोन ठेवला.

रे मजेत होता. मी माझ्या लॅपटॉपकडे रोखून बघितलं. तो बालीश आनंद वाढत असताना मी तो उघडला, आणि माझी ईमेल तपासली.

ॲनास्टॅशिया स्टीलकडून

विषय : मजबूत सक्षम हात

तारीख : मे ३०, २०११ २२:२२

खिश्चन ग्रेला

प्रिय महोदय,

एका प्रसन्न व्यक्तिमत्त्वाच्या तरुण पुरुषाने माझ्या पाठीचं मर्दन केलं. यस, खरंच प्रसन्न. सर्वसाधारण लाउंजमध्ये मी ज्याँ-पॉलला भेटले नसते – म्हणून त्या

भेटीबद्दल पुन्हा एकदा धन्यवाद. एकदा आम्ही उड्डाण केलं की, मला ईमेल करायला परवानगी मिळेल की नाही, याची मला खातरी नाही, आणि मी अलीकडे इतकी चांगली झोपत नसल्याने मला माझ्या ब्यूटी स्लीपची आवश्यकता आहे.

प्रसन्न स्वप्नं, मि. ग्रे... तुमचा विचार करतेय.

ॲना.

ओह, तो हवेत टॉस होणार होता तेव्हा मी हवेत आणि त्याच्यापासून दूर असणार होते. मी जर साध्यासुध्या डिपार्चर लाउंजमध्ये असते, तर ज्याँ-पॉलचे हात माझ्यावर पडले नसते. तो एक फार छान तरुण पुरुष होता. ब्लॉंड केस, कुरळे केलेले आणि उन्हात रापलेल्या वर्णाचा – प्रामाणिकपणे बोलायचं तर, सीॲटलमध्ये कोणाचा रंग उन्हाने रापलाय? ते इतकं चुकीचं होतं. मी माझ्या ईमेलकडे एकटक पाहिलं. केटचं बरोबर आहे. माझं अर्धजागृत मन तिच्या तोंडाला वाईट मुरड घालून माझ्याकडे टक लावून बघतं. तुला खरंच त्याला चावी मारायची होती का? त्याने जे केलं ते गोड होतं, तुला माहीत आहे! त्याला तुझी काळजी वाटते आणि त्याला तू स्टाइलमध्ये प्रवास करावा असं वाटतं. होय, पण त्याने मला विचारायला पाहिजे होतं किंवा सांगायला पाहिजे होतं. मला चेक इनमध्ये एखाद्या पूर्ण बावळटासारखं दिसायला लावायला नको होतं. मी 'सेंड' दाबलं आणि थांबले, एका खूप खट्याळ मुलीसारखं मला वाटत होतं.

"मिस स्टील, तुम्हाला टेक ऑफसाठी तुमचा लॅपटॉप बंद करावा लागेल," जास्तच मेकअप केलेली फ्लाइट अटेंडंट सभ्यपणे म्हणाली. तिने मला दचकवलं. माझी अपराधीपणाची टोचणी कार्यान्वित झाली होती.

"ओह, सॉरी."

क्रॅप. त्याने उत्तर दिलंय की नाही, ते बघण्यासाठी मला आता थांबावं लागेल. तिने मला एक मऊ ब्लॅंकेट आणि उशी दिली, तिचे चांगले दात दाखवत हास्य केलं. मी ते ब्लॅंकेट गुडघ्यांवर गुंडाळलं. इतकी काळजी घेतलं गेल्यावर कधीकधी छान वाटतं.

प्रथम वर्ग माझ्या जवळच्या आसनाव्यतिरिक्त भरला होता, माझ्या शेजारी अजून कोणी आलेलं नव्हतं... ओ नो... एक अस्वस्थ करणारा विचार माझ्या मनात येऊन जातो. कदाचित ही सीट ख्रिश्चनची तर नसेल. ओह, शिट्... नो... तो असं करणार नाही. करेल का? त्याने माझ्याबरोबर यायचं नाही, असं मी त्याला सांगितलं होतं. मी माझ्या घड्याळाकडे अस्वस्थपणे नजर टाकली, आणि मग फ्लाइट डेस्कवरून एक शरीरविहीन आवाजाने घोषणा केली, "केबिन क्रू, दरवाजे ऑटोमॅटिक आणि क्रॉस चेक करा."

याचा अर्थ काय? ते दरवाजे बंद करत आहेत काय? धडधडणाऱ्या अपेक्षेने

मी बसलेली असताना माझ्या डोक्यावरचे केस ताठ झाले. १६ आसनांच्या त्या केबिनमध्ये माझ्या शेजारची सीट अजूनही रिकामी आहे. विमान गेटमधून निघताना हललं आणि मी सुटकेचा एक नि:श्वास टाकला, पण निराशेची हलकीशी चुणूकदेखील जाणवली... चार दिवस ख्रिश्चन नसणार होता. मी ब्लॅकबेरीकडे चोरून नजर टाकली.

ख्रिश्चन ग्रेकडून
विषय : तू करू शकशील तेव्हा त्याची मजा लूट.
तारीख : मे ३०, २०११ २२:२५
ॲनास्टॅशिया स्टीलला

प्रिय मिस स्टील,

तू काय करायचा प्रयत्न करते आहेस ते मला ठाऊक आहे. माझ्यावर विश्वास ठेव, तू यशस्वी झाली आहेस. पुढच्या वेळेला तू कार्गो विभागात असशील, बांधलेली, तोंडात बोळा कोंबलेली आणि खोक्यात भरलेली. माझ्यावर विश्वास ठेव, मी जेव्हा हे म्हणतो, तेव्हा तशा परिस्थितीत तुम्ही काळजी घेणं हे मला तुझं तिकीट अपग्रेड करण्यापेक्षाही अधिक सुख देईल.

तुझ्या परत येण्याची मी अपेक्षा करतो.

ख्रिश्चन ग्रे
तळहातांना खाज येणारा,
सीईओ, ग्रे एंटरप्रायझेस होल्डिंग्ज, इन्कॉर्पोरेटेड

होली क्रॅप. ख्रिश्चनच्या विनोदाचा हाच एक प्रश्न आहे – तो विनोद करतोय की गंभीरपणे चिडलाय, याची मी कधीच खातरी देऊ शकणार नाही. या प्रसंगी तो खरोखरच चिडलाय, असा मला संशय आला. गुप्तपणे म्हणजे फ्लाइट अटेंडंट बघू शकणार नाही असं, मी ब्लँकेटच्या खाली एक उत्तर टाइप केलं.

ॲनास्टॅशिया स्टीलकडून
विषय : विनोद करतोयस?
तारीख : मे ३०, २०११ २२:३०
ख्रिश्चन ग्रेला,

यू सी – तू विनोद करतोयस किंवा काय याची मला कल्पना नाही. जर तू विनोद करत नसशील, तर मला वाटतं मी जॉर्जियात राहीन. क्रेट्स हे माझ्यासाठी

कठोर मर्यादा आहेत. सॉरी माझ्यामुळे तू रागावलास. मला क्षमा केली आहेस असं सांग.

ए

ख्रिश्चन ग्रेकडून

विषय : विनोद करणं

तारीख : मे ३०, २०११ २२:३१

ॲनास्टॅशिया स्टीलला

तू ईमेल कशी काय करते आहेस? विमानावरच्या सगळ्यांचं, तुझ्यासकट, तुझा ब्लॅकबेरी वापरून तू आयुष्य धोक्यात आणते आहेस का? त्यामुळे नियमांपैकी एकाचा भंग होतो आहे.

ख्रिश्चन ग्रे

दोन्ही तळवे शिवशिवणारा, सीईओ

ग्रे एंटरप्रायझेस होल्डिंग्ज, इन्कॉर्पोरेटेड

दोन्ही तळवे! मी माझा ब्लॅकबेरी दूर ठेवला. विमान जेव्हा रनवेवर धावायला लागलं, तेव्हा मागे रेलून बसले आणि माझी टेसची जीर्ण झालेली प्रत बाहेर काढली – प्रवासासाठी काहीतरी हलकफुलकं वाचन. एकदा आम्ही हवेत उड्डाण केल्यावर मी माझी सीट मागे सरकवली आणि लवकरच निद्रेच्या आधीन झाले.

आम्ही अटलांटाला उतरायची सुरुवात केली तेव्हा फ्लाइट अटेंडंटनं मला उठवलं. स्थानिक वेळ ५.४५ पहाटेची होती, पण मला फक्त जेमतेम चार तासांची झोप मिळाली होती... मला चक्रावल्यासारखं वाटलं, पण फ्लाइट अटेंडंटने दिलेल्या ऑरेंज ज्यूसच्या ग्लासामुळे कृतज्ञ वाटलं. मी अस्वस्थपणे माझ्या ब्लॅकबेरीकडे नजर टाकली. ख्रिश्चनकडून पुढे आणखी काही ईमेल्स आलेल्या नव्हत्या. वेल, सीॲटलला आता पहाटचे तीन वाजले आहेत, आणि बहुतेक तो मला एव्हीओनिस्क सिस्टिममध्ये बिघाड निर्माण करण्यापासून किंवा मोबाइल फोन चालू असतील, तर विमानोड्डाणात अडथळा आणणाऱ्या गोष्टींपासून दूर ठेवू इच्छित असेल.

अटलांटामध्ये थांबण्याचा वेळ फक्त तासाभराचा होता. मी पुन्हा फर्स्ट क्लासच्या लाउंजमध्ये आराम केला. त्या दुलदुलीत, खुणावणाऱ्या कोचांपैकी एकावर अंगाचं वेटोळं करून झोपी जाण्याचा मला मोह होत होता, माझ्या

वजनाखाली ती खाली बुडली. पण वेळ पुरेसा नव्हता. जागं राहण्यासाठी मी माझ्या लॅपटॉपवर एक जागृतावस्थेतल्या लांब प्रवाहासारखी ईमेल टाइप करायला सुरुवात केली.

अॅनास्टॅशिया स्टीलकडून
विषय : मला घाबरवायला तुला आवडतं का?
तारीख : मे ३१, २०११ ईएसटी ६:४२
ख्रिश्चन ग्रेला,

तू माझ्यावर पैसे खर्च केलेले मला किती आवडत नाहीत हे तुला माहीत आहे. होय, तू श्रीमंत आहेस; पण तरीही त्यामुळे मला अवघडल्यासारखं वाटतं, जणूकाही तू मला सेक्ससाठी पैसे देतो आहेस असं वाटतं. तसंही, मला फर्स्टक्लासने प्रवास करायला आवडतं, ते कोचने प्रवास करण्यापेक्षा कितीतरी पुढारलेलं आहे. म्हणून धन्यवाद. मला खरोखरच तसं वाटतं आणि मी ज्याँ-पॉलच्या मसाजचा खरोखरच आनंद लुटला. तो अगदी 'गे' होता. तुला चावी देण्यासाठी मी माझ्या ईमेलमध्ये तेवढा भाग गाळला, कारण मी तुझ्यावर चिडले होते. त्याबद्दल मला खेद होतोय.

पण नेहमीप्रमाणे तू तीव्र प्रतिक्रिया दिलीस. तू अशा प्रकारच्या गोष्टी मला लिहू शकत नाहीस – बांधलेली आणि तोंडात बोळा कोंबलेली, खोक्यात. (तू गंभीर होतास की तो एक विनोद होता?) त्याने मी घाबरते... तू मला घाबरवतोस... मी तुझ्या मंत्राखाली पूर्णपणे अंकित झाले आहे, एका अशा जीवनशैलीचा विचार करताना, जी अस्तित्वात आहे याची गेल्या आठवड्यापर्यंत मला माहितीदेखील नव्हती. मग तू असं काहीतरी लिहितोस आणि मला किंचाळत टेकड्यांकडे पळत सुटावंसं वाटतं. अर्थातच, मी जाणार नाही, कारण मला तुझी आठवण येईल. खरंच आठवण येईल. आपलं पटावं असं मला वाटतं, पण माझ्या तुझ्याबद्दलच्या भावनांच्या खोलीची जाण अजूनही आली नाहीये. ज्या अंधाऱ्या रस्त्याकडे तू मला घेऊन चालला आहेस, त्यामुळे मी भयभीत झाले आहे. तू मला जे देऊ करतो आहेस ते वैषयिक आहे आणि मला कुतूहल आहे; पण तू मला दुखावशील, याची मला भीती वाटते – शारीरिक आणि भावनिकदृष्ट्या तीन महिन्यांनंतर तू मला 'गुडबाय' म्हणू शकशील, आणि तू तसं म्हणालास तर – माझी काय स्थिती होईल? पण तो धोका कोणत्याही नातेसंबंधात असतो. मी ज्या नातेसंबंधाची कल्पना केली होती, त्या प्रकारचा हा नातेसंबंध नाहीच, विशेषत: माझा पहिला. माझ्यासाठी विश्वास ठेवण्यासाठी ही फार मोठी उडी आहे.

माझ्या अंगात समर्पणवृत्ती बिलकूल नाही, असं तू म्हणाला होतास. तुझं बरोबर आहे... मी तुझ्याशी आता सहमत आहे. तरी मला तुझ्याबरोबर राहायचंय आणि मला जर ते करायचं असेल, तर मला प्रयत्न करायला आवडेल, पण मला वाटतं माझा प्रयत्न चांगला होणार नाही आणि मी चांगलाच मार खाईन. पण ती कल्पना मला अजिबात रुचत नाही.

तू आणखी प्रयत्न करशील, असं तू म्हणालास म्हणून मला इतका आनंद होतो आहे. 'आणखी'चा अर्थ माझ्यासाठी काय आहे, त्याचा मला विचार करायला हवा. मला थोडं अंतर का राखायचं होतं, त्याच्या कारणांपैकी ते एक कारण आहे. तू मला इतकं दिपवून टाकतोस, ज्यामुळे आपण एकत्र असतो तेव्हा मला स्पष्ट विचार करणं खूप कठीण होतं.

ते आमची फ्लाइट बोलावतायत. मला जावं लागेल. नंतर आणखी बोलू.

तुझी ॲना.

मी 'सेंड'चं बटण दाबलं आणि प्रस्थानाच्या प्रवेशद्वाराकडे दुसऱ्या विमानात चढण्यासाठी झोपेतच गेले. या विमानात प्रथम वर्गात फक्त सहा आसनं होती. एकदा आम्ही हवेत उड्डाण केल्यावर मी माझ्या मऊ ब्लँकेटमध्ये अंगाचं मुटकुळं करून झोपी गेले.

आम्ही सवाना इंटरनॅशनल एअरपोर्टकडे पोचायच्या तयारीत असताना फ्लाइट अटेंडंटने मला आणखी थोडा ऑरेंज ज्यूस देण्यासाठी उठवलं. मी सावकाशपणे घोट घेतले. थकण्याच्या पलीकडे जाऊन मी स्वत:ला उत्तेजनेची एक भावना जाणवायची परवानगी दिली. सहा महिन्यांत मी माझ्या आईला प्रथमच भेटणार होते. माझ्या ब्लॅकबेरीकडे मी एक चोरटी नजर टाकली, मला अस्पष्टपणे आठवलं की, मी ख्रिश्चनला एक लांबलचक, भरकटलेली ईमेल पाठवली होती – पण प्रतिसाद म्हणून काहीच आलं नव्हतं. सीॲटलमध्ये सकाळचे पाच वाजले आहेत; बहुतेक तो अजूनही झोपला असावा किंवा त्याच्या पियानोवर दु:खद रडगाणी वाजवत नसावा.

कॅरी-ऑन रकसॅक्सचं सौंदर्य म्हणजे ती घेऊन माणूस एअरपोर्टच्या आरामात बाहेर पडू शकतो आणि कराउसेल्सच्या ठिकाणी सामानाखाली तिष्ठत राहावं लागत नाही. प्रथम वर्गाने प्रवास करण्याचा फायदा म्हणजे ते तुम्हाला विमानातून सर्वात प्रथम बाहेर पडू देतात.

माझी मॉम बॉबबरोबर थांबली होती. त्यांना बघून मला इतकं छान वाटत होतं. मला माहीत नाही – थकव्यामुळे किंवा लांबच्या प्रवासामुळे किंवा मग ख्रिश्चनच्या

बरोबरच्या परिस्थितीमुळे – मॉमने मला तिच्या बाहुपाशात घेताच मी रडायला लागले.

"ओह, ॲना, हनी. तू खूप दमली असशील," तिने अस्वस्थपणे बॉबकडे बघितलं.

"नो, मॉम, फक्त जरा – तुला बघून मला इतका आनंद झालाय," मी तिला घट्ट आलिंगन दिलं.

ती इतकी छान आणि स्वागतोत्सुक वाटली, घरासारखी. नाइलाजाने मी तिला मोकळं केलं. बॉबने मला एका हाताने अवघडलेलं आलिंगन दिलं. त्याच्या पायांवर तो अस्थिर वाटला आणि त्याचा पाय दुखावलेला आहे, हे मला आठवलं.

"वेलकम बॅक, ॲना. तू का रडते आहेस?" त्याने विचारलं.

"ओ बॉब, मला तुला बघूनदेखील आनंद झालाय, एवढंच." मी त्याच्या चौकोनी जबड्याच्या देखण्या चेहऱ्याकडे आणि माझ्याकडे प्रेमाने बघणाऱ्या, चमचमणाऱ्या निळ्या डोळ्यांकडे बघितलं. मला हा आवडतो, मॉम. तू त्याला ठेवू शकतेस. त्याने माझी बॅकपॅक घेतली.

"जीझ, ॲना, याच्यात तू काय आणलंयस?"

त्यात मॅक असणार, आणि त्या दोघांनीही माझ्याभोवती त्यांचे बाहू टाकले. आम्ही पार्किंग लॉटकडे वळलो.

सवानात असह्य गरम होतं, हे मी नेहमीच विसरते. आगमनाच्या टर्मिनलची वातानुकूलित थंड आतली बंद बाजू सोडून आम्ही जॉर्जियाच्या गरम हवेत जणूकाही ती अंगावर लपेटून घेत असल्याप्रमाणे बाहेर पाऊल टाकलं. व्होआ! ती प्रत्येक गोष्ट कमकुवत करून टाकलं. माझा हूडी काढून टाकता यावा म्हणून मला मॉम आणि बॉबच्या आलिंगनातून धडपडत बाहेर यावं लागलं. मी शॉर्ट्स बरोबर घेतल्या याचा मला आनंद झाला. कधीकधी मला लास वेगसच्या कोरड्या उष्णतेची आठवण येते; तिथे मी सतरा वर्षांची असताना मॉम आणि बॉब बरोबर राहिले होते, पण ही दमट उष्णता, सकाळी ८.३० वाजता. त्याची सवय व्हायला वेळ लागला. बॉबच्या सुंदर एअरकंडिशन्ड ताहो एसयूव्हीमध्ये पाठीमागे बसेपर्यंत मला गळल्यासारखं वाटलं. माझ्या केसांनी उष्णतेविरुद्ध भुरभुरीत होऊन निषेध सुरू केला. एसयूव्हीच्या मागे बसून, मी पटकन रे, केट आणि ख्रिश्चनला टेक्स्ट पाठवला.

"सवानात सुखरूप पोचले. ए :)"

'सेंड' बटण दाबताना माझे विचार थोडावेळ जोसकडे वळले. माझ्या थकव्याच्या धुक्यात, मला आठवलं की, त्याचा कार्यक्रम पुढल्या आठवड्यात आहे! ग्रेच्या जोसबद्दलच्या भावना काय आहेत, हे माहीत असूनदेखील मी

ख्रिश्चनला आमंत्रित करावं का? त्या ईमेलनंतर ख्रिश्चन मला भेटेल का? मी त्या विचाराबरोबर शहारले आणि मग तो विचार माझ्या मनातून काढून टाकला. मी त्याचा नंतर समाचार घेईन. सध्या मी माझ्या मॉमच्या सहवासाचा आनंद लुटणार होते.

"हनी, तू दमली असशील. आपण घरी पोचल्यावर तुला झोपायला आवडेल का?"

"नाही, मॉम. मला समुद्रकिनाऱ्यावर जायला आवडेल."

मी माझा निळा हॉल्टर नेक टॅनिकिनी घातला होता, आणि डाएट कोकचे घुटके घेत होते. ॲटलांटिक महासागराकडे तोंड केलेल्या सन बेडवर पडल्या पडल्या विचार आला की, अगदी कालच मी पॅसिफिककडे तोंड करून टक लावून ऐकत होते. माझी मॉम माझ्याच शेजारी एका भल्यामोठ्या विचित्र फ्लॉपी सनहॅट आणि जॅकी ओ शेड्स घालून माझ्याशेजारी पहुडली होती, आणि तिच्या कोकचे घुटके घेत होती. आम्ही टायबी बेटाच्या किनाऱ्यावर आहोत, घरापासून फक्त तीन ब्लॉक्स दूर... तिने माझा हात धरला. माझा थकवा मावळला होता आणि मी सूर्यप्रकाशात न्हाल्यावर मला छान वाटलं, सुरक्षित आणि उबदार. कितीतरी काळानंतर प्रथमच मी सैलावू लागले.

"सो, ॲना... जो माणूस तुला एवढं घुमवतोय, त्याच्याबद्दल सांग."

'घुमवतोय!' काय बोलायचं? एनडीएमुळे मी ख्रिश्चनबद्दल कोणत्याही मोठ्या तपशिलासह बोलू शकत नव्हते; तरीही, मी त्याबद्दल माझ्या आईशी बोलण्याचा पर्याय निवडेन का? त्या विचारासरशी मी पांढरट पडले.

"मग?" तिने मला विचारलं आणि माझा हात दाबला.

"त्याचं नाव आहे ख्रिश्चन. तो देखणा म्हणण्याच्याही पलीकडचा आहे. तो श्रीमंत आहे... खूप श्रीमंत. तो खूप गुंतागुंतीचा आणि पाऱ्यासारखा आहे."

यस – मला माझ्या नेमक्या अचूक, थोडक्यात केलेल्या वर्णनाबद्दल अमर्यादित आनंद वाटला. मी तिला समोरून बघण्यासाठी माझ्या कुशीवर वळले आणि तिनेही त्याचवेळी तसंच केलं. नितळ, स्वच्छ निळ्या डोळ्यांनी तिने माझ्याकडे टक लावून बघितलं.

"गुंतागुंतीचा आणि पाऱ्यासारखा – या माहितीच्या दोन तुकड्यांवर मला लक्ष केंद्रित करायचंय, ॲना."

ओनो...

"ओह मॉम, त्याच्या मूड्सचे झोके मला चक्कर आणतात. त्याचं संगोपन गंभीर अवस्थेत झालं, म्हणून तो फार मिटलेला, कळायला कठीण आहे."

"तुला तो आवडतो?"

"मला तो खूप आवडतो."

"खरंच?" तिने माझ्याकडे तोंड उघडं टाकून बघितलं.

"होय, मॉम."

"पुरुष खरं म्हणजे गुंतागुंतीचे नसतात ॲना, हनी. ते खूप साधे, सरळसोट प्राणी असतात. सर्वसाधारणपणे ते जे म्हणतात तेच त्यांना म्हणायचं असतं. आणि आपण त्यांनी काय म्हटलं त्याचं विश्लेषण करायला तासन्‌तास घालवतो; आणि खरंतर ते उघडच असतं. मी जर तुझ्या जागी असते, तर त्याच्या बोलण्याचा अर्थ मी शब्दशःच घेतला असता. त्याचा कदाचित उपयोग होईल."

मी तिच्याकडे तोंड उघडं टाकून बघितलं. हा एक चांगला सल्ला वाटला. ख्रिश्चनला शब्दशः घ्यायचंच. लगेचच त्याने म्हटलेल्या काही गोष्टी माझ्या मनात उसळी मारून वर आल्या.

मला तुला घालवायचं नाही...

तू मला भारून टाकलं आहेस...

तू मला पूर्णपणे जाळ्यात ओढलं आहेस...

मला पण तुझी आठवण येईल... तुला माहीत आहे त्यापेक्षा अधिक...

मी माझ्या मॉमकडे टक लावून बघितलं. तिचं हे चौथं लग्न होतं. नक्कीच बहुतेक ती पुरुषांबद्दल काहीतरी जाणत असावी.

"बहुतेक पुरुष लहरी असतात. काही इतरांपेक्षा अधिक. तुझ्या वडिलांचं उदाहरण घे..." जेव्हा तिने माझ्या वडिलांचा विचार केला तेव्हा तिचे डोळे मृदू आणि दुःखी झाले. माझे खरे वडील, मला माहीत नसलेले, काल्पनिक, ते मरिनमध्ये असताना एका चढाई प्रशिक्षणाच्यावेळी आमच्यापासून निर्दयपणे हिरावले गेलेले... माझ्या एका भागाला वाटलं की, माझी मॉम नेहमीच माझ्या डॅडसारख्या कोणाचातरी शोध घेत राहते... कदाचित ती जे शोधत होती ते तिला शेवटी बॉबमध्ये मिळालं असावं. तिला ते रेमध्ये मिळालं नाही हे दुर्दैव.

"मला असं वाटायचं की, तुझे वडील लहरी होते. पण आता मी जेव्हा मागे वळून बघते, तेव्हा मला एवढंच वाटतं की, ते त्यांच्या नोकरीत खूपच गुंतले होते आणि आपल्यासाठी आयुष्य घडवण्याचा प्रयत्न करत होते." तिने निःश्वास टाकला, "ते इतके तरुण होते, आम्ही दोघंही. कदाचित तोच प्रश्न असावा."

हम्मऽ... ख्रिश्चन नक्कीच वयस्कर नाही. मी तिच्याकडे बघून प्रेमाने हसले. माझ्या वडिलांबद्दल विचार करताना ती फार भावपूर्ण होऊ शकते, पण मला खातरी आहे, ख्रिश्चनच्या मूड्‌सशी त्यांची तुलना होऊ शकत नव्हती.

"बॉबला आपल्याला आज रात्री डिनरला न्यायचंय. त्याच्या गोल्फ क्लबला."

"ओ नो! बॉबने गोल्फ खेळायला सुरुवात केली?" मी अविश्वासाने फुस्कारले.

घरी परत जाऊन हलकंफुलकं जेवण केल्यावर मी सामान सोडलं. मी दुपारची एक मस्त झोप काढणार होते. माझी आई मेणबत्त्यांना आकार द्यायला किंवा ती त्यांच्याबरोबर जे काही करते ते करायला गेली होती, आणि बॉब कामाला गेला होता. म्हणून मला थोडी झोप घ्यायला उसंत मिळाली. मी मॅक उघडला आणि तो चालू केला. जॉर्जियात दुपारचे दोन वाजले आहेत, सीॲटलमध्ये सकाळचे अकरा. ख्रिश्चनकडून उत्तर आलं असावं की काय असा मी विचार केला. अस्वस्थपणे, मी माझा इनबॉक्स उघडला.

ख्रिश्चन ग्रेकडून
विषय : शेवटी एकदा!
तारीख : मे ३१ २००१, ०७:३०
ॲनास्टॅशिया स्टीलला,

ॲनास्टॅशिया,

मी चिडलोय, कारण जेव्हा तू आपल्या दोघांमध्ये थोडं अंतर ठेवतेस, त्यावेळेला तू उघडपणे आणि प्रामाणिकपणे संवाद साधतेस. आपण जेव्हा एकत्र असतो तेव्हा तसं का करू शकत नाहीस?

होय, मी श्रीमंत आहे. त्याची सवय करून घे. मी तुझ्यावर पैसे का खर्च करू नये? आपण तुझ्या वडिलांना सांगितलंय की, मी तुझा बॉयफ्रेंड आहे, फॉर हेवन्स सेक. बॉयफ्रेंड्स तसं करत नाहीत का? तुझा डॉमिनंट म्हणून, मी तुझ्यावर जे काही खर्च करेन ते तू काहीही वाद न घालता स्वीकारावं, अशी मी अपेक्षा करेन. तुझ्या आईलादेखील तसं सांग.

एखाद्या रांडेसारखं वाटण्याच्या तुझ्या शेऱ्यावर काय उत्तर द्यावं, हे मला माहीत नाही. मला माहीत आहे तू तसं लिहिलेलं नाहीस, पण तुझ्या म्हणण्याचा अर्थ तो आहे. त्या भावनांचं उच्चाटन करण्यासाठी मी काय म्हणावं किंवा करावं हे मला माहीत नाही. मी सरासरीपेक्षा अधिक कठोर परिश्रम करतो म्हणजे मला योग्य वाटेल त्या प्रकारे मी माझे पैसे खर्च करू शकेन. तुझ्या मनाची जी इच्छा असेल त्याप्रमाणे मी तुझ्यासाठी खरेदी करू शकेन ॲनास्टॅशिया आणि मला तसं करायचंय. तू त्याला संपत्तीची पुनर्विभागणी म्हणू शकतेस, जर तुला तसं म्हणायचं असेल तर. किंवा मग एवढं लक्षात घे की, मी कधीही तुझा विचार तू वर्णन केलेल्या प्रकारे करणार नाही आणि करू शकणार नाही, आणि तू तशा प्रकारे

स्वत:ला बघतेस म्हणून मी रागावलोय. इतक्या हुशार, हजरजबाबी, सुंदर तरुण स्त्रीसाठी – तुला काही स्वाभिमानाचे प्रश्न आहेत, आणि माझ्या मनात तुझी अपॉइंटमेंट डॉ. फ्लिनबरोबर ठरवण्याचा अर्धवट विचार येतोय.

तुला घाबरवल्याबद्दल मी क्षमा मागतो. तुझ्यात भीती घालण्याचा विचार मला तिरस्करणीय वाटतो. मी तुला कष्टप्रद प्रवास करू देईन, असं तुला खरंच वाटतं? फॉर हेवन्स सेक, मी तुला माझं खासगी जेट विमान देऊ केलं. यस, तो एक विनोद होता, अर्थातच एक कमी प्रतीचा विनोद. तरीही, सत्य हे आहे की, तुला बांधून आणि तोंडात बोळे कोंबून ठेवण्याचा विचार मला उद्दीपित करतो. (हा विनोद नाही हे खरं आहे.) मला माहीत आहे तोंडात बोळे कोंबल्याबद्दल तुला अडचण आहे – आपण त्याबद्दल बोललो आहोत – आणि जर कधी/जेव्हा मी तुझ्या तोंडात खरोखरच बोळा कोंबेन, तेव्हा आपण त्याच्यावर चर्चा करू. तू हे समजावून घेण्यात अयशस्वी होतेस की, डॉमिनंट/सबमिसिव्ह संबंधात सबमिसिव्हला सगळी पॉवर असते. ती तू आहेस. मी याची पुनरुक्ती करतो – सगळी पॉवर असलेली तूच आहेस. मी नाही. तू जर नाही म्हणालीस, तर मी तुला हात लावू शकत नाही – म्हणूनच आपल्यात एक करार झाला आहे – तू काय करणार आणि काय करणार नाहीस, तर आपण करार सुधारू शकतो. ते तुझ्यावर अवलंबून आहे – माझ्यावर नव्हे. जर तुला बांधून ठेवणं आणि तोंडात बोळा कोंबून ठेवणं चालत नसेल, तर तसं घडणार नाही.

मला माझी जीवनशैली तुझ्याबरोबर वाटून घ्यायचीये. मला यापूर्वी दुसरं काहीही एवढं कधीच हवंहवंसं वाटलं नव्हतं. स्पष्टच बोलायचं तर, मी तुझ्यामुळे भारला गेलो आहे की, एखादी एवढी निष्पाप व्यक्ती प्रयत्न करायला तयार आहे माझ्यासाठी. त्याचा अर्थ किती मोठा आहे, हे तुला कधी कळणार नाही. मीही तुझ्या मंत्राखाली सापडलोय हे बघायला तू चुकतेस, जरी मी तुला हे असंख्य वेळा सांगितलंय. मी तुला गमावू इच्छित नाही. काही दिवसांसाठी माझ्यापासून दूर जाण्यासाठी तू तीन हजार मैल उड्डाण करून गेली आहेस, कारण माझ्या सान्निध्यात तू स्पष्ट विचार करू शकत नाहीस, यामुळे मी अस्वस्थ आहे. माझ्यासाठीदेखील ते तसंच आहे, ॲनास्टॅशिया. आपण एकत्र असतो तेव्हा माझी सारासार विचारशक्ती अदृश्य होते – माझ्या तुझ्याबद्दलच्या भावनांची खोली ही आहे.

मला तुझी अस्वस्थता समजतेय. तुझ्यापासून दूर राहण्याचा मी प्रयत्न केला; तू अननुभवी आहेस हे मला माहीत होतं, पण मला जर तंतोतंत माहीत असतं की, तू नक्की किती निष्पाप आहेस, तर मी तुझ्यामागे एवढा कधीच लागलो नसतो – आणि तरीही तू मला पूर्णपणे नि:शस्त्र करण्यात यशस्वी होतेस. असं मला यापूर्वी कोणीही केलं नसेल. तुझी ईमेल उदाहरणार्थ. मी ती वाचली, आणि असंख्य वेळा

पुन्हा पुन्हा वाचली, तुझा दृष्टिकोन समजावून घेण्याचा प्रयत्न करण्यासाठी. तीन महिने हा एक लहरीपणाचा कालावधी आहे. आपण तो सहा महिने, वर्ष करू या? तुला तो किती दीर्घ पाहिजे? तुला कशामुळे आरामशीर वाटेल? सांग मला.

मी समजू शकतो की, तुझ्यासाठी विश्वास ठेवण्याची ही फार मोठी उडी आहे. मला तुझा विश्वास संपादन केला पाहिजे. पण त्याचप्रकारे. हे करण्यात जर मी चुकलो तर तू माझ्याशी संवाद साधला पाहिजेस. तू एवढी सशक्त आणि स्वयंपूर्ण भासतेस. पण मग मी तू इथे जे लिहिलं आहेस ते वाचल्यावर मला तुझी दुसरी बाजू दिसली. आपण एकमेकांना मार्गदर्शन केलं पाहिजे, ॲनास्टॅशिया, आणि मी फक्त तुझ्याकडूनच माझे संदेश घेऊ शकतो. तू माझ्याबरोबर प्रामाणिक असायला हवं, आणि ही व्यवस्था कार्यान्वित व्हावी म्हणून आपण दोघांनीही काहीतरी मार्ग शोधून काढायला हवा.

तू सबमिसिव्ह नाहीस म्हणून तू काळजी करतेस. वेल, ते खरं असेलही. असं म्हटल्यावर, एका सबमिसिव्हसाठी योग्य वागण्याची पद्धत तू धारण करतेस ते फक्त प्लेरूममध्ये. असं दिसतंय की, ते एक असं ठिकाण आहे जिथे तू मला तुझ्यावर योग्य ते नियंत्रण ठेवू देतेस आणि तेच एक ठिकाण आहे जिथे तू तुला जसं सांगितलं गेलंय तसं करतेस.

'अतुलनीय' हा शब्द माझ्या मनात येतो. मी तुला काळं-निळं होईपर्यंत कधीच मारणार नाही. माझं उद्दिष्ट गुलाबी राहील. प्लेरूमच्या बाहेर, तू मला आव्हान दिलेलं मला आवडेल. तो एक फार नावीन्यपूर्ण आणि उल्हसित करणारा अनुभव आहे, आणि तो बदलावा असं मला वाटणार नाही. सो यस, तुला आणखी काय हवंय ते मला सांग. मन खुलं ठेवण्याचा मी प्रयत्न करेन, तुला हवी असलेली मोकळीक देण्याचा मी प्रयत्न करेन, तू जॉर्जियात असेपर्यंत तुझ्यापासून दूर राहीन. तुझ्या पुढच्या ईमेलची मी उत्सुकतेने वाट बघतोय.

मस्त मजा कर, पण फार नाही.

ख्रिश्चन ग्रे
सीईओ, ग्रे एंटरप्रायजेस होल्डिंग्ज इन्कॉर्पोरेटड

होली क्रॅप. आम्ही शाळेत परत गेल्यासारखा त्याने एक निबंध लिहिलाय – *आणि त्याचा बराचसा भाग चांगला आहे.* मी पुन्हा वाचलं, आणि माझ्या मॅकला जवळजवळ आलिंगन देत स्पेअर बेडवर विसावले. आमचा करार एक वर्षासाठी? आय हॅव द पॉवर! जीझ, मला त्याचा विचार करावा लागेल. *त्याला शब्दश: घ्यायचं,* माझी आई जसं म्हणते. त्याला मला गमवायचं नाही.

त्याने तसं दोनदा म्हटलंय! *ओह, ख्रिश्चन,* मलाही तसंच वाटतं! तो दूर राहण्याचा प्रयत्न करणार आहे! याचा अर्थ तो दूर राहण्यात अयशस्वी होईल असा तर नाही? एकाएकी, मी तशी आशा केली. मला त्याला बघायचं होतं. आम्ही चोवीस तासांपेक्षा कमी वेळ एकमेकांपासून दूर आहोत, आणि त्याला चार दिवस मी बघू शकणार नव्हते हे माहीत असल्याने, मला त्याची किती आठवण येते आहे हे मला कळलं. मी त्याच्यावर खूप प्रेम करते.

"ॲना, हनी," आवाज मृदू आणि प्रेमळ. प्रेमाने ओथंबलेला आणि निघून गेलेल्या काळाच्या गोड आठवणींनी भरलेला.

एक हळुवार हात माझ्या चेहऱ्यावरून फिरला. माझ्या मॉमने मला उठवलं आणि मी माझ्या लॅपटॉपला आलिंगन देत पडले होते.

"ॲना, स्वीटहार्ट," ती तिच्या मुदू, सिंगसाँग आवाजात पुढे बोलली. मी झोपेतून जागी झाले, संध्याकाळच्या फिक्कट गुलाबी प्रकाशात डोळे मिचकावले.

"हाय, मॉम," मी अंग ताणत हसले.

"तीस मिनिटांत आपण डिनरसाठी बाहेर जाणार आहोत. तुला यायचंय ना?" तिने दयाळूपणे विचारलं.

"ओह, यस, मॉम, अर्थात." मी खूप प्रयत्न केला, पण माझ्या जांभई दाबण्याच्या प्रयत्नात अयशस्वी झाले.

"फारच मस्त आहे हा. तंत्रज्ञानाची करामत!" तिने माझ्या लॅपटॉपकडे निर्देश केला.

ओह, क्रॅप.

"ओह, हे?" मी सर्वसाधारण, आश्चर्यचकित देणं-घेणं नसल्यासारखं दाखवण्याचा प्रयत्न केला.

मॉमच्या लक्षात येईल का? मला एक 'बॉयफ्रेंड' मिळाल्यापासून ती अधिकच हुशार झाल्यासारखी भासली.

ख्रिश्चनने तो मला उधार दिला होता. मला वाटतं, मी त्याच्या मदतीने स्पेस शटल पायलट होऊ शकेन, पण मी तो फक्त ईमेल्स आणि इंटरनेटपर्यंत पोचण्यासाठी वापरते.

खरं म्हणजे, ते काहीच नव्हतं. माझ्याकडे संशयाने बघत ती पलंगावर बसली आणि एक सुटलेली केसांची बट माझ्या कानामागे खोचली.

"त्याने तुला ईमेल केली आहे?"

ओह, डबल क्रॅप.

"होय." मला त्यात रस नसलेला दाखवण्याचा प्रयत्न विरत चालला होता

आणि मी लाल होते.

"कदाचित त्याला तुझी आठवण येतेय, हं?"

"मला तशी आशा आहे, मॉम."

"काय म्हणतोय तो?"

ओह, ट्रिपल क्रॅप. त्या ईमेलमधून काहीतरी स्वीकारार्ह माझ्या आईला सांगता येईल का, याचा मी घाईघाईत विचार केला. माझी खातरी आहे तिला डॉमिनंट आणि बॉन्डेज आणि तोंडात बोळे कोंबण्याबद्दल ऐकायचं नसावं, पण मी तिला सांगू शकत नव्हते, कारण एनडीए.

"त्याने मला सांगितलंय की, मजा कर; पण फार नको."

"पटण्यासारखं वाटतं. चल, लवकर तयार हो. मी जाते." वाकून तिने माझ्या कपाळाचं चुंबन घेतलं. "तू इथे आली आहेस, म्हणून मला खूप आनंद झाला आहे, ॲना. तुला बघून छान वाटलं." त्या प्रेमळ वाक्यानंतर ती गेली.

हम्म, ख्रिश्चन आणि पटणारा... दोन संकल्पना ज्या माझ्या विचाराने एकमेकांपासून पूर्ण वेगळ्या होत्या, पण त्याच्या ईमेलनंतर कदाचित सगळ्या गोष्टी शक्य होत्या. मी माझं डोकं हलवलं. त्याचे शब्द पचनी पडायला मला वेळ लागला. कदाचित डिनरनंतर – मग मी त्याला उत्तर देऊ शकेन. मी बिछान्यावरून खाली उतरले आणि पटकन माझ्या अंगावरचा टी शर्ट आणि शॉर्ट्स काढून स्नानगृहात गेले.

मी केटचा करड्या रंगाचा हॉल्टर-नेक ड्रेस, जो मी ग्रॅज्युएशन डेला घातला होता तो आणला होता. माझ्याकडे ड्रेस असा तो एकच होता. उष्म्याची एक चांगली गोष्ट म्हणजे त्याच्या चुण्या निघून गेल्या होत्या, म्हणून तो गोल्फ क्लबला घातला तरी चालला असता. कपडे घातल्यानंतर मी लॅपटॉप उघडला. ख्रिश्चनकडून नवीन काहीही आलेलं नव्हतं, आणि मला निराशेची एक कळ जाणवली. अगदी जलद, मी त्याला एक ईमेल टाइप केला.

ॲनास्टॅशिया स्टीलकडून

विषय : बडबड्या?

तारीख : मे ३१ २०११ १९:०८ इएसटी

ख्रिश्चन ग्रेला,

सर, तुम्ही एक आवडते लेखक आहात. मला बॉबच्या गोल्फ क्लबला डिनरला जायचंय, आणि तुम्हाला माहीत असावं म्हणून सांगते, त्या विचारामुळे मी डोळे फिरवते आहे. पण तुम्ही आणि तुमचा शिवशिवणारा तळवा माझ्यापासून दूर असल्याने माझा पार्श्वभाग सुरक्षित आहे, सध्यातरी!

मला तुझी ईमेल आवडली. मला वेळ मिळाल्यावर मी लगेच प्रतिसाद देईन.

मला तुझी आत्ताच खूप आठवण येतेय.

दुपारची मजा लूट.

तुझी ॲना.

ख्रिश्चन ग्रेकडून

विषय : तुझा पार्श्वभाग

तारीख : मे ३१ २०११ १६:१०

ॲनास्टॅशिया स्टीलला,

प्रिय मिस स्टील,

या ईमेलच्या शीर्षकामुळे माझं लक्ष विचलित झालं आहे. सांगण्याची गरज नाही की तो आता सुरक्षित आहे – सध्यातरी.

तुझ्या डिनरचा आनंद घे, आणि मलाही तुझी उणीव भासते आहे, विशेषत: तुझा पार्श्वभाग आणि तुझं चलाख तोंड!

माझी दुपार संथ असेल, फक्त तुझ्या आणि तुझ्या डोळे फिरवण्याच्या विचारांनी उजळलेली. मला वाटतं तूच निदर्शनाला आणलंस की, मलापण ती वाईट सवय आहे.

ख्रिश्चन ग्रे

सीईओ आणि डोळे फिरवणारा

ग्रे एंटरप्रायझेस होल्डिंग, इन्कॉर्पोरेटेड

ॲनास्टॅशिया स्टीलकडून

विषय : फिरवणं

तारीख : मे ३१ २०११ १९:१४ इएसटी

ख्रिश्चन ग्रेला,

प्रिय मि. ग्रे,

मला ईमेल पाठवण्याचं थांबवा. मी डिनरसाठी तयार होण्याचा प्रयत्न करतेय. तुम्ही लक्ष खूप विचलित करता, खंडाच्या दुसऱ्या बाजूला असलात तरीही. आणि हो – तुम्ही जेव्हा डोळे फिरवता, तेव्हा तुमच्या पार्श्वभागावर चापट्या कोण मारतं?

तुमची ॲना.

मी 'सेंड'चं दाबलं, आणि लगेचच मिसेस रॉबिनसनची, त्या दुष्ट चेटकिणीची

प्रतिमा माझ्या मनात आली. माझ्यापुढे ते चित्रच स्पष्ट झालं. माझ्या आईइतक्या वयाच्या बाईकडून ख्रिश्चनला मार मिळणं, ते इतकं चुकीचं होतं. पुन्हा तिने काय नुकसान पोचवलं असेल त्याचा मी विचार करू लागले. माझं तोंड एका कठीण, गंभीर रेषेत आवळलं जातं. पिना खुपसायला मला एक बाहुली पाहिजे, म्हणजे त्या अपरिचित बाईबद्दल जो राग येतो त्याला थोडीतरी वाट मिळेल.

ख्रिश्चन ग्रेकडून

विषय : तुझा पार्श्वभाग

तारीख : मे ३१ २०११ १६:१८

ॲनास्टॅशिया स्टीलला,

प्रिय मिस स्टील,

अजूनही मला माझं शीर्षक तुझ्या शीर्षकापेक्षा कितीतरी वेगवेगळ्या प्रकारे अधिक योग्य वाटतं. मी माझ्या भवितव्याचा मालक आहे आणि मला कोणी कठोर शिक्षा करत नाही म्हणून मी नशीबवान आहे. माझी आई, क्वचितप्रसंगी आणि अर्थात, डॉ. फ्लिन; आणि तू.

ख्रिश्चन ग्रे

सीईओ, ग्रे एंटरप्रायझेस होल्डिंग, इन्कॉर्पोरेटेड

ॲनास्टॅशिया स्टीलकडून

विषय : वाईट वर्तनाबद्दल मला दटावणी?

तारीख : मे ३१ २०११ १९:२२ इएसटी

ख्रिश्चन ग्रेला,

प्रिय महोदय,

मि. ग्रे, तुम्हाला दटावण्याचं धारिष्ट्य मी केव्हा दाखवलंय? मला वाटतं तुम्ही माझी दुसऱ्या कोणाबरोबरतरी गल्लत करत आहात... जे चिंताजनक आहे... मला खरंच तयार व्हायचंय.

तुमची ॲना.

ख्रिश्चन ग्रेकडून

विषय : तुझा पार्श्वभाग

तारीख : मे ३१ २०११ १६:२५

ॲनास्टॅशिया स्टीलला,

प्रिय मिस स्टील,

तू नेहमी हे सगळं लेखी करतेस. मी तुझ्या ड्रेसची झिप वर ओढू का?

ख्रिश्चन ग्रे
सीईओ, ग्रे एंटरप्रायझेस होल्डिंग, इन्कॉर्पोरेटेड

त्याच्या शब्दांनी स्क्रीनवरून उडी घेतली आणि मला श्वास रोखायला लावला. ओह्... त्याला खेळ खेळायचे होते.

ॲनास्टॅशिया स्टीलकडून
विषय : NC-17
तारीख : मे ३१ २०११ १९:२८ इएसटी
ख्रिश्चन ग्रेला,
तू ती झिप ओढून काढलेली मला आवडेल.

ख्रिश्चन ग्रेकडून
विषय : तू काय इच्छा करतेस त्याबद्दल सावध रहा.
तारीख : मे ३१ २०११ १६:३१
ॲनास्टॅशिया स्टीलला,

मलादेखील.

ख्रिश्चन ग्रे
सीईओ, ग्रे एंटरप्रायझेस होल्डिंग, इन्कॉर्पोरेटेड

ॲनास्टॅशिया स्टीलकडून
विषय : धापा टाकणं
तारीख : मे ३१ २०११ १९:३३ इएसटी
ख्रिश्चन ग्रेला

सावकाश...

ख्रिश्चन ग्रेकडून
विषय : कण्हणं
तारीख : मे ३१ २०११ १६:३५
ॲनास्टॅशिया स्टीलला,

मी तिथे असतो तर.

ख्रिश्चन ग्रे

सीईओ, ग्रे एंटरप्रायझेस होल्डिंग, इन्कॉर्पोरेटेड

ॲनास्टॅशिया स्टीलकडून

विषय : कण्हणं

तारीख : मे ३१ २०११ १९:३७ इएसटी

ख्रिश्चन ग्रेला,

सो डु आय.

"ॲना!" माझ्या आईने मला हाक मारली. मी दचकून उडीच मारली. *शिट्.* मला इतकं अपराधी का वाटतंय?

"आलेच, मॉम."

ॲनास्टॅशिया स्टीलकडून

विषय : कण्हणं

तारीख : मे ३१ २०११ १९:३९ इएसटी

ख्रिश्चन ग्रेला,

जावं लागेल.
नंतर, बेबी.

मी हॉलमध्ये मुसंडी मारली, तिथे बॉब आणि आई वाट बघत होते. माझ्या आईने कपाळाला आठ्या घातल्या.

"डार्लिंग – तुला बरं वाटतंय ना? तू जरा लाल झाल्यासारखी दिसतेस."

"मॉम, मी ठीक आहे."

"तू छान दिसतेस."

"ओह, हा केटचा ड्रेस आहे. तुला आवडला?"

तिच्या आठ्या गडद झाल्या.

"तू केटचा ड्रेस का घातला आहेस?"

ओह... नो.

"वेल, मला हा आवडतो आणि तिला आवडत नाही," मी पटकन सुधारणा केली.

तिने माझ्याकडे सुज्ञपणे बघितलं, बॉबने त्याची अधीरता हँडडॉग, भुकेलेल्या लूकने व्यक्त केली.

"मी तुला उद्या खरेदीला घेऊन जाईन," ती म्हणाली.

"ओह, मॉम. तुला ते करायची गरज नाही. माझ्याकडे बरेच कपडे आहेत."

"माझ्या मुलीसाठी मी काही करू शकत नाही का? कम ऑन, बॉबला खूप भूक लागली आहे."

"अगदी बरोबर," बॉब कण्हला, त्याचं पोट चोळत आणि चेहऱ्यावर एक कृत्रिम दुखावलेला भाव आणत.

त्याने त्याचे डोळे फिरवले तेव्हा मी खुदुखुदु हसले, आणि आम्ही दरवाजाच्या बाहेर पडलो.

नंतर जेव्हा मी कोमट पाण्याखाली थंड होत अंघोळ करत होते, तेव्हा माझ्या आईत किती बदल झालाय, याच्यावर मी विचार केला. डिनरच्यावेळी बघताना ती मजेत होती. मजेशीर, लाडिक आणि गोल्फ क्लबमध्ये कितीतरी मित्र-मैत्रिणींत. बॉब किती प्रेमळ आणि लक्ष देणारा... ते एकमेकांसाठी खूप छान वाटत होते. मी तिच्यासाठी खरंच खूप खूश होते. त्याचा अर्थ मी तिच्याबद्दल चिंता करणं बंद करू शकते, आणि तिच्या निर्णयांबद्दल तर्क लढवणंदेखील, हजबंड नंबर थ्रीच्या वेळचे दुःखद दिवस, आम्हा दोघींच्याही मागे टाकू शकते. बॉब एक रक्षक आहे. मी त्याला चांगला सल्ला दिला आहे. *हे केव्हा घडायला लागलं?* मी जेव्हा ख्रिश्चनला भेटले. *ते असं का?*

माझं आटपल्यावर मी पटकन अंग कोरडं केलं, ख्रिश्चनकडे परतण्यासाठी उत्सुक. माझ्यासाठी एक ईमेल वाट बघत होती, काही तासांपूर्वी मी डिनरसाठी गेल्यानंतर लगेचच पाठवलेली.

ख्रिश्चन ग्रेकडून
विषय : उचलेगिरी
तारीख : मे ३१ २०११ १६:४१
ॲनास्टॅशिया स्टीलला,

तू माझं वाक्य चोरलंस.
आणि मला लटकत ठेवलंस.
तुझं डिनर एन्जॉय कर.
ख्रिश्चन ग्रे
सीईओ, ग्रे एंटरप्रायझेस होल्डिंग, इन्कॉर्पोरेटेड

ॲनास्टॅशिया स्टीलकडून

विषय : चोर, चोर ओरडणारा तू कोण?

तारीख : मे ३१ २०११ २२:१८ इएसटी

ख्रिश्चन ग्रेला,

सर, मला वाटतं मूलत: ते इलियटचं वाक्य होतं असं तुम्हाला कळून येईल. लटकत कसं काय?

तुझी ॲना

ख्रिश्चन ग्रेकडून

विषय : न संपवलेलं काम

तारीख : मे ३१ २०११ १९:२२

मिस स्टील,

तू परत आली आहेस, तू इतकी अचानक निघून गेलीस – जेव्हा गोष्टी मनोरंजक व्हायला लागल्या होत्या.

इलियट एवढा स्वयंभू नाही. त्याने ते वाक्य कोणाकडूनतरी चोरलं असावं. डिनर कसं झालं?

ख्रिश्चन ग्रे

सीईओ, ग्रे एंटरप्रायझेस होल्डिंग, इन्कॉर्पोरेटेड

ॲनास्टॅशिया स्टीलकडून

विषय : न संपलेलं काम?

तारीख : मे ३१ २०११ २२:२६ इएसटी

ख्रिश्चन ग्रेला,

डिनर परिपूर्ण होतं – मी पोट फुटेस्तोवर खाल्लं, हे ऐकून तुला खूप आनंद होईल.

इंटरेस्टिंग होतंय? कसं?

ख्रिश्चन ग्रेकडून

विषय : न संपलेलं काम – निश्चितच

तारीख : मे ३१ २०११ १९:३०

ॲनास्टॅशिया स्टीलला,

तू जाणीवपूर्वक बोथट होते आहेस का? मला वाटतं तू आताच मला तुझ्या ड्रेसची झिप काढायला सांगितलीस.

आणि मी अगदी तेच करण्याची अपेक्षा करत होतो.

तू चांगलं खाते आहेस हे ऐकून मला आनंददेखील झालाय.

ख्रिश्चन ग्रे
सीईओ, ग्रे एंटरप्रायझेस होल्डिंग, इन्कॉर्पोरेटेड

ॲनास्टॅशिया स्टीलकडून
विषय : वेल... साप्ताहिक सुटी नेहमीच असते की
तारीख : मे ३१ २०११ २२:३६ इएसटी
ख्रिश्चन ग्रेला,

अर्थात मी खाते... तुझ्या सान्निध्यात असताना मला जी अनिश्चितता जाणवते त्यामुळे माझी अन्नावरची वासना उडते.

आणि मी कधीही नकळत संवेदनाहीन होणार नाही, मि. ग्रे.

निश्चितच तुम्हाला ते आत्तापर्यंत कळलं असेल :-)

ख्रिश्चन ग्रेकडून
विषय : थांबू शकत नाही.
तारीख : मे ३१ २०११ १९:४०
ॲनास्टॅशिया स्टीलला,

मी ते लक्षात ठेवेन, मिस स्टील, आणि नि:संशय ते ज्ञान मी माझ्या फायद्यासाठी वापरेन.

माझ्यामुळे तुझी अन्नावरची इच्छा उडते हे ऐकून मला वाईट वाटलं. मला वाटलं, तुझ्यावर माझा एक अधिक तीव्र वैषयिक वासनामय परिणाम होतो. माझा तो अनुभव होता आणि अत्याधिक आनंद देणारादेखील.

मी पुढल्या वेळेची आतुरतेने वाट बघतो.

ख्रिश्चन ग्रे
सीईओ, ग्रे एंटरप्रायझेस होल्डिंग, इन्कॉर्पोरेटेड

ॲनास्टॅशिया स्टीलकडून
विषय : जिम्नॅस्टिक्स लिंग्विस्टिक्स
तारीख : मे ३१ २०११ २२:३६ इएसटी

ख्रिश्चन ग्रेला,

तू पुन्हा थेसॉरसबरोबर खेळायला सुरुवात केली आहेस का?

ख्रिश्चन ग्रेकडून

विषय : खर्जात बोलणं?

तारीख : मे ३१ २०११ १९:४०

ॲनास्टॅशिया स्टीलला,

तू मला फार चांगलं ओळखतेस, मिस स्टील.

मी आत्ता माझ्या एका जुन्या मैत्रिणीबरोबर डिनर घेणार आहे, म्हणून मी गाडी चालवतोय.

नंतर, बेबी.

ख्रिश्चन ग्रे

सीईओ, ग्रे एंटरप्रायझेस होल्डिंग, इन्कॉर्पोरेटेड

कोणती जुनी मैत्रीण? ख्रिश्चन ग्रेला कोणी जुन्या मैत्रिणी असतील, असा मी विचार केला नव्हता, फक्त... तिच्याशिवाय. मी स्क्रीनकडे कपाळाला आठ्या घालून बघितलं. त्याला अजूनही तिला का भेटावं लागतं? धगधगणारा, हिरवा, डोकं फिरवणारा मत्सर अनपेक्षितपणे माझ्यामध्ये उफाळला. मला कशालातरी मारायचं होतं, प्राधान्याने मिसेस रॉबिनसनला. रागाच्या भरात मी लॅपटॉप बंद केला आणि बिछान्यात चढले.

खरं म्हणजे मी त्याच्या सकाळी आलेल्या दीर्घ ईमेलला प्रतिसाद द्यायला हवा, पण एकाएकी मी खूप रागावले, ती जशी आहे – लहान मुलांचं लैंगिक शोषण करणारी, तसं तो तिला का पाहू शकत नाही? मी लाइट घालवला, रागाने फणफणत अंधारात टक लावून बघत बसले. तिने कसं काय धाडस केलं? एका अनभिज्ञ पौगंडावस्थेतील मुलाला शोधण्याचं धैर्य तिला कसं झालं? ती अजूनही तसं करते का? त्यांनी का थांबवलं? वेगवेगळे प्रसंग माझ्या मनात येतात : त्याला जर पुरेसं झालं होतं, तर अजूनही त्याची तिच्याबरोबर मैत्री का आहे? तसंच तिच्या बाबतीत – तिचं लग्न झालंय का? घटस्फोट जीझ – तिला स्वत:ची मुलं आहेत का? तिला ख्रिश्चनची मुलं आहेत का? माझं अर्धजागृत मनाने तिचं कुरूप डोकं वर काढलं, कुचेष्टेने हसत. मला धक्का बसला होत्या. त्या विचाराने मळमळल्यासारखं वाटतं होतं. डॉ. फ्लिनला तिच्याबद्दल माहीत आहे का?

मी बिछान्यातून धडपडत उठले, आणि लॅपटॉप पुन्हा चालू केला. मी एका मोहिमेवर होते. निळा स्क्रीन दिसेपर्यंत मी अधीरतेने माझी बोटं तबला वाजवावा तशी वाजवली. मी गुगल इमेजवर हिट करून सर्च इंजिनमध्ये 'ख्रिश्चन ग्रे' एंटर

केलं. एकाएकी स्क्रीनवर ख्रिश्चनचे फोटो पसरतात : ब्लॅक टाय, सूट घातलेला, जीझ – जोसने हीथमॅनमध्ये घेतलेले त्याच्या व्हाइट शर्ट आणि फ्लॅनेल ट्राउझर्समधले फोटो. ते इंटरनेटवर कसे आले? बॉय, तो छान दिसतो.

मी पटकन पुढे गेले : काही व्यवसायातील सहकाऱ्यांबरोबर, माझा ज्याच्याशी निकट परिचय आहे अशा एका अत्यंत फोटोजेनिक पुरुषाची सुंदर चित्रंच चित्रं. मी ख्रिश्चनला जवळून ओळखते? मी त्याला वैषयिक दृष्टिकोनातून ओळखते, आणि त्या विभागात मला अजून बरंचसं अधिक शोधून काढायचंय. मला माहीत आहे तो मूडी, कठीण, मजेशीर, थंड, उबदार आहे... जीझ, हा पुरुष एक परस्परविरोधी गोष्टींचा चालता-बोलता गोळा आहे. मी पुढच्या पानावर क्लिक केलं. तो अजूनही त्या सगळ्या फोटोंत एकटाच आहे, आणि मला केटने उल्लेख केल्याचं आठवलं की, तिला एखाद्या डेटसाठी आलेल्या मुलीबरोबर त्याचा एकही फोटो आढळला नव्हता. त्यामुळे तिला तो 'गे' असण्याबद्दलचा प्रश्न सुचला. नंतर, तिसऱ्या पानावर, त्याच्याबरोबरचा माझा फोटो आहे, माझ्या ग्रॅज्युएशनच्या वेळचा. स्त्रीबरोबरचा त्याचा एकमेव फोटो, आणि ती मी आहे.

होली काउ! मी गुगलवर आहे. आमच्या एकत्रित फोटोकडे मी टक लावून बघितनं. कॅमेऱ्याकडे आश्चर्यचकित होऊन, अस्वस्थपणे, तोल ढळल्यासारखी मी बघत होते. मी जेव्हा प्रयत्न करण्याला संमती दिली त्याच्या अगदी आधीचा होता. ख्रिश्चनबद्दल बोलायचं तर तो एवढा देखणा, शांत आणि संयमित दिसतो, आणि त्याने तो टाय घातला आहे. मी त्याच्याकडे बघितलं, एक सुंदर चेहरा – एक सुंदर चेहरा जो आता त्या डॅम्ड मिसेस रॉबिनसनकडे टक लावून बघत असेल. मी माझ्या फेवरिटमध्ये तो फोटो सेव्ह केला आणि सर्च रिझल्टच्या सगळ्या अठरा पानांवर क्लिक केलं... काही नाही. मिसेस रॉबिनसन मला गूगलवर सापडली नव्हती. पण तो तिच्याबरोबर आहे का हे मला कळायला पाहिजे.

मी ख्रिश्चनसाठी पटकन एक ईमेल टाइप केला.

ॲनास्टॅशिया स्टीलकडून
विषय : सुयोग्य डिनर जोडीदार
तारीख : मे ३१ २०११ २३:५८ इएसटी
ख्रिश्चन ग्रेला,

तू आणि तुझ्या मैत्रिणीचं डिनर छान झालं अशी आशा आहे.
ॲना
ताजा कलम : ती मिसेस रॉबिनसन होती का?

मी ‘सेंड’ बटण दाबलं आणि निराशेने पुन्हा बिछान्यात चढले. ख्रिश्चनला त्या स्त्रीबरोबरचं त्याचं नातं काय आहे त्याबद्दल विचारण्याचा निश्चय केला. माझा एक भाग अधिक जाणून घेण्यासाठी व्याकूळला होता, आणि दुसरा भाग त्याने मला असं कधी सांगितलं होतं हे विसरू इच्छित होता. माझी पाळी सुरू झालीये, म्हणजे सकाळी गोळी घ्यायचं मी लक्षात ठेवलंच पाहिजे. माझ्या ब्लॅकबेरीच्या कॅलेंडरमध्ये मी पटकन एक अलार्म प्रोग्रॅम केला. पलंगाशेजारच्या टेबलावर बाजूला ठेवून दिला, मी पडून राहिले आणि शेवटी एका अस्वस्थ झोपेत सावकाशपणे गेले, आम्ही दोघं एकाच शहरात असतो, तर अशी इच्छा करत – २५०० मैल दूर नव्हे.

सकाळी खरेदी केल्यावर आणि दुपारी बीचवर परतल्यावर माझ्या आईने फर्मान काढलं की, आम्ही एका बारमध्ये संध्याकाळ घालवावी.

बॉबला टीव्ही बघण्यासाठी एकटं सोडून आम्ही सवानाच्या एका सर्वाधिक वैशिष्ट्यपूर्ण हॉटेलच्या उच्च प्रतीच्या बारमध्ये गेलो. मी कॉस्मॉपॉलिटनचा दुसरा पेग घेत होते, तर माझी आई तिसरा. ती पुरुषांच्या हाताळायला नाजूक अशा ईगोबद्दल काही मौलिक विचार मांडत होती. ते फार शरमिंदं करणारं होतं.

“हे बघ, ॲना. पुरुषांना वाटतं की, एका स्त्रीच्या तोंडातून जे काही बाहेर येईल तो एक सोडवण्यासाठी असलेला प्रश्न असतो. अशी एखादी अस्पष्ट कल्पना नव्हे; जी आपण ठोकरून लावू किंवा त्याबद्दल थोडा वेळ बोलू आणि मग विसरून जाऊ. पुरुष कृतीला अधिक प्राधान्य देतात.”

“मॉम, तू मला हे का सांगते आहेस?” माझी चिडचिड दडवण्याचा प्रयत्न करताना अयशस्वी होत मी विचारलं. ती दिवसभर अशीच होती.

“डार्लिंग, तू इतकी हरवल्यासारखी वाटतेस. तू एखाद्या मुलाला कधीही घरी आणलं नाहीस. आपण व्हेगासला होतो तेव्हा तुला कधीही बॉयफ्रेंडदेखील नव्हता. मला वाटलं, जोस, जो तुला कॉलेजमध्ये भेटला, त्याच्याबरोबर काहीतरी घडेल.”

“मॉम, जोस हा फक्त एक मित्र आहे.”

“मला माहीत आहे, स्वीटहार्ट; पण काहीतरी घडतंय, आणि मला नाही वाटत तू मला सगळं काही सांगते आहेस.” तिने माझ्याकडे बघितलं, तिच्या चेहऱ्यावर आईची काळजी उमटली होती.

“मला माझे विचार सरळ करण्यासाठी ख्रिश्चनपासून थोडं अंतर राखायचं होतं. एवढंच. मला भारून टाकण्याकडे त्याचा कल असतो.”

“भारून?”

"होय, पण तरीही मला त्याची उणीवही भासते," मी कपाळाला आठ्या घातल्या.

मला ख्रिश्चनकडून दिवसभरात काहीच निरोप आला नव्हता. ईमेल्स नाहीत, काहीच नाही. तो ठीक आहे की नाही, विचारण्यासाठी त्याला फोन करण्याचा मला मोह होत होता. माझी सर्वांत वाईट भीती म्हणजे त्याच्या गाडीचा अपघात झाला असावा; माझी दुसरी वाईट भीती ही की, मिसेस रॉबिनसनने त्याच्या अंगात पुन्हा आपली दुष्ट नखं घुसवली असावीत. हे अतार्किक आहे ते मला ठाऊक आहे, पण जिथे तिचा संबंध येतो तिथे माझी सारासार विचार करण्याची क्षमताच हरवल्यासारखी वाटते.

"डार्लिंग, मला प्रसाधनगृहात जायचंय."

माझ्या आईच्या अनुपस्थितीने मला माझा ब्लॅकबेरी तपासण्यासाठी दुसरी संधी मिळाली. माझी ईमेल तपासण्याचा मी दिवसभर चोरून प्रयत्न करत हाते. शेवटी – ख्रिश्चनकडून एक प्रतिसाद!

ख्रिश्चन ग्रेकडून

विषय : डिनरसाठी मैत्रिणी

तारीख : जून १ २०११ २१:४०

ॲनास्टॅशिया स्टीलला,

होय. मी मिसेस रॉबिनसनबरोबर डिनर केलं. ती फक्त एक जुनी मैत्रीण आहे, ॲनास्टॅशिया.

तुझ्या पुनर्भेटीकडे अपेक्षेने बघतो. मला तुझी आठवण येते.

ख्रिश्चन ग्रे

सीईओ, ग्रे एंटरप्रायझेस होल्डिंग, इन्कॉर्पोरेटेड

तो तिच्याबरोबर डिनर घेत होता. माझ्या शरीरातून ॲड्रेनॅलिन आणि राग उफाळला, माझ्या टाळूवरचे केस ताठरले, माझ्या भीतीच्या सगळ्या वाईट भावना खऱ्या ठरल्या. *तो असं कसं करू शकतो?* मी दोन दिवस दूर होते आणि तो त्या दुष्ट चेटकिणीकडे पळून गेला.

ॲनास्टॅशिया स्टीलकडून

विषय : डिनरच्या जुन्या मैत्रिणी

तारीख : जून १ २०११ २१:४२ इएसटी

ख्रिश्चन ग्रेला,

ती फक्त एक जुनी मैत्रीण नाही.

तिचे दात रुतवायला तिला दुसरा पौगंडावस्थेतला मुलगा मिळाला की नाही?

तू तिच्यासाठी खूप जुना तर नाही झालास?

तुमचे संबंध संपुष्टात आले त्याचं हे तर कारण नाही?

मी 'सेंड' बटण दाबलं, तेव्हा माझी आई परतली.

"ॲना, तू इतकी फिक्कट दिसते आहेस. काय झालं?"

मी माझं डोकं हलवलं.

"काही नाही, आपण आणखी एक ड्रिंक घेऊ या." मी हट्टीपणाने म्हणाले.

तिच्या भुवया आक्रसल्या, पण तिने वर बघितलं आणि एका वेटरचं लक्ष वेधून घेतलं. आमच्या ग्लासांकडे निर्देश केला. त्याने मान हलवली, त्याला 'आणखी एक राउंड' प्लीजची वैश्विक भाषा समजली. मी पटकन माझ्या ब्लॅकबेरीकडे नजर टाकली.

ख्रिश्चन ग्रेकडून

विषय : सावध रहा...

तारीख : जून १ २०११ २१:४५ इएसटी

ॲनास्टॅशिया स्टीलला,

ईमेलच्या माध्यमातून चर्चा करावी असा हा विषय नाही. तू किती कॉस्मॉपॉलिटन्स पिणार आहेस?

ख्रिश्चन ग्रे

सीईओ, ग्रे एंटरप्रायझेस होल्डिंग, इन्कॉर्पोरेटेड

तो इथे आहे!

२३

अस्वस्थपणे बारमध्ये इकडेतिकडे नजर फिरवली, पण मला तो दिसला नाही.

"अॅना, काय झालंय? तू अशी दिसतेस जणूकाही तू भूत बघितलंयस."

"ख्रिश्चन! तो इथे आहे."

"काय? खरंच?" तिने पण बारमध्ये इथेतिथे नजर टाकली.

मॉमकडे मी ख्रिश्चनच्या पिच्छा पुरवण्याकडे असलेल्या कलाबद्दल उल्लेख करण्याबाबत दुर्लक्ष केलं होतं.

मी त्याला बघितलं. माझं हृदय उसळलं. तो जसा आमच्याकडे येऊ लागला तसं ते वेगाने धडकायला लागलं. तो खरंच इथे होता – माझ्यासाठी. माझी अंतर्देवता तिच्या कोचासारख्या खुर्चीतून हर्ष व्यक्त करत उडी मारते. सफाईने गर्दीतून मार्ग काढताना त्याचे काळपट पडलेल्या तांब्याच्या रंगाचे लाल केस हॅलोजनमध्ये चमकले. त्याचे चमकदार करडे डोळे प्रकाशित झाले आहेत – रागाने? तणावामुळे? त्याचं तोंड एका कठोर रेषेत आवळलेलं होतं, जबडा ताणलेला होता. ओह, होली शिट्... नो. मी आत्ता त्याच्यावर एवढी चिडली होते आणि तो इथे होता. माझ्या आईच्या समोर मी त्याच्यावर कशी रागवू?

तो आमच्या टेबलाजवळ आला, माझ्याकडे विचारपूर्वक बघितलं. त्याने त्याच्या नेहमीच्या धाटणीचा सफेद लिनन शर्ट आणि जीन्स घातल्या होत्या.

"हाय," मी चिरकले. मला बसलेला धक्का लपवायला अयशस्वी झाले. त्याला इथे खराखुरा बघून मी चकित झाले होते.

"हाय," त्याने उत्तर दिलं आणि खाली वाकून तो मला आश्चर्यचकित करत माझ्या गालाचं चुंबन घेतलं.

"ख्रिश्चन, ही माझी आई, कार्ला." माझे मुरलेले शिष्टाचार वरचढ झाले.

तो माझ्या आईला 'हॅलो' म्हणण्यासाठी वळला, "मिसेस अॅडम्स, तुम्हाला भेटून मला आनंद झाला."

त्याला तिचं नाव कसं माहीत? त्याने तिच्याकडे बघून त्याचं हृदय थांबवणारं, ख्रिश्चन ग्रे पेटंटचं, पूर्णपणे विकसित, हातचं काही राखून न ठेवणारं हास्य केलं. तिला काही आशा नाही. माझ्या आईचा खालचा जबडा जवळजवळ टेबलावर टेकला. जीझ, पकड ठेव, मॉम. त्याचा आधीच पुढे केलेला हात मी हातात घेतला आणि हस्तांदोलन केलं. माझ्या आईने उत्तर दिलेलं नव्हतं. ओह्, पूर्णपणे आश्चर्यचकित वाचा नसणं हे गुणसूत्रीय आहे – मला कल्पना नव्हती.

"ख्रिश्चन," ती शेवटी श्वास न घेता बोलू शकली. तो तिच्याकडे बघून सगळं ठाऊक असल्यासारखा हसला, त्याचे करडे डोळे चमकत होते. मी दोघांना बघून माझे डोळे बारीक केले.

"तू इथे काय करतो आहेस?" माझा प्रश्न अभिप्रेत होता त्यापेक्षा अधिक ठिसूळ वाटला. त्याचा भाव आता सावध होता. त्याला बघून मी उत्तेजित झाले होते. पण माझ्या पायाखालची जमीन सरकत होती, माझ्या नसांतून मिसेस रॉबिनसनबद्दल राग उफाळत होता. त्याच्यावर मला ओरडायचं होतं की, त्याच्या बाहुपाशात स्वत:ला झोकून द्यायचं होतं, हे मला माहीत नाही – पण दोन्हीपैकी एकही त्याला आवडेल असं वाटत नव्हतं – तो किती वेळापासून आमचं निरीक्षण करत होता ते मला जाणून घ्यायचं होतं. मी नुकत्याच त्याला पाठवलेल्या ईमेलबद्दलदेखील मी थोडीशी अस्वस्थ होते.

"अर्थातच, मी तुला बघायला आलो," त्याने माझ्याकडे निश्चलपणे बघितलं. *ओह, तो काय विचार करतोय?* "मी या हॉटेलात राहतोय."

"तू इथे राहतो आहेस?" मी एखाद्या हायस्कूलच्या दुसऱ्या वर्षात शिकणाऱ्या मुलीसारखी भासले, माझ्या कानांसाठीदेखील अतिशय उच्च पट्टीतल्या आवाजाची.

"वेल, काल तू म्हणालीस की, मी इथे असावं अशी तुझी इच्छा होती." तो थांबला. त्याने माझी प्रतिक्रिया आजमावण्याचा प्रयत्न केला. "आमचं उद्दिष्ट आहे खूश करणं, मिस स्टील," त्याचा आवाज शांत होता आणि त्याच्यात विनोदाचा लवलेश नव्हता.

क्रॅप – तो वेडा आहे का? कदाचित मिसेस रॉबिनसन संदर्भात मारलेले शेरे? किंवा मी माझ्या तिसऱ्या आणि लवकरच चौथ्या कॉस्मोवर आहे ही वस्तुस्थिती? माझी आई अस्वस्थपणे आम्हा दोघांकडे नजर टाकत होती.

"तू आमच्याबरोबर ड्रिंक घेणार नाहीस का, ख्रिश्चन?" तिने वेटरला हात केला जो क्षणार्धात तिच्या बाजूला आला.

"मी जिन आणि टॉनिक घेईन," ख्रिश्चन म्हणाला, "हेंड्रिक्स तुमच्याकडे असेल तर किंवा बॉम्बे सफायर. हेंड्रिक्सबरोबर काकडी, बॉम्बेबरोबर लाइम."

होली हेल... ड्रिंक मागवताना फक्त ख्रिश्चनच त्याची जेवणाची ऑर्डर करू शकतो.

"आणखीन दोन कॉस्मो, प्लीज," मी ख्रिश्चनकडे अस्वस्थपणे बघत पुस्ती जोडली. मी माझ्या मॉमबरोबर ड्रिंक घेते होते. त्यामुळे कोणत्याही प्रकारे तो त्याबद्दल रागावू शकत नव्हता.

"कृपा करून एक खुर्ची ओढून घे, ख्रिश्चन."

"थँक यू, मिसेस ॲडम्स."

ख्रिश्चनने जवळची एक खुर्ची ओढून घेतली आणि माझ्याशेजारी त्या खुर्चीत डौलदारपणे बसला.

"म्हणजे आम्ही जिथे ड्रिंक घेतोय तिथेच तू योगायोगाने राहतोयस?" माझा स्वर हलका ठेवण्याचा प्रयत्न करत मी विचारलं.

"किंवा मी जिथे राहतोय त्या हॉटेलात तुम्ही योगायोगाने ड्रिंक घेताय," ख्रिश्चनने उत्तर दिलं. "मी आत्ताच जेवण केलं, इथे आलो आणि तुला बघितलं. तुझ्या अगदी अलीकडच्या ईमेलवर विचार करत असताना माझं लक्ष विचलित झालं आणि मी नजर टाकली तर तू तिथे आहेस. काय पण योगायोग, हं?" त्याने त्याचं डोकं एका बाजूला झुकवलं आणि मला हास्याची रेषा दिसली. थँक हेवन्स – आम्ही शेवटी आजची संध्याकाळ वाचवू शकू.

"आम्ही आज सकाळी खरेदी केली. दुपारी बीचवर गेलो होतो. आणि आज संध्याकाळी काही कॉकटेल्स घ्यायचं आम्ही ठरवलं." त्याला काहीतरी स्पष्टीकरण देणं गरजेचं आहे असं वाटून मी पुटपुटले.

"तू हा टॉप विकत घेतलास?" त्याने माझ्या नव्याकोऱ्या हिरव्या रेशमी कॅमिसोलकडे बघून मान डोलावली. "हा रंग तुला शोभून दिसतोय. आणि तुला थोडा सूर्यप्रकाशही मिळालाय. तू सुंदर दिसतेस."

मी त्याच्या स्तुतीमुळे निःशब्द होऊन लाल झाले. "वेल, मी तुला उद्या भेटणार होतो, पण तू इथे आहेस."

त्याने पुढे होऊन माझा हात हातात घेतला आणि तो हळुवारपणे दाबला – त्याचा अंगठा माझ्या बोटांच्या पेरांवरून मागे-पुढे फिरवत... आणि मला ती परिचित ओढ जाणवली. त्याच्या अंगठ्याच्या मृदू दाबाखाली माझ्या त्वचेखाली अत्यंत वेगाने सरकणारी विद्युत्‌लहर, माझ्या रक्तप्रवाहात धग निर्माण करणारी, माझ्या शरीरात धडधडणारी, तिच्या मार्गात येणाऱ्या प्रत्येक गोष्टीला तप्त करणारी. त्याला भेटून मला दोन दिवस होऊन गेलेत. ओ माय... मला तो पाहिजे. माझा श्वासोच्छ्वास जलद झाला. मी त्याच्याकडे बघून डोळ्यांची उघडझाप केली, लाजाळूपणे हसले. आणि त्याच्या ओठांवर एक हसू खेळताना बघितलं.

"मी विचार केला होता तुला आश्चर्यचकित करेन. पण नेहमीप्रमाणेच, ॲनास्टॅशिया, इथे येऊन तू मला आश्चर्यचकित केलं आहेस."

मी पटकन आईकडे नजर टाकली, ती ख्रिश्चनकडे टक लावून बघत होती... होय टक लावून. थांबव ते, मॉम्स. तो कोणी एक पूर्वी न बघितलेला वेगळाच प्राणी असावा तसं. म्हणजे मला मला माहीत आहे मला कधीही बॉयफ्रेंड नव्हता आणि ख्रिश्चन संदर्भ द्यायला सोपं जावं म्हणून फक्त त्या व्याख्येत बसतो, पण मी एका पुरुषाला आकर्षित करू शकेन हे एवढं अविश्वसनीय आहे? हा पुरुष? होय, स्पष्टच बोलायचं तर – बघ त्याच्याकडे! माझं अर्धजागृत मन टोला लगावतं. ओह, शट् अप! तुला पार्टीला कोणी बोलावलं? मी माझ्या मॉमवर खवळले – पण तिच्या लक्षात येतंय असं दिसत नव्हतं.

"तुझ्या आईबरोबरच्या वेळात मला खंड पाडायचा नाही. मी पटकन एक ड्रिंक घेतो आणि मग निघतो. मला काम करायचंय," तो तळमळीने म्हणाला.

"ख्रिश्चन, शेवटी तुला भेटणं खूप छान आहे," मॉम मध्येच बोलली, तिचा आवाज तिला अखेर सापडला. "ॲना तुझ्याबद्दल खूप प्रेमाने बोललीय."

तो तिच्याकडे बघून हसला. "खरंच?" त्याने माझ्याकडे बघून भुवई उंचवली, त्याच्या चेहऱ्यावर गंमत वाटत असलेले भाव होते. मी पुन्हा लाल झाले.

वेटर आमची ड्रिंक्स घेऊन आला.

"ड्रिंक्स, सर," तो एका विजयी सहजतेने बोलला.

"थँक यू," ख्रिश्चन दखल घेताना पुटपुटला.

मी अस्वस्थपणे माझ्या नवीन कॉस्मोचा घुटका घेतला.

"तू जॉर्जियामध्ये किती काळासाठी आहेस, ख्रिश्चन?" मॉमने विचारलं.

"शुक्रवारपर्यंत, मिसेस ॲडॅम्स."

"तू उद्या संध्याकाळी आमच्याबरोबर डिनरला येशील? आणि प्लीज, मला कार्ला म्हण."

"मला आनंद होईल, कार्ला."

"फार छान. आता तुम्ही दोघं मला क्षमा कराल, तर मला प्रसाधनगृहात जायची गरज आहे."

मॉम... तू आत्ताच जाऊन आलीस. ती उभी राहिली आणि आम्हा दोघांना एकटं सोडून निघून गेली तेव्हा मी तिच्याकडे पोटतिडकीने बघितलं.

"मग, जुन्या मैत्रिणीबरोबर डिनर घेतल्याने तू माझ्यावर रागावली आहेस," ख्रिश्चनने त्याची तप्त, विचारमग्न नजर माझ्याकडे वळवली आणि माझा हात उचलून त्याच्या ओठांपर्यंत नेऊन बोटाच्या प्रत्येक पेराचं मृदूपणे चुंबन घेतलं.

जीझ, त्याला हे आत्ता करायचंय?

"होय," माझं तप्त रक्त माझ्या अंगातून धावत असताना मी पुटपुटले.

"आमचं लैंगिक नातं केव्हाच संपलं, ॲनास्टॅशिया," तो कुजबुजला.

“मला दुसरं कोणी नको. फक्त तूच पाहिजेस. तुला ते अजून कळलं नाहीये का?”

मी त्याच्याकडे बघून डोळ्यांची उघडझाप केली. “मी तिचा उल्लेख एक लहान मुलांचं लैंगिक शोषण करणारी असा करते, ख्रिश्चन.” मी त्याच्या प्रतिक्रियेसाठी माझा श्वास रोखून धरला.

ख्रिश्चन फिकट पडला. “ते तसं फार कौल देणारं नव्हतं,” तो धक्का बसून कुजबुजला; माझा हात त्याने सोडून दिला.

“जजमेंटल?”

“ओह्! ते कसं होतं मग?” मी विचारलं. कॉस्मोंमुळे मी धीट झाले होते.

त्याने माझ्याकडे भांबावून कपाळाला आठ्या घालून बघितलं. मी पुढे चालू ठेवलं. “तिने एका पंधरा वर्षांच्या अबोध मुलाचा फायदा घेतला. तू जर एक पंधरा वर्षांची मुलगी असतास आणि मिसेस रॉबिनसन मिस्टर रॉबिनसन असते, तुला बीडीएसएम जीवनशैलीचा मोह पाडणारे, तर ते चाललं असतं? ती जर मिया असती, समजा.”

त्याने जोरात श्वास घेतला आणि माझ्यावर खवळला. “ॲना, ते तसं नव्हतं.”

मी त्याच्याकडे डोळे मोठे करून बघितलं.

“ओके. मला ते तसं जाणवलं नाही,” त्याने शांतपणे पुढे चालू ठेवलं. “ती एका चांगल्यासाठीची शक्ती होती. मला त्याची गरज होती.”

“मला समजत नाही,” आता चक्रावून जायची वेळ माझी होती.

“ॲनास्टॅशिया, तुझी आई लवकरच परत येईल. याबद्दल बोलणं मला आत्ता सोयीस्कर वाटत नाही. नंतर कदाचित. तुला जर मी इथे नको असेन, तर माझी हिल्टन हेडवर विमानाची स्टँड-बाय सोय आहे. मी जाऊ शकतो.”

तो माझ्यावर रागावला होता... नाही.

“नाही – जाऊ नकोस, प्लीज. तू इथे आहेस म्हणून मला खूप रोमांचक वाटतंय. मी फक्त तुला समजावून देण्याचा प्रयत्न करतेय. मी निघाल्या निघाल्या तू तिच्याबरोबर डिनर घेतलंस म्हणून मी रागावलेय. तू जोस कुठेही जवळपास आल्यावर कसा होतोस, याचा विचार कर. जोस हा एक चांगला मित्र आहे. माझा त्याच्याबरोबर शरीरसंबंध कधीही आला नाही. पण तू आणि ती...” मी तो विचार पुढे नेण्यासंबंधीच्या अनिच्छेने वाक्य अर्धवट सोडलं.

“तुला मत्सर वाटतोय?” त्याने माझ्याकडे स्तिमित होऊन टक लावून बघितलं आणि त्याचे डोळे थोडेसे प्रेमळ झाले, मृदू झाले.

“होय, आणि तिने तुला जे केलं त्याबद्दल मी रागावले आहे.”

“ॲनास्टॅशिया, तिने मला मदत केली. त्याबद्दल मी एवढंच म्हणेन. तुझ्या

मत्सराबद्दल बोलायचं तर, तू माझ्या जागी स्वत:ची कल्पना कर. गेल्या सात वर्षांत मला माझ्या कृतींचं समर्थन कोणाजवळही करावं लागलं नाही. एकाही व्यक्तीबरोबर नाही. माझी जशी इच्छा असेल तसं मी वागतो, ॲनास्टॅशिया. मला माझी स्वायत्तता आवडते. तुला चिडवायचं म्हणून मी मिसेस रॉबिनसनला जाऊन भेटलो नाही. मी गेलो कारण आम्ही वरचेवर डिनर घेतो. ती एक मैत्रीण आहे आणि एक व्यावसायिक भागीदार.''

व्यावसायिक भागीदार? होली क्रॅप. ही एक बातमी आहे.

माझ्या आविर्भावांना जोखत त्याने माझ्याकडे बघितलं. ''होय. आम्ही व्यावसायिक भागीदार आहोत. आमच्यामधलं सेक्स संपलेलं आहे. ते कित्येक वर्षं आधी होतं.''

''तुमचे संबंध का संपले?''

त्याचं तोंड बारीक झालं आणि डोळे उजळले. ''तिच्या नवऱ्याला कळलं.''

होली शिट्!

''आपण यावर दुसऱ्या कोणत्यातरी वेळी बोलू या का – कुठेतरी अधिक खासगीत?'' तो गुरकावला.

''मला वाटत नाही, ती एक प्रकारची बालकांबरोबर लैंगिक संबंध ठेवणारी बाई नाहीये, अशी तू माझी खातरी पटवून देऊ शकशील.''

''मी तिचा असा विचार केला नाही. आता हे एवढं पुरेसं आहे!'' तो ताडकन बोलला.

''तू तिच्यावर प्रेम केलंस?''

''कसं काय चाललंय तुम्हा दोघांचं?'' आमच्यापैकी एकाच्याही दृष्टीस न पडता माझी आई परत आली होती.

मी माझ्या चेहऱ्यावर एक कृत्रिम हसू चिकटवलं आणि ख्रिश्चन व मी दोघंही घाईघाईत, अपराधीपणाच्या भावनेने मागे रेललो. तिने माझ्याकडे बघितलं.

''फाइन, मॉम.''

ख्रिश्चनने त्याच्या ड्रिंकचा घुटका घेतला, मला जवळून न्याहाळलं, त्याचा भाव बचावात्मक होता. तो काय विचार करतोय? त्याने तिच्यावर प्रेम केलं होतं का? मला वाटलं, जर त्याने तिच्यावर प्रेम केलं असेल, तर ती माझी फार मोठी हार असेल.

''वेल, महिलांनो, मी आता जातो...''

नो... नो... तो मला असं लटकत ठेवून जाऊ शकत नव्हता.

''प्लीज, ही ड्रिंक्स माझ्या खोली नंबर ६१२च्या खात्यावर लिहा. मी तुला सकाळी फोन करेन, ॲनास्टॅशिया. उद्यापर्यंत बाय, कार्ला.''

''ओह, कोणीतरी तुमचं पूर्ण नाव वापरताना ऐकणं किती छान आहे.''

"सुंदर मुलीसाठी सुंदर नाव," ख्रिश्चन पुटपुटला. तिच्या पुढे केलेल्या हाताशी हस्तांदोलन केल्यावर ती खरोखरच बावळटासारखी हसली.

ओ मॉम – एट टु, ब्रूट? मी उभी राहिले, त्याच्याकडे बघत, माझ्या प्रश्नाचं उत्तर त्याने द्यावं म्हणून याचना करत आणि त्याने निर्मळपणे माझ्या गालाचं चुंबन घेतलं.

"नंतर, बेबी," तो माझ्या कानात कुजबुजला आणि मग निघून गेला.

डॅम्ड कंट्रोल फ्रीक बास्टर्ड. माझा राग पूर्ण शक्तिनिशी परतला. मी माझ्या खुर्चीत कोसळले आणि माझ्या आईकडे तोंड वळवलं.

"वेल, मला एका पिसाने खाली पाड, ॲना. तो एक घबाड आहे. तुम्हा दोघांमध्ये काय चाललंय ते मात्र मला ठाऊक नाही. माझ्या मते तुम्हा दोघांना एकमेकांशी बोलण्याची गरज आहे. फ्यू – यूएसटी इथे आत, ते असह्य आहे," तिने नाटकीपणाने स्वत:ला वारा घातला.

"मॉम!"

"जा, त्याच्याशी बोल."

"मी बोलू शकत नाही. मी इथे तुला भेटायला आलेय."

"ॲना, तुझा त्या मुलाबद्दल गोंधळ उडालाय म्हणून तू इथे आली आहेस. तुम्ही दोघं एकमेकांसाठी वेडे झाला आहात, हे उघडच आहे. तुला त्याच्याशी बोलण्याची गरज आहे. तो आत्ताच तुला भेटण्यासाठी तीन हजार आणि काही अधिक मैल उड्डाण करून आलाय, देवा रे. आणि उड्डाण करणं किती त्रासदायक असतं तुला माहीत आहे."

मी लाल झाले. त्याच्या खासगी विमानाबद्दल मी तिला सांगितलं नव्हतं.

"काय?" तिने तटकन विचारलं

"त्याच्याकडे त्याचं स्वत:चं विमान आहे," मी शरमिंदी होऊन तोंडातल्या तोंडात पुटपुटले, "आणि ते फक्त अडीच हजार मैल आहे, मॉम."

मी शरमिंदी का झालेय? तिच्या भुवया वर गेल्या.

"वॉव," ती पुटपुटली. "ॲना, तुम्हा दोघांमध्ये काहीतरी चाललंय. तू इथे आल्यापासून मी त्याचा थांग लावण्याचा प्रयत्न करतेय. पण हा प्रश्न सोडवण्याचा एकच मार्ग म्हणजे, तो प्रश्न काहीही असो, त्या प्रश्नावर त्याच्याशी बोलणं. तुला पाहिजे तेवढा विचार तू करू शकतेस – पण जोपर्यंत तू खरोखरच बोलत नाहीस, तोपर्यंत तू कुठेही पोचणार नाहीस."

मी कपाळाला आठ्या घालून माझ्या आईकडे बघितलं.

"ॲना, हनी, तुझा कल नेहमीच प्रत्येक गोष्टीचं अधिकच विश्लेषण करण्याकडे असतो. त्यापेक्षा तुझ्या आतल्या आवाजाला ओळख. त्या आवाजाचं काय म्हणणं

आहे स्वीट हार्ट?"

मी माझ्या बोटांकडे टक लावली.

"मला वाटतं, मी त्याच्या प्रेमात पडले आहे," मी पुटपुटले.

"मला माहीत आहे डार्लिंग. आणि तो तुझ्या प्रेमात पडलाय."

"नो!"

"यस, ॲना. हेल – तुला काय पाहिजे? त्याच्या कपाळावर चमकणारा निऑन साइन?"

मी तिच्याकडे तोंड उघडं टाकून बघितलं आणि माझ्या डोळ्यांच्या कडांना अश्रू टोचायला लागले.

"ॲना, लाडके, रडू नकोस."

"मला नाही वाटत त्याचं माझ्यावर प्रेम आहे."

"तुम्ही किती श्रीमंत आहात याची मला पर्वा नाही, तुम्ही सगळं काही सोडून तुमच्या खासगी विमानात बसून एक पूर्ण खंड ओलांडून फक्त दुपारच्या चहासाठी येत नाही. त्याच्याकडे जा! हे ठिकाण सुंदर आहे, खूप प्रणयरम्य. हा विभागदेखील तटस्थ आहे."

तिच्या नजरेखाली मी चुळबुळले. मला जायचं होतं, पण मी गेले नाही.

"डार्लिंग, तुला माझ्याबरोबर परत यावं लागेल असा विचार करू नकोस. तू आनंदी असावीस अशी माझी इच्छा आहे. आणि मला वाटतं, आत्ता तुझ्या आनंदाची किल्ली वर खोली नं. ६१२मध्ये आहे. तुला जर नंतर घरी यायचं असेल, तर पुढच्या पोर्चमध्ये युक्का प्लँटच्या खाली किल्ली असेल. तू जर राहिलीस – वेल... तू आता एक मोठी मुलगी आहेस. फक्त सुरक्षित रहा."

मी लाल झाले.

जीझ, मॉम.

"आपण आधी आपलं कॉस्मो संपवू या."

"दॅट्स माय गर्ल, ॲना," ती हसली.

मी घाबरत खोली नं. ६१२ वर टकटक केली आणि वाट बघितली. ख्रिश्चनने दरवाजा उघडला. तो सेल फोनवर बोलत होता. त्याने माझ्याकडे बघून डोळ्यांची उघडझाप केली, मग दरवाजा पूर्ण उघडून धरत त्याने मला त्याच्या खोलीत येण्याबद्दल निर्देश केला.

"सगळी अनावश्यक पुनरावृत्ती केलेली पॅकेजेस? निष्पत्ती? आणि किंमत?" ख्रिश्चनने त्याच्या दातातून शीळ घातली. "शीश... ती एक महागडी चूक होती... आणि ल्यूकास?"

मी खोलीत नजर फिरवली. तो हीथमॅनसारख्या एका स्वीटमध्ये होता. इथली फर्निशिग्ज अत्यंत आधुनिक होती, अगदी आत्ताची. सगळी हलक्या रंगात, गडद जांभळी आणि गोल्ड, भिंतींवर ब्राँझ स्टारबर्स्ट्स. ख्रिश्चन एका गडद लाकडी युनिटकडे चालत गेला. त्याने दरवाजा ओढल्यावर आतला मिनीबार दिसला. मला हवं असेल ते घ्यायचा निर्देश करून तो शयनगृहात गेला. मला त्याचं संभाषण ऐकू येऊ नये म्हणून त्याने तसं केलं असावं, असं मी गृहीत धरलं. मी खांदे उडवले. ज्या वेळेला मी त्याच्या स्टडीत प्रवेश केला तेव्हा त्याने त्याचा कॉल थांबवला नव्हता. मला पाणी वाहत असल्याचा आवाज आला... तो बाथटब भरत होता. मी ऑरेंज ज्यूस घेतला. तो खोलीत सावकाश चालत परत आला.

"ॲन्ड्रिआला स्कीमॅटिक्स पाठवायला लाव. बार्नी म्हणाला, त्याने प्रश्नाची उकल केलीय..." ख्रिश्चन हसला.

"नाही, शुक्रवार... इथे एक जमिनीचा प्लॉट आहे ज्यात मला रस आहे... येह, बिलला फोन करायला सांग... नाही उद्या... आपण जर त्यात शिरलो तर जॉर्जिया काय प्रस्ताव देईल, ते मला बघायचंय..." ख्रिश्चन माझ्याकडे टक लावून पाहत होता. मला एक ग्लास देत त्याने आइस बकेटकडे निर्देश केला.

"त्यांचे फायदे जर पुरेसे आकर्षक असतील... मला वाटतं आपण त्याचा विचारा करावा, पण इथल्या उष्णतेबद्दल मला खातरी नाही... मी सहमत आहे, डेट्रॉइटचेही स्वत:चे असे फायदे आहेत आणि ते अधिक थंड आहे..."

त्याचा चेहरा क्षणभर गडद झाला. का? "बिलला फोन करायला सांग. उद्या... फार लवकर नको." त्याने फोन ठेवला आणि माझ्याकडे टक लावून बघितलं. त्याच्या चेहऱ्यावरचे भाव वाचता येत नव्हते. आम्हा दोघात शांतता पसरली.

ओके... बोलण्याची वेळ माझी.

"तू माझ्या प्रश्नाचं उत्तर दिलं नाहीस," मी पुटपुटले.

"नाही, मी नाही दिलं," तो शांतपणे म्हणाला. त्याचे करडे डोळे विस्फारलेले आणि सावध होते.

"नाही, तू माझ्या प्रश्नाचं उत्तर दिलं नाहीस, किंवा नाही, तू तिच्यावर प्रेम केलं नाहीस?"

त्याने त्याच्या हातांची घडी घातली आणि भिंतीला टेकला. त्याच्या ओठांवर एक छोटंसं हसू खेळलं.

"तू इथे काय करते आहेस, ॲनास्टॅशिया?"

"मी तुला आत्ताच सांगितलं."

त्याने एक खोल श्वास घेतला.

"नाही, मी तिच्यावर प्रेम केलं नाही," त्याने माझ्याकडे कपाळाला आठ्या

घालून बघितलं. गंमत वाटत असलेला; तरीही कोड्यात पडलेला.

मी माझा श्वास रोखून धरला होता याच्यावर माझा विश्वास बसत नव्हता. जुन्या कापडाची पिशवी खाली बसावी, तशी माझा श्वास सोडल्यावर स्थिती झाली. *वेल, थँक हेवन्स फॉर दॅट.* त्याने जर त्या चेटकिणीवर खरंच प्रेम केलं असतं, तर मला कसं वाटलं असतं.

"तू एक हिरव्या डोळ्यांची देवता आहेस, ॲनास्टॅशिया." कोणी विचार केला असता?

"माझी गंमत करतो आहेस का, मि. ग्रे?"

"मी हिंमतही करणार नाही," त्याने गांभीर्याने डोकं हलवलं, पण त्याच्या डोळ्यांत एक खोडसाळ चमक होती.

"ओह्, मला वाटतं तू करशील आणि मला वाटतं तू करतोस – नेहमीच."

त्याने पूर्वी वापरलेले शब्द मी त्याला परत केले, म्हणून तो शिष्टपणे हसला. त्याचे डोळे गडद झाले.

"कृपा करून तुझा ओठ चावणं बंद कर. तू माझ्या खोलीत आहेस, जवळ जवळ तीन दिवस मी तुला पाहिलेलं नाही आणि तुला भेटण्यासाठी मी दूरवरून विमानाने आलोय." त्याचा स्वर मृदू, वैषयिक झाला.

त्याचा ब्लॅकबेरी वाजला, आम्हा दोघांचही लक्ष विचलित झालं आणि त्याच्यावर कोण आहे ते न बघताच तो फोन बंद केला. माझा श्वासोच्छ्‌वास जलद झाला. मला माहीत होतं हे कुठे चाललं होतं. पण आम्ही बोललं पाहिजे. त्याचा सेक्सी भक्षक लुक घेऊन त्याने माझ्या दिशेने एक पाऊल टाकलं.

"तू मला पाहिजेस, ॲनास्टॅशिया. आत्ता. आणि मीही तुला हवा आहे, म्हणून तू इथे आली आहेस."

"मला खरंच जाणून घ्यायचं होतं," मी बचावासाठी कुजबुजले.

"वेल, तुला आता कळलंय, तू येते आहेस की जाते आहेस?"

तो माझ्या पुढ्यात येऊन थांबला तशी मी लाल झाले.

"येतेय," त्याच्याकडे अस्वस्थपणे बघत मी पुटपुटले.

"ओह्, मला तशी आशा आहे," त्याने माझ्याकडे बघितलं. "तू माझ्यावर खूप चिडली होतीस?" त्याने श्वास घेतला.

"होय."

"माझ्या कुटुंबीयांव्यतिरिक्त माझ्यावर कधीही कोणी चिडलेलं मला आठवत नाही. मला ते आवडलं."

त्याने त्याच्या बोटांची अग्रं माझ्या गालांवरून फिरवत खाली आणली. ओ माय, त्याचं सान्निध्य, त्याचा रुचकर ख्रिश्चन वास. आम्ही बोलायला हवं होतं, पण

माझं हृदय धडधडत होतं. माझं रक्त शरीरातून वाहताना गात होतं, लालसा उसळत होती, मोकळी होऊन सगळीकडे. ख्रिश्चन वाकला आणि त्याचं नाक माझ्या खांद्यावर फिरवलं, कानाच्या खालच्या बाजूपर्यंत आणलं. त्याची बोटं माझ्या केसात सरकली.

"आपण बोललं पाहिजे," मी कुजबुजले.

"नंतर."

"मला खूप बोलायचं आहे."

"मला पण."

माझ्या कानाच्या पाळीखाली त्याने एक हळुवार चुंबन घेतलं त्या वेळी त्याच्या बोटांची माझ्या केसातली पकड घट्ट झाली. माझं डोकं मागे ओढून, त्याने माझा गळा त्याच्या ओठांसाठी खुला केला. त्याचे दात माझ्या हनुवटीवर रुतले आणि त्याने माझ्या गळ्याचं चुंबन घेतलं.

"मला तू हवीस," त्याने श्वास घेतला.

मी कण्हले आणि वर होऊन त्याचे बाहू पकडले.

"तुझी पाळी चालू आहे का?" त्याने माझी चुंबनं घेण्याचं चालू ठेवलं.

होली फक्. त्याच्या नजरेतून काही सुटत नाही काय?

"होय," मी शरमिंदी होऊन कुजबुजले.

"तुला पेटके येतात काय?"

"नाही," मी लाल झाले. जीझ...

"तू तुझी गोळी घेतलीस का?"

"होय," हे किती लाजवणारं आहे!

"चल, आपण अंघोळ करू या."

ओह!

त्याने माझा हात धरला आणि मला शयनगृहाकडे नेलं. शयनगृहात एक सुपर किंग साइझचा बेड होता आणि पडदे होते. पण आम्ही तिथे थांबलो नाही. तो मला बाथरूममध्ये घेऊन गेला. बाथरूम म्हणजे दोन खोल्या आहेत, ॲक्वामरिन आणि शुभ्र लाइमस्टोनच्या. ती खूप मोठी होती. दुसऱ्या खोलीत चार लोकांना पुरेसा बाथटब होता. त्याच्या आत जाण्यासाठी दगडी पायऱ्या होत्या आणि तो सावकाशपणे पाण्याने भरत होता. फेसाच्या वर हळुवारपणे वाफ उंचावत जाते आणि मला बाथच्या भोवताली एक दगडी बाक दिसलं. बाजूला मेणबत्त्या थरथरत होत्या... वॉव... त्याने फोनवर बोलत असताना हे सगळं केलं होतं.

"तुझ्याकडे हेअर टाय आहे का?"

मी त्याच्याकडे बघून डोळ्यांची उघडझाप केली, माझ्या जीन्सच्या खिशात धुंडाळलं आणि एक हेअर इलॅस्टिक ओढून काढलं.

"तुझे केस वर बांध," त्याने मृदूपणे फर्मावलं. त्याने सांगितलं तसं मी केलं.

बाथच्या शेजारी उबदार आणि दमट होतं. माझा कॅमिसोल चिकटायला लागला. त्याने खाली वाकून फॉसेट बंद केला. बाथरूमच्या पहिल्या भागात मला पुन्हा घेऊन जात, तो माझ्यामागे उभा राहिला, आमच्यापुढे दोन ग्लास सिंकच्या वर एक भिंतीच्या आकाराचा आरसा होता.

"तुझे सँडल्स काढ," तो पुटपुटला आणि मी पटकन माझे सँडल्स सँडस्टोनच्या जमिनीवर काढत त्याची आज्ञा पाळली.

"तुझे हात वर उचल," त्याने श्वास घेतला. मला सांगितलं गेलं तसं मी केलं. त्याने माझा कॅमिसोल माझ्या डोक्याच्या वर उचलला, त्यामुळे मी त्याच्या पुढ्यात टॉपलेस उभी होते. माझ्या डोळ्यांतून नजर न काढता तो पुढे झाला आणि माझ्या जीन्सचं वरचं बटण आणि झिपर काढला.

"मी तुझ्याबरोबर बाथरूममध्ये झोपणार आहे, ॲनास्टॅशिया." खाली वाकून त्याने माझ्या मानेचं चुंबन घेतलं. त्याला सोपं जावं म्हणून मी माझं डोकं एका बाजूला घेतलं. अंगठे माझ्या जीन्समध्ये अडकवून त्याने त्या सावकाशपणे माझ्या पायांवरून खाली सरकवल्या, माझ्यामागे त्याने त्या ओढून काढल्यावर खाली घसरल्या, माझ्या पॅन्टीजही त्याने जमिनीवर पाडल्या.

"तुझ्या जीन्समधून बाहेर नीघ."

सिंकचा कोपरा पकडत, मी अगदी तसं केलं. मी आता पूर्ण उघडी होते, आरशात मी माझ्याकडे बघितलं आणि तो माझ्यामागे ओणवा बसला होता. त्याने माझ्या पार्श्वभागाचं आधी चुंबन घेतलं आणि नंतर त्याचा हळुवारपणे चावा घेतला, मी श्वास रोखला. तो उभा राहिला आणि माझ्याकडे आरशात पुन्हा एकदा रोखून बघितलं. मी स्तब्ध राहण्याचा निकराचा प्रयत्न केला, अंगावर काहीतरी झाकण्याच्या माझ्या नैसर्गिक कलाकडे दुर्लक्ष केलं. त्याने त्याचा हात माझ्या पोटावरून फिरवला. त्याच्या हाताचा आवाका जवळजवळ एका नितंबापासून दुसऱ्या नितंबापर्यंत पोचला.

"बघ तुझ्याकडे. तू इतकी सुंदर आहेस," तो पुटपुटला.

"तुला कसं वाटतंय बघ," त्याने माझे हात त्याच्या हाताच्या पकडीत घेतले, त्याचे तळवे माझ्या हातांच्या पाठीमागच्या बाजूंना, त्याची बोटं माझ्या बोटांत गुंफलेली म्हणजे माझी बोटं पसरली. त्याने माझे हात माझ्या पोटावर ठेवले.

"तुझी त्वचा किती मृदू आहे ते बघ." त्याचा आवाज हळुवार आणि खालच्या पट्टीतला होता. त्याने माझे हात एका वर्तुळाकार सावकाश पद्धतीने फिरवून वर माझ्या स्तनांच्या दिशेने नेले. "तुझे स्तन किती भरगच्च आहेत ते अनुभव." त्याने माझे हात धरले म्हणजे त्यांनी माझ्या स्तनांना ओंजळीत घेतलं. त्याच्या अंगठ्यांनी त्याने हळुवारपणे पुन्हा पुन्हा माझ्या स्तनाग्रांना थोपटलं.

विलग ओठांतून मी कण्हले आणि माझ्या पाठीची कमान केली, म्हणजे माझ्या स्तनांनी माझे तळवे भरून टाकले. आमच्या अंगठ्यांत त्याने माझी स्तनाग्रं दाबली, हलकेच ओढली, म्हणजे ती आणखीन ताठरून उंच झाली. मी कुतूहलाने माझ्या पुढ्यात तळमळणाऱ्या अनिर्बंध प्राण्याकडे बघितलं. ओह्, हे छान वाटत होतं. मी कण्हले आणि माझे डोळे मिटले, मला ती वासनामयी स्त्री आरशात आणखी बघायची नव्हती... त्याचे हात... माझ्या त्वचेचा स्पर्श अनुभवत, ते किती उत्तेजित करणारं आहे त्याचा अनुभव घेत – फक्त त्याचा स्पर्श आणि त्याच्या शांत, हळुवार आज्ञा.

"ते बरोबर आहे, बेबी," तो पुटपुटला.

त्याने माझ्या शरीराच्या बाजूवरून माझे हात खाली वळवले, माझ्या कमरेवरून ते माझ्या पार्श्वभागापर्यंत. माझ्या पायांच्या मध्ये त्याने त्याचा पाय सरकवला, म्हणजे माझे पाय आणखी दूर झाले, माझ्या पायात अंतर पडलं आणि मग त्याने माझे हात माझ्या सेक्सवर फिरवले, एका वेळेला एक हात, एक ताल निर्माण करत. ते इतकं वैषयिक होतं. खरंच मी एक कठपुतळी आणि तो कठपुतळ्यांचा सूत्रधार!

"तू प्रकाशित होत असताना पहा, ॲनास्टॅशिया," माझ्या खांद्यांवर चुंबनं आणि हलके चावे यांची पखरण करत असताना तो कुजबुजला. मी कण्हले. एकाएकी त्याने सोडून दिलं.

"चालू ठेव," असं फर्मावून मला न्याहाळत मागे उभा राहिला.

मी स्वत:ला चोळलं. नाही, मला ते त्याने करायची इच्छा होती. ते त्याच्यासारखं वाटत नव्हतं. त्याच्याशिवाय मी हरवलेली होते. त्याने त्याचा शर्ट डोक्यावर ओढून काढला आणि पटकन त्याच्या जीन्स काढल्या.

"तुला हे मी केलेलं अधिक आवडेल?" त्याची करडी नजर आरशात माझ्या नजरेला भिडली.

"ओ यस... प्लीज," मी श्वास घेतला.

त्याने पुन्हा त्याचे बाहू माझ्याभोवती लपेटले आणि माझे हातही पुन्हा एकदा घेतले, माझ्या वासना उद्दीपित करणारं कुरवाळणं पुढे चालू ठेवलं, त्याचं उत्थापन माझ्या निकट दाबलं गेलं. ओह्, लवकर... प्लीज. त्याने माझ्या मानेच्या खालच्या बाजूचं चुंबन घेतलं आणि मी माझे डोळे मिटले. माझ्या मानेवरच्या, माझ्या मांड्यातील आतल्या बाजूच्या अगणित जाणिवांचा आनंद लुटला... माझ्या मागे त्याचा स्पर्श अनुभवत. तो एकाएकी थांबला आणि मला गोल घुमवलं – माझ्या मनगटांना एका हाताने गोल पकडत, माझे हात माझ्यामागे बंदिवान करत आणि दुसऱ्या हाताने माझं पोनीटेल खेचत. मी त्याच्या निकट लाल झाले होते आणि

त्याने माझं जोरदारपणे चुंबन घेतलं, त्याच्या तोंडाने माझ्या तोंडाचा चोळामोळा करत मला जागच्याजागी खिळवून ठेवलं.

त्याचा श्वासोच्छ्वास माझ्यासारखाच अनियमित होता.

"तुझी पाळी केव्हा चालू झाली, ॲनास्टॅशिया," त्याने अचानक माझ्याकडे बघत विचारलं.

"एर... काल." मी माझ्या अत्यंत उद्दीपित अवस्थेत पुटपुटले.

"छान." त्याने मला सोडलं आणि वळवलं

"सिंकला धर," त्याने फर्मावलं आणि माझे नितंब पुन्हा मागे खेचले, त्याने मला प्लेरूममध्ये केलं होतं तसं, मी खाली वाकले होते.

त्याने माझ्या पायांमध्ये हात घालून निळी दोरी ओढली – काय? हळुवारपणे माझा टॅम्पॉन ओढून तो जवळच्या टॉयलेटमध्ये टाकला. होली फक्. स्वीट मदर ऑफ ऑल... जीझ... आणि मग तो माझ्या आत होता... आह! त्वचेला त्वचा... सुरुवातीला सावकाशपणे... सहजपणे, माझी चाचपणी करत, मला ढकलत... ओ माय. मी सिंकवर पकड ठेवली, धापा टाकत, स्वत:ला त्याच्यावर पुन्हा ढकलत, त्याला माझ्या आत अनुभवत.

ओह, गोड यातना... त्याचे हात माझे नितंब पकडतात. त्याने एक शिक्षा देणारा ताल पकडला – आत, बाहेर. ओह जीझ. मी वेग पकडत असल्याची मला जाणीव झाली.

"दॅट्स राइट बेबी," माझ्या आत घुसळताना तो खरखरीत आवाजात बोलला. त्याच्या पार्श्वभागाला त्याने कोन दिला आणि मला उंच, उंच उड्डाण करायला लावण्यासाठी ते पुरेसं होतं.

व्होआ... आणि मी उत्कटबिंदू गाठला, मोठ्याने, सिंकला जिवाच्या निकराने धरून ठेवत, माझ्या ऑरगॅझममधून गोलगोल खाली येताना, सगळंकाही एकाच वेळी गोल फिरत असताना आणि आवळलं जात असताना. त्यानेही मागोमाग उत्कटबिंदू गाठला, मला घट्ट पकडत, माझ्या मागच्या बाजूवर त्याची पुढची बाजू... उत्कटबिंदू गाठताना त्याने माझं नाव एखाद्या जंत्रीसारखं, नाहीतर प्रार्थनेसारखं उच्चारलं...

"ओह, ॲना!" माझ्या कानात त्याचा श्वासोच्छ्वास फुलला होता. माझ्या श्वासाबरोबर त्याची परिपूर्ण एकत्रितपणे लय साधली आहे. "ओह बेबी, मला तू कधीतरी पूर्णपणे मिळशील का?" तो कुजबुजला.

आम्ही सावकाशपणे जमिनीवर कोसळलो. त्याने त्याचे हात माझ्याभोवती गुंडाळले, मला बंदिवान करून टाकलं. नेहमी हे असंच असेल का? इतकं भारून टाकणारं, इतकं सगळं गिळंकृत करणारं, एवढं गोंधळवून टाकणारं आणि इतकं

जाळ्यात ओढणारं. मला बोलायचं होतं, पण माझी ऊर्जा त्याच्या कामक्रीडेमुळे संपली होती आणि मी चक्रावून गेले होते, मला त्याचा पुरेपूर उपभोग कधी मिळेल का, याचा मी विचार करत होते?

मी त्याच्या मांडीवर वेटोळं केलं. माझं डोकं त्याच्या छातीवर टेकलं आणि आम्ही दोघं शांत होतो. अगदी कळत-नकळत, मी त्याचा गोड, धुंद करणारा 'ख्रिश्चन सुगंध' हुंगला. नाक घासायचं नाही, नाक घासायचं नाही. माझ्या डोक्यात मी हा मंत्र जपला. तरीही तसं करायचा मला इतका मोह होत होता. मला माझा हात उचलायचा होता आणि माझ्या बोटांच्या अग्रांनी त्याच्या छातीवरच्या केसांत आकृत्या रेखाटायच्या होत्या... पण मी तो मोह आवरला. मी तसं केलं तर ते त्याला आवडणार नाही हे जाणून होते. आम्ही दोघं शांत होतो, आमच्या विचारात गढून गेलो होतो. मी त्याच्यात हरवले.

माझी पाळी चालू आहे हे मला आठवलं.

"माझं रक्त वाहतंय," मी पुटपुटले.

"मला त्यामुळे काही त्रास नाही," त्याने श्वास घेतला.

"माझ्या लक्षात आलं," मी माझ्या आवाजातला रूक्षपणा घालवू शकले नाही.

तो ताठरला. "त्याने तुला त्रास होतो का?" त्याने मृदूपणे विचारलं.

मला त्याचा त्रास होतो? कदाचित व्हावा... व्हावा का? नाही, त्याने मला त्रास होत नाही. मी मागे रेलले आणि त्याच्याकडे बघितलं. त्याने माझ्याकडे बघितलं. त्याचे डोळे मृदू, गढुळलेले, करडे.

"नाही, बिलकूल नाही."

तो शिष्टपणे हसला. "गुड... आपण स्नान करू या."

माझ्यापासून वेगळा होत उभा राहताना त्याने मला जमिनीवर ठेवलं. तसं करताना, त्याच्या छातीवर मला त्या छोट्या, गोल, पांढऱ्या जखमांच्या खुणा दिसल्या. या कांजिण्या नाहीत, मी चुकतमाकत विचार केला.

ग्रेस म्हणाली होती की, त्याला काहीच त्रास झाला नव्हता. होली शिट्... त्या भाजल्याच्या खुणा असाव्यात. कशामुळे भाजलं असेल? त्या जाणिवेने मी फिकट पडले, माझ्या अंगातून धक्का आणि नकारात्मकता वाहत गेली. सिगारेटमुळे? मिसेस रॉबिनसन? त्याची जन्मदात्री? कोण? कोणी केलं त्याला हे? कदाचित याचं काहीतरी तर्कशुद्ध स्पष्टीकरण असेल आणि मी टोकाची प्रतिक्रिया देत असेन – माझ्या छातीत उन्मुक्त आशा पल्लवित झाली, माझं चुकत असेल ही आशा.

"काय झालं?" ख्रिश्चनचे डोळे भीतीने मोठे झाले होते.

"तुझ्या खुणा," मी कुजबुजले. "त्या कांजिण्यांच्या नाहीत."

मी एका निसटत्याक्षणी बघितलं आणि तो मिटून गेला. त्याचा आविर्भाव

विसावलेला, शांत आणि सहजपणातून बचावात्मक अगदी रागावलेलादेखील झाला. त्याने कपाळाला आठ्या घातल्या, त्याचा चेहरा काळवंडला आणि त्याचं तोंड एका पातळ, कठोर रेषेत दाबलं गेलं.

"नाही, त्या कांजिण्या नाहीत," तो पटकन बोलला, पण तो पुढे काहीच बोलला नाही. तो उभा राहिला, त्याचा हात माझ्यापुढे केला आणि मला पायांवर उभं केलं.

"माझ्याकडे तसं बघू नकोस," त्याचा आवाज अधिक थंड आणि दटावणारा आहे. त्याने माझा हात सोडून दिला.

मी लाल झाले, शिस्त लावल्यासारखी आणि माझ्या बोटांकडे टक लावली. मला कळलं की, कोणीतरी ख्रिश्चनवर सिगारेट्स विझवल्या होत्या.

"तिनं केलं का ते?" स्वतःला थांबवू शकण्याच्याआधी मी कुजबुजले.

तो काहीच म्हणाला नाही, म्हणून मला त्याच्याकडे बघणं भाग पडलं. तो माझ्याकडे डोळे मोठे करून बघत होता.

"ती? मिसेस रॉबिनसन? ती काही जनावर नाही, ॲनास्टॅशिया. अर्थातच तिने ते केलं नाही. तिला राक्षसी स्वरूप दिलंच पाहिजे असं तुला का वाटतं, हे मला कळत नाही."

तो तिथे उभा होता, नग्न, सुंदरपणे नग्न. माझं रक्त त्याच्या अंगावर... आणि शेवटी आम्ही हे संभाषण करत होतो. मीदेखील नग्न आहे – आमच्यापैकी कोणालाही कुठे लपता येत नव्हतं, कदाचित फक्त बाथटबव्यतिरिक्त. मी एक खोल श्वास घेतला, त्याच्या अंगावरून पाण्यात उतरले. पाणी छान कोमट होतं, सुखावणारं आणि खोल. मी सुगंधी फेसात वितळून गेले आणि त्याच्याकडे बुडबुड्यांत दडून टक लावली.

"तू जर तिला भेटला नसतास तर तू कसा असतास, त्याचा फक्त मी विचार करते. जर तिने तुझ्या जीवनशैलीशी परिचय करून दिला नसता तर..."

त्याने निःश्वास टाकला. पायऱ्या उतरून बाथमध्ये माझ्या पुढ्यात आला; त्याचा जबडा तणावामुळे आवळलेला होता. त्याचे डोळे गढुळले होते. त्याने डौलदारपणे त्याचं शरीर पाण्याखाली बुडवलं. त्याने मला स्पर्श होणार नाही याबद्दल काळजी घेतली. जीझ – मी त्याला एवढं रागवायला भाग पाडलंय का?

तो माझ्याकडे थंडपणे टक लावून बघत होता. त्याच्या चेहऱ्यावरचे भाव वाचता न येण्यासारखे होते, तो काही बोलला नाही. आमच्यामध्ये पुन्हा शांतता पसरली, पण मी माझा तोल राखला. आता तुझी वेळ आहे, ग्रे – यावेळेला मी हार मानणार नाही. माझं अर्धजागृत मन अस्वस्थ आहे, तिची नखं अधीरतेने चावतेय – हे दोन्ही प्रकारे जाऊ शकतं. ख्रिश्चन आणि मी एकमेकांकडे टक लावून बघितलं,

पण मी माघार घेतली नाही. शेवटी युगानुयुगे लोटल्यासारखा वेळ गेल्यानंतर, त्याने त्याचं डोकं हलवलं आणि शिष्टपणे हसला.

"मी बहुतेक माझ्या जन्मदात्या आईच्या मार्गाने गेलो असतो, जर मिसेस रॉबिनसन नसती तर."

ओह! मी त्याच्याकडे बघून डोळ्यांची उघडझाप केली. क्रॅकची व्यसनी की वेश्या? कदाचित दोन्ही?

"तिने मला स्वीकारार्ह वाटलं त्या पद्धतीने माझ्यावर प्रेम केलं," तो खांदे उडवून पुस्ती जोडली.

वॉट द हेल डझ दॅट मीन?

"स्वीकारार्ह?" मी कुजबुजले.

"होय," तो माझ्याकडे उत्कटपणे टक लावून पाहत होता. "तिने मला मी चोखाळत असलेल्या विनाशकारी रस्त्यापासून दूर केलं. तुम्ही जर परिपूर्ण नसाल, तर एका परिपूर्ण कुटुंबात मोठं होणं फार कठीण आहे."

ओ नो! त्याचे शब्द मी पचनी पाडले, माझं तोंड कोरडं पडलं. त्याने माझ्याकडे बघितलं, त्याचा भाव थांग न लागण्यासारखा होता. तो मला आणखी काही सांगणार नव्हता. किती वैफल्यकारक, आतल्याआत मी तळमळतेय – तो इतका स्वत:बद्दलच्या तिरस्काराने भरलेला वाटला. आणि मिसेस रॉबिनसनने त्याच्यावर प्रेम केलं. *होली शिट्*... ती अजूनही करते? माझ्या पोटात लाथ मारल्यासारखं मला वाटलं.

"ती अजूनही तुझ्यावर प्रेम करते?"

"मला नाही वाटत, तशा प्रकारे नव्हे." त्या कल्पनेचा त्याने विचार केलेला नसावा अशाप्रकारे त्याने कपाळाला आठ्या घातल्या. "मी तुला सांगत राहतोय की, ते खूप दिवसांपूर्वी होतं, भूतकाळात. माझी इच्छा असती, तरी मला ते बदलता आलं नसतं, जे मला नको आहे. तिने मला माझ्यापासून वाचवलं." तो वैतागलेला होता आणि त्याचा ओला हात त्याने त्याच्या केसांतून फिरवला. "मी याची चर्चा दुसऱ्या कोणाही बरोबर केली नाहीये," तो थांबला. "अर्थात, डॉ. फ्लिनशिवाय. आणि मी आता त्याबद्दल तुझ्याशी बोलतोय, याचं एकमेव कारण आहे, तू माझ्यावर विश्वास ठेवावास अशी माझी इच्छा आहे."

"माझा तुझ्यावर विश्वास आहे, पण मला तुला अधिक चांगलं जाणून घ्यायचंय. जेव्हा मी तुझ्याबरोबर बोलण्याचा प्रयत्न करते, तू माझं लक्ष विचलित करतोस. मला कितीतरी जाणून घ्यायचंय."

"ओह, देवा! ॲनास्टॅशिया, तुला काय जाणून घ्यायचंय? मी काय केलं पाहिजे?" त्याचे डोळे तप्त झाले. त्याने जरी त्याचा आवाज चढवला नाही, तरी तो त्याच्या पाऱ्यावर नियंत्रण ठेवण्याचा प्रयत्न करत आहे, हे मला माहीत होतं.

मी माझ्या हातांकडे खाली बघितलं; बुडबुडे फुटायला लागल्यामुळे पाण्यावर हात स्पष्ट दिसत होते.

"मी फक्त समजावून घेण्याचा प्रयत्न करतेय; तू इतका गूढ आहेस. मला यापूर्वी भेटलेल्या कोणाहीपेक्षा वेगळा. मला काय जाणून घ्यायचंय, ते तू मला सांगतोयस याबद्दल मला आनंद आहे."

जीझ – कदाचित कॉस्मॉपॉलिटन्स मला धीट बनवत असतील... मला आम्हा दोघांमधलं अंतर सहन होत नाही. मी पाण्यातून त्याच्या बाजूला गेले आणि त्याला रेलले, म्हणजे आम्ही एकमेकांना त्वचेच्या निकट स्पर्श करत होतो. तो ताठर झाला आणि मला विचारपूर्वक न्याहाळलं, जणूकाही मी त्याला चावणार होते. वेल, हे घूमजाव होतं. माझी अंतर्देवता त्याच्याकडे शांत, आश्चर्यचकित विचारमग्नतेने बघत राहिली.

"कृपा करून माझ्यावर रागावू नकोस," मी कुजबुजले.

"मी तुझ्यावर रागावलेलो नाही, ॲनास्टॅशिया. फक्त मला अशा प्रकारच्या बोलण्याची – खोदून विचारण्याची सवय नाही. असं मी फक्त डॉ. फ्लिनबरोबर आणि –" तो थांबला आणि कपाळाला आठ्या घातल्या.

"तिच्याबरोबर. मिसेस रॉबिनसन. तू तिच्याबरोबर बोलतोस?" मी त्याला सुनावलं. माझ्या रागावर काबू ठेवण्याचा प्रयत्न केला.

"होय, मी बोलतो."

"कशाबद्दल?"

तो बाथमध्ये वळला म्हणजे त्याचं तोंड माझ्याकडे झालं, त्यामुळे पाणी कडेला उसळून जमिनीवर सांडलं. त्याने त्याचा हात माझ्या खांद्यांभोवती ठेवला, बाथच्या कडेला टेकवला.

"तू पाठपुरावा करणारी आहेस, हो ना?" तो पुटपुटला. त्याच्या आवाजात चिडचिडल्याची छटा होती. "आयुष्य, विश्व – व्यवसाय. ॲनास्टॅशिया, मिसेस आर आणि मी मागे जातो. आम्ही कशावरही चर्चा करू शकतो."

"मी?" मी कुजबुजले.

"होय," करडे डोळे मला सावधगिरीने न्याहाळत होते.

मी माझा खालचा ओठ चावला, एकाएकी उफाळून आलेल्या रागाच्या लहरीला दाबण्याचा प्रयत्न केला.

"तुम्ही माझ्याबद्दल का बोलता?" मी रडकी आणि बालिश भासू नये असा प्रयत्न केला, पण मी त्याच्यात यशस्वी झाले नाही. मला कळत होतं मी थांबलं पाहिजे. मी त्याला फारच त्रास देत होते. माझ्या अंतर्देवतेने तिचा मंकचा स्क्रीम चेहरा पुन्हा चढवला आहे.

"तुझ्यासारख्या कोणालाही मी यापूर्वी कधीही भेटलेलो नाही, ॲनास्टॅशिया."

"त्याचा अर्थ काय? कोणीही ज्याने फक्त आपोआप, काहीही प्रश्न न विचारता तुझ्या कागदपत्रांवर सह्या केल्या नाहीत?"

त्याने त्याचं डोकं हलवलं. "मला सल्ला हवा असतो."

"आणि तू मिसेस पेडोकडून सल्ला घेतोस?" मी पटकन विचारलं. माझ्या रागावरचा काबू मी विचार केला होता त्यापेक्षा अधिक तात्पुरता राहिला होता.

"ॲनास्टॅशिया – बस्स," तोही कठोरपणे उत्तरला. त्याचे डोळे बारीक झाले.

मी पातळ बर्फावर स्केटिंग करत धोक्याकडे चालले होते. "किंवा मी तुला माझ्या गुडघ्यांवर पालथं झोपवतो. तिच्यात मला कोणत्याही प्रकारचा लैंगिक किंवा प्रणयी रस नाही. ती एक प्रिय, बहुमोल मैत्रीण आणि व्यावसायिक भागीदार आहे, एवढंच. आम्हाला एक भूतकाळ आहे. आपापसात वाटून घेतलेला इतिहास आहे, जो मला प्रचंड फायदेशीर ठरला, जरी त्यामुळे तिच्या वैवाहिक जीवनात घोटाळा झाला – पण आमच्या संबंधाची ती बाजू संपली."

जीझ – आणखी एक भाग जो मी समजूच शकत नव्हते. तिचं लग्नही झालेलं होतं. एवढा काळ ते त्याच्यातून कसे सुटले?

"आणि तुमच्या पालकांना कधीच समजलं नाही?"

"नाही," तो गुरगुरला. "मी तुला हे सांगितलंय."

आणि मला कळलं, हे संपलं होतं. तिच्याबद्दल मी त्याला आणखी प्रश्न विचारू शकत नव्हते, कारण मग तो माझ्याबरोबर हरला असता.

"झालं तुझं?" त्याने पटकन विचारलं.

"आत्तासाठी."

त्याने एक खोल श्वास घेतला आणि माझ्यासमोर मला दिसेल असा विसावला; जणूकाही त्याच्या खांद्यावरचं फार मोठं ओझं उतरवलं गेलं होतं.

"ठीक आहे – माझी पाळी," तो पुटपुटला. त्याची नजर पोलादी, विचारमग्न झाले. "तू माझ्या ईमेलला प्रतिसाद दिला नाहीस."

मी लाल झाले. मला माझ्यावर प्रकाशाचा झोत आला की, तिरस्कार वाटतो आणि आम्ही जेव्हा चर्चा करू तेव्हा प्रत्येक वेळी तो चिडेल असं दिसत होतं. मी माझं डोकं हलवलं. कदाचित माझ्या प्रश्नांबद्दल त्याला तसं वाटतंय; आव्हान दिलं जाण्याची त्याला सवय नव्हती. हा विचार उघड करणारा, मन विचलित करणारा आणि धैर्य गळवणारा होता.

"मी प्रतिसाद देणार होते, पण आता तू इथे आहेस."

"मी इथे नसतो तर तुला अधिक आवडलं असतं?" त्याने श्वास घेतला, त्याचा आविर्भाव पुन्हा अस्वस्थ होता.

"नाही, मला आनंद झालाय," मी पुटपुटले.

"छान." तो माझ्याकडे सच्चेपणाने, सुटल्यासारखा पाहत हसला.

"मी इथे आलोय म्हणून मीही आनंदात आहे – तू माझी एवढी चौकशी केलीस तरीही. मग, मला तावून, सुलाखून उलटसुलट विचारणं जरी स्वीकारार्ह असलं, तरी मी तुला एवढ्या अंतरावरून विमानाने उड्डाण करून भेटायला आलो, म्हणून तुला कुठल्यातरी प्रकारच्या राजनैतिक प्रतिकारशक्तीवर हक्क सांगता येईल असा तुझा विचार आहे का? मला हे पटत नाही, मिस स्टील. तुला कसं वाटतं ते मला जाणून घ्यायचंय."

ओ नो...

"मी तुला सांगितलं. तू इथे आहेस म्हणून मी खूश आहे. एवढी वाकडी वाट करून दूरवर आल्याबद्दल धन्यवाद," मी मंदपणे म्हणाले.

"इट्स माय प्लेझर," तो खाली वाकला आणि मृदूपणे माझं चुंबन घेतलं, तेव्हा त्याचे डोळे चमकले. मी आपोआपच प्रतिसाद देत असल्याचं मला जाणवलं. पाणी अजूनही कोमट होतं, बाथरूममध्ये अजून वाफ होती. तो थांबला आणि माझ्याकडे बघत मागे झाला.

"नाही. मला वाटतं, आणखी काही करायच्या आधी मला काही उत्तरं हवीत."

आणखी? तो शब्द पुन्हा आला होता. आणि त्याला उत्तरं हवीत. कशाची उत्तरं? मला काही गुप्त भूतकाळ नाही. माझं बालपण अत्यंत कष्टप्रद नव्हतं. त्याला जे आधीच माहीत नाही असं माझ्याबद्दल तो काय जाणून घेऊ इच्छितो?

मी अलिप्तपणे नि:श्वास टाकला, "काय माहीत करून घ्यायचंय तुला?"

मी त्याच्याकडे बघून डोळ्यांची उघडझाप केली. सत्य की धाडसाची वेळ – माझं अर्धजागृत मन आणि अंतर्देवता एकमेकींकडे अस्वस्थपणे बघतात. हेल, सत्याच्या बाजूने कौल देऊ या.

"मी हे विस्तारित कालावधीसाठी करू शकेन, असं मला वाटत नाही. पूर्ण एक होऊन साप्ताहिक सुटीच्या काळात राहायचं अशी मी नाही." मी लाल झाले आणि माझ्या हातांकडे बघितलं.

त्याने माझ्या हनुवटीचं टोक उचललं आणि त्याला गंमत वाटत होती, तो माझ्याकडे बघून शिष्टपणे हसला.

"नाही, मलाही वाटत नाही तू करू शकशील असं."

आणि माझ्या एका भागाला थोडंसं जाणीवपूर्वक तोंडी दुखावल्यासारखं आणि आव्हान दिल्यासारखं वाटलं. "तू मला हसतोयस?"

"होय, पण चांगल्याप्रकारे," तो थोडंसं हसला. खाली वाकून माझं छोटंसं, हळुवार चुंबन घेतलं.

"तू एक चांगली सबमिसिव्ह नाहीस," माझी हनुवटी धरून त्याने श्वास घेतला, त्याचे डोळे विनोदाने नाचत होते.

मी धक्का बसून त्याच्याकडे टक लावून बघितलं आणि मग मला हसू फुटलं – तोही मला सामील झाला.

"कदाचित मी एक चांगला शिक्षक नाही."

त्याने नाकातून आवाज काढला. "कदाचित मी तुझ्याबरोबर अधिक कडकपणे वागायला हवं." त्याने त्याचं डोकं एका बाजूला झुकवलं आणि माझ्याकडे बघून लबाड हास्य केलं.

मी आवंढा गिळला. जीझ नो. पण त्याच वेळेला माझे स्नायू खोलवर आत हवेहवेसे पिळवटले. त्याला काळजी आहे, हे दाखवण्याची त्याची ती पद्धत होती – मला ते समजलं. माझी प्रतिक्रिया आजमावत त्याने माझ्याकडे एकटक बघितलं.

"मी जेव्हा पहिल्या वेळेला तुझ्या नितंबांवर चापट्या मारल्या, तेव्हा ते फार वाईट होतं का?"

मी डोळ्यांची उघडझाप करत त्याच्याकडे बघितलं. तेवढं ते वाईट होतं का? माझ्या प्रतिक्रियेमुळे मी गोंधळून गेल्याचं मला आठवलं. ते दुखलं, पण आता मागे वळून बघताना तेवढं वाटत नाहीये. ते माझ्या डोक्यात आहे, असं तो पुन्हा पुन्हा म्हणाला होता. आणि दुसऱ्या वेळेला... वेल, ते छान होतं... हॉट.

"नाही, खरं म्हणजे नाही," मी कुजबुजले.

"त्याची कल्पना अधिक होती?" त्याने नेमके शब्द वापरले.

"मला वाटतं तसंच असावं. आनंद मिळवणं, जेव्हा खरं म्हणजे तो तसा मिळायला नको."

"मलाही तसंच वाटल्याचं आठवतं. तुमच्या मेंदूला त्याची सवय व्हायला थोडा वेळ जावा लागतो."

होली हेल. तो जेव्हा लहान होता तेव्हाचं आहे ते.

"तू नेहमीच सुरक्षित शब्द वापरू शकतेस, ॲनास्टॅशिया. ते विसरू नकोस. जोपर्यंत तू नियमांचं पालन करतेस ज्यामुळे माझ्यामध्ये खोलवर नियंत्रण ठेवण्याची आणि तुला सुरक्षित ठेवण्याची गरज पूर्ण होते, तेव्हा कदाचित तुला पुढे जाण्याचा मार्ग सापडू शकतो."

"मला नियंत्रणात का ठेवायचंय तुला?"

"कारण माझ्या वाढीच्या वयात माझी एक पुरी न झालेली गरज. तिचं त्यामुळे समाधान होतं."

"म्हणजे ही एक प्रकारची थेरपी आहे?"

“मी त्या गोष्टीचा तसा विचार केलेला नाही, पण हो, मला वाटतं ती आहे.”

हे मी समजू शकले. याचा उपयोग होईल.

“पण अशी गोष्ट आहे – एका क्षणाला तू म्हणतोस, ‘मला आव्हान देऊ नकोस’ आणि पुढल्या क्षणी तू म्हणतोस तुला आव्हान दिलेलं आवडतं. यशस्वीपणे चालण्यासाठी ही एक फारच बारीक रेषा आहे.”

त्याने क्षणभर माझ्याकडे बघितलं, नंतर कपाळाला आठ्या घातल्या.

“मला ते समजतंय. पण तू आत्तापर्यंत उत्तम वागलीस.”

“पण कोणती वैयक्तिक किंमत चुकवून? मी इथे गाठीत बांधले गेलेय.”

“तू गाठीत बांधली गेलेली मला आवडतेस,” तो शिष्टपणे हसला.

“माझ्या बोलण्याचा अर्थ तो नव्हता!” मी वैतागून त्याच्यावर पाणी उडवलं.

त्याने एक भुवई उंचावून माझ्याकडे बघितलं.

“तू आत्ताच माझ्यावर पाणी उडवलंस?”

“होय.” होली शिट्... तो लुक.

“ओह, मिस स्टील,” त्याने मला पकडलं आणि त्याच्या मांडीवर मला ओढलं, सगळं पाणी उचंबळून खाली सांडलं. “मला वाटतं आत्तासाठी आपण पुरेसं बोलणं केलं आहे.”

त्याने त्याचे हात माझ्या डोक्याच्या दोन्ही बाजूंना घट्ट बसवले आणि माझं चुंबन घेतलं, दीर्घ चुंबन. माझ्या तोंडाचा ताबा घेतला. माझ्या डोक्याशी कोन करत... माझ्यावर नियंत्रण ठेवत. मी त्याचे ओठ माझ्या ओठांवर असताना कण्हले. त्याला हे आवडलं. तो याच्यात इतका तरबेज आहे, माझ्या आत प्रत्येक गोष्टीत ठिणगी पडली आणि माझी बोटं त्याच्या केसात होती, त्याला माझ्याजवळ धरत आणि मी प्रतिसाद म्हणून त्याचं चुंबन घेत होते आणि म्हणत होते, ‘मला पण तू हवा आहेस.’ मला ज्या पद्धतीने म्हणणं माहीत होतं, त्याप्रकारे. तो कण्हला, मला हलवलं म्हणजे मी पाय फाकवलेली झाले, त्याच्यावर ओणवी झालेली, त्याचं उत्थापन माझ्याखाली. तो मागे झाला आणि माझ्याकडे बघितलं, त्याचे डोळे अर्धोन्मीलित, तेजाळणारे आणि वासनामयी. मी बाथचा काठ धरायला हात खाली टाकला, पण त्याने माझी दोन्ही मनगटं पकडली आणि माझ्या पाठीमागे माझे हात ओढले. त्याच्या एका हातात माझे दोन्ही हात एकत्र धरले.

“मी तुझ्याबरोबर आता कामक्रीडा करणार आहे,” तो कुजबुजला. मला उचललं म्हणजे मी त्याच्यावर घिरट्या घालत होते. “तयार?” त्याने श्वास घेतला.

“होय.” मी कुजबुजले आणि त्याने सावकाशपणे, सुंदरपणे मला त्याच्यावर झोपवलं... मला भरून टाकत... मला न्याहाळत.

मी कण्हले, माझे डोळे मिटले आणि त्या जाणिवेचा आनंद लुटला, ताणला

जाणारा भरलेपणा. त्याने त्याचे नितंब ताणले आणि मी श्वास रोखला, पुढे वाकला, माझं कपाळ त्याच्या कपाळाला टेकवलं.

"प्लीज, माझे हात सोड," मी कुजबुजले.

"मला स्पर्श करू नकोस," त्याने विनवलं आणि माझी मनगटं सोडून देत त्याने माझे नितंब पकडले.

टबची किनार पकडून मी वर होते आणि नंतर सावकाशपणे खाली, त्याच्याकडे बघण्यासाठी मी डोळे उघडले. तो माझ्याकडे बघत होता, त्याचं तोंड उघडं होतं, त्याचा श्वासोच्छ्वास अनियमित, भरून आलेला. त्याची जीभ त्याच्या दातांमध्ये. तो इतका हॉट दिसत होता. आम्ही ओले आणि बुळबुळीत होतो आणि एकमेकांना घासून हलत होतो. मी खाली वाकून त्याचं चुंबन घेतलं. त्याने डोळे मिटले. तात्पुरते. मी माझे हात त्याच्या डोक्याच्या वर आणले आणि त्याच्या केसांतून माझी बोटं फिरवली, माझे ओठ त्याच्या तोंडावरून काढले नाही. याला परवानगी आहे. त्याला हे आवडतं. मला हे आवडतं. आणि आम्ही एकत्र हललो. मी त्याचे केस ओढले, त्याचं डोकं मागे केलं आणि अधिक खोलवर चुंबन घेतलं, त्याच्यावर आरूढ होत – जलद, ताल पकडत. त्याच्या तोंडाशी असताना मी कण्हले. त्याने मला लवकर लवकर उचलायला सुरुवात केली... माझे नितंब पकडून ठेवले. माझं पुन्हा चुंबन. आम्ही दोघंही ओली तोंडं आणि जिभा, विसकटलेले केस आणि हलणारे नितंब झालो होतो. सगळी जाणीव... सगळं गिळून घेणारी. मी जवळ घेतलं... ती मोहक घट्टपणाची जाणीव ओळखायला मी सुरुवात केली... जलदपणा. आणि पाणी... ते आमच्याभोवती गोल गोल फिरतं... आमचा स्वत:चा व्हर्लपूल, एक हलणारा भोवरा माझ्या आत काय घडतंय त्याचं प्रतिबिंब दाखवणारा... आणि मला त्याची पर्वा नव्हती.

माझं या माणसावर प्रेम आहे. मला त्याची पॅशन आवडते, माझा त्याच्यावर जो परिणाम होतो तो आवडतो. मला बघायला तो एवढ्या लांबून विमानाने आला ते आवडलं. त्याला माझी काळजी वाटते हे मला आवडतं... तो काळजी घेतो. ते इतकं अनपेक्षित, इतकं भरभरून वाटायला लावणारं आहे. तो माझा आहे आणि मी त्याची आहे.

"दॅट्स राइट, बेबी." त्याने श्वास घेतला.

मी माझा उत्कटबिंदू गाठला. माझा ऑरगॅझम मला फाडून काढत, एक हादरे देणारा, वैषयिक उत्कटबिंदू – जो मला पूर्णपणे स्वाहा करत गेला. आणि एकाएकी ख्रिश्चन माझ्यावर कोसळला... माझ्या पाठीवर त्याचे बाहू गुंडाळलेले असताना त्याला त्याची सुटका मिळाली.

"ॲना, बेबी!" तो ओरडला आणि ते एक रांगडं, हलवून टाकणारं आणि

माझ्या आत्म्याला खोलवर स्पर्श करणारं, मदतीसाठी याचना करणारं होतं.

आम्ही एकमेकांना टक लावून बघत पडलो होतो. करडे डोळे निळ्या डोळ्यांना, चेहरा समोरासमोर, सुपर किंग बेडमध्ये समोरच्या बाजूंना दोघांनीही उशा आलिंगन दिल्यासारख्या धरलेल्या. नग्न. स्पर्श न करता. फक्त बघत आणि कौतुक करत. चादरींनी झाकलेले.

"तुला झोपायचंय का?" ख्रिश्चनने विचारलं. त्याचा आवाज मृदू आणि काळजीने भरलेला होता

"नाही, मी दमलेले नाहीये." मला विचित्रपणे ऊर्जेने भारल्यासारखं वाटलं. बोलायला इतकं छान वाटलं – मला थांबावंसं वाटत नव्हतं.

"तुला काय करायचंय?" त्याने विचारलं.

"बोलायचंय."

तो हसला. "कशाबद्दल?"

"गोष्टींबद्दल."

"कोणत्या गोष्टी?"

"तू."

"माझ्याबद्दल काय?"

"तुझा आवडता चित्रपट कोणता?"

तो हसला. "आज, तो 'द पियानो' आहे."

त्याचं हास्य लागण करणारं होतं.

"अर्थात. मूर्ख मी. इतका दुःखद, उत्तेजक स्कोअर, जो निःसंशय तुला वाजवता येतो. केवढ्यातरी गोष्टी तुम्ही मिळवल्या आहेत, मि. ग्रे."

"आणि सर्वांत मोठी गोष्ट आहे तू, मिस स्टील."

"म्हणजे मी क्रमांक सतरा आहे."

न समजल्याने कपाळाला आठ्या घातल्या.

"सतरा?"

"तू ज्यांच्याबरोबर सेक्स केलंस त्या स्त्रियांची संख्या."

त्याचे ओठ तिरके होऊन आणि त्याचे डोळे अविश्वासाने चमकले.

"अगदी तस्संच नाही."

"तू पंधरा म्हणाला होतास," माझा गोंधळ उघड झाला.

"मी माझ्या प्लेरूममधल्या स्त्रियांच्या संख्येचा संदर्भ देत होतो. मला वाटलं तुझ्या बोलण्याचा तो अर्थ होता. मी किती स्त्रियांबरोबर सेक्स केलं ते तू मला विचारलं नाहीस."

"ओह्." होली शिट्... आणखी आहेत... "किती?" मी त्याच्याकडे तोंड उघडं टाकून बघितलं.

"व्हॅनिला?"

"नाही. तू माझी एक व्हॅनिला चढाई आहेस," त्याने त्याचं डोकं हलवलं, अजूनही तो माझ्याकडे बघून हसत होता.

त्याला हे विनोदी का वाटतं? आणि मी एखाद्या मूर्खासारखी त्याच्याकडे बघून परत का हसते आहे?

"मी तुला एक आकडा देऊ शकत नाही. मी बेडपोस्टमध्ये व्हीच्या आकाराचे तुकडे किंवा दुसरं काही घातलं नाही."

"आपण कशाबद्दल बोलतोय – दशक, शेकडा... सहस्र?" आकडे जसे मोठे झाले तसे माझे डोळे विस्फारले!

"दशक. आपण दशकांमध्ये आहोत, फॉर पेट्स सेक."

"सगळ्या सबमिसिव्ह?"

"होय."

"माझ्याकडे बघून हसायचं बंद कर," मी त्याला मवाळपणे दटावलं. मी चेहरा सरळ ठेवण्याचा प्रयत्न करताना अयशस्वी झाले.

"मी करू शकत नाही. तू गमतीदार आहेस."

"गमतीदार विशिष्ट, की गंमतीदार? हा–हा?"

"दोन्हींचं थोडंसं," त्याच्या शब्दांनी माझ्या शब्दांना प्रतिबिंबित केलं.

"ते तुझ्याकडून येतंय आणि डॅम्ड चिकी आहे."

त्याने पुढे वाकून माझ्या नाकाच्या शेंड्याचं चुंबन घेतलं.

"यामुळे तुला धक्का बसेल, ॲनास्टॅशिया. तयार?"

मी मान हलवली, मोठ्या डोळ्यांनी आणि ते मूर्ख हसू अजूनही माझ्या चेहऱ्यावर होतं.

"प्रशिक्षणात असलेल्या सगळ्या सबमिसिव्ह, जेव्हा मी प्रशिक्षण घेत होतो. सीॲटलमध्ये आणि परिसरात ठिकाणं आहेत तिथे एखादा माणूस जाऊ शकतो आणि सराव करू शकतो. मी जे करतो ते करायला शिकू शकतो," तो म्हणाला.

वॉट?

"ओह्," मी त्याच्याकडे बघून डोळ्यांची उघडझाप केली.

"होय, मी सेक्ससाठी पैसे दिले आहेत, ॲनास्टॅशिया."

"त्यात अभिमान वाटण्यासारखं काहीच नाही," मी बढाईने पुटपुटले. "आणि तुझं बरोबर आहे... मला खूप मोठा धक्का बसलाय. आणि मी तुला धक्के देऊ शकत नाही म्हणून मी चिडलेय."

"तू माझं अंतर्वस्त्र घातलंस."

"त्याने तुला धक्का बसला?"

"होय."

माझी अंतर्देवता पंधरा फुटांच्या बारवर पोल व्हॉल्ट करते.

"तू माझ्या पालकांना भेटताना तुझ्या पॅन्टीज घातल्या नव्हत्यास."

"त्याने तुला धक्का बसला?"

"होय."

जीझ. बार सोळा फूट झाला आहे.

"असं दिसतंय की, तुला फक्त अंतर्वस्त्रांच्या खात्यातच धक्का बसू शकतो."

"तू मला सांगितलंस की, तू अनाघ्रात कुमारिका होतीस. तो मला आत्तापर्यंत बसलेला एक सर्वांत मोठा धक्का होता."

"होय, तुझा चेहरा बघण्यासारखा झाला होता, एक कोडॅकचा क्षण!" मी खुदखुदले.

"तू मला रायडिंग क्रॉपने हाताळू दिलंस."

"त्याने तुला धक्का बसला?"

"होय."

मी हसले. "वेल, मी कदाचित तुला ते परत करू देईन."

"ओह्, मला तशी आशा आहे. या साप्ताहिक सुटीला?"

"ओके." मी लाजाळूपणे संमती दिली.

"ओके."

"यस. मी रेडरूम ऑफ पेनमध्ये पुन्हा जाईन."

"तू माझं नाव घे."

"त्यामुळे तुला धक्का बसतो?"

"ते मला आवडतं या सत्यामुळे मला धक्का बसतो."

"ख्रिश्चन."

तो हसला. "मला उद्या काहीतरी करायचंय," त्याचे डोळे उत्तेजनेने चमकले.

"काय?"

"एक सरप्राइज. तुझ्यासाठी." त्याचा आवाज हळू आणि मृदू होता.

मी भुवई उंचावली आणि त्याचवेळी जांभई दाबली.

"मी तुम्हाला कंटाळा आणतोय का, मिस स्टील?" त्याचा स्वर थट्टा करणारा होता.

"कधीच नाही."

त्याने पुढे वाकून माझ्या ओठांवर हळुवार चुंबन दिलं.

"झोप," त्याने आज्ञा केली, मग लाइट्स घालवले.

त्या शांत क्षणी मी माझे डोळे मिटले – गळून गेलेली आणि आकंठ तृप्त, मला वाटलं ही वादळापूर्वीची शांतता होती. त्याने काही जरी म्हटलं असलं आणि मला म्हटलेलं नसलं, तरी मी एवढी आनंदी आहे, असं मला वाटत नव्हतं.

२४

ख्रिश्चन एका स्टीलचे बार असलेल्या पिंजऱ्यात उभा होता. त्याने त्याच्या मऊ, फाटलेल्या जीन्स घातल्या होत्या, तोंडाला पाणी सुटावं अशी त्याची छाती आणि पावलं नग्न होती आणि तो माझ्याकडे टक लावून बघत होता. त्याच्या सुंदर चेहऱ्यावर त्याचं खासगी – विनोदी हास्य रेखाटलं होतं आणि त्याचे डोळे वितळल्यासारखे करडे होते. त्याच्या हातात त्याने स्ट्रॉबेरीजचा बाउल धरला होता. एखाद्या कसरतपटूच्या डौलदारपणाने तो पिंजऱ्याच्या पुढच्या बाजूला, माझ्याकडे उत्कटतेने बघत होता. एक रसरशीत पिकलेली स्ट्रॉबेरी उचलून त्याने त्याचा हात पिंजऱ्याच्या बारमधून पुढे केला.

"खा," तो म्हणाला.

मी त्याच्याकडे सरकण्याचा प्रयत्न केला, पण मी जखडली गेली होते. माझ्या मनगटाभोवती कोणत्यातरी अदृश्य शक्तीने मागे ओढून धरली गेलेली... लेट मी गो.

"ये, खा." त्याचं ते चवदार, वक्र हसू हसत तो म्हणाला. मी ओढलं आणि ओढत राहिले... लेट मी गो! मला किंचाळायचं होतं आणि ओरडायचं होतं, कोणताही आवाज बाहेर येत नव्हता. मी मुकी होते. त्याने आणखी थोडा पुढे हात ताणला आणि स्ट्रॉबेरी माझ्या ओठांवर होती.

"खा, ॲनास्टॅशिया." त्याचं तोंड माझं नाव आकारत होतं, प्रत्येक अक्षरांवर वैषयिकतेने रेंगाळत होतं.

मी माझं तोंड उघडून चावलं. पिंजरा नाहीसा झाला आणि माझे हात मोकळे झाले मी त्याला स्पर्श करण्यासाठी, माझी बोटं त्याच्या छातीवरच्या केसांतून फिरवण्यासाठी.

"ॲनास्टॅशिया."

नाही. मी कण्हले

"कम ऑन, बेबी."

नाही. *मला तुला स्पर्श करायचाय.*

"जागी हो."

नो. प्लीज. माझे डोळे अनिच्छेनेच क्षणमात्र फडफडले. मी बिछान्यात होते आणि कोणीतरी माझ्या कानावर नाक घासत होतं.

"जागी हो, बेबी," तो कुजबुजला आणि माझ्या नसांतून त्याच्या गोड आवाजाचा परिणाम उबदार, विरघळलेल्या कॅरामेलसारखा पसरला.

तो ख्रिश्चन होता. जीझ, अजूनही अंधार होता आणि माझ्या स्वप्नातल्या त्याच्या प्रतिमा अजूनही माझ्या डोक्यात कायम होता, हादरून गेलेल्या आणि अप्राप्य वस्तूची लालूच दाखवून चिडवणाऱ्या.

"ओह... नो." मी कण्हले. मला त्याच्या छातीवर पुन्हा पडायचं होतं, परत माझ्या स्वप्नात. तो मला का उठवतोय? ती मध्यरात्र आहे, किंवा तसं वाटतं. होली शिट्. त्याला सेक्स पाहिजे – आत्ता?

"उठण्याची वेळ झाली, बेबी. मी साइडलाइट लावणार आहे." त्याचा आवाज शांत होता.

"नो." मी कण्हले.

"मला तुझ्याबरोबर पहाटेचा पाठलाग करायचाय," तो माझ्या चेहऱ्याचं, पापण्यांचं, नाकाच्या शेंड्याचं, तोंडाचं चुंबन घेत म्हणाला आणि मी माझे डोळे उघडले. साइडलाइट लावलेला होता. "गुड मॉर्निंग, सुंदरी," तो पुटपुटला.

मी कण्हले आणि तो हसला. "तू सकाळी उठणारी बाई नाहीस तर," तो पुटपुटला.

प्रकाशाच्या धूसरतेतून मी डोळे मिचकावले आणि ख्रिश्चनला माझ्यावर वाकून हसताना बघितलं. त्याला गंमत वाटत होती. माझी गंमत वाटतेय. त्याने कपडे केले होते! काळे.

"मला वाटलं, तुला सेक्स पाहिजे होतं," मी कुरकुरले.

"ॲनास्टॅशिया, मला तुझ्याबरोबर नेहमीच सेक्स पाहिजे असतं. तुला पण तसंच वाटतं हे जाणून छान वाटलं," तो शुष्कपणे म्हणाला.

माझे डोळे प्रकाशाला सरावल्यावर मी त्याच्याकडे बघितलं, पण तो अजूनही गंमत वाटत असल्यासारखाच दिसत होता. नशीब.

"अर्थातच मला वाटतं, फक्त एवढा उशीर झाल्यावर नाही."

"उशीर नाही झालेला, लवकरचा आहे. कम ऑन – निघ लवकर. आपण बाहेर जातोय. मी सेक्सवर रेन चेक घेईन."

"मला इतकं छान स्वप्न पडत होतं." मी विव्हळले.

"कशाबद्दल स्वप्न?" त्याने सहनशीलतेने विचारलं

"तुझ्याबद्दल." मी लाजले.

"या वेळेला मी काय करत होतो?"

"मला स्ट्रॉबेरीज खायला घालायचा प्रयत्न."

त्याचे ओठ अस्पष्ट हास्याच्या रेषेने तिरके झाले. "डॉ. फ्लिनचा दिवस त्याच्याबरोबर छान जाईल. उठ – कपडे कर. शॉवर घेण्याची गरज नाही, आपण ते नंतर करू शकू."

आपण!

मी उठून बसले आणि चादर माझ्या कमरेभोवती माझ्या शरीराचं दर्शन घडवत गोळा झाली. मला जागा करून देण्यासाठी तो उभा राहिला. त्याचे डोळे गडद होते.

"किती वाजले आहेत?"

"सकाळचे साडेपाच."

"तीन वाजले आहेत असं वाटतंय."

"आपल्याकडे फारसा वेळ नाही. मी तुला जेवढा वेळ अधिक झोपू देता येईल, तेवढं देईन. चल."

"मी अंघोळ करू शकत नाही का?"

त्याने निःश्वास टाकला.

"तू जर अंघोळ केलीस, तर मला पण तुझ्याबरोबर अंघोळ करावीशी वाटेल आणि तुला-मला दोघांनाही माहीत आहे मग काय होईल – दिवस तसाच जाईल. चला."

तो उत्तेजित झाला होता. एखाद्या लहान मुलासारखा – अपेक्षेने आणि उत्तेजनेने चमचमणारा रंगीबेरंगी वाटत होता. त्यामुळे मला हसू आलं.

"आपण काय करतो आहोत?"

"ते एक सरप्राइज आहे, मी तुला सांगितलं ना."

मी त्याच्याकडे बघून हसण्याव्यतिरिक्त दुसरं काही करू शकले नाही.

"ओके." मी पलंगावरून धडपडत उठले आणि माझे कपडे शोधले. अर्थातच ते नीट घड्या घालून माझ्या पलंगाशेजारच्या खुर्चीवर नीट ठेवलेले होते. त्याने त्याच्या जर्सी बॉक्सरचा जोड पण काढून ठेवला होता – राल्फ लॉरेन. मी त्या अंगावर घातल्या आणि तो माझ्याकडे बघून हसला. हं... ख्रिश्चन ग्रेच्या अंडरवेअरचा आणखी एक नमुना – त्याच्या गाडीबरोबर, ब्लॅकबेरी, मॅक, त्याचं ब्लॅकजॅकेट आणि अनमोल अशा जुन्या प्रथम आवृत्तींचा एक संच. त्याच्या मनाच्या औदार्यावर मी मान हलवली आणि टेसचं एक दृश्य माझ्या मनात तरळलं तेव्हा मी कपाळाला

आठ्या घातल्या. स्ट्रॉबेरी सीन. त्याने माझं स्वप्न जागवलं. टु हेल विथ डॉ. फ्लिन – फ्रॉइडचा दिवस मजेत जाईल. मग फिफ्टी शेड्सबरोबर निभावून घेताना तो कदाचित मरून जाईल.

"तू आता उठली आहेस म्हणून मी तुला थोडी जागा देईन," ख्रिश्चनने बैठकीच्या खोलीच्या दिशेने प्रस्थान केलं आणि मी बाथरूममध्ये रमतगमत गेले. माझ्या काही अत्यावश्यक गरजा होत्या आणि मला पटकन अंघोळ करायची होती. सात मिनिटांनंतर, मी बैठकीच्या भागात गेले, अंग घासून, ब्रश करून, जीन्स, माझा कॅमिसोल आणि ख्रिश्चनची अंडरवेअर घालून ख्रिश्चन ज्या छोट्या डायनिंग टेबलाजवळ बसून न्याहारी करत होता तिथून त्याने माझ्याकडे बघितलं. ब्रेकफास्ट! जीझ, या वेळेला.

"खा," तो म्हणाला.

होली क्रॅप... माझं स्वप्न. मी त्याच्याकडे तोंड उघडं टाकून बघितलं, त्याच्या दातांवरची त्याची जीभ आठवत. *हं... त्याची अनुभवी जीभ.*

"ॲनास्टॅशिया," तो कडकपणे म्हणाला. त्याने माझ्या दिवास्वप्नातून मला बाहेर ओढलं.

ते खरोखरच माझ्यासाठी खूप लवकर होतं. हे कसं हाताळायचं?

"मी थोडा चहा घेईन. मी नंतर खाण्यासाठी एक क्रॉसाँ घेऊ का?"

त्याने माझ्याकडे संशयाने बघितलं आणि मी खूप गोडपणे हसले.

"माझ्या प्रयत्नांवर पाणी टाकू नकोस, ॲनास्टॅशिया." त्याने मृदूपणे सावध केलं.

"मला जेव्हा भूक लागेल, तेव्हा मी खाईन. अंदाजे साडेसात वाजता... ओके?"

"ओके." त्याने माझ्याकडे तिरप्या नजरेने पाहिलं.

प्रामाणिकपणे. त्याच्याकडे बघून चिडवणारा चेहरा करायचा नाही म्हणून मला प्रयत्नपूर्वक लक्ष केंद्रित करावं लागलं.

"मला तुझ्याकडे बघून डोळे फिरवायचे आहेत."

"बाय ऑल मीन्स. तू तसं कर, मग तू माझा दिवस सत्कारणी लावशील." तो कडकपणे म्हणाला.

मी छताकडे बघितलं.

"वेल, पार्श्वभागावर चापट्या मारल्याने मला जाग येईल, मला वाटतं." मी माझ्या ओठांचा चंबू केला; शांतपणे विचार केला.

ख्रिश्चनचं तोंड उघडं पडलं.

"दुसऱ्या बाजूला, मला तू उष्ण आणि त्रासलेला व्हायला नको आहेस; इथली हवा पुरेशी उबदार आहे." मी काही रुची न दाखवता खांदे उडवले.

ख्रिश्चनने त्याचं तोंड मिटलं आणि नाखूश झाल्याचं दाखवण्याचा निकराचा प्रयत्न केला, पण निराशाजनक पद्धतीने त्यात अयशस्वी झाला. त्याच्या डोळ्यांच्या मागे विनोद डोकावताना मला दिसला.

"तू नेहमीप्रमाणेच, आव्हान देणारी आहेस, मिस स्टील. चहा संपव."

ट्रायनिंग्ज लेबलकडे लक्ष जाऊन माझं हृदय आतल्या आत पिळवटलं. *बघ, त्याला काळजी आहे,* माझ्या अर्धजागृत मनाने मला ऐकवलं. मी बसले आणि त्याच्याकडे तोंड केलं, त्याच्या सौंदर्याचं आकंठ रसपान केलं. मला हा माणूस कधीतरी पूर्णपणे मिळेल काय?

आम्ही जेव्हा खोलीतून निघालो, तेव्हा ख्रिश्चनने एक स्वेटशर्ट माझ्याकडे फेकला.

"तुला याची गरज पडेल."

मी त्याच्याकडे कोड्यात पडल्यासारखं बघितलं.

"माझ्यावर विश्वास ठेव," तो हसला, पुढे वाकून पटकन माझं ओठांवर चुंबन घेतलं. मग आम्ही बाहेर गेलो.

पहाट होण्यापूर्वीच्या अर्धवट उजेडात आणि तुलनेने गार असलेल्या हवेत, ख्रिश्चनलाने वरचा टॉप नरम असणाऱ्या स्पोर्ट्स कारच्या चाव्यांचा सेट माझ्या हातात दिला. मी ख्रिश्चनकडे बघून भुवई उंचावली, तो माझ्याकडे बघून शिष्टपणे हसला.

"तुला माहीत आहे, कधीकधी मी असणं हे ग्रेट असतं," तो एक कट रचल्याचा आविर्भाव करत, पण गर्विष्ठ हास्यासह म्हणाला. मला त्याच्याकडे बघून हसल्याशिवाय राहावलं नाही. तो खेळकर आणि बेफिकीर भासला, तेव्हा इतकं प्रेमात पडावं असं वाटतं... माझ्या कारचा दरवाजा त्याने लवून केलेल्या कुर्निसातासह उघडला आणि मी आत चढले. तो फारच चांगल्या मूडमध्ये होता.

"आपण कुठे चाललोय?"

"तुला कळेलच." तो गाडी चालू करताना हसला आणि आम्ही सवाना पार्कवेच्या दिशेने निघालो. त्याने जीपीएस प्रोग्रॅम करून स्टिअरिंग व्हिलवरचा एक स्विच दाबला, एका अभिजात ऑर्केस्ट्राचे स्वर गाडीत भरून गेले.

"हे काय आहे?" शंभर एक व्हायोलिनच्या तारा छेडल्याचा गोड, आवाज ऐकू आल्यावर मी विचारलं.

"हे ला ट्रॅव्हिएटाचं संगीत आहे. वर्डीचा ऑपेरा."

ओ माय... ते सुंदर होतं.

"ला ट्रॅव्हिएटा? मी ते ऐकलंय. कुठे ते मला आठवत नाही. त्याचा अर्थ काय?"

ख्रिश्चन माझ्याकडे बघून शिष्टपणे हसला.

"वेल, त्याचा शब्दश: अर्थ आहे, 'गैरमार्गाला लावलेली स्त्री.' ते अलेक्झांडर ड्युमाच्या 'ला डेम ऑ कॅमेलिआ' पुस्तकावर आधारित आहे."

"आह्. मी ते वाचलंय."

"मला वाटलंच तू वाचलं असशील."

"एक दुर्दैवी वेश्या." मी अस्वस्थपणे गुबगुबीत लेदरच्या आसनात चळवळ केली. *तो मला काहीतरी सांगण्याचा प्रयत्न करतो आहे का?* "हं... ती एक दुःखद कथा आहे." मी पुटपुटले

"खूप नैराश्यजनक? तुला दुसरं संगीत लावायचंय का? हे माझ्या आयपॉडवर आहे." ख्रिश्चनने पुन्हा ते गुप्त हसू त्याच्या चेहऱ्यावर खेळवलं

मला त्याचं आयपॉड कुठेच दिसत नव्हता. आम्हा दोघांच्या मधल्या कन्सोलवरच्या स्क्रीनवर त्याने टॅप केलं आणि मग – प्लेलिस्ट आली.

"निवड." त्याचे ओठ एका हास्यात मुरडले आणि मला कळलं ते एक आव्हान होतं.

ख्रिश्चन ग्रेचं आयपॉड, हे गमतीदार असणार.

मी टच स्क्रीनवर स्क्रोल केलं आणि मला योग्य वाटणारं गाणं शोधून काढलं. मी 'प्ले'चं बटण दाबलं. तो ब्रिटनीचा चाहता असेल, अशी कल्पना मी केली नव्हती. क्लब-मिक्स, टेक्नो बीट यांनी आम्हा दोघांवर हल्ला केला आणि ख्रिश्चनने आवाज कमी केला. कदाचित या संगीतासाठी हे खूप लवकर होत असावं. ब्रिटनी तिच्या सर्वाधिक मादक आवाजात गात होती.

"वातावरण दूषित करणारं, हं?" ख्रिश्चन हसला.

"तू काय म्हणतोयस मला कळत नाही," मी निष्पाप असल्याचा आव आणला.

त्याने संगीताचा आवाज आणखी थोडा कमी केला आणि मी आतल्या आत स्वत:ला आलिंगन दिलं. माझी अंतर्देवता व्यासपीठावर उभी राहून तिच्या सुवर्णपदकाची वाट बघतेय. त्याने आवाज कमी केला. विजय!

"ते गाणं मी माझ्या आयपॉडवर टाकलं नाही," तो सहजपणे म्हणाला आणि त्याचा पाय खाली ठेवला. म्हणजे मी माझ्या आसनात मागे फेकली गेले, गाडी फ्रीवेवरून जोरात पळू लागली.

काय? तो काय करतोय ते त्याला माहीत आहे, द बास्टर्ड. *कोणी केलं?* आणि मला ब्रिटनीचं दळण ऐकावं लागतं. कोण... कोण?

गाणं संपलं आणि आयपॉडवर डेमिएन राइस दुःखी गाणं गाऊ लागला. कोण? कोण? मी खिडकीच्या बाहेर बघितलं, माझ्या पोटात ढवळत होतं. कोण?

"ती लैला होती," तो माझ्या बोलून न दाखवलेल्या विचारांना उत्तर दिलं. तो *हे कसं करतो?*

"लैला?"

"एक पूर्वीची सबमिसिव्ह, जिने माझ्या आयपॉडवर ते गाणं टाकलं."

डेमिएन पार्श्वभूमीवर मधुर गात होता. मी स्तंभित होऊन बसून राहिले. पूर्वीची.... एक्स-सबमिसिव्ह? एक्स –

"पंधरा जणींपैकी एक?" मी विचारलं.

"होय."

"तिला काय झालं?"

"आम्ही संपवून टाकलं."

"का?"

ओह जीझ. अशा प्रकारचं संभाषण हे फारच लवकर झालं... पण तो सैलावलेला दिसला, आनंदीदेखील आणि बोलका पण, आणखी काय पाहिजे?

"तिला अधिक हवं होतं." त्याचा स्वर खालचा होता, विचारात असलेलादेखील आणि त्याने ते वाक्य आम्हा दोघांमध्ये लटकत ठेवलं, पुन्हा एकदा त्या शक्तिशाली छोट्याशा शब्दाने वाक्याचा शेवट केला.

"आणि तुला नको होतं?" माझ्या मेंदूने चाळणी लावायच्या आधीच मी विचारलं. शिट्, मला जाणून घ्यायचंय का?

त्याने डोकं हलवलं, "मला कधीही अधिक नको होतं, तुला भेटेपर्यंत."

मी जोरात श्वास घेतला. तळमळले. मला हेच तर हवं आहे ना?

त्याला अधिक पाहिजे. *त्यालाही ते पाहिजे.* माझ्या अंतर्देवतेने व्यासपीठावरून कोलांटी उडी मारली आणि ती स्टेडियममध्ये कार्टव्हिल करते आहे. फक्त मीच नाही.

"दुसऱ्या चौदा जणींना काय झालं?" मी विचारलं.

जीझ. तो बोलतोय – फायदा करून घ्या.

"तुला यादी पाहिजे? घटस्फोट झाला, मुंडकं उडवलं, मेल्या!"

"तू काही आठवा हेन्री नाहीस."

"ओके. कोणत्याही विशिष्ट क्रमाने नव्हे, माझे दीर्घकाळचे संबंध चार स्त्रियांबरोबर होते, एलेना व्यतिरिक्त."

"एलेना?"

"तुझ्यासाठी मिसेस रॉबिनसन." त्याने अर्धवट गुप्त खासगी विनोदाचं हास्य केलं.

एलेना! होली फक्. या वाईट बाईला नाव आहे आणि ते अगदी विदेशी वाटत

होतं. एका सुंदर, फिकट रंगाच्या त्वचेच्या काळ्या कुळकुळीत केसांच्या आणि माणकासारख्या लाल ओठांच्या व्हॅम्पची प्रतिमा माझ्या मनात आली. मला कळलं, ती सुंदर असावी. आय मस्ट नॉट ड्रेल, आय मस्ट नॉट ड्रेल.

"चार जणींना काय झालं?" मी माझं लक्ष विचलित करण्यासाठी विचारलं.

"एवढी चौकस, माहिती मिळवायला एवढी अधीर, मिस स्टील." त्याने खेळकरपणे दटावलं.

"ओह, मिस्टर, तुमची पाळी केव्हा अपेक्षित आहे?"

"ॲनास्टॅशिया – पुरुषाला या गोष्टी माहीत असाव्या लागतात."

"त्याला लागतात?"

"मला लागतात."

"का?"

"कारण मला तू गरोदर राहायला नको आहेस."

"मला पण. वेल, आणखी काही वर्षं तरी नाही."

ख्रिश्चनने डोळ्यांची उघडझाप केली, चमकल्यासारखी, नंतर लक्षात येईल असा सैलावला. ओके. ख्रिश्चनला मुलं नको होती. आता की केव्हाही नाही?

"एकीला दुसरा कोणीतरी भेटला. इतर तिघींना हवं होतं – अधिक. मी त्या वेळी अधिक देण्यासाठी उपलब्ध नव्हतो."

"आणि इतर?" मी जोर दिला.

त्याने माझ्याकडे निसटतं बघितलं आणि त्याचं डोकं हलवलं.

"जमलंच नाही."

व्होआ, पारखून घेण्यासाठी भरपूर माहिती. मी गाडीच्या बाजूच्या आरशात बघितलं. मला गाडीच्या मागे आकाशात गुलाबी आणि निळसर रंगाचा शिडकावा दिसला. पहाट होत होती.

"आपण कुठे चाललोय?" मी गोंधळून विचारलं. इंटरस्टेट ९५कडे बाहेर पाहिलं. आम्ही दक्षिणेकडे जात होतो, एवढंच मला कळत होतं.

"एका एअरफिल्डवर."

"आपण सीॲटलला परत चाललेलो नाही, हो ना?"

मी भीतीने श्वास रोखला. मी माझ्या मॉमला गुडबाय पण केलेलं नव्हतं. जीझ, आम्ही डिनरसाठी जाणं अपेक्षित होतं.

तो हसला. "नाही, ॲनास्टॅशिया. आपण माझ्या दुसऱ्या क्रमांकाच्या आवडत्या छंदात रममाण होणार आहोत."

"दुसऱ्या?" मी त्याच्याकडे बघून कपाळाला आठ्या घातल्या.

"होय. माझा आवडता पहिला छंद मी तुला आज सकाळी सांगितला."

मी त्याच्या बाजूने दिसणाऱ्या सुंदर चेहऱ्याकडे बघितलं, आठ्या घालत माझ्या मेंदूला ताण दिला.

"तुझ्यात रस घेणं, मिस स्टील. ते माझ्या यादीत सर्वांत वर असेल. कसंही करून तुला मिळवणं."

ओह.

"वेल, हे माझ्या विचित्र, विचलित करणाऱ्या प्राधान्यक्रमांमध्ये खूप वर आहे." मी लाजून पुटपुटले.

"हे ऐकून मला आनंद झाला," तो कोरडेपणाने पुटपुटला.

"सो, एअरफिल्ड."

तो माझ्याकडे बघून हसला. "उडायचं."

त्या संज्ञेने कुठलीतरी अस्पष्ट घंटी वाजवली. त्याने त्याचा पूर्वी उल्लेख केला होता.

"आपण पहाटेचा पाठलाग करणार आहोत, ॲनास्टॅशिया." तो वळला आणि माझ्याकडे बघून हसला. जीपीएसने त्याला उजवीकडे वळण्याची सूचना दिली. ते ठिकाण एखाद्या औद्योगिक संकुलासारखं दिसत होतं. त्याने एका मोठ्या सफेद इमारतीच्या बाहेर गाडी थांबवली, त्या इमारतीवर असलेल्या फलकावर लिहिलेलं असतं 'ब्रन्सविक सोअरिंग असोसिएशन.'

ग्लायडिंग! आम्ही ग्लायडिंग करायला चाललो आहोत?

त्याने इंजीन बंद केलं.

"तू तयार आहेस?" त्याने विचारलं.

"तू उड्डाण करणार आहेस?"

"होय."

"यस, प्लीज!" मी मागेपुढे केलं नाही. तो हसला, पुढे झाला आणि माझं चुंबन घेतलं.

"आणखी एक प्रथम, मिस स्टील," गाडीतून उतरताना तो म्हणाला.

प्रथम? कोणत्या प्रकारचं प्रथम? पहिल्यांदाच एक ग्लायडर उडवायचं... शिट्! नाही – तो म्हणाला त्याने हे पूर्वी केलंय. मी सैलावले. चालत येऊन त्याने माझा दरवाजा उघडला. आकाश मोत्याच्या रंगाचं झालं होतं, लहान मुलांसारख्या तुरळक ढगांच्या मागून चमकणारं आणि प्रकाशमान. आमच्यावर पहाट होत होती.

माझा हात हातात घेऊन ख्रिश्चनने मला इमारतीच्या परिसरात एका मोठ्या टारमॅकच्या पट्ट्याकडे नेलं जिथे बरीच विमानं उभी केलेली होती. त्यांच्या बाजूला एक डोकं भादरलेला आणि डोळ्यांत वाइल्ड लुक असलेला एक माणूस टेलरबरोबर होता.

टेलर! या माणसाशिवाय ख्रिश्चन कुठेही जातो तरी का? मी त्याच्याकडे बघून हसले आणि तोही दयाळूपणे माझ्याकडे बघून हसला.

"मि. ग्रे, हा तुमचा को-पायलट आहे, मि. मार्क बेन्सन," टेलर म्हणाला. ख्रिश्चन आणि बेन्सन यांनी हस्तांदोलन करून एका अशा संभाषणाला सुरुवात केली जे अतिशय तांत्रिक होतं. त्याच्यात वाऱ्याचा वेग, दिशा आणि तत्सम विषय होते.

"हॅलो, टेलर," मी लाजून पुटपुटले.

"मिस स्टील," त्याने मान लववून अभिवादन केलं. मी कपाळाला आठ्या घातल्या. "ॲना," त्याने स्वतःची चूक सुधारली.

"तो गेले काही दिवस प्रवासात आहे, आपण इथे आहात म्हणून आनंद झाला," तो म्हणाला.

ओह, ही एक बातमी आहे का? नक्कीच माझ्यामुळे नाही! गुरुवारची पवित्र सत्य उघड करणारी! सवानाच्या पाण्यात असं काहीतरी असलं पाहिजे ज्यामुळे हे पुरुष थोडेसे सैलावतात.

"ॲनास्टॅशिया," ख्रिश्चनने मला बोलावलं. "चल," तो त्याचा हात पुढे केला.

"नंतर भेटू," मी टेलरकडे बघून हसले आणि मला पटकन एक सॅल्यूट ठोकून तो वाहनतळाकडे परत गेला.

"मि. बेन्सन, ही माझी मैत्रीण, ॲनास्टॅशिया स्टील."

"तुम्हाला भेटून आनंद झाला," आम्ही हस्तांदोलन करताना मी पुटपुटले.

बेन्सनने माझ्याकडे बघून एक चमकदार हास्य केलं.

"मलादेखील," असं म्हटल्यावर त्याच्या उच्चारांच्या ढबीमुळे मी सांगू शकले की तो ब्रिटिश आहे.

मी जेव्हा ख्रिश्चनचा हात पकडला, तेव्हा माझ्या पोटात वाढत जाणारी उत्तेजना होती. वॉव... ग्लायडिंग! आम्ही बेन्सनच्या मागोमाग टारमॅकवरून रनवेकडे गेलो. तो आणि ख्रिश्चन यांचं संभाषण चालू होतं. मी त्याचा थोडक्यात सारांश घेतला. आम्ही एका ब्लानिक आय-२३मध्ये असणार होतो, जे एल-१३पेक्षा चांगलं होतं, तरीही त्याच्यावर वाद घातला जाऊ शकत होता. बेन्सन एक पायपर पॉनी उडवणार होता. तो आत्तापर्यंत पाच वर्षं टेलडॅगर्स उडवत आहे. मला त्या सगळ्याचा काहीच अर्थबोध झाला नाही, पण ख्रिश्चनकडे बघितल्यावर, त्याचे हातवारे, एवढा तो त्यात रंगून गेलेला होता की, त्याला न्याहाळणं सुखद वाटलं.

ते विमान एक लांब, नेटकं आणि नारिंगी रंगाचे पट्टे असलेलं सफेद रंगाचं होतं. त्याला दोन आसनं असलेलं एक छोटं कॉकपिट होतं, आसनं एकापुढे

एक होती. एका लहान, पारंपरिक सिंगल-प्रॉपेलर विमानाला लांब, सफेद केबलनं जोडलेलं होतं. कॉकपिटच्या भोवतालचा एक मोठा स्वच्छ पर्स्पेक्स घुमट उघडला. आम्ही आत चढून जाण्यासाठी.

"प्रथम आपल्याला तुझ्या पॅराशूटचे पट्टे बांधावे लागतील."

पॅराशूट?

"मी ते करेन," ख्रिश्चनने त्याच्या बोलण्यात खंड पाडला आणि बेन्सनकडून हार्नेस घेतलं, बेन्सन त्याच्याकडे बघून हसला.

"मी थोडं बॅलास्ट घेऊन येतो," बेन्सन म्हणाला आणि प्लेनकडे गेला.

"तुला मला वस्तूंशी जखडायला आवडतं," मी कोरडेपणाने निरीक्षण केलं.

"मिस स्टील, तुम्हाला कल्पना नाही. आता या पट्ट्यांमध्ये या."

मला सांगितलं गेलं तसं मी केलं. माझा हात मी त्याच्या खांद्यावर ठेवला. ख्रिश्चन थोडासा ताठरला, पण हलला नाही. माझे पाय त्या वेटोळ्यात गेल्यावर त्याने पॅराशूट वर ओढलं आणि माझे हात खांद्यावरच्या पट्ट्यातून काढले. कौशल्याने त्याने हार्नेस बांधलं आणि सगळे पट्टे घट्ट केले.

"झालं तुझं?" तो सौम्यपणे म्हणाला, पण त्याचे डोळे चमकत होते. "तुझा तो कालचा हेअरटाय आहे का?"

मी मान हलवली.

"मी तुझे केस वर बांधू?"

"होय."

मी पटकन जसं सांगितलं गेलं तसं केलं.

"आत जा," ख्रिश्चनने फर्मावलं. तो अजूनही इतका बॉसी होता. मी पाठीमागे चढण्यासाठी गेले.

"नाही. पुढे. पायलट मागे बसतो."

"पण तू बघू शकशील का?"

"मला खूप दिसतंय," तो हसला.

मला नाही वाटत मी त्याला एवढं आनंदी कधी पाहिलं होतं – बॉसी, पण आनंदी. मी धडपडत आत शिरले, लेदर सीटवर स्थानापन्न झाले. आश्चर्यजनकरीत्या ती आरामशीर होती. ख्रिश्चन अंगावर झुकला, त्याने माझ्या खांद्यावरून हार्नेस ओढून घेतला, माझ्या पायांच्यामधून खालचा पट्टा घेऊन तो माझ्या पोटावरच्या फास्टनरमधल्या भोकात अडकवला. बांधून ठेवणारे सगळे पट्टे त्याने घट्ट केले.

"हं... एका सकाळी दोनदा, मी एक नशीबवान पुरुष आहे," तो कुजबुजला आणि पटकन माझं चुंबन घेतलं.

"याला जास्त वेळ लागणार नाही – जास्तीत जास्त वीस-तीस मिनिटं.

सकाळच्या या वेळेला थर्मल्स चांगले नसतात, पण या वेळेला वरचं दृश्य श्वास रोधायला लावणारं असतं. तू अस्वस्थ नाहीस अशी मला आशा आहे.''

''उत्तेजित,'' मी हसले. हे हास्यास्पद हसू कुठून आलं? खरं म्हणजे, माझा एक भाग घाबरला होता. माझी अंतर्देवता – ती सोफ्याच्या मागे एका ब्लँकेटच्या आड होती.

''गुड,'' तोपण हसला. माझा चेहरा थोपटून मग दृष्टिआड झाला.

तो माझ्या मागे चढत असताना मला त्याची हालचाल जाणवली आणि आवाज ऐकू आले. अर्थातच त्याने मला पट्ट्यांनी एवढं घट्ट बंदिस्त केलं होतं की, त्याला मी वळून बघू शकत नव्हते... टिपिकल! आम्ही जमिनीवर खूप खाली होतो. माझ्यासमोर डायल्स, लीव्हर्स आणि एका मोठ्या काठीसारखं पॅनेल होतं. मी सगळं वेगळं सोडलं.

मार्क बेन्सन आनंदाने हसत परत आला; त्याने माझे पट्टे तपासले. आत वाकून कॉकपिटची जमीन तपासली. मला वाटलं ते बॅलास्ट असावं.

''सुरक्षित आहे. पहिली वेळ?'' त्याने मला विचारलं.

''होय.''

''तुम्हाला ते आवडेल.''

''थॅंक्स, मि. बेन्सन.''

''मला मार्क म्हणा,'' तो ख्रिश्चनकडे वळला. ''ओके?''

''यप. लेट्स गो.''

काही खाल्लं नसल्याने मी फार आनंदी होते. मी उत्तेजनेच्याही पलीकडे होते आणि माझ्या पोटाला अन्न मानवलं असतं असं मला वाटत नव्हतं, उत्तेजना आणि जमीन सोडणं. पुन्हा एकदा, मी स्वत:ला या सुंदर माणसाच्या कुशल हातात सोपवत होते. मार्कने कॉकपिटचं झाकण बंद केलं, विमानाच्या पुढे चालत जाऊन आत चढला.

पायपरचं एकुलतं एक प्रॉपेलर चालू झालं आणि माझं अस्वस्थ पोट माझ्या घशात उचंबळून आलं. जीझ... मी खरंच हे करत होते. मार्क रनवेवरून सावकाश पुढे गेला आणि केबलला ओढ बसल्यावर आम्ही एकाएकी पुढे फेकले गेलो. आम्ही निघालो होतो. माझ्या मागे लावलेल्या रेडिओवर मला बडबड ऐकू आली. मार्क टॉवरशी बोलत होता – पण तो काय बोलतोय हे मला कळत नव्हतं. पायपरला जसा वेग आला, तेव्हा आम्हालाही वेग आला. रस्त्यात बरेच हादरे बसले आणि आमच्यापुढे एक सिंगल प्रॉप विमान अजूनही जमिनीवरच होतं. जीझ, आम्ही वर कधी जाऊ? आणि एकाएकी माझं पोट माझ्या घशातून अदृश्य झालं आणि माझ्या शरीरातून जमिनीवर पडलं – आम्ही आकाशात उड्डाण केलं होतं.

''हिअर वी गो, बेबी!'' ख्रिश्चन माझ्या मागून ओरडला. आत्ता आम्ही आमच्या

स्वतःच्या बुडबुड्यात आहोत, फक्त आम्ही दोघं. मला ऐकू येत होतं तो फक्त वारा मागे वाहत असल्याचा आवाज आणि पायपरच्या इंजिनाचा दूरवरून येणारा आवाज.

दोन्ही हातांनी मी माझ्या आसनाचा कोपरा पकडला होता, इतका घट्ट की, माझ्या बोटांची पेरं पांढरी पडली होती. आम्ही पश्चिमेकडे गेलो, जमिनीच्या जवळून. उगवत्या सूर्यापासून दूर, उंची मिळवत, शेतं, जंगलं, घरं आणि इंटरस्टेट ९५ला ओलांडत.

ओ माय. आश्चर्यकारक! आमच्यावर फक्त आकाश. उजेड अद्वितीय होता, त्याची छटा विखुरलेली आणि उबदार होती, आणि मला जोस त्या 'जादुई तासा'बद्दल बडबड करायचा ते आठवलं, दिवसाचा असा वेळ जो छायाचित्रकारांना अत्यंत प्रिय असतो – हीच ती वेळ होती... पहाटेनंतर लगेचच आणि मी त्याच्यात होते, ख्रिश्चनसह.

अचानक, मला जोसच्या कार्यक्रमाची आठवण झाली. हं... मला ख्रिश्चनला सांगायला हवं. मी त्याची प्रतिक्रिया काय होईल याचा थोडक्यात विचार केला, पण मी त्याची चिंता करणार नाही, आत्तातरी नाही – मी या उड्डाणाची मजा लुटू लागले. आम्ही जेव्हा उंचावर गेलो तेव्हा माझे कान ताठ झाले आणि जमीन दूर, आणखी दूर गेली. इतकं शांत होतं इथे. त्याला इथे यायला का आवडतं ते मला नीट कळलं. त्याच्या ब्लॅकबेरीपासून आणि कामाच्या ताणापासून दूर.

रेडिओला संजीवनी मिळाली आणि मार्कने तीन हजार फुटांचा उल्लेख केला. जीझ! आता मला खालचं काहीही स्पष्टपणे दिसत नव्हतं.

"सोडून द्या," ख्रिश्चन रेडिओत म्हणाला आणि एकाएकी पायपर अदृश्य झालं. लहान विमानाने बसणाऱ्या ओढीची जाणीव पण थांबली. आम्ही तरंगत होतो, जॉर्जियावर तरंगत होतो.

होली फक् – ते उत्तेजित करणारं होतं. विमान उतरलं आणि पंखा खाली झाला. आम्ही सूर्याकडे वळलो. इकॅरस. हेच ते. मी सूर्याच्या जवळ उडत होते, पण तो माझ्याबरोबर होता, मला मार्ग दाखवत होता. त्या जाणिवेने मी दीर्घ श्वास घेतला. आम्ही घिरट्या घातल्या, घालत राहिलो आणि सकाळचा उजेड रोमांचक होता.

"घट्ट धरून रहा," तो ओरडला आणि आम्ही पुन्हा खाली सूर मारला – फक्त या वेळेला तो थांबला नाही. एकाएकी, मी उलटी झाले होते, कॉकपिटच्या कॅनॉपीमधून जमीन बघत होते.

मी जोराने किंकाळी मारली, माझे हात आपोआप बाहेर फेकले गेले, माझे हात पर्स्पेक्सवर मी पडू नये म्हणून पसरले. मला त्याच्या हसण्याचा आवाज आला. बास्टर्ड! पण हा आनंद लागण करणारा आहे आणि मीदेखील त्याने विमान सरळ केल्यावर हसले.

"मी न्याहारी केली नाही त्याचा मला आनंद होतोय!" मी त्याला ओरडून सांगितलं.

"होय, संकटाची पूर्वसूचना आधीच मिळाली ते बरं झालं. तू न्याहारी केली नाहीस, कारण मी ते पुन्हा करणार आहे."

त्याने आणखी एकदा विमान आम्ही उलटे होईपर्यंत खाली आणलं. या वेळेला, मी तयारीत असल्याने हार्नेसला धरून ठेवलं, पण त्यामुळे मला एखाद्या मूर्खासारखं खुदुखुदु हसायला आलं. कोलांटी मारून त्याने पुन्हा एकदा विमान सरळ केलं.

"सुंदर आहे, हो ना?" त्याने आवाज दिला.

"होय."

हवेतून राजेशाहीपणे सुळकांड्या मारत, वाऱ्याचा आवाज ऐकत आम्ही उडालो. सकाळच्या प्रकाशात. आणखी काय मागायचं?

"तुझ्या समोरची जॉयस्टिक दिसतेय?" तो पुन्हा ओरडला.

माझ्या पायांच्या मधोमध हलणाऱ्या काठीकडे मी बघितलं. ओ नो, तो हे सांगत कुठे निघालाय?

"पकडून ठेव."

ओह. शिट्. तो मला विमान उडवायला लावत होता. नो!

"गो ऑन, ॲनास्टॅशिया, पकड ते." त्याने अधिक कळकळीने विनवलं.

अनिश्चितपणे मी ते पकडलं आणि मला पिच आणि यॉ जाणवलं. जे रडर्स आणि पॅडल्स आहेत किंवा या गोष्टीला आकाशात उडत ठेवणाऱ्या वस्तू आहेत, असं मी गृहीत धरलं.

"घट्ट धर... ते हलू देऊ नकोस. समोर मिडल डायल दिसते? सुई बरोबर मध्यावर ठेव."

माझं हृदय माझ्या तोंडात आलं. होली शिट्. मी ग्लायडर उडवत होते... मी हवेत विहरत होते.

"गुड गर्ल." ख्रिश्चन आनंदी वाटला.

"मला तू नियंत्रण घेऊ दिलंस याबद्दल मला आश्चर्य वाटलं," मी ओरडले.

"मी तुला काय करू देईन याबद्दल तुला आश्चर्य वाटेल, मिस स्टील. आता पुन्हा माझ्याकडे."

मला एकाएकी जॉयस्टिक हलल्याचं जाणवलं आणि आम्ही कित्येक फूट खाली गिरक्या मारत आलो तेव्हा मी ती सोडून दिली, माझे कान पुन्हा ताठ झाले. जमीन जवळ येते होती आणि आम्ही लवकरच तिच्यावर उतरू असं वाटत होतं. जीझ, ते भीतिदायक होतं.

"बीएमए, धिस इज बीजी एन पापा थ्री आल्फा, एंटरिंग लेफ्ट डाउन-विंड रनवे सेव्हन टू द ग्रास, बीएमए." ख्रिश्चनचं त्याचं नेहमीचं आज्ञा करणारं व्यक्तिमत्त्व जाणवलं. टॉवरवरून रेडिओवर त्याच्यासाठी मोठ्याने आणि सुखद नसलेले संदेश आले, पण ते काय म्हणतात ते मला कळलं नाही. आम्ही पुन्हा एका मोठ्या वर्तुळात उडालो, सावकाशपणे जमिनीवर आलो. मला एअरपोर्ट, लँडिगच्या पट्ट्या दिसल्या आणि आम्ही इंटरस्टेट ९५कडे परत उडत होतो.

"वाट बघ, बेबी, इथे हादरे बसू शकतात." आणखी एक वर्तुळ झाल्यावर आम्ही खाली आलो आणि एकाएकी एका छोट्याशा 'थंप'नंतर आम्ही गवतावरून धावत होतो – होली शिट्. आम्ही जमिनीवर जेव्हा चकित करणाऱ्या वेगाने धक्के दिले तेव्हा माझे दात कटकट आवाज करू लागले. शेवटी आम्ही थांबलो. विमान हललं आणि उजवीकडे कललं. मी माझ्या फुप्फुसात खोलवर हवा भरून घेतली, ख्रिश्चन वाकला आणि त्याने कॉकपिटचं झाकण उघडलं. आम्ही धडपडत बाहेर निघालो आणि अंग ताणलं.

"कसं वाटलं?" त्याने विचारलं. त्याचे डोळे चमकणारे चंदेरी करडे होते. माझी बकलं काढण्यासाठी तो खाली वाकला.

"खरोखरच असाधारण. थँक यू." मी कुजबुजले.

"फार जास्त नाही ना वाटलं?" त्याने विचारलं, त्याच्या आवाजात आशेची छटा होती.

"खूप जास्त." मी श्वास घेतला, तो हसला.

"चल," त्याने त्याचा हात माझ्यासाठी पुढे केला आणि मी कॉकपिटमधून धडपडत बाहेर आले

मी जशी बाहेर आले तसं त्याने मला पकडलं आणि त्याच्या शरीराच्या निकट धरलं. एकाएकी त्याचा हात माझ्या केसात होता, ते ओढल्याने माझं डोकं मागे कललं आणि त्याचा दुसरा हात माझ्या पाठीच्या कण्याच्या खालच्या तळाशी पोचला. त्याने माझं दीर्घ, जोमदार आणि वासनामय चुंबन घेतलं, त्याची जीभ माझ्या तोंडात होती. त्याचा श्वासोच्छ्वास वाढत होता, त्याची उत्तेजना... होली काउ – त्याचं उत्थापन... आम्ही शेतात होतो. पण मी पर्वा केली नाही. माझे हात मी त्याच्या केसात पिरगळले, त्याला माझ्याकडे वळवलं. मला तो पाहिजे, इथे, आत्ता, जमिनीवर. तो वेगळा झाला आणि माझ्याकडे बघितलं, त्याचे डोळे आता गडद आणि सकाळच्या प्रकाशात चमकदार दिसत होते, त्याच्या डोळ्यांत रांगडी, उद्धट लालसा ओथंबलेली होती. वॉव, तो माझा श्वास हिरावून घेत होता.

"ब्रेकफास्ट," तो कुजबुजला, ते चवदारपणे कामोत्तेजक वाटलं.

बेकन आणि अंड्यांना तो मनाई असलेल्या फळासारखं कसं काय भासवू

शकतो? ते एक असाधारण कौशल्य आहे. त्याने वळून माझा हात पकडला आणि आम्ही गाडीकडे परत फिरलो.

"ग्लायडरचं काय?"

"कोणीतरी त्याची काळजी घेईल," तो विषय संपवल्यासारखं म्हणाला. "आपण आता जाऊ या." त्याचा स्वर सुस्पष्ट आणि लक्षात येण्यासारखा होता.

अन्न! तो अन्नाबद्दल बोलतोय, ते पण जेव्हा खरं म्हणजे मला काय पाहिजे असेल तर तो!

मी त्याला असं कधीही पाहिलं नव्हतं आणि त्याला तसं बघणं हा एक आनंद होता. मी त्याच्या बाजूने चालले, हातात हात घालून, माझ्या चेहऱ्यावर एक मूर्ख, बावळट हसू चिकटवलेलं. मी जेव्हा दहा वर्षांची होते आणि डिस्नेलँडमध्ये रेबरोबर मी दिवस घालवला होता त्याची मला आठवण झाली. तो एक परिपूर्ण दिवस होता आणि हादेखील नक्कीच तसाच असेल अशी खातरी वाटली.

गाडीकडे परत येऊन आम्ही जेव्हा इंटरस्टेट ९५ने सवानाकडे जाऊ लागलो तेव्हा माझ्या फोनचा अलार्म वाजला. ओ यस... माझी गोळी.

"काय आहे ते?" ख्रिश्चनने कुतूहलाने विचारलं.

मी माझ्या पर्समध्ये पाकीट धुंडाळलं.

"माझ्या गोळीसाठी अलार्म," मी जेव्हा पुटपुटले तेव्हा माझे गाल लाल झाले.

त्याचे ओठ तिरपे झाले.

"गुड. छान केलंस. मला कंडोम्सचा तिरस्कार वाटतो."

मी आणखी लाल झाले. तो नेहमीप्रमाणेच चांगलं वागण्याचं नाटक करणारा, पण दुसऱ्याला कमी लेखणारा असा होता.

"मार्कला तू माझी ओळख 'तुझी गर्लफ्रेंड' अशी करून दिलीस, ते मला आवडलं," मी पुटपुटले

"नाहीस का तू माझी गर्लफ्रेंड?" त्याने भुवई उंचवली.

"आहे का? मला वाटलं तुला सबमिसिव्ह हवी होती."

"मला सबमिसिव्ह हवी होती, ॲनास्टॅशिया आणि हवी आहे. पण मी तुला सांगितलंय, मला पण अधिक पाहिजे."

ओ माय. तो जुळवून घेत होता आणि माझ्यामध्ये आशा संचारली. माझा श्वास रोखला गेला.

"तुला आणखी पाहिजे म्हणून मी आनंदी आहे," मी कुजबुजले.

"आमचं उद्दिष्ट आहे खूश करणं, मिस स्टील," तो शिष्टपणे हसला; आम्ही

इंटरनॅशनल हाउस ऑफ पॅनकेक्समध्ये गाडी उभी केली.

"आयएचओपी," मी त्याच्याकडे बघून हसले. माझा त्या गोष्टीवर विश्वास बसला नाही. कोणी विचार केला असेल? ख्रिश्चन ग्रे आयएचओपीमध्ये!

सकाळचे ८.३० वाजले होते, पण रेस्टॉरंटमध्ये शांतता होती. गोड मिश्रण, तळलेले अन्नपदार्थ आणि जंतुनाशकांचा वास येत होता. हं... एवढा काही मोहित करणारा सुगंध नव्हे. ख्रिश्चनने मला एका बूथकडे नेलं.

"तू इथे येशील याची मी कधीच कल्पना केली नसती," आम्ही बूथमध्ये बसताना मी म्हणाले.

"आमची मॉम मेडिकल कॉन्फरन्सला गेल्यावर आमचे डॅड आम्हाला अशा एखाद्या ठिकाणी आणायचे. ते आमचं गुपित होतं." त्याचे डोळे नाचत होते. तो माझ्याकडे बघून हसला. मग मेन्यू उचललं, त्याच्या विसकटलेल्या केसातून एकदा हात फिरवला.

ओह, माझे हात मला त्या केसांतून फिरवायचे आहेत. मी मेन्यू उचलला आणि तो तपासला. मला खूप भूक लागली आहे हे माझ्या ध्यानात आलं.

"मला काय पाहिजे ते मला ठाऊक आहे," त्याने श्वास घेतला. त्याचा आवाज खालच्या पट्टीत आणि खर्जातला होता.

मी त्याच्याकडे बघितलं आणि तो माझ्याकडे अशा पद्धतीने टक लावून पाहत होता ज्यामुळे माझ्या पोटातले स्नायू आवळले. श्वास फुलला. त्याचे डोळे गडद आणि तप्त होते. होली शिट्. माझं रक्त माझ्या नसांत गात असताना, त्याच्या आमंत्रणाला प्रतिसाद देत असताना मी त्याच्याकडे पाहिलं.

"तुला जे पाहिजे ते मला पाहिजे," मी कुजबुजले.

त्याने तीव्रतेने श्वास घेतला.

"इथे?" त्याने सूचकपणे विचारलं, माझ्याकडे बघून एक भुवई उंचवली, लबाड हसला, त्याच्या जिभेच्या टोकाला त्याच्या दातांनी अडकवलेलं होतं.

ओ माय... सेक्स इन आयएचओपी. त्याचा भाव बदलला, अधिक गडद झाला.

"तुझा ओठ चावू नकोस," त्याने फर्मावलं. "इथे, आत्ता नाही." क्षणभर त्याचे डोळे कठोर झाले. एक क्षणभर, तो मोहकपणे घातक दिसत होता. "मी जर तुझा इथे उपभोग घेऊ शकत नसेन, तर मला मोहात पाडू नकोस."

"हाय, माझं नाव लिआंड्रा आहे. मी तुमच्यासाठी काय आणू... एर्... फोक्स... एर्... आज, या सकाळी?"

तिचा आवाज तिच्या शब्दांवर धक्के खात विरत गेला. तिने माझ्यासमोर बसलेल्या मि. ब्यूटिफुलवर एक नजर टाकली. ती लाजून लाल झाली आणि

तिच्याबद्दलची थोडीशी कणव नसतानादेखील माझ्या जागृतावस्थेत बुडबुडे तयार झाले, कारण तो मला अजूनही तसंच करतो. त्याच्या वैषयिक नजरेपासून मला तिच्या उपस्थितीमुळे काही काळ सुटका घेण्याची परवानगी मिळाली.

"ॲनास्टॅशिया?" तिच्याकडे दुर्लक्ष करत त्याने माझ्या बोलण्याची अपेक्षा केली आणि मला नाही वाटत कोणीही माझ्या नावात एवढी वैषयिकता दाबून बसवेल जेवढी त्याने त्या क्षणी केली.

मी आवंढा गिळला, बिचाऱ्या लिआंड्रासारखाच माझाही रंग होऊ नये म्हणून प्रार्थना केली.

"मी तुला सांगितलं, तुला जे पाहिजे ते मला पाहिजे," मी माझा आवाज हळू आणि खालच्या पट्टीतला ठेवला. त्याने माझ्याकडे भुकेलेल्या नजरेने बघितलं. जीझ, माझी अंतर्देवता आनंदाने भारावून जाते. मी हा खेळ खेळू शकेन?

लिआंड्रा माझ्याकडून त्याच्याकडे बघत पुन्हा माझ्याकडे बघत राहिली. तिच्या चमकदार केसांसारखाच जवळजवळ तिचा रंग झाला होता.

"तुम्हाला लोकांना निर्णय घेण्यासाठी मी आणखी एक मिनिट देऊ का?"

"नाही. आम्हाला काय पाहिजे ते आम्हाला माहीत आहे." ख्रिश्चनचं तोंड एका छोट्याशा, सेक्सी स्थितीत तिरपं झालं

"मेपल सिरपबरोबर दोन ओरिजिनल बटरमिल्क पॅनकेक्स, बरोबर बेकन, दोन ग्लास संत्र्याचा रस, स्किम मिल्कबरोबर काळी कॉफी आणि एक इंग्लिश ब्रेकफास्ट टी, तुमच्याकडे जर तो असेल तर..." माझ्यावरून त्याचे डोळे न हटवता ख्रिश्चन म्हणाला.

"थँक यू, सर. एवढंच ना?" लिआंड्रा कुजबुजली. आम्हा दोघांना न बघता दुसरीकडे बघत गेली. आम्ही दोघंही तिच्याकडे टक लावून बघण्यासाठी वळलो आणि ती पुन्हा लाजून लालभडक होत पटकन गेली.

"तुला माहीत आहे, हे खरं म्हणजे योग्य नाही," मी खाली फॉर्मायका टेबल टॉपकडे पाहिलं. त्याच्यावर माझ्या तर्जनीने एक आकृती काढली आणि अलिप्त भासण्याचा प्रयत्न केला.

"काय योग्य नाही?"

"तू लोकांना कसं नि:शस्त्र करतोस – स्त्रियांना – मला."

"मी तुला नि:शस्त्र करतो?"

मी नाकातून आवाज काढला, "नेहमीच."

"ते फक्त दिसणं आहे, ॲनास्टॅशिया," तो सौम्यपणे म्हणाला.

"नाही, ख्रिश्चन, ते त्यापेक्षा खूप अधिक आहे."

त्याच्या भुवयांना चुण्या पडल्या. "तू मला पूर्णपणे नि:शस्त्र करतेस, मिस

स्टील, तुझा निष्पापपणा. ते सगळ्या निरर्थक गोष्टींना भेदून टाकतं.''

''म्हणून तू तुझं मन बदललंस का?''

''माझं मन बदललं?''

''होय – एर... आपल्याबद्दल.''

त्याने विचारपूर्वक त्याच्या लांबसडक, कुशल बोटांनी त्याच्या हनुवटीवर थोपटलं. ''मला नाही वाटत मी माझं मन बदललंय असं. आपण फक्त आपल्या चौकटींची पुन्हा व्याख्या करायला हवी. आपल्याला युद्धाच्या रेषा पुन्हा आखायला हव्यात, जर तू करशील तर. आपण हे चालवू शकू, मला खातरी आहे. माझ्या प्लेरूममध्ये तू मला सबमिसिव्ह म्हणून हवीस. तू जर नियमांपासून भरकटलीस तर मी तुला शिक्षा करेन. त्यापेक्षा वेगळं म्हणजे... वेल, मला वाटतं ते चर्चेसाठी उपलब्ध आहे. त्या माझ्या गरजा आहेत, मिस स्टील. तुझं त्याबद्दल काय म्हणणं आहे?''

''म्हणजे मला तुझ्याबरोबर झोपायला मिळेल? तुझ्या बिछान्यात?''

''ते पाहिजे का तुला?''

''होय.''

''माझी सहमती आहे. शिवाय, तू जेव्हा माझ्या बिछान्यात असतेस तेव्हा मी खूप छान झोपतो. याची मला कल्पना नव्हती,'' त्याचा आवाज विरला तशी त्याची भुवई वक्र झाली.

''मी जर या सगळ्या गोष्टींसाठी तयार झाले नाही, तर तू मला सोडून जाशील म्हणून मी घाबरले होते.''

''मी कुठे जाणार नव्हतो, ॲनास्टॅशिया, शिवाय...'' तो थांबला आणि नंतर काही विचार करून, पुढे पुस्ती जोडली, ''आपण तुझ्या सल्ल्याचं पालन करतो आहोत, तुझी व्याख्या : समझोता. तू मला ते ईमेल केलास. आत्तापर्यंत, ते माझ्यासाठी चालतंय.''

''तुला अधिक पाहिजे ते मला आवडतं,'' मी लाजाळूपणे कुजबुजले.

''मला माहीत आहे.''

''तुला कसं माहीत?''

''माझ्यावर विश्वास ठेव. मला माहीत आहे,'' तो माझ्याकडे बघून शिष्टपणे हसला. तो काहीतरी लपवतोय. काय?

त्या क्षणी, लिआंड्रा आमची ऑर्डर घेऊन आल्याने आमचं संभाषण थांबलं. माझं पोट मला किती भूक लागलीय त्याची आठवण करून देण्यासाठी गुरगुरलं. मी माझ्या प्लेटमधल्या सगळ्याचा फन्ना उडवला हे ख्रिश्चनने चीड आणणाऱ्या संमतीने बघितलं.

"मी तुला ट्रीट करू?" मी ख्रिश्चनला विचारलं.

"कशाप्रकारे ट्रीट?"

"या जेवणाचे पैसे देऊन."

ख्रिश्चनने नाकातून आवाज काढला.

"मला नाही वाटत," तो फिस्कारला.

"प्लीज, मला करायचंय."

त्याने माझ्याकडे कपाळाला आठ्या घालून बघितलं.

"तू माझं पूर्णपणे खच्चीकरण करण्याचा प्रयत्न करते आहेस का?"

"हे कदाचित असं एकच ठिकाण आहे जिथे पैसे देणं मला परवडेल."

"ॲनास्टॅशिया, मला तुझ्या विचाराचं कौतुक वाटतं. पण नाही."

मी माझ्या ओठांचा चंबू केला.

"खवळू नकोस," त्याने धमकावलं. त्याचे डोळे अशुभाची चाहूल दिल्यासारखे चमकत होते.

अर्थात त्याने मला माझ्या आईचा पत्ता विचारला नाही. त्याला तो आधीच माहीत होता, तो एक माग काढणारा होता. त्याने जेव्हा घराच्या बाहेर गाडी थांबवली तेव्हा मी काही मल्लीनाथी केली नाही. काय मतलब आहे?

"तुला आत यायचं आहे?" मी लाजत विचारलं.

"आता मला काम करायला हवं, ॲनास्टॅशिया. पण मी आज संध्याकाळी परत येईन. किती वाजता?"

निराशेच्या नकोशा टोचणीकडे मी दुर्लक्ष केलं. मला प्रत्येक मिनिट या नियंत्रण ठेवणाऱ्या सेक्स गॉडबरोबर घालवावंसं का वाटतं? ओह यस, मी त्याच्या प्रेमात पडले होते आणि तो उडूही शकत होता.

"थँक यू... अधिक दिल्याबद्दल."

"माय प्लेझर, ॲनास्टॅशिया." त्याने माझं चुंबन घेतलं आणि मी त्याचा सेक्सी सुगंध हुंगला.

"मी तुला नंतर भेटेन."

"मला थांबवायचा प्रयत्न करून बघ," तो कुजबुजला.

तो जॉर्जियाच्या सूर्यप्रकाशात गाडी चालवत निघून जाताना मी त्याला हात हलवून 'गुडबाय' केला. मी अजूनही त्याचा स्वेटशर्ट आणि त्याची अंडरवेअर घातली होती.

स्वयंपाकघरात माझी मॉम पूर्ण गोंधळली होती. एका मल्टिमिलिनेअरचं तिला काही प्रत्येक दिवशी स्वागत करावं लागत नसल्याने ती तणावग्रस्त होती.

"तू कशी आहेस, लाडके?" तिने विचारलं आणि मी लाजले. कारण मी काल रात्री काय करत होते, हे तिला माहीत होतं.

"मी छान आहे. ख्रिश्चन मला आज सकाळी ग्लायडिंगला घेऊन गेला होता." मला वाटलं या नवीन माहितीने तिचं लक्ष विचलित होईल.

"ग्लायडिंग? इंजीन नसलेल्या एका छोट्या विमानाने करतात ते? त्या प्रकारचं ग्लायडिंग?"

मी मान हलवली.

"वॉव."

मी निःशब्द होते – माझ्या मॉमसाठी एक नवीनच संकल्पना. तिने माझ्याकडे तोंड उघडं टाकून पाहिलं, पण शेवटी स्वतःला सावरलं आणि तिच्या प्रश्नाचा मूळ धागा पुन्हा पकडला.

"कालची रात्र कशी होती? तू बोललीस का?"

जीझ. मी लालभडक झाले.

"आम्ही बोललो – काल रात्री आणि आज. सुधारणा होतेय."

"छान," तिने तिचं लक्ष किचन टेबलवर उघडून ठेवलेल्या चार स्वयंपाकाच्या पुस्तकांकडे वळवलं.

"मॉम... तुला पाहिजे असेल तर, आज संध्याकाळी मी स्वयंपाक करेन."

"ओह, हनी. ते दयाळूपणाचं आहे, पण तो मला करायचाय."

"ओके." मी तोंड वाकडं केलं. मला चांगलं माहीत होतं की, माझ्या आईचा स्वयंपाक म्हणजे एकतर चांगला, नाहीतर बिघडलेला असतो. कदाचित बॉबबरोबर सवानाला आल्यापासून तिच्यात सुधारणा झाली असावी. एक वेळ अशी होती जेव्हा तिने केलेल्या स्वयंपाकाचं मी कोणालाही लक्ष्य केलं नसतं... अगदी – कोणाचा बरं मी तिरस्कार करते? ओह यस – मिसेस रॉबिनसन – एलेना. वेल, कदाचित तिला. मी कधीतरी या डॅम्ड बाईला भेटेन का?

मी ख्रिश्चनला एक 'थँक यू' मेल पटकन पाठवायचा निर्णय घेतला.

ॲनास्टॅशिया स्टीलकडून,

विषय : 'सोअर इंग'च्या विरुद्ध सोअरिंग

तारीख : जून २, २०११ १०:२० इएसटी

ख्रिश्चन ग्रेला,

कधीकधी, एखाद्या मुलीला चांगला वेळ घालवायला दाखवायचं तुला खरंच कळतं.

थँक यू.

ॲना.

ख्रिश्चन ग्रेकडून,

विषय : सोअरिंग विरुद्ध सोअर-इंग

तारीख : जून २, २०११ १०:२४ इएसटी

ॲनास्टॅशिया स्टीलला,

तुझ्या घोरण्यापेक्षा मी दोन्हीपैकी एक काहीतरी निवडेन. माझा पण वेळ छान गेला.

पण जेव्हा मी तुझ्याबरोबर असतो तेव्हा माझा वेळ नेहमीच छान जातो.

ख्रिश्चन ग्रे,

सीईओ, ग्रे एंटरप्रायझेस होल्डिंग्ज, इन्कॉर्पोरेटेड

ॲनास्टॅशिया स्टीलकडून,

विषय : घोरणं

तारीख : जून २, २०११ १०:२६ इएसटी

ख्रिश्चन ग्रेला,

मी घोरत नाही. जर मी घोरत असेन, तर ते निदर्शनाला आणणं हे तुझं फार असभ्यपणाचं वागणं आहे.

तू सभ्य गृहस्थ नाहीस, मि. ग्रे! आणि तू डीप साउथमध्येदेखील आहेस!

ॲना.

ख्रिश्चन ग्रेकडून,

विषय : सोअरिंग विरुद्ध सोअर-इंग

तारीख : जून २, २०११ १०:२८ इएसटी

ॲनास्टॅशिया स्टीलला,

मी जंटलमन असल्याचा कधीच दावा केला नाही, ॲनास्टॅशिया. आणि मला वाटतं, कित्येक प्रसंगी मी तो मुद्दा तुझ्या निदर्शनाला आणलाय. तुझ्या ओरडणाऱ्या कॅपिटल अक्षरांनी मी घाबरून गेलेलो नाही. पण मी एका 'सफेद झूठ'चा कबुलीजबाब देईन – नाही, तू घोरत नाहीस, पण तू बोलतेस. ते आकर्षित करणारं आहे.

माझ्या चुंबनाचं काय झालं?

ख्रिश्चन ग्रे,
कॅड ॲन्ड सीईओ, ग्रे एंटरप्रायझेस होल्डिंग्ज, इन्कॉर्पोरेटेड

होली शिट्. मला माहीत होतं की, मी झोपेत बोलते. केटने मला पुष्कळ वेळा सांगितलं होतं. मी काय बोलले? ओह नो.

ॲनास्टॅशिया स्टीलकडून,
विषय : उघड कर
तारीख : जून २, २०११ १०:३२ इएसटी
ख्रिश्चन ग्रेला,

तू एक कॅड आणि लुच्चा आहेस – सभ्य गृहस्थ नक्कीच नाहीस.
मग, काय बोलले मी? तू सांगेपर्यंत तुला चुंबनं मिळणार नाहीत.

थँक यू.
ॲना.

ख्रिश्चन ग्रेकडून,
विषय : निद्रिस्त, बोलणारी सुंदरी
तारीख : जून २, २०११ १०:३५ इएसटी
ॲनास्टॅशिया स्टीलला,

मी हे म्हणणं माझ्या वतीने फारच असभ्यपणाचं ठरेल आणि त्यासाठी मला आधीच चांगलंच झाडण्यात आलंय.

पण तू जर नीट वागलीस, तर मी तुला आज संध्याकाळी सांगेन. मला आता एका मीटिंगला जायचंय.

नंतर, बेबी.

ख्रिश्चन ग्रे,
सीईओ, कॅड आणि स्काउंड्रल, ग्रे एंटरप्रायझेस होल्डिंग्ज, इन्कॉर्पोरेटेड

बरोबर! मी आजच्या संध्याकाळपर्यंत रेडिओसारखी शांतता ठेवेन. मी फणफणले. जीझ. समजा मी त्याचा तिरस्कार करते, असं म्हटलं असेन, किंवा त्यापेक्षा अधिक वाईट म्हणजे, माझ्या झोपेत मी त्याच्यावर प्रेम करते असं म्हटलं असेन. ओह, तसं नसेल अशी मी आशा केली. त्याला ते सांगण्याची अद्याप माझी तयारी झाली नव्हती आणि मला खातरी आहे ते ऐकायला तो तयार नव्हता. जर कधी त्याला

ते ऐकायचं असेल तर... मी माझ्या कॉम्प्यूटरवर खवळले आणि निर्णय घेतला की, मॉमने काहीही शिजवलं, तरी मी ब्रेड बनवेन म्हणजे त्याचा गोळा मळताना माझ्या नैराश्याला मला वाट करून देता येईल.

माझ्या मॉमने गॅझपाचे सूप आणि ऑलिव्ह ऑइल, लसूण आणि लिंबात मुरलेल्या स्टेक्सचं बार्बेक्यू बनवायचं ठरवलं होतं. ख्रिश्चनला मटण आवडतं आणि ते करायला सोपं असतं. बार्बेक्यू ग्रिल सांभाळायला बॉबने स्वयंस्फूर्तीने मान्यता दिली होती.

पुरुष आणि आग यांचं काय आहे? मी माझ्या मॉमच्या मागोमाग शॉपिंग कार्ट घेऊन सुपरमार्केटमधून जाताना विचार केला.

आम्ही जेव्हा कच्च्या मटणाच्या कॅबिनेटमध्ये शोधत होतो, तेव्हा माझा फोन वाजला. मी काढला, तो फोन कदाचित ख्रिश्चनचा असावा असा विचार केला. मी नंबर ओळखू शकले नाही.

"हॅलो?" मी श्वास न घेता उत्तर दिलं.

"ॲनास्टॅशिया स्टील?"

"यस."

"मी 'एसआयपी'मधून एलिझाबेथ मॉर्गन बोलतेय."

"ओह् – हाय."

"मि. जॅक हाइडना साहाय्यक म्हणून तुम्हाला नोकरीचा प्रस्ताव देण्यासाठी फोन करतेय. तुम्ही सोमवारी सुरुवात केलेली आम्हाला चालेल."

"वॉव. दॅट्स ग्रेट. थँक यू."

"तुम्हाला पगाराचा तपशील माहीत आहे का?"

"होय. होय... माझ्या म्हणण्याचा अर्थ आहे, मी तुमचा प्रस्ताव स्वीकारते. तिथे येऊन तुमच्यासाठी काम करायला मला आवडेल."

"फार छान. तुम्ही सोमवारी सकाळी ८.३० वाजता याल?"

"भेटू तर मग. गुडबाय. धन्यवाद."

मी मॉमकडे बघून हसले.

"तुला नोकरी मिळाली?"

मी आनंदाने मान हलवली आणि ती जोरात किंचाळली. तिने पब्लिक्स सुपरमार्केटच्या मधोमध मला आलिंगन दिलं.

"अभिनंदन, लाडके! आपल्याला थोडीशी शॅम्पेन घ्यावी लागेल!" तिने हाताने टाळ्या वाजवल्या आणि खाली-वर उड्या मारल्या. *ती बेचाळीस वर्षांची आहे की बारा?*

मी माझ्या फोनकडे पाहिलं आणि कपाळाला आठ्या घातल्या; ख्रिश्चनकडून एक मिस्ड कॉल होता. तो मला कधी फोन करत नाही. मी त्याला लगेच फोन केला.

"ॲनास्टॅशिया," त्याने लगेच उत्तर दिलं.

"हाय," मी लाजून कुजबुजले.

"मला सीॲटलला परत जावं लागतंय. काहीतरी समस्या उद्‌भवलीये. मी आता हिल्टन हेडला निघालोय. तुझ्या आईची कृपा करून क्षमा माग – मी डिनरला येऊ शकत नाही." तो अगदी औपचारिक भासला.

"काही गंभीर नसावं अशी आशा आहे?"

"एक प्रसंग निर्माण झालाय, जो मला हाताळला पाहिजे. मी तुला उद्या भेटेन. एअरपोर्टवरून तुला घ्यायला मी टेलरला पाठवेन; मी जर स्वत: येऊ शकलो नाही तर," तो थंड वाटला. रागावलेलादेखील; पण प्रथमच मी असा विचार केला नाही की, ते माझ्यामुळे आहे.

"ओके. तू तुझ्या प्रासंगिक प्रश्नाचं निराकरण करशील अशी आशा करते. तुझा प्रवास सुरक्षित होवो."

"तुझा पण, बेबी." त्याने श्वास घेतला आणि त्या शब्दांबरोबर, माझा ख्रिश्चन परत आला. मग तो फोन ठेवला.

ओह नो. गेल्या वेळचा प्रसंग त्याच्यावर ओढवला होता तो माझ्या कौमार्याचा. जीझ, मी आशा करते की ते तसं काही नसावं. मी माझ्या मॉमकडे बघितलं. तिचा आधीचा उत्साह काळजीत रूपांतरित झाला होता.

"ख्रिश्चनचा फोन होता. त्याला सीॲटलला परत जावं लागलं. त्याने क्षमा मागितली आहे."

"ओह, ठीक आहे, डार्लिंग. आपण अजूनही आपलं बार्बेक्यू करू शकू आणि आपल्याकडे साजरं करण्यासाठी काहीतरी आहे – तुझी नवीन नोकरी! तू मला त्याच्याबद्दल सगळं काही सांगायला पाहिजेस."

दुपारी उशिराची वेळ होती. मी आणि मॉम पूलच्या शेजारी पहुडलो होतो. मि. मेगाबक्स डिनरला येणार नाही म्हणून माझी आई एवढी सैलावली होती की, ती अक्षरश: आडवी झाली होती. मी सूर्यप्रकाशात माझा फिकट रंग घालवण्यासाठी पहुडलेली असताना कालच्या संध्याकाळच्या आणि आजच्या ब्रेकफास्टचा विचार करत होते. मी ख्रिश्चनबद्दल विचार केला आणि माझ्या चेहऱ्यावरचं हास्यास्पद हसू कमी व्हायचं नाव घेत नव्हतं. ते माझ्या चेहऱ्यावर चोर पावलांनी येत राहिलं. अनाहूतपणे आणि हादरून गेलेलं. मला आमच्यातली वेगवेगळी संभाषणं आठवली... आम्ही काय केलं... त्याने काय केलं.

ख्रिश्चनच्या दृष्टिकोनात त्यामुळे फरक झालेला दिसला. तो ते नाकारत होता, पण तो अधिक मिळवण्यासाठी प्रयत्न करत होता हे त्याने मान्य केलं.

काय बदललं असावं? त्याने त्याची लांबलचक ईमेल पाठवल्यानंतर आणि मी त्याला काल भेटल्यानंतर काय बदललं असावं? त्याने काय केलंय? मी एकाएकी उठून बसले; माझा सोडा जवळजवळ सांडला. त्याने जेवण घेतलं... एलेनाबरोबर.

होली फक्!

त्या जाणिवेने माझ्या डोक्यावरचे केस ताठरले. ती त्याला काही म्हणाली का? ओह्... त्यांच्या डिनरच्या वेळी मी जर भिंतीवरची माशी असते, तर तिच्या सुपात पडले असते किंवा वाइनच्या ग्लासमध्ये, आणि तिला गुदमरवलं असतं.

"काय झालं, ॲना, हनी?" मॉमने तिच्या निष्क्रियतेतून दचकून विचारलं.

"एक मिनिट, मॉम... किती वाजले आहेत?"

"अंदाजे साडेदहा, डार्लिंग."

हं... तो अजून पोचला नसेल. मी त्याला विचारू शकते का? मी त्याला विचारू का? किंवा मग कदाचित तिचा त्या गोष्टीशी काही संबंध नसेल. मी तशी आशा करते. मी झोपेत काय बोलले? क्रॅप... त्याच्याबद्दल स्वप्न बघताना काहीतरी असुरक्षित शेरा, मी पैजेवर सांगितलं. ते जे काही असेल किंवा होतं, मी आशा केली की, तो फरक त्याच्या आतून येत होता आणि *तिच्यामुळे* नव्हे.

मी या नकोशा उष्णतेत घामाघूम झाले होते. मला पूलमध्ये आणखी एक डुबकी मारावी लागेल.

झोपायला जाण्यासाठी मी जेव्हा तयारी केली, तेव्हा मी माझा कॉम्प्यूटर चालू केला. मला ख्रिश्चनकडून काहीच आलेलं नव्हतं. तो सुरक्षित पोचला होता, असा एक शब्दही नव्हता.

ॲनास्टॅशिया स्टीलकडून,

विषय : सुरक्षित पोचलात?

तारीख : जून २, २०११ २२:३२

ख्रिश्चन ग्रेला,

प्रिय महोदय,

कृपया आपण सुरक्षित पोचल्याचं मला कळवा. मला काळजी वाटायला लागली आहे. तुमचा विचार करतेय.

तुमची ॲना

तीन मिनिटांनंतर, मला माझ्या ईमेल इनबॉक्समधून पिंग ऐकू आली.

ख्रिश्चन ग्रेकडून,

विषय : सॉरी

तारीख : जून २, २०११ १९:२६

ॲनास्टॅशिया स्टीलला,

मी सुरक्षित पोचलोय आणि तुम्हाला न कळवण्याबद्दल कृपा करून माझ्या क्षमायाचनेचा स्वीकार करा. तुम्हाला कोणतीही चिंता करावी लागेल, असं मला वाटत नाही. तुम्ही माझी काळजी करता हे जाणून मन भरून आलं. मीपण तुमचाच विचार करतोय आणि नेहमीप्रमाणेच तुम्हाला उद्या भेटण्याची वाट बघतोय.

ख्रिश्चन ग्रे,

सीईओ, ग्रे एंटरप्रायझेस होल्डिंग्ज, इन्कॉर्पोरेटेड

मी निःश्वास टाकला. ख्रिश्चन औपचारिकतेकडे परत फिरला होता.

ॲनास्टॅशिया स्टीलकडून,

विषय : परिस्थिती

तारीख : जून २, २०११ २२:४० इएसटी

ख्रिश्चन ग्रेला,

मला वाटतं, मी आपली मनापासून काळजी करते हे उघड आहे. तुम्ही त्याबाबत संशय कसा घेता? मला आशा आहे की, 'परिस्थिती' नियंत्रणाखाली आहे.

तुमची ॲना

ता.क. : मी माझ्या झोपेत काय म्हणाले, हे तुम्ही मला सांगणार आहात का?

ख्रिश्चन ग्रेकडून,

विषय : सोअरिंग विरुद्ध सोअर-इंग

तारीख : जून २, २०११ १९:४५

ॲनास्टॅशिया स्टीलला,

प्रिय मिस स्टील,

तुम्ही माझी काळजी करता हे मला फार आवडतं. इथली 'परिस्थिती' अजून निवळली नाही.

तुमच्या ताज्या कलमासंबंधी उत्तर आहे – नाही.

ख्रिश्चन ग्रे,
सीईओ, ग्रे एंटरप्रायझेस होल्डिंग्ज, इन्कॉर्पोरेटेड

ॲनास्टॅशिया स्टीलकडून,
विषय : वेडेपणाची याचना
तारीख : जून २, २०११ २२:४८ इएसटी
ख्रिश्चन ग्रेला,

मला आशा आहे ते मनोरंजक होतं. पण मी बेशुद्धीत असताना माझ्या तोंडात काय येतं त्याबद्दल मी जबाबदारी घेऊ शकत नाही, हे तुम्हाला माहीत असलं पाहिजे. वस्तुत: तुम्ही कदाचित माझं बोलणं चुकीचं ऐकलं.

तुमच्या एवढ्या मोठ्या वयाचा माणूस नक्कीच थोडासा बहिरा असणार.

ख्रिश्चन ग्रेकडून,
विषय : अपराधी असल्याची भावना
तारीख : जून २, २०११ १९:५२
ॲनास्टॅशिया स्टीलला,

प्रिय मिस स्टील,
सॉरी, तुम्ही जरा मोठ्याने बोलाल का? मला तुम्ही काय बोलता ते ऐकू येत नाही.
ख्रिश्चन ग्रे,
सीईओ, ग्रे एंटरप्रायझेस होल्डिंग्ज, इन्कॉर्पोरेटेड

ॲनास्टॅशिया स्टीलकडून,
विषय : पुन्हा एकदा वेडेपणाची याचना
तारीख : जून २, २०११ २२:५४ इएसटी
ख्रिश्चन ग्रेला,

तुम्ही मला वेडं करता आहात.

ख्रिश्चन ग्रेकडून,
विषय : मला तशी आशा आहे...
तारीख : जून २, २०११ १९:५९
ॲनास्टॅशिया स्टीलला,

प्रिय मिस स्टील,
मला शुक्रवारी संध्याकाळी नेमकं तेच करायचंय. त्याची वाट बघतोय.

ख्रिश्चन ग्रे,
सीईओ, ग्रे एंटरप्रायझेस होल्डिंग्ज, इन्कॉर्पोरेटेड

ॲनास्टॅशिया स्टीलकडून,
विषय : गर्रर्रर
तारीख : जून २, २०११ २३:२ इएसटी
ख्रिश्चन ग्रेला,
मी तुझ्यावर अधिकृतपणे वैतागले आहे.
गुड नाइट.

मिस ए. आर. स्टील

ख्रिश्चन ग्रेकडून,
विषय : जंगली मांजर
तारीख : जून २, २०११
ॲनास्टॅशिया स्टीलला,

तू माझ्यावर गुरगुरते आहेस का, मिस स्टील?
गुरगुरण्यासाठी माझ्याकडे माझं स्वतःचं मांजर आहे.

ख्रिश्चन ग्रे,
सीईओ, ग्रे एंटरप्रायझेस होल्डिंग्ज, इन्कॉर्पोरेटेड.

त्याची स्वतःची मांजर? त्याच्या अपार्टमेंटमध्ये मी कधीच मांजर पाहिलेली नव्हती. नाही, मी त्याला उत्तर देणार नाही. ओह्, तो कधीकधी इतका चीड आणणारा होऊ शकतो. चीड आणणाऱ्याच्या फिफ्टी शेड्स.

मी बिछान्यात धडपडत चढले आणि माझे डोळे अंधाराला सरावत असताना छताकडे टक लावून पडले. माझ्या कॉम्प्युटरमधून मला दुसरा पिंग ऐकू आला. मी बघणार नाही. नाही, नक्कीच नाही. नाही. मी बघणार नाही. गाह्! मी मूर्ख आहेच. ख्रिश्चन ग्रेच्या शब्दांची मोहिनी मी आवरू शकले नाही.

ख्रिश्चन ग्रेकडून,
विषय : तू तुझ्या झोपेत काय म्हणालीस

तारीख : जून २, २०११ २०:२०
ॲनास्टॅशिया स्टीलला,

ॲनास्टॅशिया,

तू शुद्धीत असताना, तू झोपेत बोललेले शब्द तू ऐकल्यास मला आवडेल; म्हणूनच मी तुला आता सांगणार नाही. झोप आता. तुझ्याबद्दल उद्यासाठी माझ्या मनात काय आहे त्यासाठी तू विश्रांती घेणं गरजेचं आहे.

ख्रिश्चन ग्रे,
सीईओ, ग्रे एंटरप्रायझेस होल्डिंग्ज, इन्कॉर्पोरेटेड.

ओह नो... मी काय म्हटलं? मी जेवढा विचार करतेय तेवढं ते वाईट नसणार, मला खातरी आहे.

२५

आईने मला घट्ट आलिंगन दिलं.

"तुझ्या हृदयाचं ऐक, लाडके. आणि प्लीज, प्लीज, गोष्टींवर अतिविचार करू नकोस. सैलाव आणि मजा कर. तू इतकी तरुण आहेस, स्वीटहार्ट. अजून तुला आयुष्याचा पुष्कळ अनुभव घ्यायचाय, फक्त ते घडू दे. तुझी योग्यता प्रत्येक गोष्टीतलं अत्युत्तम मिळण्याची आहे." ती माझ्या कानात कुजबुजली, तिचे हृदयापासून निघालेले शब्द सुखकारक होते. तिने माझ्या केसांचं चुंबन घेतलं.

"ओह, मॉम." उष्ण, स्वागत नसलेले अश्रू माझ्या डोळ्यांत टोचले, मी तिला बिलगले.

"डार्लिंग, असं म्हणतात की, तुमचा राजपुत्र तुम्हाला मिळण्याआधी तुम्हाला बऱ्याच बेडकांची चुंबनं घ्यावी लागतात."

मी तिच्याकडे बघून एक तिरकस, कडूगोड स्मित केलं. "मला वाटतं मी राजकुमाराचं चुंबन घेतलंय, मॉम. मला आशा आहे की, त्याचं रूपांतर बेडकात होणार नाही."

तिने माझ्याकडे बघून तिचं एक सर्वांत लोभवणारं, ममत्वाचं, पूर्णतः अटी नसलेलं प्रेम असलेलं हास्य केलं. आम्ही पुन्हा एकमेकींना आलिंगन दिलं. तिच्याबद्दल मला जे प्रेम वाटतं त्याबद्दल मला आश्चर्य वाटलं.

"ॲना – ते तुझ्या फ्लाइटची सूचना देतायत," बॉबचा आवाज अस्वस्थ होता.

"तू भेटशील, मॉम?"

"अर्थात, डार्लिंग – लवकरच. लव्ह यू."

"मी पण."

तिने मला सोडलं, तेव्हा न वाहिलेल्या अश्रूंमुळे तिचे डोळे लाल झाले. मी बॉबला आलिंगन देऊन गेटकडे डोकं केलं – आज मला फर्स्ट क्लास लाउंजसाठी वेळ नाही. मी स्वतःच मागे नजर टाकणार नव्हते. पण मी टाकली... आणि बॉबने

माझ्या मॉमला धरून ठेवलं होतं आणि तिच्या चेहऱ्यावरून अश्रू वाहत होते. मी अधिक काळ अश्रू थोपवू शकले नाही. मी माझं डोकं खाली केलं आणि गेटकडे कूच केली, माझे डोळे चमकदार सफेद जमिनीकडे ठेवले, माझ्या अश्रूंमुळे मला ती अस्पष्ट दिसत होती.

विमानात फर्स्ट क्लासच्या आरामदायी वातावरणात, मी एकदाची माझ्या आसनावर अंग गुंडाळून बसले आणि स्वत:ला नियंत्रित करण्याचा प्रयत्न केला. मॉमपासून स्वत:ला दूर नेणं मला नेहमीच त्रासदायक वाटतं... ती वेंधळी, गबाळी, पण नवीनच दृष्टिकोन मिळालेली आहे आणि तिचं माझ्यावर प्रेम आहे. कोणत्याही अटी नसलेलं प्रेम – जे प्रत्येक मुलाला त्याच्या पालकांकडून मिळणं पात्र असतं. माझ्या भरकटणाऱ्या विचारांमुळे मी कपाळाला आठ्या घातल्या आणि माझा ब्लॅकबेरी बाहेर काढून त्याच्याकडे धैर्य गळाल्यासारखं टक लावून बघितलं.

ख्रिश्चनला प्रेमाबद्दल काय माहीत आहे? त्याच्या लहानपणी त्याला जे मिळण्यास तो पात्र होता ते त्याला मिळालं नाही असं दिसतं. माझ्या हृदयाला पीळ पडला आणि माझ्या आईचे शब्द माझ्या मनात एखाद्या झुळकेसारखे अलगद उतरले. *यस, ॲना.* हेल, तुला कसली गरज आहे? त्याच्या कपाळावर प्रकाशित झालेला एक निऑन साइन? तिला वाटतं, ख्रिश्चन माझ्यावर प्रेम करतो, पण ती माझी आई असल्याने, अर्थातच ती तसा विचार करेल. तिला वाटतं, सगळ्या गोष्टींतलं उत्तम मिळावं यासाठी मी पात्र आहे. मी कपाळाला आठ्या घातल्या. ते खरं होतं आणि एका क्षणभराच्या चमकवणाऱ्या स्पष्टपणात, मला ते दिसलं. ते खूप सोपं होतं : मला त्याचं प्रेम हवं होतं. ख्रिश्चन ग्रेने माझ्यावर प्रेम करावं ही माझी गरज होती. म्हणूनच मी आमच्या नात्याबद्दल एवढी आग्रही होते. कारण कोणत्यातरी मूलभूत, मूलगामी पातळीवर, मी माझ्यामध्ये एक खोलवर रुजलेली प्रेम करवून घेण्याची आणि ते जोपासण्याची निकड बघितली होती.

आणि त्याच्या फिफ्टी शेड्समुळे मी स्वत:ला आवरत होते. खऱ्या प्रश्नांपासून 'बीडीएसएम' ही एक विचलित करणारी गोष्ट होती. सेक्स आश्चर्यचकित करणारं होतं, तो श्रीमंत होता, तो सुंदर होता, पण त्याच्या प्रेमाखेरीज हे सगळं निरर्थक होतं. खरी हृदय बंद पाडणारी गोष्ट म्हणजे तो प्रेम करायला समर्थ आहे किंवा नाही, हे मला माहीत नव्हतं. तो स्वत:वरदेखील प्रेम करत नव्हता. मला त्याच्या स्वत:बद्दलच्या तिरस्काराची, तिचं प्रेम फक्त ज्या स्वरूपात होतं ते स्वीकारार्ह वाटण्याची आठवण झाली. शिक्षा केलेला – छडीने मारण्यात आलेला, मार खाल्लेला, जे काही त्यांच्या संबंधात अपेक्षित होतं – तो स्वत:ला प्रेम करण्यासाठी

अपात्र समजत होता. तो तसं का समजतो? त्याला तसं का वाटावं? त्याच्या शब्दांनी माझा पिच्छा पुरवला. 'तुम्ही जेव्हा परिपूर्ण नसता, तेव्हा एका परिपूर्ण कुटुंबात मोठं होणं खूप कठीण असतं.'

मी माझे डोळे मिटले, त्याच्या दुःखाची कल्पना केली आणि ते जाणून घ्यायची मला सुरुवात करता येत नव्हती. मी बरंच काही सांगून टाकलं असेन या आठवणीने माझा थरकाप झाला. माझ्या झोपेत मी ख्रिश्चनला काय कबुलीजबाब दिला असेन? कोणती गुपितं मी उघड केली असतील?

ब्लॅकबेरी मला काहीतरी उत्तरं देईल, या अस्पष्ट आशेने मी त्याच्याकडे टक लावून बघितलं. आश्चर्य वाटू नये, अशा पद्धतीने त्याच्यावर काही आलं नव्हतं. उड्डाण केलं नसल्याने मी माझ्या फिफ्टी शेड्सला ईमेल केला.

ॲनास्टॅशिया स्टीलकडून,
विषय : घराकडे
तारीख : जून ३, २०११ १२:५३ इएसटी
ख्रिश्चन ग्रेला,

प्रिय मि. ग्रे,

मी पुन्हा एकदा प्रथम वर्गात आरामशीर आणि सुरक्षित विसावलेय, ज्यासाठी मी आपल्याला धन्यवाद देते. आज संध्याकाळी आपल्याला भेटेपर्यंत मी जाणारा मिनिटं मोजतेय आणि कदाचित माझ्या रात्रीच्या कबुलीजबाबाचं सत्य जाणून घेण्यासाठी तुमचा छळ करतेय.

तुमची ॲना

ख्रिश्चन ग्रेकडून,
विषय : घराकडे
तारीख : जून ३, २०११ ०९:५८
ॲनास्टॅशिया स्टीलला,

ॲनास्टॅशिया, तुला भेटण्याची मी वाट बघतोय.

ख्रिश्चन ग्रे,
सीईओ, ग्रे एंटरप्रायझेस होल्डिंग्ज, इन्कॉर्पोरेटेड.

त्याच्या प्रतिसादामुळे मी कपाळाला आठ्या घातल्या. तो तुटक आणि औपचारिक

भासला, त्याची नेहमीची हजरजबाबी, जोमदार शैली वाटली नाही.

ॲनास्टॅशिया स्टीलकडून,
विषय : घराकडे
तारीख : जून ३, २०११ १३:०१ इएसटी
ख्रिश्चन ग्रेला,

महत्‌प्रिय मि. ग्रे,
'प्रसंगा'च्या संदर्भात सर्व काही ठीकठाक असावं अशी मी आशा करते. तुमच्या ईमेलचा स्वर काळजी करायला लावणारा आहे.

ॲना

ख्रिश्चन ग्रेकडून,
विषय : घराकडे
तारीख : जून ३, २०११ १९:०४
ॲनास्टॅशिया स्टीलला,

ॲनास्टॅशिया,
सर्व काही ठीकठाक होऊ शकेल, असं वाटतंय. तुमच्या विमानाने उड्डाण केलं का? केलं असेल, तर तू ईमेल करू नयेस. तू स्वत:ला धोक्यात टाकते आहेस आणि तुझ्या वैयक्तिक सुरक्षिततेच्या नियमांचं प्रत्यक्ष उल्लंघन करते आहेस. शिक्षेबद्दल मी जे म्हटलं ते मला अभिप्रेत होतं.

ख्रिश्चन ग्रे,
सीईओ, ग्रे एंटरप्रायझेस होल्डिंग्ज, इन्कॉर्पोरेटेड.

क्रॅप. ओके. जीझ. त्याला कोणती चिंता पोखरत होती? कदाचित 'तो प्रसंग'? कदाचित टेलर एलडब्ल्यूओएला गेला असेल, कदाचित त्याने स्टॉक मार्केटमध्ये काही कोटी घालवले असतील – जे काही कारण असेल ते.

ॲनास्टॅशिया स्टीलकडून,
विषय : टोकाची प्रतिक्रिया
तारीख : जून ३, २०११ १३:०६ इएसटी
ख्रिश्चन ग्रेला,
प्रिय मि. दुर्मुखलेले,

विमानाचे दरवाजे अद्याप उघडे आहेत. आम्हाला उशीर झालाय; पण फक्त दहा मिनिटांचा. माझं आणि माझ्या भोवतालच्या प्रवाश्यांचं कल्याण शपथेवर सुरक्षित आहे. तुम्ही तुमचा शिवशिवणारा तळवा आत्तासाठी नीट बाजूला ठेवू शकता.

मिस स्टील

ख्रिश्चन ग्रेकडून,
विषय : क्षमायाचना – शिवशिवणारा तळवा व्यवस्थित ठेवलेला
तारीख : जून ३, २०११ १०:०८
ॲनास्टॅशिया स्टीलला,

मला तुझी आणि तुझ्या तरतरीत तोंडाची आठवण येते, मिस स्टील.
तू सुरक्षितपणे घरी यावं असं मला वाटतं.

ख्रिश्चन ग्रे,
सीईओ, ग्रे एंटरप्रायझेस होल्डिंग्ज, इन्कॉर्पोरेटेड.

ॲनास्टॅशिया स्टीलकडून,
विषय : क्षमायाचना स्वीकारल्या
तारीख : जून ३, २०११ १३:१० इएसटी
ख्रिश्चन ग्रेला,

दरवाजे बंद होताहेत. तुम्हाला माझ्याकडून दुसरी पिंग ऐकू येणार नाही, विशेषत: तुमच्या बहिरेपणाचा विचार करता.

नंतर.

ॲना

मी ब्लॅक बेरी स्विच ऑफ केला, माझी अस्वस्थता मला झटकता आली नाही. ख्रिश्चनचं काहीतरी बिनसलं होतं. कदाचित 'ती परिस्थिती' हाताबाहेर गेली असेल. मी मागे रेलून बसले, माझ्या बॅग्ज जिथे ठेवल्या आहेत, त्या डोक्यावरच्या बिनकडे नजर टाकली. माझ्या मॉमच्या मदतीने मी आज सकाळी ख्रिश्चनसाठी एक लहानसं गिफ्ट घेतलं होतं, त्याला फर्स्ट क्लास आणि ग्लायडिंगबद्दल 'थँक्यू' म्हणण्यासाठी. आकाशात उंच जाण्याच्या अनुभवाच्या आठवणीने मी हसले – ते काहीतरी वेगळंच होतं. माझं मूर्खपणाचं गिफ्ट मी त्याला देईन की नाही, ते अद्याप मला ठाऊक नव्हतं. त्याला कदाचित ते बालिशपणाचं वाटेल. तो जर विचित्र मन:स्थितीत

असेल, तर वाटणारदेखील नाही. मी परत जायलाही उत्सुक आहे आणि माझ्या प्रवासाच्या शेवटी काय वाढून ठेवलं होतं, त्याबद्दल साशंकदेखील. मी मन:पटलावर 'परिस्थिती' काय असू शकते त्याबद्दलचे सगळे प्रसंग पडताळले. पुन्हा एकदा मला जाणीव झाली की, फक्त माझ्याच शेजारचं एक आसन रिकामं होतं.

मी कोणाशी बोलू नये म्हणून माझ्या बाजूच्या आसनाचं तिकिट ख्रिश्चनने काढलं असावं, असा विचार माझ्या मनात येऊन गेला तेव्हा मी डोकं हलवलं. हास्यास्पद म्हणून तो विचार मी झटकून टाकला – कोणीही एवढं नियंत्रण ठेवणारं, एवढं मत्सरी असू शकत नाही; विमान जेव्हा रनवेकडे पळायला लागलं, तेव्हा मी माझे डोळे मिटले.

आठ तासानंतर मी सी-टॅक अरायव्हल्स टर्मिनलमध्ये पोहोचले. तेव्हा मला टेलर 'मिस ए. स्टील' असा फलक घेऊन माझी वाट बघत उभा असलेला दिसला. काय पण! तरीही त्याला बघणं छान होतं.

"हॅलो, टेलर."

"मिस स्टील," त्याने मला औपचारिकपणे अभिवादन केलं, पण त्याच्या तीव्र तपकिरी डोळ्यांत मला हास्याची झाक दिसली. त्याचं व्यक्तिमत्त्व नेहमीप्रमाणेच बिनचूक, निर्दोष दिसत होतं – कोळशाच्या रंगाचा स्मार्ट सूट, सफेद शर्ट आणि कोळशाच्या रंगाचा टाय.

"टेलर, तुम्हाला मी ओळखत असल्याने फलकाची काहीच गरज नाहीये, आणि प्लीज तुम्ही मला नुसतं 'ॲना' म्हटलेलं, मल जास्त आवडेल."

"ॲना, मी कृपा करून तुमच्या बॅग्ज घेऊ का?"

"नाही, मी सांभाळू शकते. थँक यू."

त्याचे ओठ लक्षात येण्याइतके घट्ट आवळले.

"प... पण तुम्ही जर त्या घेऊन अधिक आरामशीर असाल तर," मी तोतरत बोलले.

"थँक यू." त्याने माझी बॅकपॅक आणि मी माझ्या आईने माझे कपडे ठेवण्यासाठी विकत नवीन घेतलेली व्हिली बॅग घेतली. "या बाजूने, मॅम."

मी नि:श्वास टाकला. तो इतका सभ्य होता. खरंतर मला विसरून जायला जास्त आवडेल, पण याच माणसाने माझ्यासाठी अंतर्वस्त्रं विकत आणली होती. वस्तुत: त्या विचाराने मला अस्वस्थ व्हायला होतं – रेलादेखील त्या कष्टांना कधी तोंड द्यावं लागलं नव्हतं. आम्ही शांततेत बाहेर एअरपोर्ट पार्किंग लॉटमध्ये लावलेल्या काळ्या ऑडी एसयूव्हीकडे चालत गेलो. त्याने गाडीचा दरवाजा माझ्यासाठी उघडून धरला. मी आत शिरले; सीॲटलला परत येताना इतका तोकडा

स्कर्ट घालण्याची कल्पना चांगली होती का, असा मी विचार केला. जॉर्जियामध्ये थंड आणि स्वागतार्ह होतं. इथे मला उघड्यावर पडल्यासारखं वाटलं. टेलरने माझ्या बॅगा ट्रँकमध्ये भरल्या आणि आम्ही एकदाचं एस्कॅलाकडे कूच केलं.

प्रवास संथ होता, गर्दीच्या वेळेच्या वाहतुकीत अडकलेला. टेलरची समोरच्या रस्त्याकडे नजर होती. मितभाषी.

मला शांतता अधिक काळ सहन झाली नाही.

''ख्रिश्चन कसा आहे?''

''मि. ग्रे कामात व्यग्र आहेत, मिस स्टील.''

ओह! ही ती 'परिस्थिती' असावी. मला सोन्याची खाण मिळाली.

''कामात व्यग्र?''

''यस, मॅम.''

मी टेलरकडे बघून कपाळाला आठ्या घातल्या. त्याने माझ्याकडे रिअरव्ह्यू मिररमधून नजर टाकली; आमची नजरानजर झाली. तो आणखी काही बोलला नाही. जीझ, त्या नियंत्रण-वेड्याइतका हादेखील ओठ घट्ट मिटणारा होऊ शकतो तर.

''तो ठीक आहे ना?''

''मला असं वाटतं, मॅम.''

''मला 'मिस स्टील' म्हणायला तुम्हाला अधिक आरामशीर वाटेल का?''

''यस मॅम.''

''ओह, ओके.''

वेल, त्याबरोबरचं संभाषण संपुष्टात आलं आणि आम्ही शांततेत पुढे जात राहिलो. मी असा विचार करायला सुरुवात केली की, टेलरने मला जेव्हा चुकून सांगितलं की, ख्रिश्चनने खूप प्रवास केला, तर ती एक नियमबाह्य गोष्ट होती. कदाचित त्याला त्याबद्दल शरमिंदं वाटत असेल. तो अप्रामाणिक होता अशी त्याला चिंता वाटत असेल. ती शांतता गुदमरवून टाकणारी होती.

''तुम्ही काही संगीत चालू कराल का, प्लीज?''

''निश्चित, मॅम. काय ऐकायला आवडेल तुम्हाला?''

''काहीतरी सुखावणारं.''

आमचे डोळे पुन्हा काही काळासाठी आरशात एकमेकांना भेटले. मला त्याच्या ओठांवर स्मित खेळताना दिसलं.

''होय, मॅम.''

त्याने स्टिअरिंग व्हीलवरची काही बटणं दाबली, आणि पॅचेलबेल्स कॅनॉनच्या मृदू स्वरांनी आमच्यामधली जागा भरून टाकली.

ओह यस... मला याचीच गरज होती.

"थँक यू." आम्ही इंटरस्टेट ५ने सावकाश, पण धिम्या गतीने सीॲटलकडे जाताना मी मागे रेलून बसले.

२५ मिनिटांनंतर त्याने मला एस्कॅलाच्या प्रवेशद्वारापाशी, जो एक प्रभावी दर्शनी भाग होता, तिथे बाहेर उतरवलं.

"आत जा, मॅम," माझ्यासाठी दरवाजा उघडून धरत तो म्हणाला, "मी तुमचं सामान आणतो." त्याच्या चेहऱ्यावरचा भाव कोमल, प्रेमळ आणि दयाळूदेखील होता.

जीझ... अंकल टेलर, काय पण विचार.

"धन्यवाद."

"मला आनंद आहे, मिस स्टील." तो हसला आणि मी इमारतीत शिरले. दरवानाने मान हलवून हात केला.

मी तिसऱ्या मजल्यावर जायला लागले, माझ्या पोटात हजारो फुलपाखरं त्यांचे पंख पसरून अनियमितपणे फडफडायला लागली. *मी इतकी अस्वस्थ का आहे?* आणि मला माहीत होतं की, मी आल्यावर ख्रिश्चन कोणत्या मूडमध्ये असेल, याची मला कल्पना नसल्याने तसं होत असावं. माझी अंतर्देवता एक प्रकारच्या मूडसाठी आशावादी आहे; माझं अर्धजागृत मन, माझ्यासारखंच ताणलेल्या नसांनी व्यापून गेलं होतं.

एलिव्हेटरचे दरवाजे उघडले आणि मी फॉयरमध्ये होते. टेलर भेटला नाही, हे इतकं विचित्र होतं. अर्थातच, तो गाडी लावत होता. मोठ्या खोलीत, ख्रिश्चन त्याच्या ब्लॅकबेरीवर होता, तो शांतपणे बोलत होता आणि सीॲटलच्या पूर्वसंध्येची स्कायलाइन काचेच्या दरवाजातून टक लावून बघत होता. त्याने एक करड्या रंगाचा सूट घातला होता आणि त्याच्या जॅकेटची बटणं लावली नव्हती. त्याच्या केसातून त्याने हात फिरवला. तो त्रासलेला वाटला, तणावग्रस्तदेखील. *ओह नो – काय बिघडलंय?* त्रासलेला असो वा नसो, तो तरीही प्रेक्षणीय दिसतो. तो इतका... दिलखेचक कसा दिसू शकतो?

"काही खूण नाही... ओके... यस." त्याने वळून माझ्याकडे पाहिलं. त्याची छबी बदलली. तणावापासून सुटकेकडे आणि दुसऱ्या कशाकडेतरी. असा एक लुक जो माझ्या अंतर्देवतेला प्रत्यक्षच बोलवतो, वैषयिक लालसेचा लुक, त्याचे डोळे तप्त झाले.

माझं तोंड सुकलं आणि माझ्या शरीरात कामेच्छा फुलली... व्होआ.

"मला माहिती देत चला," तो तुटकपणे बोलला आणि त्याने फोन बंद केला; तो माझ्याकडे हेतुपूर्वक भरभर चालत आला. आमच्या दोघातलं अंतर त्याने कमी केलं तेव्हा मी विकलांग झाल्यासारखी उभी राहिले, त्याच्या डोळ्यांनी तो मला

खाऊन टाकत होता. *होली शिट्...* काहीतरी चुकतंय – त्याच्या जबड्यावरचा ताण, त्याच्या डोळ्यांभोवतालची अस्वस्थता. त्याने त्याचं जॅकेट झटकून काढून टाकलं, त्याचा गडद रंगाचा टाय सोडला आणि माझ्याकडे येताना जॅकेटच्या दोन्ही बाजू त्याने कोचावर लटकवल्या. मग त्याचे बाहू माझ्याभोवती लपेटले. त्याने त्वरेने, जोमदारपणे मला त्याच्याजवळ ओढून घेतलं, माझं डोकं वर करण्यासाठी माझ्या पोनीटेलवर पकड बसवली, त्याचं आयुष्य त्या गोष्टीवर अवलंबून असल्यासारखं माझं चुंबन घेतलं. *वॉट द हेल?* माझ्या केसातून ते दुखवत त्याने हेअर टाय ओढून काढला, पण मी पर्वा केली नाही. त्याच्या चुंबनाला एक निकडीची, मूलभूत गुणवत्ता होती. त्याला माझी गरज होती, कोणत्याही कारणासाठी असो, मला इतकं कोणाला हवंहवंसं, प्रिय असणं कधीच जाणवलं नव्हतं. ते गडद, वैषयिक आणि एकाच वेळी घाबरवणारं होतं. मी तेवढ्याच उत्कटतेने त्याचंही चुंबन घेतलं, आम्हा दोघांमध्ये आमची वासना आणि उत्तेजना यांचा स्फोट होत होता. त्याची चव स्वर्गीय होती, उष्ण, सेक्सी आणि त्याचा सुगंध – सगळा बॉडी वॉश आणि ख्रिश्चन – तो उद्दीपित करणारा होता. त्याने त्याचं तोंड माझ्या तोंडापासून दूर केलं आणि माझ्याकडे टक लावून बघत राहिला, कोणत्यातरी अनामिक भावनेने ग्रस्त.

"काय झालं?" मी श्वास घेतला.

"तू परत आली आहेस म्हणून मला आनंद झालाय. माझ्याबरोबर अंघोळ कर – आत्ता."

ती एक विनंती आहे की आज्ञा, हे मी ठरवू शकले नाही.

"होय," मी कुजबुजले आणि त्याने माझा हात पकडला. त्या मोठ्या खोलीतून मला बाहेर काढत त्याच्या शयनगृहातून त्याच्या बाथरूममध्ये नेलं.

एकदा तिथे गेल्यावर त्याने मला सोडलं आणि भल्यामोठ्या प्रशस्त बाथमध्ये पाणी चालू केलं. सावकाश वळत, अर्धोन्मीलित डोळ्यांनी माझ्याकडे बघितलं.

"मला तुझा स्कर्ट आवडला. तो खूप तोकडा आहे," तो म्हणाला. त्याचा आवाज हळू होता. "तुझे पाय छान आहेत."

त्याने त्याचे बूट काढले आणि प्रत्येक पायातला मोजा काढायला खाली वाकला, पण त्याचे डोळे माझ्यावरून हटवले नाहीत. त्याच्या डोळ्यांतली भूक बघून माझे शब्द हरवले. वॉव... या ग्रीक गॉडकडून एवढं हवंहवंसं असणं. मी त्याच्यासारखंच केलं आणि माझी काळी सपाट पादत्राणं काढली. एकाएकी तो माझ्यापर्यंत पोचला आणि मला भिंतीला टेकवलं. माझी, माझ्या चेहऱ्याची, माझ्या गळ्याची, माझ्या ओठांची चुंबनं घेत... त्याचे हात माझ्या केसांतून फिरवत. माझ्या पाठीला थंड, गुळगुळीत टाइल्स लावलेली भिंत जाणवली. त्याने स्वतःला माझ्या

निकट ढकललं, म्हणजे मी सिरॅमिकचा गारवा आणि त्याच्या अंगाची उष्णता यांच्यामध्ये चेपली गेले. सहजच, मी माझे बाहू त्याच्या दंडाच्या वरच्या बाजूवर ठेवले आणि मी ते घट्ट दाबले तसा तो कण्हला.

"मला तू आत्ता हवीस, इथे... लवकर, जोमदार," त्याने श्वास घेतला आणि त्याचे हात माझ्या मांड्यांवर होते, माझ्या स्कर्टला वर ढकलत होते. "तुझा रक्तस्राव अजूनही चालू आहे का?"

"नाही," मी लाल झाले.

"छान."

त्याचे अंगठे त्याने माझ्या सफेद कॉटन पॅन्टीजमध्ये अडकवले आणि त्या ओढून काढताना तो अचानक त्याच्या गुडघ्यांवर बसला. माझा स्कर्ट आता गोळा झाला होता, म्हणजे मी कमरेपासून खाली नग्न होते आणि धापा टाकत होते. मला हवंय. त्याने माझे नितंब पकडले, मला पुन्हा भिंतीला टेकून ढकललं आणि माझ्या मांड्यांच्या वरच्या बाजूची चुंबनं घेतली. माझ्या मांड्यांची वरची बाजू पकडून, त्याने माझे पाय फाकवले. मी जोराने कण्हले, त्याची जीभ *तिथे... त्याच्याभोवती* वर्तुळ काढताना मला जाणवली. ओह् माय. माझं डोकं सहजस्फूर्तीने मागे करत माझी बोटं त्याच्या केसात फिरवताना मी कण्हले.

त्याची जीभ अथक होती. जोमदार आणि आग्रही, चाटत – गोल गोल फिरत, ते अवर्णनीय होतं, जाणिवेची तीव्रता – ती जवळजवळ दु:खदायक. माझं शरीर लवकर लवकर प्रतिसाद द्यायला लागलं आणि त्याने मला सोडून दिलं. काय? नो! माझा श्वासोच्छ्वास अनियमित होता, कारण मी धापा टाकल्या, त्याच्याकडे मोहक अपेक्षेने बघितलं. त्याने दोन्ही हातांनी माझा चेहरा पकडला, मला खंबीरपणे धरून ठेवलं आणि माझं जोमदार चुंबन घेतलं, त्याची जीभ माझ्या तोंडात घुसवली म्हणजे मला माझ्या उत्तेजनेची चव कळून यावी. त्याच्या पॅन्टची झिप काढून त्याने स्वत:ला मुक्त केलं, माझा पार्श्वभाग पकडून मला उचललं.

"माझ्याभोवती तुझे पाय गुंडाळ, बेबी." त्याने आज्ञा केली. त्याचा आवाज तातडीचा, तणावाखाली होता.

मला जसं सांगितलं गेलं तसं मी केलं आणि माझे बाहू त्याच्या मानेभोवती गुंडाळले. त्याने जलद आणि तीव्र हालचाल केली, मला भरून टाकलं. आह्! त्याने जोराने श्वास घेतला आणि मी कण्हले. माझा मागचा भाग धरून ठेवत, त्याची बोटं माझ्या कोमल कायेत घुसवत, तो हलायला लागला, सुरुवातीला सावकाशपणे – एक संथ तालासारखा ताल... पण त्याचा ताबा जेव्हा उघड झाला, त्याने वेग वाढवला... वेगात. अधिक वेगात. आहाहा! मी माझं डोकं मागे केलं आणि त्या चढाई करणाऱ्या, शिक्षा देणाऱ्या, स्वर्गीय जाणिवेवर लक्ष केंद्रित केलं... मला

ढकलत, ढकलत... वरच्या बाजूला, आणखी वर, वर... आणि मी जेव्हा अधिक सहन करू शकत नाही, मी त्याच्या भोवती स्फोट पावले, एका उत्कट, सगळं गिळंकृत करणाऱ्या ऑरगॅझममध्ये. एका खोलवरच्या गुरगुरण्याने त्याने मग सोडून दिलं आणि त्याचं डोकं माझ्या मानेत घुसवलं. माझ्या आतमध्ये स्वत:ला गाडत, जोराने आणि संदिग्धपणे कण्हत त्याने त्याचा उत्कटबिंदू गाठला.

त्याचा श्वासोच्छ्वास अनियमित, पण त्याने हळुवारपणे माझं चुंबन घेतलं, अजूनही माझ्या आत, न हलता. मी डोळ्यांची उघडझाप केली न बघता, त्याच्या डोळ्यांकडे बघत. तो नजरेच्या टप्प्यात आला, मृदूपणे माझ्यातून बाहेर आला, मला व्यवस्थित धरून ठेवलं आणि मी माझे पाय जमिनीवर टेकवले. बाथरूम आता वाफेमुळे ढगाळ झाली... आणि उष्ण. मला मी अंगावर अधिक कपडे घातल्यासारखं वाटलं.

"मला बघून तुला आनंद झालाय असं दिसतं," मी एक लाजरं हास्य करत पुटपुटले.

त्याचे ओठ तिरपे झाले. "होय, मिस स्टील, मला वाटतं माझा आनंद माझ्यावरून चांगलाच स्पष्ट होतोय. चल – मला तुला शॉवर घेण्यासाठी नेऊ दे."

त्याने त्याच्या शर्टाची पुढची तीन बटणं काढली, कफलिंक्स काढली, शर्ट त्याच्या डोक्याच्या वर ओढला आणि जमिनीवर टाकून दिला. त्याच्या सूट पॅन्ट्स आणि बॉक्सर ब्रीफ्स काढून त्याने त्या लाथेने एका बाजूला केल्या. जेव्हा माझ्या ब्लाउजची बटणं काढायला सुरुवात केली तेव्हा मी त्याचं निरीक्षण केलं, हात पुढे करून त्याच्या छातीवर थोपटावं असं मला तीव्रतेनं वाटलं, पण मी स्वत:वर नियंत्रण ठेवलं.

"तुझा प्रवास कसा झाला?" त्याने सौम्यपणे विचारलं. तो आता अधिक शांत वाटला, त्याची चिंता दूर पळालेली होती, शरीरसंबंधाच्या सुखामुळे निवळलेली होती.

"छान, धन्यवाद." मी पुटपुटले, अजूनही श्वास अनियमित होता. "पुन्हा एकदा प्रथम वर्गाबद्दल धन्यवाद. तो एक खरोखरच प्रवास करण्याचा अधिक छान मार्ग आहे." मी त्याच्याकडे बघून लाजून हसले. "मला काही बातमी सांगायचीये." मी अस्वस्थतेने पुस्ती जोडली.

"ओह!" त्याने त्याचं शेवटचं बटण काढताना माझ्याकडे बघितलं, माझा ब्लाउज माझ्या हातांवरून काढला आणि त्याच्या फेकून दिलेल्या कपड्यांच्या ढिगावर फेकला.

"मला नोकरी मिळालीये."

तो स्तब्ध झाला, मग माझ्याकडे बघून हसला, त्याचे डोळे मृदू आणि प्रेमळ होते.

"अभिनंदन, मिस स्टील. आता तू मला सांगशील कुठे ते?" त्याने चिडवलं.

"तुला माहीत नाही?"

त्याने कपाळाला आठ्या घालत त्याचं डोकं हलवलं. "मला कसं काय ठाऊक असणार?"

"तुझ्या माग काढण्याच्या क्षमतेमुळे, मी विचार केला तुला कदाचित..." त्याचा चेहरा पडला तसं मी बोलणं अर्धवट सोडलं.

"ॲनास्टॅशिया, तुझ्या करिअरमध्ये ढवळाढवळ करण्याचं मी स्वप्नातदेखील आणणार नाही, अर्थातच तू मला विचारेपर्यंत," तो दुखावल्यासारखा दिसला.

"मग तुला कल्पना नाही कोणती कंपनी ते?"

"नाही. मला माहीत आहे सीॲटलमध्ये चार प्रकाशनसंस्था आहेत – म्हणजे मी गृहीत धरतो की, ती त्यापैकी एक असणार."

"एसआयपी."

"ओह, छोटी कंपनी. गुड, वेल डन," त्याने पुढे वाकून माझ्या कपाळाचं चुंबन घेतलं. "हुशार मुलगी. केव्हा सुरू करतेस?"

"सोमवारी."

"एवढ्या लवकर, हं? म्हणजे जोपर्यंत घेता येईल तोपर्यंत मी तुझा फायदा करून घेतलेला बरा. वळ."

त्याच्या साध्याशा आज्ञेने मी सरपटले, पण जसं सांगितलं गेलं तसं केलं आणि त्याने माझ्या ब्राचे हूक काढले आणि माझ्या स्कर्टची चेन काढली. त्याने माझा स्कर्ट ओढून खाली सरकवला, त्याच्या हातांच्या ओंजळीत माझा मागचा भाग धरला आणि माझ्या खांद्यांचं चुंबन घेतलं. तो माझ्यावर रेलला आणि त्याचं नाक माझ्या केसांत घासत खोलवर हुंगलं. त्याने माझे नितंब दाबले.

"तू मला नशा आणतेस, मिस स्टील आणि तू मला शांत करतेस. एक डोक्यात भिनणारं मिश्रण," त्याने माझ्या केसांचं चुंबन घेतलं. माझा हात पकडून त्याने मला शॉवरमध्ये खेचून घेतलं.

"ऑउ," मी किंचाळले. पाणी व्यवस्थित तापलेलं होतं. पाणी त्याच्यावरून वाहिल्यावर ख्रिश्चन माझ्याकडे बघून हसला.

"हे फक्त थोडं गरम पाणी आहे."

आणि खरं म्हणजे त्याचं बरोबर होतं. ते स्वर्गीय भासलं. जॉर्जियाचा चिकटपणा आणि आमच्या शरीरसंबंधातून आलेला चिकटपणा धुऊन टाकला जात होता.

"वळ," त्याने आज्ञा करताच मी त्याप्रमाणे केलं. भिंतीकडे तोंड करण्यासाठी वळले. "मला तुला धुवायचंय." तो पुटपुटला आणि बॉडी वॉश घेतला. थोडासा वॉश त्याने त्याच्या हातावर घेतला.

"मला तुला दुसरं काहीतरी सांगायचंय," त्याचे हात जेव्हा माझ्या खांद्यांवरून सुरुवात करू लागले तेव्हा मी पुटपुटले.

"ओह येस?" तो सौम्यपणे पुटपुटला.

मी खोलवर श्वास घेऊन स्वतःला मजबूत केले. "माझा मित्र जोस याचा फोटोग्राफीचा शो पोर्टलॅन्डमध्ये गुरुवारी सुरू होतोय."

तो स्तब्ध झाला, त्याचे हात माझ्या स्तनांवर फिरत होते. मी 'मित्र' शब्दावर जोर दिला होता.

"येस, त्याबद्दल काय?" त्याने तीव्रपणे विचारलं.

"मी म्हणतेय जायचं म्हणून. तू येशील का माझ्यासोबत?"

युगानुयुगे लोटल्यासारखी वाटावीत अशा अवधीनंतर, त्याने पुन्हा मला अंघोळ घालायला सुरुवात केली.

"किती वाजता?"

"संध्याकाळी साडेसात वाजता उद्घाटन आहे."

त्याने माझ्या कानांचं चुंबन घेतलं.

"ओके."

आतल्याआत माझं अर्धजागृत मन विसावलं आणि नंतर कोसळलं, एका जुन्या जीर्ण आरामखुर्चीत.

"मला विचारायला अवघड वाटत होतं का तुला?"

"यस. तुला कसं कळलं?"

"ॲनास्टॅशिया, तुझं पूर्ण शरीर आत्ताच सैलावलं," तो शुष्कपणे म्हणाला.

"वेल, तू जरा मत्सरी प्रकारात मोडणारा वाटतोस."

"होय, मी आहे," तो गडदपणे म्हणाला. "आणि ते तू लक्षात ठेवते आहेस हे चांगलं आहे. पण विचारल्याबद्दल धन्यवाद. आपण चार्ली टँगो घेऊन जाऊ."

ओह, अर्थातच हेलिकॉप्टर, मी एक बावळट. आणखी उडणं... कूल! मी हसले.

"मी तुला अंघोळ घालू?" मी विचारलं

"नाही," तो पुटपुटला आणि हळुवारपणे माझ्या मानेचं चुंबन घेतलं, त्याच्या नकारातील बोचरेपणा काढून टाकण्यासाठी, मी भिंतीकडे बघून ओठांचा चंबू केला आणि तो माझ्या पाठीवर साबणाने कुरवाळू लागला.

"तू कधीतरी तुला स्पर्श करू देशील का?" मी धाडसाने विचारलं.

तो पुन्हा स्तब्ध झाला, त्याचा हात माझ्या पार्श्वभागावर होता.

"तुझे हात भिंतीवर ठेव, ॲनास्टॅशिया. मी पुन्हा तुझ्याबरोबर संग करणार आहे," माझे नितंब पकडून तो माझ्या कानांत कुजबुजला आणि मला कळलं की,

चर्चा संपली होती.

नंतर, आम्ही ब्रेकफास्ट बारजवळ बसलो. आम्ही बाथरोब्ज घातले होते, मिसेस जोन्सने बनवलेला उत्तम पास्ता आणि वॉनगोल आम्ही खाल्ला.

"आणखी वाइन?" ख्रिश्चनने विचारलं, त्याचे करडे डोळे चमकत होते.

"एक लहान ग्लास, प्लीज." सान्सपेर चुरचुरीत आणि चवदार होती. ख्रिश्चनने माझ्यासाठी एक आणि त्याच्यासाठी एक ग्लास भरला.

"तुला ज्यामुळे सीॲटलला यावं लागलं ती परिस्थिती अं... कशी आहे?" मी सहज विचारलं.

तो कपाळाला आठ्या घातल्या. "हाताबाहेर," तो कडवटपणे पुटपुटला. "पण तुला काळजी करण्याचं काही कारण नाही, ॲनास्टॅशिया. आज संध्याकाळी तुझ्यासाठी माझ्याकडे काही योजना आहेत."

"ओह."

"होय. तू तयार होऊन पंधरा मिनिटांत माझ्या प्लेरूममध्ये थांबलेली पाहिजेस." त्याने उभं राहून माझ्याकडे टक लावून बघितलं.

"तू तुझ्या खोलीत तयार होऊ शकतेस. प्रासंगिकपणे वॉक-इन क्लोझेट आता तुझ्यासाठी कपड्यांनी पूर्ण भरलं आहे. मला त्याबद्दल काही वादविवाद नको आहे," त्याने त्याचे डोळे बारीक केले, मला काहीतरी बोलण्याचं आव्हान केलं. मी तसं न केल्याने, तो त्याच्या स्टडीकडे निघून गेला.

मी! वादविवाद? तुझ्याबरोबर, फिफ्टी शेड्स?

ते माझ्या पार्श्वभागापेक्षा अधिक किमती होतं. मी बारस्टुलावर बसले. क्षणभर आश्चर्यचकित होऊन, माहितीचा हा घास पचवण्याचा प्रयत्न केला. त्याने मला कपडे आणले होते. मी माझे डोळे अतिशयोक्ती केल्याच्या पद्धतीने फिरवले. मला चांगलं ठाऊक होतं की, तो मला बघू शकत नव्हता. कार, फोन, कॉम्प्यूटर... कपडे, आता पुढचं म्हणजे डॅम कॉन्डो आणि मी खरोखरच त्याची ठेवलेली बाई!

हो! माझ्या अर्धजागृत मनाने त्याचा उपरोधिक चेहरा धारण केला. मी तिच्याकडे दुर्लक्ष केलं आणि माझ्या वरच्या मजल्यावरच्या खोलीकडे कूच केलं. मग, ती अजूनही माझीच आहे... का? मी विचार केला होता की, मला त्याने त्याच्याबरोबर झोपायची परवानगी दिली असावी. मला वाटलं त्याचा वैयक्तिक खासगीपणा वाटून घेण्याची त्याला सवय नाही, पण मग मलाही ती सवय नाही. कुठेतरी त्याच्यापासून पळ काढण्यासाठी निदान माझ्याकडे ठिकाण आहे, या विचाराने मी स्वत:चं समाधान केलं.

दरवाजाची पाहणी करताना, मला आढळून आलं की, त्याला कुलूप होतं, पण

किल्ली नव्हती. मी क्षणमात्र विचार केला की, मिसेस जोन्सकडे एखादी अधिक किल्ली असावी. मी तिला विचारेन. मी क्लोझेटचा दरवाजा उघडला. पुन्हा पटकन बंद केला. होली क्रॅप – त्याने भरपूर पैसे खर्च केले होते. ते केटच्या कपड्यांशी साधर्म्य दर्शवत होतं – रेलवर बरेच कपडे व्यवस्थितपणे टांगून ठेवलेले. खोलवर कुठेतरी, मला माहीत आहे की, ते सगळे माझ्या अंगाला बसतील. पण त्याबद्दल विचार करायला मला वेळ नव्हता – मला रेड रूम ऑफ पेन... किंवा प्लेझरमध्ये गुडघ्यांवर बसायला जायचं होतं, आशावादीपणे – आज संध्याकाळी.

दरवाजाच्या बाजूला गुडघ्यांवर टेकलेली मी, पॅन्टीजखेरीज उघडी होते. माझं हृदय माझ्या तोंडात आलं होतं. जीझ, मला वाटलं होतं, बाथरूमनंतर त्याला पुरेसं झालं असावं. हा माणूस समाधान होऊ न शकणारा आहे किंवा मग सगळेच पुरुष. मला माहीत नव्हतं, त्याच्याशी तुलना करण्यासाठी माझ्याकडे कोणीही नव्हतं. माझे डोळे मिटत, मी स्वत:ला शांत करण्याचा प्रयत्न केला, माझ्या आतल्या अर्धजागृत मनाशी संवाद साधण्याचा प्रयत्न केला. ती तिथे कुठेतरी होती, माझ्या अंतर्देवतेच्या मागे लपली होती.

माझ्या नसांतून सोड्यासारखे बुडबुडे काढत अपेक्षा वाहत होती. तो काय करेल? मी एक खोलवर, संयमित करणारा श्वास घेतला, पण मी हे नाकारू शकत नव्हते की, मी उत्तेजित होते, उद्दीपित होते, ओलसरदेखील. हे इतकं... मला चुकीचं आहे असा विचार करायचा होता, पण का कोण जाणे, ते तसं नव्हतं. ख्रिश्चनसाठी ते बरोबर होतं. ते त्याला पाहिजे – आणि गेल्या काही दिवसांनंतर... त्याने जे काही केलं होतं, त्यानंतर तो त्याला हवं असलेलं जे काही ठरवेल, तो त्याला काय पाहिजे त्यासंबंधी जो विचार करतो ते घेतलं पाहिजे.

आज संध्याकाळी मी आले तेव्हा त्याचा जो आविर्भाव होता त्याची आठवण, त्याच्या चेहऱ्यावरची ओढ, एखाद्या वाळवंटात ओॲसिस असावं तसं त्याचं माझ्याकडे निश्चयी चालत येणं... त्याचा तो लुक बघण्यासाठी मी काहीही करेन. मी माझ्या मांड्या एकत्र दाबल्या, त्या मोहक आठवणीने. त्यामुळे मला आठवण झाली की, मला माझे गुडघे पसरण्याची गरज होती. मी त्यांना वेगळं केलं. तो मला किती वेळ वाट बघायला लावणार आहे? ते वाट बघणं मला पंगू बनवत होतं, एका गडद आणि चाळवणाऱ्या इच्छेने पंगू.

मी त्या आवश्यक तेवढ्याच प्रकाशित केलेल्या खोलीत पटकन नजर फिरवली; क्रॉस, टेबल, कोच, बाक... तो पलंग. तो इतका मोठा वाटला आणि तो लाल सॅटिनच्या चादरींनी बनवला होता. कोणतं साहित्य तो वापरेल?

दरवाजा उघडला आणि ख्रिश्चन वाऱ्यासारखा आत आला, माझ्याकडे पूर्णपणे दुर्लक्ष करत. मी पटकन खाली बघितलं, माझ्या हातांकडे टक लावली, माझ्या पसरलेल्या मांड्यांवर काळजीपूर्वक जागच्या जागी दरवाजाजवळच्या मोठ्या कपाटावर काहीतरी ठेवत, तो सहजगत्या रमतगमत पलंगाकडे गेला. मी त्याच्याकडे पटकन एक नजर टाकण्याचं सौख्य अनुभवलं आणि माझं हृदय जवळजवळ बंद पडायला आलं. त्या नरम फाटलेल्या जीन्स व्यतिरिक्त तो उघडा होता. जीन्सचं वरचं बटण सहजच काढून टाकलेलं होतं. जीझ, तो इतका वेड लावण्यासारखा हॉट दिसत होता. माझं अर्धजागृत मन स्वत:ला आवेगाने वारा घालत होतं आणि माझी अंतर्देवता हलत होती आणि कोणत्यातरी अनादि, शारीरिक तालावर तळमळत होती. ती इतकी तयार होती. मी उत्स्फूर्तपणे माझे ओठ चाटले. माझं रक्त वैषयिक लालसेने घट्ट आणि जड होऊन माझ्या शरीरातून उसळलं. तो मला काय करणार आहे?

वळून, तो अलिप्तपणे चेस्ट ऑफ ड्रॉवर्सकडे चालत गेला. एक खण उघडून, त्याने त्यातल्या वस्तू बाहेर काढायला सुरुवात केली आणि त्या टेबलावर ठेवल्या. माझी उत्सुकता पेटली, धगधगलीदेखील, पण पटकन दृष्टिक्षेप टाकायच्या मनस्वी मोहावर मी नियंत्रण ठेवलं. तो जे करत होता ते करून झाल्यावर तो माझ्यासमोर उभा राहण्यासाठी आला. मला त्याची उघडी पावलं दिसू शकत होती आणि मला त्यांच्या इंचाइंचाची चुंबनं घ्यावीशी वाटत होती. त्याच्या पावलाच्या वरच्या बाजूला माझी जीभ फिरवायची होती, त्याचा प्रत्येक अंगठा चोखायचा आहे. होली शिट्.

''तू सुंदर दिसतेस,'' त्याने श्वास घेतला.

मी माझं डोकं खाली ठेवलं, तो माझ्याकडे एकटक बघतोय, याची मला जाणीव झाली आणि मी जवळजवळ उघडी होते. मला सावकाशपणे लाली माझ्या तोंडावर पसरताना जाणवली. त्याने खाली वाकून माझी हनुवटी त्याच्या ओंजळीत धरली, माझा चेहरा त्याच्या नजरेसमोर आणण्यासाठी वर केला.

''तू एक सुंदर स्त्री आहेस, ॲनास्टॅशिया. तू पूर्णपणे माझी आहेस,'' तो पुटपुटला. ''उभी रहा.'' त्याची आज्ञा हळुवार आणि वैषयिक आश्वासनाने भरलेली होती.

थरथरत, मी माझ्या पायांवर उभी राहिले.

''माझ्याकडे बघ,'' त्याने श्वास घेतला आणि मी त्याच्या तप्त नजरेकडे एकटक बघितलं. ती त्याची डॉमिनंट नजर होती – थंड, खोलवर आणि अतिशय सेक्सी. एकाच मोहित करणाऱ्या नजरेत पापाच्या सात छटा. माझं तोंड सुकलं आणि मला कळलं त्याने सांगितलेलं मी काहीही करेन. त्याच्या ओठांवर एक जवळजवळ क्रूर स्मित तरळलं.

"आपल्याकडे एक सह्या केलेला करार नाही ॲनास्टॅशिया, पण आपण मर्यादांवर चर्चा केली आहे. मी पुनरुक्ती करतो की, आपल्याकडे सुरक्षिततेसाठी शब्द आहेत. ओके?"

होली फक्... मला सेफवर्ड्सची गरज भासावी असं त्याने काय योजलंय?

"ते काय आहेत?" त्याने अधिकारवाणीने विचारलं.

मी त्याच्या प्रश्नावर कपाळाला थोड्याशा आठ्या घातल्या आणि त्याचा चेहरा दिसून येण्याइतका ताठरला.

"सेफवर्ड्स काय आहेत, ॲनास्टॅशिया?" तो सावकाशपणे आणि विचारपूर्वक म्हणाला.

"यलो," मी बडबडले.

"आणि?" त्याने उत्तराच्या अपेक्षेने विचारलं, त्याचं तोंड एका कठीण रेषेत स्थिर झालं.

"रेड." मी श्वास घेतला.

"ते लक्षात ठेव."

आणि माझं नियंत्रण राहिलं नाही... मी त्याच्याकडे बघून माझ्या भुवया उंचावल्या आणि माझ्या जीपीएची मी त्याला आठवण करून देणार होते, पण त्याच्या थंड करड्या डोक्यात एकाएकी आलेल्या गढुळलेल्या चमकेमुळे मी मध्येच थांबले.

"तुझ्या तरतरीत तोंडाने इथे काही बोलायची सुरुवात करू नकोस, मिस स्टील. नाहीतर मग मी तुला गुडघे टेकायला लावून त्याच्याशी सेक्स करेन. कळतंय का तुला?"

मी सहजपणे आवंढा गिळला. ओके. मी वेगाने डोळ्यांची उघडझाप केली. खरं म्हणजे ती त्याच्या आवाजाची पट्टी धमकीपेक्षा अधिक होती, ज्यामुळे मला छोटं वाटायला लागतं.

"वेल?"

"येस, सर." मी घाईघाईत पुटपुटले.

"गुड गर्ल." तो माझ्याकडे टक लावून बघताना मध्ये थांबला.

"तू त्रासली आहेस म्हणून तू सेफवर्ड वापरावास असा माझा हेतू नाही. मी तुझ्याबरोबर जे करू इच्छितो ते उत्कट आहे. खूप उत्कट आणि तुला मला मार्गदर्शन करावं लागेल. समजतंय का?"

खरं म्हणजे नाही. उत्कट? वॉव.

"हे स्पर्शाबद्दल आहे, ॲनास्टॅशिया. तू मला बघू किंवा ऐकू शकणार नाहीस. पण तुला माझी जाणीव होऊ शकेल."

मी कपाळाला आठ्या घातल्या – ऐकू शकणार नाही? ते कसं काय चालू शकेल? तो वळला आणि माझ्या आधी लक्षात आलं नव्हतं की, त्याच्या छातीवर एक नेटकं, सपाट, मॅट काळं बॉक्स आहे. तो बॉक्स दोन विभागात विभागला. एक सीडी प्लेअर आणि बरीचशी बटणं. दोन दरवाजे उघडल्यावर दृष्टीस पडले. ख्रिश्चनने त्यातली बरीचशी बटणं क्रमाने दाबली. काहीही झालं नाही, पण तो समाधानी झाल्यासारखा दिसला. मी बुचकळ्यात पडले. त्याने पुन्हा माझ्याकडे तोंड वळवल्यावर त्याच्या चेहऱ्यावर त्याचं छोटंसं 'माझ्याकडे एक गुपित आहे' असं हास्य होतं.

"मी तुला त्या पलंगाला बांधणार आहे, ॲनास्टॅशिया. पण प्रथम मी तुझ्या डोळ्यांना पट्टी बांधणार आहे," त्याने त्याच्या हातातलं आयपॉड दाखवला, "तू माझा आवाज ऐकू शकणार नाहीस. तुला जे काही ऐकू येईल ते म्हणजे तुझ्यासाठी मी वाजवणार आहे ते संगीत."

ओके. एक संगीतमय मध्यंतर. मी ज्याची अपेक्षा केली होती ते हे नव्हे. मी ज्याची अपेक्षा करते ते तो कधीतरी करतो का? *जीझ, मी आशा करते की, ते टॅप नसावं.*

"चल," माझा हात घेऊन, त्याने मला त्या जतन केलेल्या जुन्या चार खांबांच्या पलंगाकडे नेलं. प्रत्येक कोपऱ्यात काढण्या जोडलेल्या होत्या, त्या लेदर कफ्ज असलेल्या बारीक धातूच्या साखळ्या होत्या, लाल सॅटिनच्या पार्श्वभूमीवर चमकत होत्या.

ओ बॉय, मला वाटलं माझं हृदय माझ्या छातीतून उसळी मारून बाहेर येणार आहे आणि मी अंतर्बाह्य वितळत होते, लालसा माझ्यामधून वाढत जात होती. मी यापेक्षा अधिक उत्तेजित होऊ शकते का?

"इथे उभी रहा."

मी पलंगाकडे तोंड करून उभी राहिले. तो खाली वाकला आणि माझ्या कानात कुजबुजला.

"इथे थांब. तुझी नजर गादीकडे ठेव. इथे बांधून ठेवून पहुडलेली आणि पूर्णपणे माझ्या दयेवर अवलंबून असलेली अशी स्वत:ची कल्पना कर."

ओह माय.

तो क्षणमात्र दूर झाला आणि मला त्याने दरवाजाजवळ जाऊन काहीतरी आणल्याचं ऐकू आलं. माझ्या सगळ्या संवेदना अतिशय जागरूक झाल्या होत्या, माझी ऐकण्याची शक्ती अधिक तीव्र झाली होती. दरवाजाजवळ असलेल्या छड्या आणि पॅडल्सच्या रॅकवरून त्याने काहीतरी उचललं होतं. *होली काउ. तो काय करणार आहे?*

मी त्याला माझ्या मागे अनुभवलं. माझे केस त्याने ओढून एका पोनीटेलमध्ये

बांधले आणि त्याची वेणी घालायला लागला.

"मला तुझ्या पिगटेल्स जरी आवडत असल्या, तरी आत्ता मी तुझा उपभोग घेण्यासाठी अधीर आहे. म्हणून एक घातली तरी चालेल," त्याचा आवाज खालचा, हळुवार होता.

मधून मधून माझी वेणी घालत असताना त्याची कुशल बोटं माझ्या पाठीवर फिरत होती, आणि प्रत्येक सहज स्पर्श माझ्या त्वचेच्या निकट एखाद्या मधुर, विजेच्या धक्क्यासारखा होता. वेणीच्या शेवटी त्याने हेअरटायने घट्ट बांधलं, नंतर त्याने वेणी हलकेच खेचली म्हणजे मी एक पाऊल मागे टाकून त्याच्या बरोबर समोर यायला बाध्य झाले. त्याने पुन्हा मला एका बाजूला खेचलं म्हणजे मी माझ्या डोक्याचा कोन केला, त्याला माझ्या मानेला स्पर्श करायला सोपं पडलं. खाली वाकून त्याने माझ्या मानेवर नाक घुसळलं, त्याच्या दातांच्या खुणा माझ्या कानाच्या खालच्या बाजूपासून माझ्या खांद्यापर्यंत उठवल्या. तसं करत असताना तो हलकेच गुणगुणला आणि तो ध्वनी माझ्यामधून घुमला. खाली... आणखी तिथे खाली, माझ्या आत. मी शांतपणे कण्हले.

"आता शांत हो," तो माझ्या त्वचेच्या निकट श्वास घेत होता. त्याने त्याचे हात माझ्यापुढे धरले, त्याचे बाहू माझ्या बाहूंना स्पर्शले. त्याच्या उजव्या हातात फ्लॉगर होता. त्याच्या खोलीची प्रथमच ओळख करून देण्यात आली होती तेव्हा त्याने हे नाव सांगितलेलं मला आठवलं.

"त्याला स्पर्श कर," तो कुजबुजला आणि तो स्वतःच डेव्हिल असल्यासारखा वाटला.

प्रतिसाद म्हणून माझं शरीर पेटून उठलं. सहजगत्या मी हात पुढे केला. त्याचे लांब केस पिंजारले. त्याला पुष्कळ लांब पानं आहेत, सगळं नरम स्वेड आणि टोकाला छोटे मणी.

"मी हे वापरेन. त्याने दुखणार नाही, पण त्यामुळे तुझं रक्त तुझ्या त्वचेच्या पृष्ठभागावर येईल आणि तुला खूप संवेदनाक्षम बनवेल."

ओह, तो म्हणतोय त्याने दुखणार नाही.

"सुरक्षिततेचे शब्द काय आहेत, ॲनास्टॅशिया?"

"अं... 'यलो' आणि 'रेड', सर." मी कुजबुजले.

"गुड गर्ल, लक्षात ठेव, तुझी बव्हंशी भीती ही तुझ्या मनात आहे."

त्याने फ्लॉगर पलंगावर टाकला आणि त्याचे हात माझ्या कमरेकडे सरकले.

"तुला याची गरज भासणार नाही," तो पुटपुटला आणि त्याचे हात माझ्या पॅन्टीजमध्ये अडकवून त्याने त्या माझ्या पायांच्या खाली ओढल्या. मी अस्थिरपणे त्यांच्यातून पावलं बाहेर टाकली. आधारासाठी पलंगाच्या कलाकुसरीचं काम केलेल्या खांबावर रेलले.

"स्तब्ध उभी रहा," त्याने फर्मावलं आणि माझ्या पार्श्वभागाचं चुंबन घेतलं. मग दोनदा मृदूपणे चिमटे काढले, म्हणजे मी ताठरले. "आता पडून रहा. चेहरा वर." त्याने पुस्ती जोडली, त्याचवेळी त्याने माझ्या नितंबांवर जोरदार चापटी मारल्या, ज्यामुळे मी दचकले.

घाईघाईत, मी पलंगाच्या कडक, निघू न शकणाऱ्या गादीवर रांगले आणि पडून राहिले. त्याच्याकडे बघितलं. माझ्या अंगाखालची सॅटिनची चादर माझ्या त्वचेला मृदू आणि गार लागत होती. त्याचा चेहरा निर्विकार होता, फक्त थोड्याच उघड्या पडलेल्या उत्तेजनेमुळे चमकणाऱ्या त्याच्या डोळ्यांव्यतिरिक्त.

"हात तुझ्या डोक्याच्या वर," त्याने आज्ञा केली आणि मला जसं सांगितलं गेलं तसं मी केलं

जीझ, माझं शरीर त्याच्यासाठी भुकेलं होतं. मला तो लगेच पाहिजे होता.

तो वळला आणि माझ्या डोळ्यांच्या कोपऱ्यातून मी त्याला चेस्ट ऑफ ड्रॉवर्सकडे चालत जाताना बघितलं; परतताना त्याने आयपॉड आणि मी माझ्या ॲटलांटाच्या उड्डाणावेळी वापरला होता त्याच्याशी साधर्म्य असलेला आयमास्क घेऊन येताना पाहिलं. तो विचार मला हसू आणू इच्छित होता, पण माझ्या ओठांचं सहकार्य मी मिळवू शकले नाही. अपेक्षेनेदेखील माझा पूर्णपणे ताबा घेतला होता. मला फक्त एवढंच कळलं की, माझा चेहरा पूर्णपणे निश्चल होता, माझे डोळे त्याच्याकडे बघत असताना मोठे झाले होते.

बिछान्याच्या कडेवर बसत, त्याने मला आयपॉड दाखवला. त्याला एक विचित्र ॲन्टेना आणि हेडफोन्सदेखील होते. किती चमत्कारिक. त्याचा अर्थ लावण्याचा प्रयत्न करत मी कपाळाला आठ्या घातल्या.

"आयपॉडवर जे चालू आहे ते याच्यामुळे खोलीतल्या सिस्टीमवर प्रसारित होतं." ख्रिश्चनने माझ्या बोलून न दाखवलेल्या प्रश्नाला त्या छोट्या ॲन्टेनावर थोपटून उत्तर दिलं. "तू जे ऐकते आहेस ते मी ऐकू शकतो आणि माझ्याकडे त्यासाठी एक रिमोट कंट्रोल युनिट आहे." तो शिष्टपणे त्याचं खासगी विनोदी हसू हसला आणि एका छोट्या, चपट्या डिव्हाइसवर धरलं, जो एक अतिशय आधुनिक कॅल्क्युलेटरसारखा दिसला. तो माझ्यावरून वाकला, माझ्या कानात हळुवारपणे इअर बड्स घातले आणि माझ्या डोक्यावर पलंगावर कुठेतरी ते आयपॉड ठेवला.

"तुझं डोकं उचल," त्याच्या आज्ञेप्रमाणे मी लगेच तसं केलं.

सावकाशपणे, त्याने माझ्या चेहऱ्यावर मास्क चढवला, इलॅस्टिक माझ्या डोक्याच्या मागच्या बाजूला ओढलं आणि मी आंधळी झाले. मास्कच्या इलॅस्टिकमुळे इअर बड्स जागच्याजागी बसले. त्याचा आवाज जरी दबल्यासारखा आला, तरी तो पलंगावरून उठताना अजूनही मी ऐकू शकत होते. माझ्या स्वत:च्या श्वासोच्छ्वासामुळे

माझ्या कानठळ्या बसत होत्या – तो उथळ आणि अनियमित होता, माझी उत्तेजना त्यातून व्यक्त होत होती. ख्रिश्चनने माझा डावा हात घेतला, हळुवारपणे तो डाव्या कोपऱ्याकडे ताणला आणि माझ्या डाव्या मनगटाभोवती लेदर कफ लावले. एकदा त्याचं झाल्यावर त्याच्या लांबसडक बोटांनी माझ्या बाहूंच्या लांबीवर थोपटलं. ओह्! त्याच्या स्पर्शाने एक मोहक, चाळवणारी थरथर निर्माण केली. त्याला दुसऱ्या बाजूला सावकाश जाताना मी ऐकलं, तिथे त्याने माझा उजवा हात घेतला आणि त्याला कफ लावून टाकले. पुन्हा, त्याची लांब बोटं माझ्या बाहूंवर रेंगाळली.

ओह माय... मी आधीच फुटून जाण्यासाठी योग्य झाले होते. हे एवढं वासना चाळवणारं का आहे?

तो माझ्या बिछान्याच्या पायथ्याशी सरकला आणि माझे दोन्ही घोटे पकडले.

"तुझं डोकं पुन्हा उचल," त्याने फर्मावलं.

मी त्याप्रमाणे केलं आणि तो मला बिछान्यात खाली ओढलं म्हणजे माझे बाहू ताणले गेले आणि कफ्स लावलेल्या ठिकाणी ओढ बसली. होली काउ. मी माझे हात हलवू शकत नव्हते. उत्तेजनेची एक लहर, अस्वस्थतेची थरथर, सूचना अशा अतीव सुखाची जाणीव माझ्या शरीरातून वाहत गेली. मला अधिक ओलसर बनवलं. मी कण्हले. माझे पाय फाकवून त्याने माझ्या उजव्या घोट्याला प्रथम कफ लावला आणि मग माझ्या डाव्या घोट्याला, म्हणजे मी स्थानबद्ध, पंख पसरलेल्या गरुडासारखी आणि पूर्णपणे त्याच्या मर्जीवर अवलंबून. मी त्याला बघू शकत नव्हते हे धैर्य खचवणारं होतं. मी कान लावून ऐकलं... तो काय करतोय? आणि मला काही ऐकू येत नव्हतं, फक्त माझा श्वासोच्छ्वास आणि माझ्या हृदयाचं जोरजोरात धडधडणं; माझ्या कानांच्या पडद्यांवर माझं रक्त आवेगानं थडथडलं.

एकाएकी, आयपॉडचं हळुवार शांत स्स... आणि पॉप जिवंत झालं. माझ्या डोक्याच्या आतून एक एकटा देवदूतासारखा आवाज, दीर्घ गोड नोटच्या साथीशिवाय गाऊ लागला आणि त्याला जवळजवळ लगेचच दुसऱ्या आवाजाची साथ मिळाली आणि मग आणखी आवाज – होली काउ. एक स्वर्गीय क्वायर माझ्या डोक्यात गात होती; एक अतिशय मोठा, तेजस्वी, पिवळसर तारा; एक प्राचीन, अतिप्राचीन धार्मिक श्लोक. व्हॉट इन हेवन्स नेम इज धीस? याच्यासारखं मी पूर्वी कधी ऐकलेलं नव्हतं. काहीतरी अतिशय जवळजवळ सहन होणार नाही एवढं मुलायम माझ्या मानेवर फिरलं, आरामात माझ्या गळ्यावरून खाली, सावकाशपणे माझ्या छातीवरून, माझ्या स्तनांवरून, मला कुरवाळत... माझी स्तनाग्रं ओढत, ते इतकं मृदू होतं, माझ्या खालच्या भागाचा शोध घेत फिरलं. ते इतकं अनपेक्षित आहे. ती फर होती! फरग्लोव्ह?

ख्रिश्चनने त्याचा हात माझ्या पोटावर फिरवला, घाई नसलेला आणि विचारपूर्वक,

माझ्या नाभीभोवती वर्तुळ रेखत. मग काळजीपूर्वक पार्श्वभागावर आणि मी अंदाज घेण्याचा प्रयत्न केला की, तो नंतर कुठे जाणार आहे... माझ्या पायांमध्ये, माझ्या मांड्यांवर, एका पायावरून खाली... दुसऱ्या पायावर... त्याने जवळजवळ गुदगुल्याच होत होत्या... पण तेवढ्या नाहीत... आणखी आवाज एकत्र आले... तो स्वर्गीय क्वायर वेगवेगळे भाग गाताना, त्यांचे आवाज आनंदाने आणि गोडपणे एकत्रित होताना, एका नादमय तालबद्धतेत जी मी पूर्वी कधीही ऐकलेल्या संगीताच्या पुढे. मला एक शब्द कळला ड्यूस – आणि मला कळतं की, ते लॅटिनमध्ये गात आहेत.

तरीही, ती फर माझ्या बाहूंवरून आणि माझ्या कमरेभोवती फिरत होती... पुन्हा मागे फिरून माझ्या स्तनांवरून. त्या मृदू स्पर्शाने माझी स्तनाग्रं ताठरली... आणि मी धापा टाकू लागले... त्याचा हात आता पुढे कुठे जाणार, याचा विचार करत. एकाएकी, ती फर जाऊन मला त्या फ्लॉगरची पानं माझ्या त्वचेवरून, फर ज्या मार्गाने फिरली त्याच मार्गाचा अवलंब करत फिरताना जाणवू लागली. माझ्या डोक्यात संगीत असताना लक्ष केंद्रित करणं इतकं कठीण होतं – जणूकाही शंभर आवाज गात असल्यासारखं वाटलं. माझ्या डोक्यातून तलम, सोनेरी आणि चंदेरी रेशमी धाग्यांची स्वर्गीय पडदे विणत असल्यासारखं आणि त्याच्यात माझ्या त्वचेला होणारा मृदू स्वेडचा स्पर्श मिसळत असल्यासारखं... माझ्यावरून फिरणारा... ओ माय... एकाएकी, तो अदृश्य झाला आणि मग अचानक, तीव्रपणे, त्याने माझ्या पोटाच्या खाली चावा घेतला.

"आघघ!" मी ओरडले. मला त्यामुळे आश्चर्याचा धक्का बसलेला होता, पण त्यामुळे नेमकं मला दुखावलं नव्हतं, तर सगळीकडे झिणझिण्या उठत होत्या. त्याने मला पुन्हा मारलं. अधिक जोरात.

"आह!"

मला हलायचं होतं, अंगाची चाळवाचाळव करायची होती... पळून जायला, किंवा प्रत्येक प्रहाराचं स्वागत करायला... मला माहीत नाही – ते इतकं भारावून टाकणारं होतं... मी माझे बाहू ओढू शकत नव्हते... माझे पाय अडकलेले होते. मला जागच्याजागी नेमकेपणाने ठेवण्यात आलं होतं... पुन्हा त्याने माझ्या स्तनांवरून फटका मारला – मी ओरडले. मधुर यातना – सहन होण्यासारख्या, जरा... सुखद – नाही, लगेच नाही, पण जेव्हा माझी त्वचा प्रत्येक प्रहारानिशी माझ्या डोक्यातला संगीताला परिपूर्ण प्रतिबिंब म्हणून गाऊ लागली, तेव्हा मी माझ्या सर्वाधिक वैषयिक जाणिवेला शरण जाणाऱ्या मनाच्या अंधाऱ्या भागाकडे ओढली गेली. होय – मला हे कळलं. तो माझ्या नितंबांवर फटका मारत होता, मग माझ्या गुप्तांगावरील केसांकडे वळून काही जलद फटके देत होता, माझ्या मांड्यांवर... माझ्या मांड्यांच्या आतल्या भागावर... आणि परत माझ्या शरीरावर... माझ्या

पार्श्वभागावर. संगीत जेव्हा उत्कटबिंदूला पोचलं, तेव्हा तो मारत राहिला आणि एकाएकी संगीत थांबलं. आणि तोही. मग गाणं पुन्हा सुरू झालं... बांधत आणि बांधत आणि तो माझ्यावर फटक्यांचा पाऊस पाडत होता... आणि मी कण्हले, कळवळले. पुन्हा एकदा, थांबलं, सगळं शांत होतं... माझ्या जोराच्या श्वासोच्छ्वासाखेरीज... आणि मोकाट ओढीखेरीज. त्यासाठी... ओह... काय घडतंय? तो आता काय करणार? ती उत्तेजना जवळजवळ असह्य आहे. मी एका अगदी गडद, वासनामयी ठिकाणी प्रवेश केला होता.

बिछाना हलला आणि सरकला, मला जाणवलं की, तो माझ्यावर चढला होता आणि गाणं पुन्हा सुरू झालं. त्याने ते पुन्हा लावलं होतं... यावेळेला त्याचं नाक आणि ओठ यांनी फरची जागा घेतली होती... माझ्या मानेवरून आणि गळ्यावरून, चुंबन, चोखत... माझ्या स्तनांपर्यंत चुंबनांची पखरण करत... आह्! माझ्या दोन्ही स्तनाग्रांना आळीपाळीने चिडवत... त्याची जीभ एका स्तनाग्राभोवती गोल फिरताना आणि त्याच्या बोटांपैकी एक दुसऱ्या स्तनाग्राभोवती न थांबता फिरताना... मी कण्हले मोठ्याने, जरी मला ऐकू येत नव्हतं तरी. मी हरवले आहे. त्याच्यात हरवले आहे... ताऱ्यांसारख्या, देवदूतांसारख्या आवाजात हरवले होते... मी पळ काढू शकणार नव्हते. अशा सगळ्या जाणिवांत हरवले होते... त्याच्या कुशल स्पर्शाच्या दयेवर मी पूर्णपणे अवलंबून होते.

तो माझ्या पोटाकडे खाली सरकला – त्याची जीभ माझ्या नाभीभोवती वर्तुळ काढत होती – फर आणि फ्लॉगरचा रस्ता चोखाळत... मी कण्हले. तो चुंबनं घेत होता, चोखत होता आणि बारीक चावे घेत होता... खालच्या बाजूला सरकत होता.. आणि मग त्याची जीभ 'तिथे' होती. माझ्या मांड्यांच्या सांध्यांवर. मी माझं डोकं मागे टाकलं आणि ओरडले – माझा ऑरगॅझममध्ये जवळजवळ स्फोटच झाला... मी होण्याच्या बेतात आणि तो थांबला.

नो! बिछाना सरकला आणि तो माझ्या पायांमध्ये ओणवा झाला. तो बेडपोस्टच्या दिशेने वाकला आणि माझ्या घोट्यावरचा कफ एकाएकी गेला होता. मी माझा पाय बिछान्याच्या मध्ये ओढला... त्याच्या अंगावर माझा पाय विसावला. तो विरुद्ध बाजूच्या खांबावर झुकला आणि माझा दुसरा पाय मोकळा केला; त्यांनी माझ्या दोन्ही पायांच्या खाली पटकन प्रवास केला, त्यांना दाबत आणि चोळत त्यांच्यामध्ये पुन्हा जीव आणला. नंतर, माझे नितंब पकडून, त्याने मला उचललं म्हणजे माझी पाठ बिछान्यावर नव्हती. माझी कमान झाली, माझ्या खांद्यांवर मी विसावले होते. काय? तो माझ्या पायांमध्ये... आणि एक जलद, जोरदार धक्क्यासह तो माझ्या आत... ओह, फक... आणि मी पुन्हा ओरडले. माझ्या येणाऱ्या उत्कटबिंदूची थरथर सुरू झाली आणि तो शांत झाला. थरथर बंद... ओह नो... तो मला आणखीन छळणार होता.

“प्लीज!” मी विव्हळले.

त्याने मला अधिक घट्ट धरलं... धोक्याची सूचना देण्यासाठी? मला माहीत नाही, मी धापा टाकत पडले होते तेव्हा त्याची बोटं माझ्या पार्श्वभागाच्या मांसल त्वचेत घुसली... म्हणून मी हेतुपूर्वक स्तब्ध झाले. अगदी सावकाशपणे, त्याने पुन्हा हलायला सुरुवात केली... बाहेर आणि मग आत... आणि क्वायर पीसमधल्या आवाजांची संख्या जशी वाढली, त्याचीही गती वाढली. मोजायला सूक्ष्म. तो नियंत्रण असलेला... संगीताबरोबर अगदी वेळेत. आणि मी ते अधिक काळ सहन करू शकत नव्हते.

“प्लीज,” मी विनवणी केली. एका जलद कृतीने, त्याने मला पलंगावर खाली टाकलं. तो माझ्यावर पडला. त्याचे हात माझ्या स्तनांच्या शेजारी पलंगावर होते. त्याने त्याच्या वजनाला टेकू दिला आणि मग तो माझ्यात घुसला. संगीताने जेव्हा त्याची परमावधी गाठली, तेव्हा मी पडले... मुक्तपणे पडले... एका अतिशय उत्कट, मी कधीही अनुभवला नसेल अशा यातनामय ऑरगॅझममध्ये आणि माझ्या पाठोपाठ ख्रिश्चनही... आणखी तीन वेळा माझ्या आत धक्के देत... शेवटी शांत होत आणि मग माझ्यावर कोसळत...

ती जिथे कुठे गेली असेल तिथून माझी शुद्ध परत येत असताना, ख्रिश्चनने माझ्यामधून स्वतःला ओढून घेतलं. संगीत थांबलं. त्याने माझ्या उजव्या मनगटावरचा कफ काढला. तो त्याला माझ्या अंगावर पसरताना मला जाणवलं. माझा हात मोकळा केला तशी मी कण्हले. त्याने पटकन माझा दुसरा हात मोकळा केला, हळुवारपणे माझ्या डोळ्यांवरचा मास्क काढला आणि इअर बड्सपण काढले. मी अंधूक हलक्या उजेडात डोळे मिचकावले आणि त्याच्या उत्कट करड्या नजरेत एकटक बघितलं.

“हाय,” तो पुटपुटला.

“हाय,” मी लाजून त्याला प्रतिसाद देत श्वास घेतला. त्याचे ओठ एका हास्यात तिरपे झाले. त्याने वाकून माझं हळुवारपणे चुंबन घेतलं.

“वेल डन,” तो कुजबुजला, “वळ.”

होली फक – तो आता काय करणार आहे? त्याचे डोळे सौम्य होते.

“मी फक्त तुझे खांदे चोळणार आहे.”

“ओह... ओके.”

मी ताठरपणे माझ्या पुढच्या भागावर वळले. मी इतकी थकले होते. ख्रिश्चन माझ्या बाजूला बसला आणि माझ्या खांद्यांना मर्दन करायला सुरुवात केली. मी जोरात कण्हले – त्याची बोटं इतकी सशक्त, जाणणारी होती. खाली वाकून, त्याने माझ्या डोक्याचं चुंबन घेतलं.

“ते संगीत काय होतं?” मी जवळजवळ कळणार नाही अशी पुटपुटले.

“त्याचं नाव आहे स्पेम एलिअम, एक चाळीस भागांचा मोटेट, थॉमस टॅलिसने केलेला.”

“तो... भारावून टाकणारा होता.”

“मला नेहमीच त्याच्या साथीने कामक्रीडा करायची होती.”

“आणखी एक प्रथम तर नाही ना, मि. ग्रे?”

“खरंच, मिस स्टील.”

त्याची बोटं माझ्या खांद्यांवर जादू करत असताना मी पुन्हा कण्हले.

“वेल, मीसुद्धा त्या संगीताच्या साथीने प्रथमच कामक्रीडा केली,” मी झोपाळूपणे पुटपुटले.

“हं... तू आणि मी, आपण एकमेकांना बऱ्याच प्रथमच केलेल्या गोष्टी देत आहोत,” त्याचा आवाज सच्चा होता.

“मी माझ्या झोपेत तुम्हाला काय म्हटलं, ख्रिस... एर... सर?”

त्याच्या हातांनी त्यांचं मर्दन करण्याचं काम क्षणभर थांबवलं.

“तू खूप गोष्टी बोललीस, ॲनास्टॅशिया. तू पिंजरे आणि स्ट्रॉबेरीजबद्दल बोललीस... म्हणजे तुला अधिक हवं होतं... आणि तुला माझी उणीव जाणवली.”

ओह, थँक्स हेवन्स फॉर दॅट.

“एवढंच आहे का?” माझ्या आवाजात सुटकेची स्पष्ट भावना होती.

ख्रिश्चनने त्याचं स्वर्गीय मर्दन थांबवलं. तो माझ्या शेजारी पहुडला. त्याच्या कोपरांवर त्याचं डोकं होतं. त्याने कपाळाला आठ्या घातल्या. “तुला काय वाटतं तू काय म्हणालीस?”

ओह क्रॅप.

“म्हणजे मी असा विचार केला की, तू कुरूप, गर्विष्ट आहेस आणि बिछान्यात निराशाजनक आहेस.”

त्याची भुवयांवरची घडी खोल झाली.

“वेल, नैसर्गिकपणे मी ते सगळं काही आहे आणि आता तू मला खरोखरच बुचकळ्यात पाडलं आहेस. तू माझ्यापासून काय लपवते आहेस, मिस स्टील?”

मी त्याच्याकडे बघून निष्पापपणे डोळे मिचकावले.

“मी काहीही लपवत नाहीये.”

“ॲनास्टॅशिया, तू एक निराशाजनक खोटं बोलणारी आहेस.”

“मला वाटलं सेक्सनंतर तू मला खुदुखुदु हसवणार असशील; पण तसं होत नाहीये.”

त्याचे ओठ तिरपे झाले. “मी विनोद सांगू शकत नाही.”

"मि. ग्रे! तुम्ही करू शकत नाही असं काहीतरी?" मी त्याच्याकडे बघून हसले आणि तोही हसला.

"नो, निराशाजनक जोक टेलर." तो स्वत:बद्दल इतका अभिमान असणारा दिसला की, मी खुदुखुदु हसायला लागले.

"मी पण एक निराशाजनक जोक सांगणारी आहे."

"तो एक छान नाद आहे," तो पुटपुटला, आणि पुढे वाकून माझं चुंबन घेतलं.

"आणि तू काहीतरी लपवते आहेस, ॲनास्टॅशिया. तुला यातना देऊन ते मला तुझ्याकडून काढून घ्यावं लागेल."

२६

एका धक्क्यासरशी उठले. मला वाटलं स्वप्नात मी पायऱ्यांवरून खाली पडले आणि मी क्षणमात्र गोंधळल्यासारखी होऊन सरळ बसले. अंधार होता आणि मी ख्रिश्चनच्या बिछान्यात एकटी होते. कशामुळेतरी मला जाग आली होती, कोणतातरी सतावणारा विचार. त्याच्या बिछान्याच्या बाजूला असलेल्या गजराच्या घड्याळाकडे मी नजर टाकली. पहाटेचे पाच वाजले होते, पण मला विश्रांती घेतल्यासारखं वाटत होतं. असं का? ओह – तो वेळेतला फरक आहे – जॉर्जियात आता सकाळचे आठ वाजले असतील. होली क्रॅप... मला माझी गोळी घेतली पाहिजे होती. मला ज्या कशामुळे जाग आली असेल त्याबद्दल कृतज्ञ होऊन मी बिछान्यातून धडपडत उतरले. मला पियानोवर वाजवलेल्या अस्पष्ट नोट्स ऐकू येत होत्या. ख्रिश्चन पियानो वाजवत होता. मला हे बघितलं पाहिजे. मला तो वाजवत असताना बघायला आवडतं. नग्न. मी माझा बाथरोब खुर्चीवरून काढून घेतला आणि शांतपणे कॉरिडॉरमधून चालत गेले. अंगावर बाथरोब चढवून मी त्या मोठ्या खोलीतून येणारा नादमधुर, विव्हळण्याचा जादूभरा आवाज ऐकत राहिले.

अंधाराच्या पडद्याआड, ख्रिश्चन पियानो वाजवताना उजेडाच्या एका बुडबुड्यात बुडालेला वाटला. त्याचे तापलेल्या तांब्याचे हायलाइट्स दिलेले केस चमकत होते. तो नग्न होता, तरीही मला माहीत होतं की, त्याने त्याचे पीजे बॉटम्स घातल्या होत्या. तो लक्ष केंद्रित करत, सुंदर वाजवत होता, संगीताच्या दुःखात हरवला होता. मी मागेपुढे करत, सावलीतून बघितलं, त्याला मध्येच थांबवायची माझी इच्छा नव्हती. मला त्याला धरून ठेवायचं होतं. तो हरवलेला, दुःखीदेखील वाटत होता आणि वेदनादायक एकटा – किंवा मग ते संगीत असेल, जे भावनांवर आणि संवेदनांवर तीव्र परिणाम करणाऱ्या दुःखाने एवढं भरलेलं होतं. त्याने संगीताचा तुकडा पूर्ण केला, सेकंदभर थांबला आणि मग पुन्हा वाजवायला सुरुवात केली. मी सावधगिरीने त्याच्याकडे सरकले, ज्योतीकडे पतंग ओढला जावा तशी... त्या

विचाराने मला हसू आलं. त्याने माझ्याकडे पाहिलं आणि त्याच्या हातांकडे त्याची नजर जाण्यापूर्वी कपाळाला आठ्या घातल्या.

ओह, क्रॅप, मी व्यत्यय आणतेय म्हणून तो वैतागला तर नाही?

"तू अजून झोपायला हवंस," त्याने सौम्यपणे दटावलं.

त्याच्या मनात काहीतरी आधीच आहे हे मी सांगू शकत होते.

"तूसुद्धा," मी तेवढी सौम्य नसलेली दटावणी केली.

त्याने पुन्हा माझ्याकडे पाहिलं, त्याचे ओठ हास्यरेषेने तिरपे झालेले होते.

"तू मला दटावते आहेस का, मिस स्टील?"

"होय, मि. ग्रे, मी दटावते आहे."

"वेल, मी झोपू शकत नाही." त्याच्या चेहऱ्यावरून त्रासल्याची किंवा रागाची भावना चमकून जाताना त्याने कपाळाला आठ्या घातल्या. माझ्यावर? नक्कीच नाही.

त्याच्या चेहऱ्यावरच्या भावांकडे मी दुर्लक्ष करत मोठ्या धैर्याने त्याच्या शेजारी पियानो स्टुलावर बसले, माझं डोकं त्याच्या उघड्या खांद्यावर टेकवलं, त्याची कुशल, चपळ बोटं पियानोच्या कीजना कुरवाळताना बघितलं. तो थोडासा थांबला आणि मग तो तुकडा पूर्ण होईपर्यंत कुजबुज चालू ठेवली.

"ते काय होतं?" मी हलकेच विचारलं.

"चोपिन. प्रील्यूड ओपस ट्वेंटी एट, नंबर फोर ई मायनरमध्ये. जर तुला इंटरेस्ट असेल तर," तो पुटपुटला.

"तू जे करतोस त्याच्यात मला नेहमीच रुची असते."

तो वळला आणि त्याने माझ्या केसांलगत हलकेच त्याचे ओठ दाबले.

"तुला उठवायचा माझा उद्देश नव्हता."

"तू नाही उठवलंस. दुसरं वाजव."

"दुसरं?"

"मी जेव्हा पहिल्या रात्री राहिले होते तेव्हा तू वाजवलेला बाखचा पीस."

"ओह, द मार्सेलो."

त्याने सावकाश आणि विचारपूर्वक वाजवायला सुरुवात केली. मी जेव्हा त्याच्या अंगावर रेलले, तेव्हा त्याच्या हातांची हालचाल मला त्याच्या खांद्यात जाणवली. मी माझे डोळे मिटून घेतले. त्या दुःखी, खोलवरच्या भावनांनी भरलेल्या संगीताच्या लहरी सावकाश आणि शोकाकुलपणे भिंतीवर प्रतिध्वनी उमटवत आमच्या भोवती गोलाकार घुमत होत्या. तो एक भारून टाकणारा संगीताचा सुंदर तुकडा होता, चोपिनपेक्षाही अधिक दुःखी, आणि त्या शोकाकुलतेच्या सौंदर्यात मी हरवून गेले. एका विशिष्ट मर्यादेपर्यंत, मला कसं वाटतंय ते त्याच्यातून प्रतीत

झालं. या अद्वितीय माणसाला अधिक चांगलं समजून घेण्याची माझ्यामध्ये असलेली खोल, भावनांवर आणि संवेदनांवर परिणाम करणारी ओढ, त्याचं दुःख समजावून घेण्याचा प्रयत्न. अगदी लवकरच, पीस संपला.

"तू असं करुण संगीतच फक्त का वाजवतोस?" मी ताठ बसले आणि त्याच्याकडे बघितलं. त्याने माझ्या प्रश्नाचं उत्तर म्हणून खांदे उडवले, त्याचे भाव विचारमग्न झाले.

"मग तू जेव्हा वाजवायला सुरुवात केलीस तेव्हा फक्त सहा वर्षांचा होतास?" मी विचारलं.

त्याने मान हलवली, त्याचा विचारमग्न आविर्भाव अधिक उत्कट झाला. एका क्षणानंतर तो स्वयंस्फूर्तीने बोलला, "माझ्या नवीन आईला खूश करण्यासाठी मी पियानो वाजवायला शिकलो."

"एका परिपूर्ण कुटुंबात सामावून घेण्यासाठी?"

"होय, तसं म्हणता येईल," तो टाळल्यासारखं म्हणाला.

"तू जागी का आहेस? कालच्या दमणुकीतून पुन्हा ताजंतवानं व्हायची तुला गरज नाही का?"

"माझ्यासाठी सकाळचे आठ वाजले आहेत आणि मला माझी गोळी घेतली पाहिजे."

त्याने आश्चर्याने त्याच्या भुवया उंचावल्या. "चांगली आठवण ठेवली आहेस," तो पुटपुटला आणि त्याच्यावर प्रभाव पडलाय हे मी सांगू शकत होते. "फक्त तूच वेगवेगळ्या टाइम झोनमध्ये विशिष्ट वेळा पाळण्याच्या संततिनियमनाच्या गोळ्यांचा कोर्स सुरू करू शकतेस. कदाचित तू अर्धा तास थांबावंस आणि मग उद्या सकाळी आणखी अर्धा तास. म्हणजे शेवटी तुला त्या योग्य वेळी घेता येतील."

"चांगली योजना," मी श्वास घेतला. "मग अर्ध्या तासासाठी आपण काय करू या?" मी त्याच्याकडे बघून निष्पापपणे डोळ्यांची उघडझाप केली.

"मी काही गोष्टींचा विचार करू शकतो," तो वैषयिकतेने हसला.

मी अविचलितपणे त्याच्याकडे बघितलं, त्याच्या जाणकार नजरेखाली माझ्या आतल्या बाजू पिळवटल्या आणि वितळल्या.

"दुसऱ्या बाजूला, आपण बोलू शकतो," मी शांतपणे सूचना केली.

त्याच्या भुवयांना चुण्या पडल्या.

"माझ्या जे मनात आहे ते करणं मला अधिक पसंत पडेल," त्याने त्याच्या मांडीवर मला गोळा केलं.

"तुला बोलण्यापेक्षा नेहमीच सेक्स करायला आवडतं." मी हसले, त्याच्या बाहूंच्या वरच्या बाजूंना धरत मी स्वतःला स्थिर केलं.

"खरं आहे. विशेषत: तुझ्याबरोबर," त्याने माझ्या केसांत नाक घुसळलं आणि माझ्या कानांच्या खालच्या बाजूपासून ते माझ्या गळ्यापर्यंत चुंबनांची एक सातत्यपूर्ण मालिका सुरू केली. "कदाचित माझ्या पियानोवर," तो कुजबुजला.

ओ माय. माझं सगळं शरीर त्या विचाराने घट्ट झालं. *पियानो. वॉव.*

"मला एक गोष्ट सरळ समजली पाहिजे," माझी नाडी जेव्हा वेगाने धावायला लागली तेव्हा मी कुजबुजले आणि माझ्या अंतर्देवतेने तिचे डोळे मिटले, त्याच्या ओठांचा माझ्या ओठांवरच्या स्पर्शाच्या जाणिवेचा आनंद लुटला.

त्याचा वैषयिक हल्ला पुढे चालू ठेवण्याआधी तो क्षणभर थबकला.

"माहिती मिळवण्यासाठी नेहमीच अगदी अधीर, मिस स्टील. काय सरळ करण्याची गरज आहे?" त्याने माझ्या मानेच्या तळाशी माझ्या त्वचेच्या निकट श्वास घेतला आणि मृदू, हळुवार चुंबनं घेणं पुढे चालू ठेवलं.

"आपण," मी माझे डोळे मिटत कुजबुजले.

"हं... आपल्याबद्दल काय?" माझ्या खांद्यावर होणारी त्याची चुंबनाची पखरण थांबवत त्याने विचारलं.

"करार."

माझ्याकडे बघण्यासाठी त्यानं डोकं उचललं, त्याच्या डोळ्यांत गंमत वाटल्याची छटा होती आणि त्याने नि:श्वास टाकला. माझ्या गालांवर त्याने त्याच्या बोटांच्या अग्रांनी थोपटलं.

"वेल, मला वाटतं करार चर्चेला योग्य नाही, कारण त्याचा निर्णय घेतलेला आहे, तुला नाही का तसं वाटत?" त्याचा आवाज खालच्या पट्टीतला आणि घोगरा होता, त्याचे डोळे सौम्य होते.

"निर्णय घेतलेला आहे?"

"निकालात काढलेला आहे," तो हसला. मी प्रश्नार्थकपणे त्याच्याकडे तोंड उघडं टाकून पाहिलं.

"पण तू एवढा आग्रही होतास."

"वेल, ते पूर्वी होतं. एनी वे, नियम बाद झालेले नाहीत, ते अजूनही लागू आहेत." त्याचा आविर्भाव थोडासा कडक झाला.

"पूर्वी? पूर्वी काय?"

"पूर्वी..." तो थांबला आणि त्याचा विचारमग्न भाव परत आला. "अधिक." त्याने खांदे उडवले.

"ओह."

"शिवाय, आपण आत्तापर्यंत प्लेरूममध्ये दोनदा गेलो आहेत आणि तू डोंगराकडे किंचाळत पळालेली नाहीस."

"तुला मी तसं जावं असं वाटतं का?"

"तू जे काही करतेस ते अपेक्षित नसतं, ॲनास्टॅशिया." तो शुष्कपणे म्हणाला.

"मग, मला स्पष्ट कळू दे. मी करारातले नियम सर्वकाळ पाळावेत, अशी तुझी इच्छा आहे, पण बाकीचा करार पाळावा अशी नाही?"

"फक्त प्लेरूमखेरीज. प्लेरूममध्ये तू कराराचा आत्मा पाळावास असं मला वाटतं. बाकीचे नियम नेहमीच पाळावेस अशी माझी इच्छा आहे. म्हणजे मला माहीत असेल की, तू सुरक्षित आहेस आणि मला माझी इच्छा असेल तेव्हा केव्हाही तुझ्याबरोबर सेक्स करता येईल."

"आणि मी जर नियमांपैकी एखादा तोडला तर?"

"तर मी तुला शिक्षा करेन."

"पण तुला माझ्या संमतीची गरज लागणार नाही?"

"होय, लागेल."

"आणि मी जर 'नाही' म्हटलं तर?"

त्याने क्षणभर माझ्याकडे बघितलं. त्याचा भाव गोंधळलेला होता.

"तू जर नाही म्हणालीस, तर तुझी मनधरणी करण्याचा मार्ग मला शोधावा लागेल."

मी त्याच्यापासून दूर होऊन उभी राहिले. मला थोडं अंतर हवं होतं. मी त्याच्याकडे टक लावून बघितलं. त्याने कपाळाला आठ्या घातल्या.

"म्हणजे मग शिक्षेचा भाग राहतोय."

"होय, पण फक्त तू नियम तोडलेस तर."

"मला ते पुन्हा वाचावे लागतील," मी तपशील आठवण्याचा प्रयत्न करत म्हणाले.

"मी तो घेऊन येतो," त्याचा स्वर एकाएकी व्यवहारी झाला.

व्होआ. ते पटकन खूप गंभीर प्रकरण झालं होतं. तो पियानोवरून उठला आणि सहजगत्या चालत त्याच्या स्टडीकडे गेला. माझ्या टाळूवरचे केस उभे राहिले. जीझ, मला थोडा चहा हवा होता. आमच्या कथित नातेसंबंधांचं भविष्य सकाळी ५.४५ वाजता चर्चेसाठी घेतलं जात होतं, जेव्हा तो दुसऱ्या कशाततरी व्यग्र आहे – हे शहाणपणाचं आहे का? मी स्वयंपाकघरात गेले, जे अजूनही अंधारात लपेटलेलं होतं. लाइट्सचे स्विचेस कुठे आहेत? मी ते शोधून काढले, ते लावले आणि किटलीत पाणी ओतलं. माझी गोळी! मी माझ्या पर्समध्ये उलथापालथ केली, जी मी ब्रेकफास्ट बारवर ठेवली होती आणि ती पटकन शोधून काढली. माझं आटपेपर्यंत, ख्रिश्चन परत आला होता, एका बारस्टुलावर बसला होता, माझ्याकडे

उत्कटतेने बघत होता.

"हे घे," त्याने एक टंकलिखित कागद माझ्याकडे ढकलला आणि माझ्या लक्षात आलं की, त्याने काही गोष्टींवर काट मारली होती.

नियम

आज्ञाधारकपणा

डॉमिनंटने दिलेल्या कोणत्याही सूचनांचं मागेपुढे न पाहता किंवा हातचं राखून न ठेवता, सबमिसिव्ह जलद आणि सफाईदारपणे ताबडतोब पालन करेल. डॉमिनंटला योग्य वाटेल त्या आणि सौख्य देणाऱ्या कोणत्याही लैंगिक कृतीत भाग घ्यायला सबमिसिव्ह संमती देईल, फक्त ज्या कृतींचा कठोर मर्यादांमध्ये समावेश करण्यात आला आहे, त्यांच्या व्यतिरिक्त (परिशिष्ट २) ती तसं अधीरतेने आणि मागेपुढे न बघता करेल.

निद्रा

ती जेव्हा डॉमिनंटबरोबर नसेल तेव्हा सबमिसिव्ह कमीत कमी सात तासांची निद्रा तिला मिळेल याची खातरी करेल.

अन्न

~~तिची प्रकृती आणि स्वास्थ्य चांगलं ठेवण्यासाठी, सबमिसिव्ह नेमून दिलेल्या अन्नपदार्थांच्या यादीतून (परिशिष्ट ४) नियमितपणे जेवण करेल. दोन जेवणांच्यामध्ये सबमिसिव्ह फळांव्यतिरिक्त दुसरे स्नॅक्स खाणार नाही.~~

वस्त्रं

डॉमिनंटबरोबर असताना, सबमिसिव्ह फक्त डॉमिनंटने मान्यता दिलेले कपडेच अंगावर घालेल. डॉमिनंट सबमिसिव्हला कपड्यांसाठी अंदाजपत्रक उपलब्ध करून देईल, ज्याचा सबमिसिव्ह उपयोग करेल. सबमिसिव्हबरोबर कपड्यांच्या खरेदीला डॉमिनंट जसं जमेल तसं जाईल.

व्यायाम

डॉमिनंट सबमिसिव्हला एक वैयक्तिक प्रशिक्षक उपलब्ध करून देईल; तो प्रशिक्षक आठवड्यातून तीन वेळा प्रत्येकी एक तास याप्रमाणे सबमिसिव्ह आणि त्याला सोयीस्कर वेळेत परस्पर संमतीने सत्र घेईल.

वैयक्तिक स्वच्छता/सौंदर्य

सबमिसिव्ह स्वत:ला नेहमीच स्वच्छ आणि केस भादरून किंवा वॅक्सिंग करून केस काढून ठेवेल. डॉमिनंटने निवडलेल्या ब्यूटी सॅलाँमध्ये डॉमिनंटने निवडलेल्या आणि त्याने ठरवलेल्या वेळात भेट देईल, तसंच डॉमिनंटला योग्य वाटतील ते उपचार करून घेईल.

वैयक्तिक सुरक्षितता

सबमिसिव्ह अधिक मात्रेमध्ये पिणार नाही, सिगारेट ओढणार नाही, मनोरंजनासाठी ड्रग्ज घेणार नाही किंवा स्वत:ला कोणत्याही अनावश्यक संकटात घालणार नाही.

वैयक्तिक गुणविशेष

डॉमिनंटखेरीज दुसऱ्या कोणत्याही व्यक्तीबरोबर सबमिसिव्ह लैंगिक संबंध ठेवणार नाही. प्रत्येक वेळेस सबमिसिव्ह स्वत:ला एक आदरणीय आणि सौजन्यपूर्ण पद्धतीने सादर करेल. तिचं वर्तन हे डॉमिनंटवर प्रत्यक्ष परावर्तित होणारं आहे, हे तिने समजावून घेतलं पाहिजे. कोणतंही चुकीचं वागणं, गैर वागणं आणि वाईट वर्तन, जे डॉमिनंटच्या उपस्थितीत घडलं नसेल, तरीही तिला त्याबद्दल जबाबदार धरलं जाईल.

वरीलपैकी कोणत्याही बाबींप्रमाणे वागण्यातलं अपयश त्वरित दिलेल्या शिक्षेला पात्र ठरेल, त्या शिक्षेचं स्वरूप डॉमिनंट निश्चित करेल.

"म्हणजे आज्ञाधारकपणाचा मुद्दा अजूनही लागू होतो."

"ओह, यस," तो हसला.

मी गंमत वाटून माझं डोकं हलवलं आणि माझ्या लक्षात येण्याआधीच त्याच्याकडे बघून डोळे फिरवले.

"तू आत्ताच माझ्याकडे बघून डोळे फिरवलेस, ॲनास्टॅशिया?" त्याने श्वास रोखला.

ओह, फक.

"शक्य आहे, तुझी प्रतिक्रिया काय आहे त्याच्यावर अवलंबून आहे."

"नेहमीप्रमाणेच," तो त्याचं डोकं हलवत म्हणाला, त्याचे डोळे उत्तेजनेने चमकत होते.

मी स्वयंप्रेरणेने आवंढा गिळला.

"सो..." *होली शिट्. मी काय करणार आहे?*

"यस?" तो त्याचा खालचा ओठ चाटत होता.

"तुला माझ्या नितंबांवर आत्ता चापट्या मारायच्या आहेत."

"होय. आणि मी मारेन."

"ओह, खरंच मि. ग्रे?" मी आव्हान दिलं, त्याच्याकडे पुन्हा हसत बघितलं. दोन लोक हा खेळ खेळू शकतात.

"तू मला थांबवणार आहेस का?"

“तुला प्रथम मला पकडावं लागेल.”

त्याचे डोळे किंचित विस्फारले आणि तो हसला, सावकाश उठून उभा राहिला. “ओह, रिअली, मिस स्टील?”

ब्रेकफास्ट बार आमच्या मध्ये होता. त्याच्या अस्तित्वाबद्दल पूर्वी कधी नाही तेवढी मी या क्षणी कृतज्ञ झाले.

“आणि तू तुझा ओठ चावते आहेस,” असं म्हणत तो सावकाशपणे त्याच्या डावीकडे सरकला. मीदेखील माझ्या डाव्या बाजूला सरकले.

“तू करणार नाहीस,” मी चिडवलं. “शेवटी, तूही तुझे डोळे फिरवतोस.” मी त्याच्याबरोबर वादविवाद करायचा प्रयत्न केला. त्याने त्याच्या डावीकडे सरकणं चालू ठेवलं आणि मीदेखील.

“होय, पण या खेळात तू उत्तेजनेमुळे घेतलेल्या धोक्यांवरची मर्यादा नुकतीच उठवली आहेस,” त्याचे डोळे तप्त होऊन त्यात एक उन्मुक्त अपेक्षा होत होती.

“मी खूप चपळ आहे, ठाऊक आहे ना,” मी माझ्यावर काहीही परिणाम न झाल्याचं दर्शवण्याचा प्रयत्न केला.

“मीदेखील.”

त्याच्याच स्वयंपाकघरात तो माझा पाठलाग करत होता.

“तू शांतपणे येणार आहेस की नाही?” त्याने विचारलं.

“मी कधीतरी येते का?”

“मिस स्टील, काय अर्थ याचा?” तो शिष्टपणे हसला. “मला जर येऊन तुम्हाला पकडावं लागलं, तर ते तुमच्यासाठी अधिक वाईट ठरेल.”

“ते फक्त जर तुम्ही मला पकडलंत तर, ख्रिश्चन. आणि आत्ता, तुम्हाला मला पकडू देण्याचा माझा अजिबात विचार नाही.”

“ॲनास्टॅशिया, तू पडू शकतेस आणि स्वत:ला इजा करून घेऊन शकतेस. ज्यामुळे तू नियम क्रमांक सात, आत्ता सहाच्या प्रत्यक्ष विरोधात जाशील.”

“मी तुम्हाला भेटल्यापासूनच धोक्यात आहे, मि. ग्रे, नियम असोत वा नसोत.”

“हो, तू आहेस,” तो थांबला आणि त्याच्या कपाळाला आठ्या पडल्या.

एकाएकी, त्याने माझ्यासाठी पुढे झेप घेतली, ज्यामुळे मी किंचाळी ठोकली आणि डायनिंग रूमच्या टेबलाकडे पळत गेले. मी पळ काढणं जमवलं, आमच्या दोघांच्या मध्ये ते टेबल होतं. माझं हृदय धडधडत होतं आणि ॲड्रेनॅलिन माझ्या शरीरातून धावत होतं... बॉय... रोमांचक. मी पुन्हा एक मूल झाले होते, जरी ते योग्य नव्हतं. माझ्याकडे विचारपूर्वक येत असताना मी त्याला सावधगिरीने निरखून

बघितलं. मी इंचभर सरकले.

"एखाद्या पुरुषाला विचलित कसं करायचं, ते तुला नक्कीच माहीत आहे, ॲनास्टॅशिया."

"आमचं उद्दिष्ट आहे खूश ठेवणं मि. ग्रे, मी कशापासून तुम्हाला विचलित केलं?"

"आयुष्य. युनिव्हर्स." त्याने त्याचा एक हात अभावितपणे हलवला.

"तू जेव्हा वाजवत होतास तेव्हा फारसा विचारात गढल्याचं दिसलं नाही."

त्याने थांबून हातांची घडी घातली, त्याचा भाव गंमत वाटत असल्यासारखा होता.

"आपण हे सर्व दिवसभर करू शकतो, बेबी, पण मी तुला पकडेन आणि जेव्हा मी तुला पकडेन, तेव्हा ते तुझ्यासाठी वाईट ठरेल."

"नाही, तू नाही पकडणार," माझा स्वत:वर अतिविश्वास असून चालणार नव्हता. मी या वाक्याची एखाद्या मंत्रासारखी पुनरावृत्ती केली. माझ्या अर्धजागृत मनाला तिचे नायके शूज मिळाले होते आणि ती सुरुवात करायच्या तयारीत होती.

"मी तुला पकडावं असं तुला वाटत नाहीये."

"मला वाटत नाही. तोच मुद्दा आहे. तुला माझ्या स्पर्श करण्याबद्दल जे वाटतं तेच मला शिक्षेबद्दल वाटतं."

त्याची वागण्याची सगळी पद्धत क्षणमात्रात बदलली. खेळकर ख्रिश्चन जाऊन मी त्याला थोबाडीत मारल्यासारखा तो माझ्याकडे टक लावून बघत उभा राहिला. त्याचा रंग राखेसारखा झाला होता.

"तुला तसं वाटतं?" तो कुजबुजला.

ते चार शब्द त्याने ज्या पद्धतीने ते उच्चारले, ते बरंच काही बोलून गेले. ओह नो... ते चार शब्द मला त्याच्याबद्दल आणि त्याला कसं वाटतं, याबद्दल बरंच काही सांगून गेले. ते मला त्याच्या भीती आणि तिरस्काराबद्दल सांगत होते. मी कपाळाला आठ्या घातल्या. नाही, मला तेवढं वाईट वाटत नव्हतं. नो वे. मला तसं वाटतं का?

"नाही. माझ्यावर त्याचा तेवढा काही परिणाम होत नाही, पण त्यामुळे तुला कल्पना सुचते," मी पुटपुटले, त्याच्याकडे अधीरतेने टक लावून पाहिलं.

"ओह," तो म्हणाला.

क्रॅप. तो पूर्णपणे आणि अतिशय हरवल्यासारखा दिसला, जणूकाही मी त्याच्या पायाखालून रग खेचून घेतला असावा.

एक दीर्घ श्वास घेऊन, मी त्याच्यासमोर उभी राहीपर्यंत आणि त्याच्या काहीतरी घडेल म्हणून आशांकित डोळ्यांत बघेपर्यंत टेबलाभोवती फिरले.

"तू त्याचा एवढा तिरस्कार करतेस?" त्याच्या डोळ्यांत भीती दाटून आली.

"वेल... नाही," मी त्याला दिलासा दिला. जीझ – त्याला स्पर्श करणाऱ्या लोकांबद्दल त्याला तसं वाटतं? नाही, माझ्या त्याबद्दल संमिश्र भावना होत्या. मला ते आवडत नसलं तरी मी त्याचा तिरस्कार करत नव्हते.

"पण काल रात्री, प्लेरूममध्ये, तू..."

"मी ते तुझ्यासाठी करते, ख्रिश्चन, कारण तुला त्याची गरज आहे. मला नाही. तू मला काल रात्री इजा केली नाहीस. ते एका वेगळ्या संदर्भात होतं आणि मी आतल्या आत त्याचं समर्थन करू शकते. माझा तुझ्यावर विश्वास आहे. पण तुला जेव्हा मला शिक्षा करायची असते, तेव्हा तू मला दुखवशील याची काळजी वाटते."

एखाद्या घोंगावणाऱ्या वादळासारखे त्याचे डोळे गडद झाले. वेळ सरकली, मोठी झाली आणि तो हलक्या आवाजात उत्तर द्यायच्या आधीच निसटून गेली.

"मला तुला इजा करायचीय. पण तुझ्या सहनक्षमतेपेक्षा पुढे जाऊन नाही."

फक्!

"का?"

त्याने त्याचा हात त्याच्या केसांतून फिरवला आणि खांदे उडवले.

"मला फक्त त्याची गरज आहे," तो थबकला. त्याच्या डोळ्यांत वेदना होती. त्याने डोळे मिटले आणि डोकं हलवलं. "मी तुला सांगू शकत नाही," तो कुजबुजला.

"तू सांगू शकत नाहीस, का सांगणार नाहीस?"

"मी सांगणार नाही."

"मग तुला आता माहीत झालं का ते?"

"होय."

"मी जर तुला सांगितलं, तर तू या खोलीतून किंचाळत पळत सुटशील आणि तुला परत यावंसं कधीच वाटणार नाही." त्याने माझ्याकडे काळजीपूर्वक एकटक पाहिलं. "मी त्याचा धोका पत्करू शकत नाही, ॲनास्टॅशिया."

"मी राहावं असं तुला वाटतं."

"तुला माहीत आहे त्यापेक्षा अधिक. तुला गमावणं मला सहन होण्यासारखं नाही."

ओह् माय.

त्याने माझ्याकडे बघितलं आणि एकाएकी, मला त्याच्या बाहुपाशात ओढून माझी चुंबनं घेतली – आवेगानं माझी चुंबनं घेऊ लागला. मी त्यामुळे पूर्णपणे आश्चर्यचकित झाले. त्याच्या चुंबनातील गोंधळलेपण आणि तातडीची गरज मला

जाणवली.

"मला सोडून जाऊ नकोस. तू म्हणालीस, तू मला सोडणार नाहीस आणि तुझ्या झोपेत तू मला, मी तुला सोडून जाऊ नये म्हणून कळकळीची विनंती केलीस," तो माझ्या ओठांच्या निकट कुजबुजला.

ओह... माझा रात्रीचा कबुलीजबाब.

"मला जायचं नाही," माझं हृदय अंतर्बाह्य पिळवटलं.

या माणसाला गरज होती. त्याची भीती नग्न आणि सहज दृग्गोचर होणारी होती, पण तो हरवला होता... त्याच्या कोणत्यातरी अंधारात. त्याचे डोळे मोठे झालेले, त्रासलेले आणि कोरडे होते. मी त्याला दिलासा देऊ शकते, त्याच्या अंधारात त्याला थोड्या वेळासाठी भेटू शकते आणि त्याला उजेडात परत आणू शकते.

"मला दाखव," मी कुजबुजले.

"तुला दाखवू?"

"ते किती दुखेल ते मला दाखव."

"काय?"

"मला शिक्षा कर. ते किती वाईट होऊ शकतं हे मला जाणून घ्यायचंय."

ख्रिश्चनने पूर्णपणे गोंधळून माझ्याजवळून पाऊल मागे घेतलं.

"तू प्रयत्न करशील?"

"यस. मी करेन," पण माझा एक अंतःस्थ हेतू होता. मी जर हे त्याच्यासाठी केलं, तर कदाचित तो मला त्याला स्पर्श करू देईल.

त्याने डोळ्यांची उघडझाप केली. "ॲना, तू इतकी गोंधळवून टाकणारी आहेस."

"मी पण गोंधळलेय. मी याची संगती लावण्याचा प्रयत्न करतेय. तुला शेवटी एकदाचं कळेल, मी हे करू शकेन का? मी जर हे करू शकले, तर कदाचित तू..." माझे शब्द मला हरवले आणि त्याचे डोळे पुन्हा विस्फारले. त्याला माहीत होतं मी स्पर्शाबद्दल बोलत होते. एक क्षणभर, तो फाटल्यासारखा वाटला, पण मग त्याच्या चेहऱ्यावर एक पोलादी निश्चय स्थिरावला. त्याने त्याचे डोळे बारीक केले, तो माझ्याकडे जणूकाही पर्यायांना तोलत असल्यासारखा विचारपूर्वक पाहत होता.

एकाएकी, एका मजबूत पकडीत त्याने माझा दंड पकडला आणि वळला, त्या मोठ्या खोलीतून मला बाहेर काढलं, जिन्यावरून वर आणि प्लेरूमकडे नेलं. सुख आणि यातना. बक्षीस आणि शिक्षा. त्याचे फार पूर्वीचे शब्द माझ्या मनात रुंजी घालू लागले.

"ते किती वाईट होऊ शकतं ते मी तुला दाखवतो आणि तू तुझं मन घट्ट

कर.'' तो दरवाजाजवळ थांबला, ''तू तयार आहेस?''

मी मान डोलावली, माझं मन तयार झालं होतं आणि माझं डोकं अस्पष्टपणे हलकं वाटत होतं आणि माझ्या चेहऱ्यावरचा रंग उतरल्याने चक्करल्यासारखं वाटत होतं.

त्याने दरवाजा उघडला. अजूनही माझा दंड पकडून ठेवलेला असताना त्याने दरवाजाशेजारच्या रॅकवरून एक पट्ट्यासारखी दिसणारी वस्तू घेतली आणि मग मला खोलीच्या दूरच्या कोपऱ्यातल्या लाल चामड्याने मढवलेल्या बाकाकडे नेलं.

''बाकावर वाक,'' तो हलकेच पुटपुटला.

ओके. मी हे करू शकेन. मी त्या गुळगुळीत मुलायम चामड्यावर वाकले. त्याने माझा बाथरोब माझ्या अंगावर ठेवला होता. माझ्या मेंदूच्या एका शांत भागात, मी अस्पष्टपणे आश्चर्यचकित झाले होते की, त्याने तो मला काढायला का लावला नव्हता. *हे दुखणारं आहे... मला माहीत आहे.*

''आपण इथे आहोत कारण तू हो म्हणालीस, ॲनास्टॅशिया आणि तू माझ्यापासून पळून गेलीस. मी तुला सहा वेळा मारणार आहे आणि तू माझ्याबरोबर मोजणार आहेस.''

त्याने सरळ सुरुवात का केली नाही? मला शिक्षा करताना तो नेहमीच त्याचा एवढा बाऊ करतो. मी माझे डोळे फिरवले, तो मला बघू शकत नाही, हे मला माहीत होतं.

त्याने माझ्या बाथरोबची शिवण उचलली आणि कोणत्यातरी कारणाने, उघडं असण्यापेक्षा हे अधिक जवळिकीचं वाटलं. त्याने हळुवारपणे माझा पार्श्वभाग कुरवाळला, त्याचा उबदार हात माझ्या दोन्ही गालांवर आणि खाली आणून मांड्यांच्या वरच्या बाजूला फिरवला.

''मी हे करतोय म्हणजे माझ्यापासून पळून जायचं नाही, हे तुझ्या लक्षात राहील आणि ते कितीही उत्तेजक असलं तरी, तू माझ्यापासून कधीही पळून जाऊ नये अशी माझी इच्छा आहे,'' तो कुजबुजला.

हा उपहास मला कळल्याशिवाय राहिला नाही. हे टाळण्यासाठी मी पळून जात होते. त्याने जर त्याचे बाहू पसरले, तर मी त्याच्याकडे धावत जाईन, त्याच्यापासून दूर जाणार नाही.

''आणि तू तुझे डोळे माझ्याकडे बघून फिरवलेस. मला त्याबद्दल कसं वाटतं हे तुला माहीत आहे.'' एकाएकी, ते गेलं होतं – त्याच्या आवाजातलं ते अस्वस्थ, चिडचिडलेपण आणि भीती. तो जिथे कुठे होता तिथून परतला होता. ते मला त्याच्या स्वरात ऐकू आलं, त्याने ज्या पद्धतीने माझ्या पाठीवर त्याची बोटं ठेवली, मला धरलं – आणि खोलीतलं वातावरण बदललं.

मी माझे डोळे मिटले, वार होण्यासाठी स्वत:ला तयार केलं. तो जोरात झाला, माझ्या पार्श्वभागावर प्रहार करत आणि मला ज्याची भीती वाटत होती तसाच त्या पट्ट्याचा चावा होता. मी आपोआप ओरडले आणि बरीच मोठी हवा गिळली.

''मोज, ॲनास्टॅशिया!'' त्याने फर्मावलं.

''एक!'' मी त्याच्या अंगावर ओरडले आणि ती एक शिवीच आहे असं वाटलं.

त्याने मला पुन्हा मारलं आणि वेदना पट्ट्याच्या बाजूने थडथडली. प्रतिध्वनित झाली. होली शिट्...

''दोन!'' मी किंचाळले. ते किंचाळणं इतकं छान वाटलं.

त्याचा श्वासोच्छ्वास अनियमित आणि कठोर होता आणि माझा नव्हता. मी कसोशीने माझ्या मनात काही आंतरिक शक्ती मिळते का, त्याचा शोध घेत होते. तो पट्टा पुन्हा एकदा माझ्या मांसल भागावर मारण्यात आला.

''तीन!'' अनाहूतपणे नकोसे अश्रू माझ्या डोळ्यांत भरून आले. जीझ – हे मी विचार केला होता त्यापेक्षा कठीण आहे – नितंबांवर चापट्या मारण्यापेक्षा कठीण. त्याने हातचं काही राखून ठेवलं नाही.

''चार!'' पट्टा माझ्यावर पुन्हा मारला गेला तशी मी ओरडले आणि आता अश्रू माझ्या चेहऱ्यावरून वाहत होते. मला रडायचं नव्हतं. मी रडत होते आणि मला राग आला. त्याने मला पुन्हा मारलं.

''पाच!'' माझा आवाज म्हणजे घुसमटलेला, आवळलेला हुंदका होता आणि याक्षणी मला वाटलं की, मी त्याचा तिरस्कार करतेय. आणखी एक, मी आणखी एक फटका घेऊ शकेन. माझा पार्श्वभाग जणूकाही आगीवर आहे असं वाटत होतं.

''सहा!'' अत्यंत वेदनामयी यातना जेव्हा माझ्या अंगातून पुन्हा कापत गेली, तेव्हा मला त्याने माझ्या मागे पट्टा फेकल्याचं ऐकू आलं आणि त्याने मला त्याच्या बाहूंत ओढून घेतलं, त्याचा श्वासोच्छ्वास अनियमित आणि सहानुभूतीपूर्ण... आणि मला त्याचा काहीही भाग नको.

''सोडून दे... नो...'' आणि मी त्याच्या पकडीतून, त्याला ढकलून बाहेर पडायची धडपड करत असलेलं मला जाणवलं, त्याच्याबरोबर झगडत.

''मला स्पर्श करू नकोस!'' मी फुस्कारले. मी सरळ झाले आणि त्याच्याकडे टक लावून बघितलं. तो मला असं बघतोय जणूकाही मी उडी मारेन. त्याचे डोळे मोठे झाले होते, गोंधळून जाऊन. मी रागाने माझ्या हातांच्या पालथ्या बाजूने माझ्या डोळ्यांतले अश्रू पुसले, त्याच्याकडे टक लावून बघितलं.

''तुला खरोखरच हे आवडतं? मी, अशी?'' माझं नाक पुसायला मी बाथरोबच्या बाहीचा उपयोग केला.

त्याने माझ्याकडे विचारपूर्वक बघितलं.

"वेल, यू आर वन फक्ड अप सन ऑफ अ बिच."

"ॲना," त्याने विनवलं, त्याला धक्का बसला होता.

"मला 'ॲना' म्हणण्याचं धारिष्ट्य करू नकोस! तुला तुझी घाण साफ केली पाहिजे, ग्रे!" असं म्हणत, मी ताठरपणे वळले आणि शांतपणे दरवाजा बंद करून घेत प्लेरूममधून बाहेर गेले.

मी माझ्यामागे दाराची मूठ पकडली आणि थोडावेळ दाराला टेकून उभी राहिले. कुठं जायचं? मी पळून जावं? मी थांबावं? माझं डोकं फिरलं होतं. तप्त अश्रू माझ्या गालांवरून ओघळत होते आणि मी ते आवेगाने बाजूला करून पुसले. मला फक्त मुटकुळं करून पडायचं होतं. मुटकुळं करायचं होतं आणि कोणत्याही प्रकारे नीट व्हायचं होतं. माझ्या ठिकऱ्या उडालेल्या विश्वासाला काबूत करायचं होतं. मी इतकी मूर्ख कशी होते? अर्थातच त्यामुळे दुःख होत होतं.

सहजच, मी माझा पार्श्वभाग चोळला. आह! तो दुखावला होता. कुठे जायचं? त्याच्या खोलीत नाही, किंवा जी माझी असेल ती खोली, नाही, माझी आहे... माझी होती. म्हणूनच त्याला मी ती ठेवावी अशी इच्छा होती... मला त्याच्यापासून अंतर राखावं लागेल हे त्याला माहीत होतं.

मी त्या दिशेने ताठरपणे जायला लागले, ख्रिश्चन माझा पाठलाग करेल, याची मला जाणीव होती. शयनगृहात अजूनही अंधार होता, आकाशात पहाटेची फक्त चाहूलच लागली होती. मी बिछान्यात अवघडून चढले, माझ्या नाजूक आणि दुखणाऱ्या पार्श्वभागावर बसण्याची काळजी घेतली. मी बाथरोब अंगावर ठेवला, माझ्याभोवती तो गुंडाळला, अंगाची वळकटी केली आणि संयम सोडून दिला – माझ्या उशीत जोरजोराने हुंदके दिले.

मी काय विचार करत होते? मी त्याला हे मला का करू दिलं? मला अंधार हवा होता, ते किती वाईट असू शकेल याचा शोध घ्यायला – पण माझ्यासाठी तो अंधार फार होता. मी हे करू शकणार नाही. तरीही, तो जे करतो ते हे आहे; त्याला अशाप्रकारे त्याच्या किक्स मिळत होत्या.

काय ही एवढी प्रचंड धोक्याची सूचना. त्याला योग्य न्याय द्यायचा तर, त्याने मला परत परत धोक्याची सूचना दिली, वेळोवेळी. तो सर्वसाधारण नाही. मी पूर्ण करू शकणार नाही, अशा त्याच्या गरजा आहेत. मला ते आता लक्षात येत होतं. मला त्याने आता कधीही मारायला नको होतं, कधीही. दोन-तीन वेळा त्याने मला मारलं होतं त्याचा मी विचार केला, आणि तुलनेने तो माझ्याबरोबर किती सहज होता. ते त्याला पुरेसं आहे का? मी उशीत अधिकच जोरात हुंदके दिले. मी त्याला गमावणार होते. मी जर त्याला हे देऊ शकले नाही, तर तो

माझ्याबरोबर राहू इच्छिणार नाही. का, का, का मी फिफ्टी शेड्सच्या प्रेमात पडले? का? मी जोस किंवा पॉल क्लेटन किंवा माझ्यासारख्या कोणावर प्रेम का करू शकत नाही?

ओह्, मी निघाले तेव्हाचा त्याचा तो अतिशय निराशेने ग्रासलेला चेहरा. मी इतकी क्रूर होते, रानटीपणाने धक्का बसलेली... तो मला माफ करेल का... मी त्याला माफ करेन का? माझे विचार सगळे भरकटलेले आणि गुंता झालेले होते, माझ्या डोक्यात प्रतिध्वनित होत होते, उड्या मारत होते. माझं अर्धजागृत मन डोकं दुःखाने हलवत होतं आणि माझी अंतर्देवता कुठेही दिसत नव्हती. ओह, माझ्यासाठी ही एक आत्म्याची काळी सकाळ आहे. मी इतकी एकटी आहे. मला माझी मॉम पाहिजे. मला तिचे विमानतळावरचे निरोपाचे शब्द आठवतात :

तुझ्या हृदयाचं ऐक, लाडके आणि कृपा करून – गोष्टींचा अतिविचार करू नकोस. सैलाव आणि मजा लूट. तू इतकी तरुण आहेस, बाळे. तुला कितीतरी अनुभव घ्यायचाय, फक्त ते घडू दे. सगळ्या गोष्टीतलं सर्वोत्तम मिळवण्याची तुझी पात्रता आहे.

मी माझ्या हृदयाचं ऐकलं. माझ्याकडे दुखावलेला पार्श्वभाग, दुःख आणि दुभंगलेला आत्मा होता. मला गेलं पाहिजे. दॅट्स इट... मला गेलं पाहिजे. त्याचा मला उपयोग नाही आणि मला त्याचा उपयोग नाही. आम्ही हे कार्यान्वित करण्याची किती शक्यता आहे? आणि त्याला परत न बघण्याच्या विचाराने मला गुदमरवलं...

मला दरवाजा उघडल्याचा आवाज आला. *ओह नो* – तो इथे आला होता. बिछान्याशेजारच्या टेबलावर त्याने काहीतरी ठेवलं आणि तो जेव्हा माझ्यामागे बिछान्यावर चढला, तेव्हा त्याच्या वजनाने बिछाना सरकला.

"हश," त्याने श्वास घेतला आणि मला त्याच्यापासून दूर जायचं होतं, पलंगाच्या दुसऱ्या बाजूला सरकायचं होतं, पण मी विकलांग झाले होते. मी हलू शकत नव्हते आणि ताठरपणे पडून राहिले, बिलकूल शरण न जाता. "माझ्याबरोबर भांडू नकोस, ॲना, प्लीज," तो कुजबुजला. हळुवारपणे त्याने मला त्याच्या बाहुपाशात ओढून घेतलं, त्याचं नाक माझ्या केसांत बुडवलं, माझ्या मानेचं चुंबन घेतलं.

"माझा तिरस्कार करू नकोस," त्याने माझ्या त्वचेच्या निकट हळूच श्वास घेतला. त्याचा आवाज दुखावलेला, कष्टी होता. माझं हृदय पुन्हा एकदा नव्याने पिळवटलं आणि निःशब्द हुंदक्यांचा एक नवीनच उमाळा आला. त्याने माझी हळुवार, कोवळी चुंबनं घेणं चालू ठेवलं, पण मी अलिप्त आणि विचारमग्न राहिले.

आम्ही असे एकत्र पडून राहिलो, काही न बोलता कितीतरी काळ. त्याने फक्त मला धरून ठेवलं. अगदी सावकाश मी सैलावले आणि रडणं थांबवलं. पहाट

झाली आणि गेली. हलका प्रकाश सकाळ झाल्यावर अधिक प्रखर झाला. आणि तरीही आम्ही शांतपणे पडून राहिलो.

"मी तुझ्यासाठी ॲडविल आणि आर्निका मलम आणलंय," तो बऱ्याच वेळाने म्हणाला.

मी त्याच्या बाहुपाशात अगदी सावकाशपणे वळले, म्हणजे मी त्याच्या समोर आले. माझं डोकं त्याच्या बाहूवर विसावलं होतं. त्याचे डोळे दगडासारखे करडे आणि सावध होते.

मी त्याच्या सुंदर चेहऱ्याकडे बघितलं. त्याच्या चेहऱ्यावरून काही कळत नव्हतं, पण त्याने त्याचे डोळे माझ्या डोळ्यांकडे रोखले, उघडझाप न करता. ओह्, तो इतका श्वास रोखायला लावणारा सुंदर होता. इतक्या अल्पावधित, तो मला इतका, इतका प्रिय झाला होता. हात वर करून, मी त्याचा गाल कुरवाळला आणि माझ्या बोटांची अग्रं त्याच्या हनुवटीवरच्या थोड्याशाच वाढलेल्या दाढीतून फिरवली. त्याने डोळे मिटले आणि हुंगलं.

"आय ॲम सॉरी," मी कुजबुजले.

त्याने त्याचे डोळे उघडले आणि माझ्याकडे कोड्यात पडल्यासारखं बघितलं.

"कशाबद्दल?"

"मी जे बोलले."

"तू मला काहीच बोलली नाहीस जे मला माहीत नव्हतं," आणि त्याचे डोळे सुटकेच्या भावनेने सौम्य झाले. "तुला दुखापत केल्याबद्दल मला क्षमा कर."

मी खांदे उडवले, "मीच ते ओढवून घेतलं." आणि आता मला कळत होतं. मी आवंढा गिळला. आता संधी आहे. मी माझे विचार सांगायला हवे होते. "तुला मी जसं असायला पाहिजे तशी मी असू शकेन, असं मला नाही वाटत," मी कुजबुजले. त्याचे डोळे मोठे झाले आणि त्याने डोळ्यांची उघडझाप केली. त्याचा भयग्रस्त भाव परत आला.

"तू मला जशी असायला हवीस, तशी आहेस."

"काय?"

"मला समजत नाही. मी आज्ञाधारक नाही आणि तू नीट खातरी करून घे की, ते पुन्हा मला करायला मी तुला परवानगी देणार नाही. आणि तुला त्याची गरज आहे, तसं तू म्हणालास."

त्याने त्याचे डोळे पुन्हा मिटले आणि त्याच्या चेहऱ्यावरून अगणित भावनांचं मोहोळ उठलेलं मला दिसलं. जेव्हा त्याने डोळे उघडले, त्याचा भाव दारुण होता. *ओह् नो.*

"तुझं बरोबर आहे. मी तुला जाऊ द्यायला हवं. मी तुझ्यासाठी योग्य नाही."

माझ्या डोक्यावरचे केस ताठरले आणि माझ्या अंगावरचा केसन्केस ताठ झाला. जग माझ्यापासून दूर कोसळलं; एक मोठं, जांभई देणारं विवर मला त्याच्यात पडायला मागे ठेवत. *ओह् नो.*

"मला जायचं नाही," मी कुजबुजले. फक् – हेच ते. किंमत चुकती करा नाहीतर खेळा. माझ्या डोळ्यांत पुन्हा एकदा अश्रू जमा झाले.

"माझीदेखील तू जावं अशी इच्छा नाही," तो कुजबुजला. त्याचा आवाज हळवा होता. त्याने हात पुढे करत मृदूपणे माझ्या गालावर थोपटलं. त्याच्या अंगठ्याने खाली पडणारा एक अश्रू पुसून टाकला. "तुला भेटल्यापासून मी फुलून आलो." त्याचा अंगठा माझ्या खालच्या ओठांच्या कडांवरून फिरला.

"मी पण," मी कुजबुजले. "मी तुझ्या प्रेमात पडले आहे, ख्रिश्चन."

त्याचे डोळे पुन्हा मोठे झाले, पण या खेपेला निव्वळ, निखळ भीतीने.

"नाही," त्याच्यातून मी हवा काढून घेतल्यासारखा त्याने श्वास घेतला.

ओह नो.

"तू माझ्यावर प्रेम करू शकत नाहीस, ॲना. नो... ते चुकीचं आहे." त्याला भीती वाटत होती.

"चुकीचं? ते का चुकीचं आहे?"

"वेल, तुझ्याकडे बघ. मी तुला सुखी करू शकत नाही," त्याच्या आवाजात वेदना होती.

"पण तू मला आनंदी करतोस," मी कपाळाला आठ्या घातल्या.

"त्या क्षणाला नाही, मला जे करायचंय ते करताना नाही."

होली फक्. हे तेच होतं. त्याचा मथितार्थ तोच आहे – एकमेकांना अनुरूप नसणं – त्या सगळ्या बिचाऱ्या सबमिसिव्ह आठवल्या.

"आपण ते कधीही विसरू शकणार नाही, विसरू का?" मी कुजबुजले. भीतीने माझ्या डोक्यावरचे केस ताठ झाले. त्याने त्याचं डोकं दुःखाने हलवलं. मी माझे डोळे मिटले. मला त्याच्याकडे बघणं सहन होत नव्हतं.

"वेल... मग मी आता गेलेलं बरं," मी पुटपुटले. तोंड वाकडं केलं आणि उठून बसले.

"नको, जाऊ नकोस." तो गडबडून गेल्यासारखा वाटला.

"मी इथे राहण्यात काही अर्थ नाही," एकाएकी मला थकल्यासारखं वाटलं, अतिशय थकल्यासारखं आणि मला आता जायचं होतं. मी पलंगावरून खाली उतरले आणि ख्रिश्चननेही तसंच केलं.

"मी कपडे घालते. मला थोडा खासगीपणा लागेल," मी म्हणाले. माझा आवाज सपाट आणि रिकामा होता. मी त्याला शयनगृहात उभा ठेवून निघाले.

खालच्या मजल्यावर कूच करत, मी मोठ्या खोलीकडे नजर टाकली. काही तासांपूर्वीच तो पियानो वाजवत असताना मी माझं डोकं त्याच्या खांद्यावर विसावलं होतं, याचा मी विचार केला. त्यानंतर बरंचकाही घडलं होतं. माझे डोळे उघडले आणि त्याच्या अनैतिकतेच्या मर्यादेची झलक मला बघायला मिळाली. मला आता माहीत झालं होतं की, तो प्रेम करायला समर्थ नव्हता – प्रेम द्यायला किंवा घ्यायला. माझी सर्वाधिक वाईट भीती खरी ठरली होती. आणि विचित्र म्हणजे, ती सुटका करणारी होती.

हे दुःख असं आहे, जे मी लक्षात घ्यायला नाकारलं. मला संवेदनाशून्य वाटलं. मी माझ्या शरीरातून निसटले होते आणि या उलगडणाऱ्या शोकांतिकेकडे एक सर्वसाधारण निरीक्षक म्हणून बघत होते. मी पटकन आणि पद्धतशीरपणे अंघोळ केली, माझ्या समोरच्या प्रत्येक सेकंदाचाच फक्त विचार करत होते. आता बॉडी वॉशची बाटली दाबा. बॉडी वॉशची बाटली पुन्हा रॅकमध्ये ठेवून द्या. तोंडावर कपडा फिरवा, खांद्यावर फिरवा... पुढे आणखी पुढे. सगळ्या साध्या, यांत्रिक कृती, साधे, यांत्रिक विचार, आवश्यक असणाऱ्या.

मी माझं स्वप्न उरकलं – आणि मी माझे केस धुतलेले नसल्यामुळे, मी माझं अंग पटकन कोरडं केलं. मी बाथरूममध्ये कपडे घातले, माझ्या लहान सूटकेसमधून माझ्या जीन्स आणि टी शर्ट काढला. माझा जीन्स माझ्या पार्श्वभागाला घासल्या, पण स्पष्टच बोलायचं, तर मी त्या वेदनेचं स्वागतच केलं. त्यामुळे माझ्या ठिकऱ्या उडालेल्या, विदीर्ण हृदयाचं काय होतं, यापासून माझं मन विचलित होतं.

मी माझी सूटकेस बंद करायला खाली वाकले आणि ख्रिश्चनची भेटवस्तू असलेल्या बॅगेने माझं लक्ष वेधून घेतलं. त्याच्यामध्ये ब्लानिक एल २३ ग्लायरडचं एक मॉडेल किट होतं. त्याच्यासाठी! अश्रू धमकावतात. ओह नो... आनंदी दिवस, जेव्हा अधिक मिळण्याची आशा होती. मी तो केसमधून काढला. ते त्याला द्यायची गरज आहे हे मला माहीत होतं. पटकन, मी माझ्या वहीतून कागदाचा एक छोटा तुकडा फाडून काढला, त्याच्यासाठी घाईघाईत एक चिठ्ठी खरडली आणि ती बॉक्सवर ठेवली.

यामुळे मला एका आनंदी क्षणांची आठवण होते.
थँक यू.
ॲना.

मी आरशात बघितलं. एक फिकट आणि झपाटलेलं भूत माझ्याकडे बघत होतं. मी माझे केस एका बनमध्ये गोळा करून बांधले, आणि माझ्या डोळ्यांच्या

पापण्या रडण्यामुळे किती सुजल्या आहेत, त्याच्याकडे दुर्लक्ष केलं. माझ्या अर्धजागृत मनाने पसंतीदर्शक मान डोलावली. त्यालाही माहीत आहे, आता उपरोधिक व्हायचं नाहीये ते. माझं जग माझ्याभोवती राखेचा ढीग होऊन कोसळत होतं, माझ्या सगळ्या आशा आणि स्वप्नं यांचा निष्ठुरपणे चक्काचूर झाला होता, याच्यावर माझा विश्वास बसत नव्हता. नाही, नाही, आता त्याचा विचार करू नकोस. आत्ता नाही, एवढ्यात नाही. एक दीर्घ श्वास घेऊन, मी माझी सूटकेस उचलली आणि ग्लायडर किट, माझी चिठ्ठी त्याच्या उशीवर ठेवून मी मोठ्या खोलीत गेले.

ख्रिश्चन फोनवर बोलत होता. त्याने काळ्या जीन्स आणि एक टी शर्ट घातला होता. त्याचे पाय उघडे होते.

"तो काय म्हणाला?" तो ओरडला, मी दचकले.

"वेल, तो सत्य सांगू शकला असता. त्याचा नंबर काय आहे? मला त्याला फोन करायला हवा... हा सगळा गोंधळ आहे." त्याने वर बघितलं आणि त्याचे गडद आणि विचारमग्न डोळे माझ्यावरून हटवले नाहीत. "तिला शोधा." त्याने पटकन सांगून फोनचं ऑफ बटण दाबलं

मी कोचाकडे चालत गेले आणि त्याच्याकडे दुर्लक्ष करण्याचा माझा सर्वांत चांगला प्रयत्न करत माझी बॅकपॅक घेतली. मी त्याच्यातून मॅक काढून घेतला आणि स्वयंपाकघराकडे चालत जात तो काळजीपूर्वक ब्रेकफास्ट बारवर ठेवला. त्याच्याबरोबर ब्लॅकबेरी आणि गाडीच्या किल्ल्या ठेवल्या. मी जेव्हा त्याला तोंड देण्यासाठी वळले, तेव्हा तो माझ्याकडे भीतीने गोठून एकटक बघत होता.

"टेलरला माझ्या बीटलबद्दल जे पैसे मिळाले त्याची मला आवश्यकता आहे," माझा आवाज स्पष्ट आणि शांत होता, कोणत्याही भावना नसलेला... असाधारण.

"ॲना, मला त्या गोष्टी नकोत, त्या तुझ्या आहेत," तो अविश्वासाने म्हणाला. "त्या घे."

"नाही ख्रिश्चन, मी त्यांचा फक्त वेदना सहन करण्याच्या क्षमतेखाली स्वीकार केला होता आणि मला आता त्या नको आहेत."

"ॲना, व्यवहारी हो," त्याने मला दटावलं, आत्ताही.

"तुझी आठवण करून देईल असं मला काहीही नकोय. मला फक्त टेलरला माझ्या गाडीसाठी जे पैसे मिळाले, ते हवेत." माझा आवाज फारच एकसुरी होता.

त्याने जोरात श्वास घेतला. "तू खरंच मला दुखवायचा प्रयत्न करते आहेस."

"नाही," मी कपाळाला आठ्या घातल्या, त्याच्याकडे टक लावून बघितलं.

अर्थातच नाही... आय लव्ह यू. ''मी तसं करत नाहीये. मी स्वत:चं रक्षण करण्याचा प्रयत्न करतेय.'' मी कुजबुजले. कारण ज्या प्रकारे मला तू हवा आहेस, तशी मी तुला नको आहे.

''प्लीज, ॲना, त्या वस्तू घे.''

''ख्रिश्चन, मला भांडण करायचं नाही – मला फक्त पैसे हवेत.''

त्याने त्याचे डोळे बारीक केले, पण मी आता त्याच्यामुळे दबले नाही. वेल, फक्त थोडीशी. मी निर्विकारपणे परत त्याच्याकडे बघितलं, डोळ्यांची उघडझाप न करता किंवा माघार न घेता.

''तुला चेक चालेल काय?'' तो जळजळीतपणे म्हणाला.

''येस, चालेल. बरं पडेल.''

तो हसला नाही, तो फक्त चवड्यांवर वळला आणि त्याच्या स्टडीत गेला. मी त्याच्या अपार्टमेंटकडे एक शेवटची, रेंगाळणारी नजर टाकली – भिंतीवरच्या कलात्मक वस्तू – सगळ्या ॲबस्ट्रॅक्ट, शांत, कूल... थंड, अगदी योग्यदेखील, मी हरवल्यासारखा विचार केला.

माझे डोळे पियानोवर स्थिरावले. जीझ – मी जर माझं तोंड बंद ठेवलं असतं, तर आम्ही त्या पियानोवर एकमेकांवर प्रेम केलं असतं. नाही – रतिक्रीडा – आम्ही त्या पियानोवर रतिक्रीडा केली असती. वेल, मी प्रेम केलं असतं. माझ्या मनात आणि उरल्यासुरल्या हृदयात तो विचार दु:खी आणि जड होऊन राहिला. त्याने माझ्यावर प्रेम कधीच केलं नाही, केलं? त्याच्यासाठी ती नेहमीच रतिक्रीडा होती.

ख्रिश्चन परत आला आणि माझ्या हातात एक लखोटा ठेवला.

''टेलरला चांगली रक्कम मिळाली. ती गाडी क्लासिक आहे. तू त्याला विचारू शकतेस. तो तुला घरी सोडेल.'' त्याने माझ्या खांद्यावरून दिसणाऱ्या दिशेला मान डोलावली. मी वळले आणि त्याचा सूट घालून नेहमीप्रमाणेच निर्दोष असा, टेलर दरवाजात उभा होता.

''ठीक आहे. मी स्वत: घरी जाईन, थँक यू.''

मी ख्रिश्चनकडे बघण्यासाठी वळले आणि जेमतेम रोखून ठेवलेला संताप त्याच्या डोळ्यांत दिसला.

''तू मला प्रत्येक वळणावर आव्हान देणार आहेस का?''

''आयुष्यभराच्या सवयीत बदल का करावा?'' मी थोडंसं क्षमायाचना सूचक खांदे उडवले.

वैफल्याने त्याने त्याचे डोळे मिटले आणि त्याचा हात त्याच्या केसातून फिरवला.

''प्लीज, ॲना, टेलरला तुला घरी पोचवू दे.''

"मी गाडी आणतो, मिस स्टील," टेलरने अधिकारवाणीने घोषणा केली.

ख्रिश्चनने त्याच्याकडे पाहून मान डोलावली आणि मी जेव्हा आजूबाजूला बघितलं तेव्हा टेलर निघून गेला होता.

मी ख्रिश्चनला तोंड द्यायला वळले. आम्ही एकमेकांपासून चार फूट अंतरावर होतो. तो पुढे आला आणि मी स्वयंप्रेरणेने पाऊल मागे घेतलं. तो थांबला आणि त्याच्या आविर्भावातील वेदना जाणवणारी होती, त्याचे करडे डोळे प्रज्वलित झाले होते.

"तू जावंस असं मला वाटत नाही," तो पुटपुटला, त्याच्या आवाजात ओढ ओतप्रोत भरली होती.

"मी थांबू शकत नाही. मला काय पाहिजे, ते मला माहीत आहे आणि तू ते मला देऊ शकत नाहीस आणि तुला ज्याची गरज आहे, ते मी तुला देऊ शकत नाही."

त्याने आणखी एक पाऊल पुढे टाकलं आणि मी माझे हात वर केले.

"डोंट, प्लीज," मी त्याच्यापासून अंग चोरलं. त्याचा स्पर्श आता माझ्याने सहन होणारा नव्हता, तो स्पर्श मला मारून टाकेल. "मी हे करू शकत नाही."

माझी सूटकेस आणि माझी बॅकपॅक पकडून मी फॉयरकडे गेले. तो माझ्या मागे आला, आम्हा दोघांमध्ये सावधगिरीने अंतर राखलं. त्याने एलिव्हेटरचं बटण दाबलं आणि दरवाजे उघडले. मी आत गेले.

"गुडबाय ख्रिश्चन," मी पुटपुटले.

"ॲना, गुडबाय," तो हळुवारपणे म्हणाला. तो अतिशय दुभंगलेला, वेदनाग्रस्त दिसत होता. मला जसं माझ्या आत वाटत होतं, तेच त्याच्यातून परावर्तित होत होतं.

मी माझं मन बदलण्याआधी त्याच्यापासून माझी नजर बाजूला ओढून घेतली आणि त्याला दिलासा देण्याचा प्रयत्न केला.

एलिव्हेटरचे दरवाजे बंद झाले आणि ते मला बेसमेंटमध्ये – माझ्या वैयक्तिक नरकात – घेऊन गेले.

टेलरने माझ्यासाठी दरवाजा उघडून धरला आणि मी गाडीत मागच्या बाजूला बसले. त्याच्या नजरेला नजर द्यायचं मी टाळलं. शरमिंदेपण आणि लाज माझ्यावर पसरली. मी पूर्णपणे अपयशी होते. माझ्या फिफ्टी शेड्सना उजेडात ओढून आणायची मला आशा होती, पण ती कामगिरी माझ्या किरकोळ क्षमतांपुढची ठरली. कसोशीने मी माझ्या भावना नियंत्रित आणि दूर ठेवण्याचा प्रयत्न केला. आम्ही फोर्थ ॲव्हेन्यूकडे गेलो. मी खिडकीतून रिकाम्या नजरेने बाहेर बघितलं आणि मी जे केलं होतं त्याचं प्रचंड स्वरूप सावकाशपणे माझ्या लक्षात आलं. शिट् – मी त्याला

सोडलं. मी ज्याच्याबरोबर कधी काळी झोपले होते असा एकमेव पुरुष. विकलांग करणारं दुःख मला चिरत गेलं. मी मोठा श्वास घेतला आणि माझे बंधारे फुटले. माझ्या गालांवरून अश्रू न बोलावता आणि स्वागत नसताना वाहू लागले आणि मी माझ्या बोटांनी ते घाईघाईत पुसून टाकले, माझ्या बॅगेत सनग्लासेस धुंडाळल्या. आम्ही जेव्हा एका ट्रॅफिक लाइटच्या ठिकाणी थांबलो, तेव्हा टेलरने मला एक लिननचा हातरुमाल दिला. तो काही बोलला नाही आणि त्याने माझ्या दिशेने बघितलं नाही. तो हातरुमाल मी कृतज्ञतेने स्वीकारला.

"थँक यू," मी पुटपुटले आणि दयाळूपणाची ही छोटीशी गुप्त ठेवलेली कृती मला लाजिरवाणी ठरवणारी होती. मी त्या आलिशान लेदर सीटवर रेलून बसले आणि रडले.

अपार्टमेंट त्रासदायक रीतीने रिकामं आणि अनोळखी होतं. घरी आल्यासारखं वाटावं एवढा काळ मी इथे राहिले नव्हते. मी सरळ माझ्या खोलीकडे गेले आणि तिथे, माझ्या बिछान्याच्या पायथ्याशी एक अगदी दुःखी, हवा गेलेला हेलिकॉप्टर बलून – चार्ली टँगो होता, अगदी माझ्यासारखाच भासणारा आणि दिसणारा. मी रागाने त्याला माझ्या पलंगाच्या कडेवरून पकडलं, त्याचा टाय फटकन काढला आणि त्याला जवळ घेतलं. ओह – मी काय केलंय?

मी माझ्या बिछान्यावर माझ्या बुटांसकट पडले आणि त्या वेदनांचं वर्णन करता येण्यासारखं नव्हतं... शारीरिक... मानसिक.... पारलौकिक... त्या सगळीकडे होत्या. माझ्या हाडांच्या खोलवर आत झिरपत होतं – दुःख. हे दुःख – आणि मी ते माझ्यावर ओढवून घेतलं होतं. माझ्या अंतर्देवतेकडून वाईट, अनाहूत, आत खोलवर एक विचार आला, तिचे ओठ एका दुष्ट हास्यात विचित्र वळले... पट्ट्याच्या फटक्यातून होणारी शारीरिक दुःखाची तुलना या विदीर्ण होण्याशी होऊ शकत नव्हती.

मी अंगाचं मुटकुळं केलं, तो सपाट झालेला फुगा आणि टेलरचा रुमाल कसोशीने घट्ट पकडला आणि स्वतःला दुःखाच्या स्वाधीन केलं.

◆